പൊന്നരിവാൾ അമ്പിളിയിൽ

കെ പി എ സി സുലോചന: കലയും ജീവിതവും

Ponnarival Ambiliyil
K P A C Sulochana: Kalayum Jeevithavum
Life

Rajeev Puliyoor

CHINTHA PUBLISHERS
Thiruvananthapuram

First Edition
January 2023

Published & Typesetting
Chintha Publishers, Thiruvananthapuram

Cover Design
Vinod Mangoes

ISBN : 978-93-93468-45-1

CO - 3208 / 6244

Email: chinthapublishers@gmail.com
Website: www.chinthapublishers.com

A version is available at National Libraries
Kolkata, Mumbai, Chennai and Delhi

Distribution
DESHABHIMANI BOOKHOUSE
H O Thiruvananthapuram 695035

Branch
Head Office Kunnukuzhi • Statue Thiruvananthapuram
KSRTC Bus Terminal Thampanoor • Saphalyam Complex Thiruvananthapuram
KSRTC Bus Station Alappuzha • KSRTC Bus Station Ernakulam
Machingal Lane Thrissur • IG Road Kozhikode
Mavoor Road Kozhikode • NGO Union Building Kannur
Central Bus Terminal Complex Thavakkara Kannur

പൊന്നരിവാൾ അമ്പിളിയിൽ

കെ പി എ സി സുലോചന: കലയും ജീവിതവും

രാജീവ് പുലിയൂർ

ചിന്ത പബ്ലിഷേഴ്സ്
തിരുവനന്തപുരം-695 035

ഡോ. രാജീവ് പുലിയൂർ

ചെങ്ങന്നൂരിൽ ജനനം. അച്ഛൻ പുലിയൂർ രവീന്ദ്രൻ, അമ്മ ശ്യാമളകുമാരി. സ്കൂൾ കോളേജ് വിദ്യാഭ്യാസകാലം മലപ്പുറം ജില്ലയിൽ മുർക്കനാട് ആയിരുന്നു. തിരുവല്ല അഴിയിടത്തുചിറ ഹൈസ്കൂൾ, മലപ്പുറം കൊളത്തൂർ നാഷണൽ ഹൈസ്കൂൾ, ഗവ. കോളേജ് പട്ടാമ്പി എന്നിവിടങ്ങളിൽ വിദ്യാഭ്യാസം. മഹാത്മാഗാന്ധി സർവ്വകലാശാലയിൽനിന്ന് പമ്പാനദീതട സംസ്കൃതിയുമായി ബന്ധപ്പെട്ട് ഫോക്‌ലോറിൽ ഡോക്ടറേറ്റ് ലഭിച്ചു. ഇരുപതു വർഷത്തോളം മഹാത്മാഗാന്ധി സർവ്വകലാശാലയുടെ വിവിധ ബി എഡ് കോളേജുകളിൽ അദ്ധ്യാപകനായിരുന്നു. ഇപ്പോൾ ഇടുക്കിയിൽ നെടുങ്കണ്ടം ബി എഡ് കോളേജ് പ്രിൻസിപ്പാൾ ആണ്. ആറൻമുളയിലും ഇടുക്കിയിലും ചരിത്രഗവേഷണ പ്രവർത്തനങ്ങൾ നടത്തുന്നു.

കൃതികൾ: *പത്തു ലുത്തിനിയകൾ, പാൻപരാഗ്, ഏഴു കടലും എണ്ണമറ്റ നക്ഷത്രങ്ങളും, എന്റെ പ്രേമം ചോരയിൽ ഉറങ്ങാൻ കിടന്നു, പരാജയപ്പെട്ട പുരുഷൻമാരുടെ ഏകാന്തതകൾ, കലോർ മീനൻ കൺകടയേർ* (കവിതാ സമാഹാരങ്ങൾ), *ഒരു വഴി പല കാലം* (ജീവചരിത്രം), *മാസിഡോണിയൻ കഥകൾ* (പരിഭാഷ).

ഭാര്യ : കൃഷ്ണ

മക്കൾ : മധുബനി, സാഞ്ചി

വിലാസം : കൊമ്പുക്കൽവീട്
പുലിയൂർ പി ഒ
ചെങ്ങന്നൂർ, ആലപ്പുഴ – 689510

ഫോൺ : 9061189898

പ്രസാധകക്കുറിപ്പ്

'**പൊ**ന്നരിവാൾ അമ്പിളിയില് കണ്ണെറിയുന്നോളെ,
ആ മരത്തിൽ പൂന്തണലില് വാടി നില്ക്കുന്നോളെ,

മലയാളിയുടെ ഗാനസംസ്കൃതിയിൽ ലയിച്ചുചേർന്ന ഈ ഗാനം കെ പി എ സിയുടെ ദ്വിതീയ നാടകത്തിലേതാണ്. കെ പി എ സി സുലോചന എന്ന ഗായികയും നടിയും കടന്നുപോയ ജീവിതവഴികൾ കേരളത്തിലെ വിപ്ലവപ്രസ്ഥാനം നടന്നുപോയ വഴികൾ തന്നെയാണ്. കേരള സമൂഹത്തിന്റെ പരിവർത്തനോന്മുഖമായ ഒരു കാലത്തെ അടയാളപ്പെടുത്തിയ നാടകമായിരുന്നു *നിങ്ങളെന്നെ കമ്യൂണിസ്റ്റാക്കി*. കെ പി എ സി സുലോചന എന്ന നടിയുടെ ജീവിതരേഖകൾ കുറിച്ചിടുമ്പോൾ അത് ആ കാലഘട്ടത്തിന്റെ സാംസ്കാരിക - രാഷ്ട്രീയ ചരിത്രമാകുന്നു. കെ പി എ സി സുലോചനയുടെ ജീവിതകഥയായ *പൊന്നരിവാൾ അമ്പിളിയിൽ* എന്ന പുസ്തകം ആ മഹത്തായ കലാകാരിയുടെ ജീവിതത്തിന്റെ വിവിധഘട്ടങ്ങളെ തീക്ഷ്ണമായി അവതരിപ്പിക്കുന്നു. ജീവിതവും നാടകവും ഗാനങ്ങളും രാഷ്ട്രീയവും എപ്രകാരമാണ് ഒരു വ്യക്തിയിൽ ഒരു കാലഘട്ടത്തിന്റെ മുഴക്കമായി മാറിയത്, അതിന്റെ മാറ്റൊലികൾ എങ്ങനെയാണ് കാലാതിർത്തികൾ ഭേദിച്ച് തലമുറകൾ ഏറ്റെടുക്കുന്ന സാംസ്കാരിക അനുഭവമായി മാറിയത് എന്ന് സുലോചനയുടെ ജീവചരിത്രകാരൻ കുറിച്ചിടുന്നു. കേവലമായ ജീവചരിത്രമല്ല സാംസ്കാരികമായ ജീവചരിത്രമാണിത്. ഒരു വ്യക്തി ഒരു പ്രസ്ഥാനത്തിന്റെ ശബ്ദമായി മാറിയ അത്ഭുതകഥ. കെ പി എ സിയുടെ നാടകഗാനങ്ങൾ ഈ പുസ്തകത്തിൽ ശബ്ദരൂപത്തിൽത്തന്നെ ഉൾച്ചേർത്തിരിക്കുന്നു. ഈ ക്യൂ ആർ കോഡുവഴി സുലോചനയുടെ സ്വരമാധുരി ആസ്വദിക്കാനാവും.

ചിന്ത പബ്ലിഷേഴ്സ്

ആമുഖം

കെ പി എ സി സുലോചനയെക്കുറിച്ചുള്ള ഈ എഴുത്ത് ഇവിടെ പൂർണ്ണമാവുകയാണ്. എഴുതാൻ തുടങ്ങിയിട്ട് നാലുവർഷം കടന്നു പോയിരിക്കുന്നു.

സ്കൂളിൽ പഠിക്കുന്ന കാലത്തൊക്കെ കേട്ട കഥകൾ; ബന്ധുക്കളിൽ നിന്നും അമ്മവീട്ടിൽനിന്നും, പുലിയൂരിൽനിന്നും—അതിൽ നിന്നൊക്കെ യാണ് ഈ എഴുത്തിന്റെ ആരംഭം. ഇപ്പോൾ ക്രമപ്പെടുത്തി, അടുക്കടു ക്കായി വെച്ചു. എഴുതിക്കഴിഞ്ഞപ്പോൾ ഇത് സുലോചനയുടെ മാത്രം കഥയല്ലാതാവുന്നു. മറിച്ച് ആ കാലത്തിന്റെ, അന്നത്തെ അനവധി ആളു കളുടെ, പ്രശസ്തരുടെ, അപ്രശസ്തരുടെ കഥയായി മാറുകയായിരുന്നു. പാട്ടുകളും നാടോടി ഈണങ്ങളും മാത്രമല്ല, കുട്ടനാടും ഓണാട്ടുകരയും തുടങ്ങി തെക്കോട്ട് നീണ്ടുപോകുന്ന കടലോര കായലോര ഭൂമിയും ചരിത്രവും കാലവുംകൂടി കെട്ടി മറിയുകയാണ്.

അമ്മവീട്ടിൽനിന്നാണ് ആദ്യമായി സുലോചനയെന്ന ഒരാളെക്കുറിച്ച് കേൾക്കുന്നത്. തിരുവല്ല, കുഴിവേലിപ്പുറത്തുള്ള തുണ്ടിയിൽ വീട്ടിൽ വെച്ച്. കുട്ടനാടൻ പാടങ്ങൾ തുടങ്ങുന്ന കണ്ണീർത്തടമായ കുഴിവേലി പ്പുറത്തുനിന്ന്. മാനം കറുത്താൽ, പമ്പയുടെയും മണിമലയുടെയും കൈ വഴികൾ ഒന്നു പൊട്ടിക്കരഞ്ഞാൽ, അപ്പാടെ മുങ്ങിമാഞ്ഞുപോകുന്ന ഞങ്ങളുടെ ഭൂതകാലം.

എന്റെ വല്യമ്മച്ചി–പാറുക്കുട്ടി, സുലോചനയെ കണ്ടിരുന്നത് മൂത്ത മകൾ ചെല്ലമ്മയെപ്പോലെയായിരുന്നു. ചെല്ലമ്മയ്ക്കും സുലോചനയ്ക്കും ഒരേ പ്രായമായിരുന്നു. വല്യമ്മച്ചിയുടെ മക്കളിൽ ഒരാളാണ് സുലോ ചന എന്നാണ് ഞാൻ ചെറുപ്പത്തിൽ കരുതിയിരുന്നത്. പിന്നീടാണ് ആ ആൾ തന്നെയാണ് റേഡിയോയിലൂടെ പാടുന്ന സുലോചനയെന്ന് മനസ്സി

ലായത്. രണ്ടും ഒരാളാണെന്നത് ഉൾക്കൊള്ളാനായില്ല. അത്ഭുതത്തോടെയാണ് ആ പാട്ടുകൾ റേഡിയോയിലൂടെയും ഉച്ചഭാഷിണിയിലൂടെയും കേട്ടുകൊണ്ടിരുന്നത്. ഒരിക്കൽ മണലേൽ പാലത്തിലൂടെ സ്റ്റെപ്പുകൾ കയറിയും അക്കരെ ബണ്ടിലൂടെ സൈക്കിൾ ചവിട്ടിയും പോകുന്ന ലോട്ടറിക്കച്ചവടക്കാരനെ കണ്ടു. സൈക്കിളിനു മുന്നിൽ കെട്ടിയിട്ട ഉച്ചഭാഷിണിയിൽ സുലോചന പാടിക്കൊണ്ടിരിക്കുന്നത് കേട്ടു. ആ പാട്ടിനു പുറകെ അക്കരെ ബണ്ടിലൂടെ ഓടിയിട്ടുണ്ട്. അതുകഴിഞ്ഞ് മേപ്രാലും ചാത്തങ്കേരിയും ചുറ്റി കുട്ടനാടൻ പാടശേഖരങ്ങളിലേക്ക് ആ അലയൊലികൾക്കൊപ്പം അലയാൻ കൊതിച്ചു. വിദൂര നെയ്തൽഗീതമായി അത് ചിതറിയൊടുങ്ങുന്നത് കണ്ടുകൊണ്ടുനിന്നു. പിന്നെ വല്യമ്മച്ചിയുടെ കൂട്ടുകാരി വെളുത്താമ്മ കൊയ്ത്തുപാട്ടുകൾ പാടുന്നത് കേട്ടിട്ടുണ്ട്. അതിനേക്കാളധികം കഥകളും അവർ പറഞ്ഞുതരും. പാടശേഖരങ്ങളിലേക്ക് വെള്ളനൂലുകളായി കെട്ടുപിണഞ്ഞ് ഒടുങ്ങുന്ന നീർച്ചാലുകൾപോലെ നാടോടിക്കഥകളും നാട്ടുപാട്ടുകളും, വെള്ളവും മണ്ണും മഴയും കൊയ്ത്തും ചെളിയും കെട്ടിമറിയുന്ന, കൂടിക്കുഴയുന്ന, എണ്ണിയാലൊടുങ്ങാത്ത കഥകളും പാട്ടുകളും. മാഞ്ഞുപോകാതെ ചേറോടൊപ്പം അടിഞ്ഞടങ്ങി ഉയരുന്ന പുരാതനമായ ആവേശമായി ഞാൻ വീണ്ടും ഓർക്കുകയാണ് ആ കാലം. സുലോചനച്ചേച്ചിയുടെ ഭർത്താവ് കലേശൻചേട്ടൻ പുലിയൂരുകാരനും എന്റെ ബന്ധുവുമാണ്. അങ്ങനെ സുലോചനയിലേക്കെത്താനുള്ള എന്റെ വഴികൾ ജന്മാന്തരമായിത്തന്നെ വന്നുചേർന്നു എന്നേ പറയാനാവൂ. അവിടെനിന്നുതന്നെയാണ് ഈ എഴുത്ത് ആരംഭിക്കുന്നതും.

'അവധിക്കാലത്ത് സുലോചന ഞങ്ങളുടെ വീട്ടുമുറ്റത്തിനോടു ചേർന്നൊഴുകുന്ന ആറ്റുകടവിൽ കുളിക്കാൻ വരുന്നത്, ആറ്റിൽ നീന്തുന്നത്, വല്യമ്മച്ചിക്ക് പാട്ടുകൾ പാടിക്കൊടുക്കുന്നത്, കൊച്ചുകുഞ്ഞു വല്യച്ഛൻ വൈദ്യന്റെ വീട്ടിൽ താമസിക്കുന്നത്, അവധിക്കാലം കഴിയുമ്പോൾ ചെട്ടികുളങ്ങരയ്ക്കു പോകുന്നത്, അവിടെനിന്ന് തിരുവനന്തപുരത്തേക്ക് പോകുന്നത്.' – ഇങ്ങനെയാണ് ആദ്യമായി ഈ കഥയെ ഞാൻ പിടിച്ചെടുത്തത്. അത് ഇത്രനാളും അബോധത്തിൽ കിടക്കുകയായിരുന്നു. പിന്നീട് ഈയടുത്ത കാലത്ത് ഏതാണ്ട് നാലുവർഷങ്ങൾക്ക് മുമ്പ് സുലോചന ചേച്ചിയുടെ വീട്ടിലേക്ക് പോയതിനുശേഷമാണ് ഈ എഴുത്ത് ക്രമപ്പെടുത്തിയെടുത്തത്.

സുലോചനയിലെ പാട്ടുകാരി യഥാർത്ഥത്തിൽ ആരായിരുന്നു എന്നൊരു അന്വേഷണം ഈ എഴുത്തിന്റെ സമാന്തരമായി ഞാൻ കൊണ്ടുവരാൻ ശ്രമിക്കുന്നുണ്ട്. മലയാളത്തിൽ ഇന്നോളം കേട്ട സ്വരങ്ങളിൽനിന്നും ആ സ്വരം വേറിട്ടു നില്ക്കുന്നതു കാരണം ഈ അന്വേഷണത്തിന് സാംഗത്യമേറുന്നു. എഴുപതുവർഷത്തെ ഗാനസമാഹാരങ്ങളിൽ ഒരിടത്തുവെച്ചുപോലും ആ സ്വരം പതറാതെ, തളരാതെ, തനിമയിൽനിന്ന് ഒട്ടും ചോരാതെ ഉറഞ്ഞുകൂടി നില്ക്കുന്നു. തികഞ്ഞ കേരളീയമായ

മുഖമുദ്രകൾ, മൊഴിമുദ്രകൾ എന്നിവ സുലഭമായി ഈ പാട്ടുകളിലെ മ്പാടും ചിതറിക്കിടക്കുന്നു. ഏതൊരു വാക്കിന്റെയും ഉള്ളിലേക്കിറങ്ങാൻ പ്രാദേശികമായ ചില രൂപരേഖകൾ അവശേഷിപ്പിക്കുന്നുമുണ്ട്. ഒ എൻ വിയും ദേവരാജനും കൂടി കണ്ടെത്തിയെടുക്കുന്ന ഈ ലാവണ്യബോധം, അത് പ്രാദേശിക സാംസ്കാരിക വിനിമയങ്ങളുടെ അടിത്തറയാണെന്നു കാണാം. കുട്ടനാട്ടിലും ഓണാട്ടുകരയിലും തുടങ്ങി തെക്കോട്ടു നീങ്ങുന്ന കടലോര കായലോര ഭൂമികയിലും നിറഞ്ഞുനിന്നിരുന്ന നാടോടിസംസ്കൃതി, സംഗീതത്തിലും രംഗാവിഷ്കാരങ്ങളിലും അതു സൃഷ്ടിക്കപ്പെട്ട അനാദിയായ, അജ്ഞാതമായ വാഴ്വുകൾ, വ്യത്യസ്തമായ അടുക്കുകളിൽ കാണപ്പെടുന്ന വംശീയസംഗീതത്തിന്റെ അയഞ്ഞതും ശിഥിലമായതും എന്നാൽ മുറുകിയതുമായ ഘടനകൾ; ഇങ്ങനെ അന്വേഷിച്ചു പോകാവുന്ന വിവിധങ്ങളായ വഴിത്താരകൾ ഈ പാട്ടുകളിൽനിന്ന് സ്വാംശീകരിക്കാവുന്നതാണ്.

സുലോചനയുടെ പാട്ടുകൾ അരങ്ങിന്റെ പ്രത്യക്ഷ സാക്ഷാൽക്കാരങ്ങളാണ്. പതിനായിരക്കണക്കിന് വേദികളിൽ മനുഷ്യരോട് മുഖാമുഖം സംവദിച്ച അനുഭവസാകല്യങ്ങൾ ഓരോ പാട്ടിനകത്തുമുണ്ട്. പാട്ടിന്റെ ജീവനും പൊരുളും അതിന്റെ ജൈവികതയിലാണ്. ഇന്ന് കേൾക്കുന്ന നാടകഗാനങ്ങൾ, അവയുടെ അനുഭവപരിസരത്തിൽനിന്ന് രണ്ടാമത് അടർത്തിയെടുത്ത് ആവിഷ്കരിക്കപ്പെട്ടതാണ് എന്നും ഓർക്കണം. വേദികളിൽ പാടിക്കഴിഞ്ഞ് എത്രയോ വർഷങ്ങൾ പിന്നിട്ടശേഷം മദ്രാസിലെ കൊളംബിയ, എച്ച് എം വി എന്നീ റിക്കോർഡിങ് സ്റ്റുഡിയോകളിൽവെച്ച് ചിട്ടപ്പെടുത്തിയതാണ് അവയെല്ലാം. പരസഹസ്രം വേദികളിൽ നിറഞ്ഞുനിന്ന അന്നത്തെ പുരുഷാരത്തിനുമുമ്പിൽ വേണ്ടത്ര സാങ്കേതിക സന്നാഹങ്ങളൊന്നുമില്ലാതിരുന്ന കാലത്ത് പാടിയ ആ പാട്ടുകളുടെ യഥാർത്ഥചേതന എന്തായിരുന്നുവെന്ന് ആലോചിക്കാൻ പറ്റുന്നതിലുമപ്പുറമാണ്.

സുലോചനയെന്ന പാട്ടുകാരിയെ വ്യത്യസ്ത സമീപനങ്ങളിൽനിന്ന് അപഗ്രഥിക്കാവുന്നതാണ്. അവരിലെ അഭിനയസിദ്ധിയും ഗാനസിദ്ധിയും പലപ്പോഴും ഇഴചേർന്നു കിടക്കുന്നതായി ഇവിടെ കാണാം. അഭിനയത്തെ മാറ്റി നിർത്തി ശബ്ദത്തെയും സംഗീതത്തെയും കേന്ദ്രീകരിക്കുമ്പോൾ ചില സവിശേഷവസ്തുതകളിലേക്ക് എത്തിപ്പെടുന്നതായും കാണാം.

കേരളീയ ശബ്ദസൗകുമാര്യത്തിന്റെ പരമമായ മൂർദ്ധന്യം, നാടോടി ഈണങ്ങളിൽനിന്നു സൃഷ്ടിക്കപ്പെടുന്ന സുദൃഢമായ ആകാരഭംഗി, സ്ത്രീശബ്ദത്തിൽ പരമാവധി എടുക്കാവുന്ന പരപ്പുകൾ, വിസ്താരങ്ങൾ, ചിലപ്പോൾ പുരുഷസ്വരങ്ങൾക്കു മാത്രം കൈവരിച്ചെടുക്കാൻ പറ്റുന്ന ഒരാശയത്തിന്റെ ഔന്നത്യം, ശബ്ദങ്ങളുടെ അതിലളിതമെന്നു തോന്നുന്ന സഞ്ചാരം, അവയുടെ അടുക്കുകൾ, കേരളീയ വാമൊഴിഭേദങ്ങളുടെയും പ്രാദേശികഭംഗികളുടെയും എടുപ്പുകൾ, ഭാഷയും സംഗീതവും കൊണ്ടു

ണ്ടാകുന്ന അനന്യഭാവസ്ഫുരണങ്ങൾ, ലോകത്തിലെ മറ്റേതൊരു ഭാഷയിലേക്കും പകർന്നുകൊടുക്കാനാവാത്തവിധം സാന്ദ്രമായ വികാരാവേശങ്ങൾ, നൂറ്റാണ്ടുകൾ കടന്നുവരുന്ന വചോരൂപത്തിന്റെ അമൂർത്ത നിർമ്മിതികൾ; ഇവയുടെയെല്ലാം സാന്ദ്രീകൃതമായ വിശാലഭൂപ്രദേശങ്ങളാണ് സുലോചനയുടെ പാട്ടുകൾ സൃഷ്ടിക്കുന്ന കലാപരത എന്നു കാണാം. ഈ പറഞ്ഞ സവിശേഷതകളെല്ലാംതന്നെ ഓണാട്ടുകരയുടെയോ കുട്ടനാടിന്റെയോ എലുകകൾക്കിടയിൽനിന്നു കൂടിയാകുമ്പോൾ അപഗ്രഥനം ഏതാണ്ട് പൂർണ്ണമാകും.

അൻപതുകളിൽ കേട്ട ഒരു സ്ത്രീ ശബ്ദം; പിന്നീടൊന്നും നമ്മുടെ സംഗീതത്തിൽ അങ്ങനെയൊരു ശബ്ദം ഉണ്ടായില്ല—കടന്നു വന്നിട്ടില്ല എന്നും ഓർക്കണം. ഇനി ഒരിക്കൽപോലും ഈ ശബ്ദം അനുകരണമായിപ്പോലും നമുക്ക് സൃഷ്ടിക്കുവാൻ സാധിക്കില്ല എന്നതും ഒരു സത്യമാണ്. അങ്ങനെ സൃഷ്ടിക്കുകയാണെങ്കിൽ അത് പരമമായൊരു അപഹാസ്യതയായിരിക്കും. എഴുപതു വർഷങ്ങളുടെ അകലം നമ്മുടെ ശബ്ദസംസ്കാരത്തിൽനിന്ന് തിരിച്ചറിയാൻ പറ്റാത്തവിധത്തിൽ എന്തൊക്കെയോ അന്യമാക്കിയിട്ടുണ്ട് എന്ന കാര്യത്തിലും സംശയമില്ല. നഷ്ടമായവയുടെ കണക്കുകളിൽ അത് പ്രാഥമികമായി കേരളത്തനിമ എന്ന ഉത്തരത്തിലാവും എത്തുക. 'പാവങ്ങളാണേലും ഞങ്ങള് പായസച്ചോറു തരാം' എന്ന വരികളുടെ ആലാപത്തിൽ സുലോചനയുടെ കൂടെ അനുഭവസ്പർശം ബാഷ്പകണങ്ങളായി നിറയുന്നത് കാണാം. വിശപ്പ് എന്താണെന്നറിയാത്ത ആറു പതിറ്റാണ്ടിനിപ്പുറമുള്ള കേരളീയ സമൂഹം ഈ വാക്കുകൾക്കുള്ളിൽ ഘനീഭവിക്കുന്ന സാംസ്കാരിക വിനിമയങ്ങളെ എങ്ങനെയാണ് ഉൾക്കൊള്ളുക. ഇനി വരുന്ന കാലവും ഈ മധുരോദാരമായ ഭൂതകാലത്തെ എങ്ങനെയാണ് ആസ്വദിക്കുക. ഒരുപക്ഷേ, അന്ന് സ്വപ്നംകണ്ട ഇന്ന് യഥാർത്ഥത്തിൽ ഇതുതന്നെയായിരുന്നോ എന്നും ആലോചിക്കേണ്ടതുണ്ട്. ത്യാഗഭരിതമായ, ആവേശജ്വാലകൾ നിറഞ്ഞ ഏഴു പതിറ്റാണ്ട് പഴക്കമുള്ള കേരളത്തിന്റെ സമൂഹമനസ്സ് നിർമ്മിച്ചെടുത്ത ഇന്നലെകളിലേക്ക് ആഴത്തിലുള്ള പരിശോധനയ്ക്ക് പര്യാപ്തമാവുന്നവിധത്തിൽ സുലോചനയുടെ പാട്ടുകൾ ഉപയോഗ്യമാക്കാവുന്നതാണ്.

പോരിന്റെയും സമരഭേരികളുടെയും ഭൂമിക എന്ന നിലയിൽ പമ്പാതടത്തിനും ഓണാട്ടുകര പ്രദേശത്തിനും ഒരു ചരിത്രമുണ്ട്. സംഘകാലത്തോളം അതിനു പഴക്കവുമുണ്ട്. അതിനാൽ ഈ സമരകാഹളങ്ങളുടെ സംഘകാലത്തുടർച്ചയെന്ന നിലയിൽ സുലോചന എന്ന പാട്ടുകാരിയിൽ ഉൾച്ചേർന്ന വിപ്ലവഗായിക എന്ന പദത്തിന്റെ അനുരണനങ്ങൾ കുറച്ചുകൂടി സൂക്ഷ്മപരിശോധനകൾക്ക് വിധേയമാക്കേണ്ടതായി വരുന്നു. കമ്യൂണിസ്റ്റുപ്രസ്ഥാനത്തിൽനിന്ന് വേറിട്ട് ഒരു അസ്തിത്വമില്ല എന്ന ഒരു വാചകം സുലോചനതന്നെ നേരിട്ടു നമ്മോട് പലതവണ പറയുന്നുമുണ്ട്. പോരിന്റെയും പടയുടെയും സമരകോലാഹലങ്ങളുടെയും മൂർദ്ധ

ന്യത്തിൽ ജ്വലിച്ചുനില്ക്കുന്ന, മനുഷ്യജീവിതാവസ്ഥകളുടെ ദൃശ്യങ്ങൾ മനുഷ്യവംശത്തുടർച്ചയെ മുൻനിർത്തി പകരുന്ന കുറോസോവയുടെ *സെവൻസാമുറായി*യുടെ ആസ്വാദനതലം സുലോചനയുടെ ജീവിത കഥയുടെ പല ചരിവുകളിലും നമുക്ക് കാണാനാകും. ഇരമ്പിയാർത്ത് ഇരച്ചൊടുങ്ങുന്ന ജീവിതം.

സൂക്ഷ്മമായി പരിശോധിച്ചാൽ ഈ പാട്ടുകാരിയുടെ വംശീയ സംഗീതപാരമ്പര്യത്തിൽ അനിഷേദ്ധ്യമായ മറ്റൊരു ചരിത്രംകൂടി അട ങ്ങിയിരിക്കുന്നു എന്നകാര്യം; പടയണിയുടെയും നാടോടിസംഗീതത്തി ന്റെയും നദീതടസംസ്കൃതിയിൽ ഉൾച്ചേർന്ന നൂറ്റാണ്ടുകളുടെ ഗമനങ്ങളിൽനിന്ന് രൂപപ്പെട്ടതാണ് എന്ന് കണ്ടെത്താവുന്നതാണ്. സുലോ ചനയുടെ കുടുംബത്തിൽ സംഗീതജ്ഞരുടെയും പാട്ടുകാരുടെയും ഒരു ക്രമമുണ്ട്. സമകാലികനായിരുന്ന മാവേലിക്കര ഗോപിനാഥുതന്നെ ഉദാ ഹരണം. സുലോചനയുടെ ഭർത്താവ് കലേശൻ മലയാളത്തിലെ ആദ്യ ജനകീയ വിജയം നേടിയ *ജീവിതനൗക*യിലെ അഭിനേതാവായ നാണു ക്കുട്ടന്റെ സഹോദരന്റെ മകനാണ്. പങ്കജവല്ലിയും നാണുക്കുട്ടനും ഒരി ക്കൽ പോലും സിനിമയുടെ മുഖ്യധാരാ ചർച്ചകളിൽ കടന്നുവന്നി ട്ടില്ലാത്ത കലാകാരന്മാരാണെന്നിരിക്കെ, ഈ അന്വേഷണത്തിന് കുറച്ചുകൂടി പരപ്പുകൈവരിക്കാനുള്ളതായി കാണാം. *ജീവിതനൗക*യി ലൂടെയാണ് ആദ്യമായി പടയണി എന്ന കലാരൂപം തിരശ്ശീലയിലേ ക്കെത്തുന്നത് എന്നും നാം ഓർക്കണം. സുലോചനയുടെ വംശീയ സംഗീ തപാരമ്പര്യത്തിൽ പടയണിയുടെ നാടോടിസംസ്കൃതിയാണ് സുദൃഢ മായിരിക്കുന്നത് എന്ന് കാണാവുന്നതാണ്.

ഓണാട്ടുകര പ്രദേശങ്ങളുടെ പ്രാചീന ചരിത്രത്തിന് പട, പോര്, യുദ്ധം, ബലി എന്നീ വാക്കുകൾകൊണ്ട് നിബിഡമായ ഒരു പശ്ചാത്ത ലമുണ്ട്. പോർക്കലിയും പോർക്കാളിയും പടനിലങ്ങളും കളരിനിലങ്ങളും നിറഞ്ഞുനിന്ന ഒരു ഭൂതകാലം അതിന്റെ പിന്നിൽ നിലകൊള്ളുന്നു. ഇങ്ങ നെയുള്ള ഒരു തുടർച്ചയെ കേരളീയസാംസ്കാരിക ചരിത്രത്തിൽനിന്ന് കണ്ടെത്തിയെടുക്കാവുന്നതാണ്. സുലോചനയുടെ ഈ ജീവിതം ആ കാഴ്ചകളെ കൂടുതൽ ദീപ്തമാക്കുന്നുണ്ട്. കലയും ജീവിതവും പോരും പോരാട്ടവും ഒന്നാകുന്ന മുഹൂർത്തങ്ങളുടെ തുറസ്സിടങ്ങളാണ് സുലോ ചനയുടെ ജീവിതംകൊണ്ട് ചേർത്തണച്ച ശബ്ദവിന്യാസങ്ങളിൽ നിറയുന്നത് എന്നും കാണാം.

മഹാബലിക്കരയെ മാവേലിക്കരയായി വായിക്കുമ്പോൾ നീണ്ടുപോ കുന്ന ഒരു സാദ്ധ്യതയായി ഇത് പരിണമിക്കുന്നു. 'ബലികുടീരങ്ങളേ' എന്ന വരികൾ വയലാർ എഴുതുമ്പോൾ ഈ അനുസ്യൂത പ്രക്രിയയുടെ മറ്റൊരു നിർമ്മിതിയായി കാണാം. രക്തസാക്ഷി മണ്ഡപങ്ങളുടെ രൂപ ത്തിൽ തന്നെ മഹാശിലായുഗസ്മാരകങ്ങളുടെ അബോധമായ ആവർ ത്തനവുമുണ്ടല്ലോ. കേരളചരിത്രത്തിലെ സാംസ്കാരിക വിശകലനം ഒരു പാട്ടുകാരിയെ മുൻനിർത്തിയുള്ളതാകുമ്പോൾ ഇതുവരെ സഞ്ചരിച്ചി

ട്ടില്ലാത്ത മാനങ്ങൾ അതിനു കൈവരുന്നുണ്ട്. കമ്യൂണിസ്റ്റ് പ്രസ്ഥാനം ഈ മണ്ണിൽ രൂഢമൂലമായിരിക്കാനുണ്ടായ കാരണങ്ങളെ ഈയർത്ഥത്തിൽക്കൂടി പരിശോധിക്കാവുന്നതാണ്. കലയും ജീവിതവും പോരും പോരാട്ടവും കൂടിച്ചേർന്നു നിർമ്മിച്ച ആയിരത്താണ്ടുകളുടെ സാംസ്കാരികമുദ്രകളുടെ തുടർച്ചയായി കമ്യൂണിസ്റ്റ് പ്രസ്ഥാനത്തെയും വർത്തമാനകാലം ഇവിടെ അടയാളപ്പെടുത്തുകയാണ്.

ഡോ. രാജീവ് പുലിയൂർ

പടനിലങ്ങളുടെ നടുവിൽ

മിഥുനത്തിലെ മഴ ചന്നം പിന്നം പെയ്യുകയാണ്. ഓച്ചിറ പടനിലത്ത് ഇരുതലമൂർച്ചയുള്ള വാളുകൾ തമ്മിൽ ഉരഞ്ഞുരഞ്ഞ് തീപ്പൊരിചിതറി, ചുവന്ന ചേറ്റുവെള്ളത്തിലേക്ക് മഴയുടെ സ്വർണ്ണനാരുകൾ മുറിച്ചിടുന്നു. അപ്പോഴും പരിചകുത്തി വെള്ളത്തിന്റെ അടിയോളമെത്തി വീഴാതെനിന്ന് ചുവടുതെറ്റാതെ, വീണ്ടുമൊരു കുതിപ്പിനായി വെള്ളത്തിലേക്കുതന്നെ കുനിഞ്ഞമർന്ന് ആഞ്ഞൊരു വെട്ട്. ഇത്തവണ മഴനൂലല്ല മുറിഞ്ഞത്. നല്ല ചുവപ്പു ചോരതന്നെ മറ്റൊരു പെയ്ത്തായി മണ്ണിലേക്കമർന്നു. കലക്കവെള്ളത്തിൽ ചോരതന്നെ കലരുകയാണ്.

എട്ടുകണ്ടത്തിലേക്ക് മലർന്നുവീണുപിടയുന്ന മിഥുനത്തിന്റെ ചുവടൊച്ച കടവാപൊളിച്ചലച്ചെത്തിയ ഒരു തിരയടിയിൽപെട്ടടങ്ങി. വെള്ളം ഒന്നാകെനിന്ന് വിഴുങ്ങിക്കിടക്കുന്ന പോലെയുണ്ട്. വെള്ളവും ചേറും കരയും മണ്ണും കൂടിക്കലർന്ന് ഒന്നായിത്തീരുന്നു.

"എവിടെപ്പോവാ?"

നോക്കിയപ്പോൾ ഒരു പടയാളി നടന്ന് പോകുകയാണ്.

കൈയിൽ ഊരിപ്പിടിച്ച വാൾ.

"ആരാ?"

"ഓ, ഞാനൊരു പുലയനാന്നേ!"

പിന്നെയും നോക്കിയപ്പോൾ പടയാളിയുടെ തല കാണുന്നില്ല. ഊരിപ്പിടിച്ച വാളുമായി അയാൾ വരമ്പ് ചാടിമറിയുന്നു. മഴ അതിശക്തമായി പടിഞ്ഞാറ് കന്നിമകോണിൽ നിന്ന് ചീറ്റുന്നു.

വേറൊരു ചുവടാന്നേ തോന്നിയൊള്ളൂ.

വാളുയർത്തി പരിച വെള്ളത്തിലേക്കിറക്കി ഒരൊറ്റമറിച്ചിൽ. പിന്നെ ആ പടയാളിയെ കണ്ടില്ല.

നോക്കുമ്പോൾ ഒരു കാളപ്പുറത്ത് ആ പടയാളി ഇരിക്കുന്നു.

സുലോചനയ്ക്ക് അന്ന് ഏഴുവയസ്സ്, രാത്രി ഉറക്കത്തിൽ പേടിച്ച് കരഞ്ഞ് അച്ഛന്റെ തോളിൽ അള്ളിപ്പിടിച്ച് കിടക്കുകയാണ്. മാവേലിക്കരനിന്ന് വന്നതില്പിന്നെ അവൾ ഇടയ്ക്കിടയ്ക്ക് പേടിസ്വപ്നം കാണാറുണ്ട്. അമ്മ മുറ്റത്തേക്കിറങ്ങി പാണലിന്റെ ഇലയെടുത്തുകൊണ്ടുവന്ന് ആ ഏഴുവയസ്സുകാരിയുടെ അരഞ്ഞാണത്തിൽ കോർത്തുവെക്കുന്നു.

"മിഥുനം രണ്ടാം തീയതിയാണിന്ന്."

അമ്മ പറഞ്ഞു. കുഞ്ഞൂഞ്ഞ് വാറുവിളാകത്തുവീടിന്റെ ചുവരിൽ തൂക്കിയ കലണ്ടറിലേക്ക് നോക്കി. സുലോചനയെ പായയിൽ കിടത്തി. എന്നിട്ട് ഓച്ചിറ പടനിലത്തെക്കുറിച്ച് പറയാൻ തുടങ്ങി.

പണ്ട് പണ്ട് പെരുമാക്കന്മാർക്കും മുമ്പുണ്ടായിരുന്ന കളികളാണിതെല്ലാം. ചോരയിൽ മുക്കിയെഴുതുന്ന ചരിത്രം. ഓണാട്ടുകരയിലും കുട്ടനാട്ടുപ്രദേശങ്ങളിലുമെല്ലാം ഈ യുദ്ധങ്ങൾ എല്ലാ ആണ്ടിലും തുടർന്നുവരികയാണ്. പോരിന്റെ പോരാട്ടവീര്യം. ആയിരമോ രണ്ടായിരമോ വർഷങ്ങൾക്ക് മുമ്പുതന്നെ നമ്മളുണ്ടാക്കിയ ഇരുമ്പിന്റെ വാൾ. ആ വാൾത്തലപ്പ് ശത്രുവിന്റെ ചോരയെ സ്വപ്നംകണ്ടിരുന്നു. ഇന്നു കാണുന്ന ലോകമല്ല അന്നത്തേതെന്ന് അപ്പനപ്പൂപ്പന്മാർ പറഞ്ഞിട്ടുണ്ട്. കളരിപരമ്പരകളുടെയും പടനിലങ്ങളുടെയും ചരിത്രം അതാണ്. ഓച്ചിറപ്പടനിലം, നൂറനാട്ട് പടനിലം, ചെറിയനാട് പടനിലം, കൊടുപ്പുന്ന പടനിലം അങ്ങനെ പേരുകേട്ട എത്രയെത്ര പടനിലങ്ങളാണ് ഈ മണ്ണിൽ. അക്ഷരാർത്ഥത്തിൽ രണസ്മാരകങ്ങൾ ഈ പടനിലങ്ങളാണ്. വെള്ളം നിറഞ്ഞ് ചേറാണ്ട ചുവന്ന പാടമാണ്. പാടത്തെ മുറിച്ചുയർത്തിയ വരമ്പുകളാണ്.

ചെളികൊണ്ടുയർന്ന ഒരട്ടിമണ്ണ്. അതിൽ വിരലാഴ്ത്തി വളർന്ന് പടർന്നുപോയ അരയാലുകൾ, അരയാൽത്തറകൾ.

ചുവന്നുതുടങ്ങിയ പ്രഭാതങ്ങൾ

ഉച്ചിമഹാളിയമ്മൻ കോവിൽ—അതാണ് അടയാളം. തലേദിവസം പെയ്ത മഴയിൽ ചാഞ്ഞുനിന്ന മരത്തിന്റെ ഇലച്ചാർത്തുകളിൽ വെയിൽവന്ന് തട്ടുമ്പോൾ പതുക്കെ വേറിട്ടുപൊങ്ങുന്നു. സുലോചന അന്ന് അഞ്ചാംക്ലാസിൽ പഠിക്കുകയാണ്. അച്ഛൻ എല്ലാ ദിവസവും പോകേണ്ട വഴി ഒന്നുകൂടി പറഞ്ഞുതരും. വേണമെങ്കിൽ ഞാൻ ഇന്നുകൂടി വരാം. നിനക്ക് പേടിയുണ്ടോ? എന്ന് സുലോചനയോട് ചോദിക്കുന്നു. ഇല്ല അച്ഛാ. സുലോചനയുടെ മറുപടി. മാവേലിക്കരനിന്ന് വന്നിട്ട് അധികകാലമായില്ല. അവളുടെ മുടിയിൽ പിച്ചിപ്പൂമാല ചാർത്തിവെച്ചിരിക്കുന്നു. കണ്ണെഴുതിയിരിക്കുന്നു. കോവിലിൽനിന്നും രണ്ടു ഫർലോങ് ദൂരത്തിലാണ് ഫോർട്ട് സ്കൂൾ സ്ഥിതിചെയ്യുന്നത്. എല്ലാദിവസവും അച്ഛനായിരുന്നു കൊണ്ടുപോയിരുന്നത്. ഇപ്പോൾ നടക്കാൻ ചെറിയ ബുദ്ധിമുട്ടുണ്ട്. ജ്യേഷ്ഠൻ കൃഷ്ണൻവൈദ്യന്റെ ചില പൊടിക്കൈകളുണ്ട്. അതുകൊണ്ടാണിപ്പോൾ പിടിച്ചുനില്ക്കുന്നത്. സുലോചന

പോകുമ്പോൾ അച്ഛന് സംസാരിച്ചിരിക്കാൻ ആരുമില്ല, അമ്മയോടാണ് പിന്നെയുള്ള സംസാരം. അമ്മ അടുക്കളയിലും തൊട്ടിലിൽ കിടക്കുന്ന കുഞ്ഞിന്റെയടുത്തും മാറിമാറി നില്ക്കും. സുലോചനയുടെ താഴെ നാലുപേരുണ്ട്. രണ്ടു കുഞ്ഞുങ്ങൾക്കും പോളിയോ ബാധിച്ചതിനാൽ ആകെ വിഷമത്തിലാണ്. അവളുടെ ജ്യേഷ്ഠൻ കൃഷ്ണൻകുട്ടിയും ചേച്ചി സരസ്വതിയും സ്കൂളിലും കോളേജിലും പഠിക്കുകയാണ്. രണ്ടു പേരും അതിരാവിലെ തന്നെ പോകും. അതിനാൽ നേരം വെളുക്കുമ്പോൾ വീട് ശാന്തമാകും. ചിലപ്പോൾ അങ്ങനെയിരിക്കുമ്പോൾ വിവരങ്ങൾ അന്വേഷിക്കാൻ ജ്യേഷ്ഠൻ കൃഷ്ണൻവൈദ്യർ വരും. ആകെയുള്ള വരുമാനമാർഗ്ഗം നിലച്ചു, ഇപ്പോൾ സർക്കാർ പെൻഷൻ അഞ്ചുരൂപ മാസം കിട്ടും. അതുകൊണ്ടാണ് പിടിച്ചുനില്ക്കുന്നത്. നിങ്ങളിതാരോടാ പറയുന്നത്. അകത്തുനിന്ന് അയാളുടെ ഭാര്യ കല്യാണിയമ്മ ചോദിക്കും. കാരണം അയാൾ ഇപ്പോൾ ചിന്തിച്ച് കൂട്ടുന്നതൊക്കെ, ജല്പനങ്ങളായി പുറത്തേക്ക് വരും. മാവേലിക്കരയിൽനിന്ന് വന്നതുമുതൽ അയാളും ആകെ അസ്വസ്ഥനാണ്.

വള്ളികുന്നത്തും ആദിക്കാട്ടുകുളങ്ങരയും എണ്ണക്കാടും നടക്കുന്ന കലാപങ്ങളെപ്പറ്റി അയാൾ ഓർക്കും. കോൺഗ്രസുകാരനും പൊലീസുകാരനുമായ അയാൾക്ക് കലാപം, സമരം, ലഹള, കത്തിക്കുത്ത്, തുടങ്ങിയ വാർത്തകൾ കേൾക്കുമ്പോൾ ആകെയൊരു വെപ്രാളമാണ്. തോക്കിന്റെ പാത്തി നെഞ്ചത്തമർത്തി ഉന്നം പിടിക്കുന്നതിനിടയിലെ മനസ്സിന്റെ പിടച്ചിൽ.

തിരുവനന്തപുരത്തെ വളരെ പഴക്കംചെന്ന ഒരു സ്കൂളാണ് ഫോർട്ട് സ്കൂൾ. ഉള്ളൂർ എസ് പരമേശ്വര അയ്യർ ഈ സ്കൂളിനെ പ്രകീർത്തിച്ച് എഴുതിയിട്ടുണ്ട്. അവിടത്തെ പൂർവ്വവിദ്യാർത്ഥിയും അദ്ധ്യാപകനുമായിരുന്നല്ലോ അദ്ദേഹം. സ്കൂൾ നില്ക്കുന്ന സ്ഥലത്തുവെച്ചാണ് 1786 ൽ കേരളവർമ്മ മഹാരാജാവ് വധിക്കപ്പെടുന്നത്. വീട്ടിൽനിന്ന് ഏകദേശം രണ്ടു കിലോമീറ്റർ ദൂരം ദൈർഘ്യമുണ്ട് ഫോർട്ട് സ്കൂളിലേക്ക്. സുലോചന എന്നും നടന്നാണ് സ്കൂളിലേക്കുപോകുന്നത്. പലപ്പോഴും ഒറ്റയ്ക്കായിരുന്നു. ഇന്നത്തെപ്പോലെ തിരക്കുകളില്ല. വാഹനങ്ങളോ പൊടിപടലങ്ങളോ ഒന്നുമില്ല. നിരത്തുകൾ ശാന്തവും സൗമ്യവുമായിരുന്നു. റോഡിനിരുവശവും വളരെ കുറച്ച് വീടുകൾ മാത്രമേ ഉണ്ടായിരുന്നുള്ളൂ. എല്ലാ വീടിന്റെയും മുറ്റത്ത് നിറയെ ചെടികളുണ്ടായിരുന്നു. സുലോചനയ്ക്ക് മുല്ലപ്പൂമണം നന്നേ ഇഷ്ടമാണ്. പുത്തൻചന്തയിലെ വീടുകളുടെ നിരകൾ കടന്നുപോകുമ്പോൾ ഈ മുല്ലപ്പൂമണം കൂടെവരും. വീട്ടിൽനിന്ന് നോക്കിയാൽ അന്ന് കോവിലിലേക്ക് നടന്നുപോകുന്ന ഭക്തരെക്കാണാം. ഇലകൾ കൊഴിഞ്ഞുവീണ പാതയിലൂടെ സുലോചന എന്ന അഞ്ചാം ക്ലാസുകാരി നടക്കുകയാണ്.

ഇടയ്ക്കിടയ്ക്ക് പോകുന്ന കുതിരവണ്ടിയുടെ കുളമ്പടിശബ്ദമല്ലാതെ മറ്റൊന്നും അലോസരപ്പെടുത്താനില്ല. രാവിലെ പത്തുമണികഴിഞ്ഞാൽ

തെരുവിൽ ഒറ്റപ്പെട്ട ചില മനുഷ്യർ മാത്രം. രാമറാവുവിളക്ക് കഴിഞ്ഞാൽ മാറ്റിയർ സായിപ്പിന്റെ പേരിലുള്ള എൽ എം എസ് പള്ളി, പള്ളികഴിഞ്ഞ് വലിയ ഒരു മരം. അതിനുപിന്നിൽ കോളേജ് വിദ്യാർത്ഥികൾക്ക് താമസിക്കാനുള്ള ഹോസ്റ്റലുകൾ, അതുകഴിഞ്ഞ് പാളയം പള്ളി, കണ്ണിമാറ മാർക്കറ്റ്, വി ജെ ടി ഹാൾ, പാലാ സെൻട്രൽ ബാങ്ക്, പിന്നെ കുറേ ബാങ്കുകളുടെ നിരയും, അതുകഴിഞ്ഞാൽ ഹജൂർക്കച്ചേരി, പിന്നെ റാവുവിന്റെ പ്രതിമ; ഇത്രയുമാകുമ്പോഴേക്കും അന്നത്തെ തിരുവനന്തപുരത്തിന്റെ പ്രധാന ഭാഗങ്ങൾ പൂർണ്ണമാകും. കോളേജ് വിദ്യാർത്ഥികൾക്ക് താമസിക്കാനുള്ള ഹോസ്റ്റലിനുമുന്നിലൂടെ രാവിലെ പോകുമ്പോഴാണ് അസഹ്യമായ ആ കാഴ്ച കാണുക. ഹോസ്റ്റലിൽനിന്ന് ബക്കറ്റുകളിലാക്കി കോരിക്കൊണ്ടുവരുന്ന മലം ഉന്തുവണ്ടിയിൽ വലിച്ചു കൊണ്ടുപോകാൻ കാത്തുനില്ക്കുന്ന പണിക്കാരുടെ നീണ്ട നിരകാണാം. നഗരത്തോടു ചേർന്നുറങ്ങിക്കിടക്കുന്ന ഗ്രാമങ്ങളുടെ അന്തരാത്മാവിലേക്ക് നിറയ്ക്കുവാനാണ് അത് കൊണ്ടുപോകുന്നത്. സൂര്യവെളിച്ചം വീണുപരന്നുകഴിഞ്ഞാൽ പിന്നെ ആ തോട്ടിപ്പണിക്കാർ എവിടെപ്പോയെന്ന് അറിയാൻ കഴിയില്ല. ചിത്തിരതിരുന്നാൾ മഹാരാജാവ് എന്നും രാവിലെ പത്മനാഭസ്വാമി ക്ഷേത്രത്തിലേക്ക് ദർശനത്തിന് കുതിരവണ്ടിയിൽ പോകുന്ന വഴിയിലാണ് ഈ വഴിചെന്നു കൂടിച്ചേരുന്നത്.

അന്നത്തെ പത്രങ്ങളിൽ നിറയെ കർഷകകലാപങ്ങളുടെ വാർത്തകളും ലേഖനങ്ങളുമാണ്. പുറത്തിറങ്ങിയാൽ എല്ലാ പത്രങ്ങളും സുലോചനയുടെ അച്ഛൻ കുഞ്ഞൂഞ്ഞ് നിരനിരയായി വായിക്കും. മിക്കവാറും ദിവസങ്ങളിൽ മാവേലിക്കരയും വള്ളികുന്നവും എണ്ണക്കാടും പരാമർശിക്കാതെ കടന്നുപോകാറില്ല എന്നതിനാൽ ആ വായനയ്ക്ക് ശക്തികൂടും.

തിരുവനന്തപുരത്താണിപ്പോൾ എത്തിച്ചേർന്നതെങ്കിലും ഒരു ദിവസംപോലും മാവേലിക്കരയെപ്പറ്റി ഓർക്കാതെ അയാൾക്ക് വായനശാലയുടെ മുന്നിലൂടെ കടന്നുപോകാൻ കഴിയില്ലെന്നായി. മിക്കവാറും സ്ഥലങ്ങളിൽ പൊലീസുമായുള്ള ഒരു ഏറ്റുമുട്ടൽ കാണും. അതിൽ മരിച്ച ഒരു രക്തസാക്ഷി, അല്ലെങ്കിൽ പാർട്ടിപ്രവർത്തകന്റെ കുത്തേറ്റു മരിച്ച ഒരു പൊലീസുകാരന്റെ വാർത്ത. ഒരുവശത്ത് രാജവാഴ്ചയ്ക്ക് അന്ത്യം കുറിച്ചതിന്റെ ഗൃഹാതുരസ്മരണകൾ, മറുവശത്ത് കർഷകരുടെയും തൊഴിലാളികളുടെതുമായി പരിവർത്തനം ചെയ്യുന്ന പാർട്ടി പ്രവർത്തനം. ജീവിക്കാനും പോരാടാനും പഠിപ്പിച്ചുകൊണ്ടിരിക്കുന്നതിന്റെ ശബ്ദങ്ങൾ, അലയൊലികൾ, ആരവങ്ങൾ!

തിരുവനന്തപുരം വടക്കേക്കോട്ടയിലേക്കുള്ള വഴിവക്കിൽ ഒരു ചായക്കടയുണ്ട്. അതിന്റെ മുൻപിലെത്തുമ്പോൾ സുലോചന അറിയാതെ നില്ക്കും. മറ്റൊന്നുമല്ല, ആ ചായക്കടയിൽ പുതുതായി വാങ്ങിയ ഗ്രാമഫോണിൽനിന്ന് അനർഗ്ഗളം ഒഴുകുന്നത് അന്നത്തെ സിനിമാഗാനങ്ങളാണ്. രാവിലത്തെ ചൂടുദോശയ്ക്കും ഇഡ്ഡലിക്കുമൊപ്പം അവിടെ വിളമ്പുന്നത് ഗാനസമാഹാരങ്ങളാണെന്ന് തോന്നിപ്പോകും. ചായക്കട

യുടെ ഓലമേല്ക്കൂര കടന്ന് അടുക്കളപ്പുക അന്നേരം പുറത്തുചാടാൻ പഴുതന്വേഷിച്ചു നില്ക്കുകയാണ്. ഗാനലയത്തിലൂടെ ആളുകൾ ആ കടയിലേക്ക് കയറുന്നു. അതുപോലെ ഇറങ്ങിപ്പോകുന്നു. സുലോചന എന്ന കൊച്ചുകുട്ടിയുടെ ഉള്ളിൽ ഇത് വളരെയേറെ കൗതുകം ജനിപ്പിച്ചു. ദിവസങ്ങൾ കടന്നുപോകെ അവൾ ആ ചായക്കടയുടെ അടുത്തെത്താറാകുമ്പോഴേക്കും നടത്തം പതുക്കെയാകും. അങ്ങനെ സമയം തെറ്റി ക്ലാസിലെത്തുന്നതിന് വഴക്ക് കേൾക്കുക പതിവായി.

വൈകിട്ട് വീട്ടിലെത്തിയാൽ പിടിപ്പത് പണിയാണ്. മുറ്റം തൂക്കണം. താഴെയുള്ളവരെ കുളിപ്പിക്കണം. വെള്ളം കോരണം. ചിലപ്പോൾ കടയിൽ സാധനങ്ങൾ വാങ്ങാൻ പോകണം. രാത്രിവരെ ചിലപ്പോൾ അടുക്കളയിൽ ജോലി കാണും.

വാറുവിളാകത്തു വീട്ടിൽ

സുലോചനയുടെ ചേച്ചി സരസ്വതിയാണ് അമ്മയെ അടുക്കളയിൽ ഏറ്റവുമധികം സഹായിക്കാൻ കൂടാറുള്ളത്. അതിരാവിലെ എഴുന്നേല്ക്കണം. വീട്ടിലെ മുറ്റവും പരിസരവും തൂക്കണം. അന്ന് അക്കാലത്ത് വീട്ടാവശ്യത്തിനുള്ള വെള്ളം കോവിൽമുടുക്കിനടുത്തുനിന്നാണ് കൊണ്ടുവരുന്നത്. അന്ന് വീടുകളിൽ കിണറോ പൈപ്പോ ഒന്നുമില്ല. അതി

വാറുവിളാകത്തു വീട്ടിൽ, സുലോചനയും അമ്മ കല്യാണിയമ്മയും

രാവിലെ സരസ്വതിച്ചേച്ചി മൺകുടവുമായി മുടുക്കിലേക്ക് നടക്കും. അപ്പോൾ അയൽപക്കത്തുള്ള സ്ത്രീകളും കാണും. ചിലദിവസം സുലോചന മുറ്റമടിക്കാനിറങ്ങും. അമ്മ അടുക്കളയിൽ മാത്രമാണ്, പുറത്തോട്ടൊന്നും അധികം ഇറങ്ങാറില്ല.

സുലോചന മുറ്റമടിച്ചുകൊണ്ടിരിക്കുമ്പോൾ സരസ്വതി വെള്ളമെടുക്കാനായി ഇറങ്ങും. പാത്രം കഴുകിക്കൊണ്ട് അടുക്കളയുടെ പുറകുവശത്ത് അമ്മ ഇരിക്കുന്നുണ്ടാകും. കൃഷ്ണൻകുട്ടി സ്കൂളിൽ പോകാനുള്ള ഒരുക്കങ്ങളിലുമാകും. അച്ഛൻ റേഡിയോ ഓൺ ചെയ്തുകൊണ്ട് കട്ടൻകാപ്പി കുടിച്ചിരിക്കുകയാവും അപ്പോൾ.

വെള്ളമെടുക്കാൻ അയൽവീട്ടിലെ സ്ത്രീകൾ ആ വീടിന്റെ മുൻവശത്തെ വഴിയിലൂടെ പോകുന്നതുകാണാം. സരസ്വതി രണ്ടു കുടങ്ങളെടുത്താണ് ഇറങ്ങുക. അങ്ങനെ രാവിലെ ഏഴെട്ടുതവണ നടക്കണം. എന്നാലേ എല്ലാവർക്കുമുള്ള വെള്ളം ആ വീട്ടിലെത്തുകയുള്ളൂ. അടുക്കളയോട് ചേർന്നൊരു സ്റ്റോർ മുറി ആ പഴയവീടിനുണ്ടായിരുന്നു. മച്ചുകൾ തടികൊണ്ട് ഉണ്ടാക്കിയത്. വാതിലിനു പുറകിലായി വലിയ ചരുവങ്ങളും കുട്ടകങ്ങളും നിറച്ചുവെക്കണം ഒരു ദിവസത്തേക്കാവശ്യമായുള്ള വെള്ളമാണ് ഇങ്ങനെ എത്തിക്കേണ്ടത്.

കുഞ്ഞൂഞ്ഞിന് എന്നും വൈകുന്നേരമാകുമ്പോൾ എവിടെയാണെങ്കിലും ആരോടെങ്കിലും സംസാരിക്കണം. വഴിയിലൂടെ പോകുന്ന ആരെയെങ്കിലും കാണുമ്പോൾ പിടിച്ചുനിർത്തി പൊലീസിൽ കോൺസ്റ്റബിൾ ആയിരുന്ന കാലത്തെ കഥകൾ ഓരോന്നായി പറയാൻ തുടങ്ങും. മാവേലിക്കരയിലും അതിനുമുൻപ് ആലപ്പുഴയിലും ജീവിതം കഷ്ടപ്പാടുകൾ നിറഞ്ഞതായിരുന്നു. എട്ടുമക്കളും ഭാര്യയും കുഞ്ഞൂഞ്ഞും. സർക്കാർ പൊലീസ് കോൺസ്റ്റബിൾ ജോലിയാണ് തന്നെ ഈ നിലയിലെത്തിച്ചതെന്ന് എപ്പോഴും പറയും. എന്നാൽ സർക്കാരിനെപ്പറ്റിയോ ഭരണത്തെപ്പറ്റിയോ സർ സി പിയെക്കുറിച്ചോ എന്തെങ്കിലും ഒന്നു ചോദിച്ചുപോയാൽ രാജഭക്തിക്കുമുൻപിൽ വിനയാന്വിതനാകും. ചിലപ്പോൾ ആത്മഭാഷണമായും ഈ സംഭാഷണങ്ങൾ പരിണമിക്കും.

അന്ന് ദിവാൻ ഭരണം. സർ സി പിയുടെ സ്വേച്ഛാധിപത്യത്തിൻ കീഴിൽ അഭിപ്രായസ്വാതന്ത്ര്യവും ജനക്ഷേമവും ഹനിക്കപ്പെട്ടിരുന്ന കാലം. തിരുവിതാംകൂർ സ്റ്റേറ്റ് കോൺഗ്രസിന്റെ ജനപിന്തുണയിൽ ദിവാൻ സി പി രാമസ്വാമി അയ്യർ ആകെ അസ്വസ്ഥനായിരുന്നല്ലോ. അതിനെ ഏതുവിധത്തിലും പരാജയപ്പെടുത്തുക എന്നതായി അദ്ദേഹത്തിന്റെ ലക്ഷ്യം. എന്നാൽ തിരുവിതാംകൂർ സ്റ്റേറ്റ് കോൺഗ്രസ്, കമ്യൂണിസ്റ്റ് പാർട്ടി, മറ്റുതൊഴിലാളി സംഘടനകൾ എന്നിങ്ങനെയുള്ള ചെറുത്തുനില്പുകൾ ദിവാൻ ഭരണത്തിനെതിരെയുണ്ടായി. ഉത്തരവാദഭരണത്തിനായി മുറവിളികൾ, സമരങ്ങൾ, കലാപങ്ങൾ ഉണ്ടായി. പുന്നപ്രവയലാർ വെടിവെപ്പുകളെത്തുടർന്ന് രക്തസാക്ഷികളുണ്ടായി. പട്ടംതാണുപിള്ള തിരുവിതാംകൂർ സ്റ്റേറ്റ് കോൺഗ്രസിന്റെ നായകനായി.

സമരങ്ങൾ, അറസ്റ്റുവരിക്കൽ, കലാപങ്ങൾ എന്നിവയൊക്കെ നിർബ്ബാധം ഉണ്ടായിക്കൊണ്ടിരുന്നു.

മഴയും മഞ്ഞും വെയിലും പോലെ വിപ്ലവങ്ങളും പ്രതിഷേധങ്ങളും നാടിന്റെ നാനാഭാഗങ്ങളിലും ഇരമ്പിത്തുടങ്ങി.

1949 ഡിസംബർ 27 ന് ശൂരനാട് പാർട്ടി സെൽ യോഗം വിളിച്ചത് തോപ്പിൽ ഭാസിയാണ്. യോഗത്തിൽ അന്നത്തെ ഡി സി സെക്രട്ടറി യായിരുന്ന ശങ്കരനാരായണൻ തമ്പിയും പുതുപ്പള്ളി രാഘവനും ഉണ്ടാ യിരുന്നു. യോഗം ഏതാണ്ട് രാത്രി പത്തുമണിയോടെയാണ് ആരംഭിച്ചത്. പുതുപ്പള്ളിരാഘവനും ശങ്കരനാരായണൻ തമ്പിയും സന്ധ്യകഴിഞ്ഞ പ്പോൾ നേരത്തെ തീരുമാനിച്ചതുപ്രകാരം കേശവൻപോറ്റിയുടെ വിഷ് ണാൽ ക്ഷേത്രത്തിന്റെ ഊട്ടുപുരമുറിയിലെത്തി, കാത്തിരിക്കുകയാണ്. തമ്പി ആദ്യമായാണ് അന്ന് ശൂരനാട് വരുന്നത്. ഏതാണ്ട് ഒൻപതര യായപ്പോൾ കളക്കാട്ട് തറയിൽ പരമേശ്വരൻ നായരും ശൂരനാട് സെൽ സെക്രട്ടറി നടേവടക്കേതിൽ പരമുനായരും കൂടി വന്ന് തമ്പിയേയും പുതുപ്പള്ളി രാഘവനേയും കൂട്ടിക്കൊണ്ടുപോയി. ഏതു വഴിയാണ് കൂട്ടി ക്കൊണ്ടുപോകുന്നതെന്ന് അറിയാൻ കഴിഞ്ഞില്ല. കുറച്ചുദൂരം ചൂട്ടു വെട്ടത്തിലായിരുന്നു നടന്നത്. തെങ്ങുന്തോപ്പുകളും വയലിറമ്പുമാണ് കഴിഞ്ഞുപൊയ്ക്കൊണ്ടിരിക്കുന്നത് എന്നുമാത്രമറിയാം. ഒരു ചെറിയ നീർച്ചാൽ ചാടിക്കടക്കണം. ചെറിയതോതിൽ വരമ്പിന് തെന്നലുമുണ്ട്.

യോഗസ്ഥലത്തെത്തുമ്പോൾ തോപ്പിൽ ഭാസി അവിടെ കൂടിയ ആൾക്കാരുടെ മുന്നിൽ പാട്ടവിളക്കിന്റെ വെട്ടത്തിൽനിന്ന് സംസാരിച്ചു കൊണ്ടിരിക്കുകയാണ്. ആ വെട്ടത്തിൽ ഭാസിയുടെ മുഖം ചുവന്നുതിള ങ്ങിയിരുന്നു. വാക്കുകൾക്ക് വയലിന്റെയും പുന്നെല്ലിന്റെയും മണമുണ്ടാ യിരുന്നു. മുന്നിലിരിക്കുന്ന നൂറുകണക്കിന് ആൾക്കാരുടെ വറ്റിവരണ്ട കണ്ണുകളിൽ ആ പ്രകാശസ്ഫുരണങ്ങൾ ഇടയ്ക്ക് ജ്വലിച്ച് ദാഹം തീർ ക്കുന്നു. നിലാവു വീഴാൻ തുടങ്ങുന്നു.

നമ്മളൊരു ജീവന്മരണപ്പോരാട്ടത്തിലാണെന്നോർക്കണം. അടിമ ത്തം അവസാനിപ്പിക്കുക, അതോടൊപ്പം ജന്മിത്തവും അവസാനിപ്പി ക്കുക എന്നിവയാണ് നമ്മുടെ അടിയന്തര ലക്ഷ്യം. ഇന്ത്യയിൽ തെല ങ്കാന ഉൾപ്പെടെ പല സ്ഥലങ്ങളിലും ആ പോരാട്ടം തുടങ്ങിക്കഴിഞ്ഞു. വടക്കേ ഇന്ത്യയിലും ക്രൂരന്മാരും കാപാലികരുമായ ജമിന്ദാർമാർക്കെ തിരെ സായുധപ്പോരാട്ടം തൊഴിലാളികൾ ആരംഭിച്ചു കഴിഞ്ഞിരിക്കുന്നു.

ആയിരമായിരം മൈലുകൾക്കപ്പുറം നടക്കുന്ന വാർത്തകളും വസ് തുതകളുമാണ് അവിടെ ചർച്ചചെയ്യപ്പെടുന്നത്.

എരികനലാളിപ്പടർന്നൊരിരവുകൾ

എണ്ണക്കാട്ടെ പാടത്തുകൂടി പൊലീസുകാർ ഓടുകയാണ്. കാട ന്മാവു പിന്നിട്ട് പാടത്തോടുചേർന്ന് ജീപ്പ് നിർത്തി. ആർക്കും സംശയമൊ ന്നുമുണ്ടാകാതെയിരിക്കാനാണ് പാടത്തുള്ള കൈതക്കാടിനടുത്തുകൂടി

ഓടി എണ്ണക്കാട്ടെത്തിയത്. പടിഞ്ഞാറു വശത്തുകൂടി കുട്ടമ്പേരൂർ ആറ് ഒഴുകുന്നു. തെളിഞ്ഞൊഴുകുന്ന ആറ്റുവെള്ളത്തിൽ കുളിച്ചുകൊണ്ടിരിക്കുന്ന ആളുകളെ കാണാം.

എണ്ണക്കാട് കൊട്ടാരത്തിലെ ശങ്കരനാരായണൻ തമ്പിയെ അന്വേഷിച്ചാണ് പൊലീസ് ആ ഗ്രാമത്തിൽ പതുങ്ങിയെത്തുന്നത്. രാത്രികാലത്ത് പറയരെയും പുലയരെയും സംഘടിപ്പിച്ച് പാർട്ടി ക്ലാസ് എടുക്കുകയാണ് തമ്പി. ബഹുഭൂരിപക്ഷം ക്ലാസുകളുടെയും ഉദ്ദേശ്യം അവിടെയുള്ള ജന്മികൾക്കെതിരെ അടിമജനങ്ങളായ ഹരിജനങ്ങളെ അണിനിരത്തുക എന്നതായിരുന്നു.

ശങ്കരനാരായണൻ തമ്പിയുടെ അച്ഛൻ, രേവതി തിരുനാൾ രാമവർമ്മ രാജ, എണ്ണക്കാട്ടുള്ള പിന്നോക്ക വിഭാഗത്തിലുള്ളവരെ ഉദ്ധരിക്കാൻ നിരവധി പരിശ്രമങ്ങൾ ചെയ്യുകയുണ്ടായി. എണ്ണക്കാടും പരിസരപ്രദേശങ്ങളിലും അങ്ങനെയാണ്. ഉച്ചനീചത്വഭേദങ്ങളില്ലാത്ത പുരോഗമനസ്വഭാവം പത്തൊൻപതാംനൂറ്റാണ്ടിന്റെ ആദ്യദശകങ്ങളിൽത്തന്നെ വിത്തുപാകുന്നത്. പെരിങ്ങിലിപ്പുറത്ത് 1930 കളിൽ ഇതിനായി ഒരു ഹരിജൻ സ്കൂൾ തുടങ്ങുകയുണ്ടായി. എന്നാലിതിന് പിന്നീട് അധികകാലം മുന്നോട്ടുപോകാനായില്ല. നാട്ടിലെ ജന്മിമാരും മാടമ്പികളും അതിനെതിരെയുള്ള കലാപം തുടങ്ങിക്കഴിഞ്ഞിരുന്നു.

പെരിങ്ങിലിപ്പുറത്തെ പറയക്കുടിലിലെ ശങ്കരൻ എന്ന പയ്യനെ അന്ന് തമ്പുരാന് ഇഷ്ടമായിരുന്നു. ശങ്കരനെ എണ്ണക്കാട്ടു കൊട്ടാരത്തിൽ വിളിച്ചുവരുത്തി. “ഇനിമുതൽ എവിടെയും പോകണ്ട. ഒരു കുടുംബാംഗത്തെപ്പോലെ ഇവിടെ കഴിയാം.” അങ്ങനെ ശങ്കരന് അദ്ദേഹം പുതിയൊരു ജീവിതം നല്കി. രക്തബന്ധത്തെക്കാൾ അഗാധമായ സ്നേഹമായിരുന്നു അദ്ദേഹം ശങ്കരന് കൊടുത്തത്.

ശങ്കരനാരായണൻ തമ്പിക്ക് നല്ലപോലെ മുറുക്കുന്ന ശീലമുണ്ടായിരുന്നു. കാലിപ്പൊകയിലയാണ് ഇഷ്ടം. മുറുക്കാൻ കിട്ടിയില്ലെങ്കിൽ പൊകയില വെച്ചുനടക്കും. ശങ്കരനാരായണൻ തമ്പിക്ക് മുറുക്കാനും പൊകയില വാങ്ങാനും വിടുന്നത് ശങ്കരനെയാണ്. ശങ്കരനാരായണൻ തമ്പി ഒളിവിൽ പോയി തിരിച്ചുവന്നാൽ ശങ്കരനെ പൊകയിലയ്ക്ക് വിടും. അത് നാട്ടുകാർക്ക്, പ്രത്യേകിച്ച് കമ്യൂണിസ്റ്റ് വിരുദ്ധരായ കോൺഗ്രസുകാർക്കുള്ള ഒരടയാളമായിരുന്നു. ശങ്കരൻ പൊകയില അന്വേഷിച്ച് മുറുക്കാൻ കടയിൽ കയറിയാൽ ഉറപ്പായിരുന്നു ശങ്കരനാരായണൻ തമ്പി കൊട്ടാരത്തിലുണ്ട് എന്നുള്ളത്. അങ്ങനെയാണ് കോൺഗ്രസുകാർ വഴി ഈ വിവരം പൊലീസ് അറിയുന്നത്.

തമ്പിയെക്കാണാനായി സുഹൃത്തും കമ്യൂണിസ്റ്റ് പ്രവർത്തകനുമായ തോപ്പിൽ ഭാസി രണ്ടു ദിവസം മുന്നേ കൊട്ടാരത്തിൽ വന്നിട്ടുണ്ടായിരുന്നു. വൈകിട്ട് കുളികഴിഞ്ഞ് നില്ക്കുകയാണ്. ഒറ്റത്തോർത്തുമുണ്ടാണ് വേഷം. കുളികഴിഞ്ഞശേഷം മുടി ചീകാനായി ഒരു ചീപ്പും കണ്ണാടിയുമെടുത്ത് ഇറങ്ങിവന്ന്, അത് മതിലിൽ ചാരിവെച്ചു. ഈറ

നണിഞ്ഞ മുടിനാരുകൾ പിന്നെയും തോർത്തി. എന്നിട്ട് ഒരു വട്ടച്ചീപ്പെടുത്ത് മുടി പുറകോട്ട് ചീകിയിട്ടുകൊണ്ടിരുന്നു.

അപ്പോൾ ഭാസി കണ്ണാടിയിലേക്കൊന്നു നോക്കിയപ്പോൾ അതാ പൊലീസിന്റെ പ്രതിബിംബം. തിരിഞ്ഞുനോക്കിയപ്പോൾ ഒന്നല്ല, ഒരു വലിയ സന്നാഹമായാണ് അവർ വരുന്നത്. അതുകണ്ട് തോപ്പിൽ ഭാസി ഒരൊറ്റ ഓട്ടമായിരുന്നു.

ഇതുകണ്ട ഒരു പൊലീസുകാരൻ പറയുന്നതു കേട്ടു.

"ദേണ്ടെ ഓടുന്നു, ശങ്കരനാരായണൻ തമ്പി."

പൊലീസ് അതുകേട്ട് പുറകെയും. അടുക്കള വശത്തുകൂടി ചുറ്റി കിഴക്കോട്ടായിരുന്നു നേരെ ഓടിയത്. കൊട്ടാരത്തിന്റെ പടിഞ്ഞാറു വശത്ത് കുട്ടമ്പേരൂർ ആറാണ്. കിഴക്കോട്ടോടി പുരയിടത്തിലെത്തി. അവിടന്ന് കയ്യാല ചാടി വേറൊരു പുരയിടത്തിലെത്തി. ഒറ്റത്തോർത്തുടുത്ത് ഓടിപ്പോകുന്നയാളെക്കണ്ട് ജനം അമ്പരന്നു. പുറകെ പൊലീസും. പൊലീസ് കൈയിലിരുന്ന ചെറുതോക്കെടുത്ത് ഭാസിയുടെ കണങ്കാൽ ലക്ഷ്യമാക്കി എറിഞ്ഞു. കാൽതെറ്റി കമിഴ്ന്നടിച്ച് വീണുകിടന്ന ഭാസിയുടെ മേലേക്ക് വേട്ടപ്പട്ടികളെപ്പോലെ പൊലീസ് സംഘം ചീറിയടുത്തു. മണ്ണിലിട്ട് ചവിട്ടിയും തൊഴിച്ചും ഓടാൻ പറ്റാത്തവിധം കീഴ്പ്പെടുത്തിക്കളഞ്ഞു. കൈകൾ ചേർത്തുകെട്ടി നാലുപാടും പൊലീസ് സംരക്ഷണത്തിലാക്കി വലിച്ചിഴച്ച് ഭാസിയെ കൊട്ടാരത്തിലേക്കുതന്നെ കൊണ്ടുവന്നു കയറ്റി.

അതുകണ്ട് ജനങ്ങൾ കൊട്ടാരത്തിന്റെ മതിലിനു വെളിയിൽ തടിച്ചുകൂടി. കൊട്ടാരത്തിലപ്പോൾ ശങ്കരനാരായണൻ തമ്പിയുടെ അച്ഛൻ രാമവർമ്മയും ഉണ്ടായിരുന്നു. അദ്ദേഹം ഇതുകണ്ട് പുറത്തേക്കിറങ്ങി വന്നു. നോക്കിയപ്പോൾ പൊലീസുകാർക്കിടയിൽ അവശനായി നില്ക്കുന്ന ഭാസിയെ കണ്ടു. കീഴ്ത്താടിയിൽനിന്നും ചോരപൊടിഞ്ഞിരിക്കുന്നു. പരിപൂർണ്ണ നഗ്നനായാണ് നില്ക്കുന്നത്. ഇതുകണ്ട് രാമവർമ്മ പറഞ്ഞു 'അദ്ദേഹത്തിനെ നിങ്ങൾ ഉടുതുണിയിടാൻ അനുവദിക്കൂ.' അപ്പോഴേക്കും കൊട്ടാരത്തിനുള്ളിൽനിന്നും ഒരാൾ വസ്ത്രവുമായെത്തി. ഒരു പൊലീസുകാരൻ അതുവാങ്ങി ഭാസിയെ ഉടുപ്പിച്ചു.

മറ്റൊരു പൊലീസ് ഉദ്യോഗസ്ഥൻ ഭാസിയെ പിടിച്ച് പുറത്ത് നിർത്തിയിട്ടിരുന്ന പൊലീസ് വാനിലേക്ക് കയറ്റി. അപ്പോൾ ഭാസി പറഞ്ഞു:

"സാർ, ഞാൻ ശങ്കരനാരായണൻ തമ്പിയല്ല."

"അവിടെ കെടക്കടാ നീ."

പൊലീസ് ഉദ്യോഗസ്ഥൻ തോപ്പിൽ ഭാസിയെ വാനിനകത്തേക്കിട്ട് വാതിൽ വലിച്ചടച്ചു.

ഇതുകണ്ട നാട്ടുകാർ അത്ഭുതപ്പെട്ടു നില്ക്കുകയായിരുന്നു. 'ശങ്കരനാരായണൻ തമ്പിയൊന്നുമല്ലല്ലോ അത്.'

ഭാസിയെയുംകൊണ്ട് പൊലീസ് വാൻ ചീറിപ്പാഞ്ഞ് കിഴക്കോട്ടു പോയി. കാടമ്മാവ് തിരിഞ്ഞ് പുലിയൂർ വഴി നേരെ കിഴക്കോട്ട് വെച്ചുപിടിച്ചു.

ഭാസി പൊലീസ് വാനിന്റെ ജനാലവഴി പുറത്തേക്ക് നോക്കിയിരിക്കുകയാണ്. വഴി ഗതാഗതയോഗ്യമല്ലാത്തതുകാരണം അതിൽക്കിടന്ന് ഇളകിക്കൊണ്ടിരിക്കുകയാണ് ശരീരം. പോകുന്ന വഴിയിൽ ആളുകൾ വാനിനകത്തുള്ളയാളെ നോക്കുന്നുണ്ട്.

അന്ന് രാത്രി എണ്ണക്കാട്ടുള്ള ചെറുപ്പക്കാരെല്ലാം കൂടി ഒത്തുചേർന്നു. ശങ്കരനാരായണൻ തമ്പിയുടെ കൂടെയുണ്ടായിരുന്നവരാണവരെല്ലാം. പഴയ കുറെ പത്രമെടുത്തു. ചുവപ്പു ചായം കലക്കി. തെങ്ങിന്റെ ക്ലാഞ്ഞിലെടുത്ത് അറ്റം ചതച്ച് ബ്രഷുപോലെയാക്കി. ചുവന്ന ചായത്തിൽ മുക്കി വലുതായി എഴുതി

പൊലീസിന്റെ മർദ്ദനം അവസാനിപ്പിക്കുക.

പൊലീസ് നീതി പാലിക്കുക.

പൊലീസിന്റെ ഗുണ്ടായിസം അവസാനിപ്പിക്കുക

എണ്ണക്കാട് കർഷകത്തൊഴിലാളികളെ സംഘടിപ്പിച്ചു എന്ന കുറ്റമാണ് ശങ്കരനാരായണൻ തമ്പിക്കുണ്ടായിരുന്നത്. കമ്യൂണിസ്റ്റ് പാർട്ടിയെ ബ്രിട്ടീഷ് കാലഘട്ടം മുതൽ നിരോധിച്ചുകൊണ്ടിരിക്കുകയായിരുന്നു. 1947 വരെ വിവിധ കാലങ്ങളായി അത് ശക്തമായി നിലകൊണ്ടു. എന്നാൽ സ്വാതന്ത്ര്യാനന്തരവും നിയമപരമായ നിരോധനമില്ലാത്തപ്പോഴും ഗവണ്മെന്റും പൊലീസും കള്ളക്കേസിൽ കുടുക്കി കമ്യൂണിസ്റ്റുകാരെ പീഡിപ്പിച്ചുകൊണ്ടിരുന്നു. ഭൂപ്രഭുക്കന്മാർക്കും മുതലാളിമാർക്കും തൊഴിലാളികളുടെ ഈ സംഘടനാശേഷിയിൽ ഭയമുണ്ടായതാണ് കാരണം. കമ്യൂണിസ്റ്റ് വിരുദ്ധ മാധ്യമങ്ങൾ നുണപ്രചരണങ്ങൾ നടത്തി ജനകീയമായി കൈവരിച്ചുവരുന്ന എല്ലാ നേട്ടങ്ങളെയും തമസ്കരിച്ചു. ജനങ്ങളിൽനിന്നും പാർട്ടിയെ ഒറ്റപ്പെടുത്താനുള്ള ശ്രമമായിരുന്നു അത്. മദ്ധ്യതിരുവിതാംകൂറിൽ വളരെ ശക്തമായ രീതിയിൽ തൊഴിലാളികൾ സംഘടിച്ചത് എണ്ണക്കാട്ടും പരിസരപ്രദേശങ്ങളിലുമായിരുന്നു. 1948 ലെ കല്ക്കത്താ കോൺഗ്രസ് തീരുമാനത്തെത്തുടർന്ന് കമ്യൂണിസ്റ്റ് പാർട്ടി വീണ്ടും നിരോധിക്കപ്പെട്ടു. അങ്ങനെയാണ് ഒളിവിലിരുന്ന് പാർട്ടി പ്രവർത്തനത്തിനായി ശങ്കരനാരായണൻ തമ്പി ഇറങ്ങിപ്പുറപ്പെട്ടത്. ജനാധിപത്യയുവജന സംഘടന, സമാധാന കൗൺസിൽ എന്നിങ്ങനെയുള്ള സംഘടനകളിലൂടെ ശക്തമായ രീതിയിലായിരുന്നു പാർട്ടി പ്രവർത്തനം നടത്തിയത്.

എന്നാൽ, കള്ളക്കേസിൽ കുടുക്കി തന്നെ അറസ്റ്റുചെയ്യാൻ നടക്കുന്ന പൊലീസിന്റെ കൺവെട്ടത്തുകൂടി സധൈര്യം തമ്പി പൊയ്ക്കൊണ്ടിരുന്നു. പൊലീസ് അരിച്ചുപെറുക്കിയിട്ടും തമ്പിയെ കണ്ടെത്താനായില്ല. രാത്രി കൃത്യസമയത്തുതന്നെ പാർട്ടിക്ലാസുകൾ നടത്തുകയും ചെയ്യും. പൊലീസിന്റെ കർമ്മകുശലതയെ വെല്ലുന്ന തന്ത്രങ്ങളായിരുന്നു തമ്പിയുടെ കൈയിൽ. കൂടെ സന്നദ്ധരായ ആയിരക്കണക്കിന് അനുയായികളായിരുന്നു പാർട്ടി പ്രവർത്തകരായി തമ്പിക്കു ചുറ്റുമുണ്ടായിരുന്നത്.

കുഴിവേലിപ്പുറത്തെ അവധിക്കാലം

തിരുവല്ലയിൽനിന്ന് മേപ്രാലേക്കു പോകുമ്പോൾ സ്വാമിപാലം കഴിഞ്ഞ് ഒരു വഴി വടക്കോട്ട് തിരിയും. കുഴിവേലിപ്പുറത്തേക്കുള്ള വഴിയാണത്. കുഴിവേലിപ്പുറത്തെ വീട്, സുലോചനയുടെ അമ്മയുടെ അനിയത്തിയുടെ വീടാണ്. അവധിക്കാലമാകുമ്പോൾ എല്ലാവരോടുമൊപ്പം സുലോചനയും പോകും. കുട്ടനാടൻ പ്രദേശങ്ങൾ ആരംഭിക്കുന്നത് അവിടെനിന്നാണ്. സുലോചനയെ എപ്പോഴും പ്രലോഭിപ്പിച്ചുകൊണ്ടിരുന്ന ഒരു വഴിയാണത്. മണിമലയാറിന്റെ ഒരു കൈവഴിയാണ് കാരയ്ക്കലിൽനിന്ന് സ്വാമിപാലം വഴി കുഴിവേലിപ്പുറത്തെ മുറിച്ചൊഴുകുന്നത്. അവിടെ ഇക്കരെയും അക്കരെയും രണ്ട് കാവുകളുണ്ട്, മാടപ്പള്ളിക്കാവുകൾ.

അവധിക്കാലമായാൽ സുലോചനയും വീട്ടുകാരും കുറേ നാളത്തേക്ക് അവിടെയാണ് കഴിഞ്ഞുകൂടുക. അമ്മയുടെ അനിയത്തിയുടെ ഭർത്താവ് അവിടുത്തെ വലിയൊരു വൈദ്യനാണ്. പേര് കൊച്ചുകുഞ്ഞ് വൈദ്യൻ. രാവിലെ മുതൽതന്നെ ദൂരെദേശത്തുനിന്നു വരുന്ന രോഗികളെക്കൊണ്ട് മുറ്റം നിറഞ്ഞുകവിയും. പഴയകാലത്തെ അറയും നിരയുമുള്ള വീടാണ്. അഴികളുള്ള വരാന്ത. തെക്കുവശത്ത് വൈദ്യരുടെ മുറിയാണ്. വടക്കുവശത്ത് അടുക്കള. അതിനുപുറകിൽ കിണർ. പടിഞ്ഞാറേമുറി മരുന്നും കഷായവും ലേഹ്യവും കൂട്ടുന്ന സ്ഥലം. വലിയ വലിയ അടപ്പുകൾ, ഉരുളികൾ, ചെമ്പുപാത്രങ്ങൾ തുടങ്ങിയവ അവിടെ കൂട്ടിയിട്ടിരിക്കുന്നു. നിരവധി ജോലിക്കാർ അവിടെയുണ്ട്.

പുരയിടത്തിൽ നിറയെ മാവുകളുണ്ടായിരുന്നു. സുലോചനയ്ക്ക് മാവ് നിറയെ പൂത്തുനില്ക്കുന്നതും കായ്ച്ചുനില്ക്കുന്നതും കാണാൻ വളരെയേറെ താല്പര്യമാണ്. മൂവാണ്ടനും കിളിച്ചുണ്ടനും കർപ്പൂരമാവും ആ പുരയിടത്തിൽ ധാരാളമുണ്ട്. അവിടെ തങ്കമ്മ, രാജമ്മ, രവി, ശശി എന്നീ കുട്ടികളുമുണ്ട്. സുലോചനയും സഹോദരങ്ങളും അവരോടൊപ്പം കളിച്ചു നടക്കുമ്പോൾ സമയം പോകുന്നതറിയില്ല.

കൊച്ചുകുഞ്ഞ് വൈദ്യന്റെ അനിയന്മാരായ നാണു വൈദ്യനും ഇലക്ട്രിസിറ്റി എഞ്ചിനീയറായ നാരായണനും അടുത്തുതന്നെയാണ് താമസം. നാരായണനും കുടുംബവും കൊല്ലംപറമ്പിൽ വീട്ടിലും നാണുവും കുടുംബവും തുണ്ടിയിൽ വീട്ടിലുമാണ് കഴിയുന്നത്. മണിമലയാറിന്റെ ഒരു കൈവഴി തുണ്ടിയിൽ വീടിന്റെ വടക്കുവശത്തുകൂടി ഒഴുകുന്നതുകൊണ്ട് കുളിക്കാനും തുണി കഴുകാനുമായി എല്ലാവരും ഇടയ്ക്ക് തുണ്ടിയിൽ കടവിലാണ് വരാറുള്ളത്. അവിടെ നാണു വൈദ്യന്റെ ഭാര്യയും കുട്ടികളുമുണ്ട്. ഭാര്യ പാറുക്കുട്ടിയും മക്കളായ ചെല്ലമ്മയും ശ്രീനിയും രമണിയും വിജയനുമാണ് അവിടെയുള്ളത്. കൊച്ചുകുഞ്ഞ് വൈദ്യന്റെ വീട്ടിലെത്തിയ വിരുന്നുകാരുൾപ്പെടെ എല്ലാവരും ഒന്നിച്ചാണ് തുണ്ടിയിലേക്ക് വരിക. അക്കൂട്ടത്തിൽ സുലോചനയും

ഉണ്ടാകും. അവിടെ പാറുക്കുട്ടിയമ്മയോട് സംസാരിച്ചിരിക്കാനും പാട്ടുകൾ പാടിക്കൊടുക്കാനും വളരെയധികം ഇഷ്ടമാണ് സുലോചനയ്ക്ക്. പാടത്ത് കൊയ്ത്തിനിടെ വിശ്രമിക്കാൻ കയറിയിരിക്കുന്ന പോച്ചപിടിച്ച ചെറിയ ഒരു ബണ്ട് തുണ്ടിയിൽ പുരയിടത്തുനിന്നും അടുത്ത പറമ്പിലേക്ക് പോകുന്നുണ്ട്. വേനൽക്കാലമായാൽ അവിടെ നിറയെ പാട്ടും കളികളുമാണ്. കൊയ്ത്തിനും മെതിക്കുമായി മുട്ടാറിൽനിന്നും മേപ്രാൽനിന്നും ചാത്തങ്കേരിയിൽനിന്നും എത്തിയ കൊയ്ത്തുപെണ്ണുങ്ങളുടെ ബഹളമാണ്. കൊയ്ത്തരിവാളുകളുടെയും ചോറ്റുപാത്രങ്ങളും കൂടിക്കലർന്നിളകുന്ന ശബ്ദം. ഇടയ്ക്ക് ഒരു പാട്ട്. കുട്ടനാടൻ കൊയ്ത്തുപാട്ട്. അതിന്റെ ഒരു നിര എവിടെനിന്നോ ഉണ്ടായിവന്ന് തിരയടിച്ച് എവിടെയോപോയി നിലയ്ക്കുന്നു. വീണ്ടും ഒരു നിര വന്ന് വെയിലിനൊപ്പം നൃത്തം ചെയ്യുന്നു. മടിക്കുത്തഴിച്ച് വെറ്റയും ചുണ്ണാമ്പും പാക്കും പൊകയിലയുമെടുത്ത് മുറുക്കിത്തുപ്പി പായാരം പറഞ്ഞിരിക്കുന്ന മദ്ധ്യാഹ്നം.

ഒരുകെട്ടു തുണി കടവിൽ മുക്കിവെച്ചിരിക്കുന്നു. പടിഞ്ഞാറേക്ക് പോകുന്ന കെട്ടുവള്ളങ്ങൾ. അക്കരെ ചൂണ്ടയിടുന്നവരുടെയും വെള്ളത്തിൽ മുങ്ങാംകുഴിയിടുന്നവരുടെയും ശബ്ദങ്ങൾ. സുലോചനയും കൂട്ടരും വെള്ളത്തിൽ നീരാട്ട് തുടങ്ങി. കൂടെ കുട്ടികളായി പത്തുപതിനഞ്ചുപേർ. എത്രനേരം അങ്ങനെ നീന്തിത്തുടിക്കുമെന്നറിയില്ല. തുണിമുഴുവൻ കഴുകി കല്യാണിയമ്മയും പാറുഅമ്മയും കയറിയാലും കുട്ടികൾ കയറിപ്പോകാൻ താമസിക്കും.

ആറ്റിൽനിന്നു കയറി തലതോർത്തി തുണ്ടിയിൽ വീട്ടിലേക്കെത്താൻ പിന്നെയും സമയമെടുക്കും. അപ്പോഴേക്കും പാറുഅമ്മ എല്ലാവർക്കുമായി എന്തെങ്കിലും കഴിക്കാൻ ഉണ്ടാക്കിയിരിക്കും ചിലപ്പോൾ ചക്കവരട്ടിയോ, കാച്ചിൽ പുഴുക്കോ കാണും, എല്ലാവരുംകൂടി ഒന്നിച്ചിരുന്നു ഭക്ഷണം കഴിക്കും. പാറുഅമ്മയ്ക്ക് സുലോചനയുടെ പാട്ട് കേൾക്കണം, ചെല്ലമ്മയ്ക്കും കേൾക്കണം. ചെറുപ്രായത്തിൽതന്നെ കച്ചേരിക്ക് പാടാറുള്ളതിനാൽ അക്കാലത്തെ പ്രധാന കീർത്തനങ്ങൾ പാടും. സുബ്ബലക്ഷ്മിയുടെ പാട്ടുകളാണവയിൽ പ്രധാനം. അക്കാലത്തെ സിനിമാഗാനങ്ങളും ആ ചെറുഗാനോത്സവത്തിന് വിഭവങ്ങളാകും.

അനന്തമായ പാട്ടുവഴികളുടെ ക്ഷണം

തിരുവനന്തപുരത്ത് വാറുവിളാകത്ത് ആയിരുന്നപ്പോൾ ഒരു ദിവസം ചന്തയിൽ പച്ചക്കറിവാങ്ങാൻ സുലോചന പോയി. വീട്ടിൽനിന്നും വളരെ അകലെയല്ലാതെയാണ് പുത്തൻചന്ത. അതിനടുത്ത് ഒരു സിനിമാതീയറ്റർ ഉണ്ടായിരുന്നു. അവിടെനിന്നും മനോഹരഗാനങ്ങൾ പുറത്തേക്ക് അലയടിച്ചുയരുമ്പോൾ സുലോചന ആ വഴികളിലങ്ങനെ നിന്നുപോകും. ഗാനം അവളെ സംബന്ധിച്ച് ജീവവായുവായി മാറുകയായിരുന്നു. ഏതോ ഒരു ആനന്ദബിന്ദുവിൽ ലയിച്ചുചേരാൻ ക്ഷണിക്കുന്നപോലെ

പാട്ടുകൾ. അനന്തതയിലേക്കുള്ള ഒരു ക്ഷണം.

ആ സിനിമാതീയറ്ററിൽ തമിഴ് സിനിമകളായിരുന്നു കൂടുതലും വന്നിരുന്നത്. അവിടെ മാത്രമല്ല അക്കാലത്തെ തീയറ്ററുകളിൽ സിനിമയുടെ ആരംഭകാലമായതിനാൽ മലയാളസിനിമയ്ക്ക് വളരെയേറെ ദൗർല്ലഭ്യമായിരുന്നു. സുലോചന സിനിമാതീയറ്ററിനു സമീപമെത്തിയപ്പോൾ അങ്ങോട്ടൊന്നു നോക്കി. അപ്പോൾ ഒരു തമിഴ് സിനിമാനടന്റെ പോസ്റ്റർ ഒട്ടിച്ചിരിക്കുന്നു. ആരാണതെന്ന് അവൾക്കറിയില്ല. എന്താണ് സിനിമയെന്നും അറിയില്ല. എന്നാൽ ആ സിനിമാതീയറ്ററിനു പുറത്തെ മരത്തിൽ കെട്ടിവെച്ചിട്ടുള്ള രണ്ട് ഉച്ചഭാഷിണിയിൽനിന്നുവരുന്ന പാട്ടുകൾ അവൾ ദിവസവും സ്കൂളിൽ പോകുമ്പോൾ കേൾക്കാറുള്ളതാണ്. എന്നാൽ അവൾ കേൾക്കാത്ത ഒരു പുതിയ പാട്ടുകൂടി ഉടനെ ഉച്ചഭാഷിണിയിൽനിന്നും ഒഴുകി വരാൻ തുടങ്ങി. ആരാണ് ഈ പാട്ടുകൾ പാടുന്നത്. അതെങ്ങനെയാണ് ഈ ഉച്ചഭാഷിണിയിലൂടെ പുറത്തേക്ക് വരുന്നത്. പുറപ്പെട്ടുവരുന്ന ഈ ശബ്ദത്തിന്റെ പ്രഭവകേന്ദ്രം എവിടെയാണ്? ആ തീയറ്ററിൽ ഇരുന്ന് ഇപ്പോൾ ആരെങ്കിലും പാടിക്കൊണ്ടിരിക്കുകയാണോ? പാട്ടുപാടുമ്പോൾ അയാൾ ഏതുവിധത്തിലായിരിക്കും കൈകൾ പിടിച്ചിരിക്കുക. അയാൾ താളം പിടിക്കുമായിരിക്കുമോ? അയാളുടെ ശബ്ദത്തിനനുസരിച്ച് ആ മുഖം ഉയരേക്ക് പൊങ്ങുന്നുണ്ടോ? അതിന്റെ ആനന്ദനിർവൃതിയിൽ എങ്ങനെയായിരിക്കും അയാൾ ഇരുന്നിട്ടുണ്ടാകുക? എന്നൊക്കെയുള്ള സന്ദേഹങ്ങൾ ഒരു വശത്തുനില്ക്കുമ്പോൾ ആ ഗാനത്തിന്റെ ആഴത്തിലേക്ക് പോകാനുള്ള അപാരമായ ഒരു ക്ഷണത്തെയും അവൾ സ്പർശിച്ചു.

സന്ധ്യയായി. സമയം പോയതറിഞ്ഞില്ല. താൻ എന്തിനാണ് വന്നതെന്നോ എവിടെനിന്ന് എങ്ങോട്ട് പോകുകയാണെന്നോ മറന്നുപോയി, അവൾ.

വീട്ടിലുള്ളവർ ആകെ പരിഭ്രാന്തരായി. അടുക്കളയിൽ അത്താഴത്തിന് കഞ്ഞിക്ക് അരിയിട്ട് കഴിഞ്ഞിട്ടും സുലോചനയെക്കാണാതായപ്പോൾ അമ്മ ഓടിയലച്ച് പൂമുഖത്തേക്ക് വന്നു. അപ്പോളേക്കും അച്ഛനും ജ്യേഷ്ഠനുംകൂടി എന്തു ചെയ്യണമെന്നറിയാതെ മുറ്റത്തേക്കിറങ്ങി. രാത്രിയായിരിക്കുന്നു! അച്ഛനും ജ്യേഷ്ഠനും കൂടി സുലോചനയെ തിരക്കി ചന്തയിലേക്ക് നടന്നു. അവൾക്ക് എന്തെങ്കിലും പറ്റിക്കാണും എന്ന ഭയവുമുണ്ടായി. അവർ നടന്ന് ചെല്ലുമ്പോൾ അതാ സുലോചന നില്ക്കുന്നു. ഒരു മാടക്കടയുടെ പുറകിൽ. ആ കടയിൽ നിറച്ച് ആളുകളുണ്ട്. ചിലർ മുറുക്കിത്തുപ്പിയും ബീഡി വലിച്ചും ആകെ ബഹളമയമായിരുന്നു, ആ ഇരുട്ടിൽ. അവർ സുലോചനയെക്കണ്ടപാടെ അടുത്തേക്ക് ചെന്നു നോക്കിയപ്പോൾ അവൾ ഇതൊന്നുമറിയാതെ നില്ക്കുകയാണ്. കൈയിൽ വീട്ടിൽനിന്നും കൊടുത്തുവിട്ട സഞ്ചിയും മറുകൈയിൽ പൈസയും. അതു മുറുക്കിപ്പിടിച്ചിരിക്കുന്നു. അവൾ സിനിമാതീയറ്ററിൽ നിന്നുവരുന്ന പാട്ടുകളിൽ മുഴുകിയിരിക്കുകയാണ്.

പെട്ടെന്ന് അച്ഛനെയും ജ്യേഷ്ഠനേയും കണ്ടപ്പോൾ അവൾ ആകെയൊന്നു ഞെട്ടി. അച്ഛന് ദേഷ്യംവന്ന് അവിടെ വേലിയിൽ ചാഞ്ഞുകിടക്കുകയായിരുന്ന ചെമ്പകക്കമ്പ് കൈകൊണ്ട് ഒടിച്ചെടുത്തു. നിറയെ പൂത്തു നിന്ന ചെമ്പകപ്പൂക്കളും ഇലകളും കൈകൊണ്ട് ചീകിക്കളഞ്ഞ് വലിയൊരു വടിയാക്കി തല്ലാനുള്ള പുറപ്പാടിൽ അരിശപ്പെട്ട് നിന്നു. അവൾ ആകെ പേടിച്ചരണ്ടുപോയി.

അച്ഛൻ വഴക്കുപറഞ്ഞുകൊണ്ട് അവളെയും കൂട്ടി വീട്ടിലേക്ക് തിരികെ നടന്നു. അപ്പോഴേക്കും രാത്രിയായിക്കൊണ്ടിരുന്നു. എന്തായാലും തല്ലു കൊണ്ടില്ല.

വീട്ടിലെത്തി. എല്ലാവരും ആകെ പരിഭ്രാന്തരായി നില്ക്കുകയായിരുന്നുവെന്ന് അവിടത്തെ അന്തരീക്ഷം കാണുമ്പോൾ അറിയാം. അമ്മ ആകെ വിളറിവെളുത്തിരിക്കുന്നു. തൊട്ടിലിൽ കിടന്ന കുഞ്ഞനുജൻ തല പുറത്തേക്കിട്ട് അവളെ നോക്കുന്നുണ്ടായിരുന്നു. രാത്രിയിൽ അടുപ്പത്തുവെച്ച കഞ്ഞിക്കലത്തിലെ വെള്ളം തിളച്ചുതുവി. തന്നെത്താനെ ആ അടുപ്പ് കെട്ടുപോയിരിക്കുന്നു.

അച്ഛൻ അവളെ കൈക്ക് പിടിച്ച് വലിച്ച് കൊണ്ടുവന്ന് മുറിക്കുള്ളിൽ നിർത്തി. കൈയിലിരുന്ന കാലിസഞ്ചിയും പൈസയും തിരികെ വാങ്ങി. കൈയിലിരുന്ന കമ്പ് ഓങ്ങിക്കൊണ്ട് സുലോചനയോടായി ചോദിച്ചു:

"എന്തിയേ പച്ചക്കറി?"

"പച്ചക്കറി വാങ്ങിയില്ല."

"എന്നാ പറ്റി?"

സുലോചനയ്ക്ക് അപ്പോൾ ഉത്തരമില്ലായിരുന്നു.

"എന്താ നീയിത്ര വൈകാൻ കാരണം?"

അവൾ തല താഴ്ത്തി നില്ക്കുകയാണ്.

"പറയെടീ നിനക്ക് നാവെറങ്ങിപ്പോയോ?"

ആ വാക്കുകൾ കേട്ടപ്പോൾ സുലോചന അച്ഛനെ ഒന്നു നോക്കി. അവളെ ഇതുവരെയും 'എടീ' എന്ന് വിളിച്ചിട്ടില്ലാത്ത ആ മുഖം അവളെ കൂടുതൽ ഭയപ്പെടുത്തി. രാത്രി മേഘശകലങ്ങളിൽ മാഞ്ഞുപോയ ചന്ദ്രൻ. മഴക്കാറിനുള്ളിൽ നിന്ന് കരയാൻ തുടങ്ങുന്നപോലെ ആ മുഖം. അച്ഛനും ഒരുപ്രാവശ്യം നോക്കി.

സുലോചന പതുക്കെ പറയാൻ തുടങ്ങി.

"അതോ, ചന്തയിൽപോകും വഴിക്ക് സിനിമാതീയറ്റർ കണ്ടു. അവിടെയെത്തിയപ്പോൾ ഉയരത്തിൽ വലിച്ചുകെട്ടിയ ഉച്ചഭാഷിണിയിൽ നിന്ന്.. പാട്ടുകൾ വരുന്നു... അപ്പോൾ കേട്ടുനിന്നതാണ്." സുലോചന ഏങ്ങലടിച്ചുകൊണ്ട് പറഞ്ഞു.

ആ മുഖത്തേക്കുനോക്കിയപ്പോൾ അച്ഛന് ഓങ്ങിയ വടി താഴെയിടേണ്ടി വന്നു.

അച്ഛന്റെ ഭാവം മാറി.

സുലോചന കരഞ്ഞു തളർന്ന് രാത്രി എപ്പഴോ ഉറങ്ങി. നേരം

വെളുത്തിട്ടും അവൾ എഴുന്നേറ്റില്ല. അച്ഛൻ ചെന്നു നോക്കിയപ്പോൾ അവൾ കിടക്കുകയാണ്. അയാൾ സുലോചനയുടെ കവിളിലേക്കു വീണുകിടക്കുന്ന കുറുനിരകൾ ഒതുക്കി മുടിയിഴകളിലൂടെ തഴുകി. ആ സ്പർശമേറ്റപ്പോൾ അവൾ എഴുന്നേറ്റു. അയാൾ അവളെ മാറോടണച്ച് കെട്ടിപ്പിടിച്ചു. എന്നിട്ട് ചോദിച്ചു:

"മോൾക്ക് പാട്ട് ഇത്രേം ഇഷ്ടമാണോ? പാട്ട് പഠിക്കണോ? വേണമെങ്കിൽ ഞാനൊരു പാട്ടുമാഷിനെ സംഘടിപ്പിച്ചുകൊണ്ടു വരാം."

സുലോചനയ്ക്ക് അതു കേട്ടപ്പോൾ സന്തോഷമായി. അവൾ ചിരിച്ചു.

അന്നു വൈകുന്നേരം അച്ഛൻ ഒരു പാട്ടുമാഷേയും വിളിച്ചുകൊണ്ടു വന്നു. എവിടെ നിന്നാണ് ഇത്ര പെട്ടെന്ന് ഒരാളെ സംഘടിപ്പിച്ചതെന്ന് ആർക്കും മനസ്സിലായില്ല. വാതിൽ തുറന്ന് സുലോചനയെ വിളിച്ചു.

"കണ്ടോ? ഇതാരാണെന്ന് നോക്ക്. ദേണ്ടെ നിക്കുന്നു നിന്റെ പാട്ടുമാഷ്. തടിയൂർ ഗോപാലകൃഷ്ണൻ എന്നാ മാഷിന്റെ പേര്."

സുലോചന തടിയൂർ ഗോപാലകൃഷ്ണൻ എന്ന ഗുരുനാഥനെ കണ്ടപാടെ തൊഴുകൈകളുമായി നിന്നു. അദ്ദേഹവും അപ്പോൾ തൊഴുതു. വാതിൽ തുറന്നു നില്ക്കുന്നത് സരസ്വതി ദേവിയാണെന്നാണ് അപ്പോൾ അദ്ദേഹത്തിന് തോന്നിയത്. അവളുടെ വസ്ത്രങ്ങൾ കീറിയതും പിഞ്ഞിപ്പോയതും ആയിരുന്നു. പാത്രം കഴുകിയതിന്റെ കരിയും അടുക്കളപ്പുകയുടെ അടയാളങ്ങളും ആ ശരീരത്തിൽ എമ്പാടുമുണ്ട്. അടുക്കളപ്പാത്രങ്ങളുമായുള്ള പെരുമാറ്റങ്ങൾ ശീലിച്ചു തുടങ്ങിയ പേലവകരങ്ങൾ.

വീണാനാദത്തെ ധ്യാനിച്ചിരിക്കേണ്ട കൂമ്പിവിടർന്ന കണ്ണുകൾ ഈ അടുക്കളയിലെ പുകയൂതിയല്ല ഇനി കാണപ്പെടേണ്ടത് എന്ന് തടിയൂർ ഗോപാലകൃഷ്ണന്റെ മനസ്സ് അപ്പോൾ മന്ത്രിക്കുന്നുണ്ടായിരുന്നു. അദ്ദേഹം വാതിൽ തുറന്ന് അകത്തേക്ക് കാലെടുത്തുവെച്ചു.

തടിയൂർ ഗോപാലകൃഷ്ണൻമാഷിന് സുലോചന ദക്ഷിണ നല്കി. അനുഗ്രഹവും വാങ്ങി. അങ്ങനെ സംഗീതലോകത്തിന്റെ ദിവ്യമായ ആ ക്ഷണം വാതിലുകൾ തുറന്നുവന്ന് അവളെ മുഴുവനായും ഏറ്റെടുത്തു.

ഇപ്പോൾ സുലോചന ദിവസവും അതിരാവിലെ എഴുന്നേറ്റ് വിളക്കു കത്തിച്ച് കീർത്തനങ്ങൾ പാടുകയും അന്നന്നു പഠിപ്പിക്കുന്ന സംഗീത പാഠങ്ങൾ ഒന്നൊഴിയാതെ ആലപിച്ച് മനസ്സിൽ ഉറപ്പിച്ചു പഠിക്കുകയും ചെയ്യുന്നുണ്ട്. നേരം ഉദിച്ചുവരുമ്പോൾ വീടിന്റെ മുറ്റത്തുനിന്ന് പാട്ടുകളുടെ പൂമൊട്ടുകൾ വിടർന്ന് പുലരിയെ നോക്കും. ചിലപ്പോൾ ആരോഹണങ്ങൾ, അതുകഴിഞ്ഞ് അവരോഹണങ്ങൾ. ചിലപ്പോൾ കീർത്തനങ്ങൾ, ചിലപ്പോളൊരു ഗാനമൊന്നാകെ ആ മുറ്റത്തേക്ക് പടർന്നുപൂത്ത് വിടരും.

ജ്യേഷ്ഠൻ രാവിലെ കലാലയത്തിലേക്ക് പോകാനുള്ള ഒരുക്കമാണ്. അന്ന് തിരുവനന്തപുരം സംസ്കൃത കലാലയത്തിലാണ് പഠിക്കുന്നത്. സുലോചനയുടെ പാട്ടുപഠനം ചിലപ്പോൾ നീണ്ടുപോകും. സാധകം

ചെയ്യാനിരുന്നാൽ അവിടത്തന്നെ ഇരുന്നുപോകും. തടിയൂർ ഗോപാല കൃഷ്ണൻ മാഷ് വരുന്നതുവരെ തലേന്നത്തെ പാഠങ്ങൾ പലവുരു ആലപിച്ച് അവിടത്തന്നെയിരിക്കും. ഇതിനിടയിൽ അച്ഛൻ അതുവഴി പോകുന്നുണ്ടാകും. ഇളയ അനിയൻ പുറത്തിറങ്ങിപ്പോകും. പോളിയോ ബാധിച്ചതിനാൽ നടക്കാനാവാതെ വീഴും. സുലോചന ഇതൊന്നുമറിയില്ല. ഒരുദിവസം ജ്യേഷ്ഠന്റെ കൂട്ടുകാർ കൃഷ്ണൻകുട്ടിയെ വിളിക്കാൻ വന്നപ്പോൾ സുലോചന പാട്ടുകൾ പാടിയിരിക്കുന്നതാണ് കണ്ടത്. അവർക്ക് ആ പാട്ടുകൾ കേട്ടപ്പോൾ അത്ഭുതമായിരുന്നു. എന്തൊരു തുറന്ന ശബ്ദമാണ്. ശബ്ദത്തിന്റെ ഉയർന്ന ആകാരം. അതിന്റെ ശബ്ദസൗഭഗം അവർ ഇതിനുമുമ്പ് കേട്ടിട്ടുള്ളതല്ല. അങ്ങനെ പാടിയിരിക്കുമ്പോൾ തടിയൂർ ഗോപാലകൃഷ്ണൻ മാഷ് വരും. വരുന്ന വഴിയേ തന്നെ പാട്ടിന്റെ താളവും പിടിച്ചാണ് വരുന്നത്. വന്ന ഉടനെ സുലോചനയുടെ അടുത്തിരുന്ന ശേഷം അതിൽ വരുത്തേണ്ട ഭേദഗതികൾ ഉടൻതന്നെ പറഞ്ഞുകൊടുക്കും.

ഒരു ദിവസം ജ്യേഷ്ഠൻ പഠിച്ച മഹാരാജാസ് സംസ്കൃതപാഠശാലയിൽ പാടുവാൻവേണ്ടി സുലോചനയെ ക്ഷണിച്ചു, പാഠശാലയുടെ വാർഷികമായിരുന്നു. പാഠശാലയിലെ വിദ്യാർത്ഥികൾക്കും അദ്ധ്യാപകർക്കും കൃഷ്ണൻകുട്ടിയുടെ സഹോദരി പാട്ടുകാരിയാണെന്നറിഞ്ഞപ്പോൾ വല്ലാത്ത സന്തോഷമായിരുന്നു. തിരുവനന്തപുരം തെക്കേതെരുവിലുള്ള സംസ്കൃതപാഠശാലയുടെ വാർഷികത്തിന് ഗുരുനാഥന്റെ അനുഗ്രഹപ്രകാരം സുലോചന പാടാൻ തീരുമാനിച്ചു. ജീവിതത്തിലെ ആദ്യ അരങ്ങേറ്റമായിരുന്നു അത്.

ശ്രുതിപ്പെട്ടിയും പുസ്തകങ്ങളും അനുബന്ധ സാമഗ്രികളുമായി സുലോചന പുറത്തേക്കിറങ്ങി. സഹായിക്കാനും കൂടെ വരാനുമായി ജ്യേഷ്ഠന്റെ കൂട്ടുകാർ കൂടെയുണ്ട്. ചേച്ചി രാവിലെ കോർത്ത പിച്ചിപ്പൂമാല മുടിയിൽ ചാർത്തി. അച്ഛനും അമ്മയും എല്ലാവരുംകൂടി ഒന്നിച്ചായിരുന്നു അന്ന് വീട്ടിൽ നിന്നിറങ്ങിയത്. അങ്ങനെ എല്ലാവരുംകൂടി സംസ്കൃതപാഠശാലയിൽ എത്തി. നല്ല തിരക്കായിരുന്നു. ജ്യേഷ്ഠന്റെ പ്രായത്തിലുള്ള കുറേ ആൾക്കാർ വലിയൊരു ജനാവലിയായി മാറിയിരിക്കുന്നു. വേദിയിൽ ഇപ്പോൾ വാർഷികാഘോഷച്ചടങ്ങുകളാണ് നടന്നുകൊണ്ടിരിക്കുന്നത്. ഇടയ്ക്കിടെ സുലോചനയുടെ പാട്ടുകച്ചേരിയുണ്ടായിരിക്കുന്നതാണെന്ന അനൗൺസ്മെന്റ് മൈക്കിലൂടെ വന്ന് സദസ്സിനെ ഓർമ്മപ്പെടുത്തിക്കൊണ്ടിരിക്കുന്നു. ഇനിയും ധാരാളം പേർ പ്രസംഗിക്കാനുണ്ട്. സുലോചനയും ജ്യേഷ്ഠനും കൂട്ടുകാരും വേദിയുടെ മുന്നിൽത്തന്നെ ഇരിപ്പാണ്, ഊഴവും കാത്ത്. നിമിഷങ്ങൾ അടർന്നുവീണുകൊണ്ടിരിക്കുന്നു. ഒടുക്കം എല്ലാവരുടെയും ആകാംക്ഷ അവസാനിപ്പിച്ചുകൊണ്ട് മൈക്കിൽനിന്ന് അനൗൺസ്മെന്റ് വന്നു. 'അടുത്തത് കുമാരി സുലോചന അവതരിപ്പിക്കുന്ന പാട്ടുകച്ചേരിയാണ്. സുലോചനയെയും പാർട്ടിയെയും വേദിയിലേക്ക് ഹാർദ്ദമായി ക്ഷണിച്ചുകൊള്ളുന്നു.'

നിറഞ്ഞ കൈയടികൾക്കിടയിലൂടെ ആദ്യ അരങ്ങിലേക്ക് സുലോചന കയറി ഇരുന്നു. കണ്ണെഴുതി പൊട്ടുതൊട്ടിരിക്കുന്ന സരസ്വതീ ദേവിയെപ്പോലെയുണ്ട്. സുലോചന ആലാപനം തുടങ്ങി. ആ ശബ്ദത്തിന്റെ ഓരോ അലകളും ശ്രവണപുടങ്ങളിൽ ഒന്നൊന്നായി അലയടിച്ചുയർന്നപ്പോൾ പെട്ടെന്ന് ജനാവലി നിശ്ശബ്ദമായിപ്പോയി.

ജ്യേഷ്ഠന്റെ നിർബ്ബന്ധപ്രകാരം കുട്ടികളുടെ മുന്നിൽ രണ്ടുമൂന്നു സിനിമാഗാനങ്ങളും പാടി. അതുകഴിഞ്ഞ് ഹെഡ്മാസ്റ്റർ ഹാരവും ബൊക്കെയും ഒക്കെ കൊടുത്തു. ജ്യേഷ്ഠന്റെ കൂട്ടുകാർ മുന്തിരിയും ഓറഞ്ചും കൊടുത്തു.

പിറ്റേന്ന് *മലയാളി* ദിനപത്രത്തിൽ വാർത്തയും വന്നു. മാവേലിക്കര സുലോചനയുടെ കച്ചേരിയും ഉണ്ടായിരുന്നു എന്ന വാർത്ത. വീട്ടിൽ ആ വാർത്ത വായിച്ച് എല്ലാവരും ചിരിച്ചു.

അച്ഛനും വല്യച്ഛനും കഥകളിസംഗീത തല്പരർ ആയിരുന്നു. മാവേലിക്കരയിലുള്ള കാലത്ത് പല സ്ഥലങ്ങളിലും ഇരുവരും കഥകളി കാണാൻ പോകാറുണ്ട്. മാവേലിക്കര വീടിനടുത്തുള്ള ശ്രീകൃഷ്ണ സ്വാമിക്ഷേത്രത്തിൽ ഉത്സവത്തോടനുബന്ധിച്ച് കഥകളിയുണ്ടാകും. ഏവൂരും കണ്ടിയൂരും അയൽ ഗ്രാമങ്ങളിലുമായി നടന്ന ഉത്സവരാത്രികൾ ഇരുവർക്കും ഓർത്തെടുക്കാനുണ്ട്. അതിലുപരി സംഗീതത്തിനും ചിത്രകലയ്ക്കും സവിശേഷപ്രാധാന്യം കൊടുത്തിരുന്ന ഒരു കുടുംബമായിരുന്നു അവരുടേത്.

ചിലങ്കയിൽ കുടിയിരുന്ന കണ്ണീർമുത്തുകൾ

കലാസ്വാദകനായ ഒരു മനുഷ്യന്റെ അഭിനിവേശങ്ങൾ റിട്ടയർ പൊലീസ് കോൺസ്റ്റബിൾ കുഞ്ഞൂഞ്ഞിന്റെ ഉള്ളിലുമുണ്ടായിരുന്നു. ജീവിതപ്രാരാബ്ധങ്ങൾക്കിടയിൽ എങ്ങനെയോ ഒരു സർക്കാർ ജോലി കിട്ടി. ഓരോ ദിവസവും ഭാരങ്ങൾ ഓരോന്നായി ഇറക്കിവെച്ച് ജീവിതപ്പോർക്കളത്തിൽ പോരാളിയായിത്തളർന്നു വീഴുകയായിരുന്നു. ഒരോ ദിവസങ്ങളെയും മാസങ്ങളെയും വർഷങ്ങളെയും മറികടന്നുപോയ പരക്കം പാച്ചിൽ. അതാണല്ലോ ഒരു പൊലീസുകാരന്റെ ജീവിതം! ഓരോ ദിവസവും വ്യത്യസ്തമായ ഓരോ അനുഭവപരിസരമായിരിക്കും അയാൾക്കുണ്ടാകുക. അവസാനം ഒരു മാറാരോഗിയായിത്തീർന്നപ്പോഴാണ് എന്താണിതുവരെ കഴിഞ്ഞുപോയതെന്നും യാഥാർത്ഥ്യമെന്തായിരുന്നുവെന്നും അയാൾക്ക് മനസ്സിലായിത്തുടങ്ങിയത്. അയാൾക്കിപ്പോൾ ജീവിതത്തിലെ ഏക ആശ്വാസം സുലോചനയെ ഒരു പാട്ടുകാരിയാക്കാൻ സാധിക്കുന്നു എന്നതാണ്. അവളെ ലോകം അറിയപ്പെടുന്ന ഒരു കലാകാരിയാക്കുവാൻ അയാളിപ്പോൾ ആഗ്രഹിച്ചുകൊണ്ടിരിക്കുന്നു. എന്നും രാവിലെ മകളുടെ പാട്ടുകേട്ട് അയാൾ അവിടെത്തന്നെ ഇരിക്കും. തണുപ്പുകാലമായാൽ കാലിന് നല്ലപോലെ വേദന വരും. ഒരു ചുവടുപോലും വെയ്ക്കാനാവാത്ത പുളയൽ.

ഒരു ദിവസം മുറ്റത്തേക്ക് കാലെടുത്തുവെച്ചപ്പോൾ, അകത്തെ മുറിയിൽനിന്ന് കേട്ടത് ഒരു ചിലങ്കയുടെ ശബ്ദമാണ്. പഴയ പെട്ടിയിൽ സൂക്ഷിച്ച രണ്ടു ചിലങ്കകളായിരുന്നു അത്. റേഡിയോയിൽ നിന്നു വരുന്ന ഒരു ഗാനംകേട്ട് സുലോചന നൃത്തംചെയ്യുന്നു. ആ നൃത്തം നോക്കി അറിയാതെ അയാൾ നിന്നുപോയി. ജീവിതത്തിൽ ഇന്നേവരെ ആസ്വദിച്ചിട്ടുള്ളതിൽ വെച്ചേറ്റവും സുന്ദരമായ നൃത്തച്ചുവടുകളായിരുന്നു അവിടെ അയാൾ കണ്ടത്. കുഞ്ഞൂഞ്ഞിന്റെ കാലിന്റെ വേദന അപ്പോൾ എവിടെയോ പോയി. നൃത്തത്തിന്നവസാനം സുലോചനയെ വിളിച്ച്, കെട്ടിപ്പിടിച്ച് കവിളിൽ ഒരു മുത്തം കൊടുത്തു. 'ഹെന്റെ മോളേ..' എന്നു വിളിച്ച് കരഞ്ഞു. ആനന്ദത്തിന്റെ പരിസമാപ്തിയിൽ വീണ അശ്രുകണങ്ങൾക്കിടയിലൂടെ അയാൾ മകളെ ഒന്നുകൂടി ചേർത്തുപിടിച്ചു.

കുഞ്ഞൂഞ്ഞിന് മകളെ നൃത്തം പഠിപ്പിക്കാൻ വിടണമെന്ന മോഹമായിരുന്നു പിന്നീടുണ്ടായിരുന്നത്. ഈ കാര്യം വീട്ടിൽ എല്ലാവരോടുമായി ആരാഞ്ഞു. അമ്മയ്ക്കും ചേച്ചി സരസ്വതിക്കും ജ്യേഷ്ഠൻ കൃഷ്ണൻ കുട്ടിക്കും ഒരുപോലെ താല്പര്യമായിരുന്നു, നൃത്തത്തിനു കൂടി സുലോചനയെ അയയ്ക്കണം എന്നുള്ളത്. അങ്ങനെ അതിന്റെ അന്വേഷണം ആരംഭിച്ചു. അപ്പോഴാണ് പണ്ട് നാടകത്തിൽ അഭിനയിച്ചുകൊണ്ടിരുന്ന കെ ജി ദേവകിയമ്മയെപ്പറ്റി ഓർമ്മ വന്നത്. ദേവകിയമ്മ അവരുടെ ഒരു അകന്നബന്ധുവാണ്. നാടകത്തിൽ അഭിനയിക്കുന്നതിനിടെ കലാനിലയം കൃഷ്ണൻനായരുമായി പ്രണയത്തിലാവുകയും വിവാഹിതരാവുകയും ചെയ്തു. ദേവകിയമ്മ അഭിനയം നിർത്തിയെങ്കിലും കലാനിലയം കൃഷ്ണൻനായർ തന്റെ കലാവിഷ്കാരങ്ങളൊന്നും തന്നെ നിർത്തിയില്ല. അങ്ങനെയാണ് അദ്ദേഹത്തിന് സ്വന്തമായി നൃത്തവിദ്യാലയമുണ്ടെന്ന് അറിയാൻ കഴിഞ്ഞത്.

തിരുവനന്തപുരത്തെ വീട്ടിൽനിന്ന് നടന്നാൽ കലാനിലയം കൃഷ്ണൻ നായരുടെ വീട്ടിലെത്താം. 1930 കളിൽ തിരുവനന്തപുരത്ത് കലാനിലയം നടനസഭ എന്ന ഒരു നാടകവേദി കൃഷ്ണൻ നായർ സ്വന്തമായി തുടങ്ങി. *ലാവണ്യലഹരി, ദേവത, പ്രേമവൈചിത്ര്യം* എന്നിവ അക്കാലത്തെ നാടകങ്ങളാണ്. നാടകത്തിൽ അഭിനയിക്കാൻ വന്ന നടിയാണ്, നെടുമങ്ങാട് ഉളിയന്നൂർക്കാരി കെ ജി ദേവകിയമ്മ. പാട്ടുകാരുടെയും പ്രഗത്ഭമതികളായ സംഗീതജ്ഞരുടെയും കുടുംബത്തിലായിരുന്നു ദേവകിയമ്മ ജനിച്ചത്. പ്രണയം മൊട്ടിടുകയും അത് വിവാഹത്തിൽ കലാശിക്കുകയും ചെയ്തു. ജാതിപ്രശ്നങ്ങൾ കൊടികുത്തിവാണ ആ കാലം വിവാഹം സാമുദായികസംഘർഷത്തിലേക്ക് വഴിയൊരുക്കി. ശക്തമായ പ്രണയം പ്രതിബന്ധങ്ങളെ തരണംചെയ്ത് മുന്നോട്ടുതന്നെ പോയി. ഇതിനിടയിൽ അഭിനയജീവിതത്തോട് വിടപറയേണ്ടി വന്നു, കെ ജി ദേവകിയമ്മയ്ക്ക്.

ദേവകിയമ്മ പിന്നീട് തിരുവിതാംകൂർ റേഡിയോ നാടകങ്ങളിൽ പങ്കാളിയായി. അഭിനയം ശബ്ദതരംഗങ്ങളായി അങ്ങനെ തുടരുകയായിരുന്നു. 1950 ൽ തിരുവിതാംകൂർ റേഡിയോ നിലയം പാളയത്ത് ഇപ്പോൾ

സ്ഥിതിചെയ്യുന്ന എം എൽ എ ഹോസ്റ്റൽ ഇരിക്കുന്ന സ്ഥലത്തുനിന്നും ആൾ ഇന്ത്യാ റേഡിയോനിലയം എന്ന പേരിൽ വഴുതക്കാട്ടേക്ക് മാറ്റി. അപ്പോൾ ദേവകിയമ്മ റേഡിയോ ആർട്ടിസ്റ്റായി ജോലിയിൽ പ്രവേശിച്ചു. എന്നാൽ, കലാനിലയം കൃഷ്ണൻനായർ നാടകവേദി തുടർന്നുകൊണ്ടുപോവുകയും അതിനൊപ്പം ഒരു നൃത്തവിദ്യാലയം നടത്തുകയും ചെയ്തു.

വഞ്ചിയൂരായിരുന്നു നൃത്തവിദ്യാലയം.

അച്ഛനും അമ്മയും സുലോചനയും കൂടിയാണ് കലാനിലയം കൃഷ്ണൻനായരുടെ വീട്ടിൽ എത്തിയത്. അവർ ആഗമനോദ്ദേശ്യം അറിയിച്ചു. ദേവകിയമ്മ അകത്തുനിന്ന് വന്നു. പരിചയവും ബന്ധവും പുതുക്കി സംസാരിച്ചു. “ഞങ്ങൾ ബന്ധുക്കളാണ് കേട്ടോ,” സുലോചനയുടെ കൈ പിടിച്ചുകൊണ്ട് കൃഷ്ണൻനായരോടായി ദേവകിഅമ്മ പറഞ്ഞു. മാവേലിക്കര കുടുംബവും പടിഞ്ഞാറ്റുകര കുടുംബവും വലിയ വലിയ കലാകാരന്മാരെ സൃഷ്ടിച്ച കുടുംബങ്ങളാണ്.

സംഗീതം ജീവവായുവായി പരിണമിച്ച ഒരു സ്ഥലമായിരുന്നല്ലോ അത്. മാവേലിക്കരയും തിരുവനന്തപുരവും തമ്മിലുള്ള നൂറ്റാണ്ടുകൾ നീണ്ട ചരിത്രവീഥികളിൽ നിറയെ അതിന്റെ അനുരണനങ്ങൾ കാണാം. നടനവിദ്യാലയത്തിലെ അന്നത്തെ നൃത്താദ്ധ്യാപകൻ നാണുക്കുട്ടൻ നായർ ആയിരുന്നു.

അങ്ങനെ പാട്ടും നൃത്തവുമായി പുത്തൻചന്തയിലെ ഉച്ചി മഹാളിയമ്മൻ കോവിലിനടുത്തുള്ള ആ ഇരുനില വീട് പൂത്തു തളിർത്തു. മുറ്റം കടന്നുപോകുന്ന ആരോഹണാവരോഹണ സ്വരങ്ങൾ, പ്രഭാതം മുതൽ പ്രദോഷം വരെ നീണ്ട ചിലങ്കയുടെ കാൽത്തളനാദം. നൃത്തപഠനം ഏറക്കുറെ മുന്നോട്ടു നീങ്ങിയപ്പോൾ അരങ്ങേറ്റവും നടത്തി.

കുറെക്കാലം കൂടികഴിഞ്ഞപ്പോൾ കൃഷ്ണൻനായർ തന്റെ നാടകവേദിയുടെ പ്രവർത്തനം കുറച്ചുകൂടി ശക്തിപ്പെടുത്തുവാൻ ശ്രമിച്ചു. അതിന്റെ ഭാഗമായി വഞ്ചിയൂർ പ്രവർത്തിച്ചുകൊണ്ടിരുന്ന നൃത്തവിദ്യാലയം നിർത്തി. ഇത് സുലോചനയെ സംബന്ധിച്ച് വളരെയധികം മാനസികവിഷമമുണ്ടാക്കി. ഇതു മനസ്സിലാക്കിയ അച്ഛൻ, ശങ്കരൻകുട്ടി നായർ എന്ന മറ്റൊരു നൃത്താദ്ധ്യാപകനെ അവൾക്കായി കണ്ടുപിടിച്ചു.

നൃത്തത്തിൽനിന്ന് നാടകത്തിലേക്ക്

അക്കാലത്ത് അധികവും നൃത്തനാടകങ്ങളായിരുന്നു അരങ്ങേറിയിരുന്നത്. കൂടാതെ സംഗീതത്തിനു പ്രാധാന്യമുള്ള രംഗാവിഷ്കാരങ്ങളും. കഥയുടെ ഇടയിൽ പാട്ടുകൾ കോർത്തിണക്കി കഥാഗതിയെ തന്നെ നിയന്ത്രിക്കുന്നതരത്തിൽ നിർണ്ണായകസ്വാധീനം ഉറപ്പാക്കുകയായിരുന്നു സംഗീതം ചെയ്തത്. സംഭാഷണശകലങ്ങൾ കഴിഞ്ഞാലുടനെ പാട്ടുകളായി. ഭാഗവതരും പാട്ടുകാരും അഭിനേതാക്കളും നർത്തകരും ചേർന്നുപോകുന്ന ഒരു രംഗാവിഷ്കാരമായിരുന്നു അത്. കഥയുടെ

ഓരോ പരിണാമബിന്ദുക്കളിലും പാട്ടുകൾ, അതിങ്ങനെ തുടർന്നുപോകുകയാണ് പതിവ്.

നാടകപ്രവർത്തനം കുറച്ചുകൂടി ഊർജ്ജിതമാക്കുവാൻ കൃഷ്ണൻ നായർ ശ്രമിച്ചുകൊണ്ടിരുന്നു. അതിനായുള്ള അന്വേഷണങ്ങളും തയ്യാറെടുപ്പുകളും തുടർന്നു. *ഭഗ്നഭവനം* എന്നൊരു നാടകമെഴുതി പ്രൊഫസർ എൻ കൃഷ്ണപിള്ള ശ്രദ്ധേയനായിക്കൊണ്ടിരുന്ന ഒരു കാലമായിരുന്നു അത്. നാടകത്തെ ഗൗരവതരമായ ഒരു കലാവിഷ്കാരമായി കാണുവാൻ പി കേശവദേവിനും പൊൻകുന്നം വർക്കിക്കും സാധിച്ചിരുന്നു. അവർ സാമൂഹ്യപരിവർത്തനത്തിനുള്ള ശക്തമായ ഒരു മാധ്യമമായി കലാസാഹിത്യപരിശ്രമങ്ങളെ കണ്ടു. അക്കാലത്തും സാധാരണ ജനങ്ങൾ കൂടുതലായും കാണുവാൻ ഇഷ്ടപ്പെട്ടിരുന്നത് കുടുംബകലഹങ്ങളും സമകാലിക സാമൂഹ്യപ്രശ്നങ്ങളുമായിരുന്നു. അതിനാൽ ആളുകളെ ആകർഷിക്കുന്നതിനുള്ള സർവ്വവിധ ചേരുവകളും നിറഞ്ഞുനില്ക്കുന്ന അവതരണങ്ങളാണ് കൃഷ്ണൻ നായർ സ്വീകരിച്ചത്. കേരള ബർണാഡ് ഷാ എന്നറിയപ്പെട്ട മുൻഷി പരമുപിള്ളയുടെ നാടകത്തിന് വലിയതോതിൽ ആസ്വാദകരുണ്ടായിരുന്നു. സാധാരണക്കാരുടെ അനുദിന ജീവിതവ്യാപാരങ്ങളാണതിൽ വിശകലനം ചെയ്തിരുന്നത്.

കൃഷ്ണൻ നായർ ആദ്യനാടകം എഴുതുവാൻ മുൻഷി പരമുപിള്ളയെത്തന്നെ ഏല്പിച്ചു. അക്കാലത്ത് നാടകം എഴുതാനിരിക്കുന്നതിനേക്കാൾ പ്രയാസം നാടകനടികളെ കിട്ടുക എന്നുള്ളതായിരുന്നു. അതിനാൽ നടികളായി വേഷമിടുന്നത് മിക്കവാറും പുരുഷന്മാരാണ്. അക്കാലത്ത് സ്ത്രീവേഷങ്ങൾ കെട്ടി പ്രശസ്തരായ നടന്മാരാണ് ഓച്ചിറ വേലുക്കുട്ടിയും തുമ്പമൺ പത്മനാഭൻ കുട്ടിയും. എന്നാൽ കാലം കഴിഞ്ഞപ്പോൾ സ്ത്രീ അഭിനേതാക്കളുണ്ടായി. എന്നാൽ അവരെപ്പറ്റി പരക്കെ പരദൂഷണവും അപഖ്യാതികളും പറഞ്ഞ് പ്രചരിപ്പിച്ചിരുന്നതിനാൽ യോഗ്യരായ സ്ത്രീജനങ്ങൾ വന്നിരുന്നില്ല. എന്നാൽ ധൈര്യപൂർവ്വം ഈ രംഗത്തേക്ക് കടന്നുവന്ന തങ്കം വാസുദേവൻ നായർ, അവരുടെ ചേച്ചി ആറന്മുള പൊന്നമ്മ, കെ ജി ദേവകിയമ്മ, കൊടുങ്ങല്ലൂർ അമ്മിണിയമ്മ, അമ്പലപ്പുഴ രാജം, അമ്പലപ്പുഴ മീനാക്ഷി, ഓമല്ലൂർ ചെല്ലമ്മ, സീതാലക്ഷ്മി, മേരി എഡ്ഡി, ഇങ്ങനെ ഒരു നീണ്ടനിര പിന്നീടുണ്ടായി. എങ്കിലും നടികളോടുള്ള പൊതുസമൂഹത്തിന്റെ പഴയ മനോഭാവം അപ്പോഴും നിലനിന്നുപോരുന്നുണ്ടായിരുന്നു.

കലാനിലയം കൃഷ്ണൻനായരും ടി കെ വാസുദേവനും കലാനിലയം നാടകവേദി വികസിപ്പിക്കുവാനായി പോയതില്പിന്നെ ഇപ്പോഴാണ് നേരിൽ കാണുന്നത്. നാടകവേദിയിൽ കാലോചിതമായ പരിഷ്കരണങ്ങൾ നടന്നുകൊണ്ടിരുന്ന ഒരു കാലംകൂടിയായിരുന്നു അത്. മുപ്പതുകൾ കഴിഞ്ഞ് നാല്പതുകൾ എത്തിയപ്പോൾ ഭാഗവതരുടെ സ്ഥാനം പതുക്കെ അസ്തമിച്ചു കഴിഞ്ഞിരുന്നു. സാമൂഹിക പ്രശ്നങ്ങളും വൈയക്തികാനുഭവങ്ങളും കൂടുതൽ സ്വീകാര്യമായിക്കൊണ്ടിരുന്നു.

കലാനിലയം കൃഷ്ണൻനായരുടെ മനസ്സിൽ സുലോചനയുടെ ചിത്രം തെളിഞ്ഞു. അതുപ്രകാരം ടി കെ വാസുദേവനുമായി സുലോചനയുടെ ഉച്ചിമഹാളിയമ്മൻ കോവിലിനടുത്തുള്ള വീട്ടിലെത്തി.

വീട്ടിൽ അച്ഛനുണ്ടായിരുന്നു. അവർ പൂമുഖത്തേക്ക് കയറി. നാളുകളേറെക്കഴിഞ്ഞാണ് കലാനിലയം കൃഷ്ണൻനായരെ അച്ഛനും സുലോചനയും കാണുന്നത്. അച്ഛൻ അവരെ സ്വീകരിച്ചിരുത്തി. പുതിയ നാടകപ്രവർത്തനങ്ങളുടെ കാര്യമെല്ലാം അച്ഛനോട് പറഞ്ഞു. കൂട്ടത്തിൽ ഒരു കാര്യം കൂടി പറഞ്ഞു, അവർ പുതുതായി തുടങ്ങാനിരിക്കുന്ന നാടകത്തിൽ ഒരു വേഷം ചെയ്യാനും അതോടൊപ്പം അവരുടെ നാടകസംഘത്തിൽ ചേരാനുമുള്ള ക്ഷണമായിരുന്നു അത്. അച്ഛന് അത് കേട്ടപാതി കേൾക്കാത്ത പാതി വിഷമമാണ് ഉണ്ടായത്. തന്റെ മകൾ ഒരു നാടകനടിയായി മാറാൻ പോകുന്നു എന്നു കേട്ടപ്പോൾ മനസ്സ് മടുക്കുകയായിരുന്നു. അവരുടെ ചോദ്യങ്ങൾക്ക് മുൻപിൽ അച്ഛന് മറുപടി ഒന്നുമുണ്ടായിരുന്നില്ല. അല്പനേരം കൂടി അവിടെ ഇരുന്നശേഷം ഇരുവരും ആ വീട്ടിൽ നിന്നുമിറങ്ങി. അവർ നടന്നു പോകുന്നതുനോക്കി അച്ഛനും സുലോചനയും നിന്നു.

പിറ്റേദിവസം അതാ വല്ല്യച്ഛനെയും കൂട്ടി കലാനിലയം കൃഷ്ണൻ നായർ കടന്നുവരുന്നു.

വല്ല്യച്ഛനും കൃഷ്ണൻനായരും അച്ഛനും പൂമുഖത്ത് ഇരിക്കുകയാണ്. കൃഷ്ണൻനായരും ദേവകിഅമ്മയുമൊക്കെയായുള്ള ബന്ധവും പരിചയവുമൊക്കെ വല്യച്ഛൻ അച്ഛനോട് പറഞ്ഞു. ഒരു നാടകവേദി കുറച്ചുകൂടി വികസിപ്പിച്ച് നടത്താനുള്ള ഉദ്യമത്തിലാണെന്നും അനുയോജ്യയായ ഒരു അഭിനേതാവിനെ കിട്ടിയില്ലെന്നും സംഗീതത്തിനും നൃത്തത്തിനും പ്രാധാന്യമുള്ള ഒരു വേഷമാണെന്നും പറഞ്ഞു. സുലോചനയെ ഈ നാടകവേദിയിലേക്ക് അഭിനയിക്കാൻ അയച്ചാൽ അത് കൃഷ്ണൻനായർക്ക് ഒരു ഉപകാരമായിരിക്കും എന്നുകൂടി വല്ല്യച്ഛൻ അച്ഛനോട് അഭ്യർത്ഥിച്ചു. അച്ഛന്റെ മുഖം താണു. ഒന്നും മിണ്ടിയില്ല. വാതിലിനു പിറകിൽ നില്ക്കുകയായിരുന്ന സുലോചനയെ നോക്കി. കുറച്ചുകഴിഞ്ഞില്ല, കൃഷ്ണൻനായർ നൂറു രൂപയെടുത്ത് അച്ഛന്റെ കൈയിൽ കൊടുത്തു. ആദ്യമായി അച്ഛൻ ആ നൂറുരൂപയിലേക്ക് നോക്കി.

വിറയ്ക്കുന്ന കൈകളിലിരുന്ന ആ നൂറുരൂപയിൽ അച്ഛന്റെ കണ്ണീർത്തുള്ളിയായിരുന്നു ആദ്യം വീണത്. അതുകണ്ട് സുലോചനയും കരഞ്ഞു.

അപ്പോൾത്തന്നെ ആ കാശ് അച്ഛൻ വല്യച്ഛന്റെ കൈകളിൽ കൊടുക്കുകയാണുണ്ടായത്.

അങ്ങനെ സുലോചന ആദ്യമായി ഒരു നടിയും ഗായികയുമായി ചിറയിൻകീഴ് ജനകീയ കലാസമിതിയിൽ ചേർന്നു. നാടകത്തിന്റെ പേര് *രഹസ്യങ്ങൾ*. തികച്ചും പ്രൊഫഷണൽ നാടകങ്ങളുടെ അക്കാലത്തെ എല്ലാവിധ ചേരുവകളും ഒത്തിണങ്ങിയ ഒരു നാടകമായിരുന്നു അത്.

*രഹസ്യ*ങ്ങളുടെ റിഹേഴ്സൽ ആരംഭിച്ചു. ആദ്യമായാണ് ഒരു നാടകത്തിന്റെ റിഹേഴ്സൽക്യാമ്പിലേക്ക് പോകുന്നത്. കൂടെ അച്ഛനുമുണ്ട്. തലേന്ന് വല്യച്ഛനോടൊപ്പം കൃഷ്ണൻനായർ വന്ന് ക്ഷണിച്ചതിനാൽ അച്ഛന് അങ്ങോട്ട് മകളെ കൊണ്ടുചെല്ലാതിരിക്കാനായില്ല. മനസ്സില്ലാമനസ്സോടെയാണ് അയാൾ മകളെയുംകൊണ്ട് പോകാൻ ഇറങ്ങിയത്. വാതില്ക്കലോളം അമ്മയും ജ്യേഷ്ഠനും അനിയനും വന്നുനിന്നു. അവരുടെ സുലോചന ഇതാ ഒരു നാടകനടി കൂടിയാകാൻ പോകുന്നു. പാട്ടുകാരിയായി. നർത്തകിയായി. ഇപ്പോൾ ഇതാ ഒരു നാടകനടിയുമായിരിക്കുന്നു. കൃഷ്ണൻകുട്ടിക്ക് അതിൽ വളരെയേറെ അഭിമാനമുണ്ടായി. അയാൾ എന്നും സംസ്കൃതകലാലയത്തിലെ സുഹൃത്തുക്കളോട് സുലോചനയെപ്പറ്റി പറയുമായിരുന്നു.

റിഹേഴ്സൽ ക്യാമ്പ് വളരെ നേരത്തെതന്നെ തുടങ്ങിയിരുന്നു. എല്ലാവരും അഭിനയിക്കാനുള്ള ഭാഗങ്ങൾ പരസ്പരം ചർച്ചചെയ്തുകൊണ്ടിരിക്കുമ്പോളാണ് സുലോചനയും കുഞ്ഞൂഞ്ഞും അവിടേക്ക് എത്തുന്നത്. ആദ്യമായി ഒരു അപരിചിതസ്ഥലത്തേക്കെത്തിയതിന്റെ വീർപ്പുമുട്ടൽ ഇരുവർക്കുമുണ്ടായി. കൃഷ്ണൻനായർ അവരെ സമാധാനിപ്പിച്ചു. അവിടെ അപ്പോൾ സമിതിയിലെ എല്ലാവരുമുണ്ടായിരുന്നു. നാടകത്തിലെ നായിക അടൂർ പങ്കജമായിരുന്നു. സുലോചനയുടേത് ഒട്ടും പ്രാധാന്യം കുറവില്ലാത്ത ഒരു സ്ത്രീ കഥാപാത്രം. സഹനായികയാണ്. നായികയുടെ അനിയത്തി. നാടകത്തിലെ പാട്ടുകൾ ചിട്ടപ്പെടുത്തിയത് വാസുദേവന്റെ മകളായിരുന്ന ഓമനയായിരുന്നു. അന്നത്തെ പാട്ടുകൾ ഹിന്ദി, തമിഴ് സിനിമാഗാനങ്ങളുടെ പാരഡികളായിരുന്നു. അവയുടെ ഈണം കടമെടുത്ത് മലയാളത്തിലേക്ക് മൊഴിമാറ്റിയെഴുതിയ കുറെ പദാവലികൾ മാത്രമായിരുന്നു അതെല്ലാം എന്നുതോന്നും. നാടകത്തിലെ നായകനായി വന്നത് ചിറയിൻകീഴുകാരനായ ഒരു പണക്കാരൻ ഷാഹുൽ ഹമീദിന്റെ മകൻ അബ്ദുൾ വഹാബാണ്.

സുലോചനയുടെയും അച്ഛന്റെയും അപരിചിതത്വം കണ്ട് അടൂർ പങ്കജം അവരെ ആശ്വസിപ്പിച്ചു. ഞാൻ സഹായിക്കാം എന്നുപറഞ്ഞ് അഭിനയിക്കേണ്ട ഒരോരോ രംഗങ്ങൾ കൂടെനിന്ന് പറഞ്ഞുകൊടുത്തു. തിരുവനന്തപുരത്തെ അക്കാലത്തെ നാടകകലാകാരന്മാർ, ആസ്വാദകർ തുടങ്ങിയവർ റിഹേഴ്സൽ കാണാനായി അവിടെയെത്തും. എന്നിട്ട് അവരവരുടെ അഭിപ്രായപ്രകടനങ്ങൾ നടത്തും. എന്നാൽ ആത്യന്തികമായ തീരുമാനങ്ങൾ കലാനിലയം കൃഷ്ണൻനായരുടേതാവും.

അക്കാലത്ത് മുൻഷി പരമുപിള്ളയുടെ നാടകങ്ങൾക്ക് വളരെയധികം പ്രചാരമുണ്ടായിരുന്നു. നിരവധി നാടകങ്ങളാണ് അക്കാലത്ത് അദ്ദേഹത്തിന്റെ തൂലികയിലൂടെ വാർന്നുവീണത്. *ആറടി മണ്ണ്, തിരിച്ചടി, കള്ളൻ ഞാനാ* എന്നിവ ഉദാഹരണങ്ങൾ. അദ്ധ്യാപകവൃത്തിക്കിടയിലും എഴുത്തിനും നാടകത്തിനും അദ്ദേഹം പ്രാധാന്യം കണ്ടെത്തിയിരുന്നു. പല സിനിമകൾക്കും അദ്ദേഹം തിരക്കഥ എഴുതിയിട്ടുണ്ട്. *വനമാല,*

കാഞ്ചന, തസ്കരവീരൻ എന്നീ സിനിമകളുടെ കഥയും തിരക്കഥയും അദ്ദേഹത്തിന്റേതാണ്. മുൻഷിയുടെ ജനപ്രിയ നാടകങ്ങളിലൊന്നായ സുപ്രഭയുടെ തമിഴ് ചലച്ചിത്രാവിഷ്കാരമായിരുന്നു *മണമകൾ*. അതൊരു സൂപ്പർഹിറ്റ് സിനിമയാവുകയായിരുന്നു. അതിന്റെ കഥ മുൻഷിയും തിരക്കഥ കരുണാനിധിയുമാണ്. കൂടാതെ *പ്രസന്നകേരളം, നവസരസൻ, ജ്വാല* എന്നീ മാസികകളുടെ പത്രാധിപരും. ഉത്തരവാദിത്വഭരണകാലത്ത് സർ സി പിയെ വിമർശിച്ചുകൊണ്ടെഴുതിയ അദ്ദേഹത്തിന്റെ പ്രസിദ്ധീകരണങ്ങൾ പലതവണ കണ്ടുകെട്ടി. ഓരോ തവണയും പിടിക്കപ്പെടുമ്പോൾ ഓരോ പുതിയ മാസികകൾ ഓരോ ലക്കമായി ഇറക്കിക്കൊണ്ടിരുന്നു.

ആദ്യം ബുക്കുചെയ്ത സ്ഥലത്തല്ല *രഹസ്യങ്ങൾ* നാടകം അരങ്ങേറിയത്. ആദ്യ ബുക്കിങ് നടന്നില്ല. അതിനാൽ അരങ്ങേറ്റം ചിറയിൻകീഴ് നടത്താമെന്ന് പ്രേംനവാസിന്റെ അച്ഛൻ ഷാനവാസ് പറഞ്ഞതുപ്രകാരം നാടകം ചിറയിൻകീഴുവെച്ച് അരങ്ങേറി. നാടകം വൻപരാജയമായി അവശേഷിച്ചു. നാടകത്തിലെ പാട്ടുകളല്ലാതെ അഭിനയമുഹൂർത്തങ്ങളൊന്നും തന്നെ അഭിനയിച്ചു ഫലിപ്പിക്കാൻ സുലോചനയ്ക്കായില്ല. തന്നെയുമല്ല, നാടകത്തിൽ അഭിനയിക്കാൻവേണ്ട ശിക്ഷണമൊന്നും എവിടെനിന്നും ലഭിച്ചിരുന്നുമില്ല. പാടാനും നൃത്തം ചെയ്യാനും മാത്രമറിയാം. സുലോചനയുടെ കാര്യംപോലെതന്നെ പ്രേംനവാസിന്റെ അവസ്ഥയും ഏതാണ്ടതുപോലെതന്നെയായിരുന്നു. അങ്ങനെ ഉദ്ഘാടനവും സമാപനവും ആദ്യനാടകത്തിന്റെ ഒരേ വേദിയിൽ വെച്ചായി.

വാനൊലിയിൽ ആദ്യസ്വരം

അഭിനയത്തിന്റെ ബാലപാഠങ്ങൾ അറിയാതെയാണ് *രഹസ്യ*ങ്ങളിൽ അഭിനയിച്ചിരുന്നത്. സ്റ്റേജിന്റെ സാങ്കേതിക സന്നാഹങ്ങളും പരിചിതമായിരുന്നില്ല. സംഭാഷണങ്ങൾ പറയുമ്പോൾ അതെത്രമാത്രം കാണികളിലേക്കെത്തുന്നുണ്ടെന്ന ബോധം ഒട്ടുമില്ലാതെയായിരുന്നു, ഈ ആദ്യ ശ്രമം. അതുപോലെ അഭിനയത്തിന്റെ ഭാവപ്രകടനം എങ്ങനെയാണ് നിർവ്വഹിക്കേണ്ടതെന്നും വ്യക്തതയില്ലായിരുന്നു. അവിടെ ആശയവിനിമയം ആയിരക്കണക്കിന് ആസ്വാദകരോടാണ്. കരയേണ്ടിയിരുന്ന ഭാഗങ്ങൾ യഥാർത്ഥത്തിൽ കരയുന്നതായിരുന്നതിനാൽ സംഭാഷണങ്ങൾ അതിനിടയിലൂടെ പറയാൻ പറ്റാതെയായി. ചിലയിടങ്ങളിൽ ഭാവം വേറെയും സംഭാഷണങ്ങൾ വേറെയും ആയിപ്പോയി. ഇടയ്ക്കിടെ സുലോചനയിൽ ഈ പരാജയകാരണങ്ങൾ തലപൊക്കിത്തുടങ്ങി. മനസ്സ് അസ്വസ്ഥമായിരുന്നു. തന്റെ ആദ്യ ശ്രമംതന്നെ പരാജയം. പരാജയത്തിന്റെ ഓരോ സൂക്ഷ്മവശങ്ങളും ആ മനസ്സ് ഉൾക്കൊള്ളുകയായിരുന്നു. അതിന്റെ കാരണങ്ങൾ അന്വേഷിച്ചുകൊണ്ടിരുന്നു. പിന്നീട് ദിവസങ്ങൾ കഴിഞ്ഞുപോകെ അഭിനയമെന്ന ഉദ്യമത്തിൽനിന്ന് പിന്തിരിഞ്ഞു. മാനസികമായിത്തന്നെ അതിൽനിന്ന് അകലാൻ ശ്രമിച്ചു. നാട

കാഭിനയം ഒരു വരുമാനമാർഗ്ഗമാകും എന്ന കുടുംബത്തിന്റെ പ്രതീക്ഷ അസ്തമിക്കുകയായിരുന്നു.

അങ്ങനെയിരിക്കുമ്പോഴാണ് കലാനിലയം കൃഷ്ണൻനായരുടെ ഭാര്യ കെ ജി ദേവകിയമ്മ മുന്നിലെത്തുന്നത്.

വരുമാനമാർഗ്ഗങ്ങളൊക്കെയും നിലച്ചുനില്ക്കുന്ന ഈ സാഹചര്യത്തിൽ ബന്ധുകൂടിയായ ദേവകിയമ്മ ഒരുദിവസം വീട്ടിലേക്ക് ചെല്ലാനായി ക്ഷണിച്ചു.

അങ്ങനെ സുലോചനയും അച്ഛനുംകൂടി പിറ്റേദിവസം തന്നെ ദേവകിയമ്മ പറഞ്ഞപ്രകാരം അവരുടെ വീട്ടിലെത്തി. സുലോചനയെ കണ്ടപ്പോൾ ദേവകിയമ്മ അവളെയും വിളിച്ച് അകത്തേക്ക് കൊണ്ടുപോയി. എന്നിട്ട് അടുക്കളയിൽ കയറി കാപ്പിയിട്ട് പൂമുഖത്തിരിക്കുന്ന കുഞ്ഞൂഞ്ഞിനും കൃഷ്ണൻനായർക്കും കൊടുത്തു. എന്നിട്ട് സുലോചനയെ ക്ഷണിച്ചതിന്റെ കാരണം കുഞ്ഞൂഞ്ഞിനോടായി പറഞ്ഞു. ആകാശവാണിയിൽ ബാലലോകത്തിൽ ഒരു പ്രോഗ്രാം അവതരിപ്പിക്കാനായി സുലോചനയെ ക്ഷണിക്കുകയാണ്. ഇപ്പോൾ ഒരെണ്ണം ചെയ്ത് നല്ലതാണെങ്കിൽ ഇടയ്ക്കിടയ്ക്ക് പ്രോഗ്രാം ചെയ്യാനുള്ള അവസരമുണ്ടാകും. അതിനാൽ ആലോചിച്ച് ഒരു തീരുമാനമെടുക്കണം. ഇതുകേട്ടപ്പോൾ കുഞ്ഞൂഞ്ഞിന്റെ മനസ്സ് നിറഞ്ഞു. ആകാശവാണിയിൽ ഒരു പ്രോഗ്രാം ചെയ്യാൻ ഒരവസരം ലഭിച്ചാൽ അത് വലിയൊരു കാര്യം തന്നെയാണ്.

അതുകഴിഞ്ഞ് ദേവകിയമ്മ സുലോചനയോടായി കുറച്ചു സംസാരിക്കാനായി തീരുമാനിച്ചു. അവളെ വീടിനകമൊക്കെ കൊണ്ടുനടന്നു കാണിച്ചു. എന്നിട്ട് ഒരു മുറിയിലിരുന്ന് കുറെനേരം സംസാരിച്ചു. കുറേ പാട്ടുകൾ പാടി. നാടൻ കളികൾക്ക് പാടുന്ന പാട്ടുകൾ, കൃഷിപ്പാട്ടുകൾ, കൊയ്ത്തുപാട്ടുകൾ, ഓണപ്പാട്ടുകൾ മുതലായവയാണ് ദേവകിയമ്മയ്ക്ക് അറിയാമായിരുന്നത്.

ഏറെ നാളുകൾക്കുശേഷം വീണ്ടും അന്തരംഗം തളിർത്തു. പാടാനായി അച്ഛനെയുംകൂട്ടി റെക്കോഡിങ് സ്റ്റുഡിയോയുടെ മുന്നിലെത്തി. അച്ഛനന്ന് നടക്കാൻ നല്ലപോലെ പ്രയാസമനുഭവപ്പെടുന്നുണ്ട്. “ഇനി നിന്റെ ഒപ്പമെത്താൻ എനിക്കാവുമെന്ന് തോന്നുന്നില്ല. അതിനാൽ നിന്റെ ചേട്ടനെയും കൂട്ടിവേണം ഇനി എങ്ങോട്ടായാലും പോകേണ്ടത്.” എന്നു പറഞ്ഞ് അച്ഛൻ റേഡിയോ നിലയത്തിന്റെ മുന്നിൽ കാത്തുനിന്നു.

സ്റ്റുഡിയോക്കകത്ത് സുലോചനയുടെ ശബ്ദം ആദ്യമായി വാനൊലിയിലേക്ക് പരിവർത്തനം ചെയ്തുകൊണ്ടിരിക്കുകയാണ്. ഇതുവരെ കേട്ടിട്ടില്ലാത്ത ഒരായത്തിന്റെ മുന്നിലെ ആ നില്പ്, ശബ്ദവീചികൾ സ്വാംശീകരിച്ച ആ റെക്കോഡിങ് സാങ്കേതിക സംവിധാനങ്ങൾക്കുമുണ്ടായി.

വാസ്തവത്തിൽ പരിഭ്രമവും പേടിയും ഇടർച്ചയുമില്ലാതെ ബാലലോകത്തിൽ സുലോചന പാടി. ഇടയ്ക്കേറ്റ മുറിവിന്റെ വേദനയിൽനിന്ന്

ജ്വലിച്ച ശബ്ദത്തിന്റെ ഒരായം ആ മൊഴികളെ വീണ്ടും കരുത്തുറ്റതാക്കി.

അന്ന് റെക്കോഡിങ് സ്റ്റുഡിയോയിലുള്ളവരൊക്കെയും അത്ഭുതപ്പെടുകയായിരുന്നു. റെക്കോർഡിങ് തീർന്നു. അന്നത്തെ പ്രതിഫലം എട്ടു രൂപ. അത് അച്ഛന്റെ കൈയിൽ കൊടുത്തു. ഒരാഴ്ചത്തേക്കുള്ള വീട്ടുചെലവുകൾക്ക് ആ എട്ടുരൂപ ധാരാളമായിരുന്നു.

പഠിച്ച പാട്ടുകൾ ഇടയ്ക്കൊക്കെയും പാടിനോക്കുകയും അത് അച്ഛനെ കേൾപ്പിക്കുകയും ജ്യേഷ്ഠനോടൊത്തുള്ള ഇടവേളകളിൽ അവയുടെ പുരോഗതികളെ വിലയിരുത്തുകയും ചെയ്തുപോന്നു. വീട്ടിലെ ജോലികളും അടുക്കളയിൽ അമ്മയെ സഹായിക്കലും ഒപ്പമുണ്ടായിരുന്നു. ഇടയ്ക്ക് റേഡിയോയിൽനിന്ന് ഒരു പാട്ട് ഒഴുകിയെത്തുമ്പോൾ അതിനോടൊപ്പം കുറച്ചുദൂരം സഞ്ചരിക്കും. ഒന്നു മൂളിനോക്കും. ചിലപ്പോൾ വീട്ടിൽ മറ്റെന്തെങ്കിലും ജോലിയിലാകുമ്പോൾ അതിന് ഭംഗം വരുത്താതെ കുറച്ചുകൂടി വ്യാപ്തിയിലേക്ക് അതിനെ വലിച്ചുകൊണ്ടുപോകും.

റേഡിയോയിൽ ബാലലോകം അവതരിപ്പിച്ചുകഴിഞ്ഞപ്പോൾ സുലോചന ശ്രദ്ധിക്കപ്പെട്ടു. നാട്ടിലതിന് അക്കാലത്ത് ഒരുപാട് ശ്രോതാക്കളുണ്ടായിരുന്നു. അവർ സുലോചനയെ അഭിനന്ദിച്ചു. അന്ന് പാടിയ 'ദേവാ മമ ഹൃദയവനിയിൽ' എന്നുതുടങ്ങുന്ന ഗാനം മറ്റു പലരും മൂളിപ്പാട്ടുപോലെ പാടിനടക്കുന്നത് സുലോചന കേട്ടിട്ടുണ്ട്. ആ ഗാനം അങ്ങനെ സുപരിചിതമായി മാറുകയായിരുന്നു. ദൂരസ്ഥലങ്ങളിൽ നിന്നൊക്കെ പലരും സുലോചനയെ അന്വേഷിച്ചുവരാൻ ഇത് കാരണമായി.

ഒരുദിവസം ശ്രീവരാഹം ബാലകൃഷ്ണനും എസ് ജയചന്ദ്രൻ നായരുംകൂടി വീട്ടിൽ വന്നു. ശ്രീവരാഹത്തെ ഒരു ക്ലബ്ബിന്റെ വാർഷികത്തിന് പാട്ടുപാടാൻ ക്ഷണിക്കാനായിരുന്നു വന്നത്. ചില കീർത്തനങ്ങളും ലളിതഗാനങ്ങളും കോർത്തിണക്കിയായിരുന്നു ആദ്യകാലത്തെ ഈ ശ്രമങ്ങൾ. അന്ന് 'ദേവാ മമ ഹൃദയവനിയിൽ' പരക്കെ അറിയപ്പെട്ടിരുന്നു. പലരും ആ പാട്ട് ഒരിക്കൽക്കൂടി പാടിക്കും.

അങ്ങനെ അച്ഛനും സുലോചനയും കൂടി ശ്രീവരാഹത്തെ ക്ലബ്ബിലെത്തി. എല്ലാവരുംകൂടി സുലോചനയെ സ്വീകരിച്ചിരുത്തി. റേഡിയോയിലെ പാട്ടുകാരിയാണെന്ന് പറഞ്ഞ് എല്ലാവർക്കും പരിചയപ്പെടുത്തി. മുടിയിൽ പിച്ചിപ്പൂചൂടി, മുടി അല്പം പിറകോട്ട് പിന്നിമെടഞ്ഞാണ് ഇട്ടിരിക്കുന്നത്. കവിളിലേക്ക് കുറുനിരകൾ പടർന്നുകയറാൻ ശ്രമിക്കുന്നു. എല്ലാവരും ആ കൊച്ചു സുന്ദരിയെയും അവളുടെ അച്ഛനെയും മാറിമാറി നോക്കുകയായിരുന്നു. അവസാനം പാട്ടുപാടാനുള്ള അവസരമായി. സുലോചന ഉറക്കെ പാടാൻ തുടങ്ങി.

ഹാർമ്മോണിയം വായിച്ചത് ചെല്ലപ്പൻ പിള്ള, മൃദംഗം വായിച്ചത് കുട്ടനാശാൻ. പ്രോഗ്രാമിനെക്കുറിച്ച് അവിടെക്കൂടിയിരുന്നവരൊക്കെ നല്ല അഭിപ്രായങ്ങൾ പറഞ്ഞു.

അങ്ങനെയിരിക്കെ ഒരു ദിവസം വഴിപാടായി ഉച്ചി മഹാളിയമ്മൻ കോവിലിലും ഒരു കച്ചേരി നടത്തി. തുടർന്ന് ആഴ്ചയിൽ രണ്ടും മൂന്നും പ്രോഗ്രാമുകൾ എന്ന കണക്കിന് പാട്ടുകച്ചേരികൾ വന്നുതുടങ്ങി. തിരുവനന്തപുരത്ത് ഒട്ടുമിക്ക സ്ഥലത്തുനിന്നും പാട്ടുകച്ചേരികൾ കേൾക്കുവാൻ ആളുകൾ വന്നുതുടങ്ങി. പ്രായം പന്ത്രണ്ട്. അന്ന് ഏഴാം ക്ലാസിൽ പഠിക്കുന്ന ഒരു വിദ്യാർത്ഥികൂടിയായിരുന്നു. തമ്പാനൂരും വഞ്ചിയൂരും ആര്യശാലയിലും നടത്തിയ പ്രോഗ്രാമുകൾക്ക് നിരവധി അഭിനന്ദനങ്ങൾ ലഭിച്ചു. പുറത്തിറങ്ങുമ്പോൾ സുലോചനയെ പലരും അറിയാൻ തുടങ്ങി. പാട്ടുകാരിയെന്ന പേര് ആദ്യമായി കിട്ടുന്നത് അവിടെ വെച്ചാണ്. പ്രോഗ്രാമുകളുടെ തിരക്കായപ്പോൾ പഠനം ഏതാണ്ട് താറുമാറായി. എല്ലാ ദിവസവും സ്കൂളിൽ പോകാൻ സാധിച്ചില്ല. രാത്രി വളരെയേറെ വൈകിയിട്ടായിരിക്കും വീട്ടിലെത്തുക. ചില ദിവസങ്ങളിൽ ഉറക്കച്ചടവോടെയും സ്കൂളിൽ പോയിട്ടുണ്ട്. ഇതിൽ സ്കൂളിലെ സഹപാഠികളിൽ ചിലർക്കൊക്കെ അസൂയയും നീരസവുമുണ്ടായി. പാട്ടുകാരിയായി അറിയപ്പെടാൻ തുടങ്ങിയപ്പോൾ പലരും അവളെ കണ്ടില്ലെന്ന് നടിക്കാനും തുടങ്ങി. ഇത് സുലോചനയെ വീണ്ടും വിഷമത്തിലാക്കി. എന്നാൽ ലളിതയെന്ന കൂട്ടുകാരി മാത്രം അവളോടൊപ്പം കൂടുകയും ആശ്വസിപ്പിക്കുകയും ചെയ്തു. അവളിൽ മാത്രമേ സ്നേഹത്തിന്റെ നീരുറവ അവൾ കണ്ടുള്ളൂ. അദ്ധ്യാപകരുൾപ്പെടെ അവളെ ക്ലാസിൽ വരാത്തതിന് പരസ്യമായി കുറ്റപ്പെടുത്തി. അങ്ങനെ അവസാനം ഏഴാം ക്ലാസിൽവെച്ച് സുലോചന സ്കൂൾ വിദ്യാഭ്യാസം അവസാനിപ്പിച്ചു.

സ്കൂൾ പഠനം നിലച്ചപ്പോൾ സുലോചനയ്ക്ക് ആകെ മാനസിക വിഷമമായി. പലരുടെയും പരിഹാസങ്ങൾ, പൊട്ടിച്ചിരികൾ. അവ ക്രമാതീതമായി കടന്നുവന്ന് അവളെ അലോസരപ്പെടുത്തിക്കൊണ്ടിരുന്നു. ഇനി ഫോർട്ട് സ്കൂളിന്റെ ആ പടവുകൾ അവൾ കടന്നുപോകുകയില്ല. അത്രമാത്രം മാനസിക ആഘാതങ്ങളാണ് സ്കൂളിൽനിന്ന് ആ പിഞ്ചുമനസ്സിന് ഇത്രകാലത്തിനിടെ അനുഭവിക്കാനായത്. എന്തുമാത്രം വഴക്കുകളും പഴികളുമാണ് അദ്ധ്യാപകരിൽനിന്ന് പരസ്യമായി അവൾക്ക് നേരിടേണ്ടിവന്നിട്ടുള്ളത്. ഒരു പാട്ടുകാരിയും അഴിഞ്ഞാട്ടക്കാരിയും വന്നിരിക്കുന്നു എന്നുപറഞ്ഞ് പരിഹസിച്ചു. നിന്നെപ്പോലത്തെ ആട്ടക്കാരികൾക്ക് വന്നു കയറാനുള്ള സ്ഥലമല്ല, ഇതൊരു വിദ്യാലയമാണ്. എന്നൊക്കെ പറഞ്ഞുള്ള ക്രൂരമായ പരിഹാസങ്ങൾ അവളുടെ ചെവി തുളച്ച് എല്ലായിടത്തുമായി വ്യാപിക്കുന്നപോലെ അവൾക്ക് തോന്നി.

റേഡിയോ ഓണാക്കി. അതിൽ നിറയെ സിനിമാ ഗാനങ്ങൾ. അവൾ അതിന്റെ വോളിയം അല്പമൊന്നു കൂട്ടി. കുറെ ദിവസമായി അവൾ റേഡിയോ കേൾക്കാൻ അല്പംപോലും ഇഷ്ടപ്പെടുന്നില്ലായിരുന്നു. അച്ഛൻ മാത്രം ഇടയ്ക്ക് വാർത്തകൾ കേൾക്കും. പിന്നെ അറിയിപ്പുകൾ. ഇത് ഇടതടവില്ലാതെ പൊയ്ക്കൊണ്ടിരുന്നു. ഏഴാം ക്ലാസിൽ പഠനം നിർത്തേ

ണ്ടിവന്നതിൽ അവളെപ്പോലെതന്നെ വിഷമം അച്ഛനുമുണ്ട്. ജ്യേഷ്ഠൻ ഇടയ്ക്കവളെ ആശ്വസിപ്പിക്കും. അദ്ധ്യാപകരോട് സംസാരിച്ചു നോക്കാമെന്നു ജ്യേഷ്ഠൻ സുലോചനയോട് പറഞ്ഞു. വേണ്ടെന്ന് സുലോചനയും. ഒരിക്കലുപേക്ഷിച്ചത് പിന്നെയും സ്വീകരിക്കുവാൻ മനസ്സ് തയ്യാറായില്ല.

സ്വാതിതിരുന്നാൾ സംഗീതകോളേജ്– അടഞ്ഞുപോയ ഒരു വാതിൽ

സംഗീതത്തിലൂടെയും നൃത്തത്തിലൂടെയും സുലോചനയ്ക്ക് ഇനിയൊരു ഭാവി കണ്ടെത്തണം. അവൾ മിടുക്കിയാണ്. അവളെ സംഗീതത്തിനു വിടുകയാവും ഉചിതമെന്ന് കുഞ്ഞൂഞ്ഞ് തീരുമാനിച്ചു. സംഗീതത്തിന് അഡ്മിഷൻ കിട്ടിയാൽ കോളേജിൽ വിട്ടു പഠിപ്പിക്കു ക്കണം. ജ്യേഷ്ഠനും ഇതേ തീരുമാനമെടുത്തു.

സ്കൂൾ പഠനം നിലച്ചപ്പോൾ സ്വാതിതിരുന്നാൾ സംഗീത കോളേ ജിൽ ചേരാനായി എല്ലാവരും നിർബ്ബന്ധിച്ചു. ഒരിക്കൽ ബന്ധുകൂടിയായ മാവേലിക്കര ഗോപിനാഥനെ ഇക്കാര്യം അറിയിച്ചു. അന്ന് ഗോപിനാഥ് അവിടെ വിദ്യാർത്ഥിയാണ്. മാവേലിക്കര ഗുരുമുറ്റത്തു വീട്ടുകാരുമായി വളരെ അഭേദ്യമായൊരു ബന്ധം സുലോചനയുടെ കുടുംബത്തിനു ണ്ടായിരുന്നു. പ്രഗത്ഭരായ ഭാഗവതന്മാർ, വൈദ്യന്മാർ പണ്ഡിതാഗ്രണി കൾ എന്നിവരുണ്ടായിരുന്ന ഒരു വീടാണ് അത്. അച്ഛനും മുത്തച്ഛനുമെ ല്ലാം പലതവണ ആ വീടുമായി ബന്ധപ്പെടുന്നത് അറിയാം. ഗോപിനാഥ് അന്ന് സുലോചനയോട് അഡ്മിഷനുമായി ബന്ധപ്പെട്ട കോളേജിലെ നടപടിക്രമത്തെപ്പറ്റി പറഞ്ഞുകൊടുത്തു. ശെമ്മാങ്കുടി ശ്രീനിവാസഅയ്യ രാണ് പ്രിൻസിപ്പാൾ. പ്രഗത്ഭനായ സംഗീതജ്ഞൻ. എല്ലാ വർഷവും അഡ്മിഷൻ ആകുമ്പോൾ അപേക്ഷ ക്ഷണിക്കും. അപ്പോൾ അപേക്ഷ കൊടുക്കണം. അതുകഴിഞ്ഞ് അപേക്ഷയെ മുൻനിർത്തി നമ്മളെ ഇന്റർ വ്യുവിന് ക്ഷണിക്കും. ഇന്റർവ്യു നടത്തി തൃപ്തിപ്പെട്ടാൽ മാത്രമേ അവിടെ അഡ്മിഷൻ കിട്ടൂ എന്നുകൂടി പറഞ്ഞു.

ഗോപിനാഥ് അങ്ങനെ പറഞ്ഞപ്പോൾ സുലോചനയുടെ ഉള്ളിൽ സംഗീതകലാലയത്തെക്കുറിച്ചുള്ള സ്വപ്നങ്ങൾക്ക് ചിറകുകൾ മുളച്ചു. ശെമ്മാങ്കുടി ശ്രീനിവാസഅയ്യരുടെ മുന്നിൽ പാടുകയാണ്. സുലോചന യുടെ പാട്ടിന് അദ്ദേഹം താളം പിടിക്കുകയാണ്. സുലോചന മുടി നിറയെ പൂക്കൾ ചൂടിയിരുന്ന് കീർത്തനങ്ങൾ പാടുകയാണ്.

ഇന്റർവ്യൂവിനുള്ള അപേക്ഷകൾ ജ്യേഷ്ഠനെക്കൊണ്ട് വാങ്ങിപ്പിച്ചു. അപേക്ഷ പൂരിപ്പിച്ച് കൊണ്ടുചെന്നു കൊടുത്തു. ശെമ്മാങ്കുടി അവിടെ ങ്ങാനുമുണ്ടോ എന്ന് അവൾ എത്തിനോക്കി.

നിരവധി ആളുകൾ ഇന്റർവ്യൂവിന് വന്നിട്ടുണ്ട്. കോളേജിന്റെ മുറ്റം നിറയെ ആളുകൾ. വളരെ അകലെനിന്ന് ഏതോ ക്ലാസുകൾ നടക്കുന്ന

തിന്റെ ശബ്ദവീചികൾ കടന്നുവരുന്നത് കേൾക്കാം. സുലോചന ഊഴം കാത്ത് നിർന്നിമേഷയായി നില്ക്കുകയാണ്. അവളുടെ ഊഴവും വന്നു. ഇന്റർവ്യൂബോർഡിന്റെ മുന്നിൽ ചോദ്യങ്ങളെ അഭിമുഖീകരിക്കാൻ അവൾ തയ്യാറായി നിന്നു. അവർ ഉടനെതന്നെ ഒരു വർണ്ണവും കീർത്തനവും പാടാൻ ആവശ്യപ്പെട്ടു. മോഹനവർണ്ണവും ആഭേരിരാഗത്തിൽ ഒരു കീർത്തനവും പാടി. പാടിക്കഴിഞ്ഞപ്പോൾ അവൾ ചുറ്റുമിരുന്ന ഇന്റർവ്യൂബോർഡ് മെംബേഴ്സിനെ നോക്കി.

കുറച്ചുകൂടി വൃത്തിയായി പാടണമെന്ന് പറഞ്ഞ് ഒരു ബോർഡ് മെമ്പർ സുലോചനയെ പരിഹസിച്ചു. ഇന്റർവ്യൂ ബോർഡിന്റെ ചോദ്യങ്ങൾ കൊണ്ട് ആകെ പൊറുതി മുട്ടിപ്പോയി. പത്തിരുപതോളം വേദികളിൽ പാടുകയും ഇത്രചെറുപ്പത്തിൽത്തന്നെ ജനങ്ങൾ ഏറ്റെടുക്കുകയുംചെയ്ത ഒരു തരുണ ശബ്ദത്തിന്റെ ചെറുതളിരുകൾ എങ്ങനെയാണ് പ്രൗഢമായ ആ പണ്ഡിതശിരോമണികൾക്ക് ചവിട്ടിയരയ്ക്കാൻ കഴിഞ്ഞത്? അങ്ങനെ കഴിയുന്നതിലൂടെ അവർ ആസ്വദിച്ചിരിക്കുക എന്തായിരിക്കാം? ഈ ശബ്ദം സ്വാതിതിരുനാൾ സംഗീതകലാലയത്തിന് ചേരില്ല എന്ന് വിധിവന്നു.

യഥാർത്ഥ സൗന്ദര്യാന്വേഷിക്കുമുമ്പിൽ അപ്രാപ്യമായിക്കൊണ്ടിരിക്കുന്ന, ഒരു അഭൗമഘടന മണലാരണ്യങ്ങൾ പേറുന്നതുപോലെയാണ് ജീവിതം എന്നവർക്കു തോന്നി. ഉത്തരമില്ലാത്ത പ്രഹേളികയാണ് ജീവിതം എന്ന സത്യം എന്ന വസ്തുത ആ കലാകാരിക്കുമുമ്പിൽ എറിഞ്ഞിട്ടുകൊടുത്തു.

രഹസ്യങ്ങൾക്കുശേഷം അദ്ധ്യാപകനിൽ

*രഹസ്യ*ങ്ങളുടെ തിരശ്ശീല വീണുകഴിഞ്ഞപ്പോൾ വീണ്ടും നിരാശകളിൽ അകപ്പെടുകയായിരുന്നു സുലോചനയുടെ മനസ്സ്. പാട്ടുകാരിയാകാനുള്ള മോഹം അവസാനിക്കുകയും ആ സ്ഥാനത്ത് അഭിനേത്രിയാകാനുള്ള ആഗ്രഹം കടന്നുവരികയും ചെയ്തതിനു പുറകെ ഒറ്റ നാടകത്തോടെ അതും ഇല്ലാതാവുകയാണോ? അവളുടെ ഈ മനോവിഷമത്തിൽ അച്ഛനും അമ്മയ്ക്കും വളരെയധികം ദുഃഖമുണ്ടായി. എല്ലാവർക്കും വളരെയേറെ പ്രതീക്ഷകളായിരുന്നു ഉണ്ടായിരുന്നത്. അതൊക്കെയും ഇപ്പോൾ ഇല്ലാതാവുകയാണ്.

ഹസ്സൻ മരയ്ക്കാർ നേതൃത്വം കൊടുക്കുന്ന നാടകക്ലബ്ബ് സംഘടിപ്പിക്കുന്ന ലഘുനാടക മത്സരത്തിലേക്ക് അരങ്ങേറാനായി കവിയും നാടകകൃത്തുമൊക്കെയായിരുന്ന കെ ജി സേതുനാഥ് എഴുതിയ ഒരു ലഘുനാടകത്തിൽ അഭിനയിക്കാൻ സുലോചനയെ ക്ഷണിച്ചു. ആ നാടകത്തിൽ പാടുകയും അഭിനയിക്കുകയും ചെയ്യുന്ന ഒരു സ്ത്രീകഥാപാത്രത്തിന്റെ വേഷമാണുണ്ടായിരുന്നത്.

അവർ നാടകമത്സരത്തിന് പങ്കെടുക്കാൻ എത്തിയപ്പോഴാണ് ഗ്രീൻ റൂമിൽ വെച്ച് പണ്ട് *രഹസ്യങ്ങൾ* എന്ന നാടകത്തിൽ ഒന്നിച്ചഭിനയിക്കാൻ വന്ന അബ്ദുൾ വഹാബിനെ (പ്രേം നവാസ്) കാണുന്നത്. അടുത്തുചെന്ന്

സംസാരിച്ചുതുടങ്ങിയപ്പോഴാണ് ആൾ അബ്ദുൾ വഹാബിന്റെ ജ്യേഷ്ഠനാണെന്ന് അറിയുന്നത്. പേര് അബ്ദുൾ ഖാദർ (പ്രേം നസീർ). ചങ്ങനാശ്ശേരി എസ് ബി കോളേജിലെ അവസാന വർഷ വിദ്യാർത്ഥി. അവരുടെ *മർച്ചെന്റ് ഓഫ് വെനീസ്* എന്ന ഏകാംഗ നാടകത്തിലെ ഷൈലോക്ക് എന്ന കഥാപാത്രത്തെ അവതരിപ്പിക്കാനാണ് അയാൾ വന്നത്.

അന്ന് മത്സരത്തിന്റെ വിധികർത്താവായി വന്നത് സി ഐ പരമേശ്വരൻ പിള്ളയെന്ന പ്രശസ്ത നടനാണ്. അയാൾ അന്ന് ഏറ്റവും കൂടുതൽ മാർക്ക് കൊടുത്തത് ഷൈലോക്കായി വേഷമിട്ട അബ്ദുൾ ഖാദറിനാണ്. അന്നുതന്നെ അബ്ദുൾഖാദറിനെ സിനിമയിലേക്ക് ശുപാർശയും ചെയ്തു. എം കെ കെ മേനോൻ നിർമ്മിക്കുന്ന *ത്യാഗസീമ* എന്ന ചിത്രത്തിന്റെ മുഖ്യ സംഘാടകൻ *കൗമുദി* ആഴ്ചപ്പതിന്റെ പത്രാധിപരായ കെ ബാലകൃഷ്ണനായിരുന്നു. അതിൽ നായകപ്രധാനമായ വേഷം ചെയ്യാനിരിക്കെയാണ് സുലോചനയും അബ്ദുൾ ഖാദറും തമ്മിൽ വീണ്ടും കണ്ടു മുട്ടുന്നത്.

അതാകട്ടെ തിരുവനന്തപുരത്തെ ഡ്രാമാറ്റിക് വിഷൻ എന്ന നാടകക്ലബ്ബിലൂടെയും. *അദ്ധ്യാപകൻ* എന്ന നാടകത്തിലെ അബ്ദുൾഖാദർ അവതരിപ്പിക്കുന്ന ബാലചന്ദ്രൻ എന്ന നായകകഥാപാത്രത്തിന്റെ കാമുകിയും പിന്നിട് വില്ലത്തിയുമായി മാറുന്ന ഒരു കഥാപാത്രത്തെ അവതരിപ്പിക്കാനാണ് സുലോചനയും എത്തിയത്.

ഒരു ദിവസം തിരുവനന്തപുരം ഡ്രാമാറ്റിക് ബ്യൂറോ എന്ന ഒരു നാടക സമിതിയിൽ അഭിനയിക്കാനുള്ള ക്ഷണം വന്നു. മാവേലിക്കര അച്യുതൻ രചിച്ച ആ നാടകത്തിന്റെ അണിയറശില്പികളും അഭിനേതാക്കളും പ്രഗത്ഭരായ ഒരുപറ്റം കലാകാരന്മാരായിരുന്നു. പി കെ വിക്രമൻ നായരും ടി എൻ ഗോപിനാഥൻ നായരും പി കെ വേണുക്കുട്ടൻ നായരും ആയിരുന്നു അതിനുപിന്നിലെ ശില്പികൾ.

സുലോചനയും അച്ഛനുംകൂടി റിഹേഴ്സലിന് വീട്ടിൽനിന്ന് വളരെ നേരത്തെതന്നെ ഇറങ്ങി. *രഹസ്യ*ങ്ങളുടെ റിഹേഴ്സൽ ക്യാമ്പിന് പോയതിന്റെ മുൻപരിചയമുണ്ട്. അഭിനയിക്കാനുള്ള രണ്ടാമത്തെ അവസരമാണിത്. മുൻനാടകങ്ങളിലെ പോരായ്മകൾ, പരാജയങ്ങൾ എന്നിവയെ മുൻനിർത്തി അഭിനയത്തിൽ ശ്രദ്ധിക്കേണ്ട വസ്തുതകളെപ്പറ്റി ഏകദേശധാരണകളൊക്കെയുണ്ട്. നൂറുകണക്കിന് ആളുകളുടെ മുന്നിൽ നില്ക്കുമ്പോൾ കഥാപാത്രമായി മാറുമ്പോൾ ശ്രദ്ധിക്കേണ്ട കാര്യങ്ങൾ എന്തൊക്കെയാണെന്ന ധാരണ ശിക്ഷണങ്ങളൊന്നുമില്ലാതെ തന്നെ സ്വയം രൂപപ്പെട്ടുകൊണ്ടിരുന്നു.

സ്വകാര്യസ്കൂൾ അദ്ധ്യാപകന്റെ ജീവിതത്തിലെ പ്രശ്നങ്ങളാണ് നാടകത്തിന്റെ ഇതിവൃത്തം. അദ്ധ്യാപനവും മാനേജ്മെന്റ് സംവിധാനങ്ങളും തകരാറിലായ ഒരു സാമൂഹ്യവ്യവസ്ഥിതിയിൽ ജീവിതം കൈമോശം വന്നുപോകുന്ന ബാലചന്ദ്രൻ എന്ന ചെറുപ്പക്കാരനായ അദ്ധ്യാപകന്റെ കഥയാണിത്. ബാലചന്ദ്രനാണ് കേന്ദ്രകഥാപാത്രം. അയാളുടെ

കാമുകിയാണ് വനമാല. അവൾ പിന്നീട് മാനേജരുടെ ഭാര്യയായി മാറുന്നുണ്ട്. വൈയക്തിക ജീവിതത്തിന്റെ സംഘർഷങ്ങൾ, പ്രണയത്തിലും ദാമ്പത്യത്തിലുമുണ്ടാകുന്ന പാളിച്ചകൾ എന്നിവയെ ഈ നാടകം നേരിടുന്നുണ്ട്.

റിഹേഴ്സലിന് ചെന്നപ്പോൾ മുതൽ സുലോചനയുടെ അഭിനയ ജീവിതത്തിൽ കാര്യമായ മാറ്റമുണ്ടായി. അവളുടെ ഉള്ളിൽ പ്രതിബന്ധങ്ങളെ തകർത്തുമുന്നേറാനുള്ള ആന്തരിക ഊർജ്ജം എങ്ങനെയോ സംജാതമായി. ദുഃഖത്തിന്റെയും പരാജയത്തിന്റെയും ധ്യാനസ്ഥലികളിൽ നിന്നാണ് സുഗമമായി ഉരുക്കഴിച്ച ഈ ആന്തരികപാകത അവൾ ആർജ്ജിച്ചെടുത്തത്.

വനമാല ഇതിലെ നായികയും വില്ലത്തിയുമായി മാറുന്ന ഒരു കഥാപാത്രമാണ്. ഒരേ സമയം സ്നേഹത്തിന്റെയും അതോടൊപ്പം വഞ്ചനയുടെയും ഭാവങ്ങൾ കാണികൾക്കുമുന്നിൽ അവതരിപ്പിക്കണം. ഈ ദ്വന്ദ്വമുഖവ്യക്തിത്വം അവൾക്കെങ്ങനെ ഇത്ര അനായാസമായി കഴിയുന്നുവെന്ന് റിഹേഴ്സൽ കണ്ടുകൊണ്ടിരുന്നവർ അത്ഭുതപ്പെട്ടു.

അദ്ധ്യാപകൻ എന്ന നാടകത്തിന്റെ അരങ്ങേറ്റം തിരുവനന്തപുരം വി ജെ ടി ഹാളിൽ വെച്ചായിരുന്നു നടന്നത്. അന്ന് അരങ്ങിൽ അതുവരെക്കാണാത്ത ഒരു അഭിനയപ്രതിഭയെയാണ് ആസ്വാദകലോകം സുലോചനയിൽ കണ്ടത്. കഥാപാത്രമായി മാറാനുള്ള അതിതീവ്രമായ ഭാവസംവിധാനം ആർജ്ജിക്കുന്നതിൽ അവൾ അവിടം മുതൽ വിജയിച്ചിരിക്കുന്നു.

*അദ്ധ്യാപക*ന്റെ അരങ്ങേറ്റത്തിന് വി ജെ ടി ഹാളിൽ കൂട്ടുവന്നത് ജ്യേഷ്ഠൻ കൃഷ്ണൻകുട്ടിയാണ്. കൃഷ്ണൻകുട്ടിയും സുലോചനയുടെ ഈ അഭിനയപാടവം കണ്ട് സ്തബ്ധനായിരിക്കുകയാണ്. കാണികൾ നിശ്ശബ്ദരായാണ് ഓരോ രംഗവും കണ്ടുകൊണ്ടിരിക്കുന്നത്. എന്നാൽ അഭിനയത്തിന്റെ ലഹരിയിൽ സുലോചനയ്ക്ക് ചെറിയൊരു കൈയബദ്ധം പറ്റിയത് അത്യന്തം നർമ്മരസപ്രധാനമായിത്തീരുകയാണുണ്ടായത്. കാണികളൊന്നായി കരഘോഷം മുഴക്കിക്കൊണ്ട് ആ രസത്തിൽ പങ്കാളികളായത്, പിന്നീട് കൃഷ്ണൻകുട്ടി പറഞ്ഞ് സുലോചനയെ കളിയാക്കുമായിരുന്നു.

അത് മറ്റൊന്നുമല്ല, ബാലചന്ദ്രനും വനമാലയും തമ്മിൽ പരസ്പരം കുറ്റപ്പെടുത്തി സംസാരിച്ചുവരുന്ന ഒരു രംഗം ഉണ്ടായിരുന്നു. അവസാനം നിയന്ത്രണങ്ങൾ തെറ്റി ദേഷ്യംമൂലം ബാലചന്ദ്രന്റെ കവിളിൽ അഞ്ഞൊരു അടി അടിക്കുന്ന ഭാഗമെത്തിയപ്പോൾ, നീളം കൂടുതലുള്ള അബ്ദുൾ ഖാദറിന്റെ മുഖത്തേക്ക് കൈയെത്താത്ത കാരണം സ്വയം മറന്ന് ചാടി അടിച്ച ആ രംഗം കണ്ട് കാണികൾ എല്ലാവരും ആർത്തുചിരിക്കുകയാണുണ്ടായത്. അഭിനയത്തിന്റെ ലഹരിയിൽ സുലോചന അത് മറന്നുപോയിരുന്നു.

സിനിമയിലേക്കുള്ള സത്യന്റെ ക്ഷണം

അന്ന് വി ജെ ടി ഹാളിൽ നാടകം കാണാനായി എത്തിയവരിൽ സത്യനും ഉണ്ടായിരുന്നു. പാറശാലക്കാരനായിരുന്ന സത്യനേശൻ വിദ്വാൻ പരീക്ഷ പാസായതിനുശേഷം തിരുവനന്തപുരം സെന്റ് ജോസഫ് സ്കൂളിൽ അദ്ധ്യാപകനായിരുന്നു കുറച്ചുകാലം. പിന്നീട് പട്ടാളത്തിൽ ചേർന്നു. 1941 ൽ സൈനിക സേവനത്തിന് ബ്രിട്ടീഷ് സർക്കാരിന്റെ മണിപ്പൂർ സേനയിൽ അദ്ദേഹം ജോലി നോക്കി. രണ്ടാം ലോക മഹായുദ്ധം കഴിഞ്ഞപ്പോൾ മടങ്ങിവന്ന് സെക്രട്ടറിയേറ്റിൽ കുറച്ചുനാൾ ഗുമസ്തനായി. അതുകഴിഞ്ഞ് തിരുവിതാംകൂർ സ്റ്റേറ്റ് ഗവൺമെന്റിൽ പൊലീസ് ഇൻസ്പെക്ടറായും ജോലിചെയ്തു. 1947–48 കാലഘട്ടത്തിൽ ആലപ്പുഴ നോർത്ത് പൊലീസ് സ്റ്റേഷൻ എസ് ഐ ആയിരുന്നപ്പോൾ പുന്നപ്ര വയലാർ സമരം കഴിഞ്ഞതേ ഉണ്ടായിരുന്നുള്ളൂ. അതുമായി ബന്ധപ്പെട്ട് അക്രമാസക്തരായ ജനക്കൂട്ടം ഒരു പൊലീസ് സ്റ്റേഷൻ തീയിടുകയും എസ് ഐയെ കൊലപ്പെടുത്തുകയും ചെയ്തു. ഈ കേസിലെ പ്രതികളെ പിടിക്കാനായി തിരുവിതാംകൂർ സർക്കാർ പ്രത്യേക പോസ്റ്റിങ് നല്കി അയച്ചതാണ് സത്യനെ അന്നവിടെ. കേസന്വേഷണത്തിന്റെ ഭാഗമായി പലരേയും ചോദ്യം ചെയ്യേണ്ടിവന്നതിനാൽ കമ്യൂണിസ്റ്റുകാരോടുള്ള ബന്ധത്തിന് അല്പം ഉലച്ചിൽതട്ടാൻ ഇത് ഇടയാക്കിയിട്ടുണ്ട്.

വി ജെ ടി ഹാളിൽ സത്യൻ നാടകം കാണാൻ വന്നത് അബ്ദുൾ ഖാദറിന്റെ അഭിനയം കാണാൻ വേണ്ടിയായിരുന്നു. *ത്യാഗസീമ* എന്ന സിനിമയുടെ ഷൂട്ടിങ് നടക്കാനിരിക്കെയാണ് കെ ബാലകൃഷ്ണൻ കഥയും തിരക്കഥയും എഴുതുന്ന *ത്യാഗസീമ* എന്ന സിനിമ ഉടനെ തുടങ്ങുമെന്ന പരസ്യം അദ്ദേഹത്തിന്റെ തന്നെ പ്രസിദ്ധീകരണമായ *കൗമുദി*യിൽ തുടർച്ചയായി വന്നുകൊണ്ടിരുന്നത്. അന്ന് തിരുക്കൊച്ചി സർക്കാർ ഭരിച്ചിരുന്നത് ബാലകൃഷ്ണന്റെ അച്ഛൻ സി കേശവനാണ്. അതിനാലാണ് സർക്കാർ ഉദ്യോഗസ്ഥരായ പി കെ വിക്രമൻ നായർക്കും എൻ പി ചെല്ലപ്പൻ നായർക്കുമൊക്കെ സിനിമയിൽ വരാൻ പറ്റിയത്. അദ്ദേഹത്തിന്റെ പ്രത്യേക അനുവാദത്തോടെ അവർക്കൊക്കെ ഒരു മാസത്തേക്ക് ലീവ് അനുവദിച്ചിരുന്നു. ബാലകൃഷ്ണന്റെ സ്വാധീനം ഉപയോഗിച്ചാണ് ഐ ജി ചന്ദ്രശേഖരൻ നായരുടെ പ്രത്യേകാനുമതിയോടുകൂടി എസ് ഐ ആയിരുന്ന സത്യനേശനും ലീവ് ലഭിച്ചത്. ഈ അവധിയിലിരിക്കെയാണ് തിരുവനന്തപുരത്തെ നാടകപ്രദർശനത്തിലെ ഒരു കാഴ്ചക്കാരനായി സത്യൻ എത്തിയത്.

അന്ന് നാടകം കഴിഞ്ഞ് അതിലെ അഭിനേതാക്കളെ അഭിനന്ദിക്കാനും വിശിഷ്യാ അബ്ദുൾഖാദറിനെ പ്രത്യേകം ക്ഷണിക്കാനുമായാണ് അദ്ദേഹം അവിടെ എത്തിയത്. നാടകം കഴിഞ്ഞ് കർട്ടൻ വീണിരിക്കുന്നു. എങ്ങും ലൈറ്റുകൾ ഓരോന്നായി കൺചിമ്മി തെളിഞ്ഞുകൊണ്ടിരിക്കു

ന്നു. ഗ്രീൻറൂമിൽ അഭിനേതാക്കൾ എല്ലാവരും വേഷം മാറ്റുന്നതിന്റെ തിരക്കിലാണ്. മുഖത്തെ മേയ്ക്കപ്പ് തുടച്ചുകളയാൻ കുറച്ചുവെള്ളം എടുക്കാനായി സുലോചന വാതില്ക്കലേക്ക് വന്നപ്പോഴാണ് അവിടെ ഒരാൾ നില്ക്കുന്നതായി കാണുന്നത്.

"ആരാ എന്തു വേണം?" സുലോചന ചോദിച്ചു.

അയാൾ ഒന്നും മിണ്ടാതെ നിന്നു. സുലോചന അയാളെ അല്പ നേരം ഒന്നു സൂക്ഷിച്ചുനോക്കി.

കാരിരുമ്പിന്റെ മെയ്ക്കരുത്ത്. കത്തിജ്വലിക്കാൻ, ഒരു തീപ്പൊരി കിട്ടിയാൽ ഭസ്മീകരിക്കാൻ വെമ്പുന്ന പോലെയുള്ള മുഖഭാവം. ഇരുണ്ട വെളിച്ചത്തിലാണെങ്കിലും ആ പരുഷാകാരം കണ്ട് അല്പമൊന്ന് ഭയന്നുപോയി. അപ്പോഴാണ് അബ്ദുൾഖാദർ കടന്നുവന്നത്. അബ്ദുൾഖാദർ തന്നെ സത്യനെ പരിചയപ്പെടുത്തി. ഇത് ഒരു സർക്കിൾ ഇൻസ്പെക്ടറാണ്, പേര് സത്യൻ. ഒരു നല്ല കലാകാരനും നാടകനടനുമാണ്. ഇതു കേട്ടപ്പോഴാണ് സത്യന്റെ മുഖത്ത് ഒരു പ്രകാശം വീണത്. തുടർന്ന് നാടകത്തിലെ അഭിനയത്തെക്കുറിച്ചും അതിലെ പ്രകടനത്തെക്കുറിച്ചും സംസാരിച്ചു.

അപ്പോഴാണ് സത്യന്റെ വാക്കിലെയും നോട്ടത്തിലെയും സൂക്ഷ്മതയും ആജ്ഞാശക്തിയും സുലോചന ശ്രദ്ധിച്ചത്.

ഉടനെ സത്യൻ ഒരു ചോദ്യം സുലോചനയോടായി ചോദിച്ചു: "ഇരുവരുടേയും അഭിനയം നന്നായിട്ടുണ്ട്. സിനിമയിൽ അഭിനയിക്കാൻ സുലോചനയ്ക്ക് താല്പര്യമുണ്ടോ?"

ആ ചോദ്യം കേട്ടപ്പോൾ സുലോചന അല്പം പകച്ചുപോയി.

സുലോചന വളരെ വിഷമിച്ചാണ് അതിന്റെ ഉത്തരം പറഞ്ഞത്.

"ഇല്ല."

ഇല്ല എന്നുള്ള മറുപടികേട്ട് തെല്ലും ഭാവവ്യത്യാസം വരാതെ സത്യൻ വീണ്ടും സുലോചനയോടായി പറഞ്ഞു:

"ഇപ്പോൾ പുതിയ കുറെ സിനിമയുടെ നിർമ്മാണപ്രവർത്തങ്ങളുമായി ബന്ധപ്പെട്ടു നില്ക്കുകയാണ്. നടികളെ കിട്ടാനാണ് പ്രയാസം, ആകെ ഒരു മിസ് കുമാരി മാത്രമേയുള്ളൂ. *അദ്ധ്യാപകൻ* എന്ന ഈ നാടകത്തിലെ വില്ലത്തിയുടെ വേഷമാണെങ്കിലും എത്ര തന്മയത്വത്തോടെയാണതു സുലോചന ചെയ്തത്. പാടാനും നൃത്തം ചെയ്യാനുമറിയാം. എല്ലാം വളരെ മനോഹരമായി ചെയ്യുന്നു. ഇങ്ങനെയുള്ള ആളുകളെ കിട്ടാനില്ല ഇപ്പോൾ. ഏതായാലും വീട്ടുകാരോട് കൂടി ഒന്നാലോചിച്ചിട്ട് അനുയോജ്യമായ ഒരു മറുപടി അറിയിക്കണം."

ആ രാത്രിയുടെ അവ്യക്തമായ ഇരുളിലേക്ക് അദ്ദേഹം മാഞ്ഞുപോയി. സിനിമയിലേക്കുള്ള സത്യന്റെ ഈ ക്ഷണത്തെ സ്വീകരിക്കണോ?

വീണ്ടും മോഹങ്ങൾകൊണ്ട് വീർപ്പുമുട്ടിപ്പോകും. വീട്ടിൽ അച്ഛനോടും അമ്മയോടും പറഞ്ഞാൽ അവർക്കൊക്കെ വീണ്ടും കൂടുതൽ

മാനസിക വിഷമങ്ങൾ അതുമൂലം ഉണ്ടാവുകയേയുള്ളു. അതിനാൽ ഈ ക്ഷണത്തെക്കുറിച്ച് പിന്നീട് സുലോചന ആരോടും പറഞ്ഞിരുന്നില്ല. തിരക്കുകൾക്കിടയിൽ തീരുമാനം നീണ്ടുപോയി. എന്നാൽ സത്യൻ പിന്നീടൊരിക്കലും അതിനെക്കുറിച്ച് സംസാരിക്കുകയുണ്ടായില്ല. അബ്ദുൾഖാദറിവെച്ച് *ത്യാഗസീമ*യുടെ ഷൂട്ടിങ് ആരംഭിക്കുകയും ചെയ്തു. അബ്ദുൾഖാദർതന്നെയാണ് പിന്നീടുള്ള വിവരങ്ങൾ കൈമാറിയത്.

ത്യാഗസീമ എന്ന സിനിമ പൂർത്തിയാക്കാനായില്ല. ഒരു മാസം കഴിഞ്ഞപ്പോൾ തിരു-കൊച്ചിയിൽ സി കേശവന്റെ സർക്കാർ താഴെ വീണു. ലീവെടുത്ത് അഭിനയിക്കാൻ പോയവർ തിരികെ ഡ്യൂട്ടിയിൽ പ്രവേശിക്കണമെന്ന് ഉത്തരവിട്ടു, പുതിയ സർക്കാർ.

പകുതിയോളം ഷൂട്ടിങ് കഴിഞ്ഞ ആ സിനിമ വെളിച്ചം കാണാതെ പോയി.

ദിവസങ്ങൾ പലതു കടന്നുപോയി. നാടകങ്ങളിൽ അഭിനയിക്കാൻ പോകുകയും പാട്ടുകച്ചേരികൾ നടത്തുകയും ചെയ്തപ്പോൾ സുലോചനയെ എല്ലാവരും ശ്രദ്ധിച്ചുതുടങ്ങി. ഇടയ്ക്ക് റേഡിയോയിൽനിന്നും പ്രോഗ്രാമുകൾക്ക് വിളിച്ചിരുന്നതിനാൽ വീട്ടുകാര്യങ്ങൾക്കും ചെലവുകൾക്കും അവളിൽനിന്നു കിട്ടുന്ന വരുമാനം ആ കുടുംബത്തിന് ഒരു തണലായി.

ഇതിനിടയിൽ തിരുവിതാംകൂറിൽ ജനാധിപത്യഭരണത്തിന് വേണ്ടിയുള്ള മുറവിളി തുടങ്ങിക്കഴിഞ്ഞു. ദിവാൻ വാഴ്ചക്കെതിരെയുള്ള ജനകീയ പ്രക്ഷോഭമായി അതു ഗ്രാമഗ്രാമാന്തരങ്ങളിൽ നിന്ന് ഉയർന്നുവന്നു. മാവേലിക്കരയും വള്ളികുന്നവും നൂറനാടും ശൂരനാടും ഉൾപ്പെടുന്ന ഓണാട്ടുകരപ്രദേശങ്ങളിൽ എമ്പാടും തീവ്രമായ സാമൂഹ്യ ഉണർവ്വുകൾ ഉണ്ടായിക്കൊണ്ടിരുന്ന ഒരു കാലമാണ്. അല്പസ്വല്പം പഠിച്ചു വിവരംവെച്ച ചെറുപ്പക്കാരെല്ലാം പ്രതികരിക്കാനും പ്രതിഷേധിക്കാനും കമ്യൂണിസം എന്നുപറയാനും തുടങ്ങി.

കെ പി എ സിയുടെ ജനനം

ഒരു ദിവസം തിരുവനന്തപുരത്തെ വീട്ടിലേക്ക് മാവേലിക്കരയിൽ നിന്നും ഒരു കേശവൻ പോറ്റി സാർ വന്നു. അന്നദ്ദേഹം വള്ളികുന്നത്തെ ഒരു സംസ്കൃതസ്കൂളിലെ പ്രധാന അദ്ധ്യാപകനായിരുന്നു.

തിരുവിതാംകൂറിൽ സർ സി പിയുടെ ദിവാൻ വാഴ്ചക്കെതിരെയും ഉത്തരവാദഭരണത്തിനു വേണ്ടിയുള്ള പ്രക്ഷോഭത്തിലും പോറ്റി സാർ മുഖ്യപങ്കാളിയായി വള്ളികുന്നത്തു പ്രവർത്തിച്ചിരുന്നു. നിയമലംഘനം നടത്തിയതിനാൽ അറസ്റ്റുവരിച്ച് ജയിലിൽ കിടന്നിട്ടുമുണ്ട്.

1948 ൽ കല്ക്കത്താ തിസീസ് കമ്യൂണിസ്റ്റ് പാർട്ടി നടപ്പിലാക്കിയ കലാപശ്രമമായിരുന്നു എന്നു പറഞ്ഞ് പാർട്ടി നിരോധിക്കപ്പെട്ടു. പാർട്ടി പ്രവർത്തകരിലേറെപ്പേരും വിവിധ ജയിലുകളിലും മറ്റും തടവുകാരായി

മാറി. കമ്യൂണിസ്റ്റ് അനുഭാവികളെ സമൂഹം വളരെയധികം തെറ്റിദ്ധാരണയോടെ കാണാൻ ഇത് ഇടയാക്കി. പൊതുനിരത്തുകളിൽവെച്ച് സാധാരണക്കാരായ പല മനുഷ്യരും വധിക്കപ്പെടുകയും ആക്രമിക്കപ്പെടുകയും ചെയ്തു. ജന്മികളുടെയും അവരുടെ കൈയാളന്മാരുടെയും ദേഹോപദ്രവം ഏല്ക്കേണ്ടിവന്ന അടിയാളന്മാരുടെയും പണിക്കാരുടെയും രക്തസാക്ഷിത്വങ്ങൾ ചരിത്രങ്ങളിൽ ഇല്ലാതെപോയ അദ്ധ്യായങ്ങളാണ്.

പാർട്ടി നിരോധിക്കപ്പെട്ടതിനുശേഷം 1951 ലെ ആദ്യ പൊതുതെരഞ്ഞെടുപ്പിൽ പങ്കെടുത്തുകൊണ്ട് പാർട്ടി മടങ്ങിവരാനുള്ള പരിശ്രമങ്ങളിലായിരുന്നു. കൂടുതൽ ജനകീയമാകാൻ വേണ്ടിയുള്ള വഴികൾ അന്വേഷിച്ചുകൊണ്ടിരുന്നപ്പോഴാണ് വള്ളികുന്നത്തെ യോഗതീരുമാനം അത് ഒരു നാടകവേദി രൂപീകരിച്ചുകൊണ്ടാകണം എന്ന അഭിപ്രായം ഉയർത്തിയത്. കലാസാഹിത്യസാംസ്കാരിക മുന്നേറ്റങ്ങളിലൂടെ സമൂഹത്തിന്റെ കൂടെനില്ക്കുവാനുള്ള പാർട്ടിപ്രബുദ്ധതയുടെ ആദ്യകിരണങ്ങളായിരുന്നു അത്. സാധാരണക്കാരുടെയും ബീഡിത്തൊഴിലാളികളുടെയും കയർപിരിക്കുന്നവരുടെയും ചുമട്ടുതൊഴിലാളികളുടെയും കൂലിപ്പണിക്കാരുടെയും പട്ടിണിപ്പാവങ്ങളുടെയും ശബ്ദമാകാൻ ഒരു പ്രസ്ഥാനത്തിന് സാദ്ധ്യമാകുകയായിരുന്നു എന്നു വിലയിരുത്താം.

അവർ രൂപീകരിച്ച ഒരു സമിതിയായിരുന്നു കെ പി എ സി. പില്ക്കാലത്ത് അറിയപ്പെട്ട ജനകീയ കലാസമിതിയുടെ ആദ്യരൂപം ഇങ്ങനെയായിരുന്നു. ഈ കലാസമിതിയിൽ അതിന്റെ നാടകങ്ങളിൽ പാടാനും അഭിനയിക്കുവാനും പറ്റിയ നല്ലൊരു കഥാപാത്രത്തെ അന്വേഷിച്ചു നടക്കുന്നതിനിടയിലാണ് സുലോചനയുടെ മുഖം അവരുടെ ശ്രദ്ധയിൽ പെടുന്നത്. ഇതിനോടകം പല പ്രൊഫഷണൽ നാടകസമിതിയിൽ അഭിനയിച്ചും പാട്ടുകച്ചേരികൾ നടത്തിയും പേരെടുത്ത ഒരാളായതിനാൽ അവർക്ക് ആ സുന്ദരമുഖം അപരിചിതമായിരുന്നില്ല.

1951 ഫെബ്രുവരി 24 ന് അഭിപ്രായവ്യത്യാസങ്ങളെത്തുടർന്ന് തിരു-കൊച്ചിയിൽ പരവൂർ ടി കെ നാരായണപിള്ളയുടെ നേതൃത്വത്തിലുള്ള മന്ത്രിസഭ രാജിവെച്ചു. ഫെബ്രുവരി 28 ന് സി കേശവൻ മുഖ്യമന്ത്രിയായി അധികാരമേറ്റെടുത്തു.

എം കെ ജോൺ, പരവൂർ ടി കെ നാരായണപിള്ള എന്നിവർ മന്ത്രിമാർ. കൊച്ചി പ്രദേശത്തുനിന്ന് പ്രാതിനിധ്യം ഉണ്ടായില്ലെന്ന് ആരോപിച്ച് അക്കാലത്ത് പ്രക്ഷോഭങ്ങൾ തുടങ്ങി. തർക്കത്തെ തുടർന്ന് സി കേശവൻ മന്ത്രിസഭ രാജിവെച്ചു. എന്നാൽ പിന്നീട് കോൺഗ്രസ് നേതൃത്വം ഇടപെട്ട് കേശവനെത്തന്നെ മുഖ്യമന്ത്രിയായി വീണ്ടും തെരഞ്ഞെടുത്തു.

സെപ്തംബർ 6 ന് സി കേശവൻ മന്ത്രിസഭയുടെ എണ്ണം വർദ്ധിപ്പിക്കാനൊരുങ്ങി. കെ എം കോര, ജി ചന്ദ്രശേഖരൻ പിള്ള, എം എൽ പൈലി, പി കെ കുട്ടിക്കൃഷ്ണമേനോൻ എന്നിവരെ പകരം തെരഞ്ഞെ

ടുത്ത് കൊച്ചിയുടെ പ്രാതിനിധ്യത്തെക്കുറിച്ചുള്ള ചർച്ചയ്ക്ക് വഴിതുറക്കുകയും ചെയ്തു.

കുഞ്ഞൂഞ്ഞ് അന്നത്തെ പത്രത്തിലെ പ്രധാനവാർത്ത വായിച്ച് ഉറക്കത്തിലേക്ക് വഴുതിപ്പോകാൻ തുടങ്ങിയെങ്കിലും കൊച്ചിയുടെ പ്രാതിനിധ്യത്തെക്കുറിച്ചോർത്തപ്പോൾ പിടിവിട്ടുപോകാതെ തിരിച്ചുവരികയായിരുന്നു.

പെൻഷൻ പറ്റിയെങ്കിലും പൊലീസുകാരൻ തന്നെയായിരുന്നു കുഞ്ഞൂഞ്ഞ്. തിരുവിതാംകൂർ പൊലീസില്പെട്ട ഒരാളെന്ന നിലയിൽ കമ്യൂണിസ്റ്റുകാരൻ എന്നു കേൾക്കുമ്പോൾ പഴയകാലം ഓർമ്മവരും. അന്ന് ഭരണാധികാരികൾക്കും പൊലീസ് ഉദ്യോഗസ്ഥർക്കുംവേണ്ടി പ്രവർത്തന സജ്ജമായിരിക്കാൻ യത്നിച്ച സ്മരണകളുടെ ബാക്കി പത്രങ്ങളാണ് ആ വാക്കു കേൾക്കുമ്പോൾ ഓടിയെത്തുക. ചെവിയിൽ വിസിലടിയും ചൂരൽ വടികൊണ്ടുള്ള പൊതിരെയുള്ള തല്ലിന്റെ ശബ്ദവും തോക്കിന്റെ പാത്തികൊണ്ടു മുതുകുനോക്കിയുള്ള പ്രഹരത്തിന്റെ ഇടതടവില്ലാത്ത ശബ്ദപ്രവാഹവുമാണ്.

അച്ഛൻ വീണ്ടും ചോദിച്ചു.

പോറ്റിസാർ മറുപടി പറഞ്ഞു.

"കമ്യൂണിസ്റ്റുകാരനാണ്."

അപ്പോൾ വായിൽനിന്ന് ഊറിവന്ന ഉമിനീര് എണീറ്റുപോയി മുറ്റത്തേക്ക് നീട്ടിത്തുപ്പി കസേരയിൽ തിരിച്ചുചെന്നിരുന്ന് കേശവൻപോറ്റി സാറിനോടായി അച്ഛൻ പറഞ്ഞു:

"നടപ്പില്ല. ഇല്ല, എന്തുവന്നാലും സുലോചനയെ കമ്യൂണിസ്റ്റുകാരുടെ ഒരു പരിപാടിക്കും അയക്കുന്ന പ്രശ്നമേയില്ല. സാറ് വന്ന വഴിക്ക് പോയാൽ മതി."

പോറ്റി സാറും കൂടെവന്ന സഖാക്കളും ആ വീട്ടിൽ നിന്നിറങ്ങി.

പോറ്റിസാർ അവിടെ നിന്ന് നേരെപോയി വിവരങ്ങൾ ധരിപ്പിച്ചത് ജനാർദ്ദനക്കുറുപ്പിനോടാണ്. എറണാകുളം ലോ കോളേജിൽ ഫൈനൽ ഇയൽ ബി എല്ലിനു പഠിക്കുമ്പോൾ *പൊരുതുന്ന കൊറിയ* എന്ന പേരിൽ ഒരു നിഴൽനാടകം തയ്യാറാക്കി അവതരിപ്പിച്ച അതേ ആവേശം കെട്ടുപോകാതെ കുറുപ്പിന്റെ ആ കണ്ണുകളിലുണ്ട്.

'നിറതോക്കും പേനയുമായി പൊരുതുന്ന കലാകാരാ നിനക്ക് അഭിവാദനമേകുന്നു' എന്നു തുടങ്ങിയ ഘനഗംഭീര ശബ്ദം എറണാകുളം ലോ കോളേജിന്റെ ചുവരുകളെ കുത്തി മുറിവേല്പിച്ചിരുന്നു. *പൊരുതുന്ന കൊറിയ* എന്ന നാടകത്തിന്റെ ഭരതവാക്യമായിരുന്നു അത്. അന്ന് യുവകവിയായിരുന്ന പുതുശ്ശേരി രാമചന്ദ്രനാണ് ഈ ഭരതവാക്യമായ കാവ്യശകലത്തിന്റെ രചയിതാവ്. നാടകത്തിന്റെ സംവിധായകനും അദ്ദേഹം തന്നെ. അന്ന് കൊല്ലം പരവൂരിൽ സർ സി പിയുടെ രാജ്വാഴ്ചയ്ക്കെതിരെ നടന്ന ഉത്തരവാദ പ്രക്ഷോഭത്തിലെ പ്രധാന കണ്ണികളിൽ ഒരാൾ കുറുപ്പുകൂടിയായിരുന്നു. അതിനെത്തുടർന്ന് അറസ്റ്റും ജയിൽ

വാസവും പൊലീസ് മർദ്ദനവും ഏറ്റതിന്റെ തീക്ഷ്ണമായ അനുഭവപശ്ചാത്തലത്തിലാണ് നിയമപഠനത്തിനായി എറണാകുളത്തെത്തിയത്. പിന്നീട് സർ സി പിയെ വെട്ടിപ്പരിക്കേല്പിച്ച് മൈലാപ്പൂരിലേക്ക് നിഷ്കാസനം ചെയ്യിപ്പിച്ച സഖാവ് കെ സി എസ് മണിയുടെ സുഹൃത്തും ഇടതുപക്ഷപ്രസ്ഥാനത്തിന്റെ കരുത്തുറ്റ നേതാവുമായിരുന്ന എൻ ശ്രീകണ്ഠൻ നായരുടെ വലംകൈയായി ജനാർദ്ദനക്കുറുപ്പ്.

ജനാർദ്ദനക്കുറുപ്പും കേശവൻ പോറ്റിയും കൂടി തിരുവനന്തപുരത്തു കൂടി നടക്കുകയാണ്. തമ്പാനൂരിൽനിന്നും തൈക്കാട്ടേക്കുള്ള വഴിയിൽ കുറച്ചുദൂരം ചെന്നാൽ ഒരു ചായക്കടയുണ്ട്. അന്ന് വഴിയുടെ ഇരുവശവും ചതുപ്പാണ്. പുതുതായി പണിതീർന്ന തീയറ്ററുകൾ മാത്രമേ ചതുപ്പിൽ ഉയർന്നു നില്ക്കുന്നതായുള്ളു. സിനിമകളും നാടകവും അഭ്യസ്തവിദ്യരായ ചെറുപ്പക്കാരുടെ ചിന്താപഥങ്ങളിൽ ഉദയംകൊണ്ട കാലമായിരുന്നു അത്.

അങ്ങനെ നടന്നുപോയപ്പോഴാണ് പുതിയ നാടകമായ *എന്റെ മകനാണു ശരി*യെക്കുറിച്ച് ഇരുവരും സംസാരിക്കുന്നത്. അതിൽ അഭിനയിക്കാൻ അനുയോജ്യയായ ഒരു നടിയെത്തിരഞ്ഞു നടക്കാൻ തുടങ്ങിയിട്ട് നാളുകളേറെയായിരുന്നു.

"എന്തായി സുലോചനയുടെ കാര്യം?"

ജനാർദ്ദനക്കുറുപ്പ് ചോദിച്ചു.

"അതേയ്, അങ്ങേര്.. പെണ്ണിന്റെ അച്ഛൻ യാതൊരുവിധത്തിലും അടുക്കുന്ന ലക്ഷണമില്ല. അങ്ങേര് സർ സി പിയുടെ കാലത്തെ പൊലീസ്കോൺസ്റ്റബിളാണ്. കമ്യൂണിസ്റ്റുകാർ എന്നു കേൾക്കുമ്പോൾ ത്തന്നെ കലി ബാധിച്ചപോലെയാണിരിക്കുന്നത്."

"ഇനിയിപ്പോ എന്നാ ചെയ്യാനൊക്കും. നമ്മുടെ നാടകത്തിൽ പാടുകയും അഭിനയിക്കുകയും ചെയ്യുന്ന ഒരു പെണ്ണുവേണം. തിരുവനന്തപുരം ഡ്രാമാറ്റിക് ബ്യൂറോയിലെ നാടകത്തിലെ ആ തന്റേടക്കാരിയായ നടി, സുലോചനയ്ക്കു പകരം വേറൊരു സ്ത്രീയെ ഈ നാടകത്തിനു ചേരുമെന്നു തോന്നുന്നില്ല. ങ്ഹാ! എന്തെങ്കിലും വഴിയുണ്ടോ എന്ന് നോക്കാം."

രാജവാഴ്ചക്കെതിരെയുള്ള ധീരോജ്ജ്വലമായ ഒരു ശബ്ദമാണ് *എന്റെ മകനാണ് ശരി*. അതിന്റെ രചയിതാക്കൾ ജനാർദ്ദനക്കുറുപ്പും രാജഗോപാലൻ നായരും ആണ്. കലുഷിതമായ നാളുകളിൽ നിഷ്കളങ്കനായ അച്ഛൻ തന്റെ ഏകമകനെ കോളേജിലയക്കുകയും അതിനെത്തുടർന്ന് മകൻ വിപ്ലവത്തിലേക്കും സ്വാതന്ത്ര്യസമരത്തിലേക്കും എടുത്തുചാടുകയും ചെയ്യുന്നു. അറസ്റ്റിലായ മകൻ ഒരുനാൾ തടവുചാടുകയും മകനെ അന്വേഷിച്ച് വീട്ടിൽ പൊലീസെത്തുകയും, ദിവാൻ സ്വാമിയോടുള്ള ഭയഭക്തിബഹുമാനത്താൽ കഴിയുന്ന അച്ഛനെ പൊലീസ് ക്രൂരമായി മർദ്ദിക്കുകയും ചെയ്യുന്നതാണ് ഇതിവൃത്തം. ദിവാൻ ഭരണത്തിൽ ആദരവോടെ കഴിയുന്ന തന്നെ പൊലീസ് എന്തിനാണ് തല്ലിച്ചതച്ചതെന്ന്

അച്ഛന് മനസ്സിലായില്ല. ഈ വേദനയിൽ നിന്നാണ് 'ഞാനല്ല, എന്റെ മകനാണ് ശരി' എന്ന അച്ഛന്റെ ഉറച്ച തീരുമാനത്തിലേക്കും വിശ്വാസത്തിലേക്കും നാടകം കടക്കുന്നത്.

"നമുക്ക് ഒന്നുകൂടി എല്ലാവരെയും വിളിച്ച് ആലോചിക്കാം."

അതിനിപ്പോ നമ്മൾ കഴിഞ്ഞ ആഴ്ചയല്ലേ തീരുമാനിച്ചത്, കാരണവരായി കുറുപ്പുതന്നെ. അനന്തരവനായി രാജഗോപാലൻ നായരും. പാർട്ടി അനുഭാവിയായ അഡ്വ. എം പി കുട്ടപ്പനെയാണ് മകന്റെ വേഷം കൈകാര്യം ചെയ്യാനായി നിശ്ചയിച്ചത്. ബാക്കിയുള്ള വേഷങ്ങൾ ശ്രീനാരായണപിള്ളയും മൈതീൻകുഞ്ഞും. പിന്നെയുള്ളത് കാരണവരുടെ മകളല്ലേ. അതിനല്ലേ നമ്മൾ ഇപ്പോൾ ആലോചിച്ചു നടക്കുന്നത്. കഴിഞ്ഞ ആഴ്ചവരെ നമ്മൾ നാടകത്തിലുള്ള മറ്റ് സ്ത്രീകളെ അന്വേഷിച്ചുനടക്കുകയായിരുന്നു. അവരെയും കിട്ടാതെ വന്നപ്പോഴല്ലേ, മാവേലിക്കരക്കാരൻ കൊച്ചുകുഞ്ഞിന്റെ മകൾ സുലോചനയുടെ കാര്യം രാജാമണി പറഞ്ഞത്. നന്നായി പാടുമെന്നും അഭിനയിക്കുമെന്നും, തിരുവനന്തപുരത്ത് തന്നെയാണ് താമസിക്കുന്നതെന്നും.

മാവേലിക്കരയിലാണ് രാജാമണിയുടെ കുടുംബവീട്. എന്നാൽ ഇപ്പോൾ തിരുവനന്തപുരത്താണ് താമസം. തിരുവന്തപുരത്ത് എം പി പോളിന്റെ ട്യൂട്ടോറിയൽ കോളേജിലെ അദ്ധ്യാപകനുമാണിപ്പോൾ. നന്ദാവനത്തുള്ള പോൾസ് ട്യൂട്ടോറിയലിൽ വെച്ചുണ്ടായ പരിചയമാണ്, അതിലൂടെയുള്ള സാഹിത്യ സാംസ്കാരിക വിഷയങ്ങളിലേക്കുള്ള ചർച്ചകളാണ് രാജാമണിയെ കെ പി എ സിയുമായി അടുപ്പിച്ചത്. ജനാർദ്ദനക്കുറുപ്പ്, കേശവൻ പോറ്റി, രാജാമണി തുടങ്ങിയവരുടെ പല ദിവസങ്ങളിലായുള്ള കൂടിക്കാഴ്ചകൾ. എന്നാൽ അത് നീണ്ടുപോയി. പിന്നീട് ചർച്ചകൾ തിരുവനന്തപുരം സി പി സത്രത്തിലായി മാറി. അവിടെ വെച്ചാണ് കേരള പീപ്പിൾസ് ആർട്സ് ക്ലബ്ബ് എന്ന് നാമകരണം ചെയ്ത് സമിതി പ്രവർത്തനം ആരംഭിച്ചത്. പിന്നീട് ഈ സമിതിയിലേക്ക് തിരുവനന്തപുരത്തെ തന്നെ വേറൊരു ട്യൂട്ടോറിയൽ കോളേജില അദ്ധ്യാപകനായിരുന്ന ഒ എൻ വി കുറുപ്പ് വരുന്നു. പിന്നീട് ശ്രീനാരായണപിള്ള, പൂജപ്പുര കൃഷ്ണൻ നായർ എന്നിവർ വന്നു. അവരുടെ കൂടെ അദ്ധ്യാപകനെന്ന നിലയിലും പുരോഗമന ചിന്തകൻ എന്ന നിലയിലും എം പി പോളും കൂടി. അന്നത്തെ ചർച്ചകളും കൂട്ടായ്മകളും നാടകത്തെക്കുറിച്ചും സംഗീതത്തെക്കുറിച്ചും സാമൂഹിക പ്രശ്നങ്ങളെക്കുറിച്ചുമായിരുന്നു.

കമ്യൂണിസ്റ്റ് പാർട്ടിയോടു പറഞ്ഞുകൊണ്ടായിരുന്നില്ല സമിതി രൂപീകരിച്ചതും ഇടതുപക്ഷ അനുഭാവപ്രവർത്തനങ്ങൾ തുടങ്ങിയതും. അതിനാൽ പരിപാടികൾക്കുള്ള സാമ്പത്തികം അവരുടെ പക്കലുണ്ടായിരുന്നില്ല. ആദ്യ സംഭാവന ജനാർദ്ദനക്കുറുപ്പിന്റെ ഭാര്യയുടെ പക്കൽ നിന്നായിരുന്നു. ഭാര്യ ശ്രീദേവി തേങ്ങ വിറ്റുകിട്ടിയ നൂറു രൂപ.

സാമ്പത്തികമൊക്കെ പല വഴിക്ക് പിരിഞ്ഞുകിട്ടി. ഇനി സമിതിയുടെ

പ്രവർത്തനത്തിന് അവതരിപ്പിച്ചുതുടങ്ങാനുള്ള ഒരു നാടകമാണ്. അങ്ങനെയാണ് *എന്റെ മകനാണ് ശരി* എന്ന നാടകമുണ്ടാകുന്നത്. ദിവാൻ ഭരണത്തിനെതിരെയുള്ള ഒരു പ്രതിഷേധ സ്വരമായിരുന്നു അതിലുൾക്കൊള്ളിച്ചത്. സാധാരണക്കാർ, ജനാധിപത്യമര്യാദകൾ ഒട്ടും പാലിക്കപ്പെടാത്ത ഒരു രാജ്യത്ത് ഏകാധിപത്യഭരണസംവിധാനത്തിൽ സ്വാതന്ത്ര്യമില്ലാതെ കഴിഞ്ഞുപോകുന്നു. രാഷ്ട്രീയ നാടകങ്ങളുടെയും ജാതീയ വ്യവസ്ഥിതിയുടെയും നീരാളിപ്പിടുത്തത്തിൽ പെട്ട് സാധാരണജനജീവിതം ദുഷ്കരമാകുന്നു.

അങ്ങനെ നാടകരചന ഒരുവിധം പൂർത്തീകരിച്ചു. എല്ലാവരുംകൂടി വീണ്ടും ചർച്ചകൾ തുടങ്ങി. അങ്ങനെയുള്ള ചർച്ചകൾക്കൊടുവിലാണ് മാവേലിക്കരക്കാരനായ രാജാമണിയുടെ കുടുംബവീടിനടുത്തുള്ള കുഞ്ഞൂഞ്ഞു പൊലീസിന്റെ നാലാമത്തെ സന്താനമായ സുലോചന എന്ന പാട്ടുകാരിയെക്കുറിച്ചും നടിയെക്കുറിച്ചുമുള്ള ചർച്ചകൾ തുടങ്ങിയത്. അവൾ അഭിനയിച്ച ചില നാടകങ്ങളും പാട്ടുകച്ചേരിയും പലരും ഇതിനുമുൻപ് കണ്ടിട്ടുണ്ട്. സുന്ദരിയാണ്. ആ സൗന്ദര്യം ഒരു മലയാളി സ്ത്രീയുടെ നാടോടിത്തനിമയുടെ സൗന്ദര്യമാണ്. നവതാരുണ്യം വിളയാൻ തുടങ്ങിയ അംഗലാവണ്യം കേരളീയ ഭൂപ്രകൃതിയുടെ കൂടി സ്വത്വമുദ്രകൾ പേറുന്നതുപോലെയുണ്ട്, സുലോചനയുടെ വാക്കുകളിൽ, ശബ്ദങ്ങളിൽ, ഈണങ്ങളിൽ, ആ പദചലനങ്ങളിൽ എന്നൊക്കെയുള്ള അപഗ്രഥനാത്മകമായ വിലയിരുത്തലുകൾക്കൊടുക്കം എങ്ങനെയെങ്കിലും രാജാമണിയുടെ നാട്ടുകാരിയെ സമിതിയിലേക്കെത്തിക്കണം എന്ന തീരുമാനത്തിലേക്കെത്തി.

"അങ്ങനെയാണല്ലോ ഞാൻ സുലോചനയുടെ വീട്ടിൽ പോയത്." കേശവൻപോറ്റി പറഞ്ഞു. അവർ തിരുവനന്തപുരത്തുകൂടി നടക്കുകയാണ്. ആൾത്തിരക്കൊഴിഞ്ഞ തെരുവുകളിൽ എവിടെനിന്നോ റേഡിയോ ഗാനങ്ങൾ കേൾക്കാം

ജനാർദ്ദനക്കുറുപ്പ് രണ്ടും കല്പിച്ച് പറഞ്ഞു. "എങ്കിൽ നമുക്കൊരു പോംവഴിയുണ്ട്. നമുക്ക് രാജാമണിയെത്തന്നെ കൊണ്ടുപോയി നേരിട്ട് ചോദിപ്പിക്കാം. അവർക്കാണെങ്കിൽ പരസ്പരം അറിയാമല്ലോ. പഴയകാലം മുതലുള്ള പരിചയക്കാരായതിനാൽ നമ്മുടെ ഈ ആവശ്യം അവർ തള്ളിക്കളയാനിടയില്ല."

സമയം സന്ധ്യയായി. അവർ നേരെ രാജാമണിയെക്കണ്ട് ഈ കാര്യങ്ങൾ അറിയിച്ച് അദ്ദേഹവുമായി നേരിട്ട് ചെന്നു ക്ഷണിക്കാനുള്ള ക്രമീകരണങ്ങൾ ചെയ്തു.

കെ പി എ സിയിലേക്കുള്ള ക്ഷണം

മുറ്റത്ത് ആരുടേയോ കാല്പെരുമാറ്റം കേട്ടപ്പോൾ സുലോചനയാണ് ചെന്ന് വാതിൽ തുറന്നത്. അടുക്കളയിലെ പണിക്കിടയിൽ അമ്മയെ സഹായിച്ചുകൊണ്ടിരിക്കുകയായിരുന്നു. പാത്രത്തിന്റെ കരിയേറ്റ

കൈകളും അടുപ്പിൽ തീയൂതിയതിനാൽ ചൂടുതട്ടിവാടിയ കണ്ണുകളുമായി അവൾ നില്ക്കുകയാണ്.

"സുലോചനയല്ലേ?"

പുറത്തു നില്ക്കുന്നവർ ചോദിച്ചു.

"അതെ," സുലോചന മറുപടി പറഞ്ഞു.

"ഞങ്ങൾ ധാരാളം കണ്ടിട്ടുണ്ട്. *അദ്ധ്യാപക*നിലെ വേഷം അതിഗംഭീരമായിരിക്കുന്നു."

"ആരാ, മനസ്സിലായില്ല"

"ഞങ്ങളോ, ങ് ഹാ! ഇവിടെ വേറെ ആരുമില്ലേ?"

അപ്പോഴേക്കും അടുക്കളയിൽനിന്ന് അമ്മയും വന്നു.

"ഇല്ല അച്ഛൻ നാഗർകോവിലിൽ വരെ പോയിരിക്കുകയാണ്."

"ആരാ നിങ്ങൾ, എന്തു വേണം?"

വന്നവരിൽ ഒരാൾ സ്വയം പരിചയപ്പെടുത്തി. "അമ്മേ, ഞാൻ രാജാമണിയാണ് മാവേലിക്കരയിലെ പുത്തൻമഠത്തിലെ പാപ്പാ സ്വാമിയുടെ മകനാണ്."

അതു കേട്ടപ്പോൾ അമ്മ അത്ഭുതംകൊണ്ട് ഞെട്ടിപ്പോയി.

"അയ്യോ, എന്നാൽ ആദ്യം പറയണ്ടേ, ഇങ്ങോട്ടു കയറി ഇരുന്നാട്ടേ, കുടിക്കാനെന്താ എടുക്കണ്ടത്? വലിയ മഠത്തിലെ കൊച്ചുസ്വാമിയല്ലേ, അയ്യോ എനിക്ക് ആളെ കണ്ടപ്പോൾ മനസ്സിലായില്ല, ക്ഷമിക്കണം കേട്ടോ."

അതുകഴിഞ്ഞ് സുലോചനയ്ക്ക് രാജാമണിയെ അമ്മ പരിചയപ്പെടുത്തി കൊടുത്തു. "മോളേ, ഇതാണ് രാജാമണി, നമ്മുടെ നാട്ടുകാരനാണ്. അവിടത്തെ വലിയമഠത്തിലെ കുളത്തു അയ്യരുടെ മകനാണ് രാജാമണി. നമ്മുടെ വീട്ടുകാരുമായി വളരെ അടുത്തിടപഴകുന്നവരാണ്. നമുക്ക് വളരെ വേണ്ടപ്പെട്ടവർ."

അതുകേട്ടപ്പോൾ സുലോചന അദ്ദേഹത്തെ നോക്കി നമസ്കാരം പറഞ്ഞു. തൊഴുതു.

രാജാമണിയെ സുലോചനയുടെ വീട്ടുകാർക്ക് മുൻപരിചയമുണ്ട്. പോരാത്തതിന് അയൽവാസിയും. അവിടത്തെ പ്രഗത്ഭ കുടുംബത്തിലെ അംഗവും. അദ്ദേഹത്തിന്റെ പിതാവ് വലിയ മഠത്തിൽ പാപ്പാസ്വാമി പൊതുജനകാര്യതല്പരനും സ്നേഹസമ്പന്നനുമായിരുന്നു. അക്കാലത്തെ മറ്റു ജന്മികളിൽനിന്നും തികച്ചും വ്യത്യസ്തനാണ് അയാൾ. അതിലുമൊക്കെ വലിയൊരു പ്രത്യേകതയുമുണ്ടയാൾക്ക്, നല്ലൊരു കലാസ്വാദകനുമാണ്.

രാജാമണിയും ജനാർദ്ദനക്കുറുപ്പും പൂമുഖത്ത് കസേരയിൽ ഇരിക്കുകയാണ്. ആഗമനോദ്ദേശ്യം വ്യക്തമാക്കിക്കൊണ്ട് രാജാമണിയാണ് അപ്പോൾ സംസാരിച്ചത്:

"പാർട്ടിക്കുവേണ്ടി ഒരു സമിതി രൂപീകരിച്ചിട്ടുണ്ട്. ഈയിരിക്കുന്ന ജനാർദ്ദനക്കുറുപ്പാണ് അതിന്റെ സെക്രട്ടറി. ഞാനുമിതിന്റെ ഒരു

പങ്കാളിയാണ്. സമിതിയുടെ ആദ്യ നാടകം അരങ്ങത്തുകൊണ്ടുവരാനുള്ള ശ്രമത്തിലാണിപ്പോൾ. അതിനായി *എന്റെ മകനാണു ശരി* എന്ന പേരിൽ ഒരു നാടകം തയ്യാറായിട്ടുണ്ട്. അതിൽ പാട്ടുപാടി അഭിനയിക്കാനറിയുന്ന ഒരു നടിയെ വേണം. ഞങ്ങളുടെ അന്വേഷണത്തിൽ അത് സുലോചനയാണെന്നാണ് കണ്ടെത്തിയിരിക്കുന്നത്. സുലോചനയ്ക്ക് ആ വേഷം നന്നായി ചേരുമെന്നാണ് കരുതുന്നത്. അതിനൊരുക്കമാണോ സുലോചന എന്നറിയാനാണ് ഞങ്ങൾ വന്നത്."

ഇത്രയും കാര്യങ്ങൾ ഒറ്റശ്വാസത്തിൽ രാജാമണി പറഞ്ഞു നിർത്തിയപ്പോൾ ഒരു നീണ്ട മൗനമായിരുന്നു മറുപടി. മൗനത്തെ ഭഞ്ജിച്ചുകൊണ്ട് അമ്മയാണ് അപ്പോൾ മറുപടി പറഞ്ഞത്.

"അത്... അച്ഛനിപ്പോൾ ഇവിടില്ല. നാഗർകോവിലിൽ പോയിരിക്കുകയാണ്. അതിനാൽ അച്ഛനോട് ചോദിക്കാതെ ഞങ്ങൾ എങ്ങനെയാണൊരു മറുപടി പറയുക."

അപ്പോൾ സുലോചനയുടെ നീണ്ടുവിടർന്ന കണ്ണുകൾ ധ്യാനത്തിൽ നിന്നുണർന്നപോലെ തോന്നി. പാട്ടും നടനവുമാണ് സുലോചനയുടെ ആത്മാവ്.

സുലോചനയുടെ യൗവനയുക്തമായ തരുണ മുഖം കണ്ട് ആ സൗന്ദര്യത്തിൽ അല്പമൊന്നു പരിഭ്രമിച്ചിരുന്നത്, ജനാർദ്ദനക്കുറുപ്പും രാജാമണിയുമാണ്. അവർ ഒന്നു തീർച്ചപ്പെടുത്തി. അവർ അന്വേഷിക്കുന്ന സ്ത്രീകഥാപാത്രം ഇതുതന്നെ. എന്തുവന്നാലും സുലോചനയെ സമിതിയിലേക്ക് കൊണ്ടുവരണം.

അപ്പോൾ ജനാർദ്ദനക്കുറുപ്പ് സുലോചനയോടായി സംസാരിച്ചു തുടങ്ങി. "സുലോചന ചില നാടകങ്ങളിൽ അഭിനയിക്കുന്നുണ്ടെന്നും റേഡിയോവിൽ ലളിതഗാനങ്ങൾ പാടുന്നുണ്ടെന്നും രാജാമണി പറഞ്ഞറിഞ്ഞു. ഞങ്ങൾക്കുവേണ്ടി ഒരു രണ്ടുവരി ആലപിക്കാമോ? ഞങ്ങൾക്ക് രണ്ടുപേർക്കും സുലോചനയുടെ പാട്ടൊന്ന് കേട്ടാൽ കൊള്ളാമെന്നുണ്ട്."

ഒന്നു മടിച്ചു നിന്നതിനുശേഷം സുലോചന വീടിന്റെ മുകൾ നിലയിൽ സൂക്ഷിച്ചിരുന്ന ഹാർമ്മോണിയം എടുത്തുകൊണ്ടു വന്നു.

അതുകണ്ട് രാജഗോപാലൻ നായർ സുലോചനയോട് പറഞ്ഞു. "ഹാർമ്മോണിയം ഞാൻ വായിച്ചുകൊള്ളാം. സുലോചന പാടിക്കൊള്ളൂ."

അക്കാലത്ത് സുലോചന റേഡിയോയിൽ പാടി പ്രശസ്തിനേടിയ ഒരു ഗാനമാണ് 'ദേവാ മമ ഹൃദയ വനിയിൽ' എന്നത്. സുലോചനയുടെയും ഇഷ്ടഗാനങ്ങളിൽ ഒന്നാണത്.

സുലോചന പാടാൻ തുടങ്ങി. സംഗീതജ്ഞാനവും കലാസ്വാദനവും സിദ്ധിച്ച അവർ സുലോചനയുടെ പാട്ടിൽ അണുവിടവിടാതെ ശ്രദ്ധിച്ചിരുന്നു. ആ ശബ്ദത്തിന്റെ, പേരറിയാത്ത ഒരു അഭൗമപരിവേഷത്തിൽ പെട്ടുപോകുകയായിരുന്നു അവർ. ഇതിനുമുമ്പ് ഇങ്ങനെയൊരു സ്ത്രീസ്വരം അവർ കേട്ടിട്ടില്ല. എന്നാൽ ആത്മാവിന്റെ ആഴങ്ങളിൽ ഈ ശബ്ദമുണ്ട്. അവർ കണ്ടുമറന്ന ഏതോ പൂർവ്വകാലകേരളീയ സങ്കല്പങ്ങളിൽ

ഈ ശബ്ദം വെച്ചുമറന്നുപോയതിന്റെ അദൃശ്യമായ മുദ്രണങ്ങൾ പേറുന്നുണ്ട്.

പറഞ്ഞറിയിക്കാനാകാത്ത അവരുടെ ആനന്ദത്തിന് അതിരില്ലായിരുന്നു. ഒന്ന് ആ ശബ്ദമാധുരി കേൾക്കാനായതിൽ. മറ്റൊന്ന് ഇതുതന്നെയാണ് അവർ തേടിനടന്ന ശബ്ദം എന്നുള്ളതും.

"ഞങ്ങളുടെ സമിതിയിൽ ഗായികയായും അഭിനേത്രിയായും സുലോചന ഉണ്ടാകണമെന്ന് ഞങ്ങൾക്ക് നിർബ്ബന്ധമുണ്ട്. ഞങ്ങളുടെ ഈ ആവശ്യം ദയവായി തള്ളിക്കളയരുത്. അതിനാൽ ഈ അഡ്വാൻസ് വാങ്ങണം" എന്നുപറഞ്ഞ് കല്യാണിയമ്മയുടെ കൈയിൽ ഇരുപത്തി അഞ്ച് രൂപ അഡ്വാൻസ് തിരുകിവെച്ചു. എന്നാൽ അവർ വാങ്ങിയില്ല. ആ പണം അവസാനം കല്യാണിയമ്മയുടെ കൈയിൽ തന്നെ പിടിച്ചേല്പിക്കുവാൻ അവർ കുറെ പാടുപെട്ടു. "അച്ഛൻ വന്നാൽ ഈ കാര്യത്തിന് പെട്ടെന്നൊരു തീരുമാനമുണ്ടാക്കാൻ പറയണം. തീർപ്പുണ്ടാക്കുകയാണെങ്കിൽ സുലോചനയുമായി മാഞ്ഞാലിക്കുളത്തു സ്വരാജ് ലോഡ്ജിൽ നാളെ രാവിലെ വരണം. അവിടെയാണ് സമിതിയുടെ താല്ക്കാലിക ഓഫീസ്."

വൈകുന്നേരമായപ്പോൾ അച്ഛൻ നാഗർകോവിലിൽ നിന്നെത്തി. വന്നയുടനെ കുളികഴിഞ്ഞ് അല്പനേരം വിശ്രമിച്ചു. നടക്കാൻ പറ്റുന്നില്ലെങ്കിലും കിഴക്കേക്കോട്ടയിൽനിന്ന് ഇവിടെവരെ നടക്കുകയായിരുന്നു. നാഗർകോവിൽവരെ ഒരു ബസുണ്ടായിരുന്നു. ഉച്ചയായപ്പോൾ അതിനുതന്നെ തിരിച്ചുപോന്നു. യാത്രാക്ഷീണം കാരണം കാലുനീട്ടിവെച്ചിരിക്കുകയാണ്. ഇന്നുണ്ടായ കാര്യം കുഞ്ഞൂഞ്ഞിനോട് പെട്ടെന്നു പറയാൻ കല്യാണിയമ്മയ്ക്ക് ഒരു ഭയമുണ്ടായിരുന്നു. അതിനാൽ അത്താഴമൊക്കെക്കഴിഞ്ഞ് വിശ്രമിക്കുമ്പോൾ പറയാമെന്ന് തീരുമാനിച്ചു. അതുപ്രകാരം അത്താഴം കഴിക്കുമ്പോൾ അന്നുണ്ടായ കാര്യങ്ങളൊക്കെ സംസാരിച്ചു. എന്നാൽ രാജാമണിയും കൂട്ടരും വന്ന കാര്യംമാത്രം പറഞ്ഞില്ല. കൈകഴുകാനുള്ള വെള്ളം അടുക്കളയുടെ പുറകിലാണ്. അവിടെ ഒരു റാന്തൽ കത്തിച്ചിട്ടുണ്ട്. ഇരുട്ടത്ത് പടവുകൾ ഇറങ്ങിവേണം അങ്ങോട്ട് പോകാൻ. അച്ഛനോടൊപ്പം കല്യാണിയമ്മയും അനുഗമിച്ചു. കൈ തുടയ്ക്കാൻ തോർത്തുമുണ്ട്. കൊടുത്തു. കുലുക്കുഴിഞ്ഞ് തുപ്പിക്കഴിഞ്ഞ് തോർത്തുവാങ്ങിത്തുടയ്ക്കുമ്പോൾ കുഞ്ഞൂഞ്ഞ് കല്യാണിയമ്മയെ ഒന്നു നോക്കി.

"ഇല്ല, എന്തോ ഒന്നുകൂടി പറയാനുണ്ടല്ലോ, എന്താണത്."

കല്യാണിയമ്മ തലതാഴ്ത്തി.

"അതേയ്, ഒരു പ്രധാന കാര്യംകൂടി പറയാനുണ്ട്. ഇന്ന് രാവിലെ മൂന്നുപേര് ഇവിടെ വന്നു. അതിലൊരാൾ നമ്മുടെ വലിയമഠത്തിലെ കൊച്ചുസ്വാമിയുടെ മകനാ, പേര് രാജാമണി."

അതുകേട്ടപ്പോൾ അത്ഭുതത്താൽ കുഞ്ഞൂഞ്ഞിന്റെ കണ്ണുകൾ വിടർന്നു.

"അതെയോ? എന്നിട്ട്? അവരെന്തിനാ വന്നത്."

“അവര് വന്നത്.. ഒരു പുതിയ സമിതി രൂപീകരിച്ചിട്ടുണ്ടെന്നു പറഞ്ഞു. സമിതിയുടെ നാടകത്തിൽ സുലോചനയെ പാടാനും അഭിനയിക്കാനും ക്ഷണിക്കാൻ വേണ്ടിയാണ് വന്നത്. എന്റെ കൈയിൽ ഇരുപത്തിയഞ്ചുരൂപയും വെച്ചുതന്നു. നാളെ മാഞ്ഞാലിക്കുളത്തുള്ള ലോഡ്ജിലെ സമിതി ഓഫീസിൽ എത്തിച്ചേരണമെന്നു പറഞ്ഞ്....”

ഇതു കേട്ടപ്പോൾ കുഞ്ഞൂഞ്ഞിന് ആദ്യം ദേഷ്യമാണ് വന്നത്.

“ഏത് സമിതി? ഏതു നാടകം? എന്തിനാണ് തീരുമാനമൊന്നുമെടുക്കാതെ പൈസ വാങ്ങിയത്. ഇടയ്ക്കൊരു നാടകത്തിൽ അഭിനയിക്കാൻ പോകുന്നതു പോലെയാണോ സ്ഥിരമായി ഒരു നാടകത്തിൽ നടിയായിപ്പോകുന്നത്. വല്യച്ഛനോട് ചോദിക്കാതെ നമ്മൾ എങ്ങനെയാണ് ഒരു തീരുമാനത്തിൽ എത്തുക. നീയെന്തിനാ പൈസ വാങ്ങാൻ നിന്നത്?”

“നമ്മുടെ കൊച്ചുസ്വാമി പറഞ്ഞ കാര്യമായതുകൊണ്ട് എതിർത്തൊന്നും പറയാൻ പറ്റിയില്ല. എങ്കിലും പൈസ ഞാൻ വാങ്ങിയില്ല. അവരെന്റെ കൈയിൽ പിടിപ്പിച്ചതാ.”

“പക്ഷേ, നിനക്ക് ഞാൻ വന്നിട്ട് തീരുമാനിച്ചിട്ട് പറയാമെന്ന് പറഞ്ഞാൽ മതിയായിരുന്നു.”

“പക്ഷേ, കൊച്ചുസ്വാമി പറഞ്ഞതായതുകൊണ്ട്....”

“എങ്ങനെ ഇനി നാളെ പോകാതിരിക്കും. ഏതായാലും നാളെ ഞാൻ ആദ്യം പോകുക, വല്യച്ഛന്റെ അടുത്തേക്കാവും. വല്യച്ഛൻ എന്തു പറയുമെന്ന് നോക്കാം.”

അങ്ങനെ അന്നു രാത്രിയിൽ വളരെയേറെ ഉൽക്കണ്ഠകളോടെ അയാൾ കിടന്നുറങ്ങി.

പിറ്റേന്ന് അതിരാവിലെ തന്നെ കൃഷ്ണൻ വൈദ്യന്റെ വീട്ടിലേക്ക് ചെന്നു. അവിടെ രാവിലെ മരുന്നുണ്ടാക്കുന്നതിന്റെ പണികളൊക്കെ തുടങ്ങി. വലിയ ചാക്കുകെട്ടുകളിലായി കുറുന്തോട്ടിയും തുളസിയും തഴുതാമയും കിടക്കുന്നു. തഴുതാമക്കെട്ടിന്റെ അടിയിലൂടെ വെള്ളം ഒലിച്ചിറങ്ങി നടക്കുന്ന വഴിയിൽ തളം കെട്ടിനില്ക്കുന്നു. മരുന്നു പുരയിൽ നിന്ന് അരിഷ്ടത്തിന്റെയും കഷായത്തിന്റെയും മണം പുറത്തേക്കൊഴുകുന്നു.

അതിലൊരു പണിക്കാരൻ കുഞ്ഞൂഞ്ഞിനെ കണ്ടിട്ട് സ്നേഹത്തോടെ ചോദിച്ചു:

“ഏമാനെങ്ങോട്ടാ, ചേട്ടനെക്കാണാനായിരിക്കുമല്ലേ, ദാണ്ടെ ചാവടിയിലുണ്ട്.”

കുഞ്ഞൂഞ്ഞ് ചെന്നപ്പോൾ പഴയൊരു താളിയോലയിൽനിന്ന് വല്യച്ഛൻ എന്തോ കുറിപ്പടി എഴുതിയെടുക്കുന്നു. കുഞ്ഞൂഞ്ഞിനെക്കണ്ടതും അത് താഴേക്ക് പറന്നു വീണു.

“അതേയ്, കൊച്ചാട്ടാ ഞാൻ വന്നത്, സുലോചനയെത്തിരക്കി മാഞ്ഞാലിക്കുളത്തെ ലോഡ്ജിലെ കെ പി എ സി എന്നൊരു നാടക സമിതിയുടെ ഓഫിസിലെത്താൻ വേണ്ടി താല്പര്യപ്പെട്ട് നമ്മുടെ

മാവേലിക്കര വലിയ മഠത്തിലെ കൊച്ചുസ്വാമിയും കൂട്ടരും വന്നിരുന്നു. അവരുടെ പുതിയ നാടകത്തിൽ അഭിനയിക്കാൻ വേണ്ടി..."

ഇതുകേട്ട് വല്യച്ഛൻ അല്പം ആലോചിച്ചശേഷം അതിലെ രണ്ടു വശങ്ങളും വിശകലനം ചെയ്തു. "കമ്യൂണിസ്റ്റുകാരുടെ സമിതിയെന്നത് ഒരുകാര്യം. പക്ഷേ, രാജാമണി വന്നു വിളിച്ചത് എങ്ങനെയാണ് നമുക്ക് മുടക്കം പറയാൻ പറ്റുക. പിന്നെ ഒരു എം എൽ എ ആയ രാജഗോപാലൻ നായർ വീട്ടിൽവന്ന് ക്ഷണിക്കുക എന്നൊക്കെ പറഞ്ഞാൽ അതും നമ്മളെങ്ങനെയാണ് കേൾക്കാതിരിക്കുക.

ഏതായാലും സുലോചനയുടെ നല്ലതിനായിരിക്കും എല്ലാം. നീയങ്ങ് സമ്മതിക്കുക, അല്ലാതെന്താ ചെയ്യുക."

ഇത്രയും പറഞ്ഞപ്പോൾ താഴെവീണ കുറിപ്പടി അത്രയും നേരം കൈയിൽപിടിച്ചത് തിരികെ വല്യച്ഛന്റെ കൈയിൽ കൊടുത്തിട്ട് കുഞ്ഞുഞ്ഞ് അവിടെനിന്ന് ഏറെ വിഹ്വലതകളൊടെ ഇറങ്ങി നടന്നു.

എന്റെ മകനാണു ശരി – കെ പി എ സിയുടെ ആദ്യനാടകം

തമ്പാനൂരിലെ മാഞ്ഞാലിക്കുളത്തെ സ്വരാജ് ലോഡ്ജിലേക്ക് വീട്ടിൽനിന്ന് നടന്നു പോകാനുള്ള ദൂരമേ ഉള്ളു. അവിടെയായിരുന്നു നാടക സംഘത്തിന്റെ ഓഫീസ്. ഓഫീസിൽ അച്ഛനെയും കൂട്ടി സുലോചന എത്തി. അവിടെ ചെന്നപ്പോൾ ജനാർദ്ദനക്കുറുപ്പും പോറ്റിസാറും ഉണ്ടായിരുന്നു. സുലോചനയേയും അച്ഛനെയും കണ്ടപ്പോൾ അവർക്കിരുവർക്കും അളവറ്റ സന്തോഷമായിരുന്നു ഉണ്ടായത്. അവർ പെട്ടെന്ന് എഴുന്നേറ്റ് രണ്ടുപേരെയും സ്വീകരിച്ചിരുത്തി. അവിടെയുള്ള എല്ലാവരെയും പരിചയപ്പെടുത്തി.

ജനാർദ്ദനക്കുറുപ്പ് രചിച്ച *എന്റെ മകനാണ് ശരി* എന്നതാണ് നാടകം. അതിൽ ശാരി എന്ന കഥാപാത്രത്തെയാണ് സുലോചനയ്ക്ക് അവതരിപ്പിക്കാനുള്ളത്. സുലോചന സ്ക്രിപ്റ്റ് എടുത്ത് കൈയിൽ പിടിച്ചു. കഥയും കഥാപാത്രങ്ങളും ആരൊക്കെയാണെന്ന് സുലോചനയ്ക്ക് ജനാർദ്ദനക്കുറുപ്പ് വിശദീകരിച്ചുകൊടുത്തു. ഗാനങ്ങൾ പുനലൂർ ബാലന്റേതായിരുന്നു. ജനാർദ്ദനക്കുറുപ്പും രാജഗോപാലൻ നായരും കൂടി ഈണമിട്ട് അതിന്റെ സംഗീത സംവിധാനം പൂർത്തിയാക്കി. ഇതിലെ പാട്ടുകൾ പാടുന്നത് രാജഗോപാലൻനായരും സുലോചനയുമാണ്. ഇടയ്ക്ക് സമയം കിട്ടുമ്പോൾ പാട്ടുകൾ ഒന്നു പാടിനോക്കുകയും വേണം.

"ശരി."

അങ്ങനെ റിഹേഴ്സൽ അവിടെ ആരംഭിച്ചു. *എന്റെ മകനാണ് ശരി* അവിടെ തുടങ്ങുകയായിരുന്നു.

ഉച്ച കഴിഞ്ഞ് എല്ലാവരുംകൂടി വിശ്രമിച്ചുകൊണ്ടിരുന്നപ്പോൾ രാജഗോപാലൻ നായർ ഒരു ഹാർമ്മോണിയമെടുത്ത് പതുക്കെ ഒരു ഗാനം ഈണമിട്ട് ആലപിക്കാൻ തുടങ്ങി. സുലോചനയ്ക്ക് അതിലെ വരികൾ പറഞ്ഞുകൊടുത്തു.

സുലോചന പാടി. കൂടെ രാജഗോപാലൻ നായരും. എന്നാൽ സുലോചനയുടെ കൂടെ ചേരുന്ന ഒരു ശബ്ദമല്ലാത്തതുകൊണ്ട് അതു കേട്ടവർക്കൊക്കെ അരോചകമായാണ് തോന്നിയത്. സുലോചന പാടുമ്പോൾ വരുന്ന ഭാവാവിഷ്കാരം സംഗീതജ്ഞനാണെങ്കിൽ കൂടി, അത് രാജഗോപാലൻ നായർക്കില്ല.

സുലോചനയുടെ ശബ്ദത്തോട് ചേരുന്നത് ഒരു സംഗീതജ്ഞന്റെ രാഗവിസ്താരമല്ല, മറിച്ച് ഒരു തൊഴിലാളിയുടെ, പണിക്കാരന്റെ, ചേറിലും ചെളിയിലും കൂടിക്കുഴഞ്ഞു വിടർന്ന, കരിമ്പാറയുടെ പുറംപോലെ പരുക്കനായ ഒരു ശബ്ദമാണ്. ആ ശബ്ദമാണ് സുലോചനയുടെ ശബ്ദത്തിന് ചേരുക എന്നുപറഞ്ഞതും രാജഗോപാലൻ നായർ തന്നെ.

"അതിനാൽ നമുക്ക് ഒരു പുരുഷസ്വരത്തെക്കൂടി കണ്ടെത്തേണ്ടിയിരിക്കുന്നു. എന്നിട്ടുമതി പാട്ടുകളുടെ റിഹേഴ്സൽ. അതുവരെ നമുക്ക് നാടകറിഹേഴ്സൽ തുടരാം. ക്യാമ്പ് നന്ദാവനത്തുള്ള പോൾസ് ട്യൂട്ടോറിയലിൽ വെച്ചായിരിക്കും. അതിനാൽ നാളെമുതൽ റിഹേഴ്സൽ ക്യാമ്പിൽ എത്തണം." അങ്ങനെ സുലോചനയേയും അച്ഛനേയും പറഞ്ഞയച്ചു.

കെ എസ് ജോർജ്ജിന്റെ വരവ്

പെട്ടെന്ന് രാജഗോപാലൻ നായരുടെ മനസ്സിൽ ഒരു രംഗം മിന്നിമാഞ്ഞു. തിരക്കിനിടയിൽ 1952 ലെ തിരഞ്ഞെടുപ്പു പ്രചാരണയോഗം പത്തനാപുരം നിയോജകമണ്ഡലത്തിലെ എലിക്കാട്ടൂരിൽ വെച്ചായിരുന്നു. അന്ന് സ്ഥാനാർത്ഥിയായി അവിടെനിന്ന് മത്സരിക്കുകയാണ്. പ്രചരണ യോഗത്തിനിടയിലെ കലാപരിപാടിയാരംഭിച്ചപ്പോൾ സദസ്സിൽ നിന്ന് രാജഗോപാലൻ നായർക്ക് ഒരു കുറിപ്പുകിട്ടി. കാറ്റിൽ അത് പറന്ന് മറ്റെവിടെയും പോകാതെ കൃത്യമായി എത്തേണ്ടിടത്ത് തന്നെയെത്തി. അതിൽ ഇങ്ങനെ എഴുതിയിരിക്കുന്നു.

"ഞാൻ പേപ്പർ മില്ലിലെ ഒരു തൊഴിലാളിയാണ്. എനിക്കൊരു പാട്ടുപാടണം."

ഒരു കവിത പോലെയാണ് ആ വരികൾ തോന്നിയത്. അക്കാലം പേപ്പർ മില്ലിലെ തൊഴിലാളിനേതാവു കൂടിയായതിനാൽ രാജഗോപാലൻ നായർക്ക് ആ കത്തിന്റെ തീവ്രത കാണാതിരിക്കാനായില്ല. കൂടെ അന്ന് കാമ്പിശ്ശേരിയും ജനാർദ്ദനക്കുറുപ്പും ഉണ്ട്. അവരും ഈ കുറിപ്പടി കണ്ട് ആ വരികളുടെ ഉപജ്ഞാതാവിന്റെ രൂപം കാണാൻ ആഗ്രഹിച്ചു. അയാളെ ക്ഷണിച്ചു. ഒരു ഇരുപതു വയസ്സുപ്രായമുള്ള കറുത്ത് എല്ലുന്തിയ ഒരാൾരൂപം. അയാൾ സ്റ്റേജിൽ കയറിനിന്നു പാടിയപ്പോൾ പുനലൂരിലെ എലിക്കാട്ടൂർ നിശ്ശബ്ദമായി. ആ കരുത്തുറ്റ ശബ്ദം ഈ ശരീരത്തിൽ നിന്നാണോ വരുന്നതെന്നു തോന്നിപ്പോകും.

രാജഗോപാലൻ നായർ പെട്ടെന്ന് തന്നെ ജനാർദ്ദനക്കുറുപ്പിനോട് ഓർമ്മയിൽ ഓളംവെട്ടിയ ഈ രംഗം പങ്കുവെച്ചു.

"ഉവ്വ് ആ പരുക്കൻ ഗാനാലാപനത്തിന്റെ സൗന്ദര്യം ഞാൻ ഓർക്കുന്നു. എത്ര മധുരവും പരുക്കനുമായ ഒരു ശബ്ദമാണത്. അന്ന് പ്രചാരണയോഗം കഴിഞ്ഞിട്ടും ആ ആൾക്കൂട്ടം അയാളെക്കൊണ്ട് വീണ്ടും വീണ്ടും പാട്ടുകൾ പാടിച്ചതായും ഓർക്കുന്നു." ജനാർദ്ദനക്കുറുപ്പ് പറഞ്ഞു.

ഉടൻതന്നെ പുനലൂരിലെ തങ്കപ്പൻ സഖാവിന് കത്തയച്ചു.

അന്ന് എലിക്കാട്ടൂരിലെ പ്രചാരണയോഗത്തിൽ പാടിയ പുനലൂർ പേപ്പർ മില്ലിലെ തൊഴിലാളി ഇപ്പോൾ അവിടെയുണ്ടോ? ഉണ്ടെങ്കിൽ എത്രയും പെട്ടെന്ന് തിരുവനന്തപുരത്ത് തമ്പാനൂരിലെ മാഞ്ഞാലിക്കുളത്തെ സ്വരാജ് ലോഡ്ജിൽ കെ പി എ സി നാടകസമിതി ഓഫീസിൽ എത്തിച്ചേരാൻ പറയുക. ഇത്രയും എഴുതി കത്ത് തപാൽ മാർഗ്ഗം അയച്ചു.

ഒരാഴ്ച കഴിഞ്ഞില്ല, ആൾ ലോഡ്ജിലെത്തി, രാജഗോപാലൻ നായർ സാറിനെ കാണാനാണെന്നു പറഞ്ഞു. "പേരെന്താ?" ഓഫീസിലുള്ള റിസപ്ഷനിസ്റ്റ് ചോദിച്ചു. ചുവരിലെ എ കെ ജിയുടെയും പി കൃഷ്ണപിള്ളയുടെയും കാൾമാക്സിന്റെയും ഫോട്ടോയിലേക്കു നോക്കി. ആൾ ഉത്തരം പറഞ്ഞു.

"കെ എസ് ജോർജ്ജ്"

ആ ശബ്ദം കേട്ടപ്പോൾ ലോഡ്ജിന്റെ ജനാലയിൽ പിടിപ്പിച്ച തുരുമ്പിച്ച ഇരുമ്പു വിജാഗിരി ഇളകിവന്ന പോലെയുണ്ട്.

അയാളെ അകത്തേക്ക് പറഞ്ഞയച്ചു.

എല്ലാവരും കൂടിയിരിക്കുകയാണ്. രാജഗോപാലൻ നായർ ഹാർമ്മോണിയം വായിക്കുന്നു. പുനലൂർ ബാലൻ എന്ന കവി അവിടെ ഇരിക്കുന്നു. അദ്ദേഹത്തെ കണ്ടപാടെ ജോർജ്ജ് പരിചയമുള്ള ഒരാളെ കണ്ടതിലുള്ള സന്തോഷം പ്രകടിപ്പിച്ചു.

"എന്തിനാണ് വരാൻ പറഞ്ഞത്." ജോർജ്ജ് അവരോടായി ചോദിച്ചു.

"ഈ ഇരിക്കുന്നതാരാണെന്ന് അറിയാമോ?"

"അറിയാം. പുനലൂർ ബാലൻ സാർ, പിന്നെ ഞങ്ങടെ എം എൽ എ. രാജഗോപാലൻ സാർ. ബാക്കി ആരെയും അറിയില്ല."

"ങ്ഹാ! പറയാം. അന്ന് എന്റെ തിരഞ്ഞെടുപ്പു പ്രചാരണയോഗത്തിൽ ഒരു കുറിപ്പടി കൊടുത്തുവിട്ടിരുന്നു. ഞാൻ പേപ്പർ മില്ലിലെ ഒരു തൊഴിലാളിയാണ്, എനിക്കൊരു പാട്ടുപാടാൻ അവസരം വേണം എന്നു പറഞ്ഞ്. അന്ന് അവിടെ വെച്ച് ജോർജ്ജിനെ പാടാൻ അനുവദിച്ചു. ഒരു തൊഴിലാളിയുടെ അനുഭവതീവ്രതയേറിയ ഒരു സ്വരം ഞങ്ങളന്ന് കേട്ടു. ഇപ്പോൾ ഞങ്ങളുടെ പുതിയ നാടക സമിതിയിൽ പാട്ടുപാടാൻ ഒരാളെ വേണം. അദ്ധ്വാനിക്കുന്നവരുടെയും തൊഴിലാളികളുടെയും സാധാരണക്കാരുടെയും അനുഭവങ്ങൾ നിറഞ്ഞ ശബ്ദമാണ് നമുക്ക് വേണ്ടത്. ആ ശബ്ദം ഞങ്ങളിപ്പോൾ തീരുമാനിച്ചിരിക്കുന്നത് കെ എസ് ജോർജ്ജിന്റെ ആയിരിക്കണമെന്നാണ്. എന്താ പറ്റുമോ?"

അങ്ങനെയൊരു ചോദ്യത്തിനു പ്രസക്തിയില്ല എന്ന മട്ടിലായിരുന്നു ജോർജ്ജിന്റെ നോട്ടം. കാരണം ഇതുപോലൊരു താവളമാണ് ജോർജ്ജ് അന്വേഷിച്ചു നടന്നത്. ഒരു കലാകാരൻ എന്ന നിലയിൽ അയാൾ ആഗ്രഹിക്കുന്നത് ഇതു തന്നെയാണെന്ന് അപ്പോൾ മറുപടി പറയുകയും ചെയ്തു.

പാട്ടുകാർ കെ എസ് ജോർജ്ജും സുലോചനയും. പുനലൂരിലെ നിയമസഭാ തിരഞ്ഞെടുപ്പിൽ രാജഗോപാലൻ നായർ മത്സരിച്ചപ്പോൾ പാടാൻവന്ന ആളാണ് കെ എസ് ജോർജ്ജ് എന്നാണ് കെ എസ് ജോർജ്ജിനെപ്പറ്റി സുലോചനയ്ക്ക് അറിയാൻ കഴിഞ്ഞത്. തന്നെപ്പോലെ ജോർജ്ജും സമിതിയിൽ ആദ്യ ആളായതിനാൽ കെ എസ് ജോർജ്ജിനോട് ഒരു പ്രത്യേക അടുപ്പം സുലോചനയ്ക്കുണ്ടായി.

പലപ്പോഴും ഇടവേളകളിൽ ക്ഷീണിച്ചവശനായി ഇരിക്കുന്ന ആ മുഖം കാണുമ്പോൾ വല്ലാത്തൊരു സഹതാപം സുലോചനയുടെ ഉള്ളിലുണ്ടാകും. അങ്ങനെ ഇരുവരും തമ്മിൽ പരിചയപ്പെട്ടു.

അവർ പരസ്പരം അവരുടെ ജീവിതകഥ പങ്കുവെച്ചു.

ആ നാടകത്തിലെ നായകൻ രാജഗോപാലൻ നായരും നായിക സുലോചനയുമായിരുന്നു. കാരണവരുടെ വേഷം ജനാർദ്ദനക്കുറുപ്പിനായിരുന്നു. ടി എം മൊയ്തീൻ കുഞ്ഞ്, എം പി കുട്ടപ്പൻ, ഭാസ്കരപ്പണിക്കർ, ശ്രീനാരായണപിള്ള, വലിയശാല ജാനകി എന്നിവരായിരുന്നു അതിലെ കഥാപാത്രങ്ങളായി വേഷം കെട്ടിയിരുന്നവർ.

ഇടയ്ക്കൊരു ദിവസം റിഹേഴ്സൽ കഴിഞ്ഞുള്ള ഇടവേളകളിൽ ജോർജ്ജിനോട് അയാളുടെ പഴയകാലജീവിതം ചോദിച്ചപ്പോഴാണ് അക്ഷരാർത്ഥത്തിൽ ഞെട്ടിപ്പോയത്.

കായംകുളത്തിനു സമീപമുള്ള പുതുപ്പള്ളിയിലായിരുന്നു ജോർജ്ജിന്റെ കുടുംബം. ഇരുപതു വർഷങ്ങൾക്ക് മുൻപ് ആലപ്പുഴയിലെത്തിയതാണ് അപ്പൻ ശമുവേലും കുടുംബവും. ഒരു നെയ്ത്തു തൊഴിലാളിയായി വില്യം ഗുഡേക്കർ കമ്പിനിയിൽ ജോലികിട്ടി അപ്പന്. ശവക്കോട്ട പള്ളിവക ഭൂമിയിൽ കുടികിടപ്പുകാരായിട്ടാണ് ആ കുടുംബം അവിടെ താമസിച്ചുതുടങ്ങിയത്. വീട്ടിലെ കഷ്ടപ്പാടുകൾ കാരണം നാലാം ക്ലാസിൽവെച്ച് പഠനം നിർത്തേണ്ടി വന്നു ജോർജ്ജിന്. ജോർജ്ജ് അന്നുമുതൽ തന്നെ നല്ലപോലെ പാട്ടുകൾ പാടുമായിരുന്നു. എന്നാൽ സംഗീതത്തിലുള്ള താല്പര്യംകൊണ്ട് അപ്പനെ നിർബ്ബന്ധിച്ചതിനാൽ സംഗീതം പഠിക്കാൻ എവിടെയൊക്കെയോ അയച്ചു. കുടുംബത്തിന്റെ അവസ്ഥ കാരണം പതിനാലാമത്തെ വയസ്സിൽ ആസ്പിൻ വാൾ കമ്പനിയിൽ തയ്യൽ ജോലിക്ക് പ്രവേശിച്ചെങ്കിലും കുറച്ചുകാലം കഴിഞ്ഞ് സംഗീതം പഠിക്കാനുള്ള പഴുതുകളന്വേഷിച്ച് അവിടെനിന്ന് നാടുവിടുകയായിരുന്നു. പലയിടങ്ങളിൽ അലഞ്ഞ് അവസാനം മൈസൂരിൽ സാഗര എന്ന സ്ഥലത്തെത്തി. അവിടെ പട്ടുകുപ്പ എന്ന സ്ഥലത്ത് വിറകുവെട്ടുകാരനായി. അതിനിടയിൽ പട്ടാളത്തിൽ ചേരാൻ ശ്രമിച്ചെങ്കിലും

ശാരീരിക ക്ഷമത കുറവായതുകാരണം അതിനു കഴിഞ്ഞില്ല. അവിടുന്ന് പോയി, ട്രെയിനിൽ കുറെക്കാലം പാട്ടുകാരനായി ജീവിച്ചു. പിന്നീട് ബാംഗ്ലൂരിലെ എത്തി യുണൈറ്റഡ് ടെന്നീസ് ക്ലബ്ബിലെ ഒരു ജീവന ക്കാരനായി.

അതിനുശേഷം നാട്ടിൽ തിരിച്ചെത്തി. ആലപ്പുഴ സി വൈ ടി കമ്പിനിയിൽ ബ്രഷ് കാർപ്പെന്റ് ജോലിക്കാരനായി കുറച്ചുകാലം ജോലി നോക്കി. അവിടെനിന്ന് ജോലി നഷ്ടപ്പെട്ടതുകാരണം *ഇന്ത്യൻ എക്സ് പ്രസ്* പത്രത്തിന്റെ വിതരണക്കാരനായി. പിന്നെ കുറേനാളുകൾ സ്ട്രീറ്റ് ഫോട്ടോഗ്രാഫറായി ജീവിച്ചു. കാഞ്ഞിരപ്പള്ളിയിൽ പോയി അവിടത്തെ സംഗീതവിദ്വാനായ സി എസ് കൃഷ്ണയ്യരുടെ അടുത്ത് താമസിച്ച് കുറച്ചുനാൾ സംഗീതം പഠിച്ചു. ഉപജീവിതത്തിനായി കുറച്ചുകുട്ടികളെ പഠിപ്പിക്കുകയും ചെയ്തു.

കൂടാതെ സൈക്കിളിൽ കൊണ്ടുനടന്നുള്ള തേയില വില്പനയും ഉണ്ടായിരുന്നു. പിന്നീട് കെ ആർ നാരായണനുണ്ണിത്താൻ ഭാഗവതരുടെ ശിഷ്യത്വം സ്വീകരിച്ചു. അവിടെനിന്നും നാടു വിട്ടുപോയി ഈറോഡിലെ ഒരു ഹോട്ടലിൽ പാത്രം കഴുകുന്ന ആളായി ജോലിയെടുത്തു. തഞ്ചാവൂ രിൽ പോയാൽ പാട്ടുപഠിക്കാമെന്ന് വിചാരിച്ച് അങ്ങോട്ട് യാത്രചെയ്തു, ടിക്കറ്റില്ലാത്തതിനാൽ ടി ടി ആർ പിടിച്ച് ഇറക്കി വിട്ടു. അവിടുന്ന് ഒരു വയറിങ് കോണ്ട്രാക്ടറുടെകൂടെ പോയി ജോലി ചെയ്തിട്ടുണ്ട്. മേയ്ക്കാട്ടു പണിക്കായിരുന്നു പോയത്. ആഹാരം മാത്രമായിരുന്നു കൂലി. രണ്ടു കൊല്ലംകൊണ്ട് വയറിങ് നന്നായി പഠിച്ചു. പിന്നെ നാട്ടിലേക്ക് മടങ്ങി. ബോംബെ കമ്പനിയിൽ കയറിൽ ചായം അടിക്കുന്ന ജോലി സ്വീകരിച്ചു. അതോടൊപ്പം ഉണ്ണിത്താൻ ഭാഗവതരുടെ അടുത്തുള്ള പഠനവും. ചില നൃത്ത സംഘങ്ങളുടെ കൂടെ പാടാനും പോകാൻ തുടങ്ങി. സെബാസ്റ്റ്യൻ കുഞ്ഞുകുഞ്ഞ് ഭാഗവതരും അദ്ദേഹത്തിന്റെ കൈരളീകുസുമം എന്ന സമിതിയും ആലപ്പുഴയിൽ പ്രശസ്തമായിരുന്നു. അന്ന് പൊൻകുന്നം വർക്കിയുടെ *പൂജ* എന്ന നാടകം അവതരിപ്പിക്കാനുള്ള ഒരുക്കത്തിലാ യിരുന്നു. അതിൽ ഒരു വേഷത്തിന് അവസരമുണ്ടാകുമോ എന്നുചോദിച്ച് ചെന്നു. അതിൽ പാടി അഭിനയിക്കുന്ന ഒരു പിച്ചക്കാരന്റെ വേഷമാണ് ഭാഗവതർ ജോർജ്ജിന് കൊടുത്തത്. ഒരിടത്ത് അഭിനയിക്കാൻ ചെന്നപ്പോൾ യഥാർത്ഥപിച്ചക്കാരനാണെന്ന് കരുതി കാണികൾ പിരിവ് കൊടുത്തു. നാടകത്തിൽ അധികനാൾ നില്ക്കാതെ വീണ്ടും ജോലി ക്കായിറങ്ങി. പുനലൂരിൽ പേപ്പർ മില്ലിൽ ജോലിനോക്കുമ്പോഴാണ് രാജ ഗോപാലൻ നായരുടെ പ്രചാരണവേദിയിൽ പാടുന്നതും ഇവിടെ എത്താനുമുള്ള സാഹചര്യമുണ്ടായതും.

പുനലൂർ ബാലൻ വരുന്നു

അങ്ങനെ നാടകത്തിന്റെ റിഹേഴ്സൽ തുടങ്ങി. ഉച്ചകഴിഞ്ഞ് നാടകഗാനങ്ങളുടെ റിഹേഴ്സലും ആരംഭിച്ചു.

ഗാനങ്ങൾ അക്കാലത്തെ തമിഴ് ഹിന്ദി പാട്ടുകളുടെ ചേരുവയിലാണ് തയ്യാറാക്കിയത്. ആ ഈണത്തിനനുസരിച്ച് പാട്ടുകൾ എഴുതിക്കൊടുക്കുകയായിരുന്നു. മാഞ്ഞാലിക്കുളത്തെ ലോഡ്ജിൽ കുറേ ദിവസങ്ങൾ പുറത്തേക്കൊന്നും.

ഇറക്കിവിടാതെ പൂട്ടിയിട്ടാണ് രാജഗോപാലൻ നായർ ബാലനെക്കൊണ്ട് പാട്ടുകൾ എഴുതിപ്പിച്ചത്.

'അനന്തമായ് സിന്ധുവിൽ
തരംഗമാലകൾ പോലവേ'
എന്നും
'അസ്ഥിയുരുക്കിയും പാടുപെട്ടും
ആയിരമായിരമാശകളോടെ
അലമാലകൾ വീശിടുമാഴിപോലെ'

എന്നൊക്കെയുള്ള ഗാനങ്ങളാണ് അവിടെ പാട്ടുകളായി പരിണമിക്കുന്നത്.

പാട്ടെഴുതാൻ പുനലൂർ ബാലൻ എന്ന തന്റെ പൂർവ്വവിദ്യാർത്ഥിയെ ഏല്പിക്കാൻ രാജഗോപാലൻ നായർക്ക് ഒരു കാരണമുണ്ടായിരുന്നു. സമിതിയോടൊപ്പം ഉണ്ടായിരുന്ന യുവകവിയായ ഒ എൻ വി കുറുപ്പിനെ അന്ന് പാട്ടെഴുതാൻ ഏല്പിച്ചിരുന്നെങ്കിലും സംഗീത സംവിധാനം ദേവരാജനെക്കൊണ്ടു വേണം എന്ന് മുൻകൂറായി പറഞ്ഞു. ഇത് രാജഗോപാലൻ നായർക്കിഷ്ടപ്പെട്ടില്ല. തന്നെയുമല്ല ദേവരാജനെ ഒന്ന് കാണണമെന്ന് പറഞ്ഞപ്പോൾ അദ്ദേഹത്തെ നേരിൽ കൊണ്ടുവരികയും ചെയ്തു, ഒ എൻ വി. പക്ഷേ, അന്ന് തീരെ ചെറുപ്രായക്കാരനായതിനാലും കാഴ്ചയിൽ മെലിഞ്ഞ ശരീരപ്രകൃതമായതിനാലും മുഖത്തടിച്ചപോലെ ഈ കൊച്ചുപയ്യനെക്കൊണ്ടാണോ സംഗീത സംവിധാനം ചെയ്യിക്കുക എന്ന് ചോദിച്ച് പരിഹാസ്യനാക്കി. "ഇയാളെയാണോ ഓ എൻ വി കൂടിയേതീരൂ എന്നു പറയുന്നത്!" ഇത് ദേവരാജനും ഒ എൻ വിക്കും ഏറെ മാനസികാഘാതമുണ്ടാക്കി. രാജഗോപാലൻ നായരുടെ സംഗീതത്തോടും ഒ എൻ വി കുറുപ്പിന് പ്രതിപത്തിയുണ്ടായിരുന്നില്ല, കാരണം അത് സാമ്പ്രദായിക സംഗീതത്തിന്റെ ആവർത്തന വിരസത സൃഷ്ടിച്ചിരുന്നു എന്നതുകൊണ്ടുകൂടിയാണ്. അതുമല്ല തന്റെ സുഹൃത്തിനെ അപമാനിച്ചുവിട്ടതിലുള്ള മാനസികവിഷമം കാരണം അദ്ദേഹം കാമ്പിശ്ശേരിക്ക് കത്തെഴുതി. ഞാൻ പാട്ടെഴുത്തിൽനിന്നും വിട്ടുനില്ക്കുകയാണ്.

ഒ എൻ വി കുറുപ്പ് പാട്ടെഴുത്തിൽനിന്ന് വിട്ടുനിന്നെങ്കിലും സമിതിയുടെ പ്രവർത്തനങ്ങളിൽ സജീവമായിരുന്നു. റിഹേഴ്സൽ ക്യാമ്പുകളിൽ സൗമ്യസാന്നിദ്ധ്യമായപ്പോൾ ട്യൂട്ടോറിയൽ കോളേജിൽ എല്ലാവർക്കും ഒപ്പംകൂടി.

ഈ വാശിയിലാണ് രാജഗോപാലൻ നായർ ഒരു പകരക്കാരനായി പുനലൂർ ബാലനെ കൊണ്ടുവരുന്നത്. പുനലൂർ ബോയ്സ് ഹൈസ്കൂ

ളിൽ അദ്ധ്യാപകനായിരുന്നപ്പോൾ അവിടത്തെ വിദ്യാർത്ഥിയായിരുന്നു ബാലൻ. അന്നത്തെ ഫോർത്ത് ഫോമിൽ പഠിച്ചിരുന്ന ബാലനെ എന്തോ കാരണത്താൽ ശിക്ഷിച്ചിരുന്നു. അത് പിന്നീട് ഗാഢമായ ഒരു ആത്മബന്ധത്തിലേക്കെത്തിയിരുന്നു. ചെറുപ്പത്തിലേ എഴുതുമായിരുന്ന അദ്ദേഹത്തിന്റെ രചനകൾ 1940 മുതല്ക്കുള്ള പ്രധാന പ്രസിദ്ധീകരണങ്ങളിൽ അച്ചടിച്ചുവന്നു. പിന്നീട് രാജഗോപാലൻ നായർ നിയമപഠനം കഴിഞ്ഞപ്പോൾ എൻറോൾമെന്റ് ചെയ്യാൻ പണമില്ലാത്തതിനാൽ കഥാപ്രസംഗം നടത്തിയാണ് പണമുണ്ടാക്കിയിരുന്നത്. അന്നത്തെ സാഹിത്യകാരനായ ഡി എം പൊറ്റക്കാടിന്റെ 'കാട്ടുമങ്ക'യായിരുന്നു കഥ. അതിൽ പാട്ടെഴുതാൻ വിളിച്ചതും പുനലൂർ ബാലനെയായിരുന്നു.

തുടർന്നുള്ള ദിവസങ്ങളിൽ നാടകത്തിന്റെയും പാട്ടുകളുടെയും റിഹേഴ്സലുകൾ നടന്നു. സുലോചനയ്ക്ക് ഇത് പുതിയൊരനുഭവമായി. സമിതിയുടെ ദൈനംദിന കാര്യങ്ങൾ മാനേജുചെയ്യുന്നതിനും അതിന്റെ ചുമതലകൾ വഹിക്കുന്നതിനും ഒരു ഓഫീസ് സെക്രട്ടറിയെ വേണം. അതുമല്ല പാർട്ടിയുടെ കീഴിൽ ഒരു സംഘടനാസ്വഭാവം വരികയും വേണം. അങ്ങനെയാണ് കോട്ടയം ശ്രീനിയെന്ന ഒരു പാർട്ടിപ്രവർത്തകനെ സമിതിയിലേക്ക് കൊണ്ടുവരുന്നത്.

വന്ന അന്നുതന്നെ സുലോചനയുടെ ജ്യേഷ്ഠന് ആളെ മനസ്സിലായി. കോട്ടയത്തെ പൊലീസ് മർദ്ദനത്തിൽ ക്ഷയരോഗം പിടിപെട്ട് നാഗർകോവിലിൽ ടി ബി സാനിറ്റോറിയത്തിൽ ചികിത്സയിലിരിക്കുന്ന ആളാണ്. തിരികെവരും വഴി രാജഗോപാലൻ നായർ പിടിച്ചപിടിയാലെ കൊണ്ടുവന്ന് സമിതിയുടെ ഓഫീസ് സ്റ്റാഫായി നിയമിച്ചു.

അന്ന് വൈകുന്നേരം തന്നെ സമിതിക്ക് ഒരു ഔപചാരിക സംഘടനയുടെ സ്വഭാവം കൈവരണം എന്ന് തീരുമാനിച്ച് ഒരു പൊതുയോഗം ചേർന്നു. യോഗതീരുമാനപ്രകാരം ജനാർദ്ദനക്കുറുപ്പ് പ്രസിഡന്റായും രാജഗോപാലൻ നായരെ സെക്രട്ടറിയായും തെരഞ്ഞെടുത്തു. കോട്ടയം ശ്രീനി കൺവീനറുമായി. കെ എസ് രാജാമണി, പുനലൂർ ബാലൻ, അഡ്വ. കുട്ടപ്പൻ എന്നിവർ അംഗങ്ങളും. എം പി പോൾ അവരുടെ എല്ലാ പ്രവർത്തനങ്ങൾക്കും പിന്തുണയേകി.

കമ്യൂണിസ്റ്റ് പാർട്ടിക്ക് തിരുവിതാംകൂറിൽ വിത്തുപാകിയവരിൽ പ്രധാനപ്പെട്ട കെ സി ജോർജ്ജ് സമിതിയുടെ എല്ലാ പ്രവർത്തനങ്ങളുടെയും രക്ഷകർത്താവായി. അന്ന് എം എൽ എ ആയിരുന്നിട്ടും കെ പി എ സിയുടെ എല്ലാ പ്രവർത്തങ്ങളിലും കാമ്പിശ്ശേരി കരുണാകരൻ ഓടിയെത്തി.

നാടകം ഏകദേശം റിഹേഴ്സൽ നടത്താമെന്ന രൂപത്തിലായി. മീറ്റിങ് കൂടി അരങ്ങേറ്റവും തീരുമാനിച്ചു.

അരങ്ങേറ്റത്തിനു മുൻപേ തിരുവനന്തപുരത്ത് എല്ലാ സ്ഥലങ്ങളിലും പോസ്റ്റർ എഴുതി ഒട്ടിക്കണം. അതിന് പോസ്റ്റർ എഴുതാനുള്ള ആളു വേണം എന്ന് ജനാർദ്ദനക്കുറുപ്പ് പറഞ്ഞതനുസരിച്ച് രാജഗോപാലൻ നായരുടെകൂടെ ലോ കോളേജിൽ പഠിച്ച കെ വി രാമകൃഷ്ണ അയ്യർ തിരുവനന്തപുരത്തെത്തി.

പില്ക്കാലത്ത് മലയാള സാഹിത്യത്തിൽ പ്രശസ്തി നേടിയ മലയാറ്റൂർ രാമകൃഷ്ണനായിരുന്നു അത്. നല്ലപോലെ ചിത്രം വരയ്ക്കും. അന്ന് രാത്രി കരിമഷികലക്കി, പ്രിന്റിങ് വേസ്റ്റായി വരുന്ന വലിയ പേപ്പറിൽ വലുതായി എഴുതി.

എന്റെ മകനാണു ശരി – കെ പി എ സിയുടെ നാടകം.

തിരുവനന്തപുരം വി ജെ ടി ഹാളിൽ വെച്ചായിരുന്നു നാടകത്തിന്റെ അരങ്ങേറ്റം. നാടകത്തിന്റെ എല്ലാ ചുമതലകളും വഹിച്ചിരുന്നത് സുലോചനയുടെ ജ്യേഷ്ഠൻ കൃഷ്ണൻകുട്ടിയുടെ സുഹൃത്തായിരുന്ന കോട്ടയം ശ്രീനിയായിരുന്നു. അന്ന് കൃഷ്ണൻകുട്ടി തിരുവനന്തപുരം സംസ്കൃതകോളേജിൽ പഠിക്കുകയായിരുന്നു. ജ്യേഷ്ഠന്റെ കൂട്ടുകാരനായ കണിയാപുരം രാമചന്ദ്രനും അഞ്ചൽ ഗോപിയും ചേർന്നാണ് ആദ്യനാടകത്തിന്റെ ടിക്കറ്റുകൾ കോളേജ് ഹോസ്റ്റലുകൾ തോറും കയറിയിറങ്ങി വിറ്റത്.

ഉദ്ഘാടന നാടകം കാണാൻ പുരുഷാരം തിങ്ങിനിറഞ്ഞു. മുൻനിരയിൽ കമ്യൂണിസ്റ്റ് പാർട്ടിയുടെയും തിരുവിതാംകൂർ സ്റ്റേറ്റ് കോൺഗ്രസിന്റെയും ചരിത്രത്തിലെ അക്കാലത്തെ തിളങ്ങിനിന്ന നക്ഷത്രം, സഖാവ് കെ സി ജോർജ്ജ്, നാടകം കഴിഞ്ഞപ്പോൾ സുലോചനയ്ക്ക് എല്ലാവരുടെയും മുന്നിൽവെച്ച് ഒരു വെള്ളിമെഡൽ ചാർത്തിക്കൊടുത്തു.

സുലോചനയ്ക്ക് ആദ്യമായിക്കിട്ടുന്ന അംഗീകാരം.

ഗ്രീൻറൂമിൽ ഒരു തീപ്പൊരിച്ചോപ്പുവെട്ടം

നാല്പതോളം വേദികളിലായിരുന്നു കെ പി എ സിയുടെ ഈ ആദ്യ നാടകം അവതരിപ്പിച്ചത്. ആദ്യനാടകമെന്ന നിലയിൽ സാങ്കേതികമായ നിരവധി പരിജ്ഞാനക്കുറവുകൾ ആ നാടകത്തിനുണ്ടായിരുന്നു. എങ്കിലും സാമൂഹികപരിവർത്തനത്തിനും വിപ്ലവാഭിമുഖ്യത്തിനും നവോത്ഥാനത്തിനും ജനമനസ്സുകളിൽ വേരോട്ടമുണ്ടാക്കുവാനുള്ള ആദ്യ ശ്രമമെന്ന നിലയിൽ നാടകം ശ്രദ്ധേയമായി. ഇത്രയധികം വേദികളിൽ അതിനെ സ്വീകരിക്കപ്പെട്ടു എന്നതും ഏറെ പ്രാധാന്യമർഹിക്കുന്നു. കാത്തിരുന്ന സാമൂഹികപരിണാമങ്ങളുടെ ജ്വാലകൾ ഊഷരമായൊരു ഭൂമിയിൽ ആളിപ്പടരാൻ കാണിക്കുന്ന വ്യഗ്രതപോലെ, സമൂഹമനസ്സ് ഇളകാൻ തുടങ്ങിയിരുന്നു. കൂടുതൽ നവീകരണങ്ങൾക്ക് പ്രാപ്തമാക്കാൻ ഇനിയും പാകപ്പെടേണ്ടിയിരിക്കുന്നു എന്നതാണ് ആദ്യ നാടകാനുഭവം കെ പി എ സിക്ക് സമ്മാനിച്ചത്.

കുണ്ടറയിലെ ഒരു തീയറ്ററിലാണ് അന്ന് *എന്റെ മകനാണു ശരി* കളിക്കുന്നത്. രണ്ടു രംഗങ്ങൾ കഴിഞ്ഞു. ലൈറ്റുകൾ അണഞ്ഞു പെട്ടെന്ന് തെളിയുകയും ചെയ്തു. ഇങ്ങനെ വരുമ്പോൾ സ്ത്രീകളൊക്കെ വേഗം ഗ്രീൻറൂമിലേക്കു പോകും. അവിടെ ബാഗുകളും മറ്റു മേക്കപ്പ് സാധനങ്ങളും വെച്ചിട്ടുണ്ട്. അത് നഷ്ടമായോ എന്നറിയാനാണ് പോകുന്നത്. പലയിടത്തും സാമൂഹ്യവിരുദ്ധരുടെ ശല്യമുണ്ടായിരുന്നു. എന്നാൽ കെ പി എ സിയുടെ നാടകവേദിയിൽ അങ്ങനെയുള്ള ഒരാപത്തും വരാറില്ല. സഖാക്കന്മാരുടെയും നാട്ടുകാരുടെയും സംരക്ഷണവും ശ്രദ്ധയും കരുതലും എപ്പോഴുമുണ്ടാകും.

അങ്ങനെ ചെന്നുനോക്കിയപ്പോൾ കണ്ടത് ഒട്ടും വിചാരിക്കാത്ത ഒരു കാഴ്ചയായിരുന്നു. ഗ്രീൻറൂമിൽ കറുത്തുരുണ്ട് പൊക്കം കുറഞ്ഞ ഒരു പുരുഷൻ ഇരിക്കുന്നു. പോരാഞ്ഞിട്ട് കൈയിൽ ബീഡിയുമുണ്ട്. സ്ത്രീകൾക്കു മാത്രമുള്ള ഗ്രീൻറൂമിൽ കയറിയിരിക്കാൻ എങ്ങനെയാണ് ഇയാൾക്ക് ധൈര്യം വന്നത്. ആദ്യം ഈ ദൃശ്യം സുലോചനയെ അലോസരപ്പെടുത്തി. ഉടനെ ഓടിച്ചെന്ന് ജനാർദ്ദനക്കുറുപ്പിനോട് ഗ്രീൻറൂമിൽ ഒരു അപരിചിതൻ ഇരിക്കുന്ന കാര്യം പറഞ്ഞു. ഇതുകേട്ട് കുറുപ്പ് വളരെ സാവധാനം പറഞ്ഞത്, അയാൾ അവിടെയിരുന്നോട്ടെ, ശല്യമൊന്നും ചെയ്യില്ല.

അങ്ങനെ കുറുപ്പ് പറഞ്ഞെങ്കിലും സുലോചനയുടെ മനസ്സിൽ ആ ദൃശ്യം മായാതെ കിടന്നു. പിന്നീട് അഭിനയത്തിന്റെ തിരക്കുകളായി. രംഗങ്ങൾ മാറിമറിയുന്നു.

നാടകം കഴിഞ്ഞു. വിളക്കുകളെല്ലാം തെളിഞ്ഞു. എല്ലാവരുംകൂടി ഒന്നിച്ച് ഗ്രീൻറൂമിലേക്കെത്തി. സുലോചന അപ്പോൾ അവിടെ മുക്കും മൂലയും നല്ലപോലെ അരിച്ചുപെറുക്കാൻ തുടങ്ങി. അവിടെയിരുന്ന് ബീഡിവലിച്ചതിന്റെ ഒരു ബീഡിപ്പുകമണം പോലും ശേഷിക്കാതെ ആ അപരിചിതൻ മാഞ്ഞുപോയിരിക്കുന്നു. ഗ്രീൻറൂമിന്റെ പുറത്തേക്ക് സുലോചന ഒന്നു കണ്ണുപായിച്ചു. വാതിൽകടന്ന് വരാന്തയിലൂടെ ചെന്നു രാത്രിയുടെ ഇരുട്ടിലേക്ക് നോക്കി. തീയറ്ററിൽനിന്ന് കടന്നുപോകുന്ന പുരുഷാരത്തിന്റെ ബഹളങ്ങൾ പതുക്കെ മായുന്നു. അവർക്ക് തിരികെപ്പോകാനുള്ള വാൻ തീയറ്ററിലെ ഗ്രീൻറൂമിന്റെ വാതില്ക്കലേക്ക് അടുപ്പിച്ചിടാനായി ഡ്രൈവർ സ്റ്റാർട്ടു ചെയ്തതിന്റെ ശബ്ദം. വാഹനത്തിന്റെ ലൈറ്റ് മിന്നായംപോലെ തീയറ്റർ സ്ഥിതിചെയ്യുന്ന സ്ഥലമാകെ വീശി. വിജനമായ സദസ്സും ചീവിടിന്റെ കരച്ചിലും മാത്രം ബാക്കി.

വാനിലിരിക്കുമ്പോൾ ഗ്രീൻറൂമിൽവെച്ച് ഒരു അപരിചിതനെക്കണ്ട കാര്യം സുലോചന മറ്റുള്ളവരോടു പറഞ്ഞു. ശൂരനാട് കൊലക്കേസിലെ പ്രതിയാണെന്നും ഒളിവിൽ കഴിയുന്ന ആളാണെന്നും അവർ രഹസ്യമായി സുലോചനയോട് പറഞ്ഞു. ഈ നാടകം കഴിഞ്ഞ് അടുത്തൊരു നാടകംകൂടി നമ്മൾ കളിക്കാൻ പോകുകയാണ്. അത് എഴുതുന്ന ആളാണ് നേരത്തെ വന്നത്. പേര് തോപ്പിൽ ഭാസി. പുതിയ

നാടകം *മുന്നേറ്റം* ആണ്. അതിനെക്കുറിച്ച് സംസാരിക്കാനും നമ്മുടെ നാടകം കാണാനുമാണ് അയാൾ ഇങ്ങോട്ടു വന്നത്. അയാൾ കണ്ടു, പോയി. ഇനിയും വരും.

ജയിലഴിക്കുള്ളിൽ ഒരു നാടകകൃത്ത്

ഒരു ദിവസം അടൂർ പൊലീസ് സ്റ്റേഷനിലേക്ക് നാലു പേർ വന്നു. ലോക്കപ്പിൽ കിടക്കുന്ന ഭാസിയെ കാണാനാണ് വരുന്നതെന്ന് അവർ പൊലീസ് ഉദ്യോഗസ്ഥരോട് പറഞ്ഞു.

നിങ്ങളാരാ? എവിടുന്നാ, എന്നു ചോദിക്കാൻ വേണ്ടി ആഞ്ഞപ്പോഴാണ് അത് പത്തനാപുരം എം എൽ എ ആയ രാജഗോപാലൻ നായർ ആണെന്ന് പൊലീസുദ്യോഗസ്ഥന് മനസ്സിലായത്. പുറത്ത് കാർ വന്നു നില്ക്കുന്നു. രാജഗോപാലൻ നായരെക്കൂടാതെ ജനാർദ്ദനക്കുറുപ്പ്, കേശവൻ പോറ്റി, തോപ്പിൽ കൃഷ്ണപിള്ള എന്നിവരും ഉണ്ടായിരുന്നു.

രാജഗോപാലൻ നായർ എസ് ഐയുടെ അടുത്തെത്തി കാര്യങ്ങൾ സംസാരിച്ചു. ഉടനെതന്നെ ഒരു പൊലീസ് കോൺസ്റ്റബിളിന്റെ കൈയിൽ താക്കോൽ കൊടുത്ത് തോപ്പിൽ ഭാസിയുടെ അടുത്തേക്ക് വന്നിരിക്കുന്നവരെ എത്തിക്കാനായി ആവശ്യപ്പെട്ടു. പഴയൊരു സെല്ലിൽ അടച്ചിട്ട നിലയിൽ തോപ്പിൽ ഭാസി നില്ക്കുന്നതായി കാണാം. അടുത്തേക്ക് ചെല്ലുംതോറും കണ്ണുകളുടെയും ശരീരത്തിന്റെയും ക്ഷീണം വ്യക്തമാകുന്നുണ്ട്. തന്നെ കാണാനായി വന്നവരെ കണ്ടപ്പോൾ ഭാസിയുടെ കണ്ണുകൾ വിടർന്നു. “നാടകം അവതരിപ്പിക്കാൻ കെ പി എ സി തീരുമാനിച്ചിരിക്കുകയാണ്.” രാജഗോപാലൻ നായർ പറഞ്ഞു.

തോപ്പിൽ ഭാസി തല ഉയർത്തി നോക്കുന്നില്ല. ഇരുമ്പഴികൾക്കിടയിൽ ആ മുഖം എന്തു ഭാവത്തെയാണ് ഉൾക്കൊണ്ടിരിക്കുന്നതെന്ന് അറിയാൻ കഴിയുന്നില്ല. എന്നാൽ അദ്ദേഹത്തിന്റെ നോട്ടം രാജഗോപാലൻ നായരുടെ കൈയിലുള്ള കുത്തിക്കെട്ടിയിരിക്കുന്ന ഒരു കെട്ട് പേപ്പറിലേക്കാണ്. പുറംചട്ടയിൽ *മുന്നേറ്റം* എന്നും നാടകം എന്നും സോമൻ എന്നും മാത്രം എഴുതിയിരിക്കുന്നു. അത് കെ പി എ സിക്കു വായിക്കാൻ കൊടുത്ത തോപ്പിൽ ഭാസിയുടെ നാടകത്തിന്റെ കൈയെഴുത്തു പ്രതിയാണ്.

“ഇതിൽ ചില സ്ഥലങ്ങളിൽ ഭേദഗതികൾ ചെയ്യണം എന്നു കരുതുന്നുണ്ട്. അത് നേരിട്ടുവന്ന് ചോദിച്ച് അനുവാദം വാങ്ങാൻ കൂടിയാണ് ഈ വരവ്. അതായത് പരമുപിള്ളയ്ക്ക് ഒരു മകൾ അരങ്ങിൽ ഇതുവരെ എത്തിയിട്ടില്ല, അവളെ കൊണ്ടുവരണം. പിന്നെ നമ്മുടെ ആളുകൾക്കിഷ്ടമാകണമെങ്കിൽ ഇതിൽ പാട്ടുകൾ വേണം. അപ്പോൾ അതിനാവശ്യമായ സന്ദർഭങ്ങൾ ചേർക്കണം.”

“നിങ്ങൾ എന്തുതന്നെ മാറ്റങ്ങൾ വരുത്തിയാലും എനിക്കതിൽ

വിരോധമില്ല. എന്റെ നാടകത്തിന്റെ പേരുമാത്രം മാറ്റരുത്. പിന്നെ എന്റെ പരമുപിള്ളയ്ക്കും എന്റെ കറമ്പനും, എന്റെ പപ്പുവിനും മാറ്റമൊന്നും വരുത്തരുത്."

"ഇല്ല ഞങ്ങളൊരു മാറ്റവും വരുത്തില്ല. എങ്കിലും ചില ചെറിയ ഭേദഗതികൾ കൊണ്ടുവന്നാലേ അത് രംഗത്തെടുക്കാൻ പറ്റൂ. ഇതിൽ കുറച്ച് പാട്ടുകൾ ചേർക്കണം. പാട്ടുകൾ കൂടിയുണ്ടെങ്കിലേ കാണികൾക്ക് ആകർഷകമാകൂ. അതിനാൽ ഇതിന്റെ പ്രധാനകഥയെയും കഥാപാത്ര ങ്ങളേയും ഒന്നും മാറ്റാതെ ചിലയിടങ്ങളിൽ രണ്ടുമൂന്നു കഥാപാത്രങ്ങ ളെക്കൂടി ചേർക്കും. അത്രേയുള്ളൂ."

രാജഗോപാലാൻ നായർ ഇതു പറയുമ്പോൾ അഴികൾക്കിടയിലൂടെ തോപ്പിൽ ഭാസിയുടെ ചുവന്നു ജ്വലിക്കുന്ന കണ്ണുകൾ അയാളുടെ നേർക്കുയർന്നു. ഇടതുചെവിയും കണ്ണും ചേരുന്നിടത്താണ് പൊലീ സിന്റെ അടിയേറ്റത്.

രാജഗോപാലൻ നായർ ഒരുനിമിഷം, പരിക്കേറ്റു നീലിച്ചുകിടക്കുന്ന ഇടതു കവിളും താടിയും ശ്രദ്ധിച്ചു.

"നിങ്ങൾ മാറ്റങ്ങൾ വരുത്തിക്കോളൂ.

ഒരുകാര്യം മാത്രം; ഇതിലെ ഓരോ പേജിലും എന്റെ ജീവനുണ്ട്. ഞാൻ അനുഭവിച്ച പീഡനങ്ങളും മർദ്ദനങ്ങളും എന്റെ പ്രതികരണങ്ങളും പ്രതിഷേധവുമാണിതിൽ. ഒരു നല്ല ലോകത്തിനുവേണ്ടി പ്രയത്നിക്കുന്ന പടയാളികളിൽ ഒരാളായി ഞാൻ ചിന്തിയ ചോരയും വിയർപ്പും കണ്ണീ രുമുണ്ടതിൽ. അതിനാൽ ഇത് എന്റെ കലയും കലാപവുമാണ്. ഒരു രക്തസാക്ഷിയായി ഒരുപക്ഷേ, ഞാനിതിനിടയ്ക്ക് പൊലിഞ്ഞുപോകു കയാണെങ്കിൽ, എനിക്ക് തെല്ലും ദുഃഖമില്ല, കാലത്തിനുമുന്നിൽ എനിക്കീ നാടകം ഒന്നു സമർപ്പിക്കാനായാൽ മതി."

"ഒരു കാര്യംകൂടി, ഇതിലെ പരമുപിള്ളയായി എന്റെ കാമ്പിശ്ശേരി യെയല്ലാതെ മറ്റാരെയും നിങ്ങൾ കൊണ്ടുവരരുത്. ആ കഥാപാത്രം ഞാനെഴുതുമ്പോൾ കാമ്പിശ്ശേരിയുടെ മുഖമായിരുന്നു എന്റെ ഉള്ളിൽ.

അങ്ങനെ പുനലൂർ പൊലീസ് സ്റ്റേഷനിൽനിന്നും കാറെടുത്ത് രാജ ഗോപാലൻ നായരും ജനാർദ്ദനക്കുറുപ്പും അവിടെ നിന്നിറങ്ങി. "നമുക്കൊരു കാര്യംചെയ്യാം." നാടകത്തിന്റെ കൈയെഴുത്തുപ്രതി കൈയിൽ പിടിച്ചുകൊണ്ട്, "ഇതിൽ തോപ്പിൽ ഭാസിയുടെ ജീവൻ തുടിക്കുന്ന വാക്കുകളുണ്ട്. ഇത് കീറിമുറിക്കാൻ നമുക്കാവില്ല."

"പക്ഷേ, എങ്ങനെ ഇതിൽ മാറ്റങ്ങൾ വരുത്താതിരിക്കും?" രാജ ഗോപാലൻ നായരാണ് അത് പറഞ്ഞത്. "ഇതിലെഴുതിയ ഒരു വരിപോലും വെട്ടിയെഴുതാതെ നമുക്ക് ഇതിൽ പുതുതായി ചേർത്താൽ മാത്രം മതി. ഒന്നോർക്കുക. ഒരു പാട്ടു പോലുമില്ലാതെ എങ്ങനെയാണ് ഈ നാടകം നമ്മൾ സ്റ്റേജിൽ അവതരിപ്പിക്കുക. കഥ മാത്രമായി ഒരാൾക്കൂട്ടം രണ്ടരമണിക്കൂർ സദസ്സിൽ ഇരിക്കുമോ? ചിന്തിക്കൂ.

അതിനാൽ നമുക്ക് പുനലൂർ വിട്ട് ദൂരെ എവിടെയും പോകണ്ട. പുനലൂർ ടി ബിയിൽ റൂമെടുക്കാം. അവിടെയിരുന്ന് ഇതിലെ ഭേദഗതികൾ പകർത്തിയെഴുതിയിട്ട് ഇനി പുറത്തിറങ്ങിയാൽ മതി. എന്തെങ്കിലും സംശയം വരികയാണെങ്കിൽ സ്റ്റേഷനിൽ പോയി ഭാസിയെ കാണുകയും ചെയ്യാം."

അങ്ങനെ അവർ അന്നുരാത്രി ടി ബിയിൽ റൂമെടുത്തു.

നിങ്ങളെന്നെ കമ്യൂണിസ്റ്റാക്കി - നാടകത്തിന്റെ ജനനം

*മുന്നേറ്റ*മെന്ന കൈയെഴുത്തുപ്രതിയിൽ സോമനെന്ന തൂലികാനാമം സൃഷ്ടിച്ച വാക്കുകളെ തെല്ലും ബാധിക്കാതെയാണ്, കഥയിൽ പ്രയോഗക്ഷമതയ്ക്കായി പല മാറ്റങ്ങളും കൊണ്ടുവന്നത്.

നേരം വെളുത്തപ്പോഴാണ് ആ രാത്രി എങ്ങനെയാണ് കടന്നുപോയ തെന്ന് അവർക്കിരുവർക്കും പൂർണ്ണബോദ്ധ്യം വന്നത്. ജയിലിൽ ലോക്കപ്പിൽ കഴിയുന്ന തോപ്പിൽ ഭാസിയും അന്ന് ഉറങ്ങിക്കാണില്ല.

ജന്മിയായ കേശവൻ നായരുടെ മകൾ സുമാവലി രംഗത്ത് വന്നിരിക്കുന്നു. പരമുപിള്ളയുടെ മകൻ ഗോപാലനുമായുള്ള അവളുടെ പ്രണയത്തിൽ അച്ഛന് എതിർപ്പുണ്ടാകുന്നു. (അവിടെ ഒരു ഗാനരംഗം). കറമ്പന്റെ മകൾ മാലയ്ക്ക് ഗോപാലനോട് അടുപ്പമുണ്ടായിരുന്നെങ്കിലും സുമാവലിയുടെ പ്രണയമറിഞ്ഞ് പിൻവാങ്ങുന്നു. അതിനുശേഷം ജന്മി യായ കേശവൻ നായരുടെ ക്രൂരതകൾക്ക് കുറച്ചുകൂടി തീവ്രത വരുത്തി.

ഇത്രയുമായ ശേഷം രാജഗോപാലൻ നായരും ജനാർദ്ദനക്കുറുപ്പും കൂടിയിരുന്ന് അത് പലവുരു വായിച്ചുനോക്കി. അതു കഴിഞ്ഞ് പകർത്തി എഴുത്താരംഭിച്ചു. സംഭാഷണങ്ങൾ കടന്നുവരുന്നു. വെട്ടിയെഴുതുന്നു. *മുന്നേറ്റ*ത്തിന്റെ കൈയെഴുത്തുപ്രതി നോക്കുന്നു. പിന്നെയും എഴുതുന്നു.

മുഴുവനും എഴുതിക്കഴിഞ്ഞ് മാറ്റങ്ങൾ വരുത്തിയ ഭാഗങ്ങളും തുന്നിക്കെട്ടി അവർ ചവറയിൽ എത്തി. ഒ മാധവനെയും കേശവൻ പോറ്റി യെയും വിളിച്ച് ഒരാവർത്തി മുഴുവനായും വായിച്ചുനോക്കി. വായിക്കു ന്നതിനിടെ ഓരോ രംഗത്തിനും വരുന്ന രൂപമാറ്റങ്ങൾ ഇരുവരും പറ യുന്നു. ചർച്ചചെയ്യുന്നു. തുടർന്നു വായിക്കുന്നു. വായനയ്ക്കിടെ രസം പിടിച്ച് ഒരു ആസ്വാദകനായി മാറി ഒരോ രംഗത്തിന്റെയും അവസാന ത്തിൽ ബലേ ഭേഷ് എന്നുപറയുന്ന പോറ്റി, ദൂരെ മാറിയിരുന്ന് ആലോ ചിക്കുന്ന ഒ മാധവൻ, കസേരയുടെ കൈയിൽ മുട്ടുകുത്തി വീണ്ടും തുടർന്നു വായിക്കുന്ന രാജഗോപാലൻ നായർ.

വായിച്ചുകേട്ട് എല്ലാവരും നല്ല അഭിപ്രായം പറഞ്ഞു. ഇനിയുള്ളത് ഈ നാടകത്തിന് പറ്റിയ ഒരു നിർമ്മാതാവിനെയും അഭിനേതാക്കളെയും കണ്ടെത്തുക എന്നതാണ്. എല്ലാവരും വീണ്ടും ആലോചനയിലായി. അപ്പോഴാണ് ചവറയിലെ കോടാകുളങ്ങര വാസുപിള്ളയെപ്പറ്റി അറിയുന്നത്. അദ്ദേഹം ഒരു കമ്യൂണിസ്റ്റുകാരനാണ്, നാട്ടിലെ ഒരു

കലാസ്വാദകനും സാമ്പത്തിക ഭദ്രതയിൽ കഴിയുന്ന അവിവാഹിതനായ ഒരു ചെറുപ്പക്കാരനുമാണ്.

പിന്നീട് ഓരോ ദിവസങ്ങളിലായി ചർച്ചകൾ നീണ്ടുപോയി. അധികം താമസിയാതെ കോടാകുളങ്ങര വാസുപിള്ളയെ ചെന്നുകണ്ട് കാര്യം അവതരിപ്പിച്ചു. അദ്ദേഹം തയ്യാറാണ്.

ഇനി നടീനടന്മാരെ നിശ്ചയിക്കുക. അങ്ങനെ എല്ലാവരുംകൂടി ആലോചിക്കാൻ തുടങ്ങി. പരമുപിള്ളയായി മറ്റാരുമല്ല. തോപ്പിൽ ഭാസിക്ക് കൊടുത്ത വാക്കുതെറ്റിക്കാൻ പാടില്ലാത്തതാകുന്നു. അത് കാമ്പിശ്ശേരിയെത്തന്നെ ഏല്പിക്കണം. അങ്ങനെ പോറ്റി സാർ ഒരു സൈക്കിളുമെടുത്ത് നേരെ വള്ളികുന്നത്തിന് വിട്ടു. വള്ളികുന്നത്തെത്തുമ്പോൾ കാമ്പിശ്ശേരി അവിടെയുണ്ടായിരുന്നു. നാടകവിവരങ്ങൾ അദ്ദേഹത്തോടു നേരിട്ടു പറഞ്ഞു. കാമ്പിശ്ശേരിയെ അറിയിച്ചപ്പോൾ കാമ്പിശ്ശേരിക്ക് സമ്മതമാണ്. അത് കേട്ടപാതി കേൾക്കാത്ത പാതി മറ്റൊന്നും നോക്കാതെ കാമ്പിശ്ശേരി പോറ്റി സാറിന്റെ സൈക്കിളിനു പുറകിൽ കയറിയിരുന്നു.

തോപ്പിൽ ഭാസിയുടെയും കാമ്പിശ്ശേരിയുടെയും വീടുകൾ അടുത്തടുത്താണ്. ബാല്യകാലം മുതലേ കൂട്ടുകാരാണ്. കാമ്പിശ്ശേരി അല്പം കൂടി മുതിർന്ന ആളായതുകാരണം തോപ്പിൽ ഭാസിയോട് സഹോദര വാത്സല്യം നിറഞ്ഞ സ്നേഹമാണ്. ഭാസി ആദ്യമായി അഭിനയിക്കുന്നത് കാമ്പിശ്ശേരി എഴുതിയ *മരങ്ങോട്ട് മന്ത്രവാദി അഥവാ ഭ്രാന്തന്റെ പരമാർത്ഥം* എന്ന നാടകത്തിലാണ്.

സന്ധ്യയായപ്പോൾ കാമ്പിശ്ശേരിയും പോറ്റി സാറും ചവറയിൽ എത്തി. കാമ്പിശ്ശേരിക്ക് പുതിയ നാടകത്തിന്റെ കൈയെഴുത്തു പ്രതി വായിക്കാൻ കൊടുത്തു. തന്റെ സുഹൃത്തിന്റെ മനസ്സിൽ മൂടിവെച്ച വേദനകളെ തന്നിലേക്ക് ആവാഹിച്ച് നിന്നു. പരമുപിള്ളയാകാനുള്ള ധ്യാനത്തിന്റെ തുടക്കം ആ വായനയിൽ നിന്നാണ് ആരംഭിച്ചത്. പെട്ടെന്ന് ജനാർദ്ദനക്കുറുപ്പിനും മറ്റുള്ളവർക്കും കാര്യമെന്തെന്ന് മനസ്സിലായില്ല. “മറ്റൊന്നുമല്ല, ഞാൻ കഥാപാത്രമാകാനുള്ള ഒരു തയ്യാറെടുപ്പിലാണ്.” കാമ്പിശ്ശേരി പറഞ്ഞു. “ഈ നാടകം ഞാൻ മുമ്പ് വായിച്ചിട്ടുള്ളതാണ്. അന്നത്തേതിൽ നിന്ന് ചില ഭേദഗതികൾ വരുത്തിയിട്ടുണ്ട്. എങ്കിലും ഇതിലെ പ്രധാന ഭാഗങ്ങളൊന്നുംതന്നെ മാറിയിട്ടില്ല.”

പിന്നീട് രാജഗോപാലൻ നായരും ജനാർദ്ദനക്കുറുപ്പും ആ നാടകത്തിൽ എഴുതിച്ചേർത്ത സുമാവതി എന്ന കഥാപാത്രത്തെപ്പറ്റി പറഞ്ഞു. സുമാവതിയാണ് നായിക. പാട്ടുകൾ പാടി അഭിനയിക്കേണ്ട രംഗങ്ങളുമുണ്ട്. ആരാണതു ചെയ്യുക എന്ന ചോദ്യത്തിന് ഒറ്റ ഉത്തരമേ ഉള്ളു. *എന്റെ മകനാണു ശരി* എന്ന നാടകത്തിലൂടെ കെ പി എ സിക്ക് സ്വന്തമായ സുലോചന അല്ലാതാര്?” ജനാർദ്ദനക്കുറുപ്പ് പറഞ്ഞു. പിന്നീട് കറമ്പന്റെ വേഷം, അത് ചെയ്യാനായി തോപ്പിൽ കൃഷ്ണപിള്ളയെ തെരഞ്ഞെടുത്തു. ജനാർദ്ദനക്കുറുപ്പ് വില്ലൻ കഥാപാത്രമായ കേശവൻ നായ

രായി. വേലുച്ചാരായി ശ്രീനാരായണ പിള്ളയും. സഖാവ് മാത്യു വെളിയം ഭാസ്കരപ്പണിക്കർക്കും കൊടുത്തു.

അടുത്തത് മാല എന്ന പുലയപ്പെൺകൊടിയുടെ വേഷമാണ്. അത്യന്തം കരുത്തുറ്റ വേഷമാണ് മാലയുടേത്. ആരു ചെയ്യും? അപ്പോഴാണ് കോടാകുളങ്ങര വാസുപിള്ളയുടെ മനസ്സിലൂടെ അദ്ദേഹത്തിന് പരിചയമുള്ള ഒരു സംഗീത അദ്ധ്യാപികയുടെ മുഖം ഓർമ്മയിൽ തെളിയുന്നത്. നല്ലപോലെ പാടുകയും അഭിനയിക്കുകയും ചെയ്യുന്ന കൊല്ലം കിളികൊല്ലൂർ കോയിക്കൽ ഹൈസ്കൂളിലെ താല്ക്കാലിക സംഗീത അദ്ധ്യാപിക ജെ ഗോമതി.

കോടാകുളങ്ങര വാസുപിള്ള ചവറയിൽനിന്ന് വീണ്ടും സൈക്കിളിൽ തിരിച്ചു. വളരെ അടുത്ത സ്ഥലമായ പട്ടത്താനത്തെ കുടുംബവീട്ടിൽ എത്തിയപ്പോൾ അസുഖബാധിതനായി ഗോമതിയുടെ അച്ഛൻ പരമേശ്വരപ്പണിക്കർ കിടപ്പിലാണ്. ഗോമതി അച്ഛന്റെ അസുഖത്തിനുള്ള പണം കണ്ടെത്താനാണ് മുൻപ് അമ്മാവനായ വാലുതറ ഭാസ്കരൻ നടത്തിയ നാടക കമ്പനിയിൽ അഭിനയിക്കാൻ പോയത്. എന്നാൽ തുടർന്നു പോയില്ല.

"എന്താണു തുടർന്നു പോകാൻ പറ്റാഞ്ഞത്?" വാസുപിള്ള ഗോമതിയോട് ചോദിച്ചു.

ഗോമതി പൊട്ടിത്തെറിച്ചപോലെയാണ് സംസാരിച്ചത്. "അതേയ്, സ്വഭാവദൂഷ്യം കാരണം. ആ നാടകക്കമ്പനിയിൽ സ്ത്രീപുരുഷ ബന്ധങ്ങളൊക്കെ താളം തെറ്റിയിരുന്നു. അതുകൊണ്ടാണ് അവിടെ നിന്നിറങ്ങിയത്. ഇനി യാതൊരു നാടകക്കമ്പനിയിലേക്കും ഞാനില്ല. സംഗീത ക്കോളേജിൽ ഏഴാം ക്ലാസ് കഴിഞ്ഞ് പോയതാണ് ഞാൻ. അവിടുന്നു പാസായിട്ടു കുറെക്കാലം ട്യൂഷനെടുത്ത് ജീവിച്ചു. അച്ഛന് അസുഖമായതിനാൽ ചികിത്സിക്കാൻ കാശ് വേണം. ഇപ്പോൾ സ്കൂളിൽ താല്ക്കാലികമായി അദ്ധ്യാപക ജോലിയും ചെയ്യുന്നു. ഇതുമതി. അതിനാൽ വാസുപിള്ളച്ചേട്ടന്റെ കമ്പനിയിലേക്ക് ഞാനില്ല."

ഇതുകേട്ടപ്പോൾ വാസുപിള്ള ആകെ നിരാശനായി. എങ്കിലും അദ്ദേഹം ഗോമതിക്ക് കൂടുതൽ പ്രതീക്ഷകൾ കൊടുത്തു.

"അതേയ്, ഇത് കമ്യൂണിസ്റ്റ് പാർട്ടിയുടെ നേരിട്ടുള്ള നിയന്ത്രണത്തിലുള്ള ഒരു സമിതിയാണ്. എന്തെങ്കിലും സ്വഭാവദൂഷ്യങ്ങൾ ഉണ്ടായാൽ അതിനുള്ള തക്കതായ നടപടിക്രമങ്ങൾ ഇവിടെ സ്വീകരിക്കും. നടികളായി വരുന്നവർക്ക് സമ്പൂർണ്ണമായ സുരക്ഷിതത്വം സമിതി ഏറ്റെടുക്കും. ഏതായാലും ഒന്നുകൂടി ആലോചിക്കുക."

ഗോമതി കെ പി എ സി യെക്കുറിച്ച് കേട്ടിട്ടുണ്ട്. *എന്റെ മകനാണ് ശരി* എന്ന നാടകം പല സ്ഥലങ്ങളിൽ അവതരിപ്പിക്കുന്നതിന്റെ അറിയിപ്പുകൾ കണ്ടിരുന്നു. പ്രഗത്ഭമായ ഒരു സമിതിയായതു കാരണം മറ്റ് പ്രശ്നങ്ങളൊന്നുമുണ്ടാകില്ല എന്നുറപ്പിച്ചു.

അച്ഛന്റെ ആരോഗ്യസ്ഥിതി മോശമായതുകാരണം വീണ്ടും ഗോമ

തിക്ക് നാടകസമിതിയായ കെ പി എ സിയിൽ പോകേണ്ട ഒരു സാഹചര്യം സംജാതമാകുകയായിരുന്നു. രണ്ടും കല്പിച്ച് ഗോമതി ചവറയിലെ സമിതിയിൽ എത്തിച്ചേർന്നു.

അവിടെ ചെന്നപ്പോഴാണ് സുലോചനയെ കണ്ടത്. ആദ്യമായാണ് കാണുന്നതെങ്കിലും വിശദമായി സംസാരിച്ചു. ഗോമതി എന്നു പേരു വെച്ചാൽ സ്കൂൾ അദ്ധ്യാപികയായതിനാൽ സർവ്വീസ് പ്രശ്നങ്ങൾ ഉണ്ടാകുമെന്നു കരുതി അവിടെവച്ച് സുധർമ്മ എന്ന പേര് സ്വീകരിച്ചു.

അതുകഴിഞ്ഞാണ് കേശവൻ നായരുടെ മകൻ ഗോപാലന്റെ വേഷം ചെയ്യാൻ പറ്റിയ ഒരാളെക്കണ്ടെത്തുന്നത്.

ദിവസങ്ങൾ കഴിഞ്ഞുപോകുകയാണെങ്കിലും അനുയോജ്യരായ ആളുകളെ കണ്ടുപിടിക്കുന്നതിലുള്ള സംതൃപ്തി കോടാകുളങ്ങര വാസുപിള്ളയ്ക്കുണ്ടായിരുന്നു. ഗോപാലൻ എന്ന കഥാപാത്രത്തെ തിരക്കി പലവുരു നടന്നിട്ടുള്ള വഴിയാണെങ്കിലും ചവറയിലൂടെ ഒരു ദിവസം സൈക്കിളിൽ പോകുമ്പോഴാണ് ആ മുഖം കാണുന്നത്. അവിടെ അതാ ഒരാൾ നിന്ന് കഥാപ്രസംഗം നടത്തുന്നു. ചുറ്റും ആൾക്കാർ വന്ന് കൂട്ടം കൂടി നില്ക്കുന്നു. ആ മുഖം കണ്ടപ്പോഴാണ് വാസുപിള്ളയ്ക്ക് ഒരു കാര്യം ഓർമ്മ വന്നത്. ഇത് സാംബശിവനാണ്. സാംബനെ മതിയാകുമല്ലോ ഈ കഥാപാത്രത്തിന്. വാസുപിള്ളയുടെ മനസ്സ് പറഞ്ഞു.

അങ്ങനെ വാസുപിള്ള സാംബശിവനെ കണ്ടു കാര്യങ്ങൾ പറഞ്ഞു. കെ പി എ സി യെക്കുറിച്ച് കേട്ടിട്ടുണ്ട്. എന്നാൽ ഇപ്പോൾ കഥാപ്രസംഗം അവതരിപ്പിച്ച് വരികയാണെന്നും ഇടയ്ക്ക് നാടകത്തിലേക്ക് പോയാൽ കഥാപ്രസംഗം തടസ്സപ്പെട്ടുപോകുമെന്നുമായി സാംബശിവൻ.

അതിനൊരു കാര്യംചെയ്യാം. തല്ക്കാലം നാടകത്തിൽ അഭിനയിക്കൂ. കഥാപ്രസംഗത്തിൽ കൂടുതൽ സാദ്ധ്യതകൾ കാണുകയാണെങ്കിൽ നാടകത്തിൽനിന്നും പോകാം. ഇപ്പോൾ ഞങ്ങളുടെ നാടകത്തിൽ ഒരു നടന്റെ ഒഴിവുണ്ട്. പാട്ടുകൾക്ക് വളരെ പ്രാധാന്യമുള്ള ഒരു നാടകമാണത്. സാംബശിവൻ നല്ലപോലെ പാടുന്ന ആളായതുകൊണ്ട് അതിൽ വരണം. നമ്മുടെ പാർട്ടിയുടെ സമിതിയായതിനാൽ ഉപേക്ഷ വിചാരിക്കരുത്."

അന്ന് സാംബൻ വിദ്യാർത്ഥി ഫെഡറേഷന്റെ മുന്നണിപ്പോരാളികളിൽ ഒരാളായിരുന്നു. തൊണ്ടു തല്ലിയും കയറുപിരിച്ചും കൂലിപ്പണിക്കുപോയിട്ടുമാണ് സാംബശിവൻ എന്ന വിദ്യാർത്ഥി പഠനം നടത്തിയിരുന്നത്. സാംബനെ തുടർന്ന് പഠിപ്പിക്കാൻ വീട്ടുകാർക്ക് നിവൃത്തിയൊന്നുമില്ലാത്ത സാഹചര്യം. അതിനാൽ വീട്ടുകാരുടെയും കുടുംബത്തിന്റെയും വയർ നിറയ്ക്കാനായി കൂലിപ്പണി അന്വേഷിച്ച് ആ യുവാവ് നടന്നു. വായന ഒരു ലഹരിയായിരുന്നു ആ ചെറുപ്പക്കാരന്. വൈകുന്നേരങ്ങളിൽ ചവറയിലെ ശങ്കരൻ തമ്പി സ്മാരക വായനശാലയിൽ നിന്ന് എല്ലാ ദിവസവും പുസ്തകങ്ങളെടുക്കും. വായനശാലയിലെ ആ സന്ദർശനം അവിടെ അക്കാലത്ത് സമാനജീവിതാവ

സ്ഥകൾ അഭിമുഖീകരിച്ചു വന്നിരുന്ന കുറച്ചുപേരെ പരിചയപ്പെടാനിടയാക്കി. ഒ എൻ വി കുറുപ്പും സി എൻ ശ്രീകണ്ഠൻനായരും ആ സുഹൃത്വലയത്തിൽ നിന്നുവന്നവരാണ്. ആ സൗഹൃദം പിന്നീട് കഥകൾ പറഞ്ഞും കവിതകൾ ചൊല്ലിയും രസിച്ച് വലുതായി വന്നു. ജീവിതത്തെ വളരെ അർത്ഥദീപ്തിയോടെ ഉൾക്കൊള്ളാനുള്ള സാഹചര്യമൊരുക്കി.

സാംബശിവന്റെ മനോഹരമായ കവിതാലാപനം വളർന്നു വികസിച്ച് കഥാപ്രസംഗത്തിലേക്കെത്തി. ചവറ ശങ്കരൻതമ്പി സ്മാരക വായനശാലയിലെ പുസ്തകപരിചയമാണ് ലോക സാഹിത്യത്തിലേക്കുള്ള സാംബശിവന്റെ കിളിവാതിൽ. പിന്നീട് കൊല്ലം എസ് എൻ കോളേജിൽ ഉപരിപഠനത്തിന് പോകാൻ താല്പര്യമുണ്ടായിട്ടും തുടർന്ന് പഠിക്കാനുള്ള സാമ്പത്തികമില്ലാതിരുന്ന ആ സാഹചര്യത്തെ ധൈര്യപൂർവ്വം തരണം ചെയ്തത്, തെരുവുകൾ തോറും കഥാപ്രസംഗം നടത്തി പണം സമ്പാദിക്കുക എന്നതിലൂടെയായിരുന്നു.

കൊല്ലത്ത് മുണ്ടയ്ക്കൽ കന്റോൺമെന്റ് സ്കൂളിലെ എട്ടാം ക്ലാസിലെ വിദ്യാർത്ഥിനിയായിരുന്നു വിജയകുമാരി. പട്ടത്താനത്തെ ഗോമതിയുടെ ബന്ധുകൂടിയാണ്. കോടാകുളങ്ങര വാസുപിള്ളയുമായി ഗോമതി സ്കൂൾ ഗ്രൗണ്ടിൽ ഇന്റർവെൽ സമയത്ത് എത്തിയത് വിജയകുമാരിയെ കാണാനാണ്. ഗ്രൗണ്ടിൽ കുറേ കുട്ടികൾ കളിച്ചുകൊണ്ടിരിക്കുകയാണ്. വാസുപിള്ള ഗോമതിയിൽ നിന്നാണ് വിജയകുമാരി എന്ന പെൺകുട്ടിയെക്കുറിച്ചറിയുന്നത്. അവൾ മിടുക്കിയാണെന്നും നല്ല ചുറുചുറുക്കായി അഭിനയിക്കാൻ പറ്റിയ ആളാണെന്നും അറിയാൻ കഴിഞ്ഞു.

കുട്ടികൾ മൈതാനത്തുകൂടി അങ്ങോട്ടും ഇങ്ങോട്ടും ഓടിക്കളിക്കുകയാണ്. വെയിലത്ത് വാടിത്തളർന്നു പോകാത്ത കുരുന്നുകളെ നോക്കി നില്ക്കുന്നതിനിടയിൽ വാസുപിള്ള ഗോമതിയോട് ചോദിച്ചു:

"ഇതിലേതാ ഗോമതീ വിജയകുമാരി."

"അയ്യോടീ, ഇതെല്ലാം ഒരുപോലെയിരിക്കുന്നല്ലോ? എങ്ങനെ ആ കുഞ്ഞിനെ നമ്മൾ കണ്ടെത്തും. എന്റെ മനസ്സിലുള്ള മുഖവും രൂപവും മതിയാകുമോയെന്ന് വാസുപിള്ളയ്ക്കെങ്ങനെ ഞാനിന്ന് കാണിച്ചുതരും."

ഉടനെ ഒരു പെൺകുട്ടി ആ കൂട്ടത്തിൽനിന്നും അക്കേ എന്നു വിളിച്ച് ഓടിവന്ന് ഗോമതിയുടെ സാരിത്തുമ്പത്ത് തൂങ്ങി. ഗോമതി തിരിഞ്ഞു നോക്കിയപ്പോൾ അതെ, വിജയകുമാരി തന്നെ. ഉടനെ വാസുപിള്ളയോടായി,

"ദേണ്ടെ, നമ്മൾ നോക്കി നിന്ന കൊച്ച്. എന്റെ വിജയകുമാരി,"

"അക്കേ.. എന്താ വന്നേ അക്കേ.."

"ഓ ഒന്നുമില്ല മോളേ, നിന്റെ വീട്ടിലേക്ക് പോകുന്ന വഴിയാ.. നിന്നെ ഒന്നുകാണാമെന്നു കരുതിയാ ഇവിടെ സ്കൂളിൽ കയറിയത്. മോളേ എന്നാ ഞങ്ങളങ്ങ് പോകട്ടേ. വീട്ടിൽ കയറിയിട്ട് ഒടനെയങ്ങു പോകും കേട്ടോ."

"എന്താ മോളുടെ പേര്?" വാസുപിള്ള ചോദിച്ചു.

"വിജയകുമാരി"

"മോൾക്ക് അഭിനയിക്കാൻ ഇഷ്ടമാണോ?" അത് കേട്ടപ്പോൾ ഗോമതിയുടെ സാരിയിൽ പിടിച്ചുകൊണ്ട് ഗോമതിയെ ഒന്നുനോക്കി. ഗോമതി അപ്പോൾ അനുകൂലഭാവം പ്രകടിപ്പിച്ചതിനാൽ പിന്നെ മറുപടിയും വന്നു

"ഇഷ്ടമാണ്."

അപ്പോൾ ബെല്ലടിക്കുന്ന ശബ്ദം കേട്ടു, ഗോമതിയും വാസുപിള്ളയും വിജയകുമാരിയോട് യാത്രപറഞ്ഞു.

സ്കൂൾ ഗ്രൗണ്ട് കടന്ന് അവർ മുന്നോട്ട് പോയി.

അങ്ങനെ നേരെ ചെന്നുകയറിയത് വിജയകുമാരിയുടെ വീട്ടിലേക്കാണ്.

അത് ഗോമതിയുടെ അമ്മാവന്റെകൂടി വീടാണ്. അമ്മാവൻ പരമുപ്പണിക്കരും ഭാർഗ്ഗവിയമ്മായിയും അപ്പോൾ വീട്ടിലുണ്ടായിരുന്നു. ഓലയുടെ മടൽ കീറി ഉണക്കാൻ ഇട്ടുകൊണ്ടിരിക്കുകയായിരുന്നു. വെയിലുവന്ന് തെളിഞ്ഞ് നില്ക്കുന്ന മണ്ണിന്റെ നിറം മനോഹരമായി കിടക്കുന്ന ഉച്ചയായിരുന്നു അത്. തെല്ലൊരാശങ്ക ഗോമതിക്കുണ്ട്, എങ്ങനെ ഈ കാര്യം അവതരിപ്പിക്കുമെന്നുള്ളത്. കാരണം അമ്മാവി കശുവണ്ടിത്തൊഴിലാളിയാണ്. അല്പം പാർട്ടി പ്രവർത്തനവും കൈമുതലായുണ്ട്. കൊല്ലത്തെ ആർ എസ് പി യൂണിയനിലായിരുന്നു പ്രവർത്തിച്ചുകൊണ്ടിരുന്നത്. എല്ലാ സംഘടനാ മീറ്റിങ്ങുകൾക്കും പോകും. കൊല്ലം കമ്യൂണിസ്റ്റുകാരുടെയും ആർ എസ് പിക്കാരുടെയും ശക്തികേന്ദ്രമായതിനാൽ ഇരുവരും തമ്മിൽ ബദ്ധ വൈരികളായാണ് ഇപ്പോൾ കഴിയുന്നത്. എങ്ങനെയാണ് കെ പി എ സിയുടെ നാടകത്തിന് മകളെ അഭിനയിക്കുന്നതിന് അയക്കുമോ എന്നു ചോദിക്കുന്നത്?

"എന്താ ഗോമതി, എന്താ വരവിന്റെ ഉദ്ദേശ്യം."

ഗോമതി കൂടെയുള്ള കോടാകുളങ്ങര വാസുപിള്ളയെ പരിചയപ്പെടുത്തിക്കൊണ്ട്, "ഇത് കോടാകുളങ്ങര വാസുപിള്ള, ഇദ്ദേഹവും ചവറയിലെ സുഹൃത്തുക്കളും ചേർന്ന് ഒരു നാടക സമിതി നടത്തുന്നുണ്ട്. കെ പി എ സി എന്നാണ് പേര്." ഗോമതി വളരെ അറച്ചറച്ചാണ് ഇത്രയും പറഞ്ഞത്.

"അതിന് നീയെന്തിനാ ഇത്ര ഭയപ്പെടുന്നത്?"

"അതിന് അമ്മാവീ, നമ്മുടെ വിജയകുമാരിയെ ഇവരുടെ നാടകത്തിൽ ഒരു വേഷം ചെയ്യാൻ വിളിച്ചോട്ടേ എന്നു ചോദിക്കാനാണ്."

അത്രയും പറഞ്ഞപ്പോൾ ഗോമതിയെയും വാസുപിള്ളയെയും ഒന്നു ക്രുദ്ധയായി നോക്കി, ഭാർഗ്ഗവി.

"ഇല്ല, ഗോമതീ ഒന്നാമത്തെ കാര്യം കമ്യൂണിസ്റ്റുകാരുടെ പരിപാടിക്ക് വിടുന്നതിൽ രാഷ്ട്രീയപരമായ യോജിപ്പില്ല. രണ്ടാമത്തെക്കാര്യം അവളിപ്പോൾ തേഡ് ഫോമിലെത്തി, അവളുടെ പടിത്ത കാര്യം എന്തോ

ചെയ്യും നാടകത്തിന് പോയാൽ? അതിനാൽ നാടകത്തിലോട്ട് എന്റെ മകളെ വിടുന്ന പ്രശ്നമില്ല."

*നിങ്ങളെന്നെ കമ്യൂണിസ്റ്റാക്കി*യിലെ മീന എന്ന പെൺകുട്ടിയുടെ വേഷം ചെയ്യാൻ പറ്റിയ ഓരാളെ കണ്ടെത്താനുള്ള അന്വേഷണം പിന്നെയും നീണ്ടു. എങ്ങും ചെന്നെത്തിയില്ല. അങ്ങനെ വിജയകുമാരിയിൽ തന്നെ ആ അന്വേഷണം വീണ്ടുമെത്തി. ബന്ധുകൂടിയായതിനാൽ അമിതസ്വാതന്ത്ര്യമെടുത്ത് വിജയകുമാരിയെ വീട്ടുകാരറിയാതെ ഒരു ദിവസം ഗോമതി രണ്ടും കല്പിച്ച് ക്യാമ്പിലെത്തിച്ചു. വീട്ടിൽ അറിയാതെ ശനിയും ഞായറും ബന്ധുവായ സുധർമ്മയുടെ വീട്ടിലേക്കെന്നുംപറഞ്ഞ് കൊണ്ടുപോയത് ചവറയിലെ റിഹേഴ്സൽ ക്യാമ്പിലേക്കാണ്.

സുധർമ്മ യഥാർത്ഥത്തിൽ മാലയെപ്പോലെതന്നെ ഉശിരുള്ള ഒരുവളാണ്. കോടാകുളങ്ങര വാസുപിള്ളയാണ് അത് പറഞ്ഞത്. ഏതുവലിയ പ്രതിബന്ധങ്ങളെയും പുരുഷനെപ്പോലെ എതിർക്കാനും തരണം ചെയ്യാനുമുള്ള മിടുക്കുണ്ട്. കൊല്ലത്ത് സർക്കാർ സ്കൂളിൽ താല്ക്കാലിക ജോലിയാണെങ്കിലും ആരും അറിയാതെയല്ലേ അഭിനയിക്കാൻ കെ പി എ സിയിൽ എത്തിയത്.

പുതിയ നാടകത്തിന്റെ റിഹേഴ്സൽ തുടങ്ങുകയാണ്. *മുന്നേറ്റ*ത്തിന്റെ പേര് റിഹേഴ്സലിനിടെ മാറി.

*നിങ്ങളെന്നെ കമ്യൂണിസ്റ്റാക്കി*യിലെ പ്രധാനവേഷമായ പരമുപിള്ളയായി വന്നത് കാമ്പിശ്ശേരി കരുണാകരൻ ആയിരുന്നു. പരമുപിള്ളയുടെ മകളായി വിജയകുമാരി. കേശവൻ നായരായി ജനർദ്ദനക്കുറുപ്പ്, കറുമ്പനായി തോപ്പിൽ കൃഷ്ണപിള്ള, മാലയായി സുധർമ്മ, പപ്പുവായി ഒ മാധവൻ, മാത്യൂസായി ഭാസ്കരപ്പണിക്കർ, സുമയായി സുലോചന. കാമുകനായ ഗോപാലനായി സംബശിവൻ.

അഭിനയിക്കാനുള്ള വേഷത്തോടൊപ്പം പാടേണ്ട പാട്ടുകളെപ്പറ്റി ഓർത്ത് അത് മനസ്സിൽ കൊണ്ടുനടക്കുന്ന സ്വഭാവം സുലോചനയ്ക്കുണ്ടായിരുന്നു. ഒരു കഥാപാത്രത്തിലേക്കിറങ്ങിയാൽ പിന്നീട് കുറെ ദിവസങ്ങളോളം ആ കഥാപാത്രമായി പാകപ്പെട്ടുകൊണ്ടിരിക്കും. പാട്ടിന്റെയും ഈരടികളുടെയും അകമ്പടി കൂടിയാകുമ്പോൾ ഈ സ്വാംശീകരണം പൂർത്തിയാകും. ദേവരാജൻ മാഷിന്റെ നാടോടി ഈണം കൂടിയാകുമ്പോൾ ഒരു കഥാപാത്രത്തിന്റെ ആത്മാവിനെ സ്പർശിക്കാൻ സുലോചനയ്ക്ക് സാധിക്കുമായിരുന്നു.

അതുവരെ മലയാള നാടക ചരിത്രത്തിൽ ഹിന്ദിയിലെയും തമിഴിലെയും ഗാനങ്ങളുടെ പകർത്തൽ മാത്രമായിരുന്നു നടന്നുവന്നിരുന്നത്. മലയാളത്തിന്റെ സ്വതസിദ്ധമായ നാടോടി ഈണങ്ങളെയും താളങ്ങളെയും അന്വേഷിച്ചുനടന്ന കാലം. അതിലെ ഒരു പ്രധാന കണ്ണിയാകാൻ കെ പി എ സിക്കു കഴിഞ്ഞു.

പൂനിലാവും നെൽക്കതിരും

കേരളം പത്രത്തിന്റെ വാരാന്ത്യപ്പതിപ്പിന് വേണ്ടി ഒ എൻ വി എഴുതിയതാണ് 'പൊന്നരിവാൾ അമ്പിളിയില്' എന്ന ഗാനം. ആ പാട്ടു *നിങ്ങളെന്നെ കമ്യൂണിസ്റ്റാക്കി*യിൽ ഉൾപ്പെടുത്തണമെന്നും അതിലൂടെ നാടകത്തിലെ മുഴുവൻ പാട്ടുകളും എഴുതണമെന്നും പറഞ്ഞത് രാജഗോപാലൻ നായരാണ്. അദ്ദേഹത്തിന്റെ നിർബ്ബന്ധത്തിനു വഴങ്ങിയാണ് കമ്മിറ്റി ഒ എൻ വിയെ ഗാനരചയിതാവായി കൊണ്ടുവരുന്നത്.

ആദ്യ തവണ *എന്റെ മകനാണു ശരിയിൽ* സംഭവിച്ച നീറുന്ന ഓർമ്മകൾ അപ്പോഴും ഒ എൻ വിയുടെ മനസ്സിൽ ഉണ്ടായിരുന്നു. ദേവരാജനെ വീണ്ടും ക്ഷണിച്ചെങ്കിലും ആദ്യ അപമാനത്തിന്റെ അടയാളം ആദർശശുദ്ധനായ ദേവരാജന്റെ മനസ്സിൽനിന്നും മാഞ്ഞിരുന്നില്ല. അതിനാൽ ദേവരാജൻ കെ പി എ സിയുടെ റിഹേഴ്സൽ ക്യാമ്പിൽ പോകാതെ ഒ എൻ വി കുറുപ്പിന്റെ വീട്ടിലേക്കായിരുന്നു പോയത്. തട്ടിൻപുറത്തുനിന്ന് പൊടിതട്ടി അമ്മ എടുത്തുകൊടുത്ത പഴയ ഹാർമ്മോണിയവും കൊണ്ടാണ് അന്നത്തെ രാത്രി ദേവരാജൻ *കമ്യൂണിസ്റ്റാക്കി*യിലെ ഒ എൻ വി രചിച്ച ഇരുപത്തിയാറ് പാട്ടുകൾക്ക് ഈണമിട്ടത്.

ആ രാത്രി, വെയിലിന്റെ ഒരു നിരതന്നെ കൊയ്തെടുക്കുന്നപോലെയുള്ള ഒരു വിചാരം ഉണ്ടായി. ആ ഹാർമ്മോണിയക്കട്ടകളിൽനിന്നും പുനർജ്ജനിക്കുന്നതായും. രാത്രിയുടെ പകൽസ്മൃതികൾപോലെ അവയെല്ലാം ഏതോ അനശ്വരമായ വക്കുകളിലൂടെ നീങ്ങുന്നതായും തോന്നി.

'കതിരണിപ്പാടത്ത്
വെയിൽമൂത്തനേരത്ത്
കുളിരുംകൊണ്ടോടി വാ,
കാറ്റേ വാ'

എന്ന് ആലപിക്കുന്ന 'വെള്ളാരംകുന്നിലെ' എന്നു തുടങ്ങുന്ന പാട്ട്.

'നിർത്തമില്ലാ പാട്ടുമില്ലാ
കൂട്ടുകളില്ലീ നാട്ടില്
കൂടും വിട്ട് കാടും വിട്ട്
നാടുകാണാൻ പോരു നീ
പാട്ടുംപാടി പോരു നീ'

എന്നീ വരികളിലേക്കെത്തുമ്പോൾ വെയിലിന്റെ ആ മഞ്ഞവരകൾ പളുങ്കുകട്ടകളായി മാറുന്നു. 'നീലക്കുരുവീ നീലക്കുരുവീ' എന്ന പാട്ടിൽ അതിന്റെ ഈണം നാടോടിയായ ഉണ്മയിൽ ലയിച്ചുചേർന്നിരിക്കുന്നതായും കാണാം.

'നൃത്തം' എന്ന വാക്കിനുപകരം 'നിർത്ത'മെന്ന നാടോടിയായ,

ഗ്രാമ്യമായ ഒരു ഉച്ചാരണത്തെക്കൂടി ആ പാട്ടിൽ കൊണ്ടുവരുന്നതിലൂടെ അതുല്യമായ ഒരു കാലത്തെക്കുറിച്ചുള്ള ഓർമ്മപ്പെടുത്തലുകൾ കൂടി സംഭവിക്കുന്നുണ്ട്.

എന്നാൽ അതല്ല 'പൊന്നരിവാൾ അമ്പിളിയില്' എന്ന പാട്ടിലൂടെ ഉണ്ടാകുന്നത്. ഈ പാട്ടിന്റെ കഥയും ഒന്നു വേറെതന്നെയാണ്. 'ഒത്തു നിന്നീ പൂനിലാവും നെൽക്കതിരും കൊയ്യാൻ തോളൊടുതോളൊത്തു ചേർന്നു വാളുയർത്താൻ തന്നെ, പോരുമോ നീ' എന്നുള്ള വരികളി ലേക്കെത്തുമ്പോൾ ആ വെയിൽക്കതിരുകൾ നിലാവിന്റെ ലോലസ്പർ ശമണികളായി രാത്രിയിലേക്ക് ചിതറി നില്ക്കുന്നതായും ഒ എൻ വിക്കുറുപ്പിനു തോന്നി. വരികൾ ദേവരാജനെക്കൊണ്ട് ഇടയ്ക്കൊക്കെയും പാടിക്കേൾക്കുന്ന ഒരു സുഖം ഒന്നു വേറെയാണ്. ഇരുവരും പെരുന്താനി യിൽ വാടകയ്ക്ക് ഒരു മുറിയിൽ കഴിഞ്ഞപ്പോൾ ആകെയുണ്ടായിരുന്നത് ഫർണീച്ചറും രണ്ടു പുൽപ്പായും തലയണയും ഒരു ഹാർമ്മോണിയവും മാത്രമായിരുന്നു.

'പൊന്നരിവാൾ അമ്പിളിയില്' എന്ന പാട്ട് എഴുതുന്നത്, വൈക്കം ചന്ദ്രശേഖരൻ നായരുടെ പത്രപ്രസിദ്ധീകരണമായ *കേരള*യിലൂടെ യാണ്. വൈകിട്ടത്തെ റേഡിയോ വാർത്തകളിൽ വരുന്ന കാര്യങ്ങൾ എഴുതിക്കൂട്ടി പിറ്റേന്നത്തെ പത്രത്തിൽ പ്രസിദ്ധീകരിച്ചു വിടുന്ന ഒരു രീതിയായിരുന്നു അന്നുണ്ടായിരുന്നത്. അങ്ങനെ ബാലാരിഷ്ടതകൾ നിറഞ്ഞ ആ പത്രാധിപ കാലഘട്ടത്തിൽ ഒരു സൺഡേപതിപ്പിൽ പ്രസി ദ്ധീകരിക്കാൻ ഒരിക്കൽ ചോദിച്ച കവിതയാണ് 'പൊന്നരിവാളമ്പിളിയിൽ കണ്ണെറിയുന്നോളേ' എന്നത്. പിന്നീടൊരിക്കൽ എ കെ ജി കൊല്ലത്തു വന്നപ്പോൾ യോഗത്തിൽ ഈ ഗാനമായിരുന്നു ആലപിച്ചത്. ആ ഗാനമാണ് ഈ നാടകത്തിലേക്ക് അതിന്റെ ഈണത്തോടൊപ്പം ചേർത്തത്.

ലോക്കപ്പ് മുറിയിൽ ഒരു മുഹൂർത്തം

അടൂർ സ്റ്റേഷന്റെ ലോക്കപ്പ് മുറിയിൽ തോപ്പിൽ ഭാസി കിടക്കുക യാണ്. പത്തുമണിക്ക് പൊലീസുകാർക്കായി താഴെയുള്ള ചായക്കട യിൽനിന്നും ചായ വരും. അപ്പോഴേക്കും അവിടെ കൂടിനിന്ന പൊലീസു കാർ ഓരോരുത്തരായി അവിടെനിന്ന് അപ്രത്യക്ഷരാകും. എങ്കിലും റൈറ്റർ മാത്രം എങ്ങും പോകാതെ അവിടെത്തന്നെ കാണും. നേരെ നോക്കിയാൽ കയറിവരുന്ന വാതിലിനു നേരെ അയാൾ ഇരിക്കുന്നതു കാണാം. ഇടയ്ക്ക് അയാളുടെ നോട്ടം തോപ്പിൽ ഭാസിയിൽ വന്നു തറയ്ക്കും.

അങ്ങനെയിരിക്കുമ്പോഴുണ്ട് ചെറുപ്പക്കാരിയായ ഒരു സ്ത്രീ വെയിൽ വിരിച്ച പാത പിന്നിട്ട് പൊലീസ് സ്റ്റേഷനിലേക്ക് കയറി വരുന്നു. കൈയിൽ ഒരു കുഞ്ഞുമുണ്ട്. പഴകിപ്പോയ വസ്ത്രമായിരുന്നു ആ സ്ത്രീ

ധരിച്ചിരുന്നത്. കരഞ്ഞുതളർന്ന കുഞ്ഞ് അവരുടെ തോളിൽ തലചായ്ച്ചു കിടന്നു.

ആ സ്ത്രീ അവിടെ ഇരുന്ന റൈട്ടറോട് എന്തൊക്കെയോ സംസാരിച്ച് നില്ക്കുകയാണ്. റൈട്ടർ ഇടയ്ക്ക് വീണ്ടും തോപ്പിൽ ഭാസിയുടെ നേരെ ക്രുദ്ധനായി നോക്കുന്നുണ്ട്. കുറച്ചുകഴിഞ്ഞപ്പോൾ ആ ക്രുദ്ധദൃഷ്ടിയോടൊപ്പം റൈട്ടർ ഭാസിയുടേ നേർക്കെത്തി.

"ആ സ്ത്രീക്ക് നിങ്ങളെ കാണണം. ങ്ഹും, ഈ അഴിയുടെ അടുത്തേക്ക് നീങ്ങി നില്ക്ക്."

ഭാസി നീങ്ങിനിന്നു.

ഭാസി തലയുയർത്തി അഴികൾക്ക് സമീപം മുന്നിൽ നില്ക്കുന്ന ആ സ്ത്രീയുടെ മുഖത്തേക്ക് നോക്കി. ആ സ്ത്രീയും നോക്കുകയാണ്. തോളിൽ കമിഴ്ന്നുകിടന്നുറങ്ങുന്നത് ദുഃഖത്തിന്റെ മറ്റൊരു കടലാണെന്ന് തോന്നും. അവരുടെ മനസ്സ് ഭാസിയുടെ മനസ്സുപോലെ അസ്വസ്ഥമാണെന്ന് തോന്നി.

എന്താണ് ഈ സ്ത്രീ ഇങ്ങനെ തന്നെ നോക്കുന്നത്. ഭാസിക്ക് മനസ്സിലായില്ല. ഒരു കൈകൊണ്ട് കുഞ്ഞിനെ എടുത്ത്, അഴികളിൽ പിടിച്ച് നില്ക്കുന്ന ആ സ്ത്രീയെ ഭാസിക്ക് ഒട്ടും മനസ്സിലായില്ല.

അവൾ ഭാസിയെ നിർന്നിമേഷയായി നോക്കിനില്ക്കുന്നു. അല്പം കഴിഞ്ഞപ്പോൾ അവരുടെ കണ്ണുകൾ നിറഞ്ഞൊഴുകി.

"നിനക്കിവളെ അറിയാമോ?"

റൈട്ടർ ചോദിച്ചു.

"ഇല്ല. ഈ സ്ത്രീ ഏതാണ്?" റൈട്ടറോട് ചോദിച്ചു.

"നിങ്ങൾ ശൂരനാട് വെച്ച് കൊന്ന കുഞ്ഞുപിള്ള ആശാരിയെന്ന പൊലീസുകാരന്റെ ഭാര്യയാണിത്."

ഭാസി ഒന്നുകൂടി ആ സ്ത്രീയെ നോക്കി.

സ്ത്രീയും നോക്കി.

അഴികളിൽനിന്ന് പിടി വിടുവിച്ച് റൈട്ടർ അവരെ അകത്തെ മുറിയിലേക്ക് കൊണ്ടുപോയി.

കമ്യൂണിസ്റ്റാക്കി - ചരിത്രമുന്നേറ്റം കുറിക്കുന്നു

നിങ്ങളെന്നെ കമ്യൂണിസ്റ്റാക്കി എന്ന നാടകം പ്രത്യക്ഷത്തിൽ ജന്മിമാർക്കും അവരുടെ കൂട്ടാളികളായ കോൺഗ്രസുകാർക്കും കൂടുതൽ മാനസിക പ്രശ്നങ്ങളുണ്ടാക്കി. ഓരോ ജന്മിക്കും അവരുടെ മുമ്പിലുള്ള പൊതുസമൂഹത്തെ അഭിമുഖീകരിക്കുന്നതിന് ഇത് പ്രയാസങ്ങളുണ്ടാക്കി. തന്നെയുമല്ല അന്ന് കോൺഗ്രസ് കമ്യൂണിസ്റ്റ് വിരോധം അതിന്റെ ഉച്ചസ്ഥായിയിൽ നില്ക്കുന്ന ഒരു കാലംകൂടിയായിരുന്നു. രാഷ്ട്രീയ കൊലപാതകങ്ങൾ ഒരു തുടർക്കഥയായി. സാധാരണക്കാരായ ജനങ്ങളെയും പിന്നോക്കവിഭാഗക്കാരെയും കുടിയാന്മാരെയും ദ്രോഹിക്കുവാൻ കിട്ടിയ മേലാളവർഗ്ഗത്തിന്റെ അവസരമായിരുന്നു അക്കാലം.

ചോദ്യം ചെയ്യാതിരുന്ന ഒരു ജനസമൂഹം ചോദ്യം ചെയ്തും പ്രതിരോധിച്ചും മുന്നേറുന്ന ഒരു കാഴ്ച മറുവശത്ത് ഉണ്ടായിക്കൊണ്ടിരുന്നു. കെ പി എ സിയുടെ രണ്ടാമത്തെ നാടകം കേരളത്തിലെമ്പാടും ചലനങ്ങളുണ്ടാക്കിക്കൊണ്ടിരുന്നു. നാടകവും നടീനടന്മാരും അണിയറശില്പികളും അങ്ങനെ അറിയപ്പെട്ടുതുടങ്ങി.

ആകെ ഇരുപത്തിയാറ് പാട്ടുകളാണ് *കമ്യൂണിസ്റ്റാക്കി*യിൽ ഉള്ളത്, എല്ലാം ഒ എൻ വിയുടെ തൂലികത്തുമ്പിലൂടെ പിറന്നവ. മണ്ണിന്റെ മണവും വിയർപ്പും പുരണ്ട വരികൾ. ജീവിതത്തെ വളരെ താഴെനിന്നു കണ്ട മനുഷ്യരുടെ സ്വപ്നങ്ങൾ. അതിന് വേനലിന്റെ ആത്മാവുപോലെ വരണ്ടുപോയ ദാഹമായി മാറിയ നാടോടിഈണവും കൂടിയായപ്പോൾ ഒരു കാലത്തിന്റെ ഭാവാവിഷ്കാരമായി, ജനതയുടെ വികാരമായി, ഊർജ്ജതരംഗമായി ആ പാട്ടുകൾ മാറി.

വിയർപ്പിനെ വറ്റിച്ച് ലാവണ്യസാരമായി പരിവർത്തനം ചെയ്യുമ്പോഴുണ്ടാകുന്ന തൂലികയുടെ സർഗ്ഗാവിഷ്കാരമാണ് ഒ എൻ വിയുടെ എഴുത്ത്. കണ്ണീരിനെ മുത്തുകളാക്കി ഉരുക്കുകയും പാകമാക്കുകയും ചെയ്യുന്ന ചിരപുരാതനമായ ഒരു വൈദഗ്ദ്ധ്യം, അതിനെയാണ് കവി ഇവിടെ ധ്യാനിക്കുന്നതെന്നു കാണാം. നാടോടിയായ ഒരു കരകൗശലവിദഗ്ദ്ധനിലുണ്ടായ സൃഷ്ടികർമ്മത്തിലെ സൂക്ഷ്മതയും പക്വതയും ഒ എൻ വിയിൽ സദാ അന്തർഭവിച്ചിരിക്കുന്നുണ്ട് എന്ന് നമ്മൾ തീർച്ചപ്പെടുത്തുന്നത് അപ്പോഴാണ്.

ഒ എൻ വിയുടെ വരികളും ജി ദേവരാജന്റെ സംഗീതവും കൂടിയായപ്പോൾ അത് അനശ്വരഗാനശില്പമായി മാറി. ആ ഗാനങ്ങളിലൂടെ കെ പി എ സിയെ ലോകമറിഞ്ഞു. ആ ഈണങ്ങളിലൂടെ ഒരു നാടകശാലയും അതിന്റെ നാടകവാനും സഞ്ചരിച്ചു. വടക്കേ ഇന്ത്യയുടെ ഗ്രാമഗ്രാമാന്തരങ്ങൾ സഞ്ചരിച്ച് നാടകവേദികൾ കയറിയിറങ്ങാൻ ഈ കലാശ്രമങ്ങൾക്ക് സാധിച്ചു. ചുവന്നുതുടങ്ങിയ മുപ്പതുകൾ അൻപതുകളായപ്പോൾ അതിന്റെ സങ്കലനം പൂർത്തിയായിക്കഴിഞ്ഞു. ഇന്ത്യയുടെ യഥാതഥ ജീവിതത്തിന്റെ ആഴങ്ങളെയും ഗ്രാമീണജീവനങ്ങളെയും മുൻനിർത്തി നാടിന്റെ വർത്തമാനകഥകൾ പറയാൻ സാധിച്ചത് അങ്ങനെയാണ്.

*കമ്യൂണിസ്റ്റാക്കി*യുടെ സമകാലിക പ്രമേയം ആ നാടകത്തിന് ധാരാളം പ്രതിബന്ധങ്ങൾ സൃഷ്ടിച്ചു. നാടകം നിരോധിക്കപ്പെട്ടു. കോൺഗ്രസുകാർക്കിടയിൽ അമർഷമുണ്ടായതിനെത്തുടർന്ന് ഭരണാധികാരികളെ കൂട്ടുപിടിച്ച് നടത്തിയ ഒരു രാഷ്ട്രീയ പകപോക്കലായിരുന്നു നിരോധനം. അതോടെ *നിങ്ങളെന്നെ കമ്യൂണിസ്റ്റാക്കി* എന്ന നാടകം കൂടുതൽ അറിയപ്പെടാൻ തുടങ്ങി. 1952 ലും 1953 ലും ദേശീയശ്രദ്ധ ഈ നാടകത്തിന് കൈവന്നു.

ചവറയിലെ തട്ടാശ്ശേരി മൈതാനത്തെ ഓലമേഞ്ഞ സുദർശന തീയറ്ററിൽ അന്ന് *നിങ്ങളെന്നെ കമ്യൂണിസ്റ്റാക്കി*യുടെ അരങ്ങേറ്റമാണ്. ഉദ്

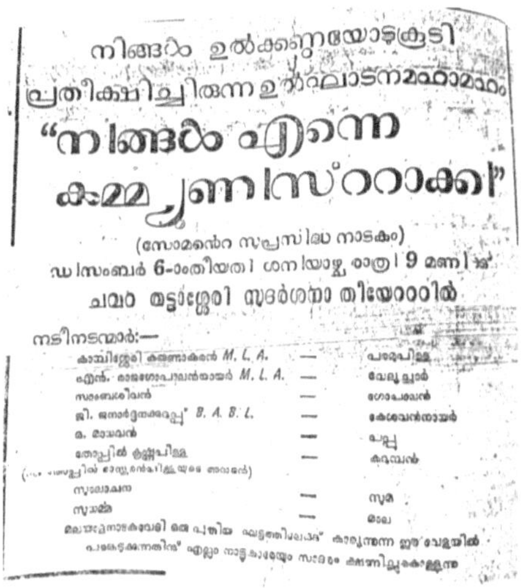
നിങ്ങൾ ഉൽക്കണ്ഠയോടുകൂടി
പ്രതീക്ഷിച്ചിരുന്ന ഉദ്ഘാടനമഹാമഹം
"നിങ്ങൾ എന്നെ
കമ്മ്യൂണിസ്റ്റാക്കി"
(സോമന്റെ സുപ്രസിദ്ധ നാടകം)
ഡിസംബർ 6-ാംതീയതി ശനിയാഴ്ച രാത്രി 9 മണിക്ക്
ചവറ തട്ടാശ്ശേരി സുദർശനാ തീയേറററിൽ
നടീനടന്മാർ:—

കാമ്പിശ്ശേരി കരുണാകരൻ M. L. A.	—	പരമുപിള്ള
എൻ. രാജഗോപാലൻനായർ M. L. A.	—	വേലുപ്പാർ
സാംബശിവൻ	—	ഗോപാലൻ
ജി. ജനാർദ്ദനക്കുറുപ്പ് B. A. B. L.	—	കേശവൻനായർ
ഒ. മാധവൻ	—	പപ്പു
തോപ്പിൽ കൃഷ്ണപിള്ള	—	കറമ്പൻ
സുലോചന	—	സുമ
സുധർമ്മ	—	മാല

നിങ്ങളെന്നെ കമ്യൂണിസ്റ്റാക്കി നാടകത്തിന്റെ ഉദ്ഘാടന പരസ്യം (1952 ഡിസംബർ 4)

ഘാടനത്തിന് പുരോഗമന സാഹിത്യകാരൻ ഡി എം പൊറ്റക്കാട്. 1952 ഡിസംബർ 6 ന് രാത്രി ഒൻപതുമണിക്കായിരുന്നു ആ പുതുയുഗപ്പിറവി ഉണ്ടായത്. അന്നുവരെ നാടകവേദിയിൽ കണ്ടിട്ടില്ലാത്ത ഒരു ചരിത്ര മുന്നേറ്റത്തിന് ചവറ ദൃക്സാക്ഷിയാകുകയായിരുന്നു. ഭാഗവതന്മാരില്ലാതെ തുടങ്ങുന്ന നാടകം. ആരംഭശ്ലോകങ്ങളോ, കീർത്തനാലാപനങ്ങളോ, ഒന്നുമില്ല. കൊട്ടാരക്കെട്ടുകളുടെയോ അന്തപ്പുരങ്ങളുടെയോ മണിമാളികകളുടെയോ പതിവു രംഗപടത്തിനു പകരം ഒരു നാടൻ പശ്ചാത്തലമായിരുന്നു അവിടെ കാണാൻ കഴിഞ്ഞത്. ചെറ്റക്കുടിലും സാധാരണകാണുന്ന വീടുകളും പുരയിടങ്ങളും ഉൾപ്പെടുന്ന യഥാതഥ വേദി. നാടകത്തിന്റെ ഓരോ രംഗങ്ങളും രംഗപടങ്ങളും അതു കാണാനെത്തിയ ജനക്കൂട്ടം ശ്രദ്ധിക്കുകയാണ്. പരമുപിള്ള ആദ്യം വരുന്ന രംഗം: കൈയിൽ ഒരു ഓലമടലും പിടിച്ച് അലക്ഷ്യമായി നടന്ന്, തകർന്ന വീടിന്റെ അകത്തേക്ക് കയറിയിരിക്കാനായി വരുന്നു. പരമുപിള്ളയെ ഒരു കാഴ്ചക്കാരനും മറക്കാൻ പറ്റാത്ത വിധമാണ് കാമ്പിശ്ശേരി അവതരിപ്പിച്ചത്.

എന്നാൽ അന്ന് രാത്രി തട്ടിൽ കയറുന്നതുവരെ കെ പി എ സിയുടെ അണിയറപ്രവർത്തകർക്ക് ആശങ്കകളായിരുന്നു. ചവറയിലെ കുറെ കമ്യൂണിസ്റ്റ് വിരോധികൾ ആയിരുന്നു ഇതിനു പിന്നിൽ. പേരിൽത്തന്നെ കമ്യൂണിസ്റ്റ് വിരോധികൾക്കുള്ള ആഘാതമായി കടന്നുവന്ന ഈ നാടകം എങ്ങനെയെങ്കിലും അപകീർത്തിപ്പെടുത്തി അലങ്കോലപ്പെടുത്താനുള്ള നീക്കമായിരുന്നു അത്. കോൺഗ്രസിനും ആർ എസ് പിക്കും വളരെ നല്ല രീതിയിൽ അണികളുള്ള ഒരു പ്രദേശം കൂടിയായിരുന്നു അത്.

രാത്രി മഞ്ഞുകണങ്ങൾ വന്നുവീണ് സുദർശന ടാക്കീസിന്റെ ഓലമേൽക്കൂരയിൽ നീഹാരമാലകൾ ചാർത്തിക്കൊടുക്കുന്നു. നല്ല തണുപ്പ് അരിച്ചു തുടങ്ങി. എന്നാൽ ആ കൊട്ടകയിലെ ഇരുട്ടിൽ ഉൽക്കണ്ഠകളും ആശങ്കകളും നെടുവീർപ്പുകളും അയച്ചുവിട്ട് അന്തരീക്ഷം ഊഷ്മള ഭരിതമായിക്കൊണ്ടിരുന്നു.

തുടർന്നുണ്ടായ പാട്ടുകൾ നാടോടിശീലുകളായി അവരുടെതന്നെ

സംസാരഭാഷയിൽ, സുലോചനയുടെയും കെ എസ് ജോർജ്ജിന്റെയും ശബ്ദത്തിലൂടെ കേട്ടു. ആ ശബ്ദത്തിന്റെ കരുത്തിന്റെ മാസ്മരികതയിൽ അവർ ലയിച്ചു. ഇടയ്ക്ക് പരമുപിള്ളയുടെയും മാലയുടെയും കറമ്പന്റെയും ദുഃഖത്തിൽ കണ്ണീരുതുടച്ചു. മാലയ്ക്കൊപ്പം സ്ത്രീജനങ്ങൾ വിങ്ങിപ്പൊട്ടി. പിന്നെ പൊട്ടിത്തെറിച്ചു, വീണ്ടും വീണ്ടും ഗാനങ്ങളുടെ ചിറകടികൾ, സുലോചനയുടെ, കെ എസ് ജോർജ്ജിന്റെ, സുധർമ്മയുടെ ഒക്കെ ശബ്ദങ്ങൾ ഇടതൂർന്ന് കിടന്ന ആ രാത്രിയുടെ മദ്ധ്യത്തിൽനിന്ന് പൊട്ടിവിടർന്നു. ജനക്കൂട്ടം പുറത്തെ തണുപ്പിലേക്കിറങ്ങാൻ മടിച്ചുനിന്നു.

നാടകം അവസാനിച്ചു. കർട്ടൻ വീണു, തിയേറ്ററിലുണ്ടായ വെളിച്ചങ്ങളൊക്കെയും കൺചിമ്മിയെഴുന്നേറ്റു. ആർട്ടിസ്റ്റ് കേശവൻ വരച്ച രംഗപടങ്ങൾ ഓരോന്നായി അണിയറപ്രവർത്തകർ അഴിച്ചുതുടങ്ങി. ആളുകൾ പുറത്തേക്കിറങ്ങുന്നതിന്റെയും അഭിനേതാക്കളെ കണ്ട് അഭിനന്ദനമറിയിക്കാൻ ഒഴുകിവരുന്നവരുടെയും തിരക്ക്. കാമ്പിശ്ശേരി, തീയറ്ററിനു പുറകിൽ ഒറ്റയ്ക്കു നില്ക്കുകയാണ്. മുഖത്തെ മേയ്ക്കപ്പുകൾ വടിച്ചു മാറ്റിയതിനുശേഷം കഴുകാനുള്ള വെള്ളം കപ്പിലെടുത്ത് അങ്ങനെ നില്ക്കുകയാണ്. കഴിഞ്ഞുപോയ നിമിഷങ്ങളെ ഓരോന്നിനെയും പരിശോധിച്ചു നോക്കുകയാണ്, വിലയിരുത്തുകയാണ്. ആത്മവിമർശനം നടത്തുകയാണ്. എല്ലാവരും വേഷങ്ങളൊക്കെ അഴിച്ചുവെച്ചു. ആ രാത്രി കാമ്പിശ്ശേരി ഓർത്തിരുന്നത് മറ്റാരെയുമല്ല, തോപ്പിൽ ഭാസിയെയാണ്.

അടൂർ പറക്കോട് പൊലീസ് സ്റ്റേഷൻ

തൂലികത്തുമ്പിൽനിന്നു വാർന്ന മഷിത്തുള്ളികളുടെ ആദ്യ അരങ്ങ് കാണാൻ തോപ്പിൽ ഭാസിക്ക് സാധിച്ചില്ല. അന്ന് അടൂർ ലോക്കപ്പിൽ കിടന്നുകൊണ്ട് ദൂരെനിന്നു വരുന്ന ഓരോ ശബ്ദത്തെയും പിടിച്ചെടുക്കാൻ ശ്രമിക്കുകയാണ് അദ്ദേഹം. പൊലിസ് മർദ്ദനത്തിൽ ഇടതു ചെവിക്കേറ്റ ക്ഷതംകൊണ്ട് ചിലപ്പോൾ ഒരു മൂളിച്ച മാത്രമാണ് കേൾക്കുക. പരമുപിള്ളയുടെ ആ ദൈന്യമുഖത്തിൽ നിന്നെത്തുന്ന ഒരു ഞരക്കമെങ്കിലും പിടിച്ചെടുത്തേക്കാമെന്നു കരുതി; കാമ്പിശ്ശേരിയിലെ നടൻ.

സമയം പാതിരാത്രി കഴിഞ്ഞു. കാമ്പിശ്ശേരി ആ ഇരുളിലേക്ക് കുറച്ചു നേരം നോക്കിനിന്ന ശേഷം വേഷം അഴിച്ചുവെച്ച് ചവറയിൽനിന്നും നാടകപ്രവർത്തകർക്കൊപ്പം മടങ്ങി.

ആ രാത്രിയിൽ ഉറങ്ങാതെ അസ്വസ്ഥനായി കിടന്ന കാമ്പിശ്ശേരിയുടെ മനസ്സിലേക്ക് പലചിന്തകളും ഓടി വന്നു. പരമുപിള്ളയായി അഭിനയിച്ച ഓരോ നിമിഷവും മനസ്സിൽനിന്ന് വിട്ടുമാറുന്നില്ല. അഭിനയത്തിന്റെ ചില ഇടങ്ങളിൽവെച്ച് സന്ദേഹങ്ങളുണ്ടായിരുന്നു. അപ്പോൾ എല്ലാവരും കൂടി ചർച്ച ചെയ്യും. ഏതെങ്കിലും സന്ദർഭത്തിൽ ആത്മവിശ്വാസക്കുറവുണ്ടെങ്കിൽ മറ്റുള്ളവരോട് ചോദിക്കും. കെ പി എ സിയുടെ ഒരുമാസക്കാലം നീണ്ട റിഹേഴ്സൽ ക്യാമ്പിൽ നിറയെ വിമർശന നിരീക്ഷണങ്ങൾ കൂടിയുണ്ടായിരുന്നു. എല്ലാവരുടെയും അഭിപ്രായപ്രകടനങ്ങളെ

ഗൗരവമായി അവിടെ ചർച്ച ചെയ്തിരുന്നു.

പരമുപിള്ള തന്റെ നഷ്ടപ്രതാപകാലത്തെപ്പറ്റിപ്പറഞ്ഞ് മനസ്താപപ്പെട്ട് സംസാരിക്കുന്ന ചില രംഗങ്ങളുണ്ട്. അവിടെ എത്രതന്നെ ദൈന്യവും ദുഃഖവുമഭിനയിച്ചിട്ട് ഏല്ക്കുന്നില്ല. കൂടാതെ ദൈന്യതയുടെ ഒരു അരോചകതയും വന്നു. അപ്പോൾ എന്തുചെയ്യണം എന്ന് കാമ്പിശ്ശേരി ചോദിച്ചത് സുലോചനയോടാണ്. സുലോചനയുടെ വളരെ കൃത്യതയുള്ള മറുപടി കേട്ട് കാമ്പിശ്ശേരി അത്ഭുതപ്പെട്ടു.

“ഇടയ്ക്കിടെ തന്റെ പഴയകാല പ്രതാപങ്ങൾ പറയുമ്പോൾ ഇടയ്ക്കൊന്നു ചിരിക്കാം. ചിരിക്കിടയിലൂടെ ഈ ദുഃഖത്തിന്റെ കേന്ദ്രബിന്ദുവിനെ നമുക്ക് കണ്ടുമുട്ടാം. അതിനൊരു ചിരി, അത് വല്ലാത്തൊരാളലല്ലേ നമുക്ക് തരിക?”

സുലോചന അങ്ങനെ പറഞ്ഞപ്പോൾ കാമ്പിശ്ശേരി അക്ഷരാർത്ഥത്തിൽ ഞെട്ടി.

ഹാവൂ! എത്ര മനോഹരമായ ആവിഷ്കാരത്തെയാണ് സുലോചന കണ്ടെത്തിയിരിക്കുന്നത്. അങ്ങനെതന്നെ അതൊന്നു പരിശോധിച്ചു നോക്കി. ചിരിയുടെ ആളിക്കത്തൽ ചെറുതായിട്ടാണെങ്കിലും ആ ദുഃഖത്തെ കൂടുതൽ ദീപ്തമാക്കാൻ പറ്റുന്ന രീതിയിലായിരുന്നു.

ഉദ്ഘാടന ദിവസംതന്നെ കുറച്ചു സമയംകൊണ്ട് 37 നാടകങ്ങൾ ബുക്കു ചെയ്തുപോയി

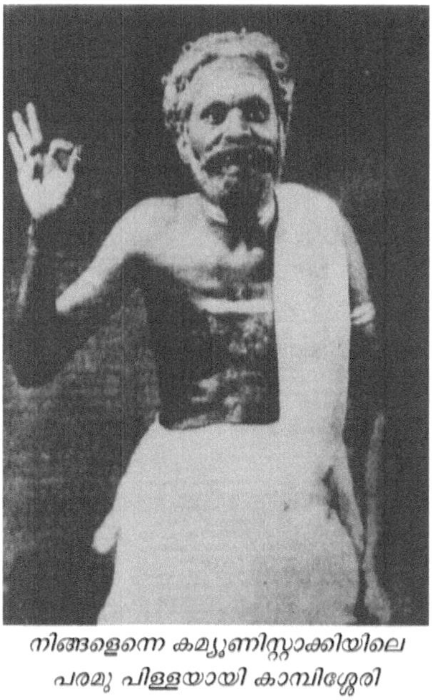

*നിങ്ങളെന്നെ കമ്യൂണിസ്റ്റാക്കിയിലെ
പരമു പിള്ളയായി കാമ്പിശ്ശേരി*

നാടകത്തിനെതിരെയുള്ള കോൺഗ്രസുകാരുടെ പ്രതിഷേധം വർദ്ധിച്ചുവന്നു. നാടകം അവതരിപ്പിച്ചുകൊണ്ടിരിക്കുമ്പോൾ അതിന് തടസ്സമായി നില്ക്കുക, അണിയറപ്രവർത്തകർക്ക് ബുദ്ധിമുട്ടുണ്ടാക്കുക എന്നിങ്ങനെയുള്ള പല കാര്യങ്ങളും അവർ ചെയ്തുപോന്നു. അന്ന് കോൺഗ്രസ് ഭരണകക്ഷിയായതുകൊണ്ട് അധികാരികളെക്കൊണ്ടും ഉദ്യോഗസ്ഥവൃന്ദത്തെക്കൊണ്ടും ഇത്തരത്തിലുള്ള ബുദ്ധിമുട്ടുകൾ സൃഷ്ടിക്കാൻ അവർ ശ്രമിച്ചിരുന്നു. പലയിടങ്ങളിലും വെച്ച് പൊലീസ് കാണികളുടെ മുന്നിലിട്ട് കലാകാരന്മാരെ കൈയേറ്റം ചെയ്യാൻവരെ ഒരുങ്ങിയിട്ടുണ്ട്. കമ്യൂണിസ്റ്റ് വിരുദ്ധരായവരുടെ ഭാഗത്തു നിന്നുണ്ടായ പലതരത്തിലുള്ള വിധ്വംസകപ്രവർത്തനങ്ങൾക്കും പൊലീസിന്റെ മൗനാനുവാദവും ഉണ്ടായിട്ടുണ്ട്.

അങ്ങനെയിരിക്കെയാണ് അടൂർ പറക്കോട്ട് ഒരു രാത്രിയിൽ നാടകം അവതരിപ്പിക്കാനായി കെ പി എ സിയുടെ വാൻ എത്തുന്നത്. പറക്കോട്ട് വെച്ച് ഈ നാടകം നടത്താൻ സമ്മതിക്കില്ലെന്ന് ഭീഷണിമുഴക്കിയിരിക്കുകയായിരുന്നു. എന്തു തന്നെയായാലും നാടകം നടത്തിയിരിക്കുമെന്ന് പറക്കോട്ടെ പാർട്ടി സഖാവ് പറക്കോട് എൻ ആർ കുറുപ്പും പ്രഖ്യാപിച്ചിരിക്കുകയാണ്. അങ്ങനെ വന്നാൽ എന്തെങ്കിലും അനിഷ്ട സംഭവങ്ങൾ ഉണ്ടാകുമെന്ന് ഉറപ്പ്. രാത്രിയായി. അന്ന് തോപ്പിൽ ഭാസി ലോക്കപ്പിൽ കിടക്കുന്ന അടൂർ പൊലീസ് സ്റ്റേഷൻ പരിധിയിലായിരുന്നു ഈ സംഭവം. അതിനാൽ പ്രശ്നം രൂക്ഷമാകുമെന്ന് എല്ലാവരും കരുതി.

സുലോചനയ്ക്കും സുധർമ്മയ്ക്കും വിജയകുമാരിക്കും ഏതാണ്ട് ഈ രംഗങ്ങളൊക്കെ കണ്ട് ഭയം വിട്ടുമാറി വലിയ ആവേശത്തിലായിരുന്നു അവർ. പാർട്ടി സഖാക്കന്മാരും സാധാരണ ജനങ്ങളും അവർക്ക് സുരക്ഷിത വലയമൊരുക്കി ഒപ്പം നിന്നു.

എല്ലാവരും സ്റ്റേജിനു പുറകിലെ ഗ്രീൻറൂമിൽ ഇരുന്ന് മേയ്ക്കപ്പ് ഇടാൻ തുടങ്ങി. കാമ്പിശ്ശേരി മാറിയിരുന്ന് ധ്യാനിക്കുകയായിരുന്നു. പെട്ടെന്ന് ധ്യാനത്തിനൊരു തടസ്സമായി ആൾക്കാരുടെ ഇടയിൽ ആകെ ബഹളം രൂപപ്പെടാൻ തുടങ്ങി. കള്ളുകുടിച്ച് മുക്കറ്റം തെറിപറഞ്ഞു കൊണ്ട് ഒരു നിര, എതിരായി സ്ത്രീകളുടെയും കുട്ടികളുടെയും വേറൊരു നിര, ഇടയിൽ പാർട്ടിപ്രവർത്തകരും സഖാക്കളും. പിന്നെ നാടിന്റെ നാനാഭാഗത്തുനിന്നായെത്തിയ ചെറുപ്പക്കാരുടെയും ഉല്പതിഷ്ണുക്കളുടെയും നീണ്ട നിര. എല്ലാവരും അക്ഷമരായി നോക്കി നില്ക്കുമ്പോഴാണ് ജനക്കൂട്ടത്തിന് ജീവൻ വെച്ചുതുടങ്ങുന്നത്. തകർന്നു പോയ ഒരു തേനീച്ചക്കൂടുപോലെ അത് പെട്ടെന്ന് ഇരമ്പിയാർത്ത് ആ പ്രദേശം മുഴുവൻ കീഴടക്കിയേക്കാം.

പെട്ടെന്ന് പറക്കോട്ടെ നാടകസ്ഥലത്തേക്ക് ഒരു പൊലീസ് ജീപ്പ് ഇരച്ചെത്തി.

പൊലീസ് ജീപ്പിന്റെ മുന്നിലുള്ള ബ്രൈറ്റ് ലൈറ്റിൽനിന്നു പ്രകാശധാര ജനക്കൂട്ടത്തിനുമീതേക്കൂടി വീശിയെടുത്തപ്പോൾ തേനീച്ചക്കൂട് നിശ്ശബ്ദമായപോലെയായി. എല്ലാം ശാന്തമായി മാറി. സ്റ്റേജിൽ കർട്ടൻ ഉയരുമ്പോൾ ജനാവലി നിന്നിരുന്നിടത്ത് ശൂന്യതയെന്നു തോന്നി. ലൈറ്റ് ഇപ്പോൾ സ്റ്റേജിലാണ്. സ്റ്റേജിനു പുറത്തെ ലൈറ്റെല്ലാം അണച്ചിരിക്കുകയാണ്.

ആദ്യരംഗമായതിനാൽ പതുക്കെയേ പുറത്തെ ഇരുട്ടിലിരിക്കുന്ന ജനക്കൂട്ടത്തിന്റെ മുഖം തെളിഞ്ഞുവരൂ. അങ്ങനെ തെളിഞ്ഞുവന്നപ്പോൾ കണ്ടത് മുൻനിരയിൽ തന്നെ ഇരിക്കുന്നത് അടൂർ എസ് ഐയും സംഘവും. സുലോചനയും സുധർമ്മയും ആ എസ് ഐയെ കണ്ടു. മാലയായി തേങ്ങിക്കരയുന്ന രംഗം വന്നപ്പോൾ അതാ കണ്ണീർ തുടയ്ക്കുന്നു. അവർ അഭിനയിക്കുന്നതിനിടയ്ക്ക് ഈ രംഗം ശ്രദ്ധിച്ചു. അവരുടെ നായകൻ തോപ്പിൽ ഭാസിയെ ലോക്കപ്പിലിട്ട് മർദ്ദിച്ച് അവശനാക്കി

ഒരു തുള്ളി വെള്ളംപോലും കൊടുക്കാതെ പൂട്ടിയിട്ട് ഭരണാധികാരികളുടെ സ്വേച്ഛാനുസൃതം ക്രൂരനായി പെരുമാറിയ അടൂർ എസ് ഐ ഉമ്മന്റെ കണ്ണുകൾ ജലാർദ്രമാകുന്നത് കണ്ട് സുലോചനയും സുധർമ്മയും സന്തോഷിച്ചു. മാലയുടെ കരച്ചിലിന്റെ ഓരോ വാക്കും തോപ്പിൽ ഭാസിയാണ് നിർമ്മിച്ചത്. അതിന്റെ വക്കിൽ തുളുമ്പിപ്പോയേക്കാവുന്ന വാക്കുകളുടെ നിറവ് ഏത് കഠോര ഹൃദയത്തെയാണ് ഉലയ്ക്കാതിരുന്നിട്ടുള്ളത്. ഗൗരവമായി വന്നിരുന്ന് നാടകം തീരുവോളം കുട്ടിരുന്ന ഒരാളെപ്പോലെയായിരുന്നു അന്ന് എസ് ഐയെ കാണപ്പെട്ടത്. ഒന്നുറക്കെ കരഞ്ഞാൽ മാലയുടെയും കറമ്പന്റെയും ഒച്ചകൾ ലോക്കപ്പുമുറിയിൽ വരെ കേൾക്കുമെന്നായിരുന്നു.

അന്നു രാത്രി എസ് ഐ ഉമ്മൻ ഒരുപോള കണ്ണടച്ചില്ല. പിറ്റേദിവസം നേരത്തേതന്നെ പൊലീസ് സ്റ്റേഷനിലെത്തി നേരെ തോപ്പിൽ ഭാസിയുടെ ലോക്കപ്പിന്റെ അഴികൾ തുറന്ന് അകത്തുകയറി. അവിടെ ചുരുണ്ടു കൂടി ഉറങ്ങുകയായിരുന്ന ഭാസി എസ് ഐയെ കണ്ടപാടെ ചാടിയെഴുന്നേറ്റു. എന്തിനുള്ള പുറപ്പാടാണെന്ന് മനസ്സിലായില്ല. നോക്കിയപ്പോൾ പതിവിനു വിപരീതമായി എസ് ഐയുടെ മുഖത്തുനിന്ന് പശ്ചാത്താപഭാരത്താൽ കനമുള്ള വാക്കുകളാണ് പുറത്തേക്ക് വന്നത്.

"ഭാസിക്ക് ഇവിടെ എന്തെങ്കിലും ബുദ്ധിമുട്ടുണ്ടോ?"

"ഇല്ല, സാർ." ഭാസി മറുപടി പറഞ്ഞു.

"ഈ സോമൻ എന്ന ആൾ ആരാണ്!?"

"ഏതു സോമൻ?"

"*കമ്യൂണിസ്റ്റാക്കി* എന്ന നാടകത്തിന്റെ രചയിതാവ്?"

തോപ്പിൽ ഭാസി തെല്ലോരിടവേളയ്ക്കു ശേഷം പറഞ്ഞു.

"അത് ഞാനാണ്? എന്തു പറ്റി സാർ."

"ഒന്നുമില്ല, ഞാനിന്നലെ പറക്കോടുവെച്ച് ആ നാടകം കണ്ടിരുന്നു.

അപ്പോഴേക്കും കണ്ണുകൾ ജലാർദ്രമാകുന്നത് ഭാസി ശ്രദ്ധിച്ചു.

"എന്റെ ജീവിതത്തിൽ ഇന്നേവരെ ഇതുപോലൊരു നാടകം ഞാൻ കണ്ടിട്ടില്ല."

അത്രയും പറഞ്ഞ് ലോക്കപ്പിൽനിന്ന് എസ് ഐ ഉമ്മൻ പുറത്തുപോയി. വൈകുന്നേരമായപ്പോൾ ആരുമറിയാതെ ഒരുകെട്ട് പേപ്പറും എഴുതാനുള്ള പെൻസിലും തോപ്പിൽ ഭാസിക്ക് വാങ്ങിക്കൊടുത്തു. അഴികൾക്കിടയിലൂടെ ആ നാടകകൃത്തിനെ അത്യാദരപൂർവ്വം എസ് ഐ പിന്നീട് നോക്കിക്കൊണ്ടിരുന്നു, ഭാസി അറിയാതെ. ഉറങ്ങുമ്പോൾ ഇടയ്ക്ക് വരാന്തയിലൂടെ നടന്നുപോയി ആ മനുഷ്യനെ ലോക്കപ്പിലിടേണ്ടിവന്ന തന്റെ അവസ്ഥയോർത്ത് പരിതപിച്ചു.

ഞാറയ്ക്കലിൽ

1953 മാർച്ച് 31 ന് ഞാറയ്ക്കൽ എന്ന സ്ഥലത്തായിരുന്നു *കമ്യൂണിസ്റ്റാക്കി*യുടെ അവതരണം. വെള്ളത്താൽ ചുറ്റപ്പെട്ട സ്ഥലമായതി

നാൽ അവിടത്തെ കടലോരപ്രദേശത്തെ സാധാരണക്കാരിൽ അധികവും തെറിപറയുന്നവരും മദ്യപാനികളുമായിരുന്നു. എന്തെങ്കിലും പറഞ്ഞ് തർക്കമുണ്ടായാൽ കത്തിക്കുത്തും കൊലപാതകവും നടക്കും. അവിടെ കടൽപ്പുറമണലായിരുന്നു മൈതാനം നിറയെ. സ്റ്റേജുണ്ടാക്കുന്നതും അതു തീയറ്റർ പോലെയാക്കിമാറ്റുന്നതും നാടൻ സാങ്കേതിക വിദ്യകളാണ്. വേലികൊണ്ട് വളച്ചുകെട്ടി മെടഞ്ഞ ഓലവെച്ച് കെട്ടി മറയ്ക്കും. സ്റ്റേജുമാത്രം തട്ടുവെച്ചുയർത്തും. ചവിട്ടുനാടകത്തിന്റേതുപോലെ മരപ്പലകകൾ കൊണ്ടാണ് തട്ട്. ഗ്രീൻറൂമും സദസ്സും എല്ലാം ഉണങ്ങിയ മെടഞ്ഞ ഓലകൾകൊണ്ടാണ് മറച്ചിരിക്കുന്നത്.

കുറെക്കഴിഞ്ഞപ്പോൾ തേനീച്ചക്കൂടിളകിയതുപോലെ ആളുകൾ ഇളകിയാർത്തു. നോക്കിയപ്പോൾ മദ്യപിച്ച് കുറെ ഗുണ്ടകൾ സ്ത്രീകളെ കയറിപ്പിടിക്കുകയും ഉപദ്രവിക്കുകയും ചെയ്യുകയാണ്, സ്ത്രീകൾ ഒരുങ്ങിക്കൊണ്ടിരിക്കുന്ന ഗ്രീൻറൂമിന്റെ ഓലത്തടുക്ക് പറിച്ചെറിഞ്ഞ് വസ്ത്രം മാറാൻ പറ്റാത്തവിധത്തിൽ ആഭാസകരമായി മാറ്റി. സ്റ്റേജിൽ കയറി കുറച്ചുപേർ രംഗാവതരണത്തിന് സജ്ജീകരിച്ചവയൊക്കെയും എറിഞ്ഞുടയ്ക്കാനും നശിപ്പിക്കാനും തുടങ്ങി. കർട്ടൻ വലിച്ചുകീറി. ഉടൻ തന്നെ സഖാക്കളും നാട്ടുകാരും കൂടി സ്റ്റേജ് കൈയേറിയവരെ ബലപ്രയോഗത്താൽ കീഴടക്കി. നാടകം തുടർന്ന് നടത്താനുള്ള സുരക്ഷിതത്വം ഒരുക്കിക്കൊടുത്തു.

ഇതിനിടെ കേരളത്തിന്റെ പലഭാഗത്തുനിന്നും *കമ്യൂണിസ്റ്റാക്കി* നാടകത്തിനെതിരെയുള്ള തെറ്റായ പ്രചാരണങ്ങൾ കോൺഗ്രസ് നടത്തിക്കൊണ്ടിരുന്നു. കമ്യൂണിസ്റ്റുകാർ അന്തിക്രിസ്തുവാണെന്ന് തൃശ്ശൂർ രൂപത പ്രഖ്യാപിച്ചു. ഉടനെതന്നെ കുരിശിൽ തറയ്ക്കണമെന്നും അതിനായി ആന്റി കമ്യൂണിസ്റ്റ് ഫ്രണ്ട് എന്ന സംഘടന രൂപീകരിക്കണമെന്നും അവർ പറയുകയുണ്ടായി. തൃശൂർ രൂപതയിലെ ശെമ്മാശ്ശനായ ബ്രദർ ജോസഫ് വടക്കൻ ആണ് ആന്റി കമ്യൂണിസ്റ്റ് ഫ്രണ്ടിന്റെ ഉപജ്ഞാതാവ്.

അപ്പോഴേക്കും ജനവികാരത്തെ തെറ്റായി ധരിപ്പിച്ച് കമ്യൂണിസ്റ്റുകാർക്കെതിരെയുള്ള പ്രകോപനങ്ങൾ എല്ലായിടത്തും വർദ്ധിച്ചുവന്നു. കമ്യൂണിസ്റ്റ് പാർട്ടിയുടെ സഖ്യകക്ഷികളായിരുന്ന ആർ എസ് പിയും കെ എസ് പിയും വരെ സ്റ്റാലിനിസത്തോടുള്ള നിലപാടുകളുടെ പേരിൽ പാർട്ടിയെ ഒറ്റപ്പെടുത്തി. ആർ എസ് പി കൊല്ലത്തും പരിസര പ്രദേശങ്ങളിലും ശക്തനായ പ്രതിയോഗിയായി മാറി. ട്രേഡ് യൂണിയനെയെല്ലാംകൊണ്ട് കമ്യൂണിസ്റ്റുകാരെ ശക്തമായി എതിർക്കാനും തുടങ്ങി.

തിരുവനന്തപുരം കാട്ടാക്കടയിൽ

തിരുവനന്തപുരം കാട്ടാക്കടയിൽ നാടകം അവതരിപ്പിച്ചപ്പോൾ ജനങ്ങൾ പതിവിടങ്ങളിൽനിന്നും വ്യത്യസ്തമായി ചിരിക്കുന്നത് കണ്ടു. അന്വേഷിച്ചപ്പോളാണറിയുന്നത് അവിടത്തെ എം എൽ എയുടെ പേര്

കേശവൻ നായർ എന്നാണ്. പോരാത്തതിന് അദ്ദേഹം ഒരു ജന്മികുടുംബാംഗവും ഒരു കോൺഗ്രസുകാരനുമാണ്. അങ്ങനെ ചിരിച്ചുകൊണ്ട് ഇരിക്കുന്നതിനിടയിൽ ഒരുകൂട്ടം ആളുകൾ ആക്രോശവുമായി വന്നു. നാടകം ഇവിടെ നടത്താൻ പറ്റില്ല എന്നുപറഞ്ഞു. അവരുടെ നേതാവായ നെടുമങ്ങാട് കേശവൻ നായരെപ്പരാമർശിച്ചുകൊണ്ട് പരിഹസിക്കുകയാണ് ഈ നാടകം എന്ന് ആരോപിച്ചാണ് അവരുടെ പ്രതിഷേധം. ഉടനെ കർട്ടൻ താഴ്ത്തേണ്ടി വന്നു. പ്രശ്നം ഒതുക്കിത്തീർക്കാൻ കുറേസമയമെടുത്തു. വീണ്ടും നാടകം തുടർന്നു. അപ്പോഴേക്കും കാണികളിൽ ഭൂരിഭാഗവും പോയിക്കഴിഞ്ഞിരുന്നു.

നാടകത്തിൽ തന്നെ ബോധപൂർവ്വം പരിഹസിക്കാൻ വേണ്ടി കേശവൻ നായർ എന്ന പേർ ചേർത്തതിൽ ദുരൂഹതയുണ്ടെന്നും ഇത് കോൺഗ്രസിന്റെ സാമൂഹ്യപ്രതിബദ്ധതയെ തെറ്റായി അപകീർത്തിപ്പെടുത്തി ഒരു പ്രസ്ഥാനത്തെത്തന്നെ ഉന്മൂലനം ചെയ്യാൻവേണ്ടി എഴുതിയതാണെന്നും കാണിച്ച് അന്നത്തെ ആഭ്യന്തരമന്ത്രിക്ക് ഒരു പരാതി അയച്ചു. ഇത് ഗവൺമെന്റിന് എതിരായിട്ടുള്ള ഒരു സംഘടിതശ്രമമാണ് എന്ന ഒരു ആരോപണം ആ പരാതിയിൽ എഴുതിയതുകാരണം സർക്കാർ ആ പരാതിയെ വെറും ഒരു പരാതിയായി മാത്രമല്ല കണ്ടത്. അങ്ങനെ പൊലീസിനെക്കൊണ്ട് സോമൻ എന്ന നാടകകൃത്ത് എഴുതിയ *നിങ്ങളെന്നെ കമ്യൂണിസ്റ്റാക്കി* എന്ന നാടകത്തിന്റെ കൈയെഴുത്തുപ്രതി കണ്ടെടുക്കുകയും അതിലെ ഗവൺമെന്റിനെയും കോൺഗ്രസിനെയും പറ്റി പരാമർശിക്കുന്ന ഭാഗങ്ങൾ കണ്ടെത്തിയതിനെത്തുടർന്ന് വെട്ടിക്കളയുകയും ചെയ്തു. മേലിൽ ഈ വെട്ടിക്കളഞ്ഞ ഭാഗങ്ങൾ അവതരിപ്പിക്കുകയോ പറയുകയോ ചെയ്യരുതെന്ന താക്കീതും കെ പി എ സിക്ക് നല്കി.

അതിനുശേഷം കാഞ്ഞിരപ്പള്ളിയിലായിരുന്നു നാടകത്തിന്റെ അവതരണം. പൊലീസ് ഇങ്ങനെയൊരു നിർദ്ദേശം തന്നിരിക്കുന്നതിനാൽ ഇനി എന്താണ് സംഭവിക്കുക എന്ന ആകാംക്ഷ എല്ലാവർക്കുമുണ്ടായിരുന്നു. വെട്ടിനീക്കിയ ഭാഗങ്ങൾ എല്ലാ കഥാപാത്രങ്ങളെയും അണിയറ പ്രവർത്തകരെയും കാണിച്ചിരുന്നു, ജനാർദ്ദനക്കുറുപ്പ്. വൈകുന്നേരമായപ്പോൾ തന്നെ കെ പി എ സിയുടെ വാൻ കാഞ്ഞിരപ്പള്ളിയിലെത്തി. ആ വാൻ പ്രതീക്ഷിച്ച് കാഞ്ഞിരപ്പള്ളിയിലെ ജനസഹസ്രങ്ങൾ അപ്പോൾ കാത്തുനില്ക്കുകയാണ്. *കമ്യൂണിസ്റ്റാക്കി*യുടെ രംഗപടസംവിധാനങ്ങളുമായി വാൻ നാടകക്കൊട്ടകയിലേക്ക് പ്രവേശിച്ചപ്പോഴേക്കും ആൾക്കാർ ഇരച്ചുവന്നു. അപ്പോഴേക്കും വേറെ ഒരു വാൻ നിറയെ പൊലീസുകാർ അവിടേക്ക് ചീറിപ്പാഞ്ഞെത്തി. രണ്ടു വാൻ പൊലീസുകാർ നേരത്തെതന്നെ അവിടെ തമ്പടിച്ചിരിക്കുകയായിരുന്നു. പൊലീസിന്റെ സംരക്ഷണത്തിൽ നാടകത്തിലെ നടീനടന്മാരും പ്രവർത്തകരും പുറത്തേക്കിറങ്ങി. “നില്ക്കവിടെ. എല്ലാവരും ഗ്രീൻറൂമിലേക്ക് പോകുന്നതിനു മുമ്പ് എനിക്ക് ചിലത് പറയാനുണ്ട്.” കാഞ്ഞിരപ്പള്ളിയിലെ അക്കാ

ലത്തെ പ്രസിദ്ധനായ എസ് ഐ മിന്നൽ പരമശിവൻ പിള്ളയുടെ ശബ്ദം കേട്ട് എല്ലാവരും തരിച്ചു നിന്നുപോയി. എസ് ഐ അവരുടെ അടുത്തേക്ക് നീങ്ങിനിന്നു. ജനാവലി വീർപ്പടക്കി നില്ക്കുകയാണ്. അഭിനേതാക്കൾ എല്ലാവരും വിചാരിച്ചത് അവരെ ഇപ്പോൾ അറസ്റ്റു ചെയ്യാൻ പോകുകയാണെന്നാണ്. അതിനു തയ്യാറായാണ് അവർ നിന്നത്.

ഉടനെ മിന്നൽ പരമശിവൻ അവരോട് ചോദിച്ചു.

"ആരാണ് ഈ നാടകക്കമ്പനിയുടെ നേതാവ്?"

ജനാർദ്ദനക്കുറുപ്പ് പതുക്കെ മുന്നോട്ട് വന്നു.

"ഞാനാണ് പ്രസിഡന്റ്."

കൈയിലിരുന്ന ഒരു പേപ്പർക്കെട്ട് കാണിച്ച് ആ എസ് ഐ തുടർന്നു; "ഇത് സോമൻ എന്നയാളെഴുതിയ *നിങ്ങളെന്നെ കമ്മ്യൂണിസ്റ്റാക്കി* എന്ന നാടകത്തിന്റെ കൈയെഴുത്തു പ്രതിയാണ്. ഇതിൽ വെട്ടിക്കളഞ്ഞിരിക്കുന്ന ഭാഗം നിങ്ങൾ ഇവിടെ അവതരിപ്പിച്ചാൽ എല്ലാറ്റിനേം, പിടിച്ച് ഞാനകത്താക്കും."

അതുപറഞ്ഞ് ഒരു പൊലീസ് കോൺസ്റ്റബിളിന്റെ കൈയിൽ പേപ്പർകെട്ട് കൊടുത്തിട്ട്: "ഇത് നോക്കിക്കോണം. ഇവർ നാടകം അവതരിപ്പിക്കുമ്പോൾ ഇതിൽ വെട്ടിക്കളഞ്ഞ വരിയെങ്ങാനും ഇവർ പറഞ്ഞാൽ എന്നെ വിളിക്കണം. ഞാൻ സ്റ്റേജിനുമുന്നിലിരുന്ന് നാടകം കാണുന്നുണ്ടാകും." എസ് ഐയും പൊലീസുകാരും കോൺസ്റ്റബിളിനെ പറഞ്ഞേല്പിച്ച് സ്റ്റേജിന് മുന്നിലേക്ക് പോയി. നാടകം തുടങ്ങാറായി. കർട്ടൻ ഉയർത്താൻ ഏതാനും മിനിറ്റുകൾ മാത്രം ബാക്കി. എസ് ഐ ഏല്പിച്ച പൊലീസുകാരൻ സ്റ്റേജിനു സമീപം പിന്നണിക്കാരുടെ മുൻപിലായി ഒരു കസേരയിട്ടിരുന്നു. കൈയിൽ കൈയെഴുത്തുപ്രതിയും. അപ്പോൾ ഒ മാധവൻ പൊലീസുകാരന്റെ കൈയിൽ ഒരു മൂന്നു രൂപ ആരും കാണാതെ പിടിപ്പിച്ചു. നാടകം തുടങ്ങി. കൈയെഴുത്തുപ്രതിയും പിടിച്ച് അയാൾ ഉറങ്ങാനും തുടങ്ങി. എസ് ഐയും പൊലീസുകാരും ജനങ്ങളും നാടകം ഓരോ രംഗവും കഴിയുന്നതും അക്ഷമയോടെ നോക്കിയിരിക്കുകയാണ്.

അങ്ങനെ ഒരു വരിപോലും വള്ളിപുള്ളിതെറ്റാതെ മുഴുവൻ ഭാഗവും കൃത്യമായി അവതരിപ്പിച്ചു, എല്ലാ അഭിനേതാക്കളും. ആരും ഒന്നും തിരിച്ചറിഞ്ഞില്ല. കർട്ടൻ താഴ്ത്തിയപ്പോൾ പൊലീസുകാരനെ പിടിച്ചെഴുന്നേല്പിച്ചു മാധവൻ. ഉടനെതന്നെ മിന്നൽ പരമേശ്വരൻ പിള്ള സ്റ്റേജിലെത്തി. നാടകത്തിൽ അഭിനയിച്ച എല്ലാ നടീനടന്മാരെയും അഭിനന്ദിച്ചു. ആദ്യാവസാനം സശ്രദ്ധം വീക്ഷിച്ച അദ്ദേഹത്തിന് നാടകത്തെക്കുറിച്ച് യാതൊരു പരാതിയും പറയാനില്ലായിരുന്നു.

നിങ്ങളെന്നെ കമ്മ്യൂണിസ്റ്റാക്കി നിരോധിക്കുന്നു

ഓരോ സ്ഥലത്തും നാടകം അവതരിപ്പിച്ചു കഴിയുമ്പോൾ അവിടെയുള്ള കോൺഗ്രസുകാർക്ക് കമ്യൂണിസ്റ്റ്പാർട്ടിയോട് അനുഭാവം രൂപപ്പെടുകയും കോൺഗ്രസ് അനുകൂലമനോഭാവം നഷ്ടപ്പെടുകയും

ചെയ്തു. അക്കാലത്ത് ഇത് കോൺഗ്രസുകാർക്കിടയിൽ ഏറെ ചർച്ചാ വിഷയമായി. ഒരു നാടകം കേരളത്തിലെ ഒരു രാഷ്ട്രീയപ്പാർട്ടിയെ ഇല്ലാതാക്കുന്നു. കമ്യൂണിസ്റ്റ് അനുകൂല മനോഭാവത്തിന് കാരണമാകുന്നു. 1953 മാർച്ച് 3 ന് ചേർന്ന കോൺഗ്രസ് നിയമസഭാകക്ഷി യോഗത്തിൽ ഇത് ഒരു പ്രധാന അജണ്ടയായി അവതരിപ്പിക്കപ്പെട്ടു. എല്ലാവരും കോൺഗ്രസ് പാർട്ടിക്ക് വന്ന അപഖ്യാതിയിൽ ഏകസ്വരത്തിൽ എതിർപ്പ് പ്രകടിപ്പിച്ചു. ഈ നാടകം ഇങ്ങനെ കയറൂരിവിട്ടാൽ കോൺഗ്രസുകാർ മുഴുവനും കാപാലികന്മാരാണെന്നും ഭൂപ്രഭുക്കളും ജന്മിമാടമ്പിമാരാണെന്നുമുള്ള ഒരു സാമൂഹ്യബോധം സൃഷ്ടിക്കും. അതിനാൽ ഈ നാടകം കേരളത്തിലൊരിടത്തും അവതരിപ്പിക്കാൻ പറ്റില്ല എന്ന് ഉത്തരവിറങ്ങണം. ഈ നാടകം നിരോധിക്കണം. യോഗതീരുമാനപ്രകാരം എല്ലാ കോൺഗ്രസ് എം എൽ എമാരും കൂടിച്ചേർന്ന് ശക്തമായി ആവശ്യപ്പെട്ടു. മുഖ്യമന്ത്രി എ കെ ജോൺ അനുയോജ്യമായ കാര്യം ഉടനെ ചെയ്യാമെന്ന് അവർക്ക് ഉറപ്പുകൊടുത്തു.

ഉടനെതന്നെ നാടകം നിരോധിച്ചു. നിരോധിച്ച നാടകം അവതരിപ്പിച്ചാൽ ഉടനെ നിയമനടപടി സ്വീകരിക്കാനുള്ള നിർദ്ദേശം മുഖ്യമന്ത്രി അന്നുതന്നെ എല്ലാ കളക്ടർമാർക്കും കൊടുത്തു.

ഇതറിയാതെ കെ പി എ സിക്കാർ പിറ്റേന്നുമുതൽ ഓരോ സ്ഥലങ്ങളിലും നാടകം അവതരിപ്പിക്കാൻ ചെല്ലുമ്പോഴാണ് കളക്ടറുടെ ഉത്തരവുണ്ടെന്ന് പറഞ്ഞ് പൊലീസ് തടസ്സപ്പെടുത്താൻ തുടങ്ങിയത്. പലസ്ഥലത്തും മുൻകൂട്ടി ബുക്ക് ചെയ്തിരുന്ന നാടകങ്ങൾ ഇങ്ങനെ കളക്ടറുടെ ഉത്തരവ് കാണിച്ച് തടസ്സപ്പെടുത്തി. നാടകത്തിന് പരസ്യമായി ഒരു നിരോധനം ഏർപ്പെടുത്തി ഒരു വാർത്തയാക്കാതിരിക്കാനാണ് അതാത് കലക്ടർമാർക്ക് അതിന്റെ ചാർജ്ജ് നല്കി ക്രമീകരിച്ചത്. ചിലയിടങ്ങളിൽ കർട്ടൻ കെട്ടിക്കൊണ്ടിരിക്കുമ്പോഴാണ് പൊലീസ് വരുന്നത്. കൈയിൽ കടലാസ് കാണിച്ച് കെട്ടിക്കൊണ്ടിരിക്കുന്നവരെ താഴെയിറക്കി. ചിലയിടത്ത് മുഴുവൻപേരും മേയ്ക്കപ്പും ഇട്ട് റെഡിയായി നില്ക്കുമ്പോഴാണ് കളക്ടറുടെ ഉത്തരവ് ഉണ്ടെന്നു പറയുന്നത്. കാമ്പിശ്ശേരിയുടെ ധ്യാനം തടസ്സപ്പെട്ടു. പരമുപിള്ളയിൽ നിന്ന് കാമ്പിശ്ശേരിയിലേക്കും കാമ്പിശ്ശേരിയിൽ നിന്ന് പരമുപിള്ളയിലേക്കുമുള്ള പെട്ടെന്നുള്ള പരകായപ്രവേശവും ഇറക്കവും അദ്ദേഹത്തെപ്പോലും ക്രുദ്ധനാക്കി.

എന്നാൽ ഇത് ക്രമാതീതമായി കൂടിവന്നപ്പോൾ ഇതിനെ എതിർത്ത് നാടകം അവതരിപ്പിക്കാൻ കെ പി എ സി തയ്യാറായി. സുലോചനയ്ക്ക് അതൊരാവേശമായി മാറുകയായിരുന്നു. അറസ്റ്റെന്നാൽ അറസ്റ്റ്. അതു കണ്ടിട്ടുതന്നെ കാര്യം. സുധർമ്മയും വിജയകുമാരിയും ഒത്തൊരുമിച്ച് അതുതന്നെ പറയുന്നു. അതുകേട്ട് ഒ മാധവനും കാമ്പിശ്ശേരിയും ജനാർദ്ദനക്കുറുപ്പും ആവേശഭരിതരായി. ഈയൊരു ചങ്കൂറ്റം ആ കാലത്ത് എല്ലാവർക്കും എങ്ങനെ വന്നുവെന്നറിയില്ല. പിന്നീട് ഓരോ സ്ഥലത്തെയും പാർട്ടി സഖാക്കന്മാരും അവരോടൊപ്പം നിരോധനത്തിനെതിരെ പ്രതി

ബന്ധങ്ങൾ തീർത്ത് പൊലീസിനെ വെല്ലുവിളിച്ച് നാടകം നടത്തിക്കൊണ്ടിരുന്നു.

അതൊരു വലിയ സമരാവേശത്തിന്റെ കൂടി ഭാഗമായിരുന്നു. മർദ്ദിത ഗവൺമെന്റിനെതിരെ, ജന്മിമാരും ഫ്യൂഡൽപ്രഭുക്കളുമായ അധികാര മാടമ്പിമാർക്കുമെതിരെ കലയിലൂടെയുള്ള ചെറുത്തുനില്പ്. അതിൽ സഖാക്കന്മാർ മാത്രമല്ല, ആ നാട്ടിലെ ആബാലവൃദ്ധം ജനങ്ങളും പൊലീസിൽനിന്നും അധികാരി വർഗ്ഗത്തിൽനിന്നും നാടകത്തെ സംരക്ഷിക്കുവാൻ കെ പി എ സി പ്രവർത്തകർക്കൊപ്പം ചേർന്നു.

കോവളത്ത് നാടകം അവതരിപ്പിക്കാൻ പോയപ്പോൾ അവിടെ നാടകം നിരോധിച്ചതായി ബുക്കുചെയ്ത കോൺട്രാക്റ്റർ ജനാർദ്ദനക്കുറുപ്പിനോട് പറഞ്ഞു. എല്ലാവരും വണ്ടിയിൽ നിന്നിറങ്ങി സാധന സാമഗ്രികൾ സ്റ്റേജിലേക്ക് കൊണ്ടുപോയി വെക്കുകയായിരുന്നു. ആ പ്രദേശത്തെ ആബാലവൃദ്ധം ജനങ്ങളും ചുറ്റും കൂടി നില്ക്കുകയാണ്. അന്ന് ഇതൊക്കെയാണ് കാഴ്ചകൾ. വസൂരി പടർന്നു പിടിച്ചിരിക്കുകയാണെന്നും ഈ നാടകം കളിക്കരുതെന്നും കളക്ടർ ഉത്തരവിട്ടിരിക്കുകയാണെന്നും പറഞ്ഞ് കോൺട്രാക്റ്റർ നാടകക്കാരോട് വീണ്ടും സംസാരിച്ചുകൊണ്ടിരിക്കുകയാണ്. ഇതൊക്കെ എത്രകേട്ടതാ എന്ന മട്ടിൽ ജനാർദ്ദനക്കുറുപ്പും കാമ്പിശ്ശേരിയും, ബാക്കി നാടകപ്രവർത്തകരും നില്ക്കുകയാണ്. എന്നാൽ ഈ വിവരമൊന്നും നാട്ടുകാർക്കറിയില്ലെന്ന് അവിടത്തെ ലക്ഷണങ്ങൾ കണ്ടാൽ മനസ്സിലാകും. കുട്ടികൾ വന്ന് നാടകവണ്ടിയുടെ ചുറ്റും കൂടിനില്ക്കുകയാണ്. രംഗപടങ്ങൾ വണ്ടിയുടെ മുകളിൽ നിന്ന് അഴിച്ചെടുക്കുന്നത് നോക്കി നില്ക്കുന്ന പ്രായമായവർ. ചിലർ ബീഡിയും വലിച്ച് ആഞ്ഞാഞ്ഞ് പുക ഊതിവിട്ടുകൊണ്ടിരിക്കുന്നു. കുറെ പട്ടികൾ മണലിൽ പുതഞ്ഞ് കളിച്ചുകൊണ്ടിരിക്കുന്നു.

നാടകം തുടങ്ങുകയാണ്. ജനങ്ങൾ കെ പി എ സിയുടെ ചുവന്ന കർട്ടനിലേക്ക് നോക്കി നില്ക്കുകയാണ്. ബെൽ മുഴങ്ങി. ജനാർദ്ദനക്കുറുപ്പിന്റെ അനൗൺസ്മെന്റ് ഉച്ചഭാഷിണികളിലൂടെ പുറത്തേക്കൊഴുകി.

"കോൺഗ്രസുകാർ ഞങ്ങളുടെ നാടകം നിരോധിച്ചിരിക്കുകയാണ്. എന്നാൽ എന്തുവന്നാലും ഞങ്ങൾ നാടകം കളിച്ചിരിക്കും!"

ഒരു വാൻ നിറയെ പൊലീസുകാർ എത്തി വാതിൽ തുറന്ന് പുറത്തിറങ്ങി നില്ക്കുകയാണ്. പക്ഷേ, പൊലീസിനൊന്നും നിയന്ത്രിക്കാൻ സാധിക്കാതെവരുമായിരുന്ന ജനസമുദ്രം ആ മണൽത്തിട്ടിൽ ഉണ്ടായിരുന്നു.

നാടകം ഒരു ജനകീയമുന്നേറ്റമായി മാറുന്നു

നാടകം തുടങ്ങി. ആകാംക്ഷകളുടെ നിമിഷങ്ങൾ കാണികൾക്കിടയിലൂടെ എന്നപോലെ നാടകപ്രവർത്തകരിലൂടെയും അഭിനേതാക്കളിലൂടെയും സഞ്ചരിക്കാൻ തുടങ്ങി. പാട്ടുകൾ അതിന്റെ മനോഹരഗ

മനത്തിന്റെ ഓരോ പരിണാമലയങ്ങളിലും പൂക്കൾ പോലെ പൊഴിഞ്ഞു വീണുകിടന്നു. നാടകം തീർന്ന് കർട്ടൻ വീണതറിയാതെ മിഴിച്ചുനിന്ന ജനം പിരിഞ്ഞു പോകാതെ നിന്നപ്പോഴാണ് യഥാർത്ഥകഥയെന്താണെന്ന് അന്വേഷിക്കാൻ നാടകപ്രവർത്തകർ കർട്ടൻ വകഞ്ഞു മാറ്റി നോക്കിയത്. ജനങ്ങൾ പിരിയുന്നില്ല. നാടകം കഴിഞ്ഞത് അറിയാഞ്ഞിട്ടല്ല. നാടക പ്രവർത്തകരെ അറസ്റ്റ് ചെയ്താൽ അത് തടയാനായി കാത്തു നില്ക്കുകയാണ് അവർ.

സമയം എത്രകഴിഞ്ഞിട്ടും ജനക്കൂട്ടം അവിടെനിന്ന് ഒരു തരി പോലും പിന്നോട്ടില്ല എന്ന നിലപാടിൽ ഉറച്ചുനില്പായി. ഇതുകണ്ട ജനാർദ്ദനക്കുറുപ്പ് ജനങ്ങളോട് പിരിഞ്ഞുപോകാനായി അവശ്യപ്പെടുകയായിരുന്നു. അതുകേട്ടപ്പോഴാണ് ജനമൊന്നിളകിയത്. അതുവരെ പൊലീസുകാർക്കാർക്കും ആ ജനക്കൂട്ടത്തെ ഭേദിച്ച് അഭിനേതാക്കളുടെ അടുത്തേക്കെത്താനായില്ല. എസ് ഐ ഉടനെ ജനാർദ്ദനക്കുറുപ്പിനോട് പറഞ്ഞു. "സ്റ്റേഷനിൽ എല്ലാവരും എത്തണം. ഞങ്ങളുടെ വാനിനു പുറകെ നിങ്ങളും എത്തണം."

പൊലീസ് മുൻപെയും കെ പി എ സിയുടെ വാൻ പുറകെയും പോയി. അഭിനേതാക്കളും നാടകം കഴിഞ്ഞ് അഴിച്ചുമാറ്റിയെടുത്ത നാടക സാമഗ്രികളുമായി പതുക്കെ ജനാവലിയെ മുറിച്ച് പാളയം പൊലീസ് സ്റ്റേഷനിലേക്ക് നീങ്ങുകയാണ്. പൊലീസ് തങ്ങളുടെ ഇഷ്ട കഥാപാത്രങ്ങളെ അറസ്റ്റു ചെയ്തേക്കുമോ എന്ന സംശയത്താൽ ജനക്കൂട്ടവും കെ പി എ സിയുടെ വാനോടൊപ്പം സ്റ്റേഷന്റെ പടിക്കൽവരെയെത്തി. ഇതെല്ലാംകണ്ട് സമരാവേശത്തിലായ പോരാളികളുടെ വീര്യമായിരുന്നു, വാനിനുള്ളിലെ ഓരോ പ്രവർത്തകർക്കും. ഒ മാധവനും കാമ്പിശ്ശേരിയും കുറുപ്പും സുലോചനയും സുധർമ്മയും കെ എസ് ജോർജ്ജും ആ കാഴ്ച കണ്ട് വാഹനത്തിൽ ഇരിക്കുകയായിരുന്നു.

സ്റ്റേഷനിലേക്കു പൊലീസ് വാനും കെ പി എ സിയുടെ വാനും കയറി. എസ് ഐയും പൊലീസുകാരും കെ പി എ സിയുടെ വാഹനത്തിൽ നിന്നിറങ്ങുന്നവരെ വളഞ്ഞു നില്ക്കുകയാണ്. ജനക്കൂട്ടം പെട്ടെന്ന് അവരെയും വളഞ്ഞ് ഒരു സംരക്ഷിതകവചമായി നിന്നു.

അകാരണമായി പൊലീസ് അവരെ എന്തെങ്കിലും ചെയ്താൽ ജനങ്ങൾ പാളയം പൊലീസ് സ്റ്റേഷൻ തന്നെ വിഴുങ്ങിക്കളയാൻ തക്ക ആവേശത്തോടെ ദാഹിച്ചു നില്ക്കുകയായിരുന്നു, നിശ്ശബ്ദമായി. പൊലീസിന് അതു മനസ്സിലായി. അതാണവർ ഒന്നും ചെയ്യാതെ നില്ക്കുന്നത്. ഭരണാധികാരികളുടെ അനുവാദമില്ലാതെ കെ പി എ സിക്കാരെ അറസ്റ്റു ചെയ്യാതെ വിടാനും നിർവ്വാഹമില്ലാതായി. അക്ഷരാർത്ഥത്തിൽ ഒന്നും ചെയ്യാനാവാതെ കുടുങ്ങിപ്പോയത് പൊലീസായിരുന്നു.

സമയം പോകുന്നതറിയാതിരിക്കാൻ ജനാർദ്ദനക്കുറുപ്പ് സുലോചനയോടും ജോർജ്ജിനോടും ഗാനമേള തുടങ്ങാൻ പറഞ്ഞു. ഗാനമേളയ്ക്കുള്ള ഒരുക്കങ്ങൾ ആരംഭിക്കുന്നു, സ്റ്റേഷനിൽ. ജനാവലി കൈയടിച്ച്

പ്രോത്സാഹിപ്പിച്ചു. അങ്ങനെ പാട്ടുകൾ കൊണ്ട് രക്തപുഷ്പങ്ങൾ വിടർത്തി ആ സ്റ്റേഷൻ പരിസരം ചരിത്രത്തിലിടം നേടി.

വളരെപ്പെട്ടെന്ന് ഗാനമേള നടന്നുകൊണ്ടിരുന്ന ആ സ്റ്റേഷനിൽ ജനക്കൂട്ടത്തെ വകഞ്ഞുമാറ്റി ഐ ജി ചന്ദ്രശേഖരൻ നായരെത്തി. എല്ലാവരും ബോണ്ട് എഴുതിവെച്ച് ഒപ്പിട്ടിട്ട് പോയാൽ മതിയെന്നു പറഞ്ഞു. ജനാർദ്ദനക്കുറുപ്പ് ഒപ്പിടില്ല എന്നായി. ഉടനെ തിരു–കൊച്ചി പാർട്ടി സെക്രട്ടറിയായ എം എൻ ഗോവിന്ദൻ നായർ അവിടേക്കെത്തി. അദ്ദേഹമിടപെട്ട് എല്ലാ പ്രശ്നങ്ങൾക്കും പരിഹാരമുണ്ടാക്കി.

പിറ്റേന്നത്തെ പത്രങ്ങളിൽ നാടകം നിരോധിച്ചതും നടീനടന്മാരെ അറസ്റ്റുചെയ്തതും വാർത്തയായി. ഇത് ജനങ്ങളുടെ ഇടയിൽ വലിയ തോതിൽ പ്രചരിച്ചു. ആ വാർത്ത ഇന്ത്യയുടെ വിവിധ ഭാഗങ്ങളി ലേക്കെത്തി. ഇന്ത്യയിൽ ആദ്യമായാണ് ഒരു ഭരണകൂടം ആവിഷ്കാര സ്വാതന്ത്ര്യത്തെ ഹനിക്കുന്നത്. നടീനടന്മാർക്ക് കലാവിഷ്കാരം നട ത്തിയതിന്റെ പേരിൽ അറസ്റ്റ് വരിക്കേണ്ടി വരുന്നത്. നടിമാർക്ക് പൊലീസ് സ്റ്റേഷനിൽ കയറേണ്ടി വരുന്നത്. നാടകം കഴിഞ്ഞ് പൊലീസ് നഗരമദ്ധ്യത്തിലൂടെ നാടകകലാകാരന്മാരെ ബന്ധികളാക്കി കൊണ്ടു പോകുന്നത്.

പിറ്റേദിവസം തന്നെ തിരുവനന്തപുരത്തെയും സമീപപ്രദേശങ്ങ ളിലേയും ചെറുപ്പക്കാരും ഉല്പതിഷ്ണുക്കളും അസഹ്യരായി പ്രതി ഷേധങ്ങൾ അറിയിച്ചുകൊണ്ടിരുന്നു. തമ്പാനൂരിൽ വെച്ച് അപ്പോൾ തന്നെ കെ പി എ സിയുടെ ഒരു പ്രതിഷേധയോഗവും നാടകപ്രവർ ത്തകർക്ക് സ്വീകരണവും നടന്നു. ആ യോഗത്തിൽ ഭരണകൂടത്തിന്റെ ഭീകരവാഴ്ചക്കെതിരെ സമരപരിപാടികൾ ആരംഭിക്കാൻ കെ പി എ സിയും കമ്യൂണിസ്റ്റ് പാർട്ടിയും തീരുമാനിച്ചു.

നിയമസഭാംഗങ്ങളായ കാമ്പിശ്ശേരിയും രാജഗോപാലൻ നായരും ഈ വിഷയം സഭയിൽ ഉന്നയിച്ചു, എം എൻ ഗോവിന്ദൻ നായർ അടി യന്തര പ്രമേയമവതരിപ്പിച്ചു. കാമ്പിശ്ശേരി സംസാരിച്ചത് സഭയിൽ വളരെ ശ്രദ്ധേയമായി. ബഹുമാനപ്പെട്ട സ്പീക്കർ, അങ്ങ് അനുവദിക്കുന്ന പക്ഷം നമുക്ക് ഇതിനകത്തൊരു നാടകം കളിച്ചാലെന്താ? കേരളത്തിൽ നിയ മസഭയുടെ ചരിത്രത്തിൽ ആദ്യമായാണ് ഇങ്ങനെയൊരു ചോദ്യം ഉന്ന യിക്കപ്പെടുന്നത്. ഇതുകേട്ടവരെല്ലാം പൊട്ടിച്ചിരിച്ചുപോയി.

'ഇവിടെ കലാകാരന്മാരായ ചില മന്ത്രിമാരുണ്ട്. കലയുടെ പേരിൽ അവർ പലപ്പോഴും സംസാരിക്കുന്നതു കേൾക്കാം. മന്ത്രിമാർ ഒരു കാര്യ മോർക്കണം. മന്ത്രിപദം നാളെ നഷ്ടപ്പെടും. മനുഷ്യത്വം ശാശ്വതമാണ്. സർ, അങ്ങയോട് അവസാനമായി ഒരപേക്ഷയുണ്ട്, ഈ കലാസൃഷ്ടി ഈ നാട്ടിലെ ജനങ്ങളെ പ്രതിനിധീകരിക്കുന്ന അങ്ങയുടെയും ബഹുമാ നപ്പെട്ട സാമാജികരുടെയും സാന്നിദ്ധ്യത്തിൽ രാജ്യത്തെവിടെയെങ്കിലും പൊലീസിന്റെയും ഡിസ്ട്രിക്റ്റ് മജിസ്ട്രേട്ടിന്റെയും ആക്രമണമില്ലാതെ നടത്താനുള്ള സൗകര്യമുണ്ടാക്കിത്തരണം.'

തുടർന്ന് *കമ്യൂണിസ്റ്റാക്കി* നാടകത്തിനെതിരെ ഉയർന്നുവരുന്ന ഭരണകക്ഷിയുടെ ഒത്താശയോടെയുള്ള അക്രമങ്ങളെപ്പറ്റി തെളിവുകൾ നിരത്തുകയായിരുന്നു. അവസാനം വി ജെ ടി ഹാളിൽ എം എൽ എമാരെ നാടകം കാണിക്കാനുള്ള തയ്യാറെടുപ്പു നടത്തിയപ്പോൾ അതിനുള്ള അനുവാദം നിഷേധിക്കുകയും ചെയ്തു. കോൺഗ്രസ് ഗവൺമെന്റ് ഈ ആരോപണങ്ങളെയും പരാതികളെയും മുഖവിലയ്ക്കെടുത്തില്ല. സർക്കാർ ഇങ്ങനെയൊരു പ്രശ്നം കണ്ടില്ലെന്ന് നടിച്ചു. ആഭ്യന്തരമന്ത്രി ടി എം വർഗ്ഗീസ് കൈയൊഴിഞ്ഞു.

നിരോധനത്തിന് അടിസ്ഥാനമായ നിയമത്തെ ഡ്രാമാറ്റിക് പെർഫോമൻസ് ആക്റ്റ് എന്നാണ് സർക്കാർ നാമകരണം ചെയ്തത്. സ്വതന്ത്രഭാരതത്തിൽ ഇങ്ങനെയൊരു ആക്ട് കൊണ്ടുവന്നതുതന്നെ കിരാതമായ ഫ്യൂഡൽ വാഴ്ചയുടെ അടയാളമാണ്. ഇതിനെതിരെ കെ പി എ സിയും കമ്യൂണിസ്റ്റ് പാർട്ടിയും കേരളം മുഴുവൻ പ്രക്ഷോഭങ്ങൾ സംഘടിപ്പിക്കാൻ തീരുമാനിച്ചു. ഒടുക്കം കെ പി എ സി ഹൈക്കോടതിയിൽ ഡ്രാമാറ്റിക് പെർഫോമൻസ് ആക്ടിനെതിരെ റിട്ട് സമർപ്പിച്ചു.

നിങ്ങളെന്നെ കമ്യൂണിസ്റ്റാക്കി നാടകം അവതരിപ്പിച്ചുവരുന്ന കാലത്ത് പലവിധത്തിലുള്ള പ്രതിബന്ധങ്ങളാണ് സുലോചനയ്ക്ക് അനുഭവിക്കേണ്ടി വന്നത്. നാടകപ്രവർത്തകർ, അഭിനേതാക്കൾ, അണിയറ ശില്പികൾ എല്ലാവർക്കും നിരവധിയായ കയ്പേറിയ അനുഭവങ്ങൾ ഉണ്ടായിട്ടുണ്ട്. ഓരോ യാത്രകളും ഓരോ അവതരണങ്ങളും ഒന്നിനൊന്ന് വ്യത്യസ്തമായ അനുഭവങ്ങളാണ് നല്കിയത്. പലവിധ എതിർപ്പുകൾ, അവഹേളനങ്ങൾ, ആക്രമണങ്ങൾ, മാനസിക ആഘാതങ്ങൾ എന്നിവയൊക്കെയാണ് ഈ നാടകം സുലോചനയുടെ ജീവിതത്തിൽ കൊണ്ടുവന്നത്. ആകെ പ്രായം അന്ന് പതിനാറു വയസ്സുമാത്രം. രണ്ടു വർഷത്തെ *കമ്യൂണിസ്റ്റാക്കി* നാടകത്തിന്റെ അനുഭവപാഠങ്ങൾ അതുവരെയില്ലാത്ത രൂപപ്പെടലായിരുന്നു.

ഇപ്റ്റയുടെ ആദ്യക്ഷണം

നാടകം നിരോധിച്ചതുകൊണ്ട് ദേശീയതലത്തിൽത്തന്നെ അത് ചർച്ച ചെയ്യപ്പെട്ടു. ഡൽഹിയിലും കല്ക്കത്തയിലും അതിന്റെ അലയൊലികൾ ഉണ്ടായി. കോടതിവിധിയിലൂടെ നാടകത്തിന്റെ നിരോധനം നീങ്ങി. നാടക പ്രേമികൾക്കും ജനങ്ങൾക്കും സന്തോഷമായി. അങ്ങനെ അന്യസംസ്ഥാനങ്ങളിൽ നിന്ന് ക്ഷണം വന്നു.

1952 ൽ ഇപ്റ്റയുടെ സമ്മേളനത്തിൽ ബോംബെയിലേക്ക് ക്ഷണം വന്നതാണ് സുലോചനയുടെ ആദ്യ പുറംലോകയാത്ര. വീട്ടിൽനിന്നും ആദ്യമായി കുറേയധികം ദിവസം മാറിനിന്ന കാലം കൂടിയായിരുന്നു അത്. കൂടെ സഹോദരൻ കൃഷ്ണൻകുട്ടിയുമുണ്ട്.

കലയെ ജനങ്ങളിൽ എത്തിക്കുക, അധസ്ഥിതരുടെയും പട്ടിണിപ്പാവങ്ങളുടെയും മർദ്ദിതരായ മനുഷ്യരുടെയും രാഷ്ട്രീയ സാമൂഹ്യ

സാമ്പത്തിക പുരോഗതിക്കുവേണ്ടി ശക്തമായ പ്രവർത്തനങ്ങൾ കാഴ്ചവെക്കുക എന്നീ ലക്ഷ്യങ്ങൾ പൂർത്തീകരിക്കാനായി 1943 മെയ് മാസത്തിൽ ബോംബെയിൽ വെച്ച് ഇന്ത്യയിലെ എല്ലാ സംസ്ഥാനങ്ങളിലെയും കലാകാരന്മാരെ ഒന്നിച്ചണിനിരത്തി സ്ഥാപിച്ചതാണ് ഇപ്റ്റ എന്ന പേരിൽ അറിയപ്പെട്ട ഇന്ത്യൻ പീപ്പിൾസ് തീയറ്റർ അസോസിയേഷൻ എന്നത്. 1943-44 ലെ ബംഗാൾക്ഷാമം പ്രമേയമാക്കി ബിജു ഭട്ടാചാര്യ രചിച്ച *നബാന്ന* എന്ന നാടകത്തോടെയാണ് ഇപ്റ്റയുടെ ആദ്യ സമ്മേളനം തുടങ്ങിയത്. ചിത്തപ്രസാദ് രൂപകല്പനചെയ്ത ദുന്ദുഭി വാദകരാണ് ഇപ്റ്റയുടെ അടയാളമുദ്രണമായി തീർന്നത്. കെ എ അബ്ബാസ് സംവിധാനം ചെയ്ത *ധർത്തീ കേ ലാൽ* ആണ് ഇപ്റ്റയുടെ ബാനറിൽ വെളിച്ചംകണ്ട ആദ്യ സിനിമ. ബൽരാജ് സാഹ്നി, ഹബീബ് തൻവീർ, ഉത്പൽ ദത്ത്, കെ എ അബ്ബാസ് ഋത്വിക് ഘട്ടക്ക്, ദേവാനന്ദ്, ദുർഗ്ഗാ ഖോട്ട, ശംഭു മിത്ര, ശാന്തി ബർദ്ദൻ, രമേഷ് ഥാപ്പർ, ചേതൻ ആനന്ദ്, ദീനാ ഗാന്ധി, സോറാ സൈഗാൾ, എസ് ഡി ബർമ്മൻ, പ്രേം ധവാൻ എന്നിവരായിരുന്നു ഇപ്റ്റയുടെ അണിയറ ശില്പികൾ.

ഇപ്റ്റയിലേക്കുള്ള ക്ഷണം വന്നപ്പോൾ കെ പി എ സിയുടെ കൺവീനർ എന്ന നിലയിൽ ബോംബെക്കുള്ള യാത്രയോട് എതിർപ്പ് പ്രകടിപ്പിക്കുകയാണ് കോടാകുളങ്ങര വാസുപിള്ള ചെയ്തത്. യാത്രയുടെയോ അനുബന്ധച്ചെലവുകളുടെയോ ഉത്തരവാദിത്വം ഇപ്റ്റ വഹിക്കില്ല എന്ന് അറിയിച്ചിരുന്നതാണ് അതിനു കാരണം. പ്രതിഫലമൊന്നുമില്ലാതെ ഇത്രയുംദൂരം ഇത്രയും ആളുകളെയുംകൊണ്ട് പോയിവരാനുള്ള സാമ്പത്തികം ഉണ്ടാക്കണം. അത് വാസുപിള്ള വഹിക്കേണ്ടിവരും. അതുകൊണ്ടാണ് ഇപ്റ്റ സമ്മേളനത്തിൽനിന്ന് പിന്മാറാൻ കലാകാരന്മാരെ പ്രേരിപ്പിച്ചത്. ഒരു ദിവസം അദ്ദേഹം സുലോചനയോടും ഇക്കാര്യം പറഞ്ഞു. ഓഫീസിൽ വെച്ച് കണ്ടപ്പോൾ ആരുമറിയാതെ പിടിച്ചുനിർത്തി. ബോംബെക്കു പോയാൽ പ്രതിഫലമൊന്നുമില്ല. എല്ലാവരും കൈയിൽനിന്ന് പണം ചെലവാക്കേണ്ടതായും വരും. ഞാൻ ഇന്നലെ ഇങ്ങനെ പറഞ്ഞപ്പോൾ കുറെപ്പേർ എന്നെ എതിർത്തു. അവർക്ക് എന്തു വന്നാലും പോയേ പറ്റൂ എന്ന് കുറുപ്പ് ഉറപ്പ് പറഞ്ഞിരിക്കുകയാണ്. അതിനാൽ നിങ്ങളിതിൽ നിന്ന് പിന്മാറുകയാ നല്ലത്. സ്വന്തം കൈയിൽ നിന്നൊക്കെ പണം മുടക്കി യാത്രചെയ്യുന്നത് എന്നാ കാര്യത്തിനാ? ഞാനീ സത്യാവസ്ഥ നമ്മുടെ സമിതിയിലെ എല്ലാ സ്ത്രീകളോടും പറഞ്ഞു. മിക്കവരും എന്റെ ഭാഗത്താണിപ്പോളുള്ളത്. അതിനാൽ സുലോചനയും നല്ലപോലെ ആലോചിച്ച് ഉചിതമായ ഒരു തീരുമാനം കൈക്കൊള്ളണം.

ഇതുകേട്ട് സുലോചനയ്ക്ക് ദേഷ്യമാണ് തോന്നിയത്. കെ പി എ സി എന്ന സമിതിയുടെ കീഴിൽ കേരളക്കരയാകെ പ്രതിഷേധപ്രവാഹം

അലതല്ലിക്കൊണ്ട് നാടകങ്ങളവതരിപ്പിക്കാനായതിൽ ചെറുതെങ്കിലും ഒരു പങ്ക് സുലോചനയ്ക്കുംകൂടി അവകാശപ്പെട്ടതാണ്. അവരുടെ ഈ പ്രവർത്തനമികവ് ദേശീയതലത്തിൽ ശ്രദ്ധാർഹമായി വരുന്നതിൽ പണം മാത്രം മോഹിക്കുന്ന സമിതിയുടെ കൺവീനർക്ക് ഇഷ്ടപ്പെടുന്നില്ല എന്നേയുള്ളൂ എന്ന് മനസ്സിലായി. സുലോചന കൂടുതലൊന്നും അദ്ദേഹത്തോട് സംസാരിക്കാൻ പോയില്ല. എന്തുതന്നെയായാലും, അതിനെത്ര പണം കൈയിൽനിന്നും മുടക്കിയാലും ഞങ്ങൾ പോകുകതന്നെ ചെയ്യും എന്നുപറഞ്ഞ് സുലോചനയും സുധർമ്മയും തീരുമാനത്തിൽ ഉറച്ചു നിന്നു.

കാമ്പിശ്ശേരി, രാജഗോപാലൻ നായർ, ജനാർദ്ദനക്കുറുപ്പ്, ഒ മാധവൻ, ഒ എൻ വി കുറുപ്പ്, ദേവരാജൻ, പുനലൂർ രാമസ്വാമി ഭാഗവതർ (ഹാർമ്മോണിയം), കൊല്ലം പുരുഷൻ (മൃദംഗം), ക്ലാർനെറ്റ്, പാച്ചപ്പൻ, സുലോചന, സുധർമ്മ, വിജയകുമാരി എന്നിങ്ങനെ കെ പി എ സിക്കു കീഴിൽ അണിനിരന്ന എല്ലാവരെയുംകൊണ്ടാണ് ഇപ്റ്റ സമ്മേളനത്തിന് ബോംബെയിലേക്ക് പോയത്. കൂടാതെ സ്ത്രീകളുടെ വീടുകളിൽനിന്ന് രക്ഷകർത്താവെന്ന നിലയിൽ ഒരാളെക്കൂടെയും കൂട്ടി. സുലോചനയുടെ കൂടെ അന്ന് ജ്യേഷ്ഠൻ കൃഷ്ണൻകുട്ടിയാണ് വന്നത്.

ട്രെയിൻ ടിക്കറ്റിന്റെ പകുതി തുക അങ്ങോട്ടും ഇങ്ങോട്ടുമുള്ളത് പാർട്ടിയാണ് എടുക്കുന്നത്. കൂടാതെ കുറുപ്പും കാമ്പിശ്ശേരിയും ഒ എൻ വിയും ദേവരാജനും യാത്രയ്ക്കുവേണ്ടി കുറച്ചു പണം സമാഹരിച്ചിരുന്നു. അതുകൂടാതെ പ്രതിഫലസമാഹരണത്തിനായി ബോംബെയിലെയും അഹമ്മദാബാദിലെയും പാർട്ടി കമ്മിറ്റികൾ കുറച്ചു നാടകം മുൻകൂട്ടി ബുക്കു ചെയ്യുകയും ചെയ്തിട്ടുണ്ട്.

കുറെ ദിവസത്തേക്കുള്ള യാത്രയായതുകാരണം എല്ലാവരുടെയും ലഗേജുകൾക്ക് വലിയ ഭാരമായിരുന്നു.

ട്രെയിനിലെ ഒരു കമ്പാർട്ടുമെന്റിൽ എല്ലാവരുംകൂടി ഒന്നിച്ചിരുന്ന് യാത്ര ചെയ്യുന്നതുതന്നെ ആദ്യ അനുഭവമായിരുന്നു. ചുറ്റുമുള്ള കാഴ്ചകൾ കണ്ട്, മണ്ണും മനുഷ്യനെയും കണ്ട് അവരുടെ ജീവിതങ്ങളുടെ തീരെച്ചെറിയ നേർച്ചിത്രങ്ങൾ ഉരുക്കു ജാലകപ്പഴുതിലൂടെ കണ്ട് തീവണ്ടിയുടെ കിതപ്പിനൊപ്പം പിന്നോട്ടു പോയ്മറയുന്നു. എല്ലാവരും സംസാരിക്കുന്നു. ഇടയ്ക്ക് പാട്ടുകൾ പാടുന്നു. വിശക്കുമ്പോൾ എന്തെങ്കിലും കഴിക്കുന്നു. വിവിധ ദക്ഷിണേന്ത്യൻ സംസ്ഥാനങ്ങളിലൂടെ വണ്ടി നീങ്ങുമ്പോൾ കണ്ണെത്താദൂരത്തോളം പരന്നുകിടക്കുന്ന നെൽപ്പാടങ്ങളും അവിടങ്ങളിൽ തീരെച്ചെറിയ പൊടിപ്പുപോലെ ചലിച്ചുകൊണ്ടിരിക്കുന്ന മനുഷ്യരെയും കണ്ടു. ചിലർ കന്നുകാലികളോടൊപ്പം നടക്കുകയാണ്. ചിലയിടങ്ങളിൽ മരം പോലുമില്ല. എല്ലാം വറ്റിവരണ്ട്, ഉണങ്ങി നില്ക്കുന്ന ഭൂമിയിലൂടെ അകലേക്ക് നടന്നു മാഞ്ഞുകൊണ്ടിരിക്കുന്ന മനുഷ്യർ.

ബോംബെയിൽ

1954 ഏപ്രിൽ

ഇപ്റ്റയുടെ പ്രധാന പ്രവർത്തകർ എല്ലാംതന്നെ മലയാളികൾ ആയിരുന്നു. അവരിൽ ഇ ബാലാനന്ദനായിരുന്നു പ്രധാനി. ആദ്യ ദിവസം തന്നെ കെ പി എ സിയെ സ്വീകരിക്കാനായി വിക്ടോറിയ ടെർമിനൽ സ്റ്റേഷനിൽ അന്നത്തെ ഇപ്റ്റയുടെ സ്വാഗതസംഘം പ്രവർത്തകർ എത്തി. അന്നത്തെ സ്വാഗതസംഘത്തിൽ ഇ ബാലാനന്ദനും ഉണ്ടായിരുന്നു. അതുപോലെ ധാരാളം മലയാളികളും അവിടെയുണ്ടായിരുന്നു. എല്ലാവരെയും കണ്ടുമുട്ടുകയും പരിചയം പുതുക്കുകയും ചെയ്തു. സുലോചനയ്ക്ക് അവിടെ പരിചയമുള്ള മലായാളികളെയെല്ലാം ജനാർദ്ദനക്കുറുപ്പ് പരിചയപ്പെടുത്തി.

ബോംബെ സാന്താക്രൂസിലെ ഒരു സ്കൂൾ ഗ്രൗണ്ടാണ് സമ്മേളന വേദിയായി അലങ്കരിച്ചുയർത്തിയിരിക്കുന്നത്. അന്ന് അവധിക്കാലമായതിനാൽ സ്കൂളുകൾ ഒന്നും പ്രവർത്തിക്കില്ലായിരുന്നു. ഗ്രൗണ്ടിൽ പലയിടങ്ങളിലായി ഓരോ സംസ്ഥാനത്തുനിന്നും വരുന്നവർക്ക് കയറാൻ പാകത്തിൽ പ്രവേശനവും ഉണ്ട്. കേരള എന്ന ബോർഡിനുമുന്നിൽ അല്പനേരം സുലോചനയും കെ പി എ സി അഭിനേതാക്കളും പ്രവർത്തകരും നിലയുറപ്പിച്ചു. അവിടവിടങ്ങളിലായി എല്ലാവർക്കും തങ്ങാനുള്ള സൗകര്യങ്ങളെല്ലാമുണ്ട്.

ഇന്ത്യയുടെ വിവിധ ഭാഗങ്ങളിൽനിന്നുള്ള കലാകാരന്മാരാണ് അവിടെ കൂടിയിരിക്കുന്നത്. അവരുടെ ശബ്ദങ്ങൾ, അനൗൺസ്മെന്റുകൾ വിവിധ ഭാഷകൾ, ഗാനസമാഹാരങ്ങൾ, താളങ്ങൾ, നാടോടിയും ഗ്രാമ്യവുമായ ഇന്ത്യയുടെ വിവിധ ഈണങ്ങൾ അതൊക്കെയുമായിരുന്നു ആ ദിവസങ്ങളിൽ സുലോചനയെ എതിരേറ്റുകൊണ്ടിരുന്നത്.

ലോക പ്രശസ്ത നർത്തകൻ ഉദയശങ്കറാണ് ഉദ്ഘാടകൻ. ഇന്ത്യൻ ക്ലാസിക് ഡാൻസിന്റെ ആത്മാവിനെ യൂറോപ്യൻ നാടക സാങ്കേതികതകളുമായി സമന്വയിപ്പിക്കുന്നതിൽ ലോകശ്രദ്ധ പിടിച്ചുപറ്റിയ ഒരു നൃത്തപ്രതിഭയായിരുന്നു അദ്ദേഹം. ആ ശരീര ചലനങ്ങളുടെ സൂക്ഷ്മതയിൽ രജപുത്ര ചിത്രരചനയുടെയും മുഗൾ പെയിന്റിങ്ങുകളുടെയും മാസ്മരികലാവണ്യം സമന്വയിച്ചിരുന്നു. അതുകഴിഞ്ഞ് വിവിധ സ്ഥലങ്ങളിൽ നിന്നു വന്നവരുടെ പ്രാതിനിധ്യം ഉറപ്പാക്കിയുള്ള കലാപരിപാടികൾ. ആദ്യ ദിവസം തന്നെ അവർ കെ പി എ സിയെ അവതരണത്തിനായി സ്റ്റേജിലേക്ക് ക്ഷണിച്ചിരുന്നു. ലോകപ്രശസ്തരായ സംഗീതജ്ഞർ, നർത്തകർ, അഭിനേതാക്കൾ, സംവിധായകർ. എഴുത്തുകാർ എന്നിവരുടെ ഇടയിൽ കെ പി എ സിയുടെ ഗായക സംഘം കയറിനിന്നു. സുലോചന അവർക്കൊപ്പംനിന്ന് മൈക്ക് കൈയിലേന്തി. ദേവരാജൻ പകർന്നുതന്ന നാടോടിസംഗീതവും കർണ്ണാടക സംഗീതവും ലയിച്ചു ചേർന്ന ആ അനശ്വര ഗാനത്തിന്റെ ചിറകിലേറി.

പൊന്നരിവാൾ...

അമ്പിളിയില്..

വ്യത്യസ്തമായ ഒരു പ്രേമഗാനം

'പൊന്നരിവാൾ അമ്പിളിയിൽ' എന്ന ഗാനം കെ എസ് ജോർജ്ജും സുലോചനയും ചേർന്നുപാടി. കാഴ്ചക്കാരായി പൃഥ്വിരാജ് കപൂർ, ബൽരാജ് സാഹ്നി, കെ എ അബ്ബാസ് തുടങ്ങിയവർ ഉണ്ടായിരുന്നു.

'വ്യത്യസ്തമായ ഒരു പ്രേമഗാനം' എന്ന തലക്കെട്ടോടെ പിറ്റേന്നത്തെ *ക്രോസ് റോഡ്സ്* എന്ന പ്രസിദ്ധീകരണത്തിന്റെ താളുകളിൽ ഈ ഗാനവും അതിന്റെ ഗായകരും ശില്പികളും അതിന്റെ കഥയും അച്ചടിമഷിപുരണ്ട് വന്നു. 'ഒത്തുനിന്നീപുനിലാവും നെൽക്കതിരും കൊയ്യാൻ' എന്ന വരികളെ അതിൽനിന്നും പ്രത്യേകമായി ഉദ്ധരിച്ചുകൊണ്ടാണ് ഡേവിഡ് കോഹൻ എന്ന പത്രപ്രവർത്തകൻ അതിനെപ്പറ്റി വിശദീകരിച്ചത്.

ആ ഗാനത്തിന് ഈണം നല്കിയ പാട്ടുകാരെയും അതിന്റെ സംഗീത സംവിധായകനെയും അന്വേഷിച്ച് നിരവധി ആളുകൾ പിന്നീട് ഗ്രീൻറൂമിൽ എത്തി. ബംഗാളി ക്ലാസിക്കൽ സംഗീതത്തിന്റെ കാല്പനിക മധുരമായിരുന്ന ദിലീപ്കുമാർ റോയിയുടെ ഹിന്ദുസ്ഥാനി സംഗീതം ആ സമ്മേളന നഗരിയുടെ പലവഴികളിലൂടെയായി ഒഴുകാൻ തുടങ്ങി. രോമോൻ ബറുവായ്യുടെ ആസാമീസ് നാടോടി സംഗീതം, ഈണങ്ങളുടെയും താളങ്ങളുടെയും കലർപ്പുകൾ. എത്രയോ വിദൂരതയിൽ അലിഞ്ഞു ചേർന്നിരിക്കുന്ന അതിന്റെ സൂക്ഷ്മ സഞ്ചാരങ്ങൾ നമ്മുടെ രക്തത്തിലൂടെ സഞ്ചരിക്കുന്നതുപോലെയുണ്ട്. സഹ്യാദ്രി സാനുക്കളിൽനിന്ന് അതിപുരാതനത ഒരിക്കലും നഷ്ടമാകാതെ അവശേഷിച്ചിരിക്കുന്ന വാർളി നൃത്തം. ഗോണ്ടുകളുടെയും സന്താളുകളുടെയും ആദിവാസി നൃത്തങ്ങൾ, അവയുടെ മണ്ണിൽ പതിഞ്ഞ് പുതഞ്ഞുപോയ പദചലനങ്ങൾ, അവരുടെ ദുഃഖവും സന്തോഷവും പ്രണയവും വിയർപ്പും പറ്റിപ്പിടിച്ച ചുവടുകൾ. അങ്ങനെയങ്ങനെ ഓരോ ദിവസവും വ്യത്യസ്തമാവുകയായിരുന്നു.

ഒരു തമിഴ് യുവാവ് അവിടെ കയറിനിന്ന് പാടിയ പാട്ടുകളായിരുന്നു അവരുടെയൊക്കെ ശ്രദ്ധ ആകർഷിച്ചത്. പാടത്തിന്റെയും വയലേലകളുടെയും മറുപുറത്തെവിടെയോ അലതല്ലുന്ന ഒരു നാടോടി ഈണമാണ് അവിടെയും കേട്ടത്.

കതിരറുപ്പോം പൊൻ കതിരറുപ്പോം..

ഇതുവരെ കേട്ടിട്ടില്ലാത്ത ഒരു പുരുഷാകാരം ആ ശബ്ദ വീചികളെ കൂടുതൽ പരുക്കനാക്കിയിരിക്കുന്നു. ഇത്ര പരുക്കനായ ഒരു ഗാംഭീര്യ സ്വരത്തിന് ഇത്രമാത്രം കരുത്തുകൊണ്ടെങ്ങനെയാണ് സംഗീതത്തെ സൃഷ്ടിക്കാനാകുക! ലോകത്തെ ഏറ്റവും വലിയ സംഗീതജ്ഞൻ രാവണനായിരുന്നുവെന്ന പുരാവൃത്തം സത്യമാണെന്നു തോന്നിപ്പോകും.

ഇറ്റാലിയൻ നിയോറിയലിസം പകർത്തിയ ഇന്ത്യൻ ചലച്ചിത്രാവിഷ്കാരമായ ഒരു സിനിമ പുറത്തുവന്നത് ആയിടയ്ക്കാണ്. *ദേ ബീഗാ സമീൻ*. ചിത്രത്തിന്റെ സംവിധായകൻ ബിമൽ റോയ് ആണ്. ആ സിനി

മയിലെ ഏറ്റവും ശ്രദ്ധേയനായ നടന്മാരിൽ ഒരാളായ ബൽരാജ് സാഹ്നിയാണ് ഇപ്റ്റ സമ്മേളനത്തിന്റെ മുഖ്യ സംഘാടകനായി ഓടിനടക്കുന്നത്. ആ സിനിമയ്ക്ക് അപൂർവ്വമായ സംഗീതാവിഷ്കാരം പകർന്ന സലീൽ ചൗധരിയാണ് പ്രോഗ്രാമിനിടയിൽ ഹാർമ്മോണിയം നെഞ്ചത്തുവെച്ച് ഒരു മനോഹരമായ ഗാനം പാടിയത്.

അതിനുശേഷമാണ് *നിങ്ങളെന്നെ കമ്യൂണിസ്റ്റാക്കി* എന്ന നാടകം അവതരിപ്പിക്കാൻ അവസരം ഉണ്ടായത്. ആകെ മൂന്നര മണിക്കൂർ ദൈർഘ്യമുള്ള നാടകം പ്രോഗ്രാമുകളുടെ സമയക്കുറവു കാരണം വെട്ടിച്ചുരുക്കി രണ്ടര മണിക്കൂറിലാക്കി മാറ്റി. നാടകം ആ സദസ്സ് വളരെ ശ്രദ്ധയോടെയാണ് വീക്ഷിച്ചിരുന്നത്. അധികാരികളും ഭരണകൂടവും നിരോധനം ഏർപ്പെടുത്തിയ നാടകം എന്ന നിലയ്ക്ക് ഏറെ ശ്രദ്ധ ആ നാടകത്തിന് അന്ന് ലഭിച്ചിരുന്നു. നാടകം തീർന്നപ്പോൾ അഭിനേതാക്കളെ അഭിനന്ദിക്കുവാൻ ആരാധകപ്രവാഹമുണ്ടായി. അത് എല്ലാവരെയും അത്ഭുതപ്പെടുത്തി. സമ്മേളനത്തിന്റെ മുഖ്യസംഘാടകൻ ബൽരാജ് സാഹ്നി തന്നെ അഭിനന്ദനമറിയിക്കാൻ മുൻപന്തിയിലുണ്ടായിരുന്നു.

ഓരോ സ്ഥലങ്ങളിൽ നിന്നെത്തിയവരുടെ നാടകങ്ങളും അതിനെ തുടർന്നുണ്ടായിരുന്നു. ബംഗാൾ നാടകസമിതിയുടെ *ദലിൽ* കണ്ടപ്പോൾ കെ പി എ സി പ്രവർത്തകർക്കെല്ലാം ആകർഷകമായി തോന്നി. ബംഗാൾ വിഭജനം സാധാരണക്കാരിൽ, പാവപ്പെട്ടവരിൽ, കൃഷിക്കാരിൽ ഉണ്ടാക്കിയ നൊമ്പരവും വേദനയും അമർഷവുമാണ് *ദലിലി*ന്റെ പ്രമേയം. അന്ന് ഏറ്റവും മികച്ച നടനായി തെരഞ്ഞെടുത്തത് ഋത്വിക് ഘട്ടക് എന്ന ചെറുപ്പക്കാരനെയാണ്.

സമാപനദിവസമായപ്പോഴേക്കും ബൽരാജ് സാഹ്നി വന്നു. കെ പി എ സി പ്രതിനിധികളോടായി 'ബോംബെ തെരുവുകളിലൂടെ ജാഥയായി ഒരു ഗായകസംഘം പാട്ടുകൾ ആലപിച്ച് പോകാൻ ഉദ്ദേശിക്കുന്നു. നിങ്ങൾക്ക് താല്പര്യമെങ്കിൽ പങ്കെടുക്കാം.' എന്നു പറഞ്ഞു. ബോംബെയിലെ കലാപബാധിത പ്രദേശങ്ങളിലൂടെയായിരുന്നു ഈ യാത്ര. ഇപ്റ്റ ഗായകസംഘത്തോടൊപ്പം ഗാനങ്ങളും ആലപിച്ചുകൊണ്ട് വിവിധ ദേശങ്ങളിൽനിന്ന് വന്ന കലാകാരന്മാർ എല്ലാവരുംകൂടി ഒത്തൊരുമിച്ചു തിരുവുകളിലൂടെ പാട്ടുകാരായി ഒഴുകിയിറങ്ങി.

മധുരസ്മൃതികളുമായി ഇപ്റ്റയുടെ ആ സമ്മേളനം പര്യവസാനിച്ചു. അടുത്ത പ്രസിഡന്റായി ബിമൽ റോയിയെ ആ സമ്മേളനം തിരഞ്ഞെടുത്തു. അതു കഴിഞ്ഞപ്പോൾ സന്താക്രോസ് സ്കൂൾ മൈതാനത്തുനിന്ന് കെ പി എ സി യാത്രപറഞ്ഞിറങ്ങി.

നാടകാവതരണങ്ങൾക്ക് മുന്നിലുണ്ടായ പ്രതിബന്ധങ്ങൾ

യാത്രയ്ക്കും മറ്റു ചെലവുകൾക്കുമുള്ള ധനശേഖരണാർത്ഥം *കമ്യൂണിസ്റ്റാക്കി* നാടകം ചില മലയാളി സമാജങ്ങളിൽ അവതരിപ്പിക്കാനുള്ള ഏർപ്പാടുകൾ ചെയ്തുതരാമെന്ന് പാർട്ടിക്കമ്മിറ്റികൾ ഏറ്റതാണ്. അതു

പ്രകാരം ബോംബെയിലെ ആളുകളെ ചെന്ന് കണ്ടപ്പോൾ ആകെ പ്രശ്നത്തിലാണത് ചെന്നവസാനിച്ചത്. കേരളത്തിലെമ്പാടും 1952 ൽ ഈ നാടകം അവതരിപ്പിക്കാൻ ചെന്നപ്പോഴുണ്ടായ പ്രശ്നം തന്നെയാണ് ഇന്ത്യയുടെ പലസ്ഥലങ്ങളിൽനിന്നും നേരിടേണ്ടി വന്നത്. ബോംബെയിൽ *നിങ്ങളെന്നെ കമ്യൂണിസ്റ്റാക്കി* എന്ന നാടകത്തിന്റെ അനുവാദം നിഷേധിച്ചു. സ്ക്രിപ്റ്റ് അധികാരികളെ കാണിച്ച് അവരുടെ അനുവാദം വാങ്ങാത്തതാണ് കാരണമായി പറഞ്ഞത്.

അഹമ്മദാബാദിലേക്ക് പോയി. അവിടെയും അനുവാദം നിഷേധിച്ചു. ഒടുക്കം *കമ്യൂണിസ്റ്റാക്കി* എന്ന നാടകത്തിന്റെ പേരുമാറ്റി എന്ന് അറിയിപ്പുകൊടുത്തു. അഹമ്മദാബാദിൽ 'തകർന്ന തറവാട്' എന്നാക്കി മാറ്റി. പക്ഷേ, അതും നിരാശയായിരുന്നു ഫലം. ഒടുക്കം സൗജന്യമായി കളിക്കാമെന്നായി. അപ്പോൾ ജനലക്ഷങ്ങൾ ഇരച്ചുകയറി.

കമ്യൂണിസ്റ്റ് പാർട്ടിക്ക് ശക്തികേന്ദ്രങ്ങളായ ചില സ്ഥലങ്ങൾ അന്ന് ബോംബെയിലുണ്ടായിരുന്നു. നഗരത്തിന്റെ ധമനികളായ് നൂറ്റമ്പതോളം തുണിമില്ലുകളിലെ ലക്ഷക്കണക്കിന് തൊഴിലാളികളുടെ പ്രധാന സംഘടന എസ് എ ഡാങ്കെ നയിച്ച ഗിർണ്ണികാംകാർ എന്ന സംഘടനയായിരുന്നു. അന്ന് കേരളത്തിൽ നിന്ന് ആയിരങ്ങൾ ഈ നഗരത്തിന്റെ മണിമാളികകൾ മുതൽ കുടിലുകൾ വരെ ചേക്കേറിയിരുന്നു. അവരുടെ ഇടയിലെല്ലാം തൊഴിലാളി സംഘടനയ്ക്ക് കാര്യമായ സ്വാധീനം ഉണ്ടായിരുന്നു. അന്ന് മഹാരാഷ്ട്ര ഭരിച്ചിരുന്നത് കോൺഗ്രസ് സർക്കാർ ആയിരുന്നു. മുഖ്യമന്ത്രി മൊറാർജി ദേശായിയുടെ മുഖ്യശത്രു അന്ന് കമ്യൂണിസ്റ്റ് പാർട്ടിയായിരുന്നു. കല്ക്കത്ത തീസിസിന്റെ ആഘാതത്തിൽപെട്ട് പാർട്ടിയുടെ ശക്തികേന്ദ്രങ്ങളൊക്കെയും ആടിയുലഞ്ഞ കാലമായിരുന്നതിനാലാണ് പെട്ടെന്നൊരു നാടകാവതരണം ബോംബെയിലും അഹമ്മദാബാദിലും സംഘടിപ്പിക്കാതിരുന്നത്.

സാഹചര്യങ്ങൾക്കനുസരിച്ച് എത്രമാത്രം പിടിച്ചുനില്ക്കാൻ ഒരു നാടകവേദിയും അതിന്റെ പ്രവർത്തകരും ശ്രമിക്കുന്നു എന്നതിന്റെ ഉദാഹരണമാണ് ഇതെല്ലാം. സാമ്പത്തികമായി യാതൊരുവിധ നേട്ടവും ഈ ആദ്യ ഉത്തരേന്ത്യൻ പര്യടനംകൊണ്ടുണ്ടായില്ല. നിരാശയായിരുന്നു ഫലം. എത്രയോ ദിവസങ്ങളുടെ കാത്തിരിപ്പ്, അലച്ചിലുകൾ, ഭാഷയറിയാതെ, നാടറിയാതെ, ദിക്കറിയാതെ ഒരായിരം അപരിചിത മുഖങ്ങളെ നോക്കി ആദ്യമായാണ് വേഷം കെട്ടിയത്. അതും ഒരു അനുഭവമായിരുന്നു സുലോചനയ്ക്ക്. ഒടുക്കം നാട്ടിലേക്ക് തിരിച്ചുവരാൻ പണമില്ലാതെ നാടകം കാണാൻ വന്ന പൊതുജനങ്ങളിൽനിന്നും പിരിവെടുത്താണ് തിരികെ നാട്ടിലേക്കെത്താനായത്.

നാടകാവതരണത്തിന്റെ തിരശ്ശീല വീഴുമ്പോൾ ഏറ്റവുമധികം ക്ഷീണിക്കുക സുലോചനയും കെ എസ് ജോർജ്ജും ആയിരിക്കും. കാരണം നാടകം തീർന്നാലും ജനങ്ങൾ പിരിഞ്ഞുപോകാതെ വീണ്ടും ഗാനങ്ങൾ ഒരിക്കൽക്കൂടി പാടിക്കും. അവരുടെ ആവേശമാണത്. ടേപ്പ്

റിക്കോർഡറുകളോ റേഡിയോ പോലുമോ ഇല്ലാത്ത സാമാന്യ ജനത്തിനു മുമ്പിൽ അവർക്ക് ഒരിക്കൽക്കൂടി കേൾക്കാനുള്ള അവസരത്തെ എത്ര ക്ഷീണിച്ചാലും വൈകിയാലും ആരും നിരുത്സാഹപ്പെടുത്താറില്ല. അവരുടെ ആവേശനിമിഷങ്ങൾക്കു മുമ്പിൽ പരസ്പരം ഒന്നായ്ത്തീരുന്ന സംവേദനങ്ങളുടെ ആത്മാർപ്പണങ്ങളായി അവയൊക്കെയും മാറിയിട്ടുണ്ട്. 'പൊന്നരിവാൾ അമ്പിളിയില് കണ്ണെറിയുന്നോളേ.. ആ മരത്തിൻ പൂന്തണലില് വാടി നില്ക്കുന്നോളേ' എന്ന് പാടിത്തുടങ്ങുന്ന പാട്ടിന്റെ ഓരോ ഭാവങ്ങളും അതിന്റെ ആവിഷ്കാരങ്ങളും ഒന്നിനൊന്ന് വേറിട്ടതാണ്. അത് സമയത്തിനും കാലത്തിനുമനുസരിച്ച് പലവിധ രൂപപരിണാമങ്ങളും സ്വീകരിക്കുന്നത് കണ്ടിട്ടുണ്ട്. ഒഴുകിക്കൊണ്ടിരിക്കുന്ന പുഴയിൽ രണ്ടാമതൊന്നു വീണ്ടും അതുപോലെ മുറിച്ചു കടക്കാനാവാത്തപോലെ ഒരേ പാട്ട്, ഒരേ വരികൾ, ഒരേ ഈണം, ഓരോ സ്റ്റേജിലെയും അനുഭവങ്ങൾ വേറെവേറെയാണ് സൃഷ്ടിച്ചുകൊണ്ടിരുന്നത്. അഹമ്മദാബാദിലെ പ്രോഗ്രാം തൽക്കാലം വേണ്ടെന്നുവെച്ചു. പിന്നീടൊരവസരത്തിൽ വരാം എന്നുപറഞ്ഞ് പ്രതികൂല സാഹചര്യങ്ങളെ കണക്കിലെടുത്ത് നഷ്ടങ്ങൾ പരസ്പരം സഹിച്ച് തിരിച്ചുവരാൻ തീരുമാനിച്ചു. മദ്രാസ് വഴി വരുമ്പോൾ കണ്ണൂരിലെ കിസാൻ സമ്മേളനത്തിൽക്കൂടി പങ്കെടുക്കാമെന്ന് മീറ്റിങ് കൂടി ആലോചിച്ചു. ഈ മീറ്റിങ്ങിൽ കൺവീനറായ വാസുപിള്ള പങ്കെടുത്തില്ല. അദ്ദേഹം പങ്കെടുക്കാതിരിക്കാൻ കാരണമുണ്ടായി. ബോംബെയിൽവെച്ച് നാടകം അവതരിപ്പിച്ചപ്പോൾ പിരിഞ്ഞുകിട്ടിയ പണം ആളുകൾ കൊണ്ടുകൊടുത്തത് ജനാർദ്ദനക്കുറുപ്പിന്റെ കൈകളിലാണ്. ഇത് വാസുപിള്ളയ്ക്ക് ഇഷ്ടപ്പെട്ടില്ല. അതുംപോരാഞ്ഞ് ബോംബെ യാത്രയെക്കുറിച്ച് അദ്ദേഹം ആദ്യാവസാനം വിമർശിച്ചു കൊണ്ടേയിരിക്കുകയായിരുന്നു. സുലോചനയൊഴികെ സ്ത്രീകളായ അഭിനേത്രികളെയൊക്കെയും ഇത്തരത്തിൽ വിമർശനങ്ങൾ ആരോപിച്ച് അയാളുടെ പക്ഷത്തു നിർത്തുകയായിരുന്നു ചെയ്തുകൊണ്ടിരുന്നത്.

ഐക്യകേരള ഗാനത്തിന്റെ പിറവി

തിരിച്ചുവന്നപ്പോൾ മദിരാശിവരെയുള്ള യാത്ര എല്ലാവരും ഒന്നിച്ചായിരുന്നു. കണ്ണൂരിൽ പ്രോഗ്രാമിന് ആലപിക്കാൻവേണ്ടി ഐക്യകേരളഗാനം ഒ എൻ വി എഴുതി ട്രെയിനിൽ വെച്ചുതന്നെ ചിട്ടപ്പെടുത്തിയെടുക്കുകയായിരുന്നു. അത്രയുംനേരം എല്ലാവരും ഒരു ഗാനത്തിന്റെ പിറവിയിൽ പങ്കാളികളാകുകയായിരുന്നു. ട്രെയ്നിന്റെ താളത്തിനൊപ്പിച്ച് ദേവരാജൻ ഈണമിട്ട് സുലോചനയും ജോർജ്ജുംകൂടി അതേറ്റു ചൊല്ലിയപ്പോൾ രാപകലുകൾ കൊഴിഞ്ഞ് പോയതറിഞ്ഞില്ല.

'നമ്മളൊന്നാണേ
പാടാം നമ്മളൊന്നാണേ
.... ..
ഓ... പൊന്നരിവാൾക്കൊടിയുമേന്തി മാമലനാട്ടിൽ

മൂന്നുകോണിൽ നിന്നു നമ്മളൊത്തു ചേരുന്നേ'

മദിരാശിയിൽ ഇറങ്ങിയപ്പോഴാണ് അവർക്കിടയിൽ രണ്ടു ഗ്രൂപ്പു ണ്ടായിരുന്നെന്ന് എല്ലാവർക്കും ബോദ്ധ്യമായത്. വാസുപിള്ളയുടെ സ്വാധീനത്തിൽപെട്ട് മൂന്നു സ്ത്രീകളും അവരുടെ രക്ഷാകർത്താക്കളും കണ്ണൂരിലേക്കു പോകാതെ നാട്ടിലേക്കുള്ള വണ്ടിയിൽ തിരിച്ചു. അവർ തെങ്കാശിവഴി പുനലൂരിലെത്തി കൊട്ടാരക്കരവഴി നാട്ടിലെത്തിച്ചേർന്നു. സുലോചനയ്ക്കും ജ്യേഷ്ഠനും കണ്ണൂരിലെ പ്രോഗ്രാമിന് പോകണമെന്നും ഐക്യകേരളഗാനമാലപിക്കണമെന്നുമുണ്ടായിരുന്നു. എല്ലാ സ്വപ്നങ്ങളും വാസുപിള്ളയുടെ സങ്കുചിതമായ തീരുമാനം നിമിത്തം ഉപേക്ഷിക്കപ്പെടേണ്ടതായി വന്നു, എല്ലാ സ്ത്രീജനങ്ങളും തിരികെ വരാൻ വാസുപിള്ളയുടെ കൂടെ നിന്നപ്പോൾ അവരിൽനിന്ന് മാറിനില്ക്കാൻ സുലോചനയ്ക്കായില്ല.

സുലോചനയും മറ്റു നടിമാരുമില്ലാതെ എങ്ങനെയാണ് കണ്ണൂരിലെ കിസാൻ സമ്മേളനത്തിൽ നാടകം അവതരിപ്പിക്കുക? ജനാർദ്ദനക്കുറുപ്പും ദേവരാജനും മറ്റുള്ളവരും ആകെ ബുദ്ധിമുട്ടിലായി. കാമ്പിശ്ശേരി സുഖ മില്ലാതായി നാട്ടിലേക്കുമടങ്ങിയതിനാൽ നാടകം കളിക്കേണ്ടെന്നും സമൂഹഗാനങ്ങൾമാത്രം പാടി പ്രോഗ്രാം അവസാനിപ്പിക്കാം എന്ന തീരുമാനത്തിലും എല്ലാവരും എത്തിച്ചേർന്നു. കൂടാതെ വാസുപിള്ളയെ കൺവീനർ സ്ഥാനത്തുനിന്ന് നീക്കംചെയ്യണമെന്നും കരുതി അവർ കണ്ണൂരിലേക്ക് ട്രെയിൻ കയറി. ഷൊർണ്ണൂരിൽ എത്തിയപ്പോൾ അവരുടെ ബോഗിയിൽ രണ്ടുപേർ കയറി. ഒരാൾ എം എൻ ഗോവിന്ദൻ നായരും മറ്റേയാൾ സാക്ഷാൽ തോപ്പിൽ ഭാസിയുമായിരുന്നു. ജാമ്യംകിട്ടി കണ്ണൂരിലെ നാടകാവതരണം കാണുവാനുള്ള അതിയായ ആഗ്രഹം നിമിത്തം കായംകുളത്തുനിന്ന് വണ്ടി കയറി ഷൊർണ്ണൂരിൽ ഇറങ്ങി. രണ്ടാമത്തെ വണ്ടി പിടിച്ച് കയറിയതാണ്.

"എവിടെ എല്ലാവരും?"

തോപ്പിൽ ഭാസി സുലോചനയെയും മറ്റുള്ളവരെയും കുറിച്ച് ജനാർദ്ദനക്കുറുപ്പിനോട് ചോദിച്ചു. ട്രെയ്നിന്റെ ശബ്ദത്തിൽ കുറുപ്പ് തിരിച്ച് പറയുന്നതൊന്നും ഭാസി കേൾക്കുന്നുണ്ടായിരുന്നില്ല.

അവസാനം കാര്യങ്ങൾ എം എൻ ഗോവിന്ദൻ നായർക്കും ഭാസിക്കും മനസ്സിലായി.

അതുകേട്ടപ്പോൾ എന്തുതന്നെ പ്രശ്നംവന്നാലും നാടകം അവതരിപ്പിക്കും എന്ന് ഉറപ്പിച്ച് പറയുകയായിരുന്നു ഭാസി. "സമ്മേളനത്തിന് രണ്ടു ദിവസങ്ങൾ കൂടിയുണ്ട്. അവിടെച്ചെന്നിട്ട് ആലോചിക്കാം."

ചെന്നയുടനെ തോപ്പിൽ ഭാസിയും എം എൻ ഗോവിന്ദൻ നായരും മറ്റുള്ളവരും കൂടിച്ചേർന്ന് കെ പി ആർ ഗോപാലനെ ചെന്നുകണ്ടു, അദ്ദേഹത്തിനായിരുന്നു സമ്മേളനത്തിന്റെ നടത്തിപ്പു ചുമതലയുണ്ടായിരുന്നത്.

നാടകമവതരിപ്പിക്കാനുള്ള രണ്ടു ദിവസംകൊണ്ട്, മാറിയ ആൾ

ക്കാർക്കു പകരം പുതിയ ആളുകളെ കൊണ്ടുവരാൻ തോപ്പിൽ ഭാസി തീരുമാനിച്ചു. കാമ്പിശ്ശേരിയുടെ പരമുപിള്ളയ്ക്കു പകരം ശങ്കരനാരായണൻ തമ്പി. മാലയ്ക്കു പകരം വൈക്കം എം എൽ എയുടെ മകൾ സി കെ ഓമന. ഇ കെ നായനാരായിരുന്നു ഒൻപതു വയസ്സുകാരി മച്ചാട്ട് വാസന്തിയെ മീനയായി സ്റ്റേജിലേക്ക് അവതരിപ്പിച്ചത്. സമ്മേളനത്തിന്റെ ഒന്നാം ദിവസമായിരുന്നു അത് സംഭവിച്ചത്. വിപ്ലവഗാനം പാടാനായിരുന്നു അദ്ദേഹം മച്ചാട്ട് വാസന്തിയെ സ്റ്റേജിൽ കയറ്റിയത്. 'പൊട്ടിക്കു പാശം, സമരാവേശം കൊളുത്തു വീര യുവാവേ നീ' എന്നഗാനം പെട്ടെന്നാണ് ജനങ്ങളിൽ ആളിപ്പടർന്നത്. അത് എല്ലാവരും ശ്രദ്ധിച്ചു, അങ്ങനെയാണ് വെറും രണ്ടുദിവസം ബാക്കിനില്ക്കെ മീനയായി വാസന്തിയെയും നിശ്ചയിക്കുന്നത്. എല്ലാം കഴിഞ്ഞപ്പോളാണ് സുലോചന ചെയ്ത സുമത്തിന്റെ കാര്യത്തിൽ എന്തുചെയ്യുമെന്ന് എല്ലാവരും ചോദിച്ചത്? അപ്പോൾ തോപ്പിൽ ഭാസി പറഞ്ഞത് ആ കഥാപാത്രത്തെ സ്റ്റേജിലേക്കു കൊണ്ടു വരാതെതന്നെ കഥയിൽ ചില ഭാഗങ്ങളിൽ മാറ്റം വരുത്തി അത് പരിഹരിക്കാമെന്നാണ്. അപ്പോഴാണ് തോപ്പിൽ കൃഷ്ണപിള്ള ചോദിച്ചത് സുലോചനയുടെ 'പൊന്നരിവാൾ അമ്പിളിയിൽ' എന്ന ഗാനം ഈ നാടകത്തിൽ പ്രധാനപ്പെട്ടതല്ലേ എന്ന്.

"അതിനൊരു വഴിയുണ്ട്. സുമത്തെ പാട്ടുപഠിപ്പിക്കാൻ വന്ന ഒരാളായാണ് ദേവരാജനെ ഞാൻ സ്റ്റേജിലേക്ക് വിടുന്നത്. സാക്ഷാൽ ദേവരാജൻ തന്നെ അത് അവിടെ പാടി അവതരിപ്പിക്കും."

ഹോ!

റിഹേഴ്സൽ തുടങ്ങി. സ്ക്രിപ്റ്റിൽ ചിലയിടങ്ങളിൽ വലിയ ഭേദഗതികളുണ്ട്. എല്ലാവരും ശ്രദ്ധിച്ചോണം. റിഹേഴ്സൽ വളരെവേഗം പുരോഗമിച്ചു. എല്ലാം വളരെ പെട്ടെന്നായിരുന്നു. സി കെ ഓമനയും മച്ചാട്ട് വാസന്തിയും ശങ്കരനാരായണൻ തമ്പിയും ദേവരാജനും പുതിയ കഥാപാത്രങ്ങളായി കണ്ണൂരിൽ നാടകം കളിക്കാനാരംഭിച്ചു.

നാടകം ഭേദഗതികളോടെ കണ്ണൂരിൽ അരങ്ങേറി. നാടകത്തിനവസാനം പരമുപിള്ള മാലയുടെ കൈയിൽനിന്ന് കൊടി ഏറ്റുവാങ്ങുമ്പോൾ എല്ലായിടങ്ങളിലും ആവർത്തിക്കുന്ന പോലെ കണ്ണൂരിലും ആയിരങ്ങൾ എഴുന്നേറ്റുനിന്ന് വിപ്ലവാവേശത്താൽ ഇങ്കിലാബ് സിന്ദാബാദ് വിളിക്കുന്നുണ്ടായിരുന്നു. അതിനുശേഷം കെ പി എ സി പുതുതായി ചിട്ടപ്പെടുത്തിയ ഐക്യകേരളഗാനം കൂടി കിസാൻ സമ്മേളനത്തിന് സമർപ്പിച്ചിട്ടാണ് കെ പി എ സിയുടെ കലാപരിപാടി അവസാനിപ്പിച്ചത്.

കണ്ണൂരിൽനിന്നും തിരിച്ചുള്ള ട്രെയിൻ യാത്രയിൽ എല്ലാവരും ഏറെ ക്ഷീണിതരായിരുന്നു. ദേവരാജനും ഒ എൻ വി കുറുപ്പിനും, ഓ മാധവനും തോപ്പിൽ കൃഷ്ണപിള്ളയ്ക്കും കെ എസ് ജോർജ്ജിനും ബോംബെ യാത്രയുടെ ആഴ്ചകൾനീണ്ട ഉറക്കം ബാക്കി നില്ക്കുന്നു. എല്ലാവരും ആ യാത്രയിൽ പതുക്കെ മയങ്ങിത്തുടങ്ങി; ഭാസി മാത്രം ഉറങ്ങാതിരുന്നു.

കണ്ണൂരിൽനിന്ന് കൊല്ലം റെയിൽവേ സ്റ്റേഷനിൽ വണ്ടി നിർത്തി ഇറങ്ങിയപ്പോൾ ഒരു സന്തോഷവാർത്തയായിരുന്നു എല്ലാവരെയും പ്രതീക്ഷിച്ചു നിന്നത്.

നാടകം നടത്തുന്നതിനെതിരെയുള്ള സർക്കാർ നിരോധനം പിൻവലിച്ചിരിക്കുന്നു. കേരള ഹൈക്കോടതിയുടെ വിധിയാണ് പുറത്തുവന്നത്. ഡ്രാമാറ്റിക് പെർഫോമൻസ് ആക്ടിന്റെ അധികാരം ദുർബ്ബലപ്പെട്ടു.

പിറ്റേദിവസം തന്നെ കെ പി എ സി വിട്ടുപോയവരെയെല്ലാം എം എൻ ഗോവിന്ദൻ നായർ കൊല്ലത്തെ കെ പി എ സിയുടെ ഓഫീസ് പ്രവർത്തിച്ചിരുന്ന എവറസ്റ്റ് ഹോട്ടലിലേക്ക് വിളിപ്പിച്ചു. എന്നിട്ട് പ്രശ്നങ്ങളൊന്നുമില്ലാതെ കൂടുതൽ ഒത്തൊരുമയിൽ സമിതി മുന്നോട്ടുപോകണമെന്നാവശ്യപ്പെട്ടു. ഇനിയങ്ങോട്ടുള്ള പ്രവർത്തനം പാർട്ടിയുടെ കർശന നിയന്ത്രണത്തിലായിരിക്കുമെന്നും അറിയിച്ചു.

സുലോചന പുതിയ യോഗതീരുമാനത്തിൽ വളരെയധികം സന്തോഷിച്ചു. കാരണം രണ്ടു ഗ്രൂപ്പായിനിന്ന് പ്രവർത്തിക്കുന്നതിൽ വളരെയേറെ മാനസിക വിഷമങ്ങൾ ഉണ്ടായി എന്നതുതന്നെ. അതുകഴിഞ്ഞ് വീണ്ടും നാടകങ്ങളുടെ തിരക്കുകളിലേക്ക് കെ പി എ സിയോടൊപ്പം സുലോചനയും ഉൾച്ചേർന്നു. കെ പി എ സിയുടെ വാനിൽ കേരളത്തിന്റെ ഗ്രാമന്തരങ്ങളിലേക്ക് കൂടുതൽ കരുത്താർജ്ജിച്ച് നാടകസംഘം സഞ്ചരിച്ചു. നിരോധനം നീങ്ങിയതോടെ എല്ലായിടങ്ങളിൽനിന്നും പാർട്ടിയുടെ സ്വീകരണങ്ങളും മാലകളും ഏറ്റുവാങ്ങിയാണ് ജൈത്രയാത്ര തുടർന്നത്. ഈ വരവിൽ കമ്യൂണിസ്റ്റ് വിരുദ്ധർക്ക് വീണ്ടും അസഹിഷ്ണുതയുണ്ടായി. പലയിടങ്ങളിലും പരസ്യമായി കെ പി എസി യെയും കലാകാരന്മാരെയും അവർ ഉപദ്രവിക്കാൻ തുടങ്ങി.

പൂനിലാവിന്റെ ഇരുപത്തിയാറ് കറ്റകൾ

ഒരു ദിവസം വാറുവിളാകത്ത് വീട്ടിലായിരുന്നു സുലോചന. ഒരു അവധി ദിനം.

സുലോചന ഡയറിയിലേക്ക് പാട്ടുകളെല്ലാം ഓരോന്നായി പകർത്തി എഴുതിയെടുക്കുകയാണ്. ഒ എൻ വി കുറുപ്പിന്റെ മനോഹരമായ കൈപ്പടയിലുള്ള 26 പാട്ടുകൾ.

സുലോചന ഒന്നുകൂടി ആ കൈപ്പടയിലേക്കു നോക്കി. വള്ളികളുടെയും കെട്ടുവള്ളികളുടെയും സുന്ദരമായൊരു പരിരക്ഷണം ഓരോ വാക്കുകൾക്കും മീതെകൂടി കിടക്കുന്നപോലെ. ചിത്രീകരണപാടവം നിറഞ്ഞുനില്ക്കുന്ന ഒരു കലാകാരന്റെ ഫ്രീഹാന്റ് വരകൾ പോലെ. നമ്മുടെ ചുവർച്ചിത്രവരകൾക്ക് മേൽ ആവർത്തിക്കുന്ന ഇരട്ട വരകൾ പോലെ.

ഓരോ പാട്ടുകളും സുലോചനയ്ക്ക് ഓരോ ഭാവതലങ്ങൾ പരിചയപ്പെടുത്തി.

പൂർണ്ണതയിലേക്കെത്താൻ കൊതിക്കുന്ന അപൂർണ്ണ ബിന്ദുക്കൾ. സുലോചന ഓരോന്നും ക്രമത്തിൽ പകർത്തിയെഴുതി.

1. പോകാം ഒരേ അണിയായ് പോക നാം പോക നാം
കാർമ്മുകിൽ നിരപോൽ പോക നാം പോക നാം
2. ദീപങ്ങൾ മങ്ങി കൂരിരുൾ തിങ്ങി
മന്ദിരമൊന്നതാ കാണുന്നു മുന്നിൽ
3. നീലക്കുരുവീ നീലക്കുരുവീ
നീയൊരു കാരിയം ചൊല്ലുമോ
4. മൂളിപ്പാട്ടുമായ് തമ്പ്രാൻ വരുമ്പോൾ
ചൂളാതങ്ങനെ നില്ലെടി പെണ്ണേ
5. ഇന്നലെ നട്ടൊരു ഞാറുകളല്ലോ
പുന്നെൽക്കതിരിന്റെ പൊൽക്കുടം ചൂടി
6. നവരാഗസുമഹാസമേ
പുലരൊളി തൂവി വിടരാവൂ നീ
7. നേരം പോയ് നേരം പോയ് എല്ലാരും പോയല്ലോ
കുഞ്ഞിക്കിളിയേ പൈങ്കിളിയേ വെക്കം വെക്കം ചെല്ലന്നേ
8. മാവേലിപ്പാട്ടുമായ് മാമലനാട്ടിലേ-
ക്കാവണിമാസമേ പോരൂ നീ
9. പൊന്നരിവാൾ അമ്പിളിയിൽ കണ്ണെറിയുന്നോളേ
ആ മരത്തിൻ പൂന്തണലില് വാടി നില്ക്കുന്നോളേ
10. നീലപ്പൂമ്പീലി നിവർത്താടും മയിൽ പോലെ
നീലമുളങ്കാടിളകും മലനാടിന്നഴകേ
11. പൂത്തമരക്കൊമ്പുകള് കാത്തിരുന്ന കുയിലേ
കാറ്റിലാടും പൂമരങ്ങള് നോറ്റിരുന്ന കുയിലേ
12. വെള്ളാരം കുന്നിലെ പൊന്മുളങ്കാറ്റിലേ
പുല്ലാംകുഴലൂതും കാറ്റേ വാ
13. തകർന്നു മഹിയിൽ നിൻ വീണ
വരില്ലാ തോഴീ പൂക്കാലം
14. കരയരുതേ ഹൃദയസഖീ
കരയരുതേ നീ
15. കേഴാതെ നീ കേഴാതെ നീ
മൂകാനുരാഗവിപഞ്ചികേ നീ
16. അണഞ്ഞു ദീപശാഖിയിൽ
തൂവാനിൻ മന്ദഹാസം
17. ആസ്വാദനങ്ങളേ മാഞ്ഞിടാവൂ
ഈ ത്യാഗസൂനം വിടതരുന്നു
18. മാങ്കനികൾ തേടി നമ്മൾ മാഞ്ചുവട്ടിൽ കൂടി

മാങ്കനികൾ മായുകില്ലാ മാധുരിയെൻ ചുണ്ടിൽ
19. ഓണപ്പൂവേ നിൻ മിഴിയിതളിൽ
കാണുവതെന്തേ കണ്ണീർ
20. വരികയായ് വരികയായ്
ജനതയാകെ വരികയായ്
21. തകതെയ്തോം
തകതെയ്തോം
വലയും വഞ്ചീം നീങ്ങട്ടേ
22. ഏലയേലോം ഏലയേലോം
മാമലമേലേ
ചേലിലൊരു ചെങ്കതിരിൻ പൂവിടരുന്നേ
23. നമ്മളൊന്നാണെ പാടാം നമ്മളൊന്നാണേ
മൂന്നുകോണിൽ നിന്നു വന്നേ
ഇന്നലെ നാം പാടിയല്ലോ
നമ്മളൊന്നാണെ പാടാം നമ്മളൊന്നാണേ
24. നേരം മങ്ങിയ നേരത്തക്കരെ മാനത്തെത്തുവതാരോ
മാനത്തെത്തുവതാരോ
മാനത്തെത്തുവതാരാരോ..ഹൊയ്
25. പുഞ്ചവയലേലയിലെ പുഞ്ചിരിക്കും പൊൻകതിരേ
പൊൻകതിരു നെയ്തു നെയ്തു നീ
നെൻമണികൾ കോർത്തതാരാരോ
26. മാനം തെളിഞ്ഞല്ലോ
ഏലയ്യാ ഏലയ്യാ
പെരുമാനുദിച്ചല്ലോ
ഏലയ്യാ ഏലയ്യാ

ചോരയിൽ ഉണർന്ന പകൽ

ചെങ്ങന്നൂരിൽ പാർട്ടിയുടെ പൊതു സമ്മേളനത്തിൽ പ്രസംഗിക്കാനായി ജനാർദ്ദനക്കുറുപ്പ് ഒരു ദിവസം വൈകുന്നേരം യാത്ര തിരിച്ചു. മാരാരിത്തോട്ടത്തുനിന്ന് തിരിച്ചപ്പോൾ തന്നെ സമയം വൈകിയിരുന്നു. രാത്രിയോടെയാണ് ചെങ്ങന്നൂരിൽ എത്തിയത്. അതിനാൽ പ്രസംഗം കഴിഞ്ഞ് തിരിച്ചുപോകാനുള്ള യാതൊരു സംവിധാനവും അവിടെ ഉണ്ടായിരുന്നില്ല. ഏതെങ്കിലും വാഹനം രാത്രി കായംകുളം ഭാഗത്തേക്കുണ്ടെങ്കിൽ പോകാമെന്ന തീരുമാനത്തിലായിരുന്നു അപ്പോൾ. ഭാഗ്യത്തിന് ഒരു ലോറിയിൽ ഇടംകിട്ടി. അങ്ങനെ പാതിരാത്രി കഴിഞ്ഞപ്പോൾ കായംകുളത്തെത്തി. അവിടെനിന്ന് കൊല്ലത്തേക്കുള്ള ഒരു രാത്രിവണ്ടി, ട്രാൻസ്പോർട്ട് ബസ് കിട്ടി. അതിൽ കയറി കരുനാഗപ്പള്ളിയിൽ ഇറങ്ങിയപ്പോൾ രാത്രി അവസാനിക്കാറായിരുന്നു. കരുനാഗപ്പള്ളിയിൽ

നിന്ന് മാരാരിത്തോട്ടത്തിലേക്ക് പത്തു കിലോമീറ്റർ വരും. നേരം വെളുത്തുവരികയാണ്. കിഴക്കോട്ടുതന്നെ നടന്നു, വീട്ടിലെത്തിയപ്പോൾ ഭാര്യ നോക്കി നില്ക്കുന്നു. ഉടനെതന്നെ പുരയിടത്തിലെ കുളത്തിലേക്കിറങ്ങി കുളിച്ചുകയറി വേഗം രാവിലത്തെ പലഹാരം കഴിക്കാനായി ഇരുന്നു. ഇരുന്നപ്പോഴുണ്ട് ഒരാൾ ഓടിയലച്ച് വരുന്നു. നോക്കിയപ്പോൾ മാധവനാണ്.

"എന്താ മാധവാ ഈ സമയത്ത്." മാധവൻ ജനാർദ്ദനക്കുറുപ്പിനെയും കൊണ്ട് അകത്തേ മുറിയിലേക്കു കയറി വാതിലടച്ചു.

"അതേയ്.. നമ്മുടെ മധുസൂദനൻപിള്ളയെ കൊന്നത് വാസുപിള്ളയാണെന്ന് സംശയിച്ച് പൊലീസ് വന്നു."

കൊല്ലത്തെ എവറസ്റ്റ് ഹോട്ടൽ പൊലീസ് ബന്തവസാക്കി വെച്ചിരിക്കുന്നു. കെ പി എ സിയുടെ വാനിൽ വാസുപിള്ളയുടെ ഉടുപ്പ് അഴിച്ചു വെച്ചിട്ടുണ്ട്. അതിൽ നിറയെ ചോരയാണ്. തൊണ്ടി മുതലിന് പൊലീസ് കാവൽ നില്ക്കുകയാണ്. മധുസൂദനൻ പിള്ള വധിക്കപ്പെട്ടിട്ടുണ്ടെങ്കിൽ അത് വാസുപിള്ളയാണെന്നുറപ്പായവിധമാണ് കാര്യങ്ങൾ.

അപ്പോൾ കൊലപാതകത്തിൽ കെ പി എ സിക്ക് പങ്കുണ്ടെന്ന് വരും. കഴിഞ്ഞ ആഴ്ച നമ്മളെല്ലാവരും വാസുപിള്ളയുടെ വീട്ടിൽ മീറ്റിങ് കൂടിയത് ഇതിന്റെ ഗൂഢാലോചനയുടെ ഭാഗമാണെന്നുവരും. വാസുപിള്ള കൈകാര്യംചെയ്ത കണക്കിലെ വിശദീകരണം ചോദിച്ചുകൊണ്ട് ചേർന്ന മീറ്റിങ്ങാണെന്ന കാര്യം നമ്മളിനി പറഞ്ഞാലും സാധുകരിക്കില്ല. അതിനാൽ ഗൂഢാലോചനക്കുറ്റത്തിന് എന്നെയും മാധവനെയുമെല്ലാം അവർ പ്രതിപ്പട്ടികയിൽ ചേർക്കും. തന്നെയുമല്ല കെ പി എ സി കാരണം സാമ്പത്തികമായി സ്ഥിതിഗതികൾ മെച്ചപ്പെട്ട വാസുപിള്ളയോട് നാട്ടിലെ ഫ്യൂഡൽ മാടമ്പിയായ മധുസൂദനൻ പിള്ളയ്ക്ക് അല്പം നീരസമുണ്ടായിട്ടുണ്ടെന്നുള്ള കാര്യവും പരസ്യമാണ്. പലതവണ പരസ്പരം കൈയേറ്റങ്ങളും വാക്കുതർക്കങ്ങളും ഉണ്ടായിട്ടുണ്ടെന്നുള്ള കാര്യവും നാട്ടുകാർക്കെല്ലാമറിയാം. പോരാത്തതിന് ഒരിടത്തുണ്ടായ ഇവരുടെ ഏറ്റുമുട്ടലിനിടയിൽ കയറി ഞാനാണ് പ്രശ്നം ഒതുക്കി സ്ഥലത്തെ പൊലീസ് സ്റ്റേഷനിലെത്തിച്ച് പരിഹാരമുണ്ടാക്കിയത്. അതിന്റെ പ്രതികാരമെന്നോണം വാസുപിള്ളയുടെ സുഹൃത്തായിരുന്ന പ്രഭാകരപിള്ളയെ മധുസൂദനൻപിള്ള വാളെടുത്ത് വെട്ടി. വെട്ടിയിട്ട് പ്രാണരക്ഷാർത്ഥം പിടയുന്ന പ്രഭാകരപിള്ളയുടെ വായിൽ മൂത്രമൊഴിച്ചുകൊടുത്ത കൊടും ക്രൂരനാണയാൾ.

സംഭവമറിഞ്ഞ് സ്ഥലത്തേക്ക് പാഞ്ഞെത്തിയ ജനാർദ്ദനക്കുറുപ്പാണ് മരണവെപ്രാളത്തിൽ കിടന്നു പിടയുന്ന പ്രഭാകരപിള്ളയെ ആശുപത്രിയിലെത്തിച്ചത്. എങ്ങനെയോ ജീവൻ തിരിച്ചുകിട്ടി. ഏതാണ്ട് ഒന്നര മാസത്തെ ആശുപത്രിവാസംകഴിഞ്ഞ് പുറത്തിറങ്ങിയ പ്രഭാകരൻ പിള്ള പ്രതികാരാഗ്നി കെട്ടടങ്ങാത്ത മനസ്സുമായി നടക്കുകയായിരുന്നു. വാസുപിള്ള മധുസൂദനൻ പിള്ളയെ പിന്നെ കാണുന്നത് മധുസൂദനൻ

പിള്ളയുടെ തന്നെ കള്ളുഷാപ്പിൽനിന്ന് സൈക്കിളിലിറങ്ങി വരുന്ന സമയത്താണ്, അപ്പോൾ വഴിമുടക്കി നില്ക്കുകയാണ് വാസുപിള്ള. സൈക്കിളോടുകൂടി ഒറ്റച്ചവിട്ട് കൊടുത്തു. വാസുപിള്ള ദൂരെത്തെറിച്ചു വീണു. ഇതു വകവെയ്ക്കാതെ മുന്നോട്ടുപോയ മധുസൂദനൻപിള്ളയെ തെരഞ്ഞിട്ട് ആക്രമിക്കുകയായിരുന്നു വാസുപിള്ള. രണ്ടുപേരും തമ്മിൽ പൊരിഞ്ഞ അടിയായിരുന്നു. അപ്പോഴാണ് ദൂരേന്ന് വെട്ടുകത്തിയുമായി പ്രഭാകരൻപിള്ള ഓടി വന്നത്. പ്രഭാകരൻ പിള്ള ഒരു മാസത്തിലേറെ നാളായി കൊണ്ടുനടക്കുന്ന കെട്ടടങ്ങിയിട്ടില്ലാത്ത പ്രതികാരാഗ്നിയിൽ മറ്റൊന്നും നോക്കിയില്ല, ഒറ്റവെട്ട്. രണ്ടാമതൊന്നുവെട്ടാൻ വാളുയർത്തിയപ്പോഴേക്കും ചോര ഉയരേക്ക് ചീറ്റിത്തെറിച്ചു. എങ്കിലും നോക്കിയില്ല. വീണ്ടും വീണ്ടും വാൾ ഉയർന്നുതാണു. വെട്ടിക്കൊന്നു തുണ്ടമാക്കിക്കളഞ്ഞു. അപ്പോൾത്തന്നെ വാസുപിള്ളയും പ്രഭാകരൻപിള്ളയും അവിടെക്കിടന്നിരുന്ന കെ പി എ സിയുടെ വാനിൽ കയറി രക്ഷപ്പെട്ടു. ഒരു ബന്ധുവിന്റെ വീട്ടിൽക്കയറി വേഷം മാറിയ ശേഷം വാൻ എവറസ്റ്റ് ഹോട്ടലിന്റെ മുന്നിൽക്കൊണ്ടുപോയി നിർത്തിയിട്ടു. വസ്ത്രങ്ങളെല്ലാം അവർ വാനിൽത്തന്നെയാണ് ഉപേക്ഷിച്ചത്. അവിടന്ന് നേരെ അവർ പോയത് കുരീപ്പുഴയിലേക്കാണ്. അവിടെ അവർ ഒളിവിലിരുന്നു.

മാധവനെയും കുറുപ്പിനെയും പ്രതികളാക്കി കോൺഗ്രസ് രാഷ്ട്രീയം

"ഇന്ന് രാത്രി തിരുവല്ലയിൽ നാടകമുണ്ട്. ഞാൻ ഓഫീസിലെ കലണ്ടറിൽ നിന്നാണ് അതു കണ്ടത്. ബുക്കുചെയ്ത ആളുടെ പേരും വിലാസവും കൈപ്പറ്റിയ അഡ്വാൻസ് തുകയും എഴുതിവെച്ചിരിക്കുന്ന ഡയറിയും വാസുപിള്ളയുടെ കൈയിലാണുള്ളത്. വാസുപിള്ള വരാതെ അലമാര തുറക്കാനാവില്ല."

മാധവൻ അങ്ങനെ പറഞ്ഞപ്പോൾ കുറുപ്പിന് പെട്ടെന്ന് ഒരാശയം വന്നു. അവർ നേരെ തിരുവനന്തപുരത്തെ പാർട്ടി ഓഫീസിലേക്കാണപ്പോൾ പോകാൻ തീരുമാനിച്ചത്. രാവിലത്തെ പ്രാതൽ കഴിക്കാതെ വന്നു കയറിയപാടെ തന്നെ കുറുപ്പ് മാധവനെയുംകൂട്ടി ഒറ്റ ഇറക്കം. നേരെ പോയത് തിരുവനന്തപുരത്തെ പാർട്ടി ഓഫീസിലേക്കാണ്. അവർ ചെന്നു കയറിയപ്പോൾ അവിടെ എസ് കുമാരനുണ്ടായിരുന്നു, അപ്പോഴേക്കും പാർട്ടി ഓഫീസിൽ കാര്യങ്ങളൊക്കെ അറിഞ്ഞിരുന്നു. മാധവനെയും കുറുപ്പിനെയും പ്രതികളാക്കി കെ പി എ സിക്കുകൂടി ഇതിൽ പങ്കുണ്ടെന്ന് വരുത്തിത്തീർക്കാൻ കോൺഗ്രസ് രാഷ്ട്രീയം ശ്രമിക്കുമെന്ന് മുൻകൂട്ടി മനസ്സിലാക്കിയ എസ് കുമാരൻ അപ്പോൾ അവരോട് മറ്റൊരാശയമാണ് പറഞ്ഞത്.

"ഇന്ന് തിരുവല്ലയിൽ നടക്കുന്ന നാടക അവതരണത്തിൽ നിങ്ങൾ പങ്കെടുക്കണം.

കുറുപ്പിനെ അറസ്റ്റു ചെയ്യാൻ അപ്പോൾ പൊലീസ് വരും. എന്നാൽ യാതൊരു കാരണവശാലും പിടികൊടുക്കരുത്."

"എങ്ങനെ അത് സംഭവിക്കും?"

"നിങ്ങൾ നാടകം കളിക്കണം. എന്നാൽ പിടികൊടുക്കുകയുമരുത്."

ഇതുകേട്ടപ്പോൾ ഇരുവർക്കും ചെറിയൊരു ധൈര്യവും ആവേശവും ലഭിച്ചു.

"എല്ലാവരെയും കൂട്ടി വൈകിട്ട് തിരുവല്ലയിലെത്താൻ പറയണം." അതുപ്രകാരം പോറ്റി സാറിനെ വിവരമറിയിച്ചു. നാടകസാമഗ്രികളും അഭിനേതാക്കളുമായി പോറ്റിസാർ മറ്റൊരു വണ്ടിയിൽ തിരുവല്ലയിലേക്ക് തിരിക്കാനുള്ള തയ്യാറെടുപ്പുകൾ നടത്തി.

മാഞ്ഞാലിക്കുളത്തേക്ക് സുലോചനയെ വിളിക്കാനായി അപ്പോൾ കുറുപ്പും മാധവനും എത്തി. അവർ സുലോചനയുടെ അച്ഛനോട് കാര്യങ്ങൾ അവതരിപ്പിച്ചു. ഇതുകേട്ട കുഞ്ഞൂഞ്ഞ് അവരോട് പൊട്ടിത്തെറിക്കുകയാണ് ഉണ്ടായത്.

"കൊലപാതകികളായ നിങ്ങളുടെ കൂടെ എന്റെ മകളെ ഞാനിനി വിടില്ല. എന്തു ധൈര്യത്തിലാണ് നിങ്ങളിവിടെ വന്നിരിക്കുന്നത്. ഇവളെയും കൂടി ജയിലിൽ കയറ്റാനുള്ള ഒരുക്കമാണോ?"

ജനാർദ്ദനക്കുറുപ്പ് ഇതുകേട്ട് ആകെ പരിഭ്രാന്തനായി. സുലോചനയുടെ അച്ഛനോട് തിരിച്ചൊരു മറുപടി പറഞ്ഞ് സമാശ്വസിപ്പിച്ച് അവളെയും കൊണ്ട് വരാനുള്ള സമയമില്ല. അതിനാൽ സുലോചനയോട് ചോദിച്ചു.

"മോളേ നീ എന്തുപറയുന്നു?"

*നിങ്ങളെന്നെ കമ്യൂണിസ്റ്റാക്കി*യിലെ അച്ഛൻ വിളിക്കുന്ന പോലെയാണ് അപ്പോൾ സുലോചനയ്ക്ക് തോന്നിയത്. അതുകേട്ട് സുലോചന അവരുടെ മാനസികാവസ്ഥകൾ മനസ്സിലാക്കി "പ്രസിഡന്റിന്റെ കൂടെ എവിടെ വരാനും ഞാനൊരുക്കമാണ്. അച്ഛൻ പറയുന്നതൊന്നും കാര്യമാക്കേണ്ട" എന്നുപറഞ്ഞു. സുലോചനയുടെ അച്ഛൻ അപ്പോൾ ഇതുകേട്ട് ജ്വലിക്കുകയായിരുന്നു. എന്നാൽ കൃഷ്ണൻകുട്ടിക്കും ഈയൊരവസ്ഥയിൽ കുറുപ്പിനെയും മാധവനെയും സഹായിക്കണമെന്നാണ് തോന്നിയത്. അതിനാൽ അവരുടെ കൂടെ ഉടനതന്നെ കൃഷ്ണൻകുട്ടിയും കയറി. കാർ നേരേ തിരുവല്ലയിലേക്ക് ചീറിപ്പാഞ്ഞു.

തിരുവല്ലയിൽ എത്തിയപ്പോൾ നാടകം കാണാൻ വൻ ജനാവലിയാണ് അവിടെ തടിച്ചുകൂടി നില്ക്കുന്നത്. കൂടാതെ മധുസൂദനൻ പിള്ളയുടെ കൊലപാതക കഥ അപ്പോഴേക്കും അവിടമെല്ലാം കാട്ടുതീപോലെ പടർന്നുകഴിഞ്ഞിരുന്നു. എന്തായാലും നാടകം തുടങ്ങുകയാണെങ്കിൽ അറസ്റ്റു നടക്കുമെന്ന് ജനക്കൂട്ടം കരുതി. ആളുകളുടെയും ആരവങ്ങളുടെയും ഇടയിലേക്ക് കയറ്റി കാർ നിർത്തി. അതിൽനിന്ന് നാലുപേർ ഇറങ്ങി ജനക്കൂട്ടത്തിനിടയിലൂടെ നടക്കുകയാണ്. ഒരു പ്രമാദമായ കേസിലെ പ്രതികളെ നോക്കുന്ന പോലെയായിരുന്നു ചുറ്റു

മുള്ളവർ അവരെ നോക്കിയത്. മുന്നെ ജനാർദ്ദനക്കുറുപ്പ് നടന്നു. കൃഷ്ണൻ കുട്ടി ഏറ്റവും പുറകെ.

തിരുവല്ല പാർട്ടിക്കമ്മിറ്റിയാണ് പ്രോഗ്രാം ബുക്കു ചെയ്തതെന്ന് അവിടെ എത്തിയപ്പോഴാണ് മനസ്സിലായത്. അവരോട് കാര്യങ്ങളൊക്കെ വിശദീകരിച്ചു. ഉടനെ തന്നെ കേശവൻ പോറ്റിയും സംഘവും ഒരു വാനിൽ അവിടെയെത്തി. മൈക്കിലൂടെ അനൗൺസ്മെന്റ് തുടങ്ങി. നാടകം ഏതാനും നിമിഷങ്ങൾക്കകം ആരംഭിക്കും *നിങ്ങളെന്നെ കമ്യൂണിസ്റ്റാക്കി.*

നാടകം തുടങ്ങുന്നതിനു മുൻപ് ജനാർദ്ദനക്കുറുപ്പ് പാർട്ടി നേതാക്കന്മാരുടെ ആഭിമുഖ്യത്തിൽ ഒരു മീറ്റിങ് വിളിച്ചു. ഈ കൊല പാതകത്തിൽ കെ പി എ സിക്ക് പങ്കില്ല എന്ന യാഥാർത്ഥ്യം അവരെ ബോദ്ധ്യപ്പെടുത്തി. എന്നാൽ ഗവൺമെന്റ് ഇതൊരായുധമാക്കി അവ രെയും കെ പി എ സിയെയും പ്രതികളാക്കി അറസ്റ്റുചെയ്യാനാണൊ രുക്കുന്നത്. ഏതുവിധേനയും രക്ഷപ്പെടണം. പൊലീസ് നാടകം തീരുന്നതുവരെ അവിടെയുണ്ടാകും. എല്ലാവരും ശ്രദ്ധിക്കണം.

കുറച്ചുകഴിഞ്ഞപ്പോൾ രണ്ടു വാൻ നിറയെ പൊലീസുകാർ വന്നി റങ്ങുന്നതിന്റെ ശബ്ദം സ്റ്റേജിൽ കേട്ടു. അപ്പോഴേക്കും എല്ലാവരും മേക്കപ്പ് ഇട്ട് റെഡിയായിക്കഴിഞ്ഞിരുന്നു.

നാടകം അവസാനിക്കുന്നതിനു തൊട്ടുമുമ്പ്, ഇനി രണ്ടു രംഗങ്ങൾ കൂടിയുണ്ട് നാടകം തീരാൻ എന്ന് അനൗൺസ് ചെയ്തു. ആ രംഗം തുടങ്ങുന്നതിനുമുൻപായി സ്റ്റേജിനു പുറകിലെ വഴിയിലൂടെ പാർട്ടി പ്രവർത്തകർ ജനാർദ്ദനക്കുറുപ്പിനെ ആരുമറിയാതെ കടത്തിക്കൊണ്ടു പോകണമെന്ന് തീരുമാനിച്ചിരുന്നു. അതുപ്രകാരം നാടകം ആരംഭിച്ചു. ജനങ്ങൾക്ക് നാടകത്തോടൊപ്പം ആകാംക്ഷ ഇനിയെന്തു നടക്കും എന്നു കാര്യത്തിലുമായി. ഒരേപോലെ നാടകവും ശ്രദ്ധിക്കണം നാടകത്തിന്റെ പുറത്തു നില്ക്കുന്ന പൊലീസുകാരെയും ശ്രദ്ധിക്കണം. അവർ നാടകം കാണാനിരുന്നു. ഇടയ്ക്ക് പൊലീസുകാർ സ്റ്റേജിന്റെ സമീപംവരെ വന്ന് നോക്കുന്നുണ്ടായിരുന്നു. ജനാവലി അപ്പോൾ നിശ്ശബ്ദമായി ശ്രദ്ധാപൂർവ്വം വീർപ്പടക്കി ഇരുന്നു. എന്നാൽ നാടകത്തിന്റെ ഓരോരോ രംഗങ്ങൾ കടന്നുവരുമ്പോൾ പൊലീസ് നില്ക്കുന്നുണ്ടെന്ന കാര്യം അവർ മറന്നു പോയി. കഥയിൽ മുഴുകി അവർ പൊട്ടിച്ചിരിച്ചു. മാലയ്ക്കൊപ്പം ഏങ്ങലടിച്ചു. ഗോപാലനൊപ്പം ചേർന്ന് ജന്മിത്തത്തോടുള്ള പ്രതിഷേ ധമനോഭാവത്തിലെത്തി. കഥയിൽ ഇനിയെന്തു നടക്കുമെന്നുള്ള ആകാംക്ഷകൾക്കിടയിൽ പൊലീസിന്റെ നിറം മങ്ങിയതായി അവർക്ക് തോന്നി.

പറഞ്ഞതുപോലെ നാടകം അവസാനിക്കാൻ ഏതാനും രംഗങ്ങൾ മാത്രമായി. ഉടനെ പാർട്ടിപ്രവർത്തകർ വേഷംമാറി തലയിൽ തോർത്തിട്ട് ഇറങ്ങിവന്ന ജനാർദ്ദനക്കുറുപ്പിനെയുംകൊണ്ട് സ്റ്റേജിനു പുറകിലൂ ടെയുള്ള രഹസ്യവഴിയിലൂടെ റോഡിലെത്തി. അവിടെനിന്ന് നേരത്തെ

തയ്യാറാക്കിവെച്ച കാറിൽ കുറുപ്പിനെയും കയറ്റി വണ്ടി കായംകുളത്ത് ഒരു രഹസ്യ താവളത്തിലെത്തി.

പദ്ധതി പ്ലാൻ ചെയ്തതിൽ അണുവിടതെറ്റാതെ കാര്യങ്ങൾ നടന്നു. പൊലീസിനെ അതിവിദഗ്ദ്ധമായി കബളിപ്പിച്ചിരിക്കുന്നു. അവസാന രംഗത്തോടെ കർട്ടൻ വീണു. അവസാന രംഗത്തുനിന്ന് പ്രതീക്ഷിക്കാതെ കുറുപ്പ് മായുമെന്ന് കാണികൾ കരുതിയില്ല. കർട്ടൻ വീണ ഉടനെ പൊലീസ് സ്റ്റേജ് വളഞ്ഞു. പൊലീസ് ഉദ്യോഗസ്ഥർ സ്റ്റേജിനുള്ളിലേക്ക് കയറി. മുഴുക്കെ പരതി. ജനാർദ്ദനക്കുറുപ്പിനെപ്പറ്റി എല്ലാവരോടും ചോദിച്ചു. ആരും 'കണ്ടില്ല' എന്ന ഒരൊറ്റ ഉത്തരമാണ് നല്കിയത്.

പിറ്റേന്ന് രാത്രി ആലപ്പുഴയിലാണ് നാടകം. ജന്മി കേശവൻനായരുടെ വേഷമെടുക്കാൻ വേരൊരാളെ കണ്ടുപിടിക്കാൻ മാധവൻ അന്വേഷണമാരംഭിച്ചു. രാവിലെ ശൂരനാടെത്തി. അവിടെ കമ്യൂണിസ്റ്റ് അനുഭാവിയായ മുടിയിൽത്തറ ഭാസ്കരൻ എന്ന കർഷകനേതാവിനെ കണ്ട് കാര്യങ്ങൾ അവതരിപ്പിച്ചു, ഈയവസ്ഥയിൽ എന്തിനും ഭാസ്കരൻ തയ്യാറായിരുന്നു. ഉടനെതന്നെ രണ്ടുപേരും കായംകുളത്തേക്ക് തിരിച്ചു. കാറിലിരിക്കുമ്പോൾ നാടകത്തിന്റെ റോളിനെപ്പറ്റി വിശദീകരിച്ചുകൊടുത്തു. കായംകുളത്തെത്തി അന്ന് നാലുമണിവരെ റിഹേഴ്സലെടുത്തു.

അന്ന് നാടകം ആലപ്പുഴയിൽ. സഖാവ് ജനാർദ്ദനക്കുറുപ്പ് കേസ് സംബന്ധമായ ചില കാര്യത്തിന് പോയിരിക്കുകയാണ്. അദ്ദേഹത്തിന്റെ ഭാഗം ഇവിടെ അവതരിപ്പിക്കുന്നത് മുടിയിൽത്തറ ഭാസ്കരൻ. അങ്ങനെയൊരാമുഖത്തോടെ പിന്നീടുള്ള എല്ലാ നാടകങ്ങളും അരങ്ങേറാൻ തുടങ്ങി. അതുകഴിഞ്ഞ് നാടകം അങ്കമാലിയിൽ. പിന്നെ ചാലക്കുടിയിൽ. അങ്ങനെയങ്ങനെ അത് നീണ്ടുപോയി. ഇതിനിടയിൽ മാധവനെയും പിടിക്കാനുള്ള പദ്ധതിയിടുന്നു എന്നകാര്യം കെ പി എ സിക്കു മനസ്സിലായി. മാധവനോടും ഒളിവിൽ പോകാനായി പറഞ്ഞു. മാധവൻ അഭിനയിച്ച പപ്പുവിന്റെ വേഷം പിന്നീട് ചെയ്യാനായി വന്നത് തോപ്പിൽ ഭാസി തന്നെയായിരുന്നു.

കുറച്ചു ദിവസങ്ങൾ കഴിഞ്ഞപ്പോൾ കേസിന്റെ വിവരങ്ങൾ പുറത്തുവന്നു. കെ പി എ സിക്ക് കൊലപാതകത്തിൽ പങ്കുണ്ടെന്നു തെളിയിക്കാൻ പറ്റിയ ഒന്നും പൊലീസിന് കിട്ടിയില്ല. സംഭവത്തിനു തൊട്ടുമുമ്പുള്ള ദിവസങ്ങളിൽ വാസുപിള്ളയുടെ വീട്ടിൽ കൂടിയ കെ പി എ സി യോഗത്തിന്റെ മിനിട്സ് ബുക്കിൽ യാതൊരു വിവരവും ഇതുമായി ബന്ധപ്പെട്ടില്ലായിരുന്നു. വരവ്ചെലവു കണക്കിൽ സംഭവിച്ച ചില ആരോപണങ്ങളുടെയും സംശയങ്ങളുടെയും മറുപടിയും മാത്രം. ഒ മാധവനും ജനാർദ്ദനക്കുറുപ്പിനും സംശയത്തിന്റെ നിഴലിൽ പ്രതിപ്പട്ടികയിൽ ഇടം കിട്ടിയില്ല. വാസുപിള്ളയെയും പ്രഭാകര പിള്ളയെയും ചേർത്ത് അഞ്ചു പ്രതികളുടെ ചിത്രങ്ങൾ സഹിതം മധുസൂദനൻ പിള്ള കൊലക്കേസിന്റെ വിശദവിവരങ്ങൾ പത്ര വാർത്തയായി അച്ചടിച്ചു വന്നു. അങ്ങനെ പാർട്ടി നിർദ്ദേശപ്രകാരം ജനാർദ്ദനക്കുറുപ്പും മാധവനും ഒളി

വിൽനിന്ന് പുറത്തുവന്നു. ഐ ജി ചന്ദ്രശേഖരൻ നായർ നേരിട്ട് വിളിച്ച് കാര്യങ്ങൾ തിരക്കി രണ്ടുപേരെയും സമാധാനിപ്പിച്ചു.

കോടാകുളങ്ങര വാസുപിള്ളയെ രക്ഷിക്കാനായി കെ പി എ സി ഉടനെ തന്നെ നിയമപോരാട്ടത്തിനിറങ്ങി. കേസ് ആദ്യം മള്ളൂർ ഗോവിന്ദപ്പിള്ളയെയാണ് ഏല്പിച്ചത്. പിന്നീട് വാസുപിള്ളയുടെ വീട്ടുകാരുടെ അഭിപ്രായപ്രകാരം അത് വേറൊരു വക്കീലിനെ ഏല്പിച്ചു. പത്രവാർത്തകളിൽ നിറഞ്ഞു നില്ക്കുന്നവിധത്തിലായിരുന്നു വാദപ്രതിവാദങ്ങൾ അച്ചടിച്ചു വന്നത്.

വാസുപിള്ളയുടെ നിരപരാധിത്വം തെളിയിക്കാൻ പ്രതിഭാഗം വക്കീലിനായില്ല. ഒടുവിൽ വിധി വന്നു. കേസിൽ പ്രഭാകരൻപിള്ളയുൾപ്പെടെ അഞ്ചു പേർക്ക് ജീവപര്യന്തം. കോടാകുളങ്ങര വാസുപിള്ളയെ തൂക്കിക്കൊല്ലാൻ വിധിച്ചു.

പാലാ ഭരണങ്ങാനത്തെ നാടകാനുഭവം

ഒരു ദിവസം പാലാ ഭരണങ്ങാനത്തായിരുന്നു നാടകം അവതരിപ്പിക്കേണ്ടിയിരുന്നത്. അവിടത്തെ ഒരു തീയറ്ററായിരുന്നു വേദി. നാടകത്തിന് ചെന്നപ്പോൾത്തന്നെ കമ്യൂണിസ്റ്റ് വിരുദ്ധരായിട്ടുള്ളവർ കൂകിവിളി തുടങ്ങി. ഇതൊന്നും കാര്യമാക്കാതെ നാടകം തുടങ്ങി. പ്രേക്ഷകരുടെ സഹകരണവും ആവോളം ലഭിച്ചുകൊണ്ടിരുന്നു. നാടകത്തിന്റെ ഇടവേളയിൽ സുലോചനയും കെ എസ് ജോർജ്ജും സുധർമ്മയും രാജനും ചേർന്ന് പാടാറുണ്ട്. കോറസ് പാടിക്കഴിഞ്ഞപ്പോൾ എതിർവശത്ത് മറപൊളിച്ച് രണ്ടുമൂന്നു പേർ കല്ലെറിയാൻ തുടങ്ങി. അതിലൊരു കല്ല് ജോർജ്ജിന്റെ തലയിൽ കൊണ്ടു. കല്ലുകൊണ്ട ഭാഗത്ത് കൈ പൊത്തി, ഒന്നും സംഭവിക്കാത്ത മട്ടിൽ കെ എസ് ജോർജ്ജ് ബാക്കിഭാഗം ആവേശത്തിൽ പാടാൻ തുടങ്ങി. പാട്ടു തീർന്നതും കൈ മാറ്റിയതും തലയിൽനിന്ന് ചോര ചീറ്റി ആ വേദി അക്ഷരാർത്ഥത്തിൽ ചുവന്നു പോയി. തുടർന്ന് സഖാക്കൾ ഓടിയെത്തി മുറിവേറ്റ ഭാഗം തുണികൊണ്ടുകെട്ടി. ഇന്റർവെല്ലിനു ശേഷം വച്ചുകെട്ടോടെ ജോർജ്ജ് അഭിനയം തുടർന്നു. 1952 ഡിസംബർ 6-ാം തീയതി മലയാള നാടകവേദിയുടെ ചരിത്രത്തിൽ രക്തനക്ഷത്രമുദിച്ച ദിവസമായിരുന്നു അത്.

നിങ്ങളെന്നെ കമ്യൂണിസ്റ്റാക്കി എന്ന നാടകം വലിയ പ്രചാരം നേടിയതോടെ കെ പി എ സിക്കു ഒരുപാടു ബുക്കിങ്ങുകൾ വരാൻ തുടങ്ങി. എത്ര ബുക്കിങ്ങുകൾ വന്നാലും എല്ലാം കൃത്യനിഷ്ഠയോടെ നിർവ്വഹിക്കുവാനുള്ള സംവിധാനങ്ങളും അതിന്റെ ഭാഗമായി ഉണ്ടായിരുന്നു. ആദ്യം ബുക്കുചെയ്തവർ ആരാണോ അവർക്കുവേണ്ടി നാടകം കളിക്കുകയും കൃത്യസമയം പാലിക്കുകയും ചെയ്യുന്നതിൽ കെ പി എ സി പ്രതിജ്ഞാബദ്ധമായിരുന്നു. ആദ്യം പരിപാടി ബുക്കു ചെയ്തത് ഒരു കോൺട്രാക്റ്ററായിരുന്നു. അതുകഴിഞ്ഞാണ് കിളിമാനൂരിലെ

സഖാക്കൾ പരിപാടി ബുക്കുചെയ്യാൻ വരുന്നത്. എന്നാൽ ഡേറ്റില്ലെന്നും ആദ്യം ബുക്കുചെയ്തയാൾക്ക് കൊടുത്തിട്ട് ഡേറ്റ് തരാം എന്നുമായി ജനാർദ്ദനക്കുറുപ്പ്. ഇത് കാര്യക്ഷമതയോടെയുള്ള, അച്ചടക്കത്തോടെയുള്ള നാടക പ്രവർത്തനത്തിന്റെ ഭാഗമായിരുന്നു. അങ്ങനെ ആദ്യം ബുക്കുചെയ്ത് കോൺട്രാക്ടറുടെ അടുത്ത് എത്തിയപ്പോഴാണ് അവരുടെ നാടകട്രൂപ്പിലെ ഒരു നടനവിടെ എത്താൻ സാധിക്കില്ലെന്ന കാര്യമറിയുന്നത്. അതിനാൽ നാടകം അടുത്ത ദിവസത്തേക്ക് നീട്ടിവെക്കണമെന്നായി നാടകക്കാർ. അപ്പോൾ അങ്ങനെയാണെങ്കിൽ പൈസയില്ലാതെ നാടകം കളിക്കണമെന്നും, നിങ്ങൾക്ക് തന്ന ദിവസത്തിൽ കളിക്കാൻ പറ്റുന്നില്ലെങ്കിൽ ഇതൊരു സൗജന്യ സേവനമാക്കണമെന്നും പുച്ഛിച്ചു പറഞ്ഞു. കെ പി എ സിയുടെ കൺവീനർമാരിൽ ഒരാളായ കോടാകുളങ്ങര വാസുപിള്ള അത് ചെവിക്കൊണ്ടില്ല. ഇതു കണ്ട കോൺട്രാക്ടർ എങ്ങനെയെങ്കിലും നാടകം അലങ്കോലപ്പെടുത്താനുള്ള ശ്രമമാരംഭിച്ചു. കുറച്ചു കഴിഞ്ഞപ്പോൾ സുലോചനയും കെ എസ് ജോർജ്ജും പാടാൻ ആരംഭിച്ചു. അപ്പോൾ ഒരാൾ അവരുടെ മുമ്പിൽവന്ന് ഗോഷ്ടികൾ കാണിച്ചുതുടങ്ങി. ഇത് പാടുന്നതിനിടയിൽ അലോസരമുണ്ടാക്കി. കഴുത്തിൽ ഒരു വലിയ സ്വർണ്ണമാലയും ധരിച്ചാണയാളുടെ നില്പ്. പാട്ടുകാർ ഇതൊന്നും ശ്രദ്ധിക്കുന്നില്ലെന്ന മട്ടായപ്പോൾ അയാൾ അട്ടഹാസങ്ങൾ പുറപ്പെടുവിക്കാൻ തുടങ്ങി. ഇതുകണ്ട് ജനാർദ്ദനക്കുറുപ്പ് അയാളെ മാറ്റിനിർത്തി സൗമ്യമായി സംസാരിച്ചു. അയാൾ വീണ്ടും അസ്വസ്ഥനായി. ജനാർദ്ദനക്കുറുപ്പ് പറയുന്നത് കേൾക്കാൻ അയാൾ തയ്യാറല്ല. കുറുപ്പ് അയാളുടെ കരണക്കുറ്റി നോക്കി ഒന്ന് പൊട്ടിച്ചു. കുറച്ചുകഴിഞ്ഞ് അയാൾ കോൺട്രാക്ടറെയും കുറച്ചു ഗുണ്ടകളെയുംകൊണ്ട് വീണ്ടും സ്റ്റേജിലെത്തി. സ്ത്രീകളെയൊക്കെ ശല്യപ്പെടുത്താൻ തുടങ്ങി. ഉടൻ തന്നെ മൈക്കിലൂടെ ജനാർദ്ദനക്കുറുപ്പ് അനൗൺസ്മെന്റ് ചെയ്തു. “ഈ നാടകം തുടർന്നു നടത്തുന്നതിൽ ഞങ്ങൾക്ക് പ്രയാസമുണ്ട്. നാടകം ബുക്കുചെയ്ത കോൺട്രാക്ടറും കൂട്ടാളികളും വന്ന് ഞങ്ങളുടെ സ്ത്രീകളെ മാനഭംഗപ്പെടുത്താനുള്ള ശ്രമം നടത്തുന്നു. നിങ്ങളുടെ സംരക്ഷണം ഉണ്ടെങ്കിൽ മാത്രമേ ഇനി നാടകം കളിക്കാനാകൂ.”

സ്റ്റേജിൽ ശബ്ദങ്ങൾ നിലച്ചു. ലൈറ്റുകൾ എല്ലായിടത്തും തെളിഞ്ഞു. ഇതുകേട്ട കാണികൾ “ആരെടാ ഞങ്ങടെ സഖാക്കന്മാരെ ശല്യപ്പെടുത്തുന്നത്” എന്ന് ചോദിച്ചുകൊണ്ട് സ്റ്റേജിനു പുറകിലേക്ക് ഇരച്ചു വന്നു. കോൺട്രാക്ടറുടെയും ഗുണ്ടകളുടെയും കോളറിനുപിടിച്ച് ജനം സ്റ്റേജിനുപുറകിലേക്ക് വലിച്ചിഴച്ച് കൊണ്ടുപോയി. ആരവങ്ങൾക്കിടയിൽ അവർ എങ്ങനെയോ ഓടി രക്ഷപ്പെട്ടു. വീണ്ടും കർട്ടൻ ഉയർന്നു. സുലോചനയും ജോർജ്ജും പാട്ടുകളുടെ ഒരു നിരതന്നെ ആലപിച്ച് ജനങ്ങളെ കൂടുതൽ ആവേശഭരിതരാക്കി.

കരുനാഗപ്പള്ളിയിലെ അവതരണം

ഒരിക്കൽ കരുനാഗപ്പള്ളിയിൽ നാടകം അവതരിപ്പിക്കാനെത്തി. അവിടെയും തീയറ്റർ ആയിരുന്നു വേദിയായി മാറിയത്. കുറച്ചുകഴിഞ്ഞ് ആകെ വിവശനായി കോൺട്രാക്ടർ ഗ്രീൻറൂമിലെത്തി. എന്താ പ്രശ്നം? തീയറ്ററിന്റെ വലിപ്പമറിയാതെ ടിക്കറ്റ് മുഴുവൻ കൊടുത്തു. ഇപ്പോൾ പാതി ജനം തീയറ്ററിനു പുറത്ത് നില്ക്കുന്നതേയുള്ളു. തീയറ്ററിനുള്ളിൽ നിറയ്ക്കാവുന്നത്ര ആളുകളെ നിറച്ചിരിക്കുകയാണ്. വാതില്ക്കൽവരെ കുത്തിയിരുന്നാണ് ആൾക്കാർ നാടകം കാണാൻ തയ്യാറായിരിക്കുന്നത്. പുറത്തുനിന്ന് ഒരാളെപ്പോലും അകത്തേക്കോ അകത്തുനിന്ന് ഒരാളെപ്പോലും പുറത്തേക്കോ കയറ്റാൻ പറ്റാത്ത അവസ്ഥ. പുറത്തു നില്ക്കുന്ന ജനം അവരെക്കൂടി കയറ്റിയില്ലെങ്കിൽ നാടകം നടത്താനനു വദിക്കില്ല, ഈ തീയറ്റർ അവർ കത്തിക്കുമെന്നാണ് പറയുന്നത്. ജനം ഇരച്ചാർക്കുകയാണ്. എന്തുചെയ്യും?

ഇതുകേട്ട ജനാർദ്ദനക്കുറുപ്പ് വളരെ സൗമ്യനായി മൈക്കിലൂടെ അനൗൺസ് ചെയ്തു. "ആരും തന്നെ നിരാശപ്പെടേണ്ടതില്ല. നാടകം കാണാൻ വന്ന നിങ്ങളെ ഒരാളെപ്പോലും നാടകം കാണിക്കാതെ മുന്നോട്ടുപോകുന്ന പ്രശ്നമില്ല. തീയറ്ററിനകത്ത് എല്ലാവർക്കും കയറാനുള്ള സ്ഥലം ഇപ്പോഴില്ല. അതിനാൽ ഈ സ്ഥലപരിമിതി കാരണം ഞങ്ങൾ രണ്ടാമതും ഈ തീയറ്ററിൽ നാടകം നടത്തുവാൻ തീരുമാനിച്ചിരിക്കുകയാണ്." ഇതു കേട്ടതും ജനാവലി ഹർഷാരവം മുഴക്കി. നാടകം തുടങ്ങി. പുറത്ത് ജനക്കൂട്ടം കാത്തുനില്ക്കുകയാണ്. നാടകത്തിന്റെ ബെല്ലു മുഴങ്ങുന്നതും ശ്രദ്ധിച്ച് തീയറ്ററിന്റെ നാലുപാടും അവർ ക്ഷമയോടെ കാത്തു നില്ക്കുകയാണ്. ഇടയ്ക്ക് വരുന്ന സംഭാഷണശകലങ്ങളും പാട്ടുകളും അവരുടെ നെഞ്ചിടിപ്പുകളാണ്. അക്കാലത്ത് ജനങ്ങൾ നെഞ്ചേറ്റിയ അതിലെ ഗാനങ്ങൾ ഓരോ മനുഷ്യന്റെയും ജീവിതത്തെ വല്ലാതെ സ്വാധീനിച്ചിരുന്നു.

രണ്ടാമത്തെ നാടകം കഴിഞ്ഞപ്പോൾ നേരം വെളുത്തു. അതുവരെ ഉറങ്ങാതെ ഇരിക്കുകയായിരുന്നു ജനക്കൂട്ടം. നൂറ്റാണ്ടുകളായി ഉറക്കം നഷ്ടപ്പെട്ട, അദ്ധ്വാനിച്ചദ്ധ്വാനിച്ച് ജീവിതത്തിന്റെ വെളിച്ചമൊക്കെ മാഞ്ഞുപോയ കണ്ണുകൾ. ആ നാടകത്തോടുകൂടി പുതിയൊരു വെളി ച്ചത്തെ, കരുത്തിനെ സ്വയം ഏറ്റെടുത്തിരിക്കുകയാണവർ. തീയറ്ററിന്റെ വാതിലുകൾ തുറന്നപ്പോൾ ഇങ്കിലാബ് സിന്ദാബാദ് മുഴക്കിയാണ് ആ ജനാവലി തിരിച്ചു പോയത്. നാടകവണ്ടി പ്രവർത്തകരെയുംകൊണ്ട് വടക്കോട്ട് തിരിച്ചു.

മഞ്ചേരിയിൽ

മലപ്പുറത്ത്, മഞ്ചേരിയിൽ വാൻ വന്നുനിന്നു. ടാറിടാത്ത റോഡിൽ പൊടി പൊങ്ങി അന്തരീക്ഷം ഒരു ചുവപ്പു മേഘമായി രൂപപ്പെട്ടു.

വാനിൽനിന്ന് എല്ലാവരും ഇറങ്ങി. അവിടെയെങ്ങും ആരെയും കാണാതാ യപ്പോൾ അവർക്ക് സ്ഥലം മാറിയതായി തോന്നി. എന്താണ്! സംഭവിച്ചത് എന്ന് മനസ്സിലാകാതെ ചുറ്റുംനോക്കി. വളരെ അകലെ മാറി നില്ക്കുന്ന ഒരാളോട് കാര്യം തിരക്കി. കുറേ കണ്ണുകൾ ഏറുകണ്ണിട്ട് വീടുകളുടെയും പുരയിടങ്ങളുടെയും അതിരു കടക്കാതെ അവരെ നോക്കുന്നു. ചിലർ മുള്ളുവേലിയുടെ പുറകിൽനിന്ന് നോക്കുന്നു. എന്താണ് പ്രശ്നം?

"അതേയ് ബേറെ കൊയൊപ്പൊന്നൂല്യ. ഇങ്ങൾ കമ്യൂണിസ്റ്റാരാ ണെന്ന് ആണ് ഞങ്ങടെ പള്ളീന്റെ ആൾക്കാർ പറഞ്ഞിക്കണത്. ഈ നാടകം ദുനിയാവിന് ആപത്താണേന്നും ഞങ്ങളെ മതപരിവർത്തനം നടത്തി കാഫറീംഗളാക്കാൻള്ള പൊറപ്പാടാണത്രേ ഇതൊക്കെ എന്നാ പറയണത്. കൂടാതെ ഇങ്ങള് പെണ്ണുങ്ങളുടെ ഔറത്തും മൊഞ്ചും കണ്ട് ഞങ്ങടെ നാട്ടുകാർടെ ഈമാം മുയ്മനും പോകും. അയ്നാല് ഈ നാടകം ഞമ്മക്ക് പറ്റൂല എന്നാണ് പറേണത്, അത്വോണ്ട് ന്റെ കുട്ട്യേളെ, ഇങ്ങൾ ബന്ന ബയ്ക്കന്നെ പൊയ്ക്കോളീ. അതാ ങ്ങ്ക്ക് നല്ലേത്."

ഇതുകേട്ടപ്പോൾ പ്രശ്നം എന്താണെന്ന് മനസ്സിലായി. ഇവിടെ നാടകം നടത്താതെ എങ്ങനെയാണ് തിരിച്ചുപോകുക. ഒന്ന്, അഭിമാന പ്രശ്നം. രണ്ട് സാമ്പത്തികപ്രശ്നം. ഇത്രദൂരം എത്തിപ്പെടാൻ വന്ന ചെലവ്, തിരികെ പോകാനുള്ള ചെലവ്, ഭക്ഷണം, താമസം. ഇതിനൊ ക്കെയുള്ള അനുദിന തയ്യാറെടുപ്പുകളെ കെ പി എ സിക്കുള്ളൂ. ഒരിടത്തു നിന്നുള്ള പണം കിട്ടിയിട്ടു വേണം അടുത്ത സ്ഥലത്തേക്ക് പോകാൻ. കൂടാതെ നാടകപ്രവർത്തകരായി നില്ക്കുന്നവരുടെ ചെലവുകളും മറ്റും. അവർക്ക് ഉപജീവനമാർഗ്ഗമായെന്തെങ്കിലും വേതനം കൊടുക്കാൻ പോലും നിർവ്വാഹമില്ലാത്ത അവസ്ഥയാണിപ്പോൾ. എങ്ങനെ തിരിച്ചു പോകും?

സെക്രട്ടറി ഉൾപ്പെടെ എല്ലാവരുംകൂടി അവിടെയുള്ള സമുദായ മേല ദ്ധ്യക്ഷന്മാരെ കണ്ട് സംസാരിക്കാമെന്ന തീരുമാനത്തിലെത്തി. അവർ അങ്ങനെ അവിടത്തുകാരായ കുറച്ച് ആൾക്കാരെയും കൂട്ടി ഒരു പ്രമാ ണിയുടെ വീട്ടിൽ ചെന്നു. അയാളോട് ഈ നാടകത്തിന്റെ ഇതിവൃത്തം മുഴുവൻ പറഞ്ഞ് കേൾപ്പിച്ചു. ഇതിൽ നിങ്ങളുടെ മതവുമായി ബന്ധ പ്പെട്ട യാതൊരു പരാമർശവും വരുന്നില്ല. അതുമല്ല മതപരിവർത്തനം ഇതിൽ ലക്ഷ്യമല്ല. അവതരിപ്പിക്കുമ്പോൾ നാടകം ഇനി അങ്ങനെയെ ന്തെങ്കിലും നിങ്ങൾക്ക് തോന്നുകയാണെങ്കിൽ എന്തു ശിക്ഷ ഏല്ക്കാനും ഞങ്ങൾ തയ്യാറാണ്.

ഇതുകേട്ടപ്പോൾ മതമേലദ്ധ്യക്ഷന്മാരുടെയും പ്രമാണിമാരുടെയും ഭാഗത്തുനിന്ന് അല്പമൊരയവുണ്ടായി. അവരോട് ചെറിയൊരു സഹ താപം തോന്നുകയും നാടകം നടത്താനുള്ള അനുവാദം അവർക്ക് കൊടുക്കുകയും ചെയ്തു.

നാടകം അവിടെ ആരംഭിച്ചു. കർട്ടൻ ഉയർന്നു. ആദ്യം കാണികൾ കുറവായിരുന്നു. പിന്നീട് രണ്ടുമൂന്നു സമൂഹഗാനങ്ങൾ ആലപിച്ചപ്പോൾ

എവിടെ നിന്നൊക്കെയോ ആളുകൾ വന്നുതുടങ്ങി. മുള്ളുവേലികൾ ഇപ്പോൾ കാണാനില്ല. അത്രയും ആളുകൾ അവിടെ തടിച്ചെത്തി. സ്ത്രീകളിൽ പലരും ദൂരെ മാറി പുരയിടങ്ങളിലും മരത്തിന്റെ ചുവട്ടിലുമായി നില്ക്കുന്നു. നാടകത്തിന്റെ ഓരോ ചലനങ്ങളെയും സസൂക്ഷ്മം ശ്രദ്ധിച്ച് ഒരു ജനാവലി നില്ക്കുന്നു. ചിലയിടങ്ങളിൽ അവരും നാടകത്തോടൊപ്പം വന്ന് മാനസികമായി ചേർന്നോ എന്നു സംശയം. ചിലയിടങ്ങളിൽ അവരുടെ കണ്ണുകൾ നിറഞ്ഞോ? ഗദ്ഗദപ്പെട്ടോ? ഒടുക്കം കർട്ടൻ വീഴുന്നതുവരെ ശ്വാസമടക്കിപ്പിടിച്ച് ആബാലവൃദ്ധം ജനങ്ങളും അവിടെ നിന്നു.

ഇന്റർവെൽ ആയിട്ടും ബുക്കുചെയ്ത ആളുകളെ കാണാതെ സെക്രട്ടറി കുഴങ്ങി. അവസാനം മൈക്കിലൂടെ അനൗൺസ് ചെയ്തു.

"ഞങ്ങൾ കായംകുളത്തുനിന്നും മഞ്ചേരിയിൽ വന്ന് നാടകം കളിക്കുന്നതിന് ഭാരിച്ച ഒരു തുക യാത്രാക്കൂലിയും മറ്റുമായി ചെലവുണ്ട്. ഇതുവരെ നാടകം ബുക്കുചെയ്ത സംഘാടകരെ കാണാനില്ല. ഇനി അവരെ കാണാൻപറ്റുമോ എന്ന് തോന്നുന്നുമില്ല. തിരിച്ച് ഞങ്ങൾക്ക് നാട്ടിൽ ചെല്ലുകയും വേണം. ഇതിനാവശ്യമായ പണം ഞങ്ങളുടെ കൈയിലില്ല. ഇപ്പോൾ ഞങ്ങളുടെ സമിതിയിലെ രണ്ടു പേർ നിങ്ങളുടെ അടുത്തേക്ക് ഒരു പാത്രവുമായി വരും. നിങ്ങളുടെ കൈയിലുള്ള ചെറിയൊരു പങ്ക് അതിലിടാനുള്ള മനസ്സ് കാണിക്കണം."

അതു കേട്ടപ്പോൾ പാത്രത്തിൽ എവിടെ നിന്നാണെന്നറിയില്ല, പണം വന്നുവീണു. ആകെ മുന്നൂറു രൂപ കിട്ടി.

ചാലക്കുടിയിൽ

നിങ്ങളെന്നെ കമ്യൂണിസ്റ്റാക്കി നാടകം അപ്പോഴും അരങ്ങു നിറഞ്ഞ് കളിച്ചുകൊണ്ടിരിക്കുകയാണ്. സുമയായും മാലയായും മാറി മാറി അഭിനയമികവ് കാഴ്ചവെച്ചുകൊണ്ടിരുന്നു സുലോചനയും സുധർമ്മയും.

സുലോചന പല സമയങ്ങളിലും സുധർമ്മയുടെ അഭിനയജീവിതം ശ്രദ്ധിച്ചിരുന്നു. ഒരു സ്ത്രീയെന്ന നിലയിൽ വളരെയധികം കഷ്ടപ്പാടുകളിലൂടെയാണ് സുധർമ്മ കടന്നുവരുന്നതെന്ന് മനസ്സിലായിരുന്നു. വീട്ടിലെ സാഹചര്യങ്ങൾ സാമ്പത്തികപരാധീനതകൾ എന്നിവ അവൾ മാറ്റിയെടുക്കുന്നത് നാടകത്തിൽനിന്നു കിട്ടുന്ന വരുമാനം കൊണ്ടാണ്. അഭിനയത്തിന്റെ പൂർത്തീകരണത്തിനായി കഥാപാത്രമാകുന്നതിൽ സുധർമ്മയുടെ പാകപ്പെടൽ മാതൃകാപരമാണ്. എന്നാൽ ഈയിടെയായി അവൾ വളരെയധികം മാനസിക ബുദ്ധിമുട്ടിലാണ്. ഒരു ദിവസം അഭിനയിച്ചുകൊണ്ടിരിക്കുന്നതിനിടെ തലകറങ്ങി വീണു. പിന്നീട് പലസ്ഥലങ്ങളിലും ഇതാവർത്തിച്ചു. കർട്ടൻ താഴ്ത്തി കുറച്ചു സമയത്തിനുശേഷമാണ് നാടകം വീണ്ടും തുടങ്ങാൻ കഴിഞ്ഞത്.

ഒരു ദിവസം ചാലക്കുടിയിലായിരുന്നു *കമ്യൂണിസ്റ്റാക്കി* അവതരിപ്പിച്ചത്. അവിടെ പാർട്ടി സജീവമല്ലാതിരുന്ന കാലമാണ്. കമ്യൂണിസ്റ്റുവിരുദ്ധരുടെ ഒച്ചപ്പാടും ബഹളവും ഇടയ്ക്കിടെ ഉണ്ടാകുന്നു. ചിലപ്പോൾ

സ്റ്റേജുതന്നെ പൊളിഞ്ഞുപോകുമോ എന്ന് സംശയിച്ചുപോകും. അതു പോലെയുള്ള അക്രമമാണ് അവിടെ അരങ്ങേറുന്നത്. അങ്ങനെയുള്ള സ്ഥലങ്ങളിൽ ഇതിനെയൊക്കെ അതിജീവിച്ച് അഭിനയിക്കുക തന്നെ യായിരുന്നു കെ പി എ സിയുടെ രീതി. അക്ഷരാർത്ഥത്തിൽ ഒരു സമര പരിപാടിപോലെയായി ഇങ്ങനെയുള്ള വേദികളിലെ നാടകാഭിനയം. അക്കാലത്ത് ഭരണകക്ഷി കോൺഗ്രസ് ആയതിനാൽ എങ്ങനെയെങ്കിലും കെ പി എ സിയെ ഇല്ലാതാക്കുക എന്നത് അധികാരിവർഗ്ഗം സ്വപ്നം കണ്ടിരുന്നു.

സുധർമ്മയുടെ തുടരെയുള്ള തളർച്ചയും തലകറങ്ങി വീഴലും കാരണം കെ പി എ സി തന്നെ അവളെ ആശുപത്രിയിൽ എത്തിച്ചു. സമയത്ത് ഭക്ഷണം കഴിക്കാതിരിക്കലും വിശ്രമമില്ലാത്ത ജീവിതം നയി ക്കലുമാണ് കാരണമെന്ന് ഡോക്ടർ പറഞ്ഞു. പിന്നീട് സുധർമ്മയോട് വിശ്രമത്തെക്കുറിച്ച് പലരും പറഞ്ഞെങ്കിലും അവൾ അതിനൊന്നും വഴങ്ങിയില്ലായിരുന്നു. അഭിനയിച്ചുകൊണ്ടിരിക്കുമ്പോൾ സ്റ്റേജിൽവെച്ച് മരിച്ചു വീഴുകയാണെങ്കിൽ അതാണേറ്റവും ഭാഗ്യമെന്ന് കരുതുന്ന ഒരാളാണ് സുധർമ്മ.

ചാലക്കുടിയിലെ ബഹളവും കൂക്കിവിളിയും അലങ്കോലവും നട ക്കാൻ തുടങ്ങിയപ്പോൾ സുധർമ്മയ്ക്ക് വീണ്ടും തളർച്ച വന്നു. അവൾ മയങ്ങിയപ്പോൾ സുലോചന അവളെ ഗ്രീൻറൂമിലെ ബഞ്ചിൽ കിടത്തി.

ഒട്ടും അമാന്തിക്കാതെ നാടകം ആരംഭിക്കുകയും ചെയ്തു. സുലോചന സ്റ്റേജിൽ കയറി. അവളുടെ ഭാഗം അഭിനയിച്ചുകൊണ്ടി രിക്കുകയാണ്. ഗ്രീൻറൂമിൽ സുധർമ്മ നല്ല ഉറക്കവും. കുറച്ചു കഴി ഞ്ഞപ്പോൾ സുധർമ്മ ഞെട്ടിയുണർന്നു. നോക്കിയപ്പോൾ സുലോചന മേയ്ക്കപ്പ് ചെയ്തുകൊണ്ടിരിക്കുന്നു. സൂക്ഷിച്ചുനോക്കിയപ്പോൾ കണ്ടത്. സുമത്തിന്റെ വേഷമല്ല, ധരിച്ചിരിക്കുന്നത്, മറിച്ച് അത് സുധർമ്മയുടെ വേഷമായ മാലയുടെതാണ്. എന്ത്? തന്റെ വസ്ത്രമോ? അവൾ ഞെട്ടിത്തരിച്ച് എഴുന്നേറ്റ് ചോദിച്ചപ്പോൾ സുധർമ്മ കിടന്നോളു എന്നാണ് സുലോചന പറഞ്ഞത്.

സുധർമ്മയെ ഉറങ്ങാൻ അനുവദിച്ചിട്ട് സുലോചന ആ രംഗത്ത് എല്ലാമായി മാറുകയായിരുന്നു. കാണികൾ അത്ഭുതപ്പെട്ടു, ഇതുവരെ കാണാത്ത ഒരു മാലയെ അവർ അന്ന് ചാലക്കുടിയിൽ കണ്ടു. പ്രകോ പനങ്ങളും പ്രകമ്പനങ്ങളും ഒന്നുംതന്നെ സുലോചനയ്ക്കും കെ പി എ സിക്കും പ്രശ്നമായിരുന്നില്ല.

സുധർമ്മയുടെ പ്രശ്നങ്ങൾക്കിടയിൽ അവൾക്ക് സർക്കാർ സ്കൂളിൽ ജോലികിട്ടി. പകൽ സമയത്ത് സ്കൂളിൽ പോക്കും രാത്രി സമയത്ത് ഉറക്കമില്ലാതെ നാടകാഭിനയവും. വർഷങ്ങളായപ്പോൾ അവൾ രോഗിയാകുകയായിരുന്നു. ഈയവസരത്തിലാണ് അവൾക്ക് താല്ക്കാ ലിക ജോലി മാറി സ്ഥിരനിയമനം കിട്ടുന്നത്. കോൺഗ്രസ് സർക്കാർ സുധർമ്മയെ ബുദ്ധിമുട്ടിക്കാൻ വേണ്ടി പല സ്ഥലങ്ങളിലേക്ക് സ്ഥലം

മാറ്റം കൊടുത്തുകൊണ്ടിരുന്നു. പുതിയ ജോലിയായതുകാരണം ഫിക്സേഷൻ നടക്കാത്ത കാരണത്താൽ ശമ്പളവും ലഭിക്കാതെയായി.

സാംബശിവൻ പടിയിറങ്ങി

സാംബശിവന് അക്കാലത്ത് കഥാപ്രസംഗത്തിൽ ധാരാളം തിരക്കുകൾ ഉണ്ടായിക്കൊണ്ടിരിക്കുകയാണ്. മുൻപ് കോടാകുളങ്ങരയുമായി ഉറപ്പിച്ച വ്യവസ്ഥയിൽ കഥാപ്രസംഗത്തിൽ അവസരം വരികയാണെങ്കിൽ പോകാമെന്നായിരുന്നു. നാടകം നിർത്തിപ്പോകാനുള്ള ഒരു മുൻകൂർ ജാമ്യം സാംബശിവന് വാസുപിള്ള കൊടുത്തിരുന്നു. ഇന്ന് അദ്ദേഹം വധശിക്ഷയും നോക്കി ജയിലിൽ കഴിയുകയാണ്. എന്തു വിധിവൈപരീത്യം. സാംബശിവൻ സുലോചനയോടായി ഇക്കാര്യം മുൻകൂട്ടി പറഞ്ഞിരുന്നു. എക്സിക്യൂട്ടിവ് കമ്മിറ്റിയിലും ഇക്കാര്യം പറഞ്ഞ് അനുവാദം ചോദിച്ചു. അങ്ങനെ കെ പി എ സിയുടെ പടികളിറങ്ങി. പകരക്കാരനായി പിന്നീട് വന്നത് രാജഗോപാലൻ നായരാണ്. പാടാനുള്ള കഴിവുള്ളതുകൊണ്ട് വേറൊരു ഗോപാലന്റെ വേഷം അക്കാലത്ത് *കമ്യൂണിസ്റ്റാക്കി*യിൽ പുനർജ്ജനിച്ചു. എന്നാൽ അധികം വൈകാതെ രാജഗോപാലൻ നായരും കെ പി എ സി വിട്ടു. അപ്പോഴൊക്കെ കോടാകുളങ്ങര വാസുപിള്ളയുടെ കേസിന്റെ നാൾവഴികൾ പത്രമാധ്യമങ്ങളിലൂടെ പുറത്തു വന്നുകൊണ്ടിരുന്നു. മാധവനും കുറുപ്പിനും ഓരോ വാർത്ത വരുമ്പോഴും ഉള്ളിൽ നടുക്കമായിരുന്നു. എങ്കിലും അവർ പുറമേക്ക് ധൈര്യം അവലംബിച്ചുകൊണ്ടിരുന്നു. അതൊന്നും വകവെക്കാതെ നാടകം നിറഞ്ഞ സദസ്സിൽ മുന്നേറിക്കൊണ്ടിരുന്നു.

രാജഗോപാലൻ നായർക്കുശേഷം വന്നത് *ജനയുഗം* പത്രാധിപസമിതിയംഗമായ വൈക്കം ചന്ദ്രശേഖരൻ നായരാണ്. കഥയും നാടകവും കവിതയും ചേർന്ന അസാമാന്യമായ കലാകാരനാണ് വൈക്കം. നല്ലപോലെ പാട്ടുകൾ പാടാനറിയാം. ചിത്രകാരനുമായിരുന്നു. മുടിയൊക്കെ നീട്ടി ഭാഗവതരുടെ രീതിയിലായിരുന്നു പിന്നീട് ഏറെക്കാലം.

സുലോചനയുടെ കൂടെയാണഭിനയിക്കേണ്ടത്. ആദ്യ വേദിയിൽ സംഭാഷണ ശകലങ്ങൾ മറന്നുപോയി നിന്നിട്ടുണ്ട്. ഇത് അറിയാതിരിക്കാനായി വളരെയേറെ വിഷമിച്ചു. എന്നാൽ അത്തരം രംഗങ്ങൾ അരോചകമായിത്തോന്നാതിരുന്നത്, വൈക്കം നല്ലപോലെ പാട്ടുകൾ പാടി അഭിനയിച്ചതുകൊണ്ടാണ്.

തുടക്കക്കാർക്ക് സംഭാഷണം മറന്നുപോകുമ്പോൾ സ്റ്റേജിന്റെ വശങ്ങളിൽ നിന്ന് ആരുമറിയാതെ അതുപറഞ്ഞുകൊടുക്കേണ്ട ജോലി കേശവൻ പോറ്റിയുടേതായിരുന്നു. കുറച്ചുനാൾക്കു ശേഷം വൈക്കം ചന്ദ്രശേഖരൻ നായരും അഭിനയം മതിയാക്കി തിരികെ *ജനയുഗ*ത്തിലേക്കു തന്നെ പോയി.

ഇതിനിടയിൽ പഞ്ചായത്ത് തിരഞ്ഞെടുപ്പ് വന്നു. അപ്പോൾ, മത്സരാർത്ഥിയായി മാറിയ കാരണം തോപ്പിൽ ഭാസി കുറച്ചുകാലം സമിതിയിൽ നിന്ന് വിട്ടുനിന്നു.

ഇലക്ഷനു ശേഷം കമ്യൂണിസ്റ്റ് പാർട്ടി ഭൂരിപക്ഷത്തോടെ വിജയിക്കുകയും തോപ്പിൽ ഭാസി പഞ്ചായത്ത് പ്രസിഡന്റാവുകയും ചെയ്തു. എന്നാൽ കേരളത്തിൽ മുഴുവനും പഞ്ചായത്തുകൾ അന്ന് നേടിയത് കോൺഗ്രസാണ്. അതിനാൽ കെ പി എ സിയുടെ നാടക വാനിനുനേരെ പലയിടങ്ങളിലും ആക്രമണങ്ങൾ കോൺഗ്രസുകാർ അഴിച്ചുവിട്ടു.

കൊല്ലത്ത് പെരിങ്ങനാട് എന്നൊരു സ്ഥലത്തു ചെന്നപ്പോൾ കോൺഗ്രസ് അനുകൂലികൾ വന്ന് കെ പി എ സിയുടെ വാൻ തടഞ്ഞു.

കെ പി എ സി ഗോ ബാക്ക്, കമ്യൂണിസ്റ്റ് പാർട്ടി മുർദ്ദാബാദ് എന്നു വിളിച്ചുകൊണ്ടാണ് അവർ വാഹനം തടഞ്ഞുനിർത്തിയത്. എന്തുതന്നെ വന്നാലും നേരിടുകതന്നെ എന്ന ആത്മധൈര്യം സുലോചനയ്ക്കുമുണ്ടായത് അങ്ങനെയാണ്.

മലബാറിൽ കെ പി എ സിയുടെ പടയോട്ടം

പിന്നീട് മലബാറിൽ കെ പി എ സിയുടെ പടയോട്ടം തുടങ്ങി. കെ പി എ സിയുടെ ഗായകസംഘത്തിന്റെ ഗാനമേളയും കോറസ് പാട്ടുകളും, നാടകവും അതിന്റെ വിപ്ലവാഭിമുഖ്യവും മലബാറിന്റെ ഗ്രാമാന്തരങ്ങളിലേക്ക് വിശാലമായ അർത്ഥത്തിൽ വ്യാപിച്ചു. കെ ടി മുഹമ്മദിന്റെയും കെ ദാമോദരന്റെയും ചെറുകാടിന്റെയും ഇടശ്ശേരിയുടെയും നാടകങ്ങളിലൂടെ കടന്നുപോയ മലബാറിന് കെ പി എ സിയുടെ അവതരണങ്ങൾ നവ്യാനുഭവമായി മാറി. പ്രത്യേകിച്ച് കഥാപാത്രങ്ങളുടെ ഭാഷയും അവരുടെ ജീവിതശൈലിയും മറ്റും യഥാതഥമായിത്തന്നെ ആവിഷ്കരിക്കുന്നത് അവരെ കൂടുതൽ ആകർഷിച്ചു. അവിടങ്ങളിലെ നാടകങ്ങളിൽ കാണാത്ത രീതിയിലുള്ള ചിത്രീകരണത്തിലെ പുതുമ നാടകം കൂടുതൽ ശ്രദ്ധിക്കപ്പെടുന്നതിന് കാരണമായി. നാടോടി സംഗീതവും താളങ്ങളും ചേരുന്ന പാട്ടിന്റെ ഘടന കഥാഗതിയെ സാരമായി ബാധിക്കുന്നു എന്നുള്ളതും അവരെ ചെറുതായല്ല വിസ്മയിപ്പിച്ചത്.

ഒരു ദിവസം കോഴിക്കോട് നഗരത്തിലൂടെ കെ പി എ സി നാടക വാൻ പൊയ്ക്കൊണ്ടിരിക്കുകയാണ്. കോഴിക്കോടൻ കടപ്പുറത്തിന്റെയും നഗരവഴിയോരങ്ങളുടെയും പുരാതനമായൊരു സംഗീതം അവിടമാകെ ലയിച്ചുചേർന്നിരിക്കുന്നു. പഴയ ഇരുനിലക്കെട്ടിടങ്ങൾ, ഓടിട്ടതും മുന്നിലേക്ക് ചായ്ച്ചിരിക്കുന്നതുമായ പുരകൾ, കടകൾ, കടകളുടെ ഇടയിലൂടെ നൂലുപോലെ നൂൽക്കമ്പികൾ പോലെ ചേർന്നുപോകുന്ന വഴികൾ. അതിലൂടെ ആളുകളും വാഹനങ്ങളും സഞ്ചരിച്ചുകൊണ്ടിരിക്കുന്നു. കടപ്പുറത്തുനിന്ന് വീശിയടിക്കുന്ന കാറ്റ് വഴിയോരങ്ങളിലെ മരങ്ങളിലും വലിയ കെട്ടിടങ്ങളുടെ മേൽക്കൂരകളിലൂടെയും ചുറ്റിപ്പോകുന്നു. പാറിപ്പറക്കുന്ന ചെങ്കൊടിയുമായി കെ പി എ സിയുടെ വാൻ ഏതോ ഒരു ഗാനവും നെഞ്ചിലേറ്റി ഒഴുകി വരുന്നു. അതിനുള്ളിലെ ഗായകരും അഭിനേതാക്കളും പിന്നണിക്കാരും കൂടിച്ചേർന്നൊരു സംഘഗാനമായി

അത് മാറിയത് അവർ അറിഞ്ഞിരുന്നില്ല. ഒച്ചയും ബഹളവും കേട്ട് ഒരു പൊലീസ് സബ് ഇൻസ്പെക്ടർ അവരുടെ വാഹനത്തിനുനേരെ കൈകാണിച്ചു. പൊലീസ് സ്റ്റേഷനായിരുന്നു അതെന്ന് അവർക്ക് ശ്രദ്ധിക്കാൻ പറ്റിയിരുന്നില്ല. ജനാർദ്ദനക്കുറുപ്പും മാധവനും അപ്പോൾത്തന്നെ വാഹനത്തിൽ നിന്നിറങ്ങി. അവർ പുറത്തു നില്ക്കുന്ന എസ് ഐയുടെ അടുത്തേക്കു ചെന്നു.

"എന്താടാ വണ്ടിയിൽ ഒരു പാട്ടും കൂത്തും.

ആരെടാ ഈ വണ്ടീന്റെ ആള്? ഇതാർ ടെ പേരിലാടാ വണ്ടി?"

"ഞാനാണു സാറെ," കുറുപ്പ് പറഞ്ഞു. "എന്റെ പേരിലാണ് രജിസ്ട്രേഷൻ."

ആരടാ എന്തടാ എന്നൊക്കെയുള്ള ആക്രോശങ്ങൾ ഇതിനുമുമ്പ് കേട്ടിട്ടില്ല. അതിനാൽ വാനിനകത്തുണ്ടായിരുന്നവരെല്ലാം ഒന്നിച്ചിറങ്ങി കുറുപ്പിനു പുറകിലായി നിലയുറപ്പിച്ചു.

കൂടെ നില്ക്കുന്ന സുന്ദരികളായ നടികളെക്കൂടി കണ്ടപ്പോൾ എസ് ഐക്ക് കുറച്ചുകൂടി ഉശിരു കൂടി. അതുകണ്ട് അതുവഴി പോയിക്കൊണ്ടിരുന്ന വഴിപോക്കരൊക്കെയും അവിടെ തടിച്ചുകൂടി. ഏതാണ്ടൊരു തെരുവുനാടകത്തിനുള്ള ആളുകൾ അവിടെ വന്നു നിറഞ്ഞു നില്ക്കുകയാണ്. അവരെ വലംവെച്ച് വാഹനങ്ങളൊക്കെയും പൊയ്ക്കൊണ്ടിരുന്നു.

എസ് ഐ വളരെ പരുഷമായി എല്ലാവരെയും നോക്കി. കുറുപ്പിനോടായി ചോദിച്ചു:

"എന്താടാ വാഹനത്തിലൊരു കൊടി കെട്ടിവെച്ചിരിക്കുന്നത്. ആർടെ പതിനാറടിയന്ത്രത്തിനാടാ പോകുന്നത്."

"സാർ, ഞങ്ങൾ നാടകം അവതരിപ്പിക്കാൻ വന്നവരാണ്. കെ പി എ സി.യുടെ പ്രവർത്തകരും കലാകാരന്മാരുമാണ്."

"ഓഹോ! നാടകത്തിനു വന്നതാണല്ലേ? അപ്പോൾ നാടകത്തിനു വന്നവർക്കെന്തിനാടാ ചുവന്ന കൊടി. നാടകം നടത്താൻ വന്നാൽ നാടകം നടത്തിയിട്ട് പൊയ്ക്കോണം. അഴിച്ചുമാറ്റടാ കൊടി."

ഇത്രയും കേട്ടപ്പോൾ സൗമ്യമായി പ്രതികരിക്കാതെ നിന്ന ജനാർദ്ദനക്കുറുപ്പിന്റെ ഉള്ളിൽ തീ ആളിക്കത്തി.

പൊലീസ് ആയതുകൊണ്ട് അമർഷം ഉള്ളിലടക്കി.

കൊടിയഴിക്കാൻ വേണ്ടി മുന്നോട്ടുവന്ന ഒരു പൊലീസുകാരന്റെ മുന്നിൽ ചാടി ഒരലർച്ചയായിരുന്നു, കുറുപ്പ്.

"കൊടിയിൽ തൊട്ടുപോകരുത്."

ഉടനെ ജനാർദ്ദനക്കുറുപ്പിന്റെ നേർക്ക് സ്റ്റേഷനുമുന്നിൽനിന്ന് ഒരുപറ്റം പൊലീസുകാർ ഇരച്ചു വന്നു. അപ്പോൾ ജനാർദ്ദനക്കുറുപ്പിന്റെ മുന്നിലേക്ക് കടൽത്തിരപോലെ സുലോചന എത്തി..

"ആ കൊടിയിലോ ഞങ്ങളുടെ പ്രസിഡന്റിന്റെ ദേഹത്തോ നിങ്ങൾ കൈവെച്ചാൽ ഞങ്ങളിവിടെ മരിച്ചു വീഴും. മാറി നില്ക്കങ്ങോട്ട്."

പൊലീസുകാരും എസ് ഐയും പിന്നോട്ടൊന്ന് മാറി. അപ്പോഴേക്കും സുധർമ്മയും വിജയകുമാരിയും ഭാർഗ്ഗവിയും വീറോടെ വന്ന് സുലോചനയുടെ പിന്നിൽ അണിനിരന്നു. അവിടെ അപ്പോൾ കൂടിയ ആളുകളും ഒരു നാടകം കാണുന്നപോലെ വീർപ്പടക്കി നിന്നു.

പെട്ടെന്ന് അതുവഴി വന്ന കാറിൽനിന്ന് ഒരാൾ ഇറങ്ങി പുറത്തേക്ക് വന്നു. അയാളെക്കണ്ട് എസ് ഐ ഒന്നു നോക്കി.

കെ പി ആർ ഗോപാലൻ

"എന്താടോ ഇവിടെ?"

"സാർ ഇവർ.."

"ഇവരാരാണെന്ന് തനിക്കറിയാമോ?"

"ഇല്ല സാർ."

"എങ്കിൽ അത് പഠിക്കണം. ഇത് കെ പി എ സിയുടെ പ്രശസ്ത കലാകാരന്മാരാണ്. അവരുടെ നേതാവാണ് ജനാർദ്ദനക്കുറുപ്പ്."

"ഞാനറിഞ്ഞില്ല സാർ."

"ഇല്ലെങ്കിൽ അത് അറിയണം."

എസ് ഐയോട് കാര്യങ്ങൾ പറഞ്ഞ് മനസ്സിലാക്കി.

അയാൾ തലതാഴ്ത്തി നിന്നു.

കെ പി ആറും കെ പി എ സിക്കാരും അവിടെ നിന്ന് പോയി.

ചെങ്കൊടി വീണ്ടും പാറി.

തലശ്ശേരിയിൽ

തലശ്ശേരിയിലെ തിരുവങ്ങാട് ഗേൾസ് സ്കൂളിൽ വെച്ചായിരുന്നു *നിങ്ങളെന്നെ കമ്യൂണിസ്റ്റാക്കി* അവതരിപ്പിച്ചത്.

അന്ന് മലബാറിൽ ഏറ്റവുമധികം ജനങ്ങൾ തടിച്ചുകൂടിയ ഒരു വേദികൂടിയായിരുന്നു അത്. കാസർഗോഡ് മുതൽ മലപ്പുറം വരെയുള്ള ആളുകൾ നാടകം കാണാനായി വന്നിരിക്കുകയാണ്. ജീപ്പുകളിലും വാനുകളിലുമായി വന്ന അവർ വാഹനങ്ങൾ സ്കൂൾ മൈതാനത്ത് പാർക്ക് ചെയ്തിരിക്കുകയാണ്. പാർട്ടിയുടെ വിവിധ ജില്ലാതല നേതാക്കളെയും അവരുടെ പ്രവർത്തകരെയും കൊണ്ട് നിറഞ്ഞുകവിഞ്ഞ സദസ്സ്. അന്നത്തെ സമ്മേളനം എ കെ ജി ആണ് ഉദ്ഘാടനം ചെയ്തത്. രാത്രി ഒൻപതരമണിക്കാണ് നാടകം തുടങ്ങേണ്ടത്. എ കെ ജിയുടെ പ്രസംഗം കഴിഞ്ഞ് കർഷകത്തൊഴിലാളികളും സാധാരണക്കാരും പാർട്ടിപ്രവർത്തകരും ആകാംക്ഷയുടെ നിമിഷപുഷ്പങ്ങൾ അന്തരീക്ഷത്തിൽ നിന്ന് പറിച്ചെടുത്തുകൊണ്ടിരുന്നു.

ചുവന്ന കർട്ടനിലെ കെ പി എ സിയുടെ മുദ്രയിൽ നോക്കി അക്ഷമരായി ആയിരങ്ങൾ ഇരിക്കുമ്പോഴാണ് ഒരു അനൗൺസ്മെന്റ് വരുന്നത്. "നാടകം ആരംഭിക്കുന്നു." ആയിരങ്ങളുടെ ചിറകടിയൊച്ചപോലെ നിലയ്ക്കാത്ത കൈയടികൾ അവിടെ മുഴങ്ങി. കർട്ടൻ ഉയർന്നു. എങ്ങും നിശ്ശബ്ദതയായിരുന്നു. വേദിയിൽനിന്നുള്ള സംഭാഷണങ്ങളും പാട്ടുകളും

അല്ലാതെ മറ്റൊരു ശബ്ദവും അവിടെ കേൾക്കാനില്ല. സാധാരണ സ്റ്റേജിൽ നില്ക്കുമ്പോൾ കണ്ണുകളിലേക്ക് സ്റ്റേജ് ലൈറ്റ് എത്ര കടന്നു വന്നാലും അതിനു പുറകിലിരിക്കുന്ന കാണികളുടെ സാന്നിദ്ധ്യം അഭിനയത്തിനിടെ അറിയാൻ പറ്റും. സൂക്ഷിച്ചു നോക്കിയാൽ തെളിഞ്ഞുവരുന്ന പുരുഷാരത്തിന്റെ നിറങ്ങൾ. ഇരുട്ടിൽനിന്ന് തെളിഞ്ഞുവരുന്ന ആയിരം മുഖങ്ങൾ. അവരുണ്ടാക്കുന്ന എന്തെങ്കിലും ശബ്ദങ്ങൾ. അതുമല്ലെങ്കിൽ വളരെ നേർമ്മയോടെ ശ്രദ്ധിച്ചാൽ അവരുടെ ശ്വാസോച്ഛ്വാസം പോലും പിടിച്ചെടുക്കാൻ പറ്റും. എത്ര തീവ്രമായ ഭാവാവിഷ്കാരങ്ങളുടെ സങ്കീർണ്ണതയിൽ അകപ്പെട്ടാലും ഒരു അഭിനേതാവിനെ സംബന്ധിച്ച് കാണിയുടെ ഒരു ചെറു സാന്നിദ്ധ്യമെങ്കിലും സ്വാംശീകരിക്കാതെയുള്ള നില്പ് മറ്റൊരു ശൂന്യതയാണ് സൃഷ്ടിക്കുക. ആയിരങ്ങൾ വീർപ്പടക്കി നില്ക്കുകയായിരുന്നു എന്നുപറഞ്ഞാൽ അത്ഭുതമാകും. തിരുവങ്ങാട്ടെ ഗേൾസ് സ്കൂളിൽ കൂടിയ മലബാറിന്റെ പരിച്ഛേദത്തെ, താൻതന്നെ പടുത്തുയർത്തിയ ഒരു ഈണത്തിന്റെ പൊങ്ങിയുയരുന്ന രാഗവിതാനത്തിനു മീതെക്കൂടി നോക്കുമ്പോൾ അവിടെ ശൂന്യതമാത്രമെന്നുതോന്നി അല്പനിമിഷം നിന്നു സുലോചനയിലെ സുമം.

ഇല്ല തനിക്ക് തോന്നിയതാണ്, ആ നിശ്ശബ്ദത രാത്രി ഒന്നിളകാൻ തുടങ്ങിയപോലെയുണ്ട്. ഓരോ നിമിഷങ്ങളെയും ശ്രദ്ധിച്ച് വീക്ഷിച്ചുകൊണ്ടിരിക്കുന്ന ആയിരങ്ങളുടെ മനസ്സ് ഇപ്പോൾ ഒന്നായിരിക്കും. ഒരു മനസ്സായി അത് ഉണർന്നിരിക്കുകയാണ്. ഉണർവ്വിന്റെ അഗാധതയെന്നത് നിശ്ശബ്ദതയായിരിക്കുമോ? സുലോചനയ്ക്ക് അത് കണ്ടപ്പോൾ അങ്ങനെ തോന്നി.

ഒടുക്കം മാലയുടെ കൈകളിൽനിന്ന് പരമുപിള്ള ചെങ്കൊടി വാങ്ങി, “ഇങ്ങു താ മോളേ, ഇതെനിക്ക് പിടിക്കണം” എന്ന നാടകത്തിന്റെ അന്ത്യരംഗം, ഏറ്റവും വൈകാരികതയോടെ അവതരിപ്പിക്കുമ്പോൾ ആയിരത്തോളം വേദികളിലായി മുഴങ്ങിക്കൊണ്ടിരുന്ന ആ ഇരമ്പം കേൾക്കുന്നില്ല. സുലോചന വീണ്ടും നോക്കി. ഇല്ല ശബ്ദമൊന്നുമില്ല. പ്രതികരണമൊന്നുമില്ലാത്തതെന്തേ എന്ന് ചെവിയോർക്കെ അതാ വരുന്നു ഇതുവരെ കേൾക്കാത്ത മറ്റൊരു കടലിന്റെ ശബ്ദം. അതൊരു തിര മാത്രമായിരുന്നില്ല. ഒടുങ്ങാത്ത ആവേശത്തിന്റെ പെരുങ്കടൽത്തിര മാലകളായിരുന്നു. നാടകത്തിന്റെ അവസാന നിമിഷംപോലും പിടിച്ചെടുക്കാനായി നിശ്ശബ്ദമായി പിൻവാങ്ങി നിന്ന, പോരാട്ടവീര്യങ്ങളിൽ നിന്നിളകിപ്പോയ മറ്റൊരു താളപ്പെരുക്കം. കർട്ടൻ താഴേക്ക് വീഴുന്നതിനുമുൻപുള്ള ആ ഒറ്റ നിമിഷത്തിൽ ആ കടൽ ഒന്നിച്ച് എഴുന്നേറ്റുനിന്നു, ഒരേ ശബ്ദത്തിൽ ഇങ്കിലാബ് സിന്ദാബാദ് വിളിച്ചു.

അതുകഴിഞ്ഞുള്ള നാടകം കല്യാശ്ശേരിയിലെ പി കൃഷ്ണപിള്ള മെമ്മോറിയൽ സ്കൂളിന് ഫണ്ട് സമാഹരിക്കാൻ വേണ്ടിയുള്ളതായിരുന്നു. *നിങ്ങളെന്നെ കമ്യൂണിസ്റ്റാക്കി* എന്നെഴുതിയ വലിയ തുണി വലി

ച്ചുകെട്ടിയിരിക്കുന്നു. അന്ന് എല്ലാവർക്കുമുള്ള ഭക്ഷണം തയ്യാറാക്കിയത് കെ പി ആർ ഗോപാലന്റെ വീട്ടിൽ നിന്നുമായിരുന്നു. മലബാറിലെ ഭക്ഷണം ഇത്ര ആസ്വാദ്യകരമായി സുലോചന കഴിക്കുന്നത് അവിടെവെച്ചാണ്. അവിടെവെച്ച് സുലോചനയ്ക്ക് ഒരു കൂട്ടുകാരിയെയും കിട്ടി. സുലോചനയുടെ തന്നെ സമപ്രായക്കാരിയായവൾ. കെ പി ആർ ഗോപാലന്റെ അനന്തിരവൾ ശാരദ. അവർ വളരെ പെട്ടെന്നുതന്നെ സുഹൃത്തുക്കളായി. കല്ലുമ്മക്കായ വറുത്തതും പൊരിച്ചതും കറിവെച്ചതും നല്ല നെയ്ച്ചോറും കുമ്പളങ്ങക്കറിയും വല്ലാത്തൊരു രുചിയായിരുന്നു. ഒരിക്കലും നാവിൻ തുമ്പിൽനിന്നു പോകാത്ത വിധം എരിവും പുളിയും ചേരുന്ന ആ ചേരുവകൾ മറ്റൊരു കടൽ വിഭവത്തിൽനിന്നും സുലോചനയ്ക്ക് കിട്ടാത്തതാണ്.

നാടകത്തിന്റെ മഹത്തായ പാരമ്പര്യമുറങ്ങുന്ന മണ്ണാണ് അത്. മഹാകവി കുട്ടമത്തും വിദ്വാൻ പി കേളുനായരും പടുത്തുയർത്തിയ സംഗീതനാടകപാരമ്പര്യത്തിന്റെ വഴിയിൽനിന്ന് പുരോഗമനാശയങ്ങളുമായി മുന്നോട്ടുവന്ന കെ കേളപ്പനും മൊയ്യാരത്തു ശങ്കരനും വിഷ്ണു ഭാരതീയനും കെ പി ആർ ഗോപാലനും തുടങ്ങിവെച്ച മറ്റൊരു വഴി കൂടി ച്ചേരുന്നുണ്ട്. അതിന്റെ അവസാനമാണ് കെ ദാമോദരനും ചെറുകാടും ഇടശ്ശേരിയും വന്നത്. പിന്നീട് തിക്കോടിയനും കെ ടി മുഹമ്മദും. അങ്ങനെ സമകാലികരായ നൂറുകണക്കിന് നാടകരചയിതാക്കളുമായി ഇന്ന് മലബാർ നിറഞ്ഞു നില്ക്കുകയാണ്. ഇന്നലെ വേറൊരിടത്ത് *ഇതു ഭൂമിയാണ്* എന്ന നാടകം കളിച്ചിട്ടുണ്ടായിരുന്നു. *കമ്യൂണിസ്റ്റാക്കി* എന്ന നാടകം കാണാനായി കെ ടി മുഹമ്മദ് നാടക ക്യാമ്പിലെത്തി പറയുമ്പോഴാണ് അത് അറിയുന്നത്. അദ്ദേഹം *കമ്യൂണിസ്റ്റാക്കി* മുഴുവനായും കണ്ടു. എന്നിട്ട് എല്ലാവരെയും പരിചയപ്പെടാൻ വേണ്ടി നാടക ക്യാമ്പിലേക്ക് വന്നു. സുലോചനയും സുധർമ്മയും വിജയകുമാരിയും ഉൾപ്പെടെ എല്ലാ അഭിനേതാക്കളുമായും കെ ടി മുഹമ്മദ് സംസാരിച്ചു. എന്നിട്ട് *കമ്യൂണിസ്റ്റാക്കി* നാടകത്തെക്കുറിച്ചെഴുതിയ അദ്ദേഹത്തിന്റെ ഒരു ആസ്വാദനക്കുറിപ്പുകൂടി കൊണ്ടുവന്ന് ജനാർദ്ദനക്കുറുപ്പിന് കൊടുത്തു.

അതിൽ ഗോപാലൻ, മാത്യു എന്നീ കഥാപാത്ര സ്വീകരണത്തിൽ കാണിച്ച പിഴവുകൾ ചൂണ്ടിക്കാട്ടിയിരിക്കുന്നു. മറ്റൊന്ന് നാടകത്തിന്റെ പശ്ചാത്തലം കുറച്ചുകൂടി പഠനാർഹമായി ചെയ്യണം എന്നതായിരുന്നു. ഇവ ഒഴിച്ചാൽ *കമ്യൂണിസ്റ്റാക്കി* ഒരു വലിയ വിജയമാണെന്നും അദ്ദേഹം പറഞ്ഞു.

മലബാറിൽ ആഴ്ചകൾ നീണ്ട പര്യടനത്തിനൊടുവിൽ കോഴിക്കോട് മുതലക്കുളം മൈതാനത്തു കൂടിയ പൊതു സമ്മേളനത്തോടെയാണ് വടക്കൻ യാത്രയ്ക്ക് വിരാമമായത്. കമ്യൂണിസ്റ്റ് പാർട്ടിയുടെ പോളിറ്റ് ബ്യൂറോ അംഗമായിരുന്ന സഖാവ് ഇ എം എസ് സമ്മേളനം ഉദ്ഘാടനം

ചെയ്തു. കെ പി എ സി അംഗങ്ങളെയെല്ലാവരെയും അന്ന് രക്തഹാരം അണിയിച്ചു.

എല്ലവരുടെയും കണ്ണുകൾ ചുവന്നു. ഉച്ചത്തിൽ മുദ്രാവാക്യം വിളിച്ച് കെ പി എ സിയുടെ വാനിൽ കയറ്റി യാത്രയാക്കി. വാനിന്റെ മുന്നിൽ രാത്രി മുഴുവനും ആ ചെങ്കൊടി നിലയ്ക്കാതെ പാറിക്കൊണ്ടിരുന്നു.

സിനിമയിലേക്ക് വീണ്ടും

മലബാർ പര്യടനം കഴിഞ്ഞ് തിരിച്ചെത്തിയപ്പോൾ കെ പി എ സിയിൽ ഒരാൾ വന്നുനില്ക്കുന്നു. മറ്റാരുമല്ല. കാമ്പിശ്ശേരി കരുണാകരൻ. അദ്ദേഹത്തിന്റെ അസുഖം ഭേദമായി. ഇപ്പോൾ മറ്റു ജോലികളൊക്കെ ചെയ്യാമെന്നായി. എഴുത്തും പത്രപ്രവർത്തനവും കൂടെയുണ്ട്. അങ്ങനെ വീണ്ടും പരമുപിള്ള *കമ്യൂണിസ്റ്റാക്കി*യിൽ വന്നുചേർന്നു. മാധവൻ തിരിച്ച് പപ്പുവിന്റെ വേഷത്തിലേക്കും പോയി.

ഒരു ദിവസം കാമ്പിശ്ശേരി അപരിചിതനായ ഒരാളുമായി കെ പി എ സിയിൽ എത്തി. അപ്പോൾ മലബാർ യാത്രകളെക്കുറിച്ചുള്ള കാര്യങ്ങളുടെ പുനരവലോകന ചർച്ചയ്ക്കുവേണ്ടി എല്ലാവരും കൂടിയിരിക്കാൻ തുട ങ്ങുകയായിരുന്നു. കാമ്പിശ്ശേരി ആ അപരിചിതനെ എല്ലാവർക്കുമായി പരിചയപ്പെടുത്തി. "ഇദ്ദേഹമാണ് കൈലാസ് പിക്ചേഴ്സിന്റെ ഉടമസ്ഥൻ കെ കെ നാരായണൻ. ചെങ്ങന്നൂർ അങ്ങാടിക്കൽ സ്വദേശിയാണ്. ഇദ്ദേഹം നിർമ്മിക്കുന്ന പുതിയ സിനിമയിൽ അഭിനയിക്കുവാൻ എല്ലാവരെയും ക്ഷണിക്കാനാണ് വന്നത്."

*കമ്യൂണിസ്റ്റാക്കി*യുടെ ചരിത്രവിജയമാണ് നാരായണനെ ഒരു സിനി മയെടുക്കാൻ പ്രേരിപ്പിച്ചത്. കാമ്പിശ്ശേരി അതിനെപ്പറ്റി വിശദീകരിക്കാൻ തുടങ്ങി.

"കേരളക്കര മുഴുവനും അറിയപ്പെട്ട ഈ നാടകവും അതിലെ അഭി നേതാക്കളും കൂടിച്ചേർന്നൊരു സിനിമയെടുത്താൽ അതൊരു വൻവിജ യമാകുമെന്ന് ആർക്കാണറിയാത്തത്?"

നാരായണൻ സംസാരിക്കുകയാണ്. ജനാർദ്ദനക്കുറുപ്പും കേശവൻ പോറ്റിയും മാധവനും തോപ്പിൽ കൃഷ്ണപിള്ളയും സുലോചനയും സുധർമ്മയും ചുറ്റും ഇരിക്കുന്നു.

മലബാറിലും കൊച്ചിയിലും തിരുവിതാംകൂറിലും ഒരുപോലെ പ്രചാരമുള്ള മറ്റേത് നാടകസമിതിയും നാടകവുമുണ്ട് ഇക്കാലത്ത്. ഇതിന്റെ ജനകീയ സ്വഭാവം ഇക്കാലത്തെ മറ്റൊരു നാടകത്തിനോ സമിതിക്കോ ലഭിച്ചിട്ടില്ല എന്നായിരുന്നു നാരായണന്റെ നിരീക്ഷണം.

സുലോചനയും കാമ്പിശ്ശേരിയും ഒ എൻ വിയും ദേവരാജനും എല്ലാവരും കൂടുമ്പോൾ ഉണ്ടാവുന്ന ഒരു സിനിമ എന്നത് അഭ്രപാളി യിലെ മറ്റൊരു ചരിത്രമായിരിക്കും.

"കൊട്ടാരക്കര ശ്രീധരൻനായരെയും ആറന്മുളപൊന്നമ്മയെയും പി

കെ വിക്രമൻ നായരെയും ആദ്യമായി വെള്ളിത്തിരയിലെത്തിച്ച ആളാണ് ഈ ഇരിക്കുന്നത്."

നാരായണന്റെ സിനിമയിലൂടെ ശ്രദ്ധേയരായവരുടെ കാര്യങ്ങൾ കാമ്പിശ്ശേരി പറയാൻ തുടങ്ങി.

"എല്ലാം നല്ലതുതന്നെ." പറഞ്ഞുവന്ന ആശയങ്ങൾ സംഗ്രഹിച്ചു കൊണ്ട്; "എക്സിക്യൂട്ടീവ് കമ്മിറ്റിയുടെ അംഗീകാരമുണ്ടെങ്കിലേ നമുക്ക് സിനിമയിലഭിനയിക്കാൻ സാധിക്കു" എന്നുപറഞ്ഞ് കുറുപ്പ് ആ ചർച്ച അവിടെ അവസാനിപ്പിച്ചു.

പിന്നീട് എക്സിക്യൂട്ടീവ് കമ്മിറ്റിയിൽ ചർച്ച ചെയ്ത് അത് അംഗീകരിക്കുകയും ചെയ്തു.

നേമത്തുള്ള മെറിലാന്റ് സ്റ്റുഡിയോയിൽ ഷൂട്ടിങ് നിശ്ചയിച്ചു. നാടകക്കാരെ മാത്രം വെച്ചുകൊണ്ടുള്ള ഭാഗ്യപരീക്ഷണത്തിന് പക്ഷേ, നിർമ്മാതാവ് കെ കെ നാരായണൻ തയ്യാറായിരുന്നില്ല. സിനിമ നാടകം പോലെ സർഗ്ഗാത്മകതയുടെ ഒരു പ്രത്യേക ഘടനയിൽ നിശ്ചയിക്കപ്പെടുന്ന ഒന്നല്ല എന്ന് സുലോചനയ്ക്ക് മനസ്സിലായി. അത് പല അഭിരുചികളുടെയും കൂട്ടായ ഒരു സൃഷ്ടിയാണ്. അഭിരുചികളെ സിനിമ കൂടുതലും സാമ്പത്തികഭദ്രതയുമായി ബന്ധപ്പെട്ടാണ് നിശ്ചയിച്ചിട്ടുള്ളത്. അതിനാൽ അന്നത്തെ ജനകീയ അഭിനേതാക്കൾ തന്നെയായിരുന്നു ആ സിനിമയുടെയും മുൻനിരയിൽ ഉണ്ടായിരുന്നത്. തിക്കുറുശ്ശി സുകുമാരൻ നായർ, സത്യൻ, ആറന്മുള പൊന്നമ്മ, പങ്കജവല്ലി, മുത്തയ്യ എന്നീ അഭിനേതാക്കളുടെ കൂടെ *കമ്യൂണിസ്റ്റാക്കി*യിൽ നിന്നുമുള്ളവരെ തെരഞ്ഞെടുത്തു, എന്നാൽ കെ പി എ സി യിലെ എല്ലാവരെയും അതിൽ ഉൾപ്പെടുത്തിയുമില്ല. സംഗീതം ഒ എൻ വിയും ദേവരാജനും ആണെന്നാണ് പറഞ്ഞത്. എന്നാൽ സിനിമയുടെ ചർച്ചകൾ കഴിഞ്ഞപ്പോൾ അതിൽ പിന്നെയും ആളുകൾ കൂടി. ഒ എൻ വി കുറുപ്പിനെ കൂടാതെ മെറിലാന്റുകാരുടെ പരിചയത്തിലൂടെ തിരുനയിനാർക്കുറിച്ചിയും ബ്രദർ ലക്ഷ്മണനും ഉൾപ്പെട്ടു.

*കാലം മാറുന്നു*വിലെ പാട്ടുകളിലേറെയും പാടിയത് സുലോചന യല്ല. കവിയൂർ സി കെ രേവമ്മയും ശാന്താ പി നായരും കെ എസ് ജോർജ്ജും ലളിതാതമ്പിയും കമുകറ പുരുഷോത്തമനും ജയവിജയന്മാരുമാണ്. ഇങ്ങനെ ഒരു നീണ്ട നിരയായിരുന്നു അതിലെ ഗായകർ.

ആ മലർപ്പൊയ്കയിൽ – റെക്കോഡിങ് സ്റ്റുഡിയോയിൽ എത്തിയപ്പോൾ

സുലോചനയ്ക്ക് ലഭിച്ച പാട്ട് ദേവരാജനാണ് സംഗീതം ചെയ്യേണ്ടത്. പാട്ടു റെക്കോർഡു ചെയ്യാനായി തീയതി അടുത്തു വരികയാണ്. പക്ഷേ, പാട്ട് ആയിട്ടില്ല. പാട്ടെഴുതാൻ ചുമതലപ്പെടുത്തിയിരിക്കുന്നത് ഒ എൻ വി കുറുപ്പിനെയും. ഓരോ ദിവസം കഴിയുമ്പോഴും ഇന്നു വിളിക്കും ഇന്നു

വിളിക്കും എന്നു പ്രതീക്ഷിച്ചു. പക്ഷേ, വിളിച്ചില്ല. പിന്നീടാണ് അറിയുന്നത്, ഒ എൻ വി കുറുപ്പ് എം എ പരീക്ഷയ്ക്ക് പോയിരിക്കുകയാണെന്നും അതുകൊണ്ടാണ് പാട്ടെഴുതാൻ താമസിച്ചതെന്നും. അവസാനവർഷ മലയാളം പരീക്ഷയുടെ അവസാന ദിവസമാണ് റെക്കോഡിങ്. ദേവരാജൻ ഒരു കാറുമെടുത്ത് നേരെ പരീക്ഷാഹാളിനു മുൻപിലെത്തി. പരീക്ഷ കഴിഞ്ഞിറങ്ങിയതും ഒ എൻ വിയെ ആ കാറിൽ കയറ്റി മേരിലാന്റ് സ്റ്റുഡിയോയിലേക്ക് എത്തിച്ചു. ഗേറ്റ് കടന്നപ്പോൾ തന്നെ പാട്ടിന്റെ നേരിയൊരു ശബ്ദം പുറത്തേക്കൊഴുകി വരുന്നു. വരികൾ; ഒ എൻ വിയുടേതുതന്നെ. പാട്ടുകൾ എഴുതിക്കിട്ടാതായപ്പോൾ യൂണിവേഴ്സിറ്റി കോളേജ് മാഗസിനിൽ അച്ചടിച്ചുവന്ന ഒ എൻ വിയുടെ 'ആ മലർപ്പൊയ്കയിലാടിക്കളിക്കുന്നൊരോമനത്താമരപ്പൂവേ' എന്ന കവിത മാഗസിനിൽനിന്നെടുത്ത് ദേവരാജൻ ചിട്ടപ്പെടുത്തിയതാണ്.

ഒ എൻ വി നോക്കിയപ്പോൾ സൗണ്ട് റിക്കോഡിസ്റ്റ് കൃഷ്ണൻ ഇളമൺ ഇരിക്കുന്നു. റിഹേഴ്സലാണ്. സുലോചന പാടുന്നത് സ്ഫടികച്ചില്ലുകൾക്കിടയിലൂടെ അവ്യക്തമായി കാണാം. റിഹേഴ്സൽ അവസാനിച്ചു, റെക്കോഡിങ് തുടങ്ങി. കൃഷ്ണൻ ഇളമൺ സുലോചനയുടെയും പശ്ചാത്തലത്തിന്റെയും ശബ്ദ താരള്യത്തെ വരുതിയിലാക്കിക്കഴിഞ്ഞു.

ഗാനം ഒരിക്കൽക്കൂടി.

ഓക്കെ.

റെക്കോഡിങ് കഴിഞ്ഞപ്പോൾ ആ സ്റ്റുഡിയോയുടെ ജാലകം തുറന്നിട്ട് പുറത്തേക്ക് നോക്കി നില്ക്കുകയാണ് ദേവരാജൻ. ഒ എൻ വിക്ക് ആ സുവർണ്ണനിമിഷത്തെ വീണ്ടും അഭിമുഖീകരിക്കണമെന്നുണ്ട്.

സുലോചന സ്റ്റുഡിയോയിൽനിന്ന് പുറത്തേക്കിറങ്ങി. ഷൂട്ടിങ് തുടങ്ങുന്ന ദിവസം ഷെഡ്യൂൾചെയ്ത ആൾക്കാർ വളരെ നേരത്തെതന്നെ എത്തണം. കൃത്യം ഏഴുമണിക്കുതന്നെ ഷൂട്ടിങ് ആരംഭിക്കും. സൂര്യൻ ഉദിക്കുന്നതിനുമുമ്പുതന്നെ മേയ്ക്കപ്പ് തുടങ്ങണം. മേയ്ക്കപ്പ് റൂം കാണുന്നത് ആദ്യമായിട്ടാണ്. രണ്ടോ മൂന്നോ വാൽക്കണ്ണാടികൾ. വിലകൂടിയ മേയ്ക്കപ്പ് ഉപകരണങ്ങൾ, പലതരം ഗ്രീസ് പെയിന്റുകൾ, പൗഡർ ഡപ്പികൾ, സ്പിരിറ്റ്, ഹെയർ ഓയിലുകൾ, ഡൈകൾ, വാഷിങ് ഉപകരണങ്ങൾ, കണ്മഷിക്കൂടുകൾ, കത്രികകൾ, ചീർപ്പുകൾ, ഗ്ലിസറിങ് പൗഡറുകൾ അങ്ങനെ അങ്ങനെ അത് നീണ്ടു പോകുന്നു. സിനിമ ബ്ലാക്ക് ആന്റ് വൈറ്റ് ആയതിനാൽ കടുത്ത വർണ്ണങ്ങൾ ഇടുകയാണെങ്കിൽ കറുപ്പായേ കാണൂ, അതിനാൽ അധികം നിറമില്ലാത്തതാണ് സാരികൾ. മേയ്ക്കപ്പിട്ടു നില്ക്കുന്നവരെ കണ്ടപ്പോൾ ഏതോ കൃത്രിമ ജീവികളെപ്പോലെ സുലോചനയ്ക്ക് തോന്നിച്ചു. എല്ലാവരുടെയും മുഖത്തെ പൗഡറിന്റെ കനം കണ്ടപ്പോൾ അത് വിരൂപമായാണ് തോന്നിയത്.

സിനിമ യാന്ത്രികമായ ഒരു സംവിധാനത്തെയാണ് പൂർണ്ണമായും

ആശ്രയിക്കുന്നതെന്ന് സുലോചനയ്ക്ക് ആദ്യമേ തന്നെ തോന്നി. നാടകത്തിൽ അഭിനയിക്കുമ്പോൾ കിട്ടുന്ന ജീവിതം, അതിന്റെ തുടർച്ചകൾ ഇവിടെയില്ല. സമയവും കാലവും ഇതിലില്ലെന്നു തോന്നിപ്പോകും. ഒരു സ്റ്റുഡിയോയിലായതുകൊണ്ടാകാം. നേരെ മറിച്ച് നാടകത്തിന് കലാവിഷ്കാരം നിറഞ്ഞുനില്ക്കുന്ന പ്രതലത്തെ സ്വാധീനിക്കുന്ന ഘടകങ്ങളെക്കൂടി സൃഷ്ടിച്ചെടുക്കാൻ ശേഷിയുണ്ട്. ഓരോ സമയവും മാറുന്നതുപോലെ ചലനാത്മകത അതിനുണ്ട്. ഇത് സമയത്തിന്റെ നിശ്ചലത കൂടിയാണ്.

ആദ്യമായി സ്റ്റുഡിയോയിൽ കയറിയപ്പോൾ ആദ്യം അവിടത്തെ ബഹളങ്ങളാണ് ശ്രദ്ധയിൽ പെട്ടത്. ക്യാമറാ സംവിധാനങ്ങൾ, ലൈറ്റ്, ഇലക്ട്രിക് വയറുകൾ, കത്തിക്കുകയും അണയ്ക്കുകയും ചെയ്യുന്ന ഉയർന്ന പ്രകാശമുള്ള വിവിധതരം ലൈറ്റുകൾ. വോയ്സ് റിക്കോഡ് ചെയ്യാനുള്ള വിവിധതരത്തിലുള്ള മൈക്കുകൾ നമ്മൾ നടക്കുന്നതിന്റെയും നില്ക്കുന്നതിന്റെയും ഇരുവശങ്ങളിലും ഘടിപ്പിച്ചിരിക്കുന്നു. നടക്കുകയാണെങ്കിൽ നടക്കുന്നതിന്റെ ഒരു രൂപരേഖ വഴിയിൽ ആദ്യമേ അടയാളപ്പെടുത്തി വെച്ചിരിക്കും. ട്രോളിയിൽ നമ്മുടെ കൂടെ നടക്കുന്ന ക്യാമറ. നടക്കുമ്പോൾ അതിന്റെ സ്വാഭാവികമായ ഏതെങ്കിലും പരിണാമത്തിൽ സ്വല്പം അങ്ങോട്ടോ ഇങ്ങോട്ടോ ഒന്നു ചാഞ്ഞുപോയാൽ ഫോക്കസ് ഔട്ടാകും. കട്ട്. വീണ്ടും സ്റ്റാർട്ട് ക്യാമറ ആക്ഷൻ. ഏതോ പട്ടാളക്യാമ്പിൽ ചെന്നു നില്ക്കുന്ന പ്രതീതിയായിരുന്നു ആദ്യം ക്യാമറയുടെ മുന്നിൽ നിന്നപ്പോൾ തോന്നിയത്. പതുക്കെ പതുക്കെ എല്ലാം പരിചയമായിക്കഴിഞ്ഞു.

കാലം മാറുന്നു

സുലോചന ആദ്യമായി അഭിനയിക്കുകയും പാടുകയും ചെയ്ത

കാലം മാറുന്നു എന്ന സിനിമയിൽ ഒ മാധവനും സുലോചനയും

സിനിമ *കാലം മാറുന്നു* ആണ്. മുൻപൊരിക്കൽ സിനിമയിൽ അഭിനയിക്കാൻ സുലോചനയ്ക്ക് താല്പര്യമുണ്ടോ എന്ന് സത്യൻ ചോദിച്ചിരുന്നതാണ്. അന്ന് ഏറക്കുറെ ആഗ്രഹിച്ചു തുടങ്ങിയതുമാണ്. സിനിമ ഏതൊരു അഭിനേതാവിനെ സംബന്ധിച്ചും ഒരു സ്വപ്നഭൂമിയാണ്. സിനിമയിലൂടെയുള്ള പ്രശസ്തി, പ്രചാരം, അതിന്റെ പകിട്ട്, തിരക്കുകൾ, സാമ്പത്തിക ഭദ്രത അങ്ങനെയങ്ങനെ നീണ്ടുപോകുന്നതാണ് സിനിമയുടെ പ്രലോഭനങ്ങൾ. പക്ഷേ, ഒരു അഭിനേതാവിനെ സംബന്ധിച്ച് അയാളുടെ ആവിഷ്കാരത്തിൽ സത്യസന്ധതയോടെ നില്ക്കാൻ കഴിയുന്നവർക്ക് പറ്റുന്ന ഇടമല്ല അത്. കപടതകളെയും കള്ളത്തരങ്ങളെയും ആത്മവഞ്ചനകളെയുമാണ് അവിടം സൃഷ്ടിക്കുന്നത്.

സുലോചനയും ആറന്മുള പൊന്നമ്മയും

സത്യൻ അന്ന് അങ്ങനെ ഒരു ചോദ്യം ചോദിച്ചിരുന്നെങ്കിലും ആ ചോദ്യത്തിന്റെ വിത്തുകൾ മുളയ്ക്കാതെ പോകുകയാണ് ഉണ്ടായത്. ഇപ്പോൾ *കാലം മാറുന്നു* എന്ന ആദ്യ സിനിമയിൽ വർഷങ്ങൾക്കു ശേഷം അഭിനയിക്കാൻ എത്തിയപ്പോൾ തുടക്കത്തിന്റേതായ ഭയാശങ്കകളൊന്നും തോന്നിയില്ല. അതുകഴിഞ്ഞ് സിനിമയിൽ കണ്ടിട്ടുള്ള സത്യന്റെയും തിക്കുറിശ്ശിയുടെയും കൂടെയായപ്പോൾ ചെറുതായൊന്നു ഭയപ്പെടാനും തുടങ്ങി. അത് സത്യൻ തന്നെ മാറ്റിയെടുത്തു. സംവിധായകനും അനുയോജ്യമായ നിർദ്ദേശങ്ങൾ നല്കി. എല്ലാവരുടെയും പ്രോത്സാഹനങ്ങൾ ഓരോ രംഗത്തിലും ഉണ്ടായിരുന്നു. സിനിമാ ഷൂട്ടിങ് പൂർത്തിയായി.

നിർമ്മാതാവ് കെ കെ നാരായണൻ അഭിനയത്തിനുള്ള പ്രതിഫലം തന്നു. ആയിരം രൂപയായിരുന്നു അത്. ഷൂട്ടിങ് പൂർത്തിയാക്കി പിന്നെയും രണ്ടു വർഷം കഴിഞ്ഞ് (1955ൽ) സിനിമ പുറത്തിറങ്ങിയെങ്കിലും അത് പരാജയപ്പെട്ടു. എങ്കിലും സിനിമയിലെ സുലോചന ആലപിച്ച 'ആ മലർ പൊയ്കയിൽ' എന്നു തുടങ്ങുന്ന ഗാനം ശ്രദ്ധിക്കപ്പെട്ടു.

നാടകം തന്നെ വഴി

സിനിമ വീണ്ടും ദുഃഖങ്ങളാണ് സുലോചനയ്ക്ക് സമ്മാനിച്ചത്. ഏറെനാളത്തെ ആഗ്രഹം, പിന്നീടതിന്റെ തളിരുകളൊക്കെ കൊഴിഞ്ഞു പോയതിനുശേഷമുണ്ടായ ഉയിർപ്പ്. അതും പാഴായെന്നൊരു തോന്നൽ സുലോചനയുടെ ഉള്ളിൽ രൂഢമൂലമായിക്കൊണ്ടിരുന്നു. തന്റെ വഴി അതല്ല എന്നു മനസ്സ് പറഞ്ഞു. നേരിട്ട് ആസ്വാദകരോടും സമൂഹത്തോടും അഭിമുഖീകരിച്ചുണ്ടാവുന്ന കലാവിഷ്കാരമാണ് തനിക്ക് പ്രിയം. കെ പി എ സി പുതിയ നാടകത്തിന് അങ്ങനെയാണ് ആലോചനകൾ തുടങ്ങിയത്. അപ്പോഴേക്കും കാമ്പിശ്ശേരി രോഗബാധിതനായി. സാംബശിവൻ കൂടുതൽ കഥാപ്രസംഗവേദികളിലേക്ക് ചേക്കേറി. ഈ സമയത്ത് പുതിയ ആൾക്കാരെ അന്വേഷിച്ച് നടക്കാനും തുടങ്ങി. അപ്പോഴും *കമ്യൂണിസ്റ്റാക്കി*ക്ക് ബുക്കിങ് ഉണ്ടായിക്കൊണ്ടിരുന്നു. പരമുപിള്ളയെന്ന കാമ്പിശ്ശേരിയുടെ കഥാപാത്രം ഇനിയാരുടെ കൈകളിലാണ് ഭദ്രമാകുക. ഈ ചുവന്ന കൊടി നാടകം അവസാനിക്കുമ്പോൾ ആരുടെ കൈകളിലാണിനി ഉയർന്നു പൊങ്ങുക.

അങ്ങനെ കണ്ടെത്തിയ ഒരു കലാകാരനാണ് പി ജെ ആന്റണി. കരുത്തുറ്റ കഥാപാത്രത്തെ ഉൾക്കൊണ്ട് അഭിനയിക്കാനായി ആ കാലഘട്ടം നിർമ്മിച്ച ഒരു കലാകാരനാണ് പി ജെ ആന്റണി എന്നു തോന്നും. പക്ഷേ, കാമ്പിശ്ശേരിയുടെ കൈകളിൽ ഭദ്രമായിരുന്ന പരമുപിള്ള, ആ കഥാപാത്രം നാടകകൃത്തിനെയും നാടകത്തെയും അതിജീവിച്ചു നില്ക്കുന്നതായി ആ കാലത്ത് ആസ്വാദകമനസ്സുകൾക്ക് തോന്നായ്കയില്ല, ആ കഥാപാത്രം പി ജെ ആന്റണിക്കു വഴങ്ങുമോ എന്നുപോലും റിഹേഴ്സൽ ക്യാമ്പിൽവെച്ച് പലരും ചോദിക്കുകയുണ്ടായി.

ഓരോ അവതരണം കഴിയുമ്പോഴും *കമ്യൂണിസ്റ്റാക്കി*യുടെ പോരായ്മകളെപ്പറ്റിയും വിമർശനങ്ങളെപ്പറ്റിയും ഉള്ള അന്വേഷണം തോപ്പിൽ ഭാസി നടത്തുമായിരുന്നു. ഇടയ്ക്ക് എക്സിക്യൂട്ടീവ് മീറ്റിങ്ങുകളിൽ ഓരോ കഥാപാത്രത്തെക്കുറിച്ചുമുള്ള ഓരോരുത്തരുടെ നിരീക്ഷണങ്ങളും കേൾക്കും. കെ ടി മുഹമ്മദെഴുതിക്കൊടുത്ത കുറിപ്പടിയിലെ നിരീക്ഷണങ്ങൾ ഇടയ്ക്കിടയ്ക്ക് ആലോചനയിൽ വരും. *കമ്യൂണിസ്റ്റാക്കി*യുടെ പോരായ്മകളെ അതിജീവിക്കാൻ പറ്റുന്ന വിധത്തിലുള്ള ഒരു രചനയ്ക്കായുള്ള അന്വേഷണത്തിന്റെ അവസാനം ഭാസിയുടെ മനസ്സ് സിവിൽക്കേസുകളിൽ അകപ്പെടുന്നവരുടെ മാനസിക സംഘർഷങ്ങളിലേക്ക് കടന്നു കൂടി. കുടുംബബന്ധങ്ങളിലും അതിരു തർക്കങ്ങളിലും അകപ്പെട്ട് ജീവിതം പൊയ്പ്പോകുന്ന കഥാപാത്രങ്ങൾ ഉള്ളിൽ നിറയാൻ തുടങ്ങി. ഒരുപക്ഷേ, ജീവിതനേർച്ചിത്രങ്ങളുടെ നിരവധി ഉദാഹരണങ്ങൾ, പിടയ്ക്കുന്ന താളുകളായി, ഫയലുകളായി ഇപ്പോൾ തോപ്പിൽ ഭാസി നേരിട്ട് അനുഭവിച്ചു കൊണ്ടിരിക്കുകയാണ്. ഭരണിക്കാവ് എം എൽ എ

യും വള്ളികുന്നം പഞ്ചായത്ത് പ്രസിഡന്റുമാണ്. അതിലുപരി നാടിന്റെ സാംസ്കാരിക മേഖലകളിലെല്ലാം നിറഞ്ഞു നില്ക്കുകയാണ്. ഇടയ്ക്ക് പകരക്കാരനായി കെ പി എ സിയിൽ അഭിനയിക്കാൻ പോകും. ഇതിനൊക്കെയിടയിലാണ് ഒരു നാടകത്തിന്റെ ഇതിവൃത്തം മനസ്സിൽ കൂടുകൂട്ടുന്നത്. അത് ഒരു പേപ്പറെടുത്ത് എഴുതിത്തുടങ്ങി. എവിടെനിന്നാണ് എഴുതിത്തുടങ്ങിയതെന്നറിയില്ല. പിന്നെ ഒരു ഒഴുക്കായിരുന്നു.

സർവ്വേക്കല്ലിന്റെ ആവിർഭാവം

ഭൂപരിഷ്കരണം നടപ്പിലാക്കിയിട്ടില്ലാത്ത ഒരു കാലഘട്ടത്തിൽ, ഭൂമിയുടെ മേലുള്ള ക്രയവിക്രയങ്ങളും അതിരുകളെച്ചൊല്ലിയുള്ള തർക്കങ്ങളും പരിണമിച്ചുണ്ടായ ജീവിതദുരന്തങ്ങളും ഇടതടവില്ലാതെ തോപ്പിൽ ഭാസിയുടെ മുൻപിൽ അരങ്ങേറിക്കൊണ്ടിരിക്കുകയാണ്. അവരെയൊക്കെ കാണുമ്പോൾ ഒരു എഴുത്തുകാരനായതുകൊണ്ട് ആ മുഖങ്ങൾ കഥാപാത്രങ്ങളായി ഭാസിയുടെ ഉള്ളിലേക്കു വരും. രാത്രിയിൽ ഉറക്കമില്ല. കഴിഞ്ഞ ഒരു പത്തു വർഷത്തോളമായി ഈ മണ്ണിൽ നടത്തിയിട്ടുള്ള സമരങ്ങൾ, കലാപങ്ങൾ, ചെറുത്തുനില്പുകൾ, ഒളിച്ചോട്ടങ്ങൾ, പ്രതിഷേധങ്ങൾ, എന്നിവയൊക്കെയും ഈ വിരൽത്തുമ്പിലുണ്ട്. എരിയുന്ന ബീഡി ഒന്നുകൂടി എരിച്ച് വലിച്ച് ആ രാത്രിയിൽ, വള്ളികുന്നത്തെ വീട്ടിലിരുന്ന് എഴുതുകയാണ്. പലപ്പോഴും പലയിടങ്ങളിൽ വെച്ചാണ് എഴുതിയിട്ടുള്ളത്. *കമ്യൂണിസ്റ്റാക്കി,* അതിന്റെ ആദ്യനാമം *മുന്നേറ്റ*മെന്നായിരുന്നല്ലോ, അത് എണ്ണക്കാട് ഒളിവിലിരിക്കുമ്പോഴാണ് എഴുതുന്നത്. ലോക്കപ്പിൽ കിടന്ന് ചോരകൊണ്ട് മനസ്സിൽ എഴുതിയിട്ടുണ്ട്. വിരലെല്ലാം ചതഞ്ഞ് ഒരു ബീഡിപോലും വിരലിനിടയിൽവെച്ച് വലിക്കാൻ പറ്റാത്ത അവസ്ഥയിൽ ശൂന്യതയിൽ ചലിച്ചിട്ടുണ്ട്. കഥാപാത്രങ്ങൾ ജീവൻ വെയ്ക്കുന്നത് നോക്കി ഇരുന്നിട്ടുണ്ട്. അടൂർ പൊലീസ് സ്റ്റേഷനിൽ എസ് ഐ ഒരു ദിവസം ഒരുകെട്ട് പേപ്പർ കൊണ്ടുവന്നു തന്നപ്പോൾ എഴുതിയത് എവിടെയൊക്കെയോ മാഞ്ഞുപോയി.

1954 ൽ ഭരണിക്കാവ് നിയോജക മണ്ഡലത്തിൽ തോപ്പിൽ ഭാസി സ്ഥാനാർത്ഥിയായി. അന്നദ്ദേഹം ശൂരനാട് കലാപത്തിലെ പ്രതിയാണ്. ജാമ്യത്തിലിറങ്ങിയാണ് പ്രചാരണം. കൊലപാതകിയായ തോപ്പിൽ ഭാസിയെ പരാജയപ്പെടുത്തുക എന്നതായിരുന്നു കമ്യൂണിസ്റ്റ് വിരുദ്ധരുടെ ആഹ്വാനം. എന്നാൽ സർവ്വകണക്കുകൂട്ടലുകളും തെറ്റിച്ച് അന്ന് തോപ്പിൽ ഭാസി ജയിച്ചു. അന്നു മുതൽ പാർട്ടിയുടെ എല്ലാ തിരഞ്ഞെടുപ്പുപ്രചാരണപരിപാടികളിലും സുലോചനയും അവിഭാജ്യഘടകമായി (1955–56).

1954 ഡിസംബർ 19 നാണ് കൊല്ലം സെഷൻസ് കോടതിയിൽ നിറഞ്ഞ പുരുഷാരത്തിനിടയിൽ നിന്നുകൊണ്ട് പ്രമാദമായ ശൂരനാട്

കോലക്കേസിന്റെ വിധി കേട്ടത്. 'ഈ കേസിന് ആസ്പദമായ ഗൂഢാലോചനയിൽ പ്രതി കുറ്റക്കാരനാണെന്ന് സംശയാതീതമായ തെളിവുകളൊന്നും ലഭിച്ചിട്ടില്ല. അതിനാൽ 1949 ഡിസംബർ 31 ന് രാത്രി 11 മണിക്ക് ശൂരനാടുവെച്ച് പൊലീസ് ഇൻസ്പെക്ടർ ഉൾപ്പെടെ നാലു പൊലീസ് ഉദ്യോഗസ്ഥർ കൊല്ലപ്പെട്ട കേസിൽ പ്രധാന പ്രതികളിൽ ഒരാളായ തോപ്പിൽ ഭാസ്കരൻ പിള്ള കേസ് വിസ്താരത്തിന്റെ അടിസ്ഥാനത്തിൽ കുറ്റക്കാരനല്ലെന്നു തെളിഞ്ഞിരിക്കുന്നതിനാൽ വെറുതെ വിടുന്നു.'

വസ്തുതർക്കങ്ങളും വ്യവഹാരങ്ങളുമൊക്കെയായി കുടുംബം നോക്കാതെ നടക്കുന്ന ഒരു കാരണവർ. തൊഴിൽരഹിതനായ കേശവൻകുട്ടിയാണ് മകൻ. വിവാഹപ്രായം കഴിഞ്ഞ മകൾ—സുമതിയും. സർവ്വതും അടക്കി ഭരിച്ച് ചൊൽപ്പടിയിലൊതുക്കിയ വായാടി *ഗൗരി*. അവരുടെ മകൾ *വാസന്തി*യും കേശവൻ കുട്ടിയും തമ്മിൽ പ്രണയത്തിലാണ്. എന്നാൽ ഇരുവരുടെയും കുടുംബങ്ങൾ വസ്തുതർക്കം മൂലം അകൽച്ചയിലാണ്. വാസന്തിയെ പണക്കാരനും പിശുക്കനുമായ ഒരാൾക്ക് വിവാഹം ചെയ്തുകൊടുക്കുന്നു. സ്വത്തുവകകളെല്ലാം സ്ത്രീധനമായി അയാൾക്ക് കൊടുത്തു. പിന്നീട് കേശവൻകുട്ടി മുഴുക്കുടിയനായി മാറി. കുടുംബത്തോടുള്ള വൈരാഗ്യം മൂലം അയാൾ മദ്യപാനിയായി മാറുന്നു. കേശവൻകുട്ടി നാട്ടിലെ എല്ലാ സർവ്വേക്കല്ലുകളും പിഴുതുകളഞ്ഞ് അച്ഛനോടുള്ള വൈരാഗ്യം തീർക്കുന്നു. അയാളുടെ പെങ്ങൾ സുമതി കശുവണ്ടിത്തൊഴിലാളിയായി മാറി ദാരിദ്ര്യ ദുഃഖത്തിൽനിന്ന് മോചനം നേടാൻ ശ്രമിക്കുന്നു. ഇതുകണ്ട് കേശവൻകുട്ടിക്ക് മനംമാറ്റം ഉണ്ടാകുന്നു. വാസന്തി ഭർത്താവിന്റെ ഇടയിൽ വളരെയധികം വീർപ്പുമുട്ടിക്കഴിയുകയാണ്. അയാൾ അവളുടെ ഹാർമ്മോണിയം വിറ്റു കാശാക്കുന്നു. എല്ലാം അയാൾ കാശിന്റെ അളവുകോലിലാണ് കാണുന്നത്. ഇതിൽ മനംനൊന്ത് അവൾ ആത്മഹത്യക്ക് ശ്രമിക്കുന്നു. അവളെക്കാണാനായി ഒരു ദിവസം കേശവൻകുട്ടി വരുന്നു. അയാൾ അവളെ സ്വീകരിക്കാൻ തയ്യാറാണ്. പക്ഷേ, അവൾ 'ഇനി മറ്റൊരു വിവാഹം ഈ ജന്മമില്ല' എന്ന് പറഞ്ഞ് മാനസിക വിഭ്രാന്തിയുള്ളവളെപ്പോലെ കരയുന്നിടത്തുവെച്ച് നാടകം അവസാനിക്കുന്നു.

നാടകമെഴുതിക്കൊണ്ടിരുന്നപ്പോൾ തന്നെ *സർവ്വേക്കല്ല്* എന്ന പേരാണതിനു യോജിച്ചതെന്ന് ഭാസിക്ക് തോന്നിത്തുടങ്ങി. സർവ്വേക്കല്ലുമായി ബന്ധപ്പെട്ടുകിടക്കുന്ന ഒരു പ്രമേയപശ്ചാത്തലമാണ് ഈ നാടകത്തിലുള്ളത്. എഴുതിക്കഴിയാറായപ്പോളാണ് അതേപേരിൽ മുൻഷി പരമുപിള്ളയും ഒരു നാടകമെഴുതുന്നുണ്ടെന്ന വിവരം ഭാസിക്ക് അറിയാൻ കഴിഞ്ഞത്.

മുൻഷിയുടെ നാടകം ആദ്യം വന്നാൽ ഈ പേരും നാടകവും അപ്രസക്തമാകും. അതിനാൽ തോപ്പിൽ ഭാസി കെ പി എ സിയുടെ എക്സിക്യൂട്ടീവ് ഭരവാഹികൾ പോലുമറിയാതെ കെ പി എ സിയുടെ

വാസന്തിയായി സുലോചന സർവ്വേക്കല്ലിൽ. ഒപ്പം
തോപ്പിൽ കൃഷ്ണപിള്ളയും ശ്രീനാരായണപിള്ളയും

അടുത്ത നാടകം *സർവ്വേക്കല്ല്* രചന: തോപ്പിൽ ഭാസി എന്നു കൊടുത്തു. ഇതുകണ്ട ജനാർദ്ദനക്കുറുപ്പും ഒ മാധവനും ആകെ പരിഭ്രമിച്ചു. അവർ പോലുമറിയാതെ എങ്ങനെയാണ് തോപ്പിൽ ഭാസി പരസ്യം കൊടുക്കുക.

അവർ നേരെ പോയി ഭാസിയോട് കാര്യങ്ങൾ തിരക്കി. അപ്പോഴാണ് നാടകം എഴുതിവരികയാണെന്നും ഇതേ പേരിൽ മുൻഷിപരമുപിള്ളയും ഒരു നാടകമെഴുതുന്നുണ്ടെന്ന വസ്തുതയും പറയുന്നത്. അപ്പോൾ അവർക്ക് കാര്യങ്ങൾ ബോദ്ധ്യം വന്നു.

ഭാസി ഇപ്പോൾ എഴുതിക്കൊണ്ടിരിക്കുന്ന *സർവ്വേക്കല്ല്* എന്ന നാടകത്തിന്റെ പ്രമേയത്തിലേക്ക് വഴിവെച്ചത് ശങ്കരനാരായണൻ തമ്പിയുമായുള്ള സംസാരമാണ്. സർവ്വീസ് കാര്യങ്ങൾ മറ്റും സംസാരിച്ചിരുന്നപ്പോൾ വന്ന ഒരാശയം സർവ്വേക്കല്ലുമായി ബന്ധപ്പെടുത്തി ഭാസി രൂപപ്പെടുത്തി എടുത്തതാണ്. എന്നാൽ തമ്പി മുൻഷിയുമായുള്ള കൂടിക്കാഴ്ചകളിലും ഇതേ ആശയങ്ങൾ പങ്കുവെച്ചു. അങ്ങനെയാവാം മുൻഷിയും, ഇതേപേരിൽ പുതിയ നാടകമെഴുതാനുണ്ടായ കാരണം.

*ജനയുഗ*ത്തിൽ വന്ന തോപ്പിൽ ഭാസിയുടെ പുതിയ നാടകത്തെക്കുറിച്ചുള്ള പരസ്യംകണ്ട മുൻഷി പരമുപിള്ളയെ അത് ക്രുദ്ധനാക്കി. സി ജി ഗോപിനാഥ് കായംകുളത്ത് ആയിടെ ആരംഭിച്ച സാംസ്കാരിക സമിതിക്ക് വേണ്ടിയാണ് *സർവ്വേക്കല്ല്* എന്ന നാടകം എഴുതിക്കൊണ്ടിരുന്നത്. പറഞ്ഞുറപ്പിച്ച പ്രകാരം മുൻഷിയുടെയും *സർവ്വേക്കല്ല്* എഴുതിപ്പൂർത്തിയാക്കി വരുമ്പോഴായിരുന്നു ഈ പത്രപ്പരസ്യം കണ്ടത്. ഉടനെ

തന്നെ മുൻഷിയും അല്പം ആക്ഷേപഹാസ്യം കലർന്ന മട്ടിൽ മറ്റൊരു പരസ്യം കൊടുത്തു. തോപ്പിൽ ഭാസിയുടെ നാടകത്തിൽ നിന്ന് മോഷ്ടിച്ച ഒരു പ്രമേയം *സർവ്വേക്കല്ല്* എന്ന പ്രിന്റിലായിരുന്നു പിറ്റേന്നത്തെ പത്രത്തിൽ ഈ പരസ്യം പ്രസിദ്ധീകരിക്കപ്പെട്ടത്. ഇതു കണ്ട ശങ്കരനാരായണൻ തമ്പിയും കാമ്പിശ്ശേരിയും കൂടി മുൻഷി പരമുപിള്ളയെ പോയികണ്ടു. അദ്ദേഹത്തിനുണ്ടായ മനസ്താപം കെടുത്തി. അങ്ങനെ ആ നാടകം പാലായിലെ ഐക്യകേരള സഭയ്ക്ക് കൊടുക്കുകയായിരുന്നു. ആ വർഷം അദ്ദേഹത്തിന്റെ രണ്ടു നാടകങ്ങൾ ഒരുമിച്ച് ഐക്യകേരള സഭ പുറത്തിറക്കി. സർവ്വേക്കല്ലിന്റെ പേരുമാറ്റി *കള്ളൻ ഞാനാ* എന്ന പേരിലായിരുന്നു പുറത്തിറങ്ങിയത്.

ആ പ്രശ്നം അവിടെക്കൊണ്ട് പരിഹരിച്ച ശേഷം കെ പി എ സി എക്സിക്യൂട്ടീവ് മീറ്റിങ് കൂടി തോപ്പിൽ ഭാസിയുടെ പുതിയ നാടകത്തെക്കുറിച്ചുള്ള ചർച്ചകളായി. സ്ക്രിപ്റ്റ് വായനയും ചർച്ചയും കഥാപാത്രനിരൂപണവും നടത്തി. എല്ലാവരും ഏകസ്വരത്തിൽ പറഞ്ഞത് ഇതുവരെ അവതരിപ്പിക്കാത്ത ഒരു പ്രമേയമാണെന്നും എന്തുകൊണ്ടും വ്യത്യസ്തമായിരിക്കുമെന്നുമാണ്. കൂടാതെ *കമ്യൂണിസ്റ്റാക്കി*യെപ്പോലെയുള്ള പ്രത്യക്ഷ രാഷ്ട്രീയവിഷയങ്ങൾ വിശകലനം ചെയ്യുന്നുമില്ല. മുൻ നാടകത്തിന്റെ ആവർത്തനവുമല്ല. സമകാലിക പ്രാധാന്യമുള്ള കഥയുമാണ്. അങ്ങനെ *സർവ്വേക്കല്ലി*ന്റെ റിഹേഴ്സലിനുവേണ്ടി ആലോചനകൾ തുടങ്ങി.

വാസന്തിയായി സുലോചനയെ നിശ്ചയിക്കുന്നത് *കമ്യൂണിസ്റ്റാക്കി*യിലേയും *എന്റെ മകനാണു ശരി*യിലേയും സാന്നിദ്ധ്യമാണ്. കൂടാതെ സുലോചനയെ മനസ്സിൽ കണ്ടാണ് തോപ്പിൽ ഭാസി വാസന്തിയെന്ന കഥാപാത്രത്തെ രൂപപ്പെടുത്തിയെടുത്തത്. വാസന്തിയാണ് ഈ കഥയുടെ കേന്ദ്രബിന്ദു. അതൊരു അടയാളക്കല്ലായി ഈ നാടകത്തിൽ വളർന്നു വികസിക്കുന്നുണ്ട്. അടയാളക്കല്ലുകൾ ക്രയവിക്രയങ്ങളെയും ഭൂമിയുടെ മേലുള്ള മനുഷ്യ വ്യവഹാരങ്ങളെയും സൂചിപ്പിക്കുന്ന രേഖകളായും മാറുന്നതിനുമുമ്പ് നാട്ടുകല്ലുകളുടെ പുരാതനത, അത് മനുഷ്യരുടെ മരണാനന്തരജീവിതവുമായി ബന്ധപ്പെട്ട് കിടന്നിരുന്നു. പ്രണയത്തെയും മരണത്തെയും ഒരേ അളവിൽ നിന്നുകൊണ്ട് തൂക്കിനോക്കി പരിശോധിക്കുന്നുണ്ട് ഇതിലെ സ്ത്രീ. ഈ ജന്മത്തിൽ ഇനിയൊരു ജീവിതത്തിനുകൂടി സാദ്ധ്യതയില്ല എന്ന അടിസ്ഥാന വസ്തുത, രണ്ട് അടയാളക്കല്ലുകൾ ഒരേ അതിർത്തിയിൽ നില്ക്കാൻ പാടില്ലാത്ത ഭൂമിയുടെ വ്യവഹാരപദ്ധതിയെ കാണിക്കുന്നു. അതേ സമയം ഇതിലെ കാമുകൻ എല്ലാ ഭൂമിയിലേയും സർവ്വേക്കല്ലുകൾ പിഴുതുകളഞ്ഞുകൊണ്ട് പ്രണയത്തെ പരലോകപ്രാപ്തമാക്കി ആസ്വദിക്കുകകൂടിയാണ്. അതേ ഉത്തരമാണല്ലോ ആത്മഹത്യയുടെ മരണമുഖത്തുനിന്ന് ജീവിതത്തിലേക്ക് തിരിച്ചുപിടിക്കാൻ ശ്രമിച്ചപ്പോൾ കാമുകനു കിട്ടുന്ന ഉത്തരവും. പ്രണയവും ജീവിതവും ഭയകാമനയുമായി ബന്ധപ്പെട്ട് നിലനില്ക്കുന്ന

ഒരു പ്രഹേളികയായി ഈ നാടകത്തിലൂടെ സഞ്ചരിച്ച് അതിന്റെ അവസാനത്തിലേക്കെത്തിച്ചിരിക്കുകയാണ് നാടകകൃത്ത്.

കേശവൻ കുട്ടിയായി മാധവനും പെങ്ങൾ സുമതിയായി സുധർമ്മയും അവളുടെ കൂട്ടുകാരിലീലയായി വിജയകുമാരിയും വന്നു. വായാടി ഗൗരിയായി *ജീവിതനൗക* എന്ന സിനിമയിലെ പങ്കജവല്ലിയെയാണ് വിചാരിച്ചതെങ്കിലും കിട്ടിയത് കണ്ണമംഗലം വൈദ്യന്റെ ഭാര്യ പത്മാക്ഷി അമ്മയെയാണ്. മാതുമൂപ്പിൽ ആയി മാധവനും പണിക്കരായി ശ്രീനാരായണ പിള്ളയും, ചിട്ടിക്കാരൻ പാച്ചുമുതലാളിയായി തോപ്പിൽ കൃഷ്ണപിള്ളയും കാരണവരായി മുടിയിൽത്തറ ഭാസ്കരനും വന്നു.

കെ പി എ സിയുടെ തുടക്കം പുനലൂരിലെ ത്യാഗരാജസംഗീതകലാലയത്തിൽ നിന്നായിരുന്നു. പുനലൂർ രാമസ്വാമി ഭഗവതരായിരുന്നു ത്യഗരാജസംഗീതകലാലയം നടത്തിയിരുന്നത്. പുനലൂർ രാജഗോപാലൻ നായർ, പുനലൂർ ബാലൻ, രാമസ്വാമി ഭഗവതർ, പുനലൂരിലെ ഈ കൂട്ടായ്മയിലൂടെയായിരുന്നു അതിന്റെ ആദ്യഘട്ടം. പിന്നീട് ജനാർദ്ദനക്കുറുപ്പ് വന്നു. അങ്ങനെ തിരുവനന്തപുരത്തേക്ക് എത്തി. അവിടെ നിന്ന് ചവറയിലെത്തി. അങ്ങനെയൊരു അർദ്ധവൃത്താകൃതിയിലുള്ള വളർച്ചയാണ് കെ പി എ സിക്കുണ്ടായിട്ടുള്ളത്.

ഹാർമ്മോണിയം രാമസ്വാമി ഭഗവതരും, മൃദംഗം കൊല്ലം പുരുഷനും. വയലിനും ഗിറ്റാറിനുമായി കൊച്ചിയിൽ നിന്ന് അഗസ്റ്റിനും വന്നു. *സർവ്വേക്കല്ല്* നാടകം മുതലാണ് പശ്ചാത്തലസംഗീതത്തിൽ കെ പി എ സി കുറച്ചുകൂടി ശ്രദ്ധ കൊടുത്തത്.

കാണാൻ കൊതിച്ചു കൊതിച്ചിരുന്ന
കാർമ്മുകിൽ പെയ്യാതെ പോവതെങ്ങോ
കാണാമറയത്ത് ചെന്നിരുന്നു
കണ്ണീർ ചൊരിയുവാൻ പോകയാവാം

ദാഹിച്ചു ദാഹിച്ചു താമരപ്പൂഞ്ചോല
നീർമ്മുകിലേ നിന്നെ കാത്തിരുന്നു
നീറും നിന്നാത്മാവിൻ
നീർമ്മണിക്കായിവൾ
ഈ മലർക്കുമ്പിൾ നീട്ടി നില്പൂ

ഓമനത്തെന്നലേ നീ ചെന്നു ചൊല്ലുമോ
ഈ മലർച്ചോലതൻ ഗദ്ഗദങ്ങൾ
ആരാരും കാണാതെയേതോ വിദൂരമാം
തീരത്തിനിച്ചെന്നു വീഴും മുമ്പെ

*സർവ്വേക്കല്ലി*ലെ ആ ഗാനം സുലോചന ഒന്നു പാടിനോക്കി. ആഴത്തിൽനിന്നും ആഴത്തിലേക്കാണ് അതിന്റെ തുറസ്സുകൾ കാണു

ന്നത്. സൂക്ഷ്മതയിലേക്ക് ഏകാഗ്രതയോടെ സഞ്ചരിക്കാനാണ് ദേവരാജൻ നാടോടി ഈണങ്ങളിലൂടെ പ്രേരിപ്പിച്ചുകൊണ്ടിരിക്കുന്നത്. പാടത്തിന്റെയും കായൽ നിലങ്ങളുടെയും തുറസ്സുകൾ. അതിന്റെ വിസ്തൃതിയെ ധ്യാനിക്കണം. കറുത്തുപോയ, കരുത്തുറ്റ ചേറിൽ നിന്ന് മുളച്ചുപൊന്തുന്ന സ്വർണ്ണക്കതിർമണികളുടെ ധ്യാനം.

റിഹേഴ്സൽ കൃത്യം ഒരു മാസക്കാലമെടുത്തു. മിക്കവാറും രാത്രികളിൽ ബുക്കിങ്ങുണ്ടായിരിക്കും. *കമ്യൂണിസ്റ്റാക്കി* നിറഞ്ഞ സദസ്സിൽ അപ്പോഴും ഓടുകയായിരുന്നു. നേരം വെളുത്ത് വന്നപ്പോഴേക്കും സുമയിൽനിന്ന് വ്യത്യസ്തമായി അഭിനയത്തിന് കുറച്ചുകൂടി സൂക്ഷ്മ വശങ്ങളുള്ള പുതിയൊരു കഥാപാത്രത്തെക്കൂടി കിട്ടി. സുമയിൽ നിന്ന് വാസന്തിയിലേക്കുള്ള പരകായപ്രവേശം ഒരു രാത്രിയിൽ നിന്ന് പകൽ വേറിടുന്നതുപോലെ സംഭവിച്ചു.

അതിനിടയ്ക്ക് തിരക്കുകളിൽ മുങ്ങിനില്ക്കുന്ന തോപ്പിൽ ഭാസി എം എൽ എയും പഞ്ചായത്തു പ്രസിഡന്റുമായി ജീവിതത്തിലെ വേഷങ്ങൾ മാറി മാറി അണിഞ്ഞുകൊണ്ടിരുന്നു. രാഷ്ട്രീയത്തിരക്കുകൾക്കിടയിലാണ് നാടകകൃത്തായും സംവിധായകനായും കെ പി എ സിയിലും കടന്നുവരുന്നത്. അതിനിടയിലും തുടരുന്ന എഴുത്തുകൾ. ഉറക്കം വളരെക്കുറച്ചേ ഉള്ളൂ.

1955 മെയ് മാസം 7 നായിരുന്നു *സർവ്വേക്കല്ലിന്റെ* ഉദ്ഘാടനം നടന്നത്, കൊല്ലം ലക്ഷ്മിതീയറ്ററിൽ വെച്ച് ജോസഫ് മുണ്ടശ്ശേരിയാണ് ഉദ്ഘാടകനായി എത്തിയത്. അന്ന് നിറഞ്ഞ സദസ്സിലായിരുന്നു നാടകം അരങ്ങേറിയത്. *കമ്യൂണിസ്റ്റാക്കി*ക്കു ശേഷമുള്ള നാടകമായതുകൊണ്ട് കാണികൾക്ക് ആകാംക്ഷയുണ്ടായിരുന്നു. എന്നാൽ രാഷ്ട്രീയം ചില സൂചനകൾ മാത്രമായേ *സർവ്വേക്കല്ലിൽ* ഉള്ളൂ.

തോപ്പിൽ ഭാസിയും മുണ്ടശ്ശേരിയും ഉദ്ഘാടന സമ്മേളനം കഴിഞ്ഞ് നാടകം കാണാൻ ഇരിക്കുകയാണ്.

പാട്ടുകളിൽ കെ എസ് ജോർജ്ജു പാടിയ 'മാരിവില്ലിൻ തേൻ മലരേ' എന്നതും സുലോചനയുടെ 'വള്ളിക്കുടിലിൻ ഉള്ളിലിരിക്കും പുള്ളിക്കുയിലേ പാടു' എന്നീ പാട്ടുകൾ കൂടുതൽ ജനപ്രീതി നേടുകയുണ്ടായി,

എന്നാൽ *നിങ്ങളെന്നെ കമ്യൂണിസ്റ്റാക്കി* എന്ന നാടകം ജനങ്ങൾ സ്വീകരിച്ചതുപോലെ *സർവ്വേക്കല്ല്* സ്വീകരിക്കുകയുണ്ടായില്ല. തോപ്പിൽ ഭാസിയെ അത് വളരെയേറെ വിഷമിപ്പിച്ചു.

കെ പി എ സിയുടെ ജനറൽ ബോഡിയിൽ *സർവ്വേക്കല്ലിന്റെ* പരാജയകാരണങ്ങൾ ചർച്ച ചെയ്യപ്പെട്ടു. ഒരുകൂട്ടർ രാഷ്ട്രീയം ഒഴിവാക്കിയതിനെതിരെ സംസാരിച്ചു. അത് നേരത്തെ തന്നെ *സർവ്വേക്കല്ലിന്റെ* ആദ്യ ജനറൽ ബോഡിയിൽ ഗുണദോഷവിചിന്തനം നടത്തിയപ്പോൾ ആലോചിച്ചതുമാണ്.

സുധർമ്മയുടെ ജീവിതം

സുധർമ്മയുടെ അഭിനയജീവിതംപോലെ യഥാർത്ഥജീവിതവും സംഭവബഹുലമായ നാടകീയമുഹൂർത്തങ്ങൾ നിറഞ്ഞതായിരുന്നു. സർക്കാർ ജോലിയിൽ പ്രവേശിച്ചെങ്കിലും ശമ്പളം പോലുമില്ലാത്ത ഇരു പത്തിരണ്ട് മാസങ്ങൾ അവൾ പിടിച്ചുനിന്നത് എങ്ങനെയാണെന്നു പോലുമറിയില്ല. നാടകത്തിൽനിന്നുള്ള വരുമാനം ലഭിച്ചിട്ടുവേണം ഓരോ ദിവസവും തള്ളിനീക്കാൻ എന്നുള്ള സ്ഥിതി വന്നു. കമ്യൂണിസ്റ്റുകാരുടെ കൂടെ നാടകത്തിൽ അഭിനയിക്കാൻ പോയി എന്നുള്ള കുറ്റത്തിനാണ് അവളെ വളരെയധികം ദൂരെയുള്ള ഒരു സ്കൂളിലേക്ക് സ്ഥലം മാറ്റിയിരിക്കുന്നത്. സ്കൂളിൽ പോയിവരാനുള്ള സാമ്പത്തികച്ചെലവ് ഒരുവശത്ത്, വീട്ടുചെലവുകൾ, രോഗിയായ അച്ഛന്റെ ചികിത്സാർത്ഥമായി വരുന്ന ആശുപത്രിയുടെയും മരുന്നിന്റെയും ചെലവുകൾ. ഇതെല്ലാം കഴിഞ്ഞ് രാത്രികളിൽ ഉറക്കമൊഴിഞ്ഞുള്ള നാടകാഭിനയവും.

അക്കാലത്ത് അഞ്ച് കളി കഴിഞ്ഞാൽ ആറാം കളിയുടെ പ്രതിഫലം ഇല്ലായിരുന്നു. പ്രൊഫഷണൽ നാടകസമിതികളിലെല്ലാം നിലനിന്നിരുന്ന അലിഖിതനിയമമായിരുന്നു ആറാം നാടകം സൗജന്യം എന്നുള്ളത്. ആറാമത്തെ നാടകാവതരണത്തിന്റെ പ്രതിഫലം സമിതിക്കുള്ളതാണ്. അത് സമിതിയാവശ്യങ്ങൾക്ക് എടുക്കുകയാണ് പതിവ്. പാർട്ടിക്കു വേണ്ടിയായതുകാരണം ആരും അതിനെ ഇന്നേവരെ ചോദ്യം ചെയ്യുക ഉണ്ടായിട്ടില്ല.

അന്ന് ആറാമത്തെ കളി കോട്ടയത്ത് വെച്ചായിരുന്നു. നാടകം കഴിഞ്ഞ് പിറ്റേന്ന് രാവിലേ പോകണമായിരുന്നു സുധർമ്മയ്ക്ക്. വാനിൽ നിന്നിറങ്ങിയപ്പോൾ യാത്രാച്ചെലവിനുമാത്രമുള്ള 5 രൂപ സുധർമ്മയുടെ കൈയിൽ വെച്ചുകൊടുത്തു. ആ അഞ്ചു രൂപ തിരിച്ച് നീട്ടി അത്യന്തം വികാര ക്ഷോഭത്തോടെ സുധർമ്മ പറഞ്ഞു.

“കെ പി എ സിയുടെ പണം കൈകാര്യം ചെയ്യുന്നവർ മോഷ്ടാക്കളാണ്.”

എല്ലാവരും സുധർമ്മയെ ഒന്നു നോക്കി. ചുവന്നു തുടുത്തിരിക്കുകയാണ് ആ കവിൾ. നേരം വെളുത്തു വരുന്നതേ ഉണ്ടായിരുന്നുള്ളു. പലരും ഉറക്കത്തിലായിരുന്നു. സുലോചനയും ഞെട്ടിയെഴുന്നേറ്റു. ഒരു പക്ഷേ, മറ്റാർക്കുമില്ലാത്തത്ര ജീവിതപ്രാരാബ്ധങ്ങളായിരിക്കാം അന്ന് സുധർമ്മയെക്കൊണ്ട് അങ്ങനെ പറയിച്ചതെന്നാണ് സുലോചന കരുതുന്നത്. സുധർമ്മ കൂട്ടുകാരിയാണ്. അവൾ പറയുന്നതിൽ അർത്ഥമുണ്ട്. എന്നാൽ സുലോചന ഒന്നും മിണ്ടിയില്ല. കാരണം കെ പി എ സിയും പാർട്ടിയുമാണ് അവൾക്കിന്നെല്ലാം. ഈ പ്രസ്ഥാനവും സമിതിയും നിലനില്ക്കേണ്ടത് ആവശ്യമാണ്. ചോര കൊടുത്ത് പടുത്തുയർത്തിയ ഈ പ്രസ്ഥനത്തിന് ഒരു പോറലുപോലും ഏല്ക്കാൻ ഇടയാവരുത്. സുധർമ്മയുടെ പ്രശ്നം എങ്ങനെയെങ്കിലും പരിഹരിക്കാനുള്ള വഴി നോക്കാം. എന്നു വിചാരിച്ചിരിക്കെയാണ് സുധർമ്മ കെ പി എ സിക്ക്

രാജിക്കത്ത് നല്കിയ കാര്യം അറിയുന്നത്. അതിൽ അവൾ ഇങ്ങനെ എഴുതിയിരുന്നു.

“കെ പി എ സി എന്റെ തറവാടാണ്. എന്നെക്കൊണ്ട് നികത്താൻ കഴിയുന്ന ഒരു നടിയുടെ ആവശ്യം വരികയാണെങ്കിൽ എന്നെ വിളിക്കൂ, ഞാൻ തീർച്ചയായും വരാം.”

സർവ്വേക്കല്ല് എഴുതി പൂർത്തിയാക്കി മൂന്നാഴ്ചകഴിഞ്ഞപ്പോൾ തോപ്പിൽ ഭാസി പ്രതിഭ ആർട്സ് ക്ലബ്ബിനുവേണ്ടി എഴുതിയ നാടകവും പൂർത്തിയായി. *വിശക്കുന്ന കരിങ്കാലി* എന്നാണ് അതിന്റെ പേര്. ആലപ്പുഴയിലെ കയർ ഫാക്ടറിയിലെ തൊഴിലാളികളുടെ പട്ടിണിയും പട്ടിണിമരണങ്ങളുമാണ് നാടകത്തിന്റെ പ്രമേയം. ആലപ്പുഴയുടെ പരിസരപ്രദേശങ്ങളിലുള്ള ഗ്രാമീണരുടെ സഹായത്താൽ അരിയും മറ്റുല്പന്നങ്ങളും കൊണ്ടുക്കൊടുത്താണ് അവർ ദിവസങ്ങൾ തള്ളി നീക്കുന്നത്. ശങ്കരൻ എന്ന തൊഴിലാളിയുവാവിന്റെ ജീവിതത്തിൽ വന്നുഭവിക്കുന്ന ദുരന്തങ്ങളും അതുമൂലമുണ്ടാകുന്ന മാനസികാഘാതങ്ങളുമാണ് ഈ നാടകത്തിന്റെ ഗതി നിർണ്ണയിക്കുന്നത്.

വയലാറിനെ കാണുന്നു

ഒരു ദിവസം ഒ എൻ വി കുറുപ്പും തോപ്പിൽ ഭാസിയും ദേവരാജനും ജനാർദ്ദനക്കുറുപ്പും ചേർന്ന് ഒരു കാറിൽ വയലാറിലേക്ക് യാത്രതിരിച്ചു. *സർവ്വേക്കല്ല്* ഒരു തികഞ്ഞപരാജയത്തിൽ എന്തുകൊണ്ടെത്തി എന്നതിനെക്കുറിച്ചുള്ള ചർച്ചയിൽ പലരും പറഞ്ഞത് *കമ്യൂണിസ്റ്റാക്കി*യിലെപ്പോലെയുള്ള ഗാനങ്ങൾ *സർവ്വേക്കല്ലി*ൽ ഇല്ല എന്നതാണ്. അതവസാനം ശരിവെയ്ക്കുകയും ചെയ്തു. വളരെ വിരലിലെണ്ണാവുന്ന ഗാനങ്ങളേ ഉള്ളു. അത് കാര്യമായ പ്രചാരമൊന്നും നേടുകയുമുണ്ടായില്ല, അതിനാൽ *സർവ്വേക്കല്ലി*ൽ പാട്ടുകളുടെ എണ്ണം കൂട്ടിയിട്ട് അത് പുനരാവിഷ്കരിക്കുക. അങ്ങനെ തീരുമാനമെടുത്തപ്പോൾ അതുമറ്റാരും വേണ്ട വയലാറിനെക്കൊണ്ട് എഴുതിപ്പിക്കാം എന്ന് പറഞ്ഞത് ഒ എൻ വി കുറുപ്പാണ്. അങ്ങനെയാണ് അവർ ഇപ്പോൾ വയലാറിൽ രാഘവപ്പറമ്പിൽ എത്തിച്ചേർന്നത്.

വയലാർ അവിടെ ഉണ്ടായിരുന്നു. എല്ലാവരുംകൂടി സൗഹൃദം പുതുക്കി. തോപ്പിൽ ഭാസിക്കും ദേവരാജനും വയലാറിനെ അത്ര പരിചയമില്ല. എങ്കിലും ഒ എൻ വി കുറുപ്പിന്റെ പരിചയത്തിലാണ് സംസാരിക്കാനിരുന്നത്. അവർ പാട്ടുകളെക്കുറിച്ചും കവിതകളെക്കുറിച്ചും നാടകത്തെക്കുറിച്ചുമായിരുന്നു സംസാരിച്ചത്. *പാദമുദ്രകളും, കൊന്തയും പൂണൂലും* കഴിഞ്ഞ് *എനിക്കു മരണമില്ല* എന്ന കാവ്യസമാഹാരം എഴുതി പ്രസിദ്ധീകരിച്ച സമയമായിരുന്നു അത്. ശാസ്ത്രത്തിന്റെ വളർച്ചയെക്കുറിച്ചും മനുഷ്യന്റെ കണ്ടുപിടുത്തങ്ങളെക്കുറിച്ചുമാണ് വയലാർ അന്ന് സംസാരിച്ചത്. എന്നാൽ ഒ എൻ വിക്കു പറയാനുണ്ടായിരുന്നത് കെ പി എ സി യുടെ ഒരു പ്രതിസന്ധിഘട്ടത്തെക്കുറിച്ചുള്ള കാര്യങ്ങളായിരുന്നു.

കമ്യൂണിസ്റ്റാക്കി കേരളത്തിലങ്ങോളമിങ്ങോളം വളരെ നല്ല രീതിയിൽ പ്രചാരമുണ്ടാക്കിയ നാടകമാണ്. എന്നാൽ *സർവ്വേക്കല്ലിൽ* എത്തിയപ്പോഴേക്കും അതിന് *കമ്യൂണിസ്റ്റാക്കി*യുടെ അത്രയ്ക്കും പ്രചാരം കിട്ടുകയുണ്ടായില്ല. കാരണമായി കണ്ടെത്തിയത്, *സർവ്വേക്കല്ലിൽ കമ്യൂണിസ്റ്റാക്കി*യുടെ അത്രതന്നെ പാട്ടുകൾ ഇല്ല എന്നതായിരുന്നു. അതിനാൽ *സർവ്വേക്കല്ല്* പുതിയതായി പാട്ടുകൾ ചേർത്ത് പുനക്രമീകരിക്കേണ്ടിയിരിക്കുന്നു. വയലാർ ഞങ്ങളെ ഈ ഉദ്യമത്തിൽ ഒന്നു സഹായിക്കണം. കുറച്ചു പാട്ടുകൾ എഴുതിത്തരണം. അതു കൂടിച്ചേർത്ത് ഇതൊന്നു വിപുലപ്പെടുത്താം."

വയലാർ ഉടനെതന്നെ ആ കാര്യത്തിന് തന്റെ സമ്മതമില്ലായ്മ അറിയിക്കുകയായിരുന്നു.

"കെ പി എ സിയുടെ ഗാനങ്ങൾ, ഒ എൻ വിക്കുറുപ്പുള്ളപ്പോൾ ഞാനെഴുതുകയോ? ഒരിക്കലും സാദ്ധ്യമല്ല. അതിന് എന്നെക്കാൾ അർഹത ഒ എൻ വിക്കുതന്നെയാണ്. അതിനാൽ എനിക്കതിനു കഴിയില്ല. എന്നെ ദയവുചെയ്ത് സ്നേഹത്തോടെ ഇതിൽനിന്ന് ഒന്ന് ഒഴിവാക്കിത്തരണം."

കോട്ടാത്തല സുരേന്ദ്രൻ ഒരു രക്തതാരകം

1954 ൽ ജനുവരിയിൽ കൊല്ലത്തുവെച്ച് കമ്യൂണിസ്റ്റ് പാർട്ടിയുടെ സംസ്ഥാനസമ്മേളനം നടക്കുന്നു. അവിടെ അന്ന് പ്രോഗ്രാം കഴിഞ്ഞതിനുശേഷം കലാമണ്ഡലം ഗംഗാധരന്റെ നൃത്തനാടകം അരങ്ങേറുകയാണ്. അത് സംവിധാനം ചെയ്തത് ജനാർദ്ദനക്കുറുപ്പാണ്. കോട്ടാത്തല സുരേന്ദ്രന്റെ രക്തസാക്ഷിത്വം പ്രമേയമാക്കിക്കൊണ്ടുള്ള ഒരു നൃത്തനാടകമായിരുന്നു അത്.

മദ്ധ്യതിരുവിതാംകൂറിൽ നെയ്ത്ത്, കശുവണ്ടി കർഷക തൊഴിലാളികളെ സംഘടിപ്പിച്ച് സമരപരിപാടികൾ ആഹ്വാനം ചെയ്ത സഖാവ് കോട്ടാത്തല സുരേന്ദ്രൻ 1948 സെപ്തംബർ 3 ന് പൊലീസ് ലോക്കപ്പിൽ കിടന്ന് അതിക്രൂരമായ മർദ്ദനത്തിനിരയായി മരിക്കുകയായിരുന്നു. പൊലീസിന്റെ ഭീകരവാഴ്ചയിൽ കോട്ടാത്തല സുരേന്ദ്രൻ തന്റെ കൂടെയുണ്ടായ സമര സഖാക്കളുമൊത്ത് കോട്ടാത്തല കുന്നിന്റെ മുകളിൽ ഒളിസങ്കേതത്തിൽ ഇരിക്കുകയായിരുന്നു. പൊലീസ് കോട്ടാത്തല പ്രദേശം മുഴുവനും അരിച്ചു പെറുക്കിക്കൊണ്ടിരിക്കുകയാണ്. സമരസഖാക്കളെ കിട്ടാത്തതുകാരണം നാട്ടുകാരെയും സാധാരണ ജനങ്ങളെയും അതിദാരുണമായ രീതിയിൽ വീട്ടിൽ കയറി ചോദ്യം ചെയ്യാനും ഉപദ്രവിക്കാനും തുടങ്ങി. പൊലീസിന്റെ ഭീകരവാഴ്ചയുടെ കഥയറിഞ്ഞ സുരേന്ദ്രൻ ഒളിസങ്കേതത്തിൽ നിന്നിറങ്ങി പൊലീസിനു കീഴടങ്ങുകയായിരുന്നു.

"എന്നെ അറസ്റ്റു ചെയ്തോളൂ, നിങ്ങളെന്റെ നാട് നശിപ്പിക്കരുത്." എന്ന് ഉറക്കെ പറഞ്ഞുകൊണ്ടാണ് സുരേന്ദ്രൻ അറസ്റ്റു വരിച്ചത്.

തീവ്രവും ത്യാഗോജ്ജ്വലവുമായ വൈകാരികമുഹൂർത്തങ്ങളെ

കോർത്തിണക്കി വിപ്ലവാവേശങ്ങൾ നിറച്ച ഒരു രംഗാവിഷ്കാരമായിരുന്നു അത്. കലാമണ്ഡലം ഗംഗാധരൻ എന്ന അതുല്യ കലാകാരന്റെ സർഗ്ഗ ശേഷി എത്രയുണ്ടെന്ന് ആ അവതരണം കാണികളെ ബോദ്ധ്യപ്പെടുത്തി. നടനവും അഭിനയവും കൂടിച്ചേർന്ന ശക്തമായ രംഗഭാഷ ആ കലാ വിഷ്കാരത്തിനുണ്ടായിരുന്നു.

ആളുകൾ തിങ്ങി നിറഞ്ഞിരിക്കുന്ന സദസ്സ് പരിപൂർണ്ണ നിശ്ശബ്ദ മാണ്. ആ ധീര വിപ്ലവകാരി കോട്ടാത്തല കുന്നിന്റെ മുകളിൽ ഒളി വിലിരിക്കുന്ന രംഗം ആവിഷ്കരിക്കുകയാണ്. നൃത്താവിഷ്കാരത്തിന്റെ അവസാനത്തോടടുക്കുന്നു. കുന്നിൻമുകളിൽ കഴിയുന്ന തന്റെ പ്രിയ തമനെക്കാണാൻ വരുന്ന ഭാര്യയെ പിന്തുടർന്ന് പൊലീസ് അവിടെ യെത്തുന്നു. ഭാര്യയും സുരേന്ദ്രനും തമ്മിൽ കണ്ടുമുട്ടുന്ന രംഗം. ഉൽക്കണ്ഠാകുലമായ അഭിനയമുഹൂർത്തം. ആ കലാകാരന്റെ സർഗ്ഗാ ത്മക ആവിഷ്കാരം കാണികൾ കണ്ട് അത്ഭുതപ്പെടുകയാണ്. ആ മുഹൂർത്തത്തിലാണ് പൊലീസ് സുരേന്ദ്രന്റെ മുൻപിൽ ചാടിവീഴുന്നത്. പൊലീസിനെ കണ്ട ഉടനെതന്നെ അവിടെ നിന്ന് രക്ഷപ്പെടാനുള്ള എല്ലാ പഴുതുകളും നേരത്തെ സജ്ജീകരിച്ചുവെച്ചിരുന്നു. പാറയുടെ വലിയ അള്ളിൽ കയറി അതിനകത്തുകൂടി ഇറങ്ങിയാൽ മലയുടെ മറ്റേ ചെരിവിൽ ആരുമറിയാതെ എത്താൻ കഴിയും. എന്നാൽ സുരേന്ദ്രൻ അതിനു മുതിരാതെ പൊലീസിനു മുന്നിൽ കീഴടങ്ങുകയായിരുന്നു. ശരീരം എങ്ങനെയാണ് മറ്റൊരു ഭാഷയായി മാറുന്നത് എന്നതിനുള്ള ഒരു ഉദാഹരണമായിരുന്നു ആ അവതരണം. സുരേന്ദ്രനു കിട്ടുന്ന ഓരോ പ്രഹരവും ഞരക്കവും കരച്ചിലുമൊക്കെ അതിന്റെ സൂക്ഷ്മതയിൽ അവ തരിപ്പിക്കുകയാണ്. അതിന്റെ ശബ്ദാവിഷ്കാരം മൈക്കിലൂടെ നടത്തുന്നത് ജനാർദ്ദനക്കുറുപ്പു തന്നെയാണ്. ഓർക്കാപ്പുറത്തു മുതുകിന് മുട്ടുകാൽ കയറ്റി, കുനിച്ചു നിർത്തി അടിവയറ്റിലേക്ക് പൊലീസിന്റെ മുട്ടുകാൽക്കയറ്റിയുള്ള പ്രയോഗം, തലയിൽ പിടിച്ച് പാറയിലിട്ടുരച്ച് ലാത്തികൊണ്ടും ബൂട്ടുകൊണ്ടും തോക്കിന്റെ പാത്തികൊണ്ടുമുള്ള പ്രഹ രങ്ങൾ. അതിനിടയിലും ബോധത്തിന്റെ അവസാനകണിക ബാക്കി നില് ക്കുമ്പോൾ പ്രിയതമയെ നോക്കുന്നത്.

ആ രംഗം കണ്ടുനില്ക്കുന്ന ഏതൊരു മനുഷ്യന്റെയും കണ്ണുകൾ നിറഞ്ഞുപോകും. ക്രൂരമർദ്ദനങ്ങൾക്കൊടുവിൽ സുരേന്ദ്രൻ മരിച്ചു വീഴുന്ന അവസാന രംഗമാണിപ്പോൾ വേദിയിൽ അരങ്ങേറിക്കൊണ്ടിരി ക്കുന്നത്. അതിന്റെ അതിചടുലമായ രംഗാവിഷ്കാരം അന്തരംഗം നിറഞ്ഞ് നില്ക്കുന്ന ശിവതാണ്ഡവത്തെയാണ് ഓർമ്മിപ്പിച്ചത്. ആ ഭീകര തയിൽ കാണികളെയെല്ലാം സ്തബ്ധമാക്കിക്കൊണ്ട് സുരേന്ദ്രൻ പിടഞ്ഞുവീണു മരിക്കുന്നു. നിശ്ശബ്ദത. കർട്ടൻ വീഴുന്നു. നിലയ്ക്കാത്ത കൈയടികൾ. ആ നടനെ ഒരു നോക്കുകാണാൻ കാത്തിരിക്കുന്ന ജനസ ഹസ്രങ്ങളുടെ മനസ്സ് കോട്ടാത്തല സുരേന്ദ്രനുവേണ്ടിയാണ് അപ്പോൾ കേണുകൊണ്ടിരുന്നത്. ജനാർദ്ദനക്കുറുപ്പും അണിയറപ്രവർത്തകരും

കർട്ടൻ താഴ്ത്തിയ ഉടൻതന്നെ വേദിയിലേക്ക് കയറിയപ്പോൾ കണ്ട കാഴ്ച ഒട്ടും പ്രതീക്ഷിക്കാത്തതായിരുന്നു. ആ കലാകാരൻ അവിടെ ബോധരഹിതനായി കിടക്കുന്നു. കുറുപ്പ് ഉടനെ ഓടിച്ചെന്ന് ഗംഗാധരനെ കുലുക്കി വിളിച്ചു. ഉണരുന്നില്ല. അഭിനയിക്കുന്നതിനിടെ കോട്ടാത്തല സുരേന്ദ്രനായി ഗംഗാധരൻ മാറിയതിന്റെ വികാരാവേശത്താൽ സംഭവിച്ചതായിരിക്കുമെന്നാണ് ആദ്യം കരുതിയത്. എന്നാൽ എത്ര കുലുക്കി വിളിച്ചിട്ടും എണീക്കുന്നില്ല. ആളുകൾ ഒരു തൊട്ടിയിൽ വെള്ളംമുക്കി കൊണ്ടു വന്നു. അത് തളിച്ചുനോക്കി. ചെറിയൊരു ഞരക്കം മാത്രം. ഉടൻതന്നെ ഒരു കാറെടുത്ത് ആശുപത്രിയിലേക്ക് കൊണ്ടു പോകുകയായിരുന്നു ചെയ്തത്.

ഒ മാധവന്റെയും വിജയകുമാരിയുടെയും വിവാഹം

1956 മാർച്ചിലാണ് ഒ മാധവന്റെയും വിജയകുമാരിയുടെയും വിവാഹം നടക്കുന്നത്. പാലായിൽ തലേ ദിവസം *കമ്യൂണിസ്റ്റാക്കി* നാടകമുണ്ടായിരുന്നു. അതുകഴിഞ്ഞ് പിറ്റേ ദിവസമാണ് വിവാഹം.

മാധവൻ പെണ്ണുകാണാൻ വേണ്ടി പലയിടങ്ങളിലും പോയി. ഒന്നും നടക്കാതെ വന്നപ്പോഴാണ് കാമ്പിശ്ശേരി പറയുന്നത് നമുക്ക് വിജയകുമാരിയെ ഒന്നാലോചിച്ചാലോ എന്ന്. അങ്ങനെ അവർ പട്ടത്താനത്തുള്ള കിഴക്കേ വീട്ടിൽ എത്തി വീട്ടുകാരെയെല്ലാം കണ്ടു. ആദ്യം വീട്ടുകാർ എതിർപ്പു പ്രകടിപ്പിച്ചു. അന്ന് ആദ്യമായി നാടകത്തിൽ അഭിനയിക്കാൻ വേണ്ടി കെ പി എ സിയിലേക്ക് ക്ഷണിക്കാനായി വന്നപ്പോൾ വിജയകുമാരിയുടെ അമ്മയും അച്ഛനും എതിർത്തതാണ്. അമ്മാവന്മാർ കോൺഗ്രസുകാരാണെന്നും അവർ അറിഞ്ഞാൽ പ്രശ്നമാകുമെന്നുമാണ് അന്ന് പറഞ്ഞത്. പക്ഷേ, അന്ന് സുധർമ്മയുടെ മിടുക്കുകാരണമാണ് വിജയകുമാരിയെ കെ പി എ സിയിലേക്ക് കൊണ്ടുവരാൻ പറ്റിയത്. ഇന്ന് അതുപോലുള്ള പല പല കാരണങ്ങളും പറഞ്ഞാണ് വീട്ടുകാരുടെ താല്പര്യമില്ലായ്മ തുടങ്ങിയത്. പക്ഷേ, പിന്നീടത് മാറുകയായിരുന്നു.

കാമ്പിശ്ശേരിയും പോറ്റിസാറും തോപ്പിൽ ഭാസിയും കൂടിച്ചേർന്നാണ് പെണ്ണുകാണാൻ വന്നിരിക്കുന്നത്. അവർ അവിടെ നിന്നിറങ്ങി. വളരെ ചെറിയ ഒരു വീടായിരുന്നു അത്.

പെണ്ണുകാണൽ ചടങ്ങ് അങ്ങനെ അവസാനിച്ചു.

ഒ മാധവൻ വിജയകുമാരിയെ വിവാഹം കഴിച്ചു. രണ്ടുപേരും കെ പി എ സിയിൽ വെച്ചാണ് പരിചയമാകുന്നത്. നാടക റിഹേഴ്സലിലൂടെ രൂപപ്പെട്ട ബന്ധം അങ്ങനെ വിവാഹത്തിൽ കലാശിക്കുകയായിരുന്നു. വിജയകുമാരി കെ പി എ സിയിലേക്ക് കടന്നുവരുന്നത് സുധർമ്മയിലൂടെയാണ്. *നിങ്ങളെന്നെ കമ്യൂണിസ്റ്റാക്കി* ഒളിവിലിരുന്നുകൊണ്ട് തോപ്പിൽ ഭാസി എഴുതുമ്പോൾ അതിന്റെ പേര് *മുന്നേറ്റം* എന്നായിരുന്നു. രാത്രിയിൽ ഇരുട്ടത്ത് പലപല സ്റ്റേജുകളുടെ പിന്നാമ്പുറങ്ങളിലൂടെ വന്ന് *കമ്യൂണിസ്റ്റാക്കി*യുടെ കഥപറയുമ്പോൾ അതിൽ പരമുപിള്ളയുടെ മകൾ

എന്ന കഥാപാത്രം ഇല്ലായിരുന്നു. പിന്നീട് അതിൽ അഴിച്ചുപണികൾ നടത്തി രംഗയോഗ്യമാക്കിയത് കാമ്പിശ്ശേരി കൂടി ഉൾപ്പെട്ട നാടകത്തിന്റെ പണിപ്പുരയിലൂടെയാണ്. അങ്ങനെ ജനിച്ച ഒരു കഥാപാത്രമാണ്. ആ കഥാപാത്രത്തെ തേടി കോടാകുളങ്ങര വാസുപിള്ളയും സുധർമ്മയും അന്വേഷിച്ചു ചെന്ന് കണ്ടെത്തിയതാണ് വിജയകുമാരിയെ. വിജയകുമാരി സുധർമ്മയുടെ ബന്ധുകൂടിയായിരുന്നു. വിവാഹം കഴിച്ചിട്ടും അവർ കെ പി എ സിയിൽ തുടർന്നു.

പ്രതിബന്ധങ്ങൾ അതിജീവിച്ച്

1955 നവംബർ 20 നാണ് ഭാസ്കരപ്പണിക്കർ നെഞ്ചുവേദനയെത്തുടർന്ന് മരിക്കുന്നത്. മരിക്കുമ്പോൾ അദ്ദേഹത്തിന് 28 വയസ്സായിരുന്നു പ്രായം. *കമ്യൂണിസ്റ്റാക്കി*യിലെ മാത്യുവിന് അക്കാലത്ത് മറക്കാൻ പറ്റാത്തത്ര വിധം ജനഹൃദയങ്ങളിൽ സ്ഥാനമുണ്ടായിരുന്നു.

ഭാസ്കരപ്പണിക്കരുടെ മരണവാർത്തയുടെ നടുക്കം മാറുന്നതിനു മുമ്പേ മറ്റൊരു ദുഃഖവാർത്തയും കെ പി എ സിയെ തേടിയെത്തി. വാസുപിള്ളയുടെ അപ്പീലിന്റെ മേലുള്ള ഹൈക്കോടതി വിധിയായിരുന്നു അത്. വിധി ശരിവെച്ചു. തൂക്കിക്കൊല്ലാനാണ് വിധി. ഇത് കേട്ടവർ നടുങ്ങിപ്പോകുകയാണുണ്ടായത്. കെ പി എ സിയും കമ്യൂണിസ്റ്റ് പാർട്ടിയും വാസുപിള്ളയുടെ ബന്ധുമിത്രാദികളുമെല്ലാം ചേർന്ന് രൂപീകരിച്ച ഡിഫൻസ് കമ്മിറ്റിയാണ് കേസ് നടത്തിയത്. അക്കാലത്തെ അറിയപ്പെടുന്ന ഡിഫൻസ് വക്കീലായിരുന്നു മള്ളൂർ ഗോവിന്ദപ്പിള്ള. പ്രമാദമായ പല കേസുകളുടെയും പിന്നിലെ അത്ഭുത വിജയത്തിനു പിന്നിൽ മള്ളൂരിന്റെ ബുദ്ധിയാണുണ്ടായിരുന്നത്. ഒരു കൊലക്കേസിൽ വാദിക്കുന്നതിനിടെ വെടിയുണ്ട വിഴുങ്ങിയെന്നൊക്കെയുള്ള വസ്തുതകൾ വാസ്തവയുക്തിക്കനുസൃതമാക്കി കോടതിയിൽ തെളിവു സഹിതമെത്തിച്ച് വിജയിച്ചതിന്റെ ഐതിഹ്യം അദ്ദേഹത്തെപ്പറ്റി നിലനില്ക്കുന്നുണ്ട്.

പക്ഷേ, ഇവിടെ മള്ളൂരിനെക്കൊണ്ടും വാസുപിള്ളയെ രക്ഷിക്കാനായില്ല. തൂക്കിക്കൊല്ലാനുള്ള വിധി വായിച്ചപ്പോൾ പലരുടെയും കണ്ണുതള്ളിപ്പോയി. കേസിൽ ബാക്കിയുണ്ടായിരുന്ന എല്ലാ പ്രതികളെയും വെറുതെ വിടുകയും ചെയ്തു.

വാസുപിള്ളയെ അറിയുന്നവരുമല്ലാത്തവരുമായ ആയിരക്കണക്കിന് മനുഷ്യർ, രാഷ്ട്രീയ സാംസ്കാരിക സാമുദായിക അംഗങ്ങൾ ജനകീയ പ്രസ്ഥാനത്തിലെയും സംഘടനയിലെയും പ്രമുഖ വ്യക്തികൾ, കലാകാരന്മാർ, ആത്മീയപുരോഹിതർ, കന്യാസ്ത്രീകൾ അങ്ങനെ നാടിന്റെ വിവിധ ഭാഗങ്ങളിൽ നിന്നുള്ളവരുടെ ഒപ്പ് ശേഖരിച്ച് രാഷ്ട്രപതിക്കും രാജപ്രമുഖനും സന്ദേശങ്ങൾ അയച്ചു. വാസുപിള്ളയെ തൂക്കിക്കൊല്ലരുതെന്ന് അപേക്ഷിച്ചു.

വാസുപിള്ള പ്രസിഡന്റിന് ദയാഹർജ്ജി സമർപ്പിച്ചു. ഒടുക്കം വാസുപിള്ളയുടെ ദയാഹർജ്ജി തള്ളി. കെടാകുളങ്ങര വാസുപിള്ളയുടെ മരണത്തീയതി നിശ്ചയിച്ചു. 1956 ഡിസംബർ 31. വാറന്റ് ജയിൽ അധികൃതർ പ്രതി കിടക്കുന്ന ജയിലിന്റെ പുറത്ത് തൂക്കിയിട്ടു. അതിലേക്ക് വാസുപിള്ള ഇരുമ്പഴികൾക്കിടയിലൂടെ നോക്കി.

കോൺഗ്രസിന്റെ രാഷ്ട്രീയ പകപോക്കലുകൾ ഒളിഞ്ഞും തെളിഞ്ഞും അധികാരികളെ ഉപയോഗിച്ച് തുടർന്നുപോന്നു.

അവർക്കു നേരെ കൈചൂണ്ടുന്നവനെ ഉന്മൂലനം ചെയ്യുക എന്ന ഭീകരാവസ്ഥ എപ്പോഴും സൃഷ്ടിച്ചുകൊണ്ടിരുന്നു. കോൺഗ്രസ് സർക്കാർ തുടർന്ന് വന്നപ്പോൾ തിരിച്ചടികളായിരുന്നു എല്ലായിടത്തും ഉണ്ടായത്. തോപ്പിൽ ഭാസി ഈ സാഹചര്യത്തിൽ നിന്നുകൊണ്ട് *സർവ്വേക്കല്ല്* എന്ന നാടകത്തിന്റെ പരാജയത്തെപ്പറ്റി അങ്ങനെയാണ് ചിന്തിക്കുന്നത്. കമ്യൂണിസ്റ്റ് പാർട്ടിയുടെ ഒരു നാടക സമിതി ആവിഷ്കരിക്കുന്ന നാടകത്തിൽ കുറഞ്ഞപക്ഷം അധികാരികൾക്കെതിരെ ഉയരുന്ന മനോഭാവത്തോടെങ്കിലും നീതിപുലർത്താൻ കഴിയണം.

പുറംചട്ടയിൽ വീണ കണ്ണീർ

ഒരു ദിവസം പെട്ടെന്ന് കെ പി എ സിയുടെ ജനറൽ ബോഡി കൂടി. നാടകചർച്ചയുടെ ഭാഗമായി തോപ്പിൽ ഭാസിയുടെ മുൻനാടകങ്ങളിലെ വിമർശനപരമായ നിരീക്ഷണങ്ങൾ അതിൽ ഓരോരുത്തരും പറഞ്ഞു. *കമ്യൂണിസ്റ്റാക്കി*യിലെ പോരായ്മകൾ അന്ന് ചർച്ച ചെയ്തതാണ്. എങ്കിലും *സർവ്വേക്കല്ലിൽ* എത്തുമ്പോഴും പിന്നീട് പ്രതിഭയ്ക്കുവേണ്ടി എഴുതിക്കൊടുത്ത *വിശക്കുന്ന കരിങ്കാലി*ക്കും ഉള്ള പോരായ്മകൾ കഥാപാത്രങ്ങൾക്ക് ആന്തരികമായ കരുത്തില്ല എന്നതാണ്. കഥാഗതിയെ നിശ്ചയിക്കുന്നതിനുവേണ്ടി മാത്രം വേഷങ്ങൾ അണിയുന്നതുപോലെ തോന്നുന്നു. പിന്നീട് അവതരണത്തിലൂടെയും സംവിധാനത്തിലൂടെയുമാണ് ഈ സൂക്ഷ്മതകൾ കണ്ടെത്തിയെടുക്കുന്നത്. ഇത്തരത്തിലുള്ള വിമർശനങ്ങൾ തോപ്പിൽ ഭാസിയെ വല്ലാതെ ത്രസിപ്പിച്ചു. ആന്തരികമായ കരുത്തുള്ള, സമകാലിക പ്രസക്തമായ ഒരു പ്രമേയത്തിനും അതിലെ നാടകീയ മുഹൂർത്തങ്ങൾക്കും വേണ്ടി കൈകൾ തരിച്ചു. ഒരു ബീഡി കത്തിച്ച് ജനറൽ ബോഡി യോഗത്തിൽ നിന്നിറങ്ങി ഒറ്റപ്പോക്കായിരുന്നു വള്ളികുന്നത്തേക്ക്. അന്ന് നിയമസഭ പിരിച്ചുവിട്ടതിനാൽ എം എൽ എ പണിയുടെ തിരക്കുകളൊന്നുമില്ല. പാർട്ടി പരിപാടികളിൽനിന്നും അഭിനയവേദികളിൽനിന്നും തല്ക്കാലം അവധിയെടുത്തുകൊണ്ട് ഭാസി എഴുത്തിന്റെ പണിപ്പുരയിലേക്കു കയറി. തെറുപ്പുബീഡികളുടെ കെട്ടുകൾ ഒറ്റയിരുപ്പിന് എരിഞ്ഞുതീർന്നു.

പിന്നെ വരുന്നത് ഒരുകെട്ട് പേപ്പറുകൾ കുത്തിക്കെട്ടിയ കൈയെഴുത്തു പ്രതിയുമായാണ്. ജനാർദ്ദനക്കുറുപ്പിന്റെ മാരാരിത്തോട്ടത്തിലെ വീട്ടിലാണ് അന്ന് വായിക്കാനിരുന്നത്.

ഭാസി കൈയെഴുത്തുപ്രതി കൈയിലെടുത്ത് വായനതുടർന്നു. എല്ലാവരും ഓരോ പേജും ഓരോ വരിയും ഓരോ അദ്ധ്യായവും ശ്രദ്ധയോടെ കേട്ടു. രംഗങ്ങൾ മാറിമറിഞ്ഞു. കർട്ടൻ ഉയർന്നു.

കുറച്ചുകഴിഞ്ഞപ്പോൾ ഒരാൾ ഇരുന്ന് കണ്ണീർതുടയ്ക്കുന്നതായാണ് കണ്ടത്. നോക്കിയപ്പോൾ കുറുപ്പു ചേട്ടന്റെ ഭാര്യയാണ്. കഥ പകുതി ഭാഗമായപ്പോൾ തന്നെ കഥയുടെ ഗതി വിഗതികൾ താങ്ങാവുന്നതിലും അപ്പുറമായിരുന്നു. വായിക്കുന്നതിനിടെ തോപ്പിൽ ഭാസിയുടെയും കണ്ണു നിറയുന്നതായി കണ്ടു. വായന കുറച്ചു സമയത്തേക്ക് നിർത്തിവെക്കാൻ ജനാർദ്ദനക്കുറുപ്പ് പറഞ്ഞു.

"എല്ലാർക്കും കൂടി കട്ടങ്കാപ്പിയിങ്ങെടുത്തോ."

കുറുപ്പ് ഭാര്യയെ വിളിച്ചു പറഞ്ഞു. കുറച്ചു കഴിഞ്ഞപ്പോൾ ഭാര്യ എല്ലാവർക്കുമായി കട്ടൻ കാപ്പിയുമായി വന്നു. അവർ അതുവാങ്ങിമൊത്തിക്കുടിച്ചു. "ബാക്കി വായിക്ക്." എല്ലാവർക്കും പകുതിയായ വായനയുടെ ആകാംക്ഷകൾ രൂപപ്പെട്ടുതുടങ്ങി. വീണ്ടും വായന തുടങ്ങി.

വായനയ്ക്കിടെ ഭാസിയുടെ കണ്ണിൽനിന്ന് കണ്ണുനീർ ധാരയായി ഒഴുകി. ഇടയ്ക്ക് വീണ്ടും മൗനം. വീണ്ടുമൊരു ബീഡിയെടുത്തു കത്തിച്ചു, അതു പുകഞ്ഞ് ഒരു പകലിന്റെ പ്രകാശവിതാനത്തെ പ്രസവിച്ചു. വീണ്ടും പേപ്പറിലേക്കു നോക്കി. അപ്പോൾ അക്ഷരങ്ങൾ അതാ തിരിച്ചു വന്നിരിക്കുന്നു.

ഒരു വിധത്തിലാണ് വായന പൂർത്തിയാക്കി ആ കൈയെഴുത്തുപ്രതി തോപ്പിൽ ഭാസി മടക്കിവെച്ചത്.

കർട്ടൻ വീണുകഴിഞ്ഞപ്പോൾ എല്ലാവരും പരസ്പരം നോക്കി. ആർക്കെങ്കിലും എന്തെങ്കിലും പറയാനുണ്ടൊ എന്നു നോക്കിയതാണ്. ആരും ഒന്നും മിണ്ടുന്നില്ല. എല്ലാവരും നിശ്ശബ്ദരാണ്.

അപ്പോഴത്തെ നിശ്ശബ്ദതയെ ഭഞ്ജിച്ചുകൊണ്ട് ജനാർദ്ദനക്കുറുപ്പ് പറഞ്ഞു.

"നമ്മുടെ നാടകത്തിന് കരുത്തുറ്റ ഒരു നായകനെ കിട്ടി.

പക്ഷേ, ആരിത് അഭിനയിച്ചു ഫലിപ്പിക്കും?"

"അതിനാണോ പ്രയാസം."

ഭാസിയാണ് മറുപടി പറഞ്ഞത്. "അതൊക്കെ സാധിക്കും."

"അപ്പോൾ നാടകത്തിന്റെ പേരെന്താ?"

"പേരിട്ടില്ല."

"നാടകത്തിന് ചേരുന്ന ഒരു പേര് കണ്ടെത്തണം. എല്ലാവരും ഒന്നാലോചിക്കൂ. നിങ്ങളുടെ മനസ്സിൽ ഈ കഥയ്ക്ക് ചേരുന്നതായി ഏതെങ്കിലും പേരുണ്ടെങ്കിൽ അത് നിർദ്ദേശിക്കാം."

വായന കഴിഞ്ഞ കൈയെഴുത്തുപ്രതി അവരിരുന്ന കസേരകൾക്കിടയിലെ ടീപ്പോയുടെ പുറത്ത് അപ്പോൾ വിശ്രമിക്കുകയായിരുന്നു.

പെട്ടെന്ന് ജനാർദ്ദനക്കുറുപ്പ് എഴുന്നേറ്റ് ഉറക്കെ പറഞ്ഞു.

"ങ്ഹാ! ഒരു പേരുണ്ട്. എന്റെ മനസ്സിൽ ഈ കഥയുടെ പശ്ചാത്തലത്തിൽ ഒരു ബൈബിൾക്കഥയാണ് ഓർമ്മവന്നത്. അതിലെ നായകനും

നമ്മുടെ നായകനും തമ്മിൽ സ്വഭാവ സവിശേഷതയുണ്ട്. അതിന്റെ സാദൃശ്യംകൊണ്ടാണ് ബൈബിൾക്കഥയിലെ കഥാപാത്രത്തിന്റെ പേരിടാം എന്നു ഞാൻ ആലോചിക്കുന്നത്."

"എന്താ പേര്?"

"ഏതു കഥ?"

"മുടിയനായ പുത്രൻ."

അതുകേട്ട് കുറച്ചു നേരത്തേക്കൊന്നും ആരും മിണ്ടിയില്ല. എല്ലാവരുടെയും മനസ്സിലൂടെ ബൈബിളിലെ കഥാപാത്രം സഞ്ചരിച്ചുകൊണ്ടിരിക്കുകയായിരുന്നു.

അപ്പോൾ ഭാസിയാണ് തിരിച്ച് മറുപടി പറഞ്ഞത്

"കൊള്ളാം. നല്ല പേര്. അനുയോജ്യമാണിവിടെ. ഞാനത് അംഗീകരിക്കുന്നു."

പാലക്കാട് പാർട്ടി കോൺഗ്രസിൽ

1956 ഏപ്രിൽ മാസം 19 മുതൽ 29 വരെയായിരുന്നു പാലക്കാട് വെച്ച് പാർട്ടിയുടെ നാലാം കോൺഗ്രസ് നടന്നത്. തോപ്പിൽ ഭാസിയുടെ നേതൃത്വത്തിൽ കലാപരിപാടികൾ അവതരിപ്പിക്കാനുള്ള തയ്യാറെടുപ്പിലായിരുന്നു പാർട്ടി. കോൺഗ്രസ് ഗവൺമെന്റിന്റെ നിഷ്ഠുരമായ ചെയ്തികൾക്കെതിരെ ബഹുജനശ്രദ്ധ കൊണ്ടുവന്ന് പ്രക്ഷോഭം സംഘടിപ്പിക്കാനായിരുന്നു അന്നത്തെ പാർട്ടി കോൺഗ്രസിന്റെ അജണ്ട. എന്നാൽ പാർട്ടിക്കകത്തെ ഒരു വിഭാഗം കോൺഗ്രസിനോട് സമരസപ്പെട്ടാണ് പോകേണ്ടതെന്നും വിമർശനാത്മക നിലപാടുകളിൽ അകലം പാലിക്കുകയും വേണം എന്ന അഭിപ്രായക്കാരായിരുന്നു. എന്നാൽ മഹാഭൂരിപക്ഷം ആളുകളും കോൺഗ്രസിനെതിരെ അണിചേരുന്നതിനാണ് താല്പര്യം പ്രകടിപ്പിച്ചത്. തോപ്പിൽ ഭാസിയുടെ കൂടെ അന്ന് നാലാം പാർട്ടി കോൺഗ്രസിൽ പങ്കെടുക്കാനായി കെ പി എ സി കുടുംബത്തിലെ മുഴുവൻ അംഗങ്ങളും പോയിരുന്നു. അതിൽ തോപ്പിൽ ഭാസി, ഒ മാധവൻ, കെ എസ് ജോർജ്ജ്, സുലോചന, ജോൺസൻ, ജോസഫ് എന്നിവർ കൊച്ചിയിൽനിന്നും തലേദിവസം പാലക്കാട്ടേക്ക് പുറപ്പെട്ട ട്രെയിനിലാണ് കയറിയത്. അന്നത്തെ ഒട്ടുമിക്ക നാടക സമിതിയും പാർട്ടി കോൺഗ്രസിൽ കലാപരിപാടികൾ അവതരിപ്പിക്കാൻ പോകുന്നുണ്ട്. പ്രതിഭ ആർട്സ് ക്ലബ്ബ്, നിലമ്പൂർ യുവജന കലാസമിതി തുടങ്ങിയ കലാസമിതികളായിരുന്നു ഉണ്ടായിരുന്നത്.

ട്രെയിൻ യാത്രയ്ക്കിടെ അവർ കമ്പാർട്ടുമെന്റിൽ പുതിയൊരു പ്രോഗ്രാം തയ്യാറാക്കി. മറ്റൊന്നുമല്ല, നാലാം പാർട്ടികോൺഗ്രസിനെക്കുറിച്ച് ജനകീയ അവബോധം സൃഷ്ടിക്കാനായി അവർ അതിന്റെ പ്രചാരണാർത്ഥം പാട്ടുകൾ പാടി. ഇത് വളരെയധികം യാത്രക്കാരെ ആകർഷിച്ചു. സ്റ്റേജുകളിൽ ലൈറ്റിന്റെയും ശബ്ദകോലാഹലങ്ങളുടെയും ഇടയിൽ പശ്ചാത്തല സംഗീതത്തിന്റെ അകമ്പടിയോടുകൂടി മാത്രം

കണ്ടിട്ടുള്ള താരങ്ങൾ ട്രെയ്നിൽ തങ്ങൾക്കൊപ്പം സഞ്ചരിച്ച് പാട്ടു പാടുന്നത് ഏവർക്കും പുതുമയുണ്ടാക്കിയിരുന്നു.

പാർട്ടിപ്രചാരണാർത്ഥം ഇങ്ങനെ കമ്പാർട്ടുമെന്റുകൾ തോറും പാട്ടുകൾ പാടി നടക്കാൻ അവസരം കിട്ടിയതിൽ സുലോചന വളരെ ആവേശത്തിലാണ്. അവളുടെ ജീവിതത്തിൽ ആദ്യമായിട്ടാണ് പാട്ടുകൾ പാടി ഓരോ യാത്രികന്റെ മുന്നിലും ആൾക്കൂട്ടങ്ങൾക്കു മുന്നിലും എത്തിപ്പെടുന്നത്. ജീവിതത്തിൽ വളരെയേറെ വ്യത്യസ്തമായ ഒരു പ്രവർത്തനം. സുലോചനയ്ക്ക് പതിവിലും കൂടുതൽ സംതൃപ്തി അവിടെ നിന്നുണ്ടായി. ഒന്ന് പാർട്ടിയുടെ ജനകീയ അവബോധം വളർത്തുന്നതിൽ പ്രവർത്തിക്കാൻ സാധിച്ചു എന്നുള്ളതിൽ. രണ്ടാമത്തേത് കോൺഗ്രസ് അനുഭാവികളായ കുറച്ചു പേരെയെങ്കിലും സുലോചനയുടെ പാട്ടിലൂടെയും സംസാരത്തിലൂടെയും കമ്യൂണിസ്റ്റ് അനുഭാവികളാക്കിത്തീർക്കാനായത്.

സ്റ്റേജിൽനിന്ന് നാടകം കളിക്കുമ്പോൾ അവരുടെ മുന്നിലാണെങ്കിലും പലയിടത്തും ആൾക്കൂട്ടത്തിൽ നിന്ന് ഉയർന്നു നില്ക്കുന്ന ഒരു പ്ലാറ്റ്ഫോമിലായിരിക്കും അവതരണസ്ഥലം ഒരുക്കുക. അവരുമായി സംവദിക്കുന്നതിൽ സിനിമയെക്കാളുപരി നേരിട്ടാണെങ്കിലും പലയിടങ്ങളിലും ഉയർന്ന സ്റ്റേജ് സംവിധാനം ഒരുപാട് അകലത്തെ സൃഷ്ടിക്കുന്നുണ്ട്.

ആശയം സംവേദനം ചെയ്യുന്നതിന് ഈ ഉയർന്ന തറയുടെ ആവശ്യമെന്താണെന്ന് പലതവണ ആലോചിച്ചിട്ടുണ്ട്. ആയിരക്കണക്കിന് കാണികൾക്കുമുമ്പിലാവുമ്പോഴായിരിക്കും ഇതിന്റെ ആവശ്യമുള്ളെന്നു കരുതുന്നു. പാട്ടുപാടുകയും അവരോട് സംസാരിക്കുകയും ചെയ്തപ്പോൾ വളരെ ചെറുപ്പത്തിലെ പലയോർമ്മകളും മനസ്സിലേക്കോടിയെത്തി. ജീവിത സാഹചര്യങ്ങൾ ഏറെ പരിമിതമായിരുന്ന ഒരു കാലഘട്ടത്തിന്റെ സ്മരണകളായിരുന്നു അതെല്ലാം. ഇപ്പോൾ ആ സന്തോഷമാണ് തിരികെക്കിട്ടിയത്. പാട്ടുകൾ പാടി അവരുടെയെല്ലാം കൈകളിൽ നിന്ന് ചെറിയൊരു തുക സമാഹരിക്കുകയും ചെയ്തിരുന്നല്ലോ.

നാലാം പാർട്ടി കോൺഗ്രസിൽ ജനറൽ സെക്രട്ടറി അജയഘോഷ് റിപ്പോർട്ട് അവതരിപ്പിച്ചു. മൂന്നാം പാർട്ടി കോൺഗ്രസ് 1953 ൽ തമിഴ്നാട്ടിലെ മധുരയിൽ വെച്ചായിരുന്നു കൂടിയത്. ഹർക്കിഷൻസിങ് സുർജീത്ത്, ഇ എം എസ്, എസ് എ ഡാങ്കെ, പി രാമമൂർത്തി, സി രാജേശ്വര റാവു, പി സുന്ദരയ്യ എന്നിവരായിരുന്നു പാർട്ടിയുടെ പോളിറ്റ് ബ്യൂറോ അംഗങ്ങൾ. പാലക്കാട് വെച്ച് നടന്ന നാലാം പാർട്ടി കോൺഗ്രസിൽ അജയഘോഷിനെ വീണ്ടും ജനറൽ സെക്രട്ടറിയായി തെരഞ്ഞെടുക്കുകയാണ് ഉണ്ടായത്.

മലയാളം സംസാരിക്കുന്നവർക്ക് മുൻഗണന നല്കിക്കൊണ്ട് ഭാഷയുടെ അടിസ്ഥാനത്തിൽ കേരള സംസ്ഥാനം ഉടനെതന്നെ രൂപപ്പെടുവാൻ പോകുകയാണ്. മദ്രാസ് ബോർഡിനു കീഴിലുള്ള സ്ഥലങ്ങളും കൊച്ചിതിരുവിതാംകൂർ രാജ്യങ്ങളും കൂടി ഒന്നായിച്ചേർന്ന് ഒരു ഐക്യ

മലയാള രാജ്യമാണ് രൂപപ്പെടാൻ പോകുന്നത്.

ഇരുപത്തി ഒൻപതാം തീയതി ആയപ്പോൾ അന്ന് വൈകുന്നേരം സമാപന സമ്മേളനം നടക്കുകയാണ്. അതിനു മുന്നോടിയായി ഒരു വലിയ റാലിയിൽ ജനസാഗരം അണിനിരക്കുന്നു. പാലക്കാടൻ പട്ടണത്തിന്റെ ചരിത്ര വീഥികൾ ചുവപ്പണിഞ്ഞു. റാലികഴിഞ്ഞ് പൊതുയോഗമാണ്. പൊതുയോഗത്തിൽ ഇ എം എസ് ഉൾപ്പെടെയുള്ളവരുടെ വലിയ നിരതന്നെയുണ്ട്. കെ പി എ സി നയിക്കുന്ന ഗാനമേളയാണ് നടക്കുന്നത്. അതിൽ ആദ്യം കെ എസ് ജോർജ്ജും സുലോചനയും പ്രതിഭ ആർട്സ് ക്ലബ്ബിലെ ഗായകരും കൂടിച്ചേർന്ന് നടത്തുന്ന ഐക്യ കേരള ഗാനമാണ്.

ഒന്നിച്ചങ്ങനെ പോയാലേ
കുന്നലനാടിന്നരുമകളേ
കന്നിക്കതിരിൻ കൈയാലേ
സിന്ദൂരപ്പൊട്ടണിയാലോ

സിന്ദൂരപ്പൊട്ടണിയുമ്പോ
നമ്മൾ നെർത്തം ചെയ്യൂലോ
നമ്മൾ നെർത്തം ചെയ്യുമ്പോ
നമ്മടെ രാജ്യം വരണല്ലോ
നമ്മടെ രാജ്യം വരണല്ലോ

അതിനുശേഷം കോഴിക്കോട് അബ്ദുൾ ഖാദറും ശാന്താ പി നായരും പാടുകയാണ്. അങ്ങനെ വിവിധ ഗായകരുടെ ഒരു നിരതന്നെയുണ്ട്.

കേരളം മുഴുവനും ഐക്യകേരളം രൂപീകരിക്കുന്നതിനു വേണ്ടിയുള്ള മുറവിളികൾ മുഴങ്ങി. തിരു–കൊച്ചി സംസ്ഥാനത്ത് 1954 നു ശേഷം രണ്ടു മന്ത്രിസഭകളാണ് അധികാരത്തിലേറിയത്. സംസ്ഥാന രൂപീകരണത്തിനുള്ള ജനകീയ സമ്മർദ്ദത്തെ അതിജീവിക്കുവാൻ അതിനു കഴിഞ്ഞില്ല. തിരുവിതാംകൂറിൽ കോൺഗ്രസിന്റെ പിന്തുണയോടെയായിരുന്നു പട്ടം താണുപിള്ള അധികാരത്തിലേറിയത്. പട്ടത്തിന്റെ പി എസ് പി സർക്കാരും താഴെവീണു. തെക്കൻ തിരുവിതാംകൂറിലെ തമിഴ് ഭൂരിപക്ഷ പ്രദേശങ്ങൾ തമിഴ്നാടിന്റെ ഭാഗമാക്കണമെന്നുള്ള പ്രക്ഷോഭം അതിർത്തിപ്രദേശങ്ങളായ തിരുവനന്തപുരത്തിന്റെ തെക്കൻ ഭാഗങ്ങളിൽ നടന്നു. തമിഴ്നാട് കോൺഗ്രസിന്റെ നേതൃത്വത്തിലായിരുന്നു പ്രക്ഷോഭം. അക്രമാസക്തമായ സമരപരിപാടികളിൽ മാർത്താണ്ഡത്ത് വെടിവെപ്പുണ്ടാകുകയും അതിൽ ഏഴു പേർ മരിക്കുകയും ചെയ്തു.

കെട്ടുപോയ ഒരു രാത്രി

ആ രാത്രി അങ്ങനെ കെട്ടുപോയി. അതിന്റെ കരിന്തിരിയിലൂടെ സൈക്കിളോടിച്ച് തോപ്പിൽ ഭാസി വള്ളികുന്നത്തെത്തി.

നേരം വെളുക്കാറായി

ഉറങ്ങാൻ അല്പസമയം കൂടി ബാക്കിയുണ്ട്. *മുടിയനായ പുത്രൻ* എന്ന് പുറംചട്ടയിൽ പേരെഴുതി അതിനടിയിൽ ഒരു വരയും ഇട്ട് ആ കൈയെഴുത്തുപ്രതി മേശപ്പുറത്ത് ഉറങ്ങാതെ കിടക്കുകയാണെന്ന് ഭാസിക്ക് തോന്നി. തിരിഞ്ഞും മറിഞ്ഞും കിടന്നിട്ട് ഉറക്കമില്ല. ഒരു ബീഡി കൂടി കത്തിച്ച് ആഞ്ഞുവലിച്ചു, *മുടിയനായ പുത്രനി*ലെ രാജനാണ് ബീഡി വലിക്കുന്നതെന്ന് അപ്പോൾ ഭാസിക്കു തോന്നി. ചെല്ലമ്മയുടെ കൈയിൽനിന്ന് ചൂട്ടു വാങ്ങിക്കത്തിക്കുമ്പോൾ, ചൂട്ടുവെളിച്ചത്തിൽ ചെല്ലമ്മയുടെ രാത്രിദൃശ്യത്തിന്റെ അവ്യക്തത, ബീഡി ആഞ്ഞാഞ്ഞു വലിക്കുമ്പോൾ മാറി വരുന്നു. ചുവന്നു തുടുത്ത ചെല്ലമ്മയുടെ ദേഹത്തേക്ക് നോട്ടത്തിന്റെ തീപ്പൊരി അല്പം പോലും വീണുപോകാതെയാണ് ചൂട്ടിലെ തീപ്പൊരിയിൽ മുക്കി ബീഡി വലിക്കുന്നത്.

നേരം വെളുത്തു.

എല്ലാവരും കെ പി എ സിയിൽ ഇരിക്കുകയാണ്. കഥാപാത്രവിശകലനം നടത്തുകയാണ്.

ക്ഷയിച്ചുപോയ ഒരു തറവാട്ടിലെ തന്തോന്നിയായ ചെറുപ്പക്കാരനാണ് രാജൻ. രാജന്റെ കാമുകിയായിരുന്ന രാധ ഇന്ന് അയാളുടെ ജ്യേഷ്ഠനായ ഗോപാലപിള്ളയുടെ ഭാര്യയാണ്. അയാൾ ഗവൺമെന്റ് കോൺട്രാക്ടറും കരയോഗം പ്രസിഡന്റുമാണ്. രാജന്റെ ഭൂസ്വത്തു മുഴുവനും ജ്യേഷ്ഠൻ കൈക്കലാക്കിയിരിക്കയാണ്. അതിനാൽ രാജന് സ്വന്തമായി ഒരുതുണ്ടു ഭൂമിപോലുമില്ല. അയാൾ നാടിനും വീടിനും കൊള്ളാത്ത ഒരു ചട്ടമ്പിയായിത്തീർന്നിരിക്കുകയാണ്. എപ്പോഴും മദ്യപിച്ച് ലക്കുകെട്ട് നടക്കുന്ന ഒരാളായതുകൊണ്ട് വീട്ടിൽ നിന്നടിച്ചിറക്കി. അങ്ങനെയിരിക്കെ ഒരു സന്ധ്യക്ക് ചെല്ലമ്മ എന്ന സുന്ദരിയായ പുലയസ്ത്രീ വരുമ്പോൾ അവളുടെ കൈയിൽ നിന്ന് ചൂട്ടുവാങ്ങി ബീഡി കത്തിച്ചതിനുശേഷം അവളെക്കയറി പിടിക്കുന്നു. അവൾ അവിടെ നിന്ന് ജീവനും കൊണ്ടോടിപ്പോകുന്നു. ചെല്ലമ്മയും രാജനെ വെറുത്തു.

ഗോപാലപിള്ളയുടെ ആൾക്കാർ രാജനെ മർദ്ദിച്ച് അവശനാക്കി മൃതപ്രായനാക്കി വഴിയിൽ തള്ളുന്നു. തൊഴിലാളി നേതാവായ വാസുവും സഖാക്കളും രാജനെ രക്ഷപ്പെടുത്തുന്നു. അവർ രാജനെ ചാത്തൻ പുലയന്റെ വീട്ടിൽ എത്തിക്കുകയാണ്. ചാത്തൻ പുലയന്റെ മകളാണ് ചെല്ലമ്മ. അവിടത്തെ ശുശ്രൂഷകൾകൊണ്ട് ഭേദപ്പെട്ടു വരികയാണ് രാജൻ. ചെല്ലമ്മയ്ക്ക് ആദ്യം വെറുപ്പായിരുന്നു അയാളോട്. പതുക്കെ അവർക്കിടയിൽ ഒരു സ്നേഹബന്ധം രൂപപ്പെടുന്നു. ചാത്തന്റെ ശുശ്രൂഷയും ചെല്ലമ്മയുടെ പരിചരണവും വാസുവിന്റെ സ്നേഹവും കൊണ്ട് രാജൻ ജീവിതത്തിലേക്ക് മടങ്ങിവരുന്നു. അതിനുശേഷം അയാൾ പുതിയൊരു മനുഷ്യനായി മാറുകയാണ്. അതുവരെ പകയോടെ മാത്രം പെരുമാറിയിരുന്ന അയാളുടെ അമ്മയോടും അനിയത്തിയോടും കാമുകി രാധയോടും അയാൾ മാപ്പു പറഞ്ഞു. ഗോപാലപിള്ളയുടെ ഗുണ്ടയെ കൊന്നകേസിൽ വാസു അപ്പോൾ പ്രതിയാക്കപ്പെടാനുള്ള ഒരു

സാഹചര്യമുണ്ടായി. വാസുവിനെ രക്ഷിക്കാൻ രാജൻ സ്വമനസ്സാലെ കൊലപാതകക്കുറ്റം ഏറ്റുപറഞ്ഞ് അറസ്റ്റു വരിക്കുന്നു. കേസിൽ ഗോപാലപിള്ളയുടെ ആൾക്കാർ കള്ളസാക്ഷി പറഞ്ഞതിനെത്തുടർന്ന് വിധി പ്രസ്താവിക്കുന്നു. രാജനെ തൂക്കിക്കൊല്ലാൻ വിധിക്കുന്നു. ശിക്ഷ നടപ്പാക്കുന്നതിനുമുമ്പ് അയാളെ കാണാനായി അമ്മയും ചെല്ലമ്മയും വരുന്നു. അമ്മയുടെ കൈകളിൽ ചെല്ലമ്മയെ ഏല്പിച്ചുകൊടുക്കുന്നിടത്ത് വെച്ച് നാടകം അവസാനിക്കുന്നു.

ഭാസിയുടെ മനസ്സിൽ ഇതെഴുതുമ്പോൾ കെ പി എ സിയിലെ എല്ലാവരുമായിരുന്നു. ചെല്ലമ്മ സുലോചനയാണ്. സുലോചനയാണ് ഇതിലെയും കേന്ദ്രബിന്ദുവാകുന്നത്. പിന്നീടൊരു കഥാപാത്രം സുധർമ്മയാണ്. *കമ്യൂണിസ്റ്റാക്കി*യിലെ മാലയുടെ മുഖമാണ് രാധയ്ക്കുള്ളത്. പക്ഷേ, ഇതിൽ സുധർമ്മയെമാത്രം നമ്മൾ എങ്ങനെ കണ്ടുപിടിക്കും. അവിടെ മാത്രമേ ഒരു പ്രശ്നം വരുന്നുള്ളു. പിന്നെ രാജനാണ്. രാജനായി മനസ്സിൽ കണ്ടത് മാധവനെയാണ്.

"ഓ! മാധവനൊരു എടുപ്പില്ല. കൊറച്ചുകൂടെ എടുപ്പൊള്ളൊരാളെ എടുത്തുകൂടേ?"

സുലോചനയാണ് അങ്ങനെ ചോദിച്ചത്.

അപ്പോൾ എല്ലാവരുംകൂടി ചിരിച്ചു,

"മാധവൻ മതി, രാജനെ രംഗത്തവതരിപ്പിക്കാൻ. നിങ്ങളാരും തന്നെ ആശങ്കപ്പെടേണ്ടതില്ല." ഭാസി വീണ്ടും ഉറപ്പിച്ചു പറഞ്ഞു.

"ഇതിൽ നമുക്ക് നാല് കഥാപാത്രങ്ങളെയാണ് പുറത്തുനിന്നും കണ്ടെത്തേണ്ടത്?"

"ആരൊക്കെ?"

"ഒന്ന് രാധ, രണ്ട് തലപ്പുലയൻ, മൂന്ന് രാജന്റെ അമ്മ, നാല് അനിയത്തി ശാരദ.

ശാരദ ഇതിൽ തീരെ ചെറിയ ഒരു കഥാപാത്രമാണെന്നു പുറത്തു നില്ക്കുന്ന ഒരാൾക്കു തോന്നാം. പക്ഷേ, സഹോദരന്മാരുടെ ഇടയിൽ നിന്ന് ചെറുപ്രായത്തിലേ ജീവിത ദുരിതമനുഭവിക്കാൻ വിധിക്കപ്പെട്ട ഒരു കഥാപാത്രമാണവൾ. നമ്മുടെ ഇടയിൽ അപ്രസക്തരായിപ്പോകുന്ന എത്രയോ കഥാപാത്രങ്ങളെ ശാരദ എന്ന കഥാപാത്രം പ്രതിനിധാനം ചെയ്യുന്നുണ്ട്."

"നമുക്കൊരു കാര്യം ചെയ്യാം. സുധർമ്മ പോയതിൽപ്പിന്നെ നമ്മൾ തൽക്കാലത്തേക്കെങ്കിലും കൊണ്ടുവന്ന ചാന്ദ്നിയും സുജാതയും ഉണ്ടല്ലോ അവരെയായാലോ? പക്ഷേ, ഇടയ്ക്ക് നമ്മൾ അവരെ അഭിനയിപ്പിച്ചു നോക്കിയതാണല്ലോ. അവർ ഒരുവിധം കൊള്ളാം എന്നേയുള്ളു. പക്ഷേ, പാടാനും നൃത്തം ചെയ്യാനും അവർ അത്രമാത്രം പോര."

"എങ്കിൽ വേറൊരു കാര്യംചെയ്യാം. നൃത്തം ചെയ്യാനും പാടാനും അറിയുന്ന ആളെക്കിട്ടാൻ നമുക്ക് ഡാൻസ് ട്രൂപ്പിലെങ്ങാനും ഒന്ന് അന്വേഷിച്ചാലോ?"

"അതെ, അവിടെ ഒരാളുണ്ട്, തന്റേടിയും ദൈവനിഷേധിയുമായ ഒരു ക്രിസ്ത്യാനിപ്പെണ്കൊച്ചിന്റെ കാര്യം. അതിനെക്കുറിച്ച് ഗംഗാധരൻ പറഞ്ഞിരുന്നു. നല്ല കലാകാരിയാണ്. അഭിനയം ജന്മവാസനയായി കിട്ടിയവളാണ്. പി ജെ ആന്റണിയുടെ ഒരു ഏകാങ്ക നാടകത്തിൽ അഭിനയിക്കുന്നത് കണ്ടിട്ടുണ്ട്. *ഞങ്ങളുടെ മണ്ണി*ലാണവൾ അന്ന് അഭിനയിച്ചത്. അതുകഴിഞ്ഞ് ഞാനും ദേവരാജനും കൂടി അവളുടെ ഒരു നൃത്തപരിപാടി കണ്ടിട്ടുമുണ്ട്. കലാമണ്ഡലത്തിൽ നിന്നാണ് അവൾ നൃത്തം അഭ്യസിച്ചത്.

പിറ്റേ ദിവസം തന്നെ ബിയാട്രീസിനെ വിളിച്ചുകൊണ്ടു വന്നു. കായംകുളത്ത് കെ എസ് ജോർജ്ജ് താമസിച്ച വീട്ടിലാണ് ബിയാട്രീസ് താമസിച്ചത്. ബിയാട്രീസ് വന്നതിനുശേഷം സുലോചനയ്ക്ക് ഒരു കൂട്ടായി. സുധർമ്മയുടെ നഷ്ടം കെ പി എ സി നികത്തിയപോലെതന്നെ സുലോചനയും നികത്തിയത് അങ്ങനെയാണ്. സുലോചന ചിലപ്പോൾ ബിയാട്രീസിന്റെ സംഭവബഹുലമായ കഥകൾ കേട്ടിരിക്കും. ഒരു ദിവസം പി ജെ ആന്റണി ബിയാട്രീസിനെ ഇഷ്ടമാണെന്നു പറഞ്ഞപ്പോൾ താനങ്ങനെയല്ല കരുതിയത്, ഒരു ഗുരുനാഥനെപ്പോലെയാണെന്ന് അദ്ദേഹത്തോട് പറഞ്ഞതും പിന്നീട് ആഗ്രഹിച്ചപ്പോൾ ഒരിക്കൽ വീട്ടിൽ വന്ന് അപ്പനോട് ഈ വിവാഹാലോചന നടത്തിയതും അപ്പൻ ഉടനെ ദേഷ്യപ്പെട്ടതും, പിന്നീട് ആന്റണിയുടെ നാടകങ്ങളിൽ അഭിനയിക്കാൻ വിടാതിരുന്നതുമെല്ലാം ബിയാട്രീസ് പറഞ്ഞു.

കെ പി എ സിയിൽ വന്നപ്പോൾ ബിയാട്രീസിന് സുധർമ്മ ചെയ്ത എല്ലാ കഥാപാത്രങ്ങളും ചെയ്യേണ്ടതായി വന്നു. അതിൽ *കമ്യൂണിസ്റ്റാക്കി*യിലെ മാലയുമുണ്ടായിരുന്നു. തിരുവിതാംകൂർ മാല കുറച്ചുകൂടി വടക്കോട്ടുപോയി കടലിനോടും കണ്ണീരിനോടും ചേർന്നുകിടക്കുന്നപോലെ തോന്നി. *മുടിയനായ പുത്രനി*ലെ വ്യത്യസ്തമായൊരു കഥാപാത്രമായിരുന്നു രാധയുടേത്. സംശയാലുവായ ഭർത്താവിന്റെ കുത്തുവാക്കുകളെ തൃണവൽഗണിച്ച് അതിജീവിക്കുന്ന, പഴയ കാമുകന്റെ സ്നേഹരാഹിത്യത്തിനുമുമ്പിൽ തളർന്നുപോകുന്ന ഒരു കഥാപാത്രം. ശക്തിയും ദൗർബല്യവും ഒരേമുഖത്തിന്റെ രണ്ടു അവസ്ഥയായി അവതരിപ്പിക്കാൻ കഴിഞ്ഞു. നൃത്തം ചെയ്യാനായില്ലെങ്കിൽ ഭ്രാന്ത് പിടിച്ചുപോകുന്ന രാധ, ബിയാട്രീസിന് അരങ്ങിൽ മികച്ചരീതിയിൽ അഭിനയിച്ചു ഫലിപ്പിക്കാൻ പറ്റുന്ന രീതിയിലുള്ളതായിരുന്നു.

രാജന്റെ അമ്മയെ കണ്ടെത്താൻ പക്ഷേ, കുറച്ചുകൂടി അലയേണ്ടിവന്നു. കഴിഞ്ഞ രണ്ടു നാടകങ്ങളിലെ അമ്മമാരായ ഭാർഗ്ഗവിയും പത്മാക്ഷിയും അഭിനയം വിട്ട് മുഴുവൻ സമയം പാർട്ടിപ്രവർത്തനങ്ങളിലേക്ക് കടന്നു. ശക്തമായ ഒരു അഭിനയസാന്നിദ്ധ്യമാവേണ്ട ഒരു കഥാപാത്രമാണ് *മുടിയനായ പുത്രനി*ലെ അമ്മ. അന്വേഷണം എൻ എൻ പിള്ളയുടെ ഭാര്യ കല്യാണിക്കുട്ടിയുടെ അടുത്തെത്തി. മാധവൻ ചെന്നപ്പോൾ എൻ എൻ പിള്ള പുതിയ ഒരു നാടകത്തിന്റെ പണിപ്പുരയിലായി

രുന്നു. 1952 ലെ തിരഞ്ഞെടുപ്പിൽ കമ്യൂണിസ്റ്റ്പാർട്ടിക്കുവേണ്ടി പ്രസംഗിച്ചു നടന്ന ഓർമ്മകളും കാമ്പിശ്ശേരിയുടെ പുതുപ്പള്ളി മണ്ഡലത്തിൽ ചെന്നപ്പോൾ, ഒളിവിലിരുന്ന തോപ്പിൽ ഭാസിയുടെ വീട്ടിൽ കയറിയതും അച്ഛനേയും അമ്മയേയും കണ്ടകാര്യവും, *മുടിയനായ പുത്രന്റെ* പുതിയ കഥയെക്കുറിച്ചൊക്കെയുമാണ് അപ്പോൾ മാധവനോട് എൻ എൻ പിള്ള പങ്കുവെച്ചത്. അങ്ങനെ ഭാര്യയെ നേരിട്ട് കെ പി എ സിയുടെ ക്യാമ്പിൽ എത്തിക്കുകയും റിഹേഴ്സൽ ക്യാമ്പിൽ കുറച്ചു സമയം ഇരുന്നതിനു ശേഷം മടങ്ങിപ്പോകുകയും ചെയ്തു.

അടുത്ത കഥാപാത്രം ശാരദയാണ്, രാജന്റെ അനിയത്തി. വിജയകുമാരിയെ മനസ്സിൽ കണ്ടാണ് ആ കഥാപാത്രത്തെ സൃഷ്ടിച്ചത്. പക്ഷേ, വിവാഹം കഴിഞ്ഞ് വിജയകുമാരി ഗർഭിണിയായതിനാൽ അവധി എടുത്തിരിക്കുകയാണ്. അപ്പോഴാണ് സുലോചന വഞ്ചിയൂർ രാധയെക്കുറിച്ച് പറഞ്ഞുകൊടുക്കുന്നത്. റേഡിയോ സ്റ്റേഷനിൽ കുട്ടികളുടെ പരിപാടിയിൽ പങ്കെടുക്കാൻ വന്നതാണ്. അന്ന് കണ്ട പരിചയമുണ്ട്. അങ്ങനെ വഞ്ചിയൂർ രാധയെയും കൊണ്ടുവന്നു.

പിന്നീട് പുതുതായി വേണ്ടിയിരുന്നത് ചാത്തൻ പുലയനായി അഭിനയിക്കാനുള്ള ഒരാളായിരുന്നു. ഒരു ദിവസം കായംകുളത്തു നിന്നു തന്നെ ഒരാൾ കെ പി എ സിയിലേക്ക് എത്തിച്ചേർന്നു. കവിയും കാഥികനും സാംസ്കാരിക പ്രവർത്തകനുമായ സി ജി ഗോപിനാഥനായിരുന്നു അത്.

മുടിയനായ പുത്രൻ നാടകത്തിലെ ഒരു രംഗം.
ഒ മാധവൻ, ശ്രീനാരായണ പിള്ള എന്നിവരോടൊപ്പം സുലോചന.

റിഹേഴ്സലുകൾക്ക് തുടക്കമായി.

പകൽസമയങ്ങൾ റിഹേഴ്സലുകൾക്ക് മാത്രമായി ചെലവഴിച്ചു. ചിലദിവസങ്ങളിൽ *നിങ്ങളെന്നെ കമ്യൂണിസ്റ്റാക്കി* ബുക്കിങ് ഉണ്ടാകും. രാത്രിയിലെ നീണ്ടയാത്രയ്ക്കു ശേഷം വീണ്ടും റിഹേഴ്സൽ ക്യാമ്പ്.

സുലോചനയ്ക്ക് ബിയാട്രീസിനെപ്പോലെ ഒരു കൂട്ടുകാരി വന്നുചേർന്നതിനാൽ സമയം പോകുന്നത് അറിയുന്നേയില്ല. റിഹേഴ്സൽ ക്യാമ്പിൽ തോപ്പിൽ ഭാസിയുമുണ്ട്. അദ്ദേഹം രാജന്റെ ജ്യേഷ്ഠനായ, വില്ലൻ വേഷമാണ് കൈകാര്യം ചെയ്യുന്നത്. രാജനും ചെല്ലമ്മയുമായുള്ള ആദ്യരംഗം തന്നെ നാടകീയതയുടെ കത്തിപ്പടരലാണ്.

ഒ മാധവൻ, ശ്രീനാരായണപിള്ള, തോപ്പിൽ കൃഷ്ണപിള്ള, സി ജി ഗോപിനാഥ്, കെ എസ് ജോർജ്ജ്, തോപ്പിൽ ഭാസി, ബിയാട്രീസ്, ചെങ്ങന്നൂർ ജാനകി, വഞ്ചിയൂർ രാധ എന്നിവരായിരുന്നു *മുടിയനായ പുത്രനി*ലെ മറ്റു അഭിനേതാക്കൾ. ഗാനരചന, സംഗീതം എന്നിവ ഒ എൻ വിയും ദേവരാജനുമായിരുന്നു. നാടക സംവിധാനം ജനാർദ്ദനക്കുറുപ്പ്.

സുലോചനയെ സംബന്ധിച്ച് കൂടുതൽ ജനകീയ സ്വീകാര്യത നല്കിയ ഒരു കഥാപാത്രമായിരുന്നു *മുടിയനായ പുത്രനിലെ* ചെല്ലമ്മ. *നിങ്ങളെന്നെ കമ്യൂണിസ്റ്റാക്കി* കഴിഞ്ഞാൽ ഏറ്റവുമധികം ആസ്വാദക ശ്രദ്ധ പിടിച്ചുപറ്റിയ ഒരു കഥാപാത്രം കൂടിയായിരുന്നു അത്.

അക്കാലത്ത് ഐക്യകേരളം നിലവിൽ വരുന്നതിന്റെ വാർത്തകളാണ് എല്ലായിടത്തും. ഗ്രാമപ്രദേശങ്ങളിലെ ഓരോ മുക്കിലും മൂലയിലുമുള്ള ജനങ്ങളുടെ ചർച്ചാവിഷയം ഇതായിരുന്നു. ഐക്യകേരളം രൂപം കൊള്ളുമ്പോൾ കേരളം എങ്ങനെയായിരിക്കണം രൂപപ്പെടുത്തിയെടുക്കേണ്ടതെന്നും തിരഞ്ഞെടുപ്പിന് എങ്ങനെയാണ് തയ്യാറാകേണ്ടതെന്നും മറ്റും തീരുമാനിക്കുന്നതിനായി കമ്യൂണിസ്റ്റ് പാർട്ടിയുടെ സംസ്ഥാന സമ്മേളനം തൃശ്ശൂരിൽവെച്ച് ചേർന്നു. സി അച്യുതമേനോൻ സെക്രട്ടറിയായ ആദ്യത്തെ കേരള സംസ്ഥാന കമ്മിറ്റി നിലവിൽ വന്നു.

നവംബർ ഒന്നിന് ശ്രീചിത്തിരതിരുന്നാൾ രാജാവ് തിരു-കൊച്ചി രാജപ്രമുഖസ്ഥാനത്തുനിന്നും വിരമിച്ചു.

1956 നവംബർ 7 ഒക്ടോബർ വിപ്ലവ വാർഷിക ദിവസമാണ് കായംകുളം ലക്ഷ്മിതീയറ്ററിൽ വെച്ച് നിറഞ്ഞ സദസ്സിൽ അന്നത്തെ പാർലമെന്റിലെ പ്രതിപക്ഷ നേതാവ് എ കെ ജി *മുടിയനായ പുത്രൻ* ഉദ്ഘാടനം ചെയ്തത്.

നാടകം ആരംഭിച്ച് കുറച്ചു സമയം കഴിഞ്ഞപ്പോൾ ഉടനെതന്നെ കറന്റ് പോയി. പിന്നെ വന്നത് ഒന്നരമണിക്കൂർ കഴിഞ്ഞാണ്. അതുവരെ ഒരാൾപോലും എഴുന്നേറ്റ് പുറത്തു പോയില്ല. പോകാൻ കഴിയുമായിരുന്നില്ല. നാടകത്തിന്റെ ആദ്യ അവതരണത്തിനുതന്നെ ഇങ്ങനെ ഒരു ദുർവ്വിധിയുണ്ടായതിൽ എല്ലാവരും പരിതപിച്ചിരിക്കുകയാണ്. തോപ്പിൽ ഭാസി സ്റ്റേജിനു പുറകിൽ അക്ഷമനായി അങ്ങോട്ടും ഇങ്ങോട്ടും നടന്നു. സദസ്യരും കറന്റ് ഇപ്പോൾ വരുമെന്ന പ്രതീക്ഷയിലായിരുന്നു.

നാടകത്തിലെ ആദ്യരംഗം തന്നെ ചൂട്ടുകത്തിച്ച് വരുന്ന ചെല്ലമ്മയെന്ന കഥാപാത്രത്തിന്റേതാണ്. അപ്പോൾ രാജൻ അവളുടെ കൈക്ക് ബലാല്ക്കാരമായി കയറിപ്പിടിക്കുന്നൊരു രംഗമുണ്ട്. പലപ്പോഴും

അഭിനയത്തിന്റെ ലഹരിയിൽ പിടുത്തത്തിന്റെ ശക്തി അല്പമൊന്ന് കൂടി പ്പോകാറുണ്ടായിരുന്നു, മാധവന്. ഇത് അറിയാതെ സംഭവിക്കുന്നതാണ്. സുലോചനയുടെ കൈയിലെ കുപ്പിവളകൾ ഉടഞ്ഞ് ചോരപൊടിയുക പതിവായിരുന്നു. ഒരു ദിവസം ഇത് സഹിക്ക വയ്യാതെയായപ്പോൾ, മാധവന്റെ കൈയിൽ കൂർത്ത നഖമിറുക്കി വേദനിപ്പിച്ചിട്ടുണ്ട്. പിന്നീട് അന്ന് കാണിച്ച ആ ബാലിശമായ പ്രവൃത്തിയോർത്ത് ദുഃഖിച്ചിട്ടുമുണ്ട്. അതുല്യനായ ആ കലാകാരൻ അഭിനയത്തിന്റെ പൂർത്തീകരണ ത്തിനിടയിൽ സ്വയം മറന്ന് അഭിനയിക്കുന്നതിന്റെ ലക്ഷണങ്ങളായിരുന്നു അതെല്ലാം.

നാടകം പോലെതന്നെ ഇതിലെ ഗാനങ്ങളും ശ്രദ്ധിക്കപ്പെട്ടു. അമ്പിളി അമ്മാവാ, ഇല്ലിമുളം കാടുക ളിൽ, മാമ്പൂക്കൾ പൊട്ടി വിരിഞ്ഞു എന്നിവയൊക്കെ കേരളമാകെ പ്രചാരം നേടിയെടുത്ത പാട്ടുകളാണ്.

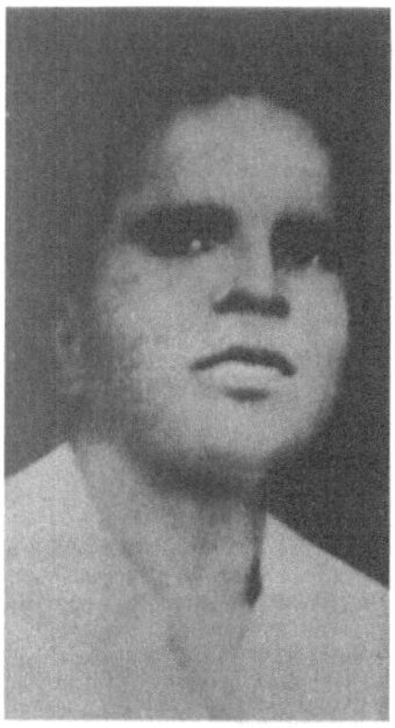
കോടാകുളങ്ങര വാസുപിള്ള

അഭിനയത്തിൽ ചെല്ല മ്മയെന്ന പുലയയുവതിയുടെ വേഷപൂർത്തീകര ണത്തിനായി സുലോചന സ്വയമേവ ദേഹത്താ കമാനം കരിപുരട്ടുക പതിവായിരുന്നു. എല്ലാ ദിവസവും ആരുടെയും അഭിപ്രായം ആരായാതെ ദേഹമാസകലം ഇങ്ങനെ കരിപുരട്ടിയായിരുന്നു അഭിനയിച്ചുകൊണ്ടിരുന്നത്. കഥാപാത്രത്തിലേ ക്കെത്തിച്ചേരാനായുള്ള ആത്മസമർപ്പണമാ യിരുന്നു സുലോചനയിൽനിന്നുണ്ടായത്. പലരും ഇത്രമാത്രം കരിയെന്തിന് എന്നു ചോദിച്ചിട്ടുണ്ട്. അതിനാൽ നാടകം കഴിയുമ്പോൾ ഒരുകുടം വെള്ളംകൊണ്ട് കഴുകിയാലും കരി പോകില്ലാ യിരുന്നു. ഈ അഭിനയസമർപ്പണത്തിന് സുലോ ചനയ്ക്ക് കേരള സംഗീതനാടകഅക്കാദമി അവാർ ഡ് ലഭിക്കുകയുണ്ടായി.

നാടകീയത നിറഞ്ഞ ഒരു ജീവിതമുഹൂർത്തം

മുടിയനായ പുത്രൻ കേരളത്തിലെമ്പാടും നിറഞ്ഞ സദസ്സിലായി രുന്നു അവതരിപ്പിച്ചുകൊണ്ടിരുന്നത്. അവസാന രംഗം രാജന്റെ വധ ശിക്ഷയ്ക്കു മുമ്പുള്ള ഏതാനും അഭിശപ്ത നിമിഷങ്ങളാണ്. ഏതാണ്ട് അതുപോലെതന്നെയൊരവസ്ഥയിലൂടെ കടന്നുപൊയ്ക്കൊണ്ടിരിക്കയാ യിരുന്നു കെ പി എ സിയുടെ കൺവീനർ ആയിരുന്ന കോടാകുളങ്ങര വാസുപിള്ള. പ്രസിഡന്റ് ദയാഹർജ്ജി തള്ളി മരണദിനം കുറിച്ചുവെച്ച് ഓരോ ദിവസവും ഓരോ നിമിഷവും എണ്ണിയെണ്ണിക്കഴിയുകയാണയാൾ.

1956 ഡിസംബർ 30 സന്ധ്യാസമയം.

പ്രതീക്ഷയുടെ എല്ലാ നാളങ്ങളും അസ്തമിച്ച് കൂരിരുട്ടിലേക്ക്

അയാൾ പിൻവാങ്ങിക്കഴിഞ്ഞിരുന്നു. ഇടനാഴിയിലൂടെ വരുന്നവരുടെ കാലടിശബ്ദം മാത്രം ശ്രവിച്ചിരിക്കുകയാണ്. ജയിലർ ഇടയ്ക്കിടയ്ക്ക് വരുകയും അയാളെ അല്പനേരം നോക്കിയിട്ട് മടങ്ങിപ്പോകുകയും ചെയ്യുന്നു. നേരം ഇരുട്ടിത്തുടങ്ങിയപ്പോൾ ആരാച്ചാർ വന്നു. കയറിന്റെ പരിശോധന നടത്തുന്നു. കൂടെ ഉയർന്ന പൊലീസ് ഉദ്യോഗസ്ഥന്മാരും ഉണ്ട്. നേരം വെളുക്കുംമുമ്പ് തൂക്കിലേറ്റണം. തലേദിവസത്തെ ചില പൂജകൾ അയാൾക്ക് പരമ്പരാഗതമായി ചെയ്യാനുള്ളവ ഉണ്ടായിരുന്നു. വിളക്ക് കത്തിച്ചു. പൂജകൾ തുടങ്ങി. കുറച്ചുകഴിഞ്ഞപ്പോൾ എല്ലാവരെയും അത്ഭുതപ്പെടുത്തിക്കൊണ്ട് പ്രസിഡന്റിന്റെ സ്റ്റേ ഓർഡർ വന്നു. വധശിക്ഷ നിർത്തിവെച്ചുകൊണ്ടുള്ളത്. പൊലീസ് ഉദ്യോഗസ്ഥർ ഉടനെ തന്നെ ആരാച്ചാരെ വിവരമറിയിച്ചു. അയാൾ ആ ഓർഡർ കൈപ്പറ്റി അല്പനേരം അവിടെ നിന്നിട്ട് വീട്ടിലേക്ക് മടങ്ങി. കുറച്ചു കഴിഞ്ഞപ്പോൾ പ്രസിഡന്റിന്റെ മറ്റൊരു ഓർഡർ വന്നു. നേരത്തെ ഇറക്കിയ ഓർഡർ റദ്ദാക്കിക്കൊണ്ടുള്ളതായിരുന്നു അത് അപ്പോഴേക്കും ആരാച്ചാർ മടങ്ങിപ്പോയതുകാരണം തൂക്കിക്കൊല്ലാൻ നിവൃത്തിയില്ല എന്ന തീരുമാനത്തിലേക്ക് ജയിലർ എത്തി.

ചുവന്നുതുടുത്ത പ്രഭാതം;

പിറ്റേന്ന്,

1957 ചരിത്രം രചിക്കാൻ തയ്യാറായി നില്ക്കുകയാണ്.

തൽക്കാലം കൊലക്കുരുക്കിൽനിന്ന് രക്ഷപ്പെട്ടെങ്കിലും ഇനിയെന്ത് എന്ന ചോദ്യം വീണ്ടും വാസുപിള്ളയെ അലട്ടാൻ തുടങ്ങി.

നെയ്യാറ്റിൻകര തിരഞ്ഞെടുപ്പു പ്രചാരണയോഗം

1957 ആയപ്പോഴേക്കും രാഷ്ട്രീയരംഗം ചൂടുപിടിച്ചുതുടങ്ങി. തൊഴിലാളികളും മുതലാളികളും തമ്മിൽ, സവർണ്ണരും അവർണ്ണരും തമ്മിൽ സമ്പന്നരും ദരിദ്രരും തമ്മിൽ ഏറ്റുമുട്ടലുകളും അക്രമങ്ങളും കൊലപാതകങ്ങളും നാടുമുഴുവൻ നടന്നുകൊണ്ടിരിക്കുകയാണ്. വിപ്ലവാഭിമുഖ്യമുള്ള ചെറുപ്പക്കാരിലധികവും സർക്കാരിന്റെ പൊലീസ് മുറകളിലൂടെ കടന്നു പോയവരാണ്. ജയിൽവാസവും കൊടിയ പീഡനങ്ങളും അനുഭവിക്കാത്തവർ ചുരുക്കമായിരുന്നു. സ്വതന്ത്രകേരളത്തിലെ ആദ്യ ബാലറ്റിലൂടെയുള്ള തിരഞ്ഞെടുപ്പാണ് നടക്കാൻ പോകുന്നത്.

നെയ്യാറ്റിൻകര ടൗണിൽ തിരഞ്ഞെടുപ്പു പ്രചാരണയോഗം നടക്കുകയാണ്. അതിൽ പാട്ടുകൾ പാടാൻ സുലോചനയേയും കെ പി എ സി പ്രവർത്തകരെയും ക്ഷണിച്ചിരിക്കുന്നു. പ്രചാരണയോഗത്തിലെ മുഖ്യപ്രസംഗകൻ ഇ എം എസ് ആണ്. സമ്മേളനം തുടങ്ങുന്നതിനുമുമ്പാണ് ഗാനമേള. അതിനാൽ ജനസഞ്ചയം വളരെ നേരത്തെ തന്നെ ടൗണിൽ പൊതു നിരത്തുകൾ മുഴുവൻ നിറഞ്ഞുകവിഞ്ഞിരിക്കുന്നു. അന്ന് പാർട്ടി അനുകൂലികളും പ്രതികൂലികളും പ്രചാരണയോഗത്തിൽ സംബന്ധിക്കുക പതിവുണ്ട്. അതിനാൽ ആരാണ് കമ്യൂണിസ്റ്റുകാർ ആരാണ്

കമ്യൂണിസ്റ്റുവിരുദ്ധർ എന്നൊന്നും പെട്ടെന്ന് അറിയാൻ കഴിയില്ല. സ്റ്റേജിൽ നില്ക്കുമ്പോൾ ഒട്ടും അറിയാൻ കഴിയില്ല. വിപ്ലവാവേശത്തിൽ എല്ലാവരും കൈയടിക്കുമ്പോൾ വിരുദ്ധരും കൈയടിക്കുന്നുണ്ടാകാം.

വിരുദ്ധരുടെ ഒരു നിരതന്നെ സ്റ്റേജിനടുത്തുണ്ടെന്ന ഒരു രഹസ്യ മൊഴി എങ്ങനെയോ അണിയറപ്രവർത്തകരറിഞ്ഞു. എന്തെങ്കിലും പ്രശ്നങ്ങളുണ്ടാകുമോ എന്ന ഭയം എല്ലാവർക്കുമുണ്ട്. കല്ലല്ല, ബോംബു വന്നു വീണാലും ബലികുടീരങ്ങൾ പാടി മുഴുമിപ്പിക്കും എന്ന നിലയി ലാണ് കെ എസ് ജോർജ്ജ്.

ഒടുക്കം പാടുന്നതിനുവേണ്ടി എല്ലാവരും സ്റ്റേജിൽ കയറി. നിമി ഷങ്ങൾ യുഗങ്ങളായി. പിന്നണി ഉപകരണങ്ങളെല്ലാം ശരിയാക്കി പാടി ത്തുടങ്ങി. ഈ സമയം ദൂരെനിന്ന് ഇ എം എസ് സ്റ്റേജിലേക്ക് നടന്നു വരുന്നു. വരുന്ന വഴിയിലുള്ള ജനസാഗരം അലകളായി ഇ എം എസി നൊപ്പം ഇളകി വരുന്നു. സഖാവ് സ്റ്റേജിലേക്ക് കാലെടുത്തുവെച്ചതും എവിടെ നിന്നെന്നറിയില്ല രണ്ടുമൂന്നു കല്ലുകൾ വന്നുവീണു. ഒരെണ്ണം ഇ എം എസിന്റെ അടുത്തുവരെയെത്തി. വേറൊന്ന് തലയ്ക്കു മീതെക്കൂടി പായുന്നത് കെ എസ് ജോർജ്ജ് നോക്കിനിന്നു. ഉടൻ തന്നെ പാട്ടു നിലച്ചു. സഖാക്കളെല്ലാം എഴുന്നേറ്റു. ഒറ്റക്കെട്ടായി സ്റ്റേജിനു ചുറ്റും മനുഷ്യമതിൽ തീർത്തു. പാട്ടുകാരും ഇ എം എസും മനുഷ്യമതിലിനകത്തായി. കുറച്ചു സഖാക്കൾ കല്ലുകൾ വന്നതിന്റെ ഉത്ഭവമന്വേഷിച്ച് മനുഷ്യസാഗര ത്തിലേക്ക് കൂപ്പുകുത്തി. പിന്നെ പൊതിരെ അടിയുടെ ശബ്ദമാണ്. നല്ല നാടൻ തല്ല്, എറിഞ്ഞ വിരുദ്ധരെയെല്ലാം സഖാക്കൾ നല്ലതുപോലെ കൈകാര്യം ചെയ്തുവിട്ടു. നിമിഷങ്ങൾകൊണ്ട് സ്ഥിതി ശാന്തമായി. 'സ്മരണകളിരമ്പും രണസ്മാരകങ്ങളേ' എന്ന് ആലപിച്ചുകൊണ്ടിരി ക്കുന്ന ജോർജ്ജും സുലോചനയും കെ പി എ സിയുടെ പിന്നണിഗായ കരും. പാട്ടിനവസാനം ഇ എം എസ് പതുക്കെ സംസാരിച്ചു തുടങ്ങി.

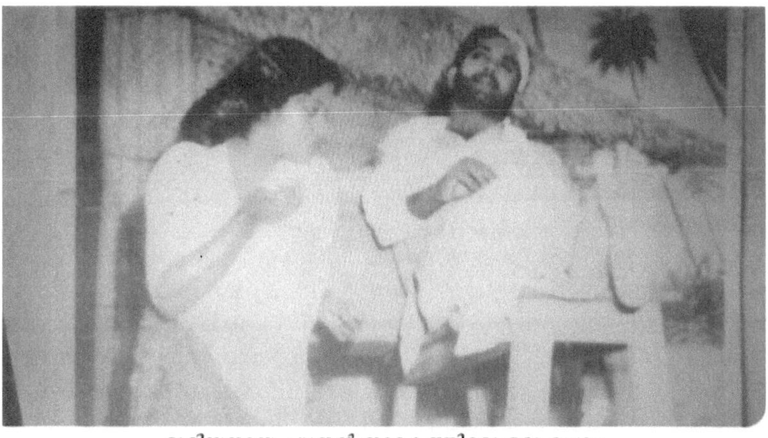

മുടിയനായ പുത്രൻ നാടകത്തിലെ ഒരു രംഗം.
ഒ മാധവനോടൊപ്പം സുലോചന.

മുടിയനായ പുത്രൻ വിവിധ സ്ഥലങ്ങളിൽ അരങ്ങേറിക്കൊണ്ടിരിക്കുമ്പോഴാണ് തിരഞ്ഞെടുപ്പ് നടക്കുന്നത്. വേനൽക്കാലമായതിനാൽ നല്ലതുപോലെ തിരക്കുകൾ ഉണ്ടായിരുന്ന സമയമായിരുന്നു അത്. ആ സമയങ്ങളിൽ പലസ്ഥലങ്ങളിലെ തിരഞ്ഞെടുപ്പു പ്രചാരണയോഗങ്ങളിലും കെ പി എ സി പ്രവർത്തകർ പോയിരുന്നു. സുലോചനയും ജോർജ്ജും നയിക്കുന്ന ഗാനമേള എന്നു കേൾക്കുമ്പോൾ അവിടെ ഒരു കാലം നിറഞ്ഞു തുളുമ്പുകയായി.

പത്തനംതിട്ട നിയോജകമണ്ഡലത്തിൽ സ്ഥാനാർത്ഥി തോപ്പിൽ ഭാസിയായിരുന്നു. പത്തനംതിട്ടയുടെ ഓരോ മുക്കിലും മൂലയിലും കെ പി എ സി വിപ്ലവ ഗാനമേള അവതരിപ്പിച്ചു വരികയാണ്. എല്ലായിടത്തും വലിയ ജനക്കൂട്ടങ്ങളെ സൃഷ്ടിക്കാൻ ഈ ഗാനമേളകൾക്കു കഴിഞ്ഞു. നാടകവും ഗാനമേളകളുമായി സജീവമായ, രാപകലില്ലാതെ തുടർന്നു പോന്ന വിപ്ലവയജ്ഞമായിരുന്നു അതൊക്കെ. പത്തനംതിട്ടയിലെ അൻപതുകളിലെ ജനാവലി നാടോടിജീവിത പാരമ്പര്യങ്ങളുടെ പ്രത്യക്ഷ ഉദാഹരണങ്ങളായിരുന്നു. സാധാരണക്കാരായ ജനങ്ങളോട് നേരിട്ട് സംവദിക്കാൻ കെ പി എ സിക്ക് സാധിച്ചത് പ്രചാരണപ്രവർത്തനങ്ങൾക്കു സുലോചനകൂടി പങ്കെടുക്കാൻ തുടങ്ങിയപ്പോഴാണ്.

വീണ്ടും വധശിക്ഷാവിധി

കോടാകുളങ്ങരയുടെ വധശിക്ഷാവിധിയുടെ ഉത്തരവ് രണ്ടാമതും പുറത്തിറങ്ങി. ജയിലർ തീയതി കുറിച്ച പേപ്പർ വാസുപിള്ളയുടെ ഇരുമ്പഴികൾക്കഭിമുഖമായി തൂക്കി.

കേരളത്തിൽ മൂന്നു ഘട്ടങ്ങളായി നടത്തപ്പെടുന്ന തിരഞ്ഞെടുപ്പിന്റെ ഒന്നാം ഘട്ടമായിരുന്നു ഫെബ്രുവരി 28 എന്നുള്ളത്. കമ്യൂണിസ്റ്റ് പാർട്ടിയുടെ നേതൃത്വത്തിലുള്ള ഒരു സർക്കാരാണ് ഇനി വരാൻ പോകുന്നതെന്നുള്ള വിശ്വാസം എല്ലായിടത്തുനിന്നും രൂപപ്പെടാൻ തുടങ്ങി. ജനങ്ങളുടെയെല്ലാം പ്രതികരണങ്ങളിൽ നിന്ന് ഏതാണ്ടങ്ങനെയുള്ള ഒരുറപ്പ് അപ്പോൾ പാർട്ടിക്കുമുണ്ടായി. വാസുപിള്ളയുടെ വധശിക്ഷ നടപ്പാക്കുന്നത് നീട്ടിവെക്കണമെന്നു കാണിച്ച് അപേക്ഷ കൊടുത്തു. എം എൻ ഗോവിന്ദൻ നായരും വി വിശ്വനാഥമേനോനും കൂടി അന്നത്തെ കോൺഗ്രസിന്റെ എം പിമാരായ കെ പി മാധവൻ നായരേയും എ എം തോമസിനെയും ചെന്നുകണ്ടു. അവർ ശ്രമിച്ചതുകൊണ്ട് വധശിക്ഷ വീണ്ടും മാറ്റിവെച്ചു, മാർച്ച് 14 ലേക്ക്.

അതിനിടയ്ക്ക് വീണ്ടും വധശിക്ഷയ്ക്ക് സ്റ്റേ വാങ്ങാൻ വേണ്ടി സുപ്രീം കോടതിയിൽ പോയി. അതുമായി ബന്ധപ്പെട്ട കാര്യങ്ങൾക്കു വേണ്ടി കൊല്ലം എം പി ആയ വി പി നായരെ ചുമതലപ്പെടുത്തി. എന്നാൽ വി പി നായർക്ക് ഹർജ്ജി ഫയൽ ചെയ്യുന്നതു സംബന്ധിച്ച് വലിയ പ്രതിഫലം കൊടുക്കേണ്ടിയിരുന്നു. അതിനുള്ള തുക സ്വരൂപിക്കുന്നതിന് ജനാർദ്ദനക്കുറുപ്പിനെയും ചുമതലപ്പെടുത്തി.

ജനാർദ്ദനക്കുറുപ്പിന്റെ ഭാര്യ യാതൊരു മടിയും കൂടാതെ ഏഴുപവന്റെ മാല അതിനുവേണ്ടി ഊരിക്കൊടുത്തു. അതുമാത്രം മതിയാവില്ലായിരുന്നു. കുറുപ്പ് ഉടനെ പുളിമൂട്ടിലെ സുലോചനയുടെ വീട്ടിലേക്ക് പോയി. സുലോചന അവിടെ ഉണ്ടായിരുന്നു. കാര്യങ്ങൾ പറഞ്ഞു. ഇതുകേട്ട ഉടനെ തന്നെ സുലോചന കഴുത്തിൽ കിടന്ന മാല കുറുപ്പിന് ഊരിക്കൊടുത്തു.

"നീ ഊരിക്കൊടുത്തോ, ഇവന്മാരൊന്നും ഇതൊന്നും തിരിച്ചു തരാൻ പോണില്ല" സുലോചനയുടെ അച്ഛൻ ദേഷ്യപ്പെട്ടു.

"തന്നില്ലെങ്കിൽ ഞാൻ സഹിച്ചോളാം ഇവരെല്ലാംകൂടി ഉണ്ടാക്കിയതാണ് എന്റെ ഈ കാണുന്ന ആഭരണങ്ങളൊക്കെയും. ഇവർക്കല്ലാതെ, ഇങ്ങനെയുള്ള ആവശ്യത്തിനല്ലാതെ വേറെ എന്തിനാണ് ഞാൻ ഇത് കൊടുക്കേണ്ടത്?"

സുലോചന കൈയിൽ കിടന്ന രണ്ടു വളകളുംകൂടി ഊരിക്കൊടുക്കാൻ തുനിഞ്ഞപ്പോൾ ജനാർദ്ദനക്കുറുപ്പ് നിറകണ്ണുകളോടെ പറഞ്ഞു:

"വേണ്ട, ഇതുമതിയാവും."

കേരളത്തിൽ പുതിയ ഗവൺമെന്റ് വരുന്നതുവരെ ശിക്ഷ നീട്ടിവെക്കുന്നതിനുള്ള ഏർപ്പാടുകൾ സുപ്രീം കോടതിയിൽ ഇടപെട്ട് ചെയ്തു. സെഷൻസ് ജഡ്ജിയിലുള്ള സ്വാധീനം ഉപയോഗിച്ചാണ് അന്ന് വളരെയധികം ഉദ്വേഗഭരിതമായ ഈ കേസ് കൈകാര്യം ചെയ്തത്.

1957 ഏപ്രിൽ 5 ന് അറുപത്തി അഞ്ച് സീറ്റുകൾ നേടിക്കൊണ്ട് ഇ എം എസിന്റെ നേതൃത്വത്തിലുള്ള മന്ത്രിസഭ അധികാരമേറ്റു. പിറ്റേന്ന് ചേർന്ന ആദ്യ കമ്യൂണിസ്റ്റ് മന്ത്രിസഭായോഗം ആദ്യം കൈക്കൊണ്ട തീരുമാനം നിലവിലുള്ള എല്ലാ വധശിക്ഷകളും ഇളവുചെയ്യാനും ജയിലിലുള്ള രാഷ്ട്രീയത്തടവുകാരെ വിട്ടയക്കാനുമായിരുന്നു.

പിന്നീട് രാഷ്ട്രീയ കോലാഹലങ്ങൾ വളരെയധികം ഉണ്ടായെങ്കിലും കേരള സർക്കാരിന്റെ അഭ്യർത്ഥന മാനിച്ച് വാസുപിള്ളയുടെ ശിക്ഷ ജീവപര്യന്തമാക്കി ഇളവു ചെയ്തുകൊണ്ടുള്ള സുപ്രീംകോടതിയുടെ ഉത്തരവിൽ രാഷ്ട്രപതി ഒപ്പുവെച്ചു.

വയലേലകളുടെ പാട്ടുകാരി

ഏകാന്തയായ വയലേലകളിലൂടെ ഒരു കൊയ്ത്തുകാരിയെപ്പോലെ സുലോചനയുടെ കഥാപാത്രം നടന്നുപോയി. അവൾ മാത്രം കൊയ്യുകയും അവൾ മാത്രം പാടുകയും ചെയ്യുന്ന അവളുടെ തന്നെ ജീവിതമാണ് ഈ പാടം. അവളുടെ വിഷാദനിർഭരമായ ചൊടികൾ കറ്റക്കതിർമ്മണിയോടൊപ്പം ചേർന്ന് ആയിരമായിരം നെയ്തൽഗീതങ്ങളാലപിക്കുന്നു.

മുടിയനായ പുത്രനിലെ ചെല്ലമ്മയാണ് സുലോചന ഇപ്പോൾ. തരുണദൃഢഗാത്രിയായ അവളുടെ ശബ്ദം കുട്ടനാടിന്റെയോ ഓടനാടിന്റെയോ വീറേറിയ ഒരു സമരനായികയുടെ അതിപ്രാചീനമായ ആത്മാ

വിൽ നിന്നുദയം കൊണ്ടതാണ്. അഭിനയ ജീവിതത്തിലെ പുതിയ കാൽ വയ്പ്പ് തന്നെയായിരുന്നു. നടിയായും ഗായികയായും കമ്യൂണിസ്റ്റുകാരിയുമായാണ് സുലോചന അക്കാലം നിലനിന്നത്. ഇതിൽ മറ്റു രണ്ടു യോഗ്യതകളും മാറ്റി നിർത്തിയാൽ കമ്യൂണിസ്റ്റുകാരിയായി മാറി എന്നത് സുലോചനയുടെ മാത്രം തെരഞ്ഞെടുപ്പാണ്. നടിയായും ഗായികയായും കമ്യൂണിസ്റ്റുകാരിയായും ജീവിക്കുക എന്നതിൽ അടിയുറച്ചു നിന്നതു കൊണ്ട് സ്വന്തം ജീവിതംപോലും മറന്നുപോയി. ഈ മൂന്നുവ്യക്തിത്വങ്ങളിലൂടെയല്ലാതെ നാലാമതൊരു മുഖം സുലോചനയ്ക്ക് ഒരിക്കൽ പോലും ഉൾക്കൊള്ളാൻ കഴിഞ്ഞിരുന്നില്ല. തിരുവനന്തപുരം സ്വാതി തിരുന്നാൾ സംഗീതകോളേജിൽ അന്ന് അഡ്മിഷൻ കിട്ടിയിരുന്നെങ്കിൽ കേരളത്തിലെ ഏതെങ്കിലും സർക്കാർ സ്കൂളിൽ മ്യൂസിക് ടീച്ചറായി ജീവിതം ഒടുങ്ങിപ്പോയേനേ എന്ന് പിന്നീട് ഓർത്തിട്ടുണ്ട്. അതുപോലെ തിരുവനന്തപുരം റേഡിയോ നിലയത്തിൽ കയറിപ്പറ്റാനുള്ള സാദ്ധ്യതകൾ ഉണ്ടായിരുന്നിട്ടും അതൊന്നുമല്ല തന്റെ വഴിയെന്ന് തിരിച്ചറിയാൻ കഴിഞ്ഞിരുന്നു. സ്വന്തം കാലിൽ നില്ക്കാനും സർഗ്ഗാത്മകമായ ഒരു ജീവിതാവിഷ്കാരമായി കലയെയും രാഷ്ട്രീയത്തെയും സ്വീകരിച്ചു കൊണ്ട് അതിൽ സത്യസന്ധമായിരിക്കുക എന്നതാണ് സുലോചനയുടെ നിലപാട്. കലയും കലാപവും എന്ന അർത്ഥത്തിൽ സാധാരണക്കാരിയായി കടന്നുവന്ന് സ്ത്രീപുരുഷ വിവേചനങ്ങൾ വെച്ചു പുലർത്തിയ ഒരുകാലത്ത് അതിനെയൊക്കെ അതിജീവിച്ചു വരിക എന്നത് തികച്ചും വ്യത്യസ്തതയുള്ളതാണ്.

ഈ സമയത്ത് വിവാഹം കഴിപ്പിക്കാനുള്ള വീട്ടുകാരുടെ ശ്രമത്തിനൊന്നും സുലോചന വഴങ്ങിയില്ല. തന്റെ വ്യക്തിത്വം ഒരു കലാകാരിയെന്ന നിലയിൽ ജീവിതത്തോടു പുലർത്തുന്ന സർഗ്ഗാത്മകാഭിമുഖ്യം അക്കാലത്തെ ഒരാൾക്കും മനസ്സിലാകാതിരുന്നതുകൊണ്ടു കൂടിയാണ് വിവാഹം വേണ്ടെന്നുവെച്ചത്. അമ്മയും സഹോദരനും വിവാഹത്തിനു നിർബ്ബന്ധിച്ചുകൊണ്ടിരുന്നു. അവരോട് അവസാനം മനസ്സില്ലാമനസ്സോടെ പറഞ്ഞു “ഒരു രണ്ടു വർഷം കൂടി കഴിയട്ടെ.”

ബലികുടീരങ്ങളേ...

1957 ലെ കമ്യൂണിസ്റ്റ് മന്ത്രിസഭ അധികാരത്തിൽ വന്നതിനെ തുടർന്ന് പാളയം രക്തസാക്ഷിമണ്ഡപത്തിൽ രക്തസാക്ഷികളെ അനുസ്മരിച്ച് അഭിവാദനഗാനം അവതരിപ്പിക്കുന്നതിനുള്ള ചുമതല കെ പി എ സിക്കു കൊടുത്തു.

1857 ലെ സ്വാതന്ത്ര്യസമരത്തിലെ രക്തസാക്ഷികളെ അനുസ്മരിച്ച് അതിന്റെ ശതാബ്ദി വർഷത്തിൽ ഒരു രക്തസാക്ഷി മണ്ഡപം പാളയത്തു നിർമ്മിക്കണമെന്നും അതിന്റെ ഉദ്ഘാടനത്തിന് ആലപിക്കാനൊരു ഗാനവും വേണമെന്ന് പറഞ്ഞത് അന്നത്തെ മുഖ്യമന്ത്രി ഇ എം എസാണ്. ഗാനമെഴുതാൻ വയലാറിന് നിർദ്ദേശം കൊടുത്തത് മുണ്ടശ്ശേരിയുടെ

നിർബ്ബന്ധപ്രകാരമാണ്. ഇ എം എസും മുണ്ടശ്ശേരിയും കൂടി രാമവർമ്മയെ വിളിച്ച് രക്തസാക്ഷിത്വവിഷയവുമായി ബന്ധപ്പെട്ട ഒരു ഗാനം എഴുതണമെന്നാവശ്യപ്പെട്ടു. സംഗീതം ദേവരാജനെയും ഏല്പിച്ചു. കോട്ടയത്തെ പൊൻകുന്നം വർക്കിയെയും കുമരകം ശങ്കുണ്ണിമേനോനെയും പാട്ടിന്റെ ചുമതല ഏല്പിച്ചു.

വയലാർ എഴുതി ദേവരാജൻ ചിട്ടപ്പെടുത്തി, സുലോചനയും കെ എസ് ജോർജ്ജും കൂടി പാടാമെന്നും എക്സിക്യൂട്ടിവ് കമ്മിറ്റിയും തീരുമാനമെടുത്തു. കോട്ടയം ടീ ബിയിൽ വെച്ചായിരുന്നു റിഹേഴ്സൽ. അവിടെ വെച്ചാണ് ആദ്യമായി വയലാറിനെ സുലോചന നേരിട്ട് കാണുന്നതും പരിചയപ്പെടുന്നതും.

അങ്ങനെയാണ് 'ബലികുടീരങ്ങളേ' എന്ന ഗാനം പിറന്നത്. നാലഞ്ചു ദിവസത്തെ റിഹേഴ്സലിനു ശേഷം നൂറില്പരം, ഗായകരെ അണിനിരത്തി അത് അവതരിപ്പിച്ചു.

സുലോചന, കെ എസ് ജോർജ്ജ്, സി ഒ ആന്റോ, ജനാർദ്ദനക്കുറുപ്പ്, ജോസ് പ്രകാശ്, മരട് ജോസഫ്, ജോൺസൻ, സി ജി ഗോപിനാഥ്, ജോസഫ്, കവിയൂർ പൊന്നമ്മ, എൽ പി ആർ വർമ്മ തുടങ്ങിയവരുടെ ഒരു വലിയ നിരതന്നെയുണ്ടായിരുന്നു അവിടെ.

പാളയം രക്തസാക്ഷി മണ്ഡപത്തിൽ ആ ഗാനം ആദ്യമായി അവതരിപ്പിച്ചു. ഇതുവരെ ഇത്രയധികം പാട്ടുകാർ ഒന്നിച്ച് മറ്റൊരു പാട്ടിനും അണിനിരന്നിട്ടില്ലായിരുന്നു. അന്നുമുതൽ ആവേശോജ്ജ്വലമായ ഗാനമായി അത് വേറിട്ടുനിന്നു.

വന്നു ഞങ്ങൾ മലനാട്ടിലെ മണ്ണിൽ
നിന്നിതാ പുതിയ ചെങ്കൊടി നേടീ....

കുറച്ചുനേരത്തേക്ക് വി ജെ ടി ഹാളിൽ നിറയെ ആരവമായിരുന്നു. നിലയ്ക്കാത്ത കൈയടികൾ ഹർഷോന്മാദങ്ങൾ എല്ലാംചേർന്ന് പൊതുപരിപാടിയുടെ ഔദ്യോഗിക ഘടനയെപ്പോലും തടസ്സപ്പെടുത്തിക്കളഞ്ഞു. കുറച്ചു നേരത്തേക്ക്.

പാട്ടിന്റെ അശാന്തമായ ആഴങ്ങളിൽ

സുലോചനയെ സംബന്ധിച്ച് പാട്ടു പഠിക്കണമെങ്കിൽ അതിന് കാലതാമസമുണ്ടായിരുന്നു. പാട്ട് വളരെ വ്യക്തമായി ഹൃദിസ്ഥമാകാൻ താമസമെടുക്കും. പിന്നീടതിന്റെ ശരിയായ ഭാവം ഉൾക്കൊണ്ട് പാടാൻ പിന്നെയും വൈകും. എന്നാൽ കെ എസ് ജോർജ്ജിനാകട്ടെ യാതൊന്നും നോക്കാനില്ല. നിഷ്പ്രയാസം അദ്ദേഹം പാട്ടിന്റെ ആഴങ്ങളിലേക്ക് എത്തിച്ചേരും. എന്നിട്ട് സുലോചനയെ തിരിച്ച് കളിയാക്കുകയും ചെയ്യും. വിഷമിച്ചിരിക്കുന്ന സുലോചനയെ ദേവരാജനാണ് ആശ്വസിപ്പിക്കാറ്.

ഓരോ ഗാനവും ആവശ്യപ്പെടുന്ന അതിന്റെ വികാരം, ഭാവം എന്നിവ

സംഗീതത്തിലൂടെ എങ്ങനെയാണ് ആവിഷ്കരിക്കേണ്ടതെന്നുള്ളതിന് ദേവരാജൻ ഒരു പാഠപുസ്തകമാണ്. ഒരു ഈണത്തിനുമുമ്പ് എങ്ങനെയാണ് ഇത്രമാത്രം സൂക്ഷ്മമായ ഘടനകൾ ഉണ്ടാവുകയെന്ന് സുലോചനയ്ക്ക് പലപ്പോഴും തോന്നിയിട്ടുള്ളത് ദേവരാജൻ മാഷിന്റെ അടുത്തിരിക്കുമ്പോഴാണ്. അതിന്റെ നാടോടിയായ ആകാരം തന്നെ ഒന്നു ശ്രദ്ധിക്കൂ. അതു കയറിവരുന്ന ഓരോ എടുപ്പുകളും ശ്രദ്ധിക്കൂ. വയലിൽ വിളഞ്ഞുകിടക്കുന്ന പുന്നെല്ലിന്റെയോ കണ്ണീർക്കണങ്ങൾകൊണ്ട് വിങ്ങി കായൽപ്പരപ്പിൽ ഇപ്പോൾ പെയ്യുമെന്ന് തോന്നിപ്പിക്കുന്ന മഴയുടെയോ ശാന്തമായ ഗമനം.

ഇതിലെല്ലാം ദേവരാജൻ സ്വാംശീകരിച്ചെടുത്തത് മണ്ണിന്റെ അടിത്തട്ടിൽ നിന്ന് പൊന്തുന്ന അനശ്വര ലാവണ്യത്തെയാണ്. അത് സാധാരണമെന്നോ ലളിതമെന്നോ ഒരുപക്ഷേ, നമുക്ക് തോന്നിയേക്കാം. നമ്മുടെ തനത് സംഗീതത്തിന്റെ ആത്മാംശമാണത്.

സുലോചന പലപ്പോഴായി പറയാറുള്ളത് ദേവരാജൻ മാഷ് കാണുന്ന, പറഞ്ഞുതരുന്ന ആ ആഴങ്ങളിലേക്കൊന്നും ഒരിക്കൽപ്പോലും എത്തിച്ചേരാൻ തനിക്കായിട്ടില്ല എന്നാണ്. പാട്ടിനകത്തേക്ക് തുളഞ്ഞിറങ്ങി പാട്ടായി മാറുന്ന മാന്ത്രികതയാണത്. അതു വർത്തമാനത്തിന്റെ ഒരടരിൽ നിന്നുതന്നെ ഭൂതകാലങ്ങളെ മുഴുവൻ ഉൾക്കൊള്ളാനെടുക്കുന്ന ഒരായമാണ്. ആ തുറസ്സുകൾ കാണുമ്പോൾ അത്രയൊന്നും തനിക്കാവുന്നില്ലല്ലോ എന്ന സുലോചനയുടെ വിഹ്വലത വീണ്ടും ദേവരാജന്റെ മുന്നിൽ ചിറകടിച്ചുയരും.

വളരെ സ്നേഹസമ്പന്നനാണ് ദേവരാജൻ മാഷ്. അതുപോലെ തന്നെ പെട്ടെന്ന് ദേഷ്യപ്പെടുകയും ചെയ്യും. കൃത്യനിഷ്ഠയുടെയും സത്യസന്ധതയുടെയും കാര്യത്തിൽ വിട്ടുവീഴ്ചകളില്ല. അഭിമാനവും ആദർശവും ഒരിക്കൽപ്പോലും താഴെവെക്കില്ല. ഒരിക്കൽ ചെന്നൈയിൽ കെ പി എ സിയിലെ നാടക ഗാനങ്ങൾ റെക്കോഡ് ചെയ്യുന്നതിന് പോയതാണ്. കൂടെ കെ പി എ സിയിലെ പാട്ടുകാരെല്ലാമുണ്ട്. തോപ്പിൽ ഭാസിയും ഒ എൻ വി കുറുപ്പും ദേവരാജനുമുണ്ട്. കെ എസ് ജോർജ്ജും സുലോചനയുമാണ് പ്രധാന പാട്ടുകാർ. അന്ന് ഇന്നത്തെപ്പോലെ എഡിറ്റിങ് ഒന്നുമില്ല. ട്രാക്കില്ല. കമ്പ്യൂട്ടറിന്റെ സാങ്കേതിക സഹായങ്ങളില്ല. ഒരു പാട്ട് ചിലപ്പോൾ പത്തോ പന്ത്രണ്ടോ തവണ പാടേണ്ടതായുണ്ട്. ഓരോ പാട്ടും നേരെയങ്ങു പാടുകയാണ്. അതിൽ യാതൊരു ഇഫക്ടും പിന്നീട് ചേർക്കാനോ മാറ്റാനോ സാദ്ധ്യമല്ല. അതിനാൽ ശബ്ദവും കാലവും അതിൽ എത്രമാത്രം സത്യസന്ധമായിരുന്നു എന്നും ഓർക്കണം. ഇതിനിടയിൽ പാട്ടുകാർക്കോ പശ്ചാത്തലക്കാർക്കോ ചെറിയൊരു തെറ്റു വന്നിട്ടുണ്ടെങ്കിൽ മാറ്റിയിട്ട് വീണ്ടും പാടണം. ദേവരാജൻ മാഷ് ആ സ്റ്റുഡിയോയിൽ കഴിഞ്ഞുകൂടിയ ദിവസങ്ങളിലെ

മുഖഭാവം പലപ്പോഴും ഓർത്ത് ഭയമായിട്ടുണ്ട്. തെറ്റുകൾ വന്നാൽ ദേഷ്യപ്പെടും. എത്രപ്രാവശ്യം തെറ്റിയിട്ടുണ്ട്. സുലോചനയ്ക്കാണ് കൂടുതൽ പ്രാവശ്യം തെറ്റിയിട്ടുള്ളത്. അപ്പോൾ ദേവരാജൻ മാഷിന്റെ മുഖത്തേക്ക് നോക്കാതെ വീണ്ടും പാടിത്തുടങ്ങും. കൊയ്യാറായി കതിരുകൾ ചാഞ്ഞുനില്ക്കുന്ന മഞ്ഞവയലേലകൾക്കുമുകളിലൂടെ കരിനീലമേഘങ്ങളുടെ ഘോഷയാത്ര കാണാം. സുലോചനയ്ക്ക് ആ മുഖത്തേക്ക് അപ്പോൾ നോക്കാൻ ധൈര്യമില്ല.

തുമ്പപ്പൂ പെയ്യണ പൂനിലാവ്

മുടിയനായ പുത്രൻ അരങ്ങുകൾ തകർത്ത് അഭിനയിച്ചുകൊണ്ടിരിക്കുകയാണ്. ഒട്ടും സമയമില്ലാത്ത കാലം. കെ പി എ സിയുടെ ഫർഗ്ഗോവാൻ അന്ന് ഓടാത്ത ഒരു ഇടവഴിയും കേരളത്തിൽ ബാക്കിയില്ല. ഗ്രാമപ്രദേശങ്ങളിൽ ചെന്നാൽ ടാർ റോഡ് അപൂർവ്വമാണ്. പാടവും തോടും കലുങ്കും കടന്ന് രാത്രികളിൽ നിന്ന് രാത്രികളിലേക്ക് കണ്ണുകൾ തെളിച്ച് പാഞ്ഞുകൊണ്ടിരുന്നു ആ ശകടം.

ഒരു രാത്രി തന്നെ രണ്ടും മൂന്നും സ്റ്റേജുകളിൽ നാടകം അവതരിപ്പിച്ചിട്ടുണ്ട്. ഉറക്കം പലവഴിക്കാണ്. തിരിച്ചുള്ള മടക്കത്തിലാവും ഉറക്കം, വാനിൽക്കിടന്ന്. മടക്കമോ? പിറ്റേന്നുതന്നെ അതുവഴി വീണ്ടും കടന്നുപോവേണ്ടതായുണ്ടാവും. ഇങ്ങനെ അനിയന്ത്രിതമായ പ്രോഗ്രാമുകളായിരുന്നു കെ പി എ സി അന്ന് ഏറ്റെടുത്തുകൊണ്ടിരുന്നത്.

ഒരു ദിവസം നീലാ പ്രൊഡക്ഷന്റെ ആൾക്കാർ കെ പി എ സിയിൽ എത്തി. തകഴിയുടെ *രണ്ടിടങ്ങഴി* സിനിമയാക്കാനാണ് ഉദ്ദേശ്യം. ഡയറക്ടർ സുബ്രഹ്മണ്യം തകഴിയെ ചെന്നു കണ്ടിരുന്നു. തകഴിക്ക് ആ സിനിമയിൽ താൻ എഴുതിയ കുട്ടനാട് അതെങ്ങനെയാണ് ചിത്രീകരിക്കുക എന്ന് അറിയാനുള്ള വ്യഗ്രതയുണ്ടായിരുന്നു. മനസ്സിലെ കഥാപാത്രങ്ങൾക്ക് അഭ്രപാളിയിൽ ജീവൻ ഉണ്ടാകുമ്പോൾ ഒരെഴുത്തുകാരൻ എന്ന നിലയിൽ അയാൾക്ക് സന്ദേഹങ്ങൾ ഉണ്ടാകാൻ സാദ്ധ്യതയുണ്ട്. ഇതിലെ പാട്ടുകൾ ദേവരാജൻ സംഗീതം പകരണം എന്നൊരു നിർദ്ദേശം വെച്ചു. കൂടാതെ ഒ എൻ വി തന്നെ അതെഴുതണം എന്നും താല്പര്യപ്പെട്ടു. എന്നാൽ സുബ്രഹ്മണ്യം അതൊന്നും ചെവിക്കൊണ്ടില്ല. അതൊരു സംവിധായകന്റെ സ്വാതന്ത്ര്യമാണ്. ആരാണ് വേണ്ടതെന്ന് നിശ്ചയിക്കുന്നത് ഇഷ്ടാനിഷ്ടങ്ങളെക്കാളുപരി സിനിമയിൽ സാങ്കേതിക സംവിധാനങ്ങളും പ്രായോഗിക വശങ്ങളും കൂടി ഇടപെടുമ്പോഴാണ്. അതിനാൽ സിനിമയിൽ നമുക്കൊന്നും മുൻകൂട്ടി തീരുമാനിക്കാൻ പറ്റില്ല. അത് സമയത്തെ ആധാരമാക്കി ചലിച്ചുകൊണ്ടിരിക്കുകയാണ്. ഇനിവരാൻ പോകുന്ന സമയത്തെപ്പോലും നമ്മൾക്ക് നിശ്ചയിക്കാൻ പറ്റാതിരിക്കുന്ന ഒരു ഘടകം അതിനകത്ത് പ്രവർത്തിക്കുന്നപോലെ നമുക്കുതോന്നും. വർത്തമാനത്തിന്റെ ഒരു കൃത്രിമ നിർമ്മിതി അതിൽ

ചേർന്നുകിടക്കുന്നു. നിരവധി കലാകാരന്മാർ, അഭിനേതാക്കൾ അതിന്റെ പശ്ചാത്തലം എന്നിവയൊക്കെ ചേർന്ന് അതിന്റെ പുറവും ചലിച്ചുകൊണ്ടിരിക്കുകയാണ്.

തകഴി ഇതൊക്കെയും കേട്ടിരിക്കുകയാണ്. അദ്ദേഹം മനസ്സിൽ കണ്ടിരുന്ന അതേ ദൃശ്യാവിഷ്കാരം തന്നെയാണോ പിന്നീട് സിനിമയായപ്പോൾ ഉണ്ടായത് എന്ന് നിശ്ചയമില്ല.

സുലോചന അഭിനയിച്ച ചില കഥാപാത്രങ്ങൾ ഒരുപക്ഷേ, സംവിധായകന്റെ ഉള്ളിൽ ഉണ്ടായിരുന്നിരിക്കണം. അതുകൊണ്ടു കൂടിയാണ് കെ പി എ സിയിൽ സിനിമക്കാർ എത്തിയത്. എന്നാൽ കെ പി എ സി സിനിമയെ തിരിച്ചയക്കുകയാണുണ്ടായത്. എന്തൊരുകാലം! സിനിമ നാടകത്തിനോട് ഒരവസരം തരുമോ എന്നു ചോദിക്കുന്നതു പോലെയായിരുന്നു അന്നത്തെ ആ വരവ്. അതിന് കാരണവുമുണ്ടല്ലോ? നാടകമല്ലാതെ മറ്റൊന്നിനെക്കുറിച്ചും ചിന്തിക്കാൻ പോലും സമയമില്ലാതെ ഓടിക്കൊണ്ടിരിക്കുകയാണല്ലോ അക്കാലം. സത്യത്തിൽ നാടകവണ്ടിയോടൊപ്പം കേരളവും ചലിച്ചുകൊണ്ടിരിക്കുകയായിരുന്നു. അഥവാ കേരളത്തെ ചലിപ്പിക്കുന്നതിൽ അശ്രാന്തപരിശ്രമം നടത്തിക്കൊണ്ടിരിക്കുകയായിരുന്നു അക്കാലം എന്നു തോന്നിപ്പോകും.

യാതൊരു രക്ഷയുമില്ല എന്ന് പറഞ്ഞ് നീലാ പ്രൊഡക്ഷനെ അന്ന് മടക്കിയയച്ചു.

തിരക്കുകളിലൂടെ സുലോചനയും കെ പി എ സിയുടെ നാടക വണ്ടിയും ചേർന്ന് കേരളത്തെ ആയിരക്കണക്കിന് വേദികളിലൂടെ കീറിമുറിച്ചുകൊണ്ടിരുന്നു. ചുവന്നുവരുന്ന ചോരച്ചാലുകളിലൂടെ നടത്തിയ തേരോട്ടമായിരുന്നു അത്. പ്രഭാതമാവുമ്പോഴേക്കും കലിയടങ്ങി ശാന്തമായ പ്രഭാതത്തിന്റെ തിരുനെറ്റിയിൽ മങ്ങാതെകിടക്കുന്ന അരുണസിന്ദൂരം. അത് പതുക്കെ മാഞ്ഞുപോകുമ്പോഴേക്കും ഓടിക്കൊണ്ടിരുന്ന വാനിലെ സീറ്റിലിരുന്ന് സുലോചന ഉറക്കത്തിലേക്ക് പോയ്ക്കൊണ്ടിരിക്കും.

വീണ്ടും നീലാപ്രൊഡക്ഷൻസ് കെ പി എ സിയുടെ വാതിലിൽ മുട്ടി. സുലോചന അഭിനയിച്ചില്ലെങ്കിലും ഈ സിനിമയിലെ പാട്ടുകൾ പാടിയാലും മതി.

അവരുടെ നിർബ്ബന്ധപൂർവ്വമുള്ള ഈ ആവശ്യത്തിനുമുന്നിൽ എക്സിക്യൂട്ടീവ് കമ്മിറ്റി പാട്ടുപാടാൻ മാത്രം സുലോചനയെ അയച്ചു.

നേമത്തെ മെറിലാന്റ് സ്റ്റുഡിയോയിലായിരുന്നു റെക്കോഡിങ്. പാട്ടുകൾ എഴുതിയത് ഒ എൻ വി ആകുമെന്നായിരുന്നു സുലോചനയും കരുതിയത്. അവിടെ ചെന്നപ്പോഴാണറിയുന്നത് തിരുനയിനാർ കുറിച്ചി മാധവൻ നായർ ആണ്. സംഗീതം തൃശൂർ പി രാധാകൃഷ്ണൻ. സത്യന്റെ കൂടെ അഭിനയിക്കുന്നത് മിസ് കുമാരിയാണ്. സത്യൻ പണ്ട് നാടകവേദികളിൽ വെച്ച് സിനിമയിൽ വന്നാൽ സത്യന്റെ നായികയാക്കാം എന്നൊരു മോഹന വാഗ്ദാനം നല്കിയിരുന്നു. *രണ്ടിടങ്ങഴി*യെന്ന തകഴിയുടെ

നോവൽ ഇടയ്ക്കെന്നോ വായിച്ചത് ഇപ്പോൾ ഓർമ്മവരുന്നു. വീണ്ടും കണ്ണുനീർ എവിടെ നിന്നോ രൂപപ്പെടുവാൻ തുടങ്ങിയോ? ഇല്ല. ഇനി സുലോചന കരയില്ല. റെക്കോഡിങ് പൂർത്തിയായി. കെ എസ് ജോർജ്ജായിരുന്നില്ല മെയിൽ വോയ്സ്, കമുകറയായിരുന്നു, കമുകറ പുരുഷോത്തമൻ.

വീണ്ടും കെ പി എ സിയിലെ തിരക്കുകളിലേക്ക് ആണ്ടുപോയി. ഇടയ്ക്കൊരു ദിവസം നാടകം കളിച്ച് തിരിച്ചുവരുമ്പോൾ ഒരു ഗ്രാമഫോൺ റെക്കോഡുകേട്ടാണ് ഉണർന്നത്. 'തുമ്പപ്പൂ പെയ്യണ പൂനിലാവ്.' ആ ഗാനം ഏതോ ഒരു തെരുവിൽ ഏതോ ഒരു ചായക്കടയിൽ നിന്ന് പാടിക്കൊണ്ടിരിക്കുകയാണ്. സുലോചന വാനിന്റെ ജാലകത്തിൽ തൂങ്ങിക്കിടന്ന ടാർപ്പോളിൻ തുണി പതുക്കെ പൊക്കി നോക്കി. കണ്ണാടിച്ചില്ലിൽ പലഹാരങ്ങൾനിറഞ്ഞുകവിഞ്ഞിരിക്കുന്നു. ആളുകൾ ചായകുടിക്കാനായി കയറുന്നു. ഇറങ്ങുന്നു. കണ്ണാടി അലമാരയ്ക്കു മുന്നിൽവെച്ച ഗ്രാമഫോൺ പാടുകയാണ്. 'തുമ്പപ്പൂ പെയ്യണ പൂനിലാവ്, ഏന് നെഞ്ച് നിറയണ പൂക്കിനാവ്.'

തകഴി ആഗ്രഹിച്ചതുപോലെ ഒ എൻ വി എഴുതാത്ത, ദേവരാജൻ സംഗീതം പകരാത്ത, സുലോചന പാടാത്ത ഒരു നാടോടി ഈണം. അതെവിടെയോ ജനിക്കാതെ ഇരിക്കുന്നുണ്ട് ഈ സിനിമയിൽ. ഇനിയും ജനിക്കാത്ത ദുഃഖബീജങ്ങൾ അക്ഷരപുഷ്പങ്ങളായ് പൊട്ടിവിരിയാതെ എത്രയോ അവശേഷിക്കുന്നുണ്ട് എന്ന് ഒരിക്കൽ ഒ എൻ വി എഴുതിയിട്ടുമുണ്ടല്ലോ. 'അഗ്നിശലഭങ്ങൾ' എന്ന കവിതയിൽ. 'അക്ഷരങ്ങളായ് പൊട്ടിവിരിയാത്ത ദുഃഖബീജങ്ങൾ എത്രയുണ്ടെന്നുള്ളിൽ' എന്നാണ് ആ വരികൾ. ആ ഗാനത്തിനു പിന്നിൽ നമ്മൾ കേൾക്കാത്ത ഒരു ശ്രാവ്യസൗകുമാര്യം അന്തർല്ലീനമായി കിടക്കുന്നപോലെയുണ്ട്. പൊൻകതിരുകളുടെ അദൃശ്യലാവണ്യം നമ്മളിൽ എത്തിക്കുന്നുണ്ട്. പെട്ടെന്ന് വെള്ളം കയറി മുങ്ങിയ കുട്ടനാടൻ പാടശേഖരം പോലെ. പാടാത്ത പാട്ടുകൾ മധുരതരമാണ് എന്ന് പറയുന്ന പോലെ.

ഈ ഗാനത്തിന് മറ്റൊരു വേദാന്തം കൂടി പറയാനുണ്ട്. അത് മലയാളസിനിമാചരിത്രത്തിലേയും സിനിമാഗാനചരിത്രത്തിലേയും കറുത്ത ഒരു അദ്ധ്യായത്തെക്കൂടി അടയാളപ്പെടുത്തുന്നതാണ്. സിനിമയിലൂടെയും സിനിമാസംഗീതത്തിലൂടെയും ഇത്രനാളും നിർമ്മിച്ചെടുത്ത സൗന്ദര്യപരതയെ ഒന്നു പരിശോധിക്കേണ്ടതുണ്ട് എന്ന് തോന്നിപ്പോകും.

അക്കാലത്തെ സിനിമാനടിമാരുടെയൊന്നും ശബ്ദസാമ്യമില്ലാത്തതിനാൽ തന്റെ ശബ്ദസന്നിവേശം ശരിയാകുന്നില്ല എന്ന് സിനിമയുടെ അണിയറയിൽനിന്ന് പറയുന്നതായി സുലോചന കേട്ടു. സ്ത്രീകളുടെ ഇതുവരെക്കേട്ട സ്വരങ്ങളുമായി ഇതിനു സാമ്യമില്ലത്രേ. പല നായികമാരുടെയും ശബ്ദങ്ങളോടൊത്തുചേർത്തു നോക്കി. സുലോചനയുടെ ശബ്ദം വേറിട്ടു നില്ക്കുകയാണ്. എന്തായിരുന്നു അവരുടെ ശബ്ദം എന്ന

കാര്യത്തിൽ പിന്നീട് ആരും ചിന്തിച്ചിട്ടുപോലുമുണ്ടാകില്ല. ഒരു ജനതയുടെ ശബ്ദം എന്തായിരുന്നുവെന്ന് പില്ക്കാലം അറിയാതിരിക്കുന്നതുപോലെ, ഒരുതലം ഇതിനകത്തു നിലനില്ക്കുന്നുണ്ട്. അദ്ധ്വാനിക്കുന്നവന്റെ ശബ്ദം, ഭാരം വലിക്കുന്നവന്റെ ശബ്ദം, പുഞ്ചപ്പാടത്ത് ഞാറുനടുന്നവരുടെ ശബ്ദം, വേനലിന്റെ മഞ്ഞക്കതിരുകൾ അരിഞ്ഞുകൂട്ടിയിടുന്നവരുടെ ശബ്ദം, ചേറിലും ചെളിയിലും വെയിലിലും മഴയിലുംനിന്ന് പൊന്തി ഉയരുന്ന ശബ്ദം-ഈ ശബ്ദത്തിന്റെ സൗന്ദര്യം എന്തായിരുന്നുവെന്ന് തിരിച്ചറിയാൻ സിനിമയ്ക്ക് കഴിഞ്ഞില്ല. അക്കാലത്ത് സിനിമയിൽ ശബ്ദത്തെയും ദൃശ്യത്തെയും ഇങ്ങനെ കൃത്രിമമായി നിർമ്മിച്ചെടുക്കുവാൻ വ്യഗ്രതപൂണ്ടിരുന്നതായി കാണാവുന്നതാണ്.

ഒരു കാലഘട്ടം, ചേറ്റുകുഴിയിൽ താണ കാലുകളും കൊയ്ത്തരിവാൾ പിടിച്ച് നെല്ലുകൊയ്യുന്ന കൈകളും കൂടിച്ചേരുമ്പോൾ വരുന്ന ശബ്ദം. വെയിലുകൊണ്ട് വരണ്ട വിശാലമായ കുട്ടനാടൻ വയലേലകളുടെ നെഞ്ചിലൂടെ ഉതിർന്നു പറക്കുന്ന, മടവീണുമുടിഞ്ഞുപോയ, പാടവരമ്പിൽ കെട്ടുപോയ കൂരിരുളിന്റെ ശബ്ദം. ആ ശബ്ദം ചേരില്ല എന്നു വിധിക്കുമ്പോൾ നമ്മൾ അതുകഴിഞ്ഞു നിർമ്മിച്ചിട്ടുള്ള സ്ത്രീ ശബ്ദങ്ങളെയൊക്കെ ഒന്ന് പരിശോധിക്കപ്പെടേണ്ടതുണ്ട്.

സിനിമ കൃത്രിമമായ ഒരു ലോകത്തെ സൃഷ്ടിക്കുന്നതായി സുലോചനയ്ക്കു തോന്നി. കപടമായ ഒരു കലയാണത്. അനേകം സങ്കേതിക സംവിധാനങ്ങൾക്കു മുകളിൽ നിന്നുകൊണ്ട് ആരോടുമല്ലാതെ സംവേദനം ചെയ്യപ്പെടേണ്ട ഒരിടമായി, നിരവധി നൂലാമാലകൾക്കിടയിലൂടെ സമൂഹത്തിന്റെ ക്ലിപ്തമായ അഭിരുചികളെ തൃപ്തിപ്പെടുത്തി സാമ്പത്തിക സംവിധാനത്തെക്കൂടി കണക്കിലെടുത്ത് നിർമ്മിക്കപ്പെടുന്ന ഒരു സ്ഥിതിവിശേഷമായി ഇതിനെ കാണുന്നുണ്ട്. എന്നാൽ നാടകം അതിൽനിന്ന് തുലോം വിഭിന്നമാണ്. ആശയവിനിമയത്തിന് വർത്തമാനകാലം എന്നത് വളരെ പ്രധാനപ്പെട്ടതാണ്. വർത്തമാനം നശ്വരവുമാണ്. നശ്വരമായ ഒരു അനശ്വരപ്രതലം ആശയങ്ങളുടെ സ്വരൂപഘടനയെ നിയന്ത്രിക്കുന്നു, നിർമ്മിക്കുന്നു. പിന്നീട് പ്രതലം ഇല്ലാതാവുകയും ആശയം മാത്രം നിലനില്ക്കുകയും ചെയ്യുന്നു.

അക്കാലത്ത് കാമ്പിശ്ശേരി കരുണാകരൻ എം എൽ എ ആയതിനാൽ തിരക്കോട് തിരക്കുതന്നെ. എങ്ങനെയാണ് ഇത്രമാത്രം സർഗ്ഗാത്മകനായൊരു ആൾ സാധാരണക്കാരുടെ തിരക്കുള്ള പ്രശ്നങ്ങളിൽ മുഴുകി ജീവിക്കുന്നത് എന്ന് ആലോചിട്ടുണ്ട്. എഴുത്തിലും പത്രപ്രവർത്തനത്തിലും സാഹിത്യത്തിലും ഇത്ര സൂക്ഷ്മതയിൽ സഞ്ചരിക്കുന്ന ഒരാൾക്ക് എങ്ങനെയാണ് ഇത്രമാത്രം, ബഹളങ്ങളിൽ ചെന്നുപെടാൻ കഴിയുന്നത്. എഴുത്തിന് വേണ്ട ധ്യാനാത്മകത എങ്ങനെയാണ് തല്ലും അടിയും കരിഞ്ചന്തയും അഴിമതിയും റോഡുപണിയും പാലം പണിയും കോൺട്രാക്ടർമാരും കച്ചവടക്കാരും ഒക്കെയുള്ള തിരക്കുകളുള്ള ഒരു ലോകവുമായി താദാത്മ്യപ്പെടുക.

എന്തിനധികം, ഇത്രമാത്രം സങ്കീർണ്ണമായ ജീവിതത്തിന്റെ ക്രമ

ങ്ങളിൽ നിന്ന് ആരോഗ്യം പിൻവലിയാൻ തുടങ്ങിയത് അങ്ങനെയാണ്. ആരോഗ്യസ്ഥിതി മോശമായി. ഡോക്ടർമാർ അവധിയെടുക്കാൻ ഉപദേശിച്ചു. കെ പി എ സിയിൽ നിന്ന് തല്ക്കാലം വിടവാങ്ങി. *കമ്യൂണിസ്റ്റാക്കി*യുടെ പ്രധാനകഥാപാത്രം പരമുപിള്ള അങ്ങനെ ചെങ്കൊടി, പുതിയ നടനായ പി ജെ ആന്റണിക്ക് കൈമാറി. ധീരനും കർമ്മനിരതനും ആരുടെ മുന്നിലും തലകുനിക്കാത്തവനുമായ പി ജെ ആന്റണി വരുന്നതോടെ കാമ്പിശ്ശേരി അവശനായി, രോഗബാധിതനായി കിടപ്പിലുമായി.

മെറിലാന്റ് സ്റ്റുഡിയോയിൽ

ഒരിക്കൽ മെറിലാന്റ് സ്റ്റുഡിയോയിൽ വെച്ച് പി ജെ ആന്റണിയെ സുലോചന കണ്ടു. രണ്ടുപേർക്കും പഴയകാല അനുഭവങ്ങൾ ഓർമ്മ വന്നു. *കമ്യൂണിസ്റ്റാക്കി*യിൽ കാമ്പിശ്ശേരിക്കു പകരംവന്ന കാലം, അതു കഴിഞ്ഞയിടയ്ക്ക് ഇരുവർക്കുംകൂടി വേറൊരു നാടകത്തിൽ ഒന്നിച്ചഭിനയിക്കാൻ ലഭിച്ച ക്ഷണം എന്നിവയൊക്കെ ഓർത്തു. ആന്റണി ഇപ്പോൾ സ്വന്തം സമിതിയായ പ്രതിഭാ തീയറ്റേഴ്സിനു പുറമെ കൊച്ചിയിൽ തന്നെയുള്ള ജ്യോതി തീയറ്റേഴ്സുമായും സഹകരിച്ച് നാടകങ്ങളിൽ അഭിനയിച്ചുവരുന്നു. *രണ്ടിടങ്ങഴി* ആന്റണിയുടെ ആദ്യ സിനിമയല്ല, നേരത്തെ ഒരു സിനിമയിൽക്കൂടി അഭിനയിച്ചിരുന്നു. പക്ഷേ, അത് പുറത്തുവന്നില്ല.

രണ്ടുപേരും സ്റ്റുഡിയോയിൽ ഇരുന്ന് കുറേനേരം സംസാരിച്ചു.

സിനിമയുടെ അസംബന്ധജടിലമായ നിരവധി മുഹൂർത്തങ്ങൾക്കിടയിൽപെട്ട് ആ മനസ്സ് കെട്ടുപൊട്ടിക്കിടക്കുന്നതായി സുലോചനയ്ക്ക് തോന്നി.

“ഒന്നുമില്ല, ഈ സിനിമയുടെ രീതികളോടുള്ള ഒരു എതിർപ്പാണ്, എന്റെ ഉള്ളിലിപ്പോഴുള്ളത്. ഞാൻ ഇതിന്റെ പുറത്തു ചാടാനാണ് നോക്കുന്നത്. ഈ ക്യാമറയുടെ അതിസാങ്കേതികതയും, അതിന്റെ ക്രമാനുഗതമല്ലാത്ത കടന്നുപോക്കും എന്നെ സംബന്ധിച്ച് ഒട്ടും ചേർന്നതല്ല.” പി ജെ ആന്റണി പറഞ്ഞു.

“എന്നെ സംബന്ധിച്ച് അഭിനയം മാത്രമേ ഉള്ളൂ. അതിവിടെ മുറിച്ചു മുറിച്ചിട്ടിരിക്കുകയാണെന്നേ ഉള്ളൂ. ഞാൻ പറയുന്നത് അതല്ല. അത് സാങ്കേതികതയുടെ ഭാഗമായിട്ടുള്ളതാണെന്നു കരുതാം. പക്ഷേ, ഈ സെറ്റ് നിർമ്മിച്ചിരിക്കുന്ന കപടമായ ചില സംവിധാനങ്ങളും കീഴ്വഴക്കങ്ങളും ഉണ്ടല്ലോ. അതിനോടൊരിക്കലും എനിക്ക് പൊരുത്തപ്പെടാൻ കഴിയില്ല.”

“അപ്പോൾ അവിടെ എങ്ങനെയാണ് നില്ക്കുന്നത്?”

“എനിക്ക് വേറൊരാളായി ജീവിതത്തിൽ അഭിനയിക്കാൻ കഴിയില്ല. ആന്റണിക്ക് ജീവിതത്തിൽ ഒറ്റ മുഖമേയുള്ളൂ. അഭിനയിക്കുമ്പോഴാണ് മറ്റു മുഖങ്ങൾ ഞാൻ എടുക്കുന്നത്.”

“അപ്പോൾ അവിടെ എല്ലാവരും ഇങ്ങനെ സംവിധായകന്റെയും നിർമ്മാതാവിന്റെയും മുന്നിൽ ഓച്ഛാനിച്ചു നില്ക്കുന്നത്?”

“എനിക്കങ്ങനെ ഒരുത്തന്റെയും മുന്നിൽ ഓച്ഛാനിച്ചുനിന്നു ശീലമില്ല. സുലോചനേ, സിനിമ ഇല്ലെങ്കിൽ വേണ്ട. അത്രേ ഉള്ളൂ. എന്റെ കൂടെ എന്നും നാടകമുണ്ട്.”

അതും പറഞ്ഞ് സ്റ്റുഡിയോക്ക് പുറത്ത് ഒരു വള്ളിക്കുടിലിൽ വിശ്രമിക്കുന്ന പി സുബ്രഹ്മണ്യത്തിന്റെ അടുത്തേക്ക് സുലോചനയെ കൂട്ടിക്കൊണ്ട് പോയി.

സുബ്രഹ്മണ്യം ഇരിക്കുന്നതിന്റെ മുന്നിലുള്ള ഒരു കസേര വലിച്ച് നീട്ടിയിട്ട് അതിൽ കയറി യാതൊരു കൂസലുമില്ലാതെ ഇരിക്കുകയാണ് ആന്റണി. കസേര വലിച്ചിട്ടപ്പോൾ അത് നിലത്ത് പോറി ശബ്ദമുണ്ടായി. അപ്പോൾ സെറ്റിലുള്ളവരും എന്താണവിടെ ശബ്ദമുണ്ടാക്കുന്നതെന്ന് അലോസരപ്പെട്ടു നോക്കി.

സുലോചന ഇതെല്ലാം അത്ഭുതത്തോടെയാണ് നോക്കിനിന്നത്. വലിയ ആൾക്കാർ പോലും അന്ന് സുബ്രഹ്മണ്യത്തിന്റെ മുന്നിൽ ഇരിക്കാൻ ധൈര്യപ്പെടില്ല.

ആന്റണി അപ്പോൾത്തന്നെ സുബ്രഹ്മണ്യത്തിന് സുലോചനയെ പരിചയപ്പെടുത്തി. കെ പി എ സിയിൽ ഒന്നിച്ചഭിനയിച്ചതിന്റെ മുൻകാല പരിചയവും അസാധാരണമായൊന്നും തന്നെ സംഭവിക്കാത്ത മട്ടിൽ പറയുന്നു.

സുബ്രഹ്മണ്യം പക്ഷേ, അനിഷ്ടമൊന്നും തന്നെ പ്രകടിപ്പിക്കുന്നുമില്ല. അപ്പോൾത്തന്നെ സുലോചനയെ ഉപചാരപൂർവ്വം സ്വീകരിച്ചിരുത്തിയിട്ട് സുലോചനയുടെയും വിശേഷങ്ങളൊക്കെ തിരക്കി. സുലോചനയുടെ മനസ്സിൽ അപ്പോൾ ഇതെന്താണ് സംഭവിക്കുന്നതെന്ന് അറിയാത്ത ഒരവസ്ഥയാണ്. യാതൊരു മടിയുമില്ലാതെ സുബ്രഹ്മണ്യത്തോട് സംസാരിച്ചിരിക്കുന്ന ആന്റണിയെയാണ് അവിടെ അപ്പോൾ സുലോചന കണ്ടുകൊണ്ടിരിക്കുന്നത്.

*നിങ്ങളെന്നെ കമ്യൂണിസ്റ്റാക്കി*ക്കു ശേഷം പി ജെ ആന്റണിയോടൊപ്പം അഭിനയിച്ചത് ആന്റണി എഴുതിയ *കടലിരമ്പുന്നു* എന്ന നാടകത്തിലാണ്. മട്ടാഞ്ചേരിയിലെ തൊഴിലാളികളുടെ നേർക്ക് നടന്ന പൊലീസ് വെടിവെപ്പ് ആസ്പദമാക്കി രചിച്ച നാടകമായിരുന്നു അത്.

കൊച്ചിതുറമുഖത്ത് അക്കാലത്ത് കപ്പലിലേക്ക് തൊഴിലാളികളെ തെരഞ്ഞെടുത്തിരുന്നത് ചാപ്പ എറിഞ്ഞാണ്. തൊഴിലാളികളുടെ ഇടയിലേക്ക് ചാപ്പ എറിയും. എല്ലാവരുടെയും ഇടയിൽ വീണ ചാപ്പ എടുക്കാൻ വേണ്ടി തെരുവുപട്ടികളെപ്പോലെ തൊഴിലാളികൾ അടിപിടികൂടും. അവസാനം ചാപ്പ കിട്ടിയവനെ ജോലിക്കായി നിയോഗിക്കും. ബാക്കിയുള്ളവരെ പറഞ്ഞുവിടുകയും ചെയ്യും. പ്രാകൃതമായ ഈ കീഴ്വഴക്കങ്ങൾക്കെതിരെ നടന്ന സമരമാണ് വെടിവെപ്പിൽ കലാശിച്ചത്. 1953 സെപ്തംബർ 15 നായിരുന്നു വെടിവെപ്പ്.

കുറച്ചു തൊഴിലാളികൾ സമരം ചെയ്തു.

അതിനെത്തുടർന്ന് മട്ടാഞ്ചേരിയിലെ വാർഫിൽ ഉള്ള തൊഴിലാളികളെ മുഴുവനും കമ്പനിയിൽ നിന്ന് ഉടമസ്ഥനായ സേട്ട് പുറത്താക്കി. അതിൽ പ്രതിഷേധിച്ച് വലിയ പ്രക്ഷോഭം സംഘടിപ്പിക്കപ്പെട്ടു. തൊഴിലാളികൾ സമരരംഗത്തിറങ്ങി. മട്ടാഞ്ചേരി പുല്ലുപാലത്തിനടുത്തുള്ള ഈറവേലിയിലൂടെ പൊലീസ് വാൻ ഉടനെ ചീറിപ്പാഞ്ഞെത്തി. അതിൽനിന്നും തോക്കുമേന്തി ഇറങ്ങിയ പൊലീസ് സമരം ചെയ്ത തൊഴിലാളികളുടെ നേർക്ക് അതിദാരുണമായി വെടിയുതിർക്കുകയായിരുന്നു. സെയ്ദ്, സെയ്ദാലി എന്നീ രണ്ട് തൊഴിലാളികൾ തൽക്ഷണം തന്നെ കൊല്ലപ്പെട്ടു. അതുകൊണ്ടൊന്നും അരിശംതീരാത്ത പൊലീസ് വീടുവീടാന്തരം കയറിയിറങ്ങി കണ്ണിൽ കണ്ടവരെയെല്ലാം പിടിച്ചുകൊണ്ടുപോയി. ചോദ്യം ചെയ്യുകയും നിഷ്ഠുരമായി മർദ്ദിക്കുകയും ചെയ്തു. ആന്റണി എന്ന തൊഴിലാളിയെ ഭീകരമായ മർദ്ദനത്തിനു ശേഷം പഴന്തുണിപോലെ പുറത്തേക്ക് വലിച്ചെറിഞ്ഞു. ആന്റണി അധികം താമസിയാതെ തന്നെ മരണത്തിന് കീഴടങ്ങുകയായിരുന്നു.

കൊച്ചിയിലെ ട്രേഡ് യൂണിയൻ സംഘടനകളുടെയും കമ്യൂണിസ്റ്റ് പാർട്ടിയുടെയും വളർച്ച പിന്നീട് ശക്തമായി മാറുകയായിരുന്നു. മട്ടാഞ്ചേരി വെടിവെപ്പ് ജനങ്ങളുടെ മനസ്സിലേറ്റ മുറിവായി, ഒരു നടുക്കുന്ന ഓർമ്മയായി മാറി.

ഈ സംഭവത്തെ ആസ്പദമാക്കി ആന്റണി ഒരു പടപ്പാട്ട് എഴുതുകയുണ്ടായി. അക്കാലത്തെ പാർട്ടിയോഗങ്ങളിലും പ്രക്ഷോഭസമരങ്ങളിലും ആന്റണി ഈ പാട്ടിന്റെ രംഗാവിഷ്കാരം നടത്തി.

കാട്ടാളന്മാർ നാടു ഭരിച്ചീ
നാട്ടിൽ തീമഴ പെയ്തപ്പോൾ
പട്ടാളത്തെ പുല്ലായ് കരുതിയ
മട്ടാഞ്ചേരി മറക്കാമോ?

ഭീകരമായ അലർച്ചയിൽ ക്രുദ്ധനായി, പരുഷമായി പുറപ്പെട്ടു വരുന്ന ശബ്ദപ്രവാഹത്തിൽപ്പെട്ട് ആ സദസ്സു നടുങ്ങിപ്പോകും. കടലിന്റെ ഇരമ്പവും അതിന്റെ ഹുങ്കാരവും ഭയാനകമായൊരലർച്ചയോടെയുള്ള അതിന്റെ അവസാനവും അഭിനയത്തിൽ സൂക്ഷ്മമായി ആന്റണിയിൽ നിറഞ്ഞുനില്ക്കുന്നത് ആസ്വാദകർ കാണും.

പിന്നീട് ഓടത്തെ ആന്റണിയെ കേന്ദ്ര കഥപാത്രമാക്കിക്കൊണ്ട് *കടലിരമ്പുന്നു* എന്ന പേരിൽ ആന്റണി ഒരു നാടകമെഴുതി. ആ നാടകത്തിൽ അഭിനയിക്കുന്നത് സുലോചനയാണ്.

1956 ഫെബ്രുവരിയിൽ ചേർന്ന പാർട്ടി കോൺഗ്രസിൽ ആലുവയിൽ നടന്ന കമ്യൂണിസ്റ്റ് പാർട്ടി തിരു-കൊച്ചി സംസ്ഥാന സമ്മേളനത്തിലാണ് *കടലിരമ്പുന്നു* എന്ന നാടകം അരങ്ങേറിയത്.

അന്നത്തെ വേദിതന്നെ വ്യത്യസ്തമായിരുന്നു. നാലു വശവും തുറന്നിട്ടുകൊണ്ടുള്ള വേദിയിലാണ് നാടകം അവതരിപ്പിച്ചത്. അത്

കാണാൻ മനുഷ്യസാഗരം അലതല്ലുകയായിരുന്നു. ഓടത്തെ ആന്റണിയായി അഭിനയിച്ചത് എൻ ഗോവിന്ദൻകുട്ടിയാണ്. കാമുകിയായി സുലോചനയും. യുദ്ധത്തിന്റെ മുറിവുകൾ പേറുന്ന അക്കാലത്തെ അനേകായിരങ്ങളുടെ പ്രതിനിധിയായ ഒരു ഭ്രാന്തനായി പി ജെ ആന്റണിയും അഭിനയിച്ചു. കലാവേദിയിൽ നിന്ന് വന്ന പ്രേംജി ഓടത്തെ ആന്റണിയുടെ ജ്യേഷ്ഠനായും ഒ മാധവൻ ഓടത്തെ ആന്റണിയുടെ കൂട്ടുകാരനായും അഭിനയിച്ചു. ആ നാടകത്തിൽ ശങ്കരാടിയും മണവാളൻ ജോസഫും, പോഞ്ഞിക്കര ഗംഗാധരനും വർഗ്ഗീസ് തിട്ടേലും വക്കച്ചനും അഭിനയിച്ചിരുന്നു.

പഴയകാലത്തെ സ്മരണകൾ പുതുക്കിയാണ് മെറിലാന്റിൽ നിന്ന് സുലോചന ഇറങ്ങിയത്.

പൊൻകുന്നം വർക്കിയോടൊപ്പം

ആ വർഷംതന്നെ മറ്റൊരു രസകരമായ നാടകാനുഭവം സുലോചനയ്ക്കുണ്ടായി. 1957 ലെ ഒന്നാം സ്വാതന്ത്ര്യ സമരത്തിന്റെ ശതാബ്ദി ആഘോഷങ്ങളുടെ ഭാഗമായി നടത്തിയ ഒരു നാടകം; പൊൻകുന്നം വർക്കിയാണ് അതിന്റെ രചനയും സംവിധാനവും.

മുടിയനായ പുത്രൻ അന്ന് ഏറ്റവും വലിയ തിരക്കുകളിൽപെട്ട് അരങ്ങുകളിൽ നിന്ന് അരങ്ങുകളിലേക്ക് കടന്ന കാലമാണ്. ഇരവിലും പകലിലും ചെല്ലമ്മയുടെ കഥാപാത്രം പറയുന്ന സംഭാഷണശകലങ്ങൾ മാത്രമാണ്. അങ്ങനെയിരിക്കുമ്പോൾ കോട്ടയത്തുനിന്ന് ഒരു കമ്പി സന്ദേശം കെ പി എ സിയിൽ ലഭിക്കുന്നു. പൊൻകുന്നം വർക്കിയാണ് അതയച്ചത്. സുലോചനയും മാധവനും തോപ്പിൽ കൃഷ്ണപിള്ളയും ഉടനെ കോട്ടയത്തെത്തി പൊൻകുന്നം വർക്കിയെ കാണണമെന്നായിരുന്നു അതിൽ. അവർ ഉടനെ കോട്ടയത്തേക്ക് തിരിച്ചു. അപ്പോഴാണ് അറിയുന്നത് രാഷ്ട്രപതി പങ്കെടുക്കുന്ന ഒരു ചടങ്ങിൽ നാടകമവതരിപ്പിക്കാനാണ് ക്ഷണിച്ചതെന്ന്. നാടകം പൊൻകുന്നം വർക്കിയാണ് രചിച്ചത്. എന്നാൽ നാടകത്തിന്റെ പേരും ഇതിവൃത്തവും കേട്ടപ്പോഴാണ് അവർ അത്ഭുതസ്തബ്ധരായത്. പുരാണകഥാസന്ദർഭത്തിൽ നിന്നും അടർത്തിയെടുത്ത ഒരു നാടകം. പേര് *കർണ്ണൻ*. പുരോഗമന വീക്ഷണമുള്ള ഒരു അവതരണമാണെന്ന് പൊൻകുന്നം വർക്കി പറഞ്ഞു. സുലോചന അഭിനയിക്കേണ്ടത് കുന്തിയായാണ്. അർജ്ജുനനായി ഒ മാധവൻ, ശ്രീകൃഷ്ണന്റെ വേഷത്തിൽ തോപ്പിൽ കൃഷ്ണപിള്ളയും. ഈ കഥാപാത്രങ്ങളെ അവരുടെ മുമ്പിലേക്ക് നീട്ടിയപ്പോൾ മൂവരും ചേർന്ന് തമ്മിൽ തമ്മിൽ നോക്കി കുറച്ചുനേരം ഇരുന്നു.

പൊൻകുന്നം വർക്കി നീട്ടിയ ഈ വേഷങ്ങളിൽ അഭിനയിക്കാൻ മൂന്നുപേർക്കും അപ്പോൾ താല്പര്യമൊന്നുമുണ്ടായിരുന്നില്ല. ചെല്ലമ്മയും രാജനുമായി അഭിനയിച്ച് നിറഞ്ഞു നില്ക്കുന്നതിനിടെ പുരാണകഥാപാത്രങ്ങളിലേക്കുള്ള വേഷപ്പകർച്ച സാദ്ധ്യമാകില്ലെന്നവർ പറഞ്ഞു.

പക്ഷേ, പൊൻകുന്നം വർക്കി വിടുന്ന മട്ടില്ലായിരുന്നു. അവസാനം ഗത്യന്തരമില്ലാതെ അവർ സമ്മതിക്കുകയായിരുന്നു.

അങ്ങനെ *കർണ്ണൻ* അരങ്ങിലെത്തി. തിരുവനന്തപുരം വി ജെ ടി ഹാളിലായിരുന്നു രംഗാവിഷ്കാരം

രാഷ്ട്രപതി ഡോ. രാജേന്ദ്രപ്രസാദ്, ഗവർണ്ണർ ബി രാമകൃഷ്ണറാവു, ഇ എം എസ്, മന്ത്രിമാരുടെ ഒരു നീണ്ട നിര, പി കെ വിക്രമൻ നായർ, സി ഐ പരമേശ്വരൻ പിള്ള തുടങ്ങിയ നാടകപ്രതിഭകൾ, അങ്ങനെ ഒട്ടേറെ പ്രഗത്ഭരുടെ മഹനീയ സാന്നിദ്ധ്യം.

ആദ്യം ശ്രീകൃഷ്ണനായി തോപ്പിൽ ഭാസി രംഗത്തുവരുന്നു. പക്ഷേ, കാണികൾക്ക് എന്തോ ഒരസ്വാരസ്യം. ശ്രീകൃഷ്ണൻ *മുടിയനായ പുത്രനി*ലെ ശാസ്ത്രിയെപ്പോലെ തോന്നിച്ചു. ഇടയ്ക്ക് ആളുകൾ സംസാരിക്കുന്നു. കാണികളുടെ ഇടയിൽനിന്ന് ആര്യ അന്തർജ്ജനം ഇ എം എസിന്റെ ചെവിയിൽ എന്തോ അടക്കം പറയുന്നു. ഇത് നമ്മുടെ ശാസ്ത്രിയല്ലേ? അടുത്തിരുന്ന ആളുകൾ അത് കേട്ടു. ആ ഭാഗത്തുനിന്ന് ചിരി ഉയർന്നു.

അർജ്ജുനനായ മാധവന്റെ സംസാരം *മുടിയനായ പുത്രനി*ലെ രാജനെപ്പോലെയായിരുന്നു. റൗഡിയായി നടക്കുന്ന രാജന്റെ മദ്ധ്യതിരുവിതാംകൂർ ഗ്രാമ്യഭാഷ അർജ്ജുനൻ നിർബ്ബാധം പുറപ്പെടുവിച്ചുകൊണ്ടായിരുന്നു പ്രകടനം. അതിൽ ആകെ ഒരാശ്വാസമായിരുന്നത് സുലോചനയുടെതായിരുന്നു. സുലോചനയ്ക്ക് അഭിനയിച്ചുകൊണ്ടിരിക്കുന്നതിനിടയിൽ തന്നെ നാടകത്തിനു സംഭവിക്കുന്ന പരിണാമം മനസ്സിലായിരുന്നു. ഡോ. രാജേന്ദ്രപ്രസാദിന് മലയാളം അറിയില്ലായിരുന്നു എന്നതായിരുന്നു ഏക ആശ്വാസം.

1957 ഏപ്രിൽ 11 ന് ജയിലിൽ കിടന്ന എല്ലാ രാഷ്ട്രീയത്തടവുകാരും മോചിപ്പിക്കപ്പെട്ടു. ശൂരനാട്, ഇടപ്പള്ളി, കൂത്താട്ടുകുളം, പരിയാരം, ഉല്ലല, മേമുറി എന്നീ സ്ഥലങ്ങളിൽനിന്നു കേസുകളുമായി ബന്ധപ്പെട്ട് ദീർഘനാളായി ജയിലിൽ കഴിയുന്നവരുടെ മോചനമാണ് കമ്യൂണിസ്റ്റ് മന്ത്രിസഭ അധികാരത്തിലെത്തിയ ഉടനെ കൈക്കൊണ്ട തീരുമാനങ്ങളിലൊന്ന്. നടയിൽ വടക്കേതിൽ പരമുനായരും പേരൂർ മാധവൻ പിള്ളയുമടക്കം ശൂരനാട് പ്രതികളെല്ലാവരുമാണ് ജയിൽ മോചിതരാകുന്നത്. സെൻട്രൻ ജയിലിന്റെ മുന്നിൽ സ്പീക്കർ ആർ ശങ്കരനാരായണൻ തമ്പിയും തോപ്പിൽ ഭാസിയും ഉൾപ്പെടെയുള്ള കമ്യൂണിസ്റ്റ് പാർട്ടി സഖാക്കൾ കാത്തു നില്ക്കുകയാണ്.

ഏഴു വർഷത്തോളമാണ് ഉച്ചി മഹാളിഅമ്മൻ കോവിലിനടുത്തുള്ള വാറുവിളാകത്തു വീട്ടിൽ സുലോചന താമസിച്ചത്. സുലോചനയുടെ ജീവിതത്തിലെ ആദ്യ പടവുകൾ അവിടെനിന്നായിരുന്നു. ഉടമസ്ഥരുടെ ബന്ധുജനങ്ങൾ വരുന്നുണ്ടെന്നും അവർക്ക് താമസിക്കാൻ വീടൊഴിയണമെന്നും പറഞ്ഞു. അങ്ങനെ സുലോചനയും കുടുംബവും ശാസ്തമംഗലത്ത് വേറൊരു വാടക വീട്ടിലേക്ക് താമസം മാറി.

അനുഭവങ്ങൾ എഴുത്തുകളായ് മാറുന്നു

ശൂരനാട് കൊലക്കേസിലെ പ്രതികൾ സെൻട്രൽ ജയിലിന്റെ കവാടത്തിലൂടെ ഇറങ്ങിവരുന്ന കാഴ്ചകണ്ട തോപ്പിൽ ഭാസിയുടെ മനസ്സിൽ ഒരു നാടകത്തിന്റെ മിന്നൽപ്പൊരി വീണു പടർന്നിരുന്നു.

ആ കാലത്ത് പ്രതിഭ തീയറ്റേഴ്സിന് ഒരു പുതിയ നാടകം എഴുതിക്കൊടുക്കാമെന്ന് പ്രതിഭയുടെ സെക്രട്ടറിയായ സി എം ശങ്കരാടിക്ക് വാക്കുകൊടുത്തിരുന്നു.

തോപ്പിൽ ഭാസിയുടെ ജീവിതത്തിൽ ഏറ്റവുമധികം തിരക്കുകൾ ഉണ്ടായിരുന്ന ഒരു കാലമായിരുന്നു അത്. എം എൽ എ ജോലിയുമായി ബന്ധപ്പെട്ട അതിസങ്കീർണ്ണമായ പ്രക്രിയകൾ, തിരക്കുകൾ, നിയമസഭ കൂടുമ്പോൾ അതിലുള്ള സജീവമായ സാന്നിദ്ധ്യം, ജിഞ്ചർ ഗ്രൂപ്പ് എന്ന വിളിപ്പേരിൽ അറിയപ്പെട്ട അഞ്ചുപേരിൽ പ്രതികരണത്തിന്റെയും പ്രസ്താവനയുടെയും കാര്യത്തിൽ ഒന്നാമനായി നിന്നയാൾ, രാത്രിയിൽ *മുടിയനായ പുത്രനി*ലെ കെ പി എ സി തീയറ്ററിലെ വേഷം, ഇടയ്ക്കുള്ള നാടകമെഴുത്തുകൾ, സംവിധാനം, നാട്ടിലെ സാംസ്കാരിക പ്രവർത്തനങ്ങളിലെ ഇടപെടലുകൾ; അങ്ങനെ ഭാസിയെ സംബന്ധിച്ച് അക്കാലം തിരക്കുകളിൽനിന്നും തിരക്കുകളിലേക്ക് സഞ്ചരിച്ച ഒരു കാലമായിരുന്നു.

ഇതിനിടയിലൂടെ ഒരു മിന്നൽപ്പിണരായി ആ രംഗം കടന്നുവന്നിരിക്കും. സെൻട്രൽ ജയിലിൽനിന്ന് നീണ്ട കാലത്തെ ജയിൽവാസം അനുഭവിച്ചുകഴിയുന്ന രാഷ്ട്രീയത്തടവുകാർ. അവരുടെ മുഖത്തെയും മനസ്സിലെയും പരുഷമായ ഭാവങ്ങൾ. പുറത്തിറങ്ങി ഒരു ബീഡി കത്തിച്ച് അന്തരീക്ഷത്തിലേക്ക് പറത്തി വിടുമ്പോഴുണ്ടാകുന്ന അവരുടെ ആനന്ദം. തെരുവുകൾ തോറും വെയിലേറ്റ് അലയുകയും മഴകൊണ്ട് നനഞ്ഞു കുതിരുകയും ചെയ്യുന്ന അപരിചിതരുടെ നിശ്വാസധാരകളിലേക്ക് തന്റെ തന്നെ നെടുവീർപ്പുകൾ അയച്ചുവിട്ട് പൂരിപ്പിക്കുവാൻ കഴിയുന്നതിലുള്ള അനുഭവത്തിന്റെ വിവിധങ്ങളായ ദൃശ്യങ്ങളാണ് ആദ്യം ഭാസിയുടെ മനസ്സിൽ രൂപപ്പെടുന്നത്.

ഒരു കഥ വരുന്നത് അങ്ങനെയാണ്. ആദ്യം ഒരു ചെറുനൂലിഴ വന്ന് വീഴും. പിന്നെ തലങ്ങനെയും വിലങ്ങനെയും വരുന്ന വിവിധ അനുഭവങ്ങളിൽ നിന്നുള്ള കൂട്ടിച്ചേർക്കലുകൾ. അത് ഇഴയടുപ്പത്തോടെ നെയ്യുമ്പോൾ ഒരു കഥ പൂർത്തിയാകും.

രാത്രിയിൽ ഏതോ ഒരു പട്ടണത്തിലൂടെ കെ പി എ സിയുടെ വാൻ ഓടുകയാണ്. അതിൽ ഒരു സീറ്റിൽ ഉറങ്ങാതെ തോപ്പിൽ ഭാസിയുണ്ട്. മറ്റെല്ലാവരും നല്ല ഉറക്കത്തിൽ, വെളുപ്പാൻകാലമായി വരുന്നു. വീണ്ടും ആ കഥയുടെ പൊൻകസവിഴകൾ മിന്നുന്നു.

ആദ്യഗവൺമെന്റിനെതിരെ വൻപ്രതിഷേധപരമ്പരകളാണ് മാധ്യമങ്ങളിലൂടെ പ്രചരിപ്പിച്ചുകൊണ്ടിരിക്കുന്നത്. 1957 ലെ കാർഷികബന്ധബില്ലും വിദ്യാഭ്യാസബില്ലും കൊണ്ടുവന്നതോടെ കമ്യൂണിസ്റ്റ് സർ

ക്കാരിനെതിരെ വലിയ തോതിലുള്ള തെറ്റിദ്ധാരണാജനകമായ വസ്തുതകളാണ് കമ്മ്യൂണിസ്റ്റ് വിരുദ്ധർ പ്രചരിപ്പിച്ചത്. കോൺഗ്രസ് അനുകൂല രാഷ്ട്രീയകക്ഷികളും സമുദായ സംഘടനകളും മാധ്യമപ്രതിനിധികളും എല്ലാവരുംകൂടി ഒന്നിച്ചായിരുന്നു ഇതിനെതിരെ വിമർശനങ്ങൾ ഉന്നയിച്ചിരുന്നത്. ക്രമസമാധാനത്തകർച്ച, ആന്ധ്രഅരികുംഭകോണം, ബജറ്റ് ചോർച്ച, ആഭ്യന്തരജയിൽഭരണം എന്നിങ്ങനെയുള്ള വിഷയങ്ങളായിരുന്നു ഗവൺമെന്റിനെതിരെയുള്ള ആരോപണങ്ങളിൽ പ്രധാനമായും ഉണ്ടായിരുന്നത്.

നിയമസഭയിൽ പ്രതിപക്ഷത്തിന്റെ വിമർശനങ്ങൾക്കും ചോദ്യശരങ്ങൾക്കും മുമ്പിൽ ട്രഷറി ബഞ്ചിലെ ചെറുപ്പക്കാരായ തോപ്പിൽ ഭാസിയും പുനലൂർ രാജഗോപാലൻനായരും പി ഗോവിന്ദപ്പിള്ളയും വെളിയം ഭാർഗ്ഗവനും ഇ ചന്ദ്രശേഖരൻ നായരും, എം കൃഷ്ണൻ നായരും കൂടി ഒന്നിച്ചാണ് പ്രതികരിച്ചിരുന്നത്. ശക്തമായ പ്രത്യാക്രമണം അഴിച്ചുവിട്ട ഈ യുവനിരയെ പിന്നീട് ജിഞ്ചർ ഗ്രൂപ്പ് എന്ന പേരിൽ അറിയപ്പെടാനിടയായി.

ഇതിൽ ഗൗരിയമ്മ കൊണ്ടുവന്ന കാർഷികബന്ധബിൽ കേരള സമൂഹത്തിൽ കാതലായ മാറ്റങ്ങൾക്ക് നാന്ദികുറിക്കാൻ പര്യാപ്തമായിരുന്നു. സമൂഹത്തിന്റെ ജനാധിപത്യസങ്കല്പനങ്ങൾക്ക്, സമത്വസുന്ദരമായ ഒരു കേരളീയ നിർമ്മിതിക്ക് ഇത് സഹായകമായിരിക്കും.

എന്നാൽ ഇതുകേട്ട് അസഹിഷ്ണുക്കളായ ഭൂവുടമകളും ജന്മിമാരും അവരുടെ സാമ്പത്തികസ്രോതസ്സ് അന്യാധീനപ്പെടുമെന്ന് കരുതി സർക്കാരിനെതിരെ രംഗത്തിറങ്ങി, അധികാരത്തിൽ നിന്ന് ഇറക്കിവിടാനുള്ള പദ്ധതികൾ ആവിഷ്കരിച്ചു. അതിന് സാമുദായിക സംഘടനകളുടെയും മതമേലദ്ധ്യക്ഷന്മാരുടെയും കൂടി ഒത്താശകളും ഉണ്ടായിരുന്നു.

തിരുവിതാംകൂർ പ്രദേശത്തെ 1865 ലെ പാട്ടവിളംബരം മുതലുള്ള നിയമങ്ങളും നടപടികളും പരിശോധിച്ചാൽ, അധികാരവും ഭൂമിയും ഒരു പ്രത്യേക വിഭാഗത്തിലേക്കു ചുരുങ്ങിപ്പോകുന്ന പ്രവണതയെയാണ് കാർഷികബന്ധ ബിൽ മറികടന്നത്. അന്നത്തെ ദിവാൻ മാധവറാവുവിന്റെ പണ്ടാരപ്പാട്ടവിളംബരത്തെത്തുടർന്നാണ് ചരിത്രത്തിൽ നാഴികക്കല്ലായ സാമൂഹ്യമാറ്റത്തിന് തുടക്കം കുറിച്ചതെന്നു പറയാം. അക്കാലത്ത് ഭൂമിയുടെ അവകാശം ദേവസ്വം, ബ്രഹ്മസ്വം, പണ്ടാരവക, ദാനം എന്നിങ്ങനെയായിരുന്നു വിഭജിച്ചത്. ഇതിൽ ബഹുഭൂരിഭാഗവും പണ്ടാരവകയായിരുന്നു. പണ്ടാരംവക എന്നാൽ ദൈവത്തിന്റെ വക സ്വത്ത് എന്നായിരുന്നു അർത്ഥം. ഈ വസ്തുക്കൾ ആർക്കും ക്രയവിക്രയം ചെയ്യാൻ പറ്റില്ലായിരുന്നു. എന്നാൽ ഈ നിയമം വന്നതോടുകൂടി അവകാശികൾക്ക് ഭാഗം വെക്കാനും കൈമാറ്റം ചെയ്യാനും വില്ക്കാനുമുള്ള സ്വാതന്ത്ര്യം ലഭിച്ചു.

ഏകദേശം ഒരു വർഷം നീണ്ട അലച്ചിലിനൊടുവിലാണ് ആ നാടകത്തിന്റെ ആദ്യവരികൾ എഴുതിത്തുടങ്ങിയത്. ഒരുകെട്ട് പേപ്പർ എടുത്ത്

മേശപ്പുറത്ത് വെച്ചു. പേനയിൽ മഷി നിറച്ചു രാത്രിയിൽ സെൻട്രൽ ജയിലിന്റെ തുരുമ്പിച്ച ഇരുമ്പഴികൾ തുറക്കുന്നതിന്റെ, കാലഹരണപ്പെടലിന്റെ ശബ്ദം. ഓരോ ജയിൽപ്പുള്ളിയുടെയും ജീവിതത്തിൽനിന്നും കാലഹരണപ്പെട്ട വർഷങ്ങളുടെ ശബ്ദം.

എഴുതുമ്പോൾ ഭാസിയുടെ മനസ്സിൽ തെളിയുന്നത് ശൂരനാട്ടെ കേസിലെ ചേലങ്ങാട്ട് കുഞ്ഞിരാമന്റെ കഥയാണ്. കുഞ്ഞിരാമൻ ഭാര്യയേയും ആറുകുട്ടികളേയും കൊണ്ടാണ് ഒളിവിൽ പോയത്. കുറെ ദിവസങ്ങൾ പിടിച്ചുനിന്നു. എങ്ങോട്ടെന്നില്ലാത്ത അലച്ചിനൊടുവിൽ അറിയാത്ത സ്ഥലങ്ങളിലൂടെ രാവും പകലും നടക്കുകയാണ്. ഇതിനിടയ്ക്ക് പൊലീസ് വരുമ്പോൾ ഒളിച്ചിരിക്കും. പേരോ വിലാസമോ വെളിപ്പെടുത്താൻ പറ്റാത്ത രീതിയിൽ ആരോരുമറിയാതെ എങ്ങനെ ജീവിക്കാനാണ്. ഒടുവിൽ പൊലീസിന്റെ കൈയിൽ അകപ്പെടാതിരിക്കാൻ പലവഴി പോകുന്നതിനിടെ അഞ്ചു കുഞ്ഞുങ്ങളും കൈവിട്ടുപോയി. കൊച്ചനുജന്റെ കൈയും പിടിച്ച് അലഞ്ഞു നടന്ന് ഭാർഗ്ഗവി എന്ന മൂത്തമകൾ മഴയും വെയിലുമേറ്റ് അസുഖം വന്ന് വഴിയിൽ കിടന്ന് മരിച്ചു. തോപ്പിൽ ഭാസിയെ ഈ സംഭവം ഒരുപാട് വേട്ടയാടിയിരുന്നു.

*മൂലധന*ത്തിന്റെ പിറവി

നാടകം എഴുതി പൂർത്തിയാക്കി. അതിന് പേരുമിട്ടു.

മൂലധനം.

നാടകം പ്രതിഭ തീയറ്റേഴ്സിന് കൊടുത്തു. അപ്പോൾ ശങ്കരാടിക്ക് ഒരേ നിർബ്ബന്ധം എഴുത്തുകാരൻ തന്നെ സംവിധാനവും ചെയ്തു തരണം. “എം എൽ എ ജോലി, രാത്രിയിൽ *മുടിയനായ പുത്രന്റെ* കെ പി എ സി വാനിലുള്ള യാത്ര. ഇതിനിടയിലെവിടെ സമയം?”

“അതൊന്നും പറഞ്ഞാൽ പറ്റില്ല. ഈ നാടകം ഭാസിയുടെ സംവിധാനത്തിലൂടെ വന്നാൽ മതി.”

ശാരദയായി സുധർമ്മയും, നബീസയായി ആറ്റിങ്ങൽ രാജകുമാരിയും, ഐ ഡി കാസിം പിള്ളയായി മണവാളൻ ജോസഫും, മധുവായി അഡ്വ. ആർ ഗോപാലകൃഷ്ണ നായരും, റിട്ടയേഡ് പൊലീസ് ഓഫീസറായി ഏബ്രഹാമും, അപ്പുവും അമ്മിണിയുമായി മാസ്റ്റർ പ്രിൻസും, ബേബി രാധാമണിയും, നബീസയുടെ വാപ്പ മാടറപ്പുകാരനായ അസ്സനാരായി ശങ്കരാടിയും ഈ നാടകത്തിൽ അഭിനയിച്ചു.

ശാരദയുടെയും നബീസയുടെയും വേഷങ്ങളിൽ ഇരുവരും പാട്ടുകൾ സ്വയം പാടിയാണ് അഭിനയിക്കുന്നത്. പാടാനും അഭിനയിക്കാനും കഴിവുള്ള ഒരാളെ തിരക്കി ഭാസിയും പോറ്റി സാറുമാണ് അലഞ്ഞത്. ആദ്യം അഭിനയിക്കുന്ന ഒരാളെ കിട്ടി. പിന്നീട് പാട്ടുപാടാൻ കഴിവുള്ള ഒരു പത്താം ക്ലാസുകാരിയേയും കിട്ടി. തിരുവല്ലയ്ക്കടുത്ത് കവിയൂരിലുള്ള ടി സി പൊന്നമ്മ. പൊന്നമ്മയെ ഒരു ദിവസം ക്യാമ്പിലേക്ക് വിളിച്ചു വരുത്തി. ക്യാമ്പിൽ വന്ന് പാടിച്ചു നോക്കിയപ്പോൾ

ദേവരാജന് പരിപൂർണ്ണ തൃപ്തിയായി. റിഹേഴ്സൽ കഴിഞ്ഞ് ദിവസങ്ങൾ പിന്നെയും പോയി. "പാട്ടുപാടുന്ന ആ കുട്ടിക്ക് മാലതിയുടെ വേഷം കൂടി കൊടുത്താലോ."

തോപ്പിൽ ഭാസിയാണ് അത് പറഞ്ഞത്. അങ്ങനെ പിറ്റേ ദിവസം വന്ന പൊന്നമ്മയോട് വിവരം ചോദിച്ചു. അതുകേട്ടപ്പോൾ പൊന്നമ്മ പേടിച്ചുനില്ക്കുകയായിരുന്നു. ഭാസി കൂടുതൽ ധൈര്യം പകർന്നു. ഭാസികൊടുത്ത ധൈര്യത്തിലാണ് *മൂലധന*ത്തിൽ ആദ്യമായി പൊന്നമ്മ അഭിനയിക്കുന്നത്. പിന്നീട് പൊന്നമ്മ എന്ന പേരിനൊപ്പം നാട്ടുപേരും ചേർത്തെഴുതി.

ഇതിലെ നായക കഥാപാത്രമായ രവിയുടെ വേഷം കുറച്ചുകാല ത്തേക്കെങ്കിലും ഭാസിതന്നെ ചെയ്യണം എന്നും അവർ അപേക്ഷിച്ചു.

അങ്ങനെ *മുടിയനായ പുത്രനി*ലെ ഭാസി ചെയ്ത വേഷമായ ഗോപാലപിള്ളയ്ക്കു പകരം കോട്ടയം ചെല്ലപ്പനെ കെ പി എ സിയിൽ കൊണ്ടുപോയിക്കൊടുത്തു. എന്നിട്ട് *മൂലധന*ത്തിന്റെ സംവിധാനവും നായകവേഷവും ഒരുപോലെ തോപ്പിൽ ഭാസി സ്വീകരിച്ചു, കലുഷമായ ഒരു രാഷ്ട്രീയസാമൂഹ്യപശ്ചാത്തലത്തിൽ.

1958 ഒക്ടോബർ 2 ന് കായംകുളത്ത് കമ്യൂണിസ്റ്റ് പാർട്ടി സെക്രട്ടറി എം എൻ ഗോവിന്ദൻ നായർ *മൂലധനം* ഉദ്ഘാടനം ചെയ്തു. കുട്ടികളെ നഷ്ടപ്പെടുന്ന വികാരസാന്ദ്രമായ രംഗങ്ങൾ കണ്ട് കാണികൾ മോഹാലസ്യപ്പെട്ടുവീണു. അങ്ങനെ ഒരേ സമയത്ത് തോപ്പിൽ ഭാസിയുടെ രണ്ടു നാടകങ്ങൾ, *മുടിയനായ പുത്രനും മൂലധനവും* കേരളക്കരയിൽ സമാന്തരമായി സഞ്ചരിച്ചുകൊണ്ടിരുന്നു.

പ്രതിഭയും കെ പി എ സിയും ഭാസിയെയും ഭാസിയിലെ നാടകകൃത്തിനെയും ഒരുപോലെ ആഘോഷിച്ച ഒരു കാലമായിരുന്നു അത്.

സുലോചന ഈ സമയം ചെല്ലമ്മയായി അഭിനയിച്ചുകൊണ്ടിരിക്കുകയാണ്. മാധവനും സുലോചനയും ബിയാട്രീസും കൂടിച്ചേർന്ന ഒരു സംഘത്തിനിടയിലേക്ക് കോട്ടയം ചെല്ലപ്പൻ കടന്നുവന്നു. ഗോപാലകൃഷ്ണപിള്ളയുടെ വേഷം വളരെ നല്ലരീതിയിൽ അദ്ദേഹം ഏറ്റെടുത്തു,

ഈകാലത്ത് സുലോചനയുടെ വിവാഹത്തെപ്പറ്റി വീണ്ടും വീട്ടുകാർ ആലോചിക്കുവാൻ തുടങ്ങി. അഭിനയത്തിന്റെയും പാട്ടുകളുടെയും തിരക്കുകൾക്കിടയിൽ കെ പി എ സിയുമായി ബന്ധപ്പെട്ട ഓരോരോ പ്രശ്നങ്ങളിൽ നിറഞ്ഞു നില്ക്കുന്നതിനാൽ മറ്റൊന്നിനെക്കുറിച്ചും ഇപ്പോൾ ചിന്തിക്കാൻ സുലോചനയ്ക്ക് സമയമില്ല.

സുലോചന ഒടുക്കം അച്ഛനോടും അമ്മയോടും പറഞ്ഞു, "ഇപ്പോൾ വേണ്ട, ചേച്ചിയുടെ കല്യാണം കഴിഞ്ഞിട്ടു മതി."

തിരുവനന്തപുരംകാരനായ ഒരു സെയിൽസ് ടാക്സ് ഉദ്യോഗസ്ഥൻ പുളിമൂട്ടിൽ ശങ്കരനാരായണന്റെ ആലോചന അപ്പോഴാണ് വന്നത്. അങ്ങനെ 1954 ൽ സരസ്വതിയുടെ വിവാഹം നടന്നു.

വേദന എന്ന ആവിഷ്കാരം

രാത്രി വളരെ വൈകിയാണ് അന്ന് വീട്ടിൽ നിന്നിറങ്ങിയത്. സുലോചനയുടെ അനിയത്തി നിർമ്മലയ്ക്ക് അസുഖം കൂടുതലാണിപ്പോൾ. പോളിയോ ബാധിച്ച് നടക്കാൻ വയ്യാതെ കുറെക്കാലം ബുദ്ധിമുട്ടി ജീവിച്ച അവളോടൊപ്പം ഇപ്പോൾ നില്ക്കാനാവുന്നില്ലല്ലോ എന്നൊരു വിഷമം സുലോചനയുടെ ഉള്ളിലുണ്ട്. അവൾക്ക് രണ്ടുമൂന്നു ദിവസമായി അസുഖം മൂർച്ഛിച്ചിരിക്കുകയാണ്. തിരുവനന്തപുരത്ത് ആശുപത്രിയിൽ പലതവണ പോയിരുന്നു.

ഇപ്പോൾ ശാസ്തമംഗലത്തേക്ക് മാറിയതിൽ പിന്നെ ഒന്നൊഴിയാതെ ആകെ മാനസിക പ്രയാസങ്ങളിലാണ് എല്ലാവരും. വാറുവിളാകം വീട്ടിലെ ചെറിയ ആ ഭൂതകാലത്തെക്കുറിച്ചുള്ള ഓർമ്മകൾ ഇടയ്ക്ക് വരും. എല്ലാ സൗകര്യങ്ങളുമുണ്ടായിരുന്ന ഒരു വാടകവീടായിരുന്നു അത്. ഇതിപ്പോൾ അയൽക്കാരുപോലും ഒരാവശ്യത്തിന് ഒന്നു നോക്കുകപോലുമില്ല. ഇവിടെ ആരും പരിചയക്കാരായി ഇല്ല. പെട്ടെന്ന് രാത്രിയിൽ എന്തെങ്കിലും ആവശ്യം വന്നാൽ ആരെ വിളിക്കാനാണ്? ഒരു കാർ വിളിക്കണമെങ്കിൽ എന്തുചെയ്യും?

സുലോചന നിർമ്മലയുടെ മുഖത്തേക്ക് നോക്കി. അവൾ രണ്ടു ദിവസമായി ഒന്നും കഴിക്കുന്നില്ല. ഒരേ കിടപ്പാണ്. അവളുടെ ദേഹത്ത് തൊട്ടുനോക്കി. കൈകൾ തണുത്തു മരവിച്ചിരിക്കുന്നു.

അന്ന് രാത്രി പാലായിലാണ് നാടകം. വളരെയധികം വേദനയോടെ അനിയത്തിയെ ഒന്നു നോക്കി പെട്ടെന്ന് പടിയിറങ്ങുകയായിരുന്നു സുലോചന. കൂട്ടിന് കൃഷ്ണൻകുട്ടിയും.

സുലോചനയുടെ താഴെയുള്ള നിർമ്മലയും ഗോപിമോനും പോളിയോ വന്നു കിടപ്പിലായവരാണ്. വീട്ടിലുള്ളപ്പോൾ കൂടെ ചേർത്ത്, ആശ്വാസവാക്കുകൾ പറഞ്ഞ് എപ്പോഴും സന്തോഷം കൊടുക്കുമായിരുന്നു അവൾ. എവിടെപ്പോയാലും രണ്ടുപേർക്കുമായി എന്തെങ്കിലും കളിപ്പാട്ടങ്ങളും പലഹാരങ്ങളും വാങ്ങിച്ചുകൊണ്ടു വരുമായിരുന്നു.

വീട്ടിൽനിന്നിറങ്ങുമ്പോൾ ഇപ്പോൾ പോകേണ്ടതുണ്ടോ എന്ന് അച്ഛൻ ചോദിച്ചു.

"എങ്ങനെ പോകാതിരിക്കും അച്ഛാ. പ്രോഗ്രാം ബുക്കു ചെയ്തിരിക്കുന്നവർക്ക് നാടകം കളിച്ചില്ലെങ്കിൽ ഉണ്ടാകുന്ന നഷ്ടങ്ങൾ വളരെ വലുതാണ്. നമ്മളുടെ ഭാഗത്തുനിന്നുള്ള ഒരനാസ്ഥകൊണ്ട് നാടകം മുടങ്ങിപ്പോകേണ്ട സാഹചര്യം ഉണ്ടാകരുത്. പ്രത്യേകിച്ച് പാലായിൽ ഒരു പ്രോഗ്രാം മുടങ്ങിയാൽ അത് പാർട്ടിയുടെ വലിയ അഭിമാനപ്രശ്നമാണ്. പാർട്ടിയുടെ പരാജയമാണ്. അവിടെ കമ്യൂണിസ്റ്റ് വിരുദ്ധരുടെ ഒരു വലിയ സംഘമുണ്ട്. ഗുണ്ടായിസമുണ്ട്. ഏതു വിധേനയും പാർട്ടി പരിപാടികൾ അവതാളത്തിലാക്കാൻ നോക്കിയിരിക്കുന്നവരാണ്. അവിടെ ഇന്നെനിക്ക് എത്താനായില്ലെങ്കിൽ ആ നാടകം അവിടെ അരങ്ങേറാൻ പറ്റാതെ വരും."

സുലോചന പാലായിൽ എത്തി നാടകത്തിന്റെ മേയ്ക്കപ്പു ചെയ്തു തുടങ്ങി. ധൃതിക്കിടയിൽ എങ്ങനെയോ കൈയിൽ നിന്ന് മുഖം നോക്കുന്ന വാൽക്കണ്ണാടി താഴെ വീണ് പൊട്ടി. സുലോചന അത് പെട്ടെന്ന് കൈയിലെടുത്തു.

അപ്പോൾ മൈക്കിൽനിന്ന് അനൗൺസ്മന്റ്. ജനാർദ്ദനക്കുറുപ്പിന്റെ ആമുഖപ്രസംഗമാണ്. കർട്ടൻ ഉയരുന്നതിനുമുമ്പ് കാണികളോടുള്ള ആശയവിനിമയമാണ്.

“ഹലോ മൈക്ക് ടെസ്റ്റ് ഹലോ.” എന്തോ തകരാറ് സംഭവിച്ചിട്ടുണ്ട്. സൗണ്ട് സിസ്റ്റം ശരിക്ക് വർക്കു ചെയ്യുന്നില്ല. ആരൊക്കെയോ സ്റ്റേജിൽ നിന്ന് പറയുന്ന ശബ്ദവും മൈക്കിലൂടെ പുറത്തേക്ക് വരുന്നു. കെ പി എ സിയുടെ അണിയറപ്രവർത്തകർ അങ്ങോട്ടുമിങ്ങോട്ടും ഓടുന്നു. എന്താണ് പറ്റിയതെന്നറിയില്ല, ഓരോ തവണ വരുമ്പോഴും എന്തെങ്കിലും പരിക്കുകളോടെയേ ഇവിടെനിന്ന് തിരികെ പോകാൻ കഴിഞ്ഞിട്ടുള്ളൂ.

“ഹലോ,”

ഓക്കെ. ഇപ്പോൾ മൈക്ക് ശരിയായി. ജനാർദ്ദനക്കുറുപ്പ് ഇപ്പോൾ പറയുന്നത് വ്യക്തമായി കേൾക്കാം.

സുലോചന വാൽക്കണ്ണാടി എടുത്ത് മുഖം നോക്കി. അത് പൊട്ടിപ്പോയിരിക്കുന്നു. എങ്കിലും ചെല്ലമ്മയുടെ കണ്ണുകൾക്കുള്ളിലെ തിളക്കം അവൾ കണ്ടു.

നാടകം നടന്നുകൊണ്ടിരിക്കുമ്പോൾ പാലായിലെ പാർട്ടി ഓഫീസിലേക്ക് ഫോൺ വന്നു. നിർമ്മല മരിച്ചു. കർട്ടൻ വീഴുന്നതുവരെ അണിയറപ്രവർത്തകർ എല്ലാവരും ആ വാർത്ത അറിഞ്ഞിട്ടും സുലോചനയോട് പറഞ്ഞില്ല. ജ്യേഷ്ഠൻ കൃഷ്ണൻകുട്ടി സ്റ്റേജിന്റെ അരികിൽ നിന്ന് അല്പം മാറിനിന്നു. ഓരോ രംഗം കഴിയുമ്പോഴും സുലോചന അണ്ണന്റെ അടുത്തേക്ക് വരും. അപ്പോൾ മുഖം കൊടുക്കാതിരിക്കാനാണ് മാറി നിന്നത്. നാടകം തീർന്നാലുടനെ തിരുവനന്തപുരത്തേക്ക് പോകാൻ ഒരു അമ്പാസിഡർ കാറ് നിർത്തിയിട്ടിരുന്നു. കർട്ടൻ വീണുകഴിഞ്ഞപ്പോൾ ആളുകൾ നാടകത്തിന്റെ ദുരന്തപര്യവസായിയായ അന്ത്യത്തിൽ മനമുരുകി നില്ക്കുകയാണ്.

നേരം വെളുക്കാറായപ്പോഴാണ് ശാസ്തമംഗലത്ത് എത്തിയത്. അപ്പോഴേക്കും കേട്ടറിഞ്ഞ ബന്ധു ജനങ്ങളെല്ലാം എത്തി. മാവേലിക്കരയിൽനിന്നും കല്യാണിയമ്മയുടെ ചെട്ടികുളങ്ങര കാട്ടൂരിലെ വീട്ടിൽ നിന്നും തിരുവല്ല കുഴിവേലിപ്പുറത്തെ വീട്ടിൽനിന്നുമുള്ള ആളുകൾ ഉച്ചയോടെ എത്തുമായിരിക്കും എന്ന് ആളുകൾ പറയുന്നുണ്ട്. സുലോചന കരഞ്ഞതേയില്ല.

ഉച്ചയോടുകൂടി ബന്ധുജനങ്ങൾ എല്ലാവരും വന്നുചേർന്നു. ഉടനെ തന്നെ സംസ്കാരച്ചടങ്ങുകൾ തുടങ്ങി. അല്പ സമയത്തിനുള്ളിൽ എല്ലാം പര്യവസാനിച്ചു.

അന്ന് കാഞ്ഞിരപ്പള്ളിയിൽ നാടകമുണ്ട്. ഒട്ടും സമയം ഇനി കളയാനില്ല. സുലോചന ജ്യേഷ്ഠനോട് പറയുന്നതു കേട്ടു. "ഇന്ന് ഏഴുമണിക്കാണ് നാടകത്തിന്റെ സമയം." സുലോചനയുടെ ശബ്ദം കേട്ട് എല്ലാവരും അവളെത്തന്നെ നോക്കി. അപ്പോഴേക്കും ചടങ്ങുകൾ കഴിഞ്ഞ് ബന്ധുജനങ്ങൾ എല്ലാവരും പോയിക്കഴിഞ്ഞിരുന്നു. എങ്കിലും വളരെ അടുത്ത ബന്ധുജനങ്ങൾ അവിടെത്തന്നെയുണ്ട്.

സുലോചനയുടെ തീരുമാനം കേട്ട് അച്ഛനും വല്യച്ഛനും കൂടി അവളോട് ഈ അവസരത്തിൽ പോകേണ്ടതുണ്ടോ എന്ന് ചോദിച്ചു. ജ്യേഷ്ഠനും പോകുന്നതിനെക്കുറിച്ച് താല്പര്യമില്ലായിരുന്നു. എന്നാൽ സുലോചനയുടെ തീരുമാനം മാത്രം ഉറച്ചതായിരുന്നു. ആർക്കും അതിനെ ലംഘിക്കാൻ സാധിച്ചില്ല

സുലോചനയെ കൊണ്ടുവന്ന ടാക്സി കാർ തന്നെയാണ് തിരികെക്കൊണ്ടുപോകുന്നതും. അവൾ മരണ ദുഃഖം നിറഞ്ഞുനില്ക്കുന്ന ശാസ്തമംഗലത്തെ ആ വീട്ടിൽനിന്നിറങ്ങിയപ്പോൾ ബന്ധുക്കളും അയൽവാസികളുമായ സ്ത്രീകളും കുറ്റപ്പെടുത്താനും മുറുമുറുക്കാനും തുടങ്ങി. സുലോചന അതൊന്നും ശ്രദ്ധിക്കാതെ നേരെചെന്ന് കാറിന്റെ ഡോർ തുറന്ന് ഒറ്റ ഇരുപ്പായിരുന്നു. കൂടെ ജ്യേഷ്ഠനും ഉണ്ടായിരുന്നു.

കെ പി എ സിക്കും അണിയറപ്രവർത്തകർക്കും അന്ന് കാഞ്ഞിരപ്പള്ളിയിൽ ചടങ്ങുകഴിഞ്ഞ് സുലോചന എത്തുമോ എന്ന കാര്യത്തിൽ സംശയമുണ്ടായിരുന്നു. കാർ കൃത്യം ആറുമണികഴിഞ്ഞപ്പോൾ കാഞ്ഞിരപ്പള്ളിയിൽ എത്തി.

ഇന്നലെക്കണ്ട അതേ ചെല്ലമ്മ കർട്ടനുയർന്നപ്പോൾ അതാ വരുന്നു, ചൂട്ടും വീശിക്കൊണ്ട്, തന്തോന്നിയായ രാജൻ നില്ക്കുന്ന വെളിമ്പ്രദേശത്തുകൂടി.

ആക്രമണങ്ങൾക്ക് മീതേകൂടി പാഞ്ഞ നാടകവണ്ടി

കമ്മ്യൂണിസ്റ്റ് ഗവൺമെന്റിനെതിരെയുള്ള സമരങ്ങൾ അതിന്റെ ഉച്ചസ്ഥായിയിലെത്തി. കേരളം മുഴുവനും ഇളകി മറിഞ്ഞുകൊണ്ടിരിക്കുകയായിരുന്നു. ഭൂപരിഷ്കരണനിയമവും വിദ്യാഭ്യാസബില്ലുമായിരുന്നു കോൺഗ്രസിന്റെ കണ്ണിലെ രണ്ട് കരടുകൾ. സാധാരണക്കാരുടെ പ്രശ്നങ്ങളെ അതിന്റെ ഗൗരവത്തോടെ കണ്ട് ക്രാന്തദർശനത്തോടെ പരിഹാരങ്ങൾ ആസൂത്രണം ചെയ്ത 1957 ലെ ആദ്യ ഇ എം എസ് സർക്കാരിനെ അനങ്ങാൻ പോലുമാവാതെ നാലുപാടുനിന്നും ആക്രമിക്കുകയായിരുന്നു. അതേ അക്രമം അവർ കെ പി എ സിയോടും കലാകാരന്മാരോടും കാണിക്കാൻ തുടങ്ങി. നാടകം കഴിഞ്ഞുമടങ്ങും വഴി ഗുണ്ടകൾ തടഞ്ഞു നിർത്തുക പതിവായി. പലയിടങ്ങളിലും ഡ്രൈവറുടെ മിടുക്കുകൊണ്ട് നിർത്താതെ രക്ഷപ്പെട്ടതാണ്. കേരളത്തിലെ അക്കാലത്തെ ഏതു വഴിയും കാണാപ്പാഠമായിരുന്നു ഡ്രൈവർക്ക്. പലയിടങ്ങളിലും ആക്രമണമുണ്ടെന്നറിഞ്ഞ് ഗുണ്ടകൾ വരുന്നതിനുമുമ്പ്

രഹസ്യവഴികളിലൂടെ നാടകസ്ഥലത്ത് പാഞ്ഞെത്തിയിട്ടുണ്ട്. നാടകം കഴിയുമ്പോൾ ആരോരും അറിയാതെ അവിടെ നിന്ന് കെ പി എ സിയുടെ വാൻ കടന്നു കളഞ്ഞിട്ടുമുണ്ട്. പലപ്പോഴും രക്ഷപ്പെട്ടിട്ടുള്ളത് ഏതു പാതിരാത്രിയിലും പാഞ്ഞെത്താറുള്ള സഖാക്കന്മാരുടെ സാന്നിദ്ധ്യം ഉള്ളതുകൊണ്ടായിരുന്നു.

ഫോർട്ട്കൊച്ചിയിൽ നാടകം അരങ്ങേറേണ്ടതിന്റെ തലേ ദിവസം എതിരാളികൾ യാതൊരു കാരണവശാലും അവിടെ കെ പി എ സിയുടെ നാടകം കളിക്കില്ല എന്നു വെല്ലുവിളിച്ചു. പകരം അതേ സ്റ്റേജിൽ അവരുടെ നാടകമായിരിക്കും കളിക്കുക എന്ന് പ്രചരിപ്പിക്കുകയും ചെയ്തു.

രാത്രിയായി. കെ പി എ സിയുടെ വാൻ ഫോർട്ടുകൊച്ചിയിലേക്ക് നീങ്ങിക്കൊണ്ടിരിക്കുകയാണ്. ഫോർട്ട് കൊച്ചി എത്താറാകുന്നതിനു മുൻപ് വാൻ ആളൊഴിഞ്ഞ ഒരിടത്ത് നിർത്തി. അവിടെ ഒരു തൊഴിലാളി സഖാവ് കാത്തുനില്പുണ്ടായിരുന്നു. അയാളുടെ കൂടെ ഓരോരുത്തരായി ഒച്ചയുണ്ടാക്കാതെ നടന്നു. ചെന്നു നോക്കിയപ്പോൾ അത് ഒരു ആംബുലൻസ് വണ്ടിയായിരുന്നു. എല്ലാവരും കൂടി പിന്നീടുള്ള യാത്ര അതിലായിരുന്നു. നാടകം തുടങ്ങുന്നതിന് ഏതാനും മിനിറ്റുകൾക്കുള്ളിൽ അഭിനേതാക്കളും അണിയറപ്രവർത്തകരും ഫോർട്ട് കൊച്ചിയിൽ എത്തി. നാടകം തുടങ്ങി.

ആ രാത്രി എന്തും സംഭവിക്കാം എന്നുള്ള രീതിയിലായിരുന്നു എല്ലാവരും അഭിനയിച്ചുകൊണ്ടിരുന്നത്. ഇരുവശത്തും വിരുദ്ധ ചേരിയിലുള്ളവർ അണിനിരന്നിരിക്കുകയാണ്. ഏതെങ്കിലും കാരണവശാൽ നാടകത്തിന് എന്തെങ്കിലും തരത്തിലുള്ള തടസ്സങ്ങൾ ഉണ്ടാകുകയാണെങ്കിൽ അവിടെ ഒരു ചോരപ്പുഴ ഒഴുകുമെന്ന് ഉറപ്പ്. ഉദ്വേഗജനകമായ നിമിഷങ്ങൾക്കിടയിലൂടെയാണ് അന്ന് നാടകം അവതരിപ്പിച്ചത്.

സുലോചന പ്രണയപാരവശ്യം നിറഞ്ഞ കണ്ണുകളോടെ ഒരു പ്രകൃതിദൃശ്യത്തിലേക്ക് നോക്കുമ്പോൾ അവിടെ ഊരിപ്പിടിച്ച വാളിന്റെ അറ്റത്തുള്ള തുരുമ്പിച്ച മൂർച്ചയാണ് കാണാൻ പറ്റിയത്.

അവസാന രംഗത്തിൽ ചെങ്കൊടി ഉയരാറായപ്പോഴേക്കും സഖാക്കന്മാരുടെ വലിയൊരു നിര വന്നു വേദിയെ ഉരുക്കു കോട്ടപോലെ സംരക്ഷിച്ച് കീഴ്പ്പെടുത്തിയിരുന്നു.

വളരെ നാളുകൾക്കു ശേഷം *നിങ്ങളെന്നെ കമ്യൂണിസ്റ്റാക്കി* അവതരിപ്പിച്ചതായിരുന്നു അന്ന്.

അങ്ങനെ ഒരു പരാജയം പരസ്യമായി ഏറ്റുവാങ്ങിയതിന്റെ വൈരാഗ്യം കമ്യൂണിസ്റ്റ് വിരുദ്ധ ചേരിയിൽ പുകഞ്ഞുകൊണ്ടിരിക്കുകയാണ്. ഫോർട്ട് കൊച്ചിയിൽ പുരോഗമനാശയങ്ങളുള്ള നാടകങ്ങൾ അവതരിപ്പിക്കുന്നതിന് തടസ്സമായി ഒരു ഗുണ്ടാപ്പട വളർന്നു വന്നു.

ഫോർട്ട്കൊച്ചി, മട്ടാഞ്ചേരി ഭാഗത്തെ വലതു സംഘടനകളും ഗുണ്ടാപ്പടയും ചേർന്ന് കമ്യൂണിസ്റ്റ് സർക്കാരിനെതിരെ പൊതുയോഗവും കലാ

പരിപാടികളും സംഘടിപ്പിച്ചു. കെ പി എ സി നാടകങ്ങൾ അക്കാലത്തെ ജനങ്ങളെ സ്വാധീനിച്ചുകൊണ്ടിരിക്കുന്നതിന്റെ അനുരണനങ്ങൾ കണ്ട് സഹികെട്ടാണ് എതിർപക്ഷം ഇത്തരത്തിലുള്ള വികലമായ പരിപാടികളുമായി ഇറങ്ങി പുറപ്പെടുന്നത്.

മക്രോണി രാജന്റെ ഭഗവാൻ മക്രോണി കഥാപ്രസംഗവും *ഏപ്രിൽ അഞ്ച്* എന്ന നാടകവുമാണ് അന്ന് അരങ്ങേറിയത്. കലാപരിപാടികൾ യാതൊരു നിലവാരവും ഇല്ലാത്തതായിരുന്നു. മുഖ്യമന്ത്രിയേയും മന്ത്രിമാരെയും നിശിതമായി വിമർശിക്കുന്ന പ്രത്യക്ഷ അധിക്ഷേപങ്ങളും അസഭ്യം പറച്ചിലും മാത്രമായിരുന്നു അത്. ആ നാടകത്തിനും കലാപരിപാടികൾക്കും ജനങ്ങളെ സ്വാധീനിക്കാൻ സാധിച്ചില്ല.

വീണ്ടും ബോംബെയിൽ

1958 നവംബർ 4 നാണ് ജനാർദ്ദനക്കുറുപ്പിന്റെയും തോപ്പിൽ ഭാസിയുടെയും ഒ മാധവന്റെയും നേതൃത്വത്തിൽ ബോംബെ നാടകോത്സവത്തിന് പോകുന്നത്. 1953 ലായിരുന്നു കെ പി എ സിയുടെ ആദ്യ സന്ദർശനം നടന്നത്. അന്ന് തോപ്പിൽ ഭാസി ഉണ്ടായിരുന്നില്ല. ജയിലിൽ കഴിയുകയായിരുന്നു. അന്ന് കൂടെ ഒ എൻ വിയും ദേവരാജനും ഉണ്ടായിരുന്നു. കോടാകുളങ്ങര വാസുപിള്ളയായിരുന്നു കൺവീനർ. അദ്ദേഹത്തിന് യാതൊരുവിധ താല്പര്യവുമില്ലാതെയാണ് കൂടെ വന്നത്. എപ്പോഴും വിമർശനങ്ങൾ ഉന്നയിച്ചിരുന്നതുകൊണ്ട് അന്ന് യാതൊന്നും

ബോംബെയിൽ നാടകോത്സവത്തിൽ നിങ്ങളെന്നെ കമ്മ്യൂണിസ്റ്റാക്കി നാടകം അവതരിപ്പിച്ചപ്പോൾ. സദസിൽ ചലച്ചിത്ര നടൻ ബൽരാജ് സാഹ്നി, ഭാര്യ, സംഗീത സംവിധായകൻ സലീൽ ചൗധരി, ബിമൽ റോയി തുടങ്ങിയവർ

മനസ്സമാധാനമായി കാണാൻ കഴിഞ്ഞില്ല. അന്ന് രണ്ടു ഗ്രൂപ്പായി കെ പി എ സി പ്രവർത്തകർ മാറിനിന്നു. അതിലൊക്കെ സുലോചനയ്ക്ക് വളരെയധികം മനോവിഷമം ഉണ്ടായിട്ടുണ്ട്. അവസാനം കോടാകുളങ്ങര വാസുപിള്ളയോടൊപ്പം മദ്രാസിൽനിന്ന് വീട്ടിലേക്കു മടങ്ങേണ്ടിവന്നു. അന്നത്തെ ആ ഹൃദയവേദന ഇപ്പോഴും മനസ്സിൽ നിന്നുമാഞ്ഞിട്ടില്ല.

ഇപ്രാവശ്യം തോപ്പിൽഭാസി വളരെ ആവേശത്തിലാണ്. അന്ന് നാടകം കണ്ടിട്ട് ബൽരാജ് സാഹ്നിയും സലീൽ ചൗധരിയും അവരെ അഭിനന്ദിച്ച കാര്യങ്ങൾ കേട്ടപ്പോൾ എല്ലാവരെയും നേരിൽ കാണണ മെന്ന് ഭാസി ഒരുപാട് ആഗ്രഹിച്ചിരുന്നു. അതിനാൽ എല്ലാ തിരക്കുകളും മാറ്റിവെച്ച് ബോംബെ യാത്രയ്ക്ക് വളരെനേരത്തെ തന്നെ എല്ലാവിധ തയ്യാറെടുപ്പുകളും ചെയ്തുവെച്ചു.

സുലോചന പഴയകാല ഓർമ്മകളിലൂടെയാണ് ബോംബെയിൽ ചെന്നിറങ്ങിയത്. അഞ്ചു വർഷങ്ങൾക്കു ശേഷം എന്തെന്തു മാറ്റങ്ങളാണ് ബോംബെയിൽ ഉണ്ടായിട്ടുള്ളത്. നഗരം ഉയർന്നു കൊണ്ടിരിക്കുകയാണ്. ഭാഷയുടെ അടിസ്ഥാനത്തിലുള്ള ഒരു സംസ്ഥാനരൂപീകരണം അവിടെ ഉണ്ടായില്ല എന്നതാണ് ഒരു പ്രത്യേകതയായി മനസ്സിലാക്കിയത്. മറാത്ത ഭാഷ സംസാരിക്കുന്നവരുടെ ഒരു സംസ്ഥാനം എന്ന ആവശ്യമായിരുന്നു അവിടെ പരിഗണിക്കപ്പെടാതെ പോയത്. അന്ന് മൊറാർജി ദേശായിയുടെ സർക്കാർ അവരുടെ നാടകം നിഷേധിക്കുകയാണുണ്ടായത്. അന്നവർക്ക് മറ്റു സ്ഥലങ്ങളിൽ അത് അവതരിപ്പിക്കാനുള്ള അനുവാദം തരാമായിരുന്നു. സങ്കുചിതമായ ഒരു രാഷ്ട്രീയ സംവിധാനത്തിന്റെ പോരായ്മയായിരുന്നു അതിന്റെ പിന്നിൽ ഉണ്ടായിരുന്നത്. മറാത്തഭാഷ സംസാരിക്കുന്നവരുടെ ഒരു സംസ്ഥാനം എന്ന ആശയത്തിൽ മുറുക്കെപ്പിടിച്ച് ഒരു ഏകീകരണം അവിടെ സാദ്ധ്യമാക്കാൻ വേണ്ടി പ്രവർത്തിച്ചത് കമ്യൂണിസ്റ്റ് നേതാവായ എസ് എ ഡാങ്കെയും സോഷ്യലിസ്റ്റ് നേതാവ് എസ് എം ജോഷിയുമായിരുന്നു. 1957 ലെ തിരഞ്ഞെടുപ്പിൽ സെൻട്രൽ ബോംബെ നിയോജക മണ്ഡലത്തിൽനിന്ന് പാർലമെന്റിലേക്ക് ഏറ്റവും ഉയർന്ന ഭൂരിപക്ഷത്തിൽ ജയിച്ചു എസ് എ ഡാങ്കെ. ബോംബെ നിയമസഭയിലേക്കുള്ള മത്സരത്തിൽ 20 സീറ്റുകൾ നേടി അനിഷേദ്ധ്യമായ ഒരു രാഷ്ട്രീയ സാന്നിദ്ധ്യമായി കമ്യൂണിസ്റ്റ് പാർട്ടി സ്ഥാനമുറപ്പിച്ചു. മിൽത്തൊഴിലാളികളുടെ ഇടയിൽ, കൂലിപ്പണിക്കാരുടെയും ഫാക്ടറി ത്തൊഴിലാളികളുടെയും ഇടയിൽ ജനകീയസംഘടനകൾ രൂപീകരിച്ച് അവരുടെ അവകാശങ്ങൾക്കു വേണ്ടി പോരാടി.

കഴിഞ്ഞപ്രാവശ്യം ബോംബെയിൽ സഹായത്തിനും മറ്റും ഉണ്ടായിരുന്നവർ തന്നെയാണ് ഇപ്രാവശ്യവും എത്തിയത്. പക്ഷേ, ബോംബെയിലെ അന്നത്തെ കമ്യൂണിസ്റ്റ് വിരുദ്ധശക്തി ഇന്നും അതുപോലെതന്നെ ശക്തമായിട്ടുണ്ട്. കെ പി എ സിയാണെന്നും കമ്യൂണിസ്റ്റ് അനുഭാവികളാണെന്നും അറിഞ്ഞപ്പോൾ മുൻവൈരാഗ്യത്തോടെ പെരുമാറിയവരും അവിടെ ഉണ്ടായി. അതിനാൽ പ്രോഗ്രാം നടക്കുന്ന ജിംഖാന ഗ്രൗണ്ടിൽ

തലേദിവസം മുതൽ തന്നെ പരിപൂർണ്ണ സുരക്ഷ ഒരുക്കാൻ പാർട്ടി സഖാക്കൾ ശ്രദ്ധിച്ചു.

പാർട്ടിവിരുദ്ധർ ഉണ്ടെങ്കിലും കഴിഞ്ഞ പ്രാവശ്യത്തേക്കാൾ വർദ്ധിച്ച വിപ്ലവാവേശത്താലുള്ള സ്വീകരണമാണ് ബോംബെയിൽ ചെന്നിറങ്ങിയ കെ പി എ സിക്ക് ലഭിച്ചത്. അവിടെയുള്ള എല്ലാ തൊഴിലാളി സംഘടനകളുടെയും പ്രാതിനിധ്യം ആ വരവേല്പിൽ ഉണ്ടായിരുന്നു. നാടകോത്സവത്തിന്റെ നടത്തിപ്പ് കാര്യദർശികളായ എ പി നാരായണന്റെയും പി ജി പണിക്കരുടെയും നേതൃത്വത്തിലുള്ള ഒരു വലിയ സംഘമാണ്. അതിനാൽ പഴയതുപോലെയുള്ള ഒരപരിചിതത്വം ഇപ്രാവശ്യം ഉണ്ടായില്ല. അതിലുപരി എല്ലാവർക്കുമുള്ള താമസസൗകര്യം ഏർപ്പാടുചെയ്തിരിക്കുന്നത് ഓരോ മലയാളികളുടെയും വീടുകളിലായിരുന്നു. ഒ മാധവന്റെ കൂടെ പഠിച്ച ബാല്യകാല സുഹൃത്തുക്കളും അക്കൂട്ടത്തിലുണ്ടായിരുന്നു.

ആദ്യ ദിവസം നാടകം കമ്യൂണിസ്റ്റാക്കിയായിരുന്നു. അന്ന് നാടകം തുടങ്ങാൻ ഒരുപാട് താമസിച്ചു. കാരണം കേരളത്തിലെപ്പോലെ ടിക്കറ്റെടുത്ത് ഇടിച്ചുകയറിയിരിക്കുന്ന ഒരു ശീലം അവർക്കില്ല. അവിടെ കൃത്യമായി ക്യൂ നിന്ന് ഓരോരുത്തരായി ഒട്ടും തിരക്ക് കാണിക്കാതെ കയറി ഇരിക്കുകയാണ് രീതി. അതിനാൽ ടിക്കറ്റ് കൊടുക്കാനും കയറ്റി ഇരുത്താനുമായി അരമണിക്കൂറോളം സമയം പോയി. കേരളത്തിൽ നാടകങ്ങൾക്കായി ഇടിച്ചു കയറിയിരിക്കുന്ന ഒരു ജനാവലിയെപ്പറ്റിയാണ് അപ്പോൾ സുലോചന ഓർത്തത്. ടിക്കറ്റ് കൗണ്ടറിനുനുമുന്നിൽ ഉന്തും തള്ളും. തിക്കിത്തിരക്കി ബഹളം ഉണ്ടാക്കുമായിരുന്നു മനുഷ്യർ. ടിക്കറ്റിനുവേണ്ടി അക്ഷമരായി നില്ക്കുന്ന ഒരു ആൾക്കൂട്ടം, അവരുടെ നോട്ടങ്ങൾ, ഭക്ഷണമോ വെള്ളമോ കുടിക്കാതെ ബീഡിപ്പുകയിലും ചാരായത്തിലും മുങ്ങിയെഴുന്നേറ്റ് ടിക്കറ്റെടുത്ത് ഉന്തിയും തള്ളിയും വിയർത്തു കുളിച്ച് വെപ്രാളപ്പെട്ട് ഉടുമുണ്ടഴിഞ്ഞ് അത് ഊരിക്കുടഞ്ഞ് ഒന്നുകൂടി വലിച്ചുകെട്ടി മടക്കിക്കുത്തി നാടകക്കൊട്ടയുടെ മരബെഞ്ചിൽ വേഗത്തിൽ പോയി ചിതറി ഒടുങ്ങുന്ന മലയാളിയാസ്വാദകരെ ഓർത്തുപോകുകയാണ്. കടപ്പുറത്തും മലയോരങ്ങളിലും കുഗ്രാമങ്ങളിലും പോകുമ്പോൾ ഓരോ സ്ഥലത്തും വ്യത്യസ്തരായ മനുഷ്യർ. ജീവിക്കുന്ന, അനുഭവിക്കുന്ന ചുറ്റുപാടിൽ നിന്ന് അതേപോലെ എഴുന്നേറ്റുവന്ന് നാടകം കണ്ട് പോകുന്ന ഒരു ആസ്വാദക സമൂഹം. കൂലിപ്പണിക്കാരും കൃഷിപ്പണിക്കാരും തൊഴിലാളികളുമായ ആയിരങ്ങളുടെ അസ്വസ്ഥമുഖം, ബോംബെയിൽ അച്ചടക്കത്തോടെ സംയമനത്തോടെ ഇരിക്കുന്ന ആസ്വാദകരെ കണ്ടപ്പോൾ സുലോചന ഓർത്തുപോയി.

മലയാളികളാണ് കാഴ്ചക്കാരിൽ അധികവുമുണ്ടായിരുന്നത്. ആർട്ടിസ്റ്റ് കേശവന്റെ പഴയ തറവാടിന്റെ ഗ്രാമീണ ദൃശ്യം കണ്ടപ്പോൾത്തന്നെ എല്ലാവരുടെയും ഉള്ളിൽ ഗൃഹാതുരത തലപൊക്കി. കഥാപാത്രങ്ങളുടെ സംഭാഷണവും ജീവിതാവസ്ഥകളും കണ്ടപ്പോൾ കാണികളെല്ലാം അവര

വരുടെ ഗ്രാമീണ സ്മൃതികളിൽനിന്ന് കുറെ നേരത്തേക്ക് വേറിടാനാവാതെ ഇരിക്കുകയായിരുന്നു എന്ന് സുലോചനയ്ക്ക് തോന്നി. ഓരോരുത്തരുടെയും മുഖത്തുനിന്ന് നിമിഷത്തിന്റെ ചെറിയൊരു വിടവിൽവെച്ച് ആശയരൂപീകരണം സാദ്ധ്യമാകണം. സദസ്സിന്റെ ഓരോ മാനസികഭാവത്തിന്റെയുംകൂടെ സമാന്തരമായി സഞ്ചരിക്കുമ്പോഴേ ആശയവിനിമയം പൂർണ്ണതയിൽ എത്തുകയുള്ളു.

പൃഥ്വിരാജ് കപൂർ

ഇന്ത്യൻ പീപ്പിൾസ് തീയറ്റർ അസോസിയേഷന്റെ മുഖ്യ സംഘാടകരും അക്കാലത്തെ പ്രശസ്തരായ നാടക സിനിമാപ്രവർത്തകരും തിങ്ങി നിറഞ്ഞിരിക്കുന്ന സദസ്സാണത്. പൃഥ്വിതീയറ്റർ ഉടമകൂടിയായ പൃഥ്വിരാജ് കപൂർ അന്ന് ആ നാടകം കാണാൻ മുൻനിരയിൽ തന്നെയുണ്ട്.

ബോംബെയിലെ അക്കാലത്തെ ഏറ്റവും തിരക്കുള്ള ഒരു സംവിധായകനുമാണ് പൃഥ്വിരാജ് കപൂർ. അന്ന് *മുടിയനായ പുത്രനാണ്* രംഗത്ത് അവതരിപ്പിക്കുന്നത്.

മുന്നിലുള്ള സോഫയിൽ ഇരുന്ന് നാടകം സശ്രദ്ധം വീക്ഷിക്കുകയാണ് അയാൾ. ചെല്ലമ്മ രാജന്റെ കൈത്തണ്ടയിൽ കുഴമ്പുപുരട്ടുന്ന രംഗമാണത്. രാജൻ കിടക്കുകയാണ്. അയാളുടെ അടുത്തായി മുട്ടുകാലിൽ ഇരുന്ന് കൈത്തണ്ടയിൽ മുട്ടിനു താഴെ കുഴമ്പു പുരട്ടി ത്തടവുന്നു. ഇടയ്ക്ക് രാജന്റെ മുഖത്തേക്ക് നോക്കുന്നു. രാജൻ വേദനയോടെ കിടക്കുകയാണ്.

മുൻനിരയിൽ സോഫയിൽ ഇരിക്കുകയായിരുന്ന പൃഥ്വിരാജ് കപൂർ ഒന്നുകൂടി മുന്നോട്ടാഞ്ഞിരുന്ന്, സ്റ്റേജിലേക്ക് നോക്കിക്കൊണ്ടുതന്നെ കണ്ണിമയനക്കാതെ ഒരു സിഗരറ്റെടുത്ത് ചുണ്ടിൽ വെച്ചു.

ചെല്ലമ്മ കൈത്തണ്ടയിൽ കുഴമ്പു പുരട്ടിക്കൊണ്ടിരിക്കുന്ന ആ രംഗത്തിൽ മുഴുകി പൃഥ്വിരാജ് കപൂർ.

ചെല്ലമ്മ വീർപ്പടക്കി ഇപ്പോൾ കരഞ്ഞുപോകുമെന്നായി. രാജൻ എന്താണ് എന്ന് ചോദിച്ചുകൊണ്ട് അവളുടെ മുഖത്തേക്കുതന്നെ നോക്കുന്നു. തന്റെ കൈത്തണ്ടയിലേക്കുതന്നെ നോക്കിനില്ക്കുകയാണ് അവൾ. പെട്ടെന്ന് രാജന്റെ മുഖഭാവം മാറി വേറൊരു ഭാവം കൈവരിക്കുന്നു, അതുകണ്ട് അല്പം ജാള്യം കലർന്ന മട്ടിൽ ചിരിച്ചുകൊണ്ട് അകത്തേക്ക് ഓടിപ്പോകുകയാണ് ചെല്ലമ്മ. രാജൻ ചെറിയൊരു മന്ദഹാസത്തോടെ അവൾ ഓടിമറഞ്ഞ ഭാഗത്തേക്കും തന്റെ കൈത്തണ്ടയിലേക്കും നോക്കുന്നു.

കർട്ടൻ വീണതും നിലയ്ക്കാത്ത കരഘോഷം ആ സദസ്സിൽ നിന്നുയരുന്നുണ്ടായിരുന്നു.

പൃഥ്വിരാജിനോടൊപ്പം പ്രശസ്ത എഴുത്തുകാരൻ കിഷൻ ചന്ദറും കെ ഇ അബ്ബാസും എല്ലാ ദിവസവും നാടകം കാണാൻ വന്നിരുന്നു.

ബൽരാജ് സാഹ്നിയോടൊപ്പം

ആദ്യദിവസം *നിങ്ങളെന്നെ കമ്യൂണിസ്റ്റാക്കി* അവതരിപ്പിച്ചപ്പോൾ മുതൽ ബൽരാജ് സാഹ്നി അവിടെ ഉണ്ടായിരുന്നു. *കമ്യൂണിസ്റ്റാക്കി* കണ്ടു കഴിഞ്ഞ് ഉടനെ വന്ന് എല്ലാവരെയും അഭിനന്ദിച്ചു. മാധവനെയും സുലോചനയെയും പ്രത്യേകം കണ്ട് അഭിനന്ദനം അറിയിച്ചു. തോപ്പിൽ ഭാസിയെ മുൻപ് കണ്ടിട്ടുണ്ടായിരുന്നില്ല. അതിനാൽ ഇപ്രാവശ്യത്തെ കൂടിക്കാഴ്ച വളരെയേറെ ഊഷ്മളമായിരുന്നു. തോപ്പിൽ ഭാസിയെ അന്നു വൈകുന്നേരം വീട്ടിലെ സൽക്കാരത്തിനായി ക്ഷണിച്ചു. *നിങ്ങളെന്നെ കമ്യൂണിസ്റ്റാക്കി* എന്ന നാടകം സൃഷ്ടിച്ച അനുരണനങ്ങൾ എത്രമാത്രമാണെന്ന യാഥാർത്ഥ്യം കൂടുതൽ ആഴത്തിൽ തിരിച്ചറിഞ്ഞത് ബൽരാജ് സാഹ്നിയുടെ സംസാരങ്ങളിൽ നിന്നാണ്.

ഭക്ഷണം കഴിച്ചശേഷം എല്ലാ നാടകങ്ങളും അദ്ദേഹം വളരെ സൂക്ഷ്മതയോടെ കണ്ടു. എന്നിട്ട് വീണ്ടും *കമ്യൂണിസ്റ്റാക്കി*യെക്കുറിച്ചാണ് പറഞ്ഞുകൊണ്ടിരിക്കുന്നത്. ആ നാടകത്തെ വളരെ കൃത്യമായി അപഗ്രഥിക്കുവാൻ അദ്ദേഹത്തിനു സാധിച്ചു.

*നിങ്ങളെന്നെ കമ്യൂണിസ്റ്റാക്കി*യും *മുടിയനായ പുത്രനും* എഴുതാനുണ്ടായ സാഹചര്യങ്ങൾ അദ്ദേഹത്തിനു വിശദീകരിച്ച് കൊടുത്തു.

ബൽരാജ് സാഹ്നിയെ ഏറ്റവും കൂടുതൽ സ്വാധീനിച്ചത് കേരളീയമായ അതിന്റെ നാടൻ പശ്ചാത്തലമാണ്. മനുഷ്യജീവിതാവസ്ഥകൾ, പട്ടിണിയും ദാരിദ്ര്യവും കഷ്ടപ്പാടുകളും അവരുടെ ഭാഷയും ഒക്കെ അദ്ദേഹം ശ്രദ്ധിച്ചു. അതിലൊക്കെ ഉപരി സാമൂഹികപ്രശ്നങ്ങളിൽ ഇടപെടാനും ഓരോ മനുഷ്യനെയും നാടകത്തിലേക്ക് വലിച്ചിഴച്ച് കൊണ്ടുവരാൻ കാണിക്കുന്ന രംഗക്രമീകരണങ്ങളെക്കുറിച്ചുമായിരുന്നു. അദ്ദേഹം സംസാരിച്ചത്. ആ നാടകത്തിന്റെ ശക്തിയെക്കുറിച്ചാണ് ബൽരാജ് സാഹ്നി ഏറ്റവും കൂടുതൽ പറഞ്ഞത്.

പക്ഷേ, *മുടിയനായ പുത്രനിൽ* എത്തുമ്പോഴേക്കും ആദ്യ നാടകത്തിനുണ്ടായ കരുത്ത് ശരിക്ക് നഷ്ടപ്പെടുകയാണുണ്ടായത്. “കൂടുതൽ ആന്തരികമായ കരുത്തുള്ള കഥാപാത്രങ്ങളുടെ സൂക്ഷ്മതയിലേക്കു കടക്കാനുള്ള ശ്രമങ്ങൾ പിന്നീടുണ്ടായില്ലേ?”

“അതിന്റെ കാരണം, അക്കാലത്ത് *കമ്യൂണിസ്റ്റാക്കി*യുടെ പ്രദർശനം വർദ്ധിച്ചുവന്ന ഒരു സാഹചര്യമുണ്ടായതാണ്.”

തോപ്പിൽ ഭാസി പറഞ്ഞു.

“രണ്ടാമതൊരു നാടകം ഞാനെഴുതിയത് അങ്ങനെയാണ്; *സർവ്വേക്കല്ല്.* ഒരു വൈയക്തികാനുഭവത്തെ മുൻനിർത്തി വികസിപ്പിച്ച സാമൂഹ്യാനുഭവമായിരുന്നു അത്. എന്നാൽ അപ്പോഴും *കമ്യൂണിസ്റ്റാക്കി*യായിരുന്നു ആളുകൾ ചോദിച്ചുകൊണ്ടിരുന്നത്. അത് കഴിഞ്ഞ് ഓരോ നാടകം കൊണ്ടു വന്നപ്പോഴും *കമ്യൂണിസ്റ്റാക്കി*ക്കാണ് ആൾക്കാർ ഉണ്ടായിരുന്നത്. ആ നാടകം ഉള്ളതുകൊണ്ട് പുതിയ നാടകങ്ങളുടെ

ബുക്കിങ്പോലും നടക്കാതെയായി. അങ്ങനെയൊരു സാഹചര്യത്തിൽ *കമ്യൂണിസ്റ്റാക്കി*യുടെ പ്രദർശനം ഞങ്ങൾ നിർത്തിവെച്ചു."

"*കമ്യൂണിസ്റ്റാക്കി* അവതരിപ്പിക്കണ്ട എന്നു തീരുമാനിക്കാൻ നിങ്ങൾക്കെന്തവകാശം?"

ബൽരാജ് സാഹ്നിയുടെ ആ ചോദ്യത്തിനു മുന്നിൽ ഭാസിക്ക് ഉത്തരമില്ലായിരുന്നു.

ശരിയാണ് ഒരു ജനതയുടെ ആഗ്രഹത്തെയും ആവശ്യങ്ങളെയും നിരാകരിക്കാൻ ആർക്കും സാദ്ധ്യമല്ല. അത് ചെയ്യുന്നതുതന്നെ ജനാധിപത്യമര്യാദകൾക്ക് നിരക്കുന്നതല്ല.

ബൽരാജ് സാഹ്നിയുടെ വിശദീകരണങ്ങളിൽ ജനാധിപത്യകലയും കലാവിഷ്കാരവും അതിന്റെ സാദ്ധ്യതകളുമാണ് നിറഞ്ഞു നില്ക്കുന്നത്. കലയും സമൂഹവും തമ്മിലുള്ള വിപ്ലവാത്മക നിലപാടുകളോട് വളരെ മൂർച്ചയേറിയ സ്വരത്തിലാണ് അദ്ദേഹം സംസാരിച്ചു വന്നത്.

നാടകകൃത്തായ താൻ എഴുതിയ നാടകം അവതരിപ്പിക്കാതിരിക്കാൻ തനിക്കെന്തവകാശം എന്ന ചോദ്യം ഭാസിയെ തളർത്തിക്കളഞ്ഞു.

കലയെയും തീയറ്ററിനെക്കുറിച്ചുമുള്ള സങ്കല്പങ്ങളിൽ രൂഢമൂലമായ മാറ്റമാണ് ആ കൂടിക്കാഴ്ചയിലൂടെ വളർന്നത്.

ആ നാടകത്തെ സംബന്ധിച്ച് അതിന്റെ എഴുത്തുകാരൻ എന്ന നിലയിലുള്ള നിങ്ങളുടെ എല്ലാ അവകാശങ്ങളും അവസാനിച്ചു കഴിഞ്ഞിരിക്കുന്നു. അത് സദസ്സിന്റേതാണ്, സമൂഹത്തിന്റേതാണ്. അത് പൊതുജനങ്ങളുടേതാണ്. പൊതുജനത്തെ സംബന്ധിച്ചുള്ള നമ്മുടെ ധാരണകൾ ഇനിയും മാറേണ്ടതുണ്ട്. ജനാധിപത്യസമൂഹത്തെക്കുറിച്ച് നാം വാദിക്കുന്നുണ്ടല്ലോ, പിന്നെ എന്തുകൊണ്ട് ജനാധിപത്യനാടക അവതരണങ്ങളെക്കുറിച്ച് നാം ചിന്തിച്ചുകൂടാ?

അന്ന് അദ്ദേഹത്തിനുവേണ്ടി കെ പി എ സിയിലെ പ്രവർത്തകർ എല്ലാ നാടകവും അവതരിപ്പിച്ചു. എന്നാൽ ചില നാടകങ്ങളോട് ബൽരാജ് സാഹ്നിക്ക് എതിർപ്പുകളും വിമർശനവും ഉണ്ടായിരുന്നു. *കമ്യൂണിസ്റ്റാക്കി*യെ അദ്ദേഹം തോപ്പിൽ ഭാസിയുടെ മാസ്റ്റർപ്പീസായി കണ്ടു. *സർവ്വേക്കല്ലിലും മുടിയനായ പുത്രനിലു*മൊക്കെ വരുമ്പോൾ കലാവിഷ്കാരത്തിന്റെ വിനിമയ സാദ്ധ്യതകൾക്കും സംവേദനത്തിനും മാധ്യമമെന്ന നിലയിൽ അതിന്റെ പ്രയോഗക്ഷമതയിലും വന്ന പോരായ്മകൾ വിലയിരുത്തി. കൂടുതൽ സാമൂഹ്യപ്രതിബദ്ധതയിലേക്ക് കടക്കുവാനുള്ള പ്രചോദനം തോപ്പിൽ ഭാസിക്ക് കൊടുത്തുകൊണ്ടാണ് അദ്ദേഹം അന്ന് അവിടെ നിന്ന് പോയത്.

അതുകഴിഞ്ഞ് പിറ്റേ ദിവസം കെ പി എ സി കലാകാരന്മാർക്കായി ബൽരാജ് സാഹ്നിയുടെ ഒരു നാടകാവതരണമുണ്ടായി. ദേശത്തിനും ഭാഷയ്ക്കും അതീതയായ ഒരു കൊച്ചു പെൺകുട്ടിയുടെ പ്രതിനിധാനമാണ് അദ്ദേഹം അവതരിപ്പിച്ചത്. ഒരു പെൺകുട്ടിയും അഫ്ഗാനിസ്ഥാനിൽ നിന്നുള്ള ഒരു നാടോടിയും തമ്മിൽ ഉടലെടുക്കുന്ന ഒരു ആത്മ

ബന്ധത്തിന്റെ കഥയായിരുന്നു അത്.

രവീന്ദ്രനാഥടാഗോറിന്റെ *കാബൂളിവാല* എന്ന കഥയുടെ രംഗാവിഷ്കാരമായിരുന്നു ബൽരാജ് സംവിധാനം ചെയ്തത്.

അന്നു വൈകുന്നേരം കെ പി എ സി അംഗങ്ങളെയെല്ലാവരെയും ക്ഷണിച്ച് അദ്ദേഹം ഒരു പാർട്ടി ഏർപ്പാടാക്കി. കെ എ അബ്ബാസ് ഉൾപ്പെടെയുള്ള സാഹിത്യകലാസ്വാദകരെയും ഇപ്റ്റയുടെ സംഘാടകരെയും അദ്ദേഹം ആ പാർട്ടിയിലേക്കു ക്ഷണിച്ചിരുന്നു. കേവലം ഒരു പാർട്ടി മാത്രമായിരുന്നില്ല അദ്ദേഹം ഉദ്ദേശിച്ചത്. നാടകത്തെക്കുറിച്ചും രംഗകലയെക്കുറിച്ചുമുള്ള കാലോചിതമായ ഒരു ചർച്ചയായിരുന്നു.

അദ്ദേഹം തന്നെ തന്റെ *കാബൂളിവാല* എന്ന നാടകാവിഷ്കാരവും കെ പി എ സിയുടെ *നിങ്ങളെന്നെ കമ്യൂണിസ്റ്റാക്കി*യും തമ്മിലുള്ള താരതമ്യപഠനം എന്ന നിലയിൽ ഒരു നീണ്ട ലേഖനക്കുറിപ്പ് തയ്യാറാക്കിയിരുന്നു. നാടകം എന്നത് ടെക്സ്റ്റ് അഥവാ പുസ്തകത്തിലോ രംഗവേദിയിലോ മാത്രം ഒതുങ്ങുന്ന ഒന്നല്ല എന്നായിരുന്നു അദ്ദേഹത്തിന്റെ അഭിപ്രായം. പുസ്തകവും വേദിയും ഒന്നുതന്നെ. നാടകം സമൂഹത്തിന്റേതാണെന്ന യാഥാർത്ഥ്യമാണ് നാം ഉൾക്കൊള്ളേണ്ടത്. വേദിയും സദസ്സും തമ്മിൽ തന്മയീഭവിക്കുന്ന ഒരിടത്തുവെച്ചാണ് നാടകം അതിന്റെ അർത്ഥപൂർണ്ണതയിൽ എത്തിച്ചേരുന്നത്. *കമ്യൂണിസ്റ്റാക്കിയി*ലെയും *കാബൂളിവാലയിലെ*യും നിരവധി സന്ദർഭങ്ങൾ അദ്ദേഹം ഉദാഹരണസഹിതം ഇതിനായി വ്യക്തമാക്കി. അതിൽ *കമ്യൂണിസ്റ്റാക്കി കാബൂളിവാല*യെക്കാളധികം ഒരുപടികൂടി മുന്നിൽ നില്ക്കുന്നുവെന്നുകൂടി അദ്ദേഹം പറഞ്ഞു.

ബൽരാജ് സാഹ്നിയുടെ കേരളസന്ദർശനം

*കമ്യൂണിസ്റ്റാക്കി*യിലെ കഥാപശ്ചാത്തലം, കഥാപാത്രങ്ങൾ എന്നിവ കടമെടുത്തുകൊണ്ട് സി ജെ തോമസ് *വിഷവൃക്ഷം* എന്ന പേരിൽ ഒരു വിമർശന നാടകം തയ്യാറാക്കി. ഒരു കമ്യൂണിസ്റ്റുകാരൻ കൂടിയായിരുന്ന സി ജെ തോമസിൽനിന്ന് ഇങ്ങനെയൊരു പ്രതിനാടകം ഉണ്ടാകുമെന്ന് ആരും കരുതിയില്ല. എന്നാൽ വലതുപക്ഷ അനുഭാവമുള്ള ഒരു ബുദ്ധിജീവിസംഘം ഇതിന്റെ മറവിൽ പച്ചപിടിക്കാൻ തുടങ്ങിയിരുന്നു. കമ്യൂണിസ്റ്റ് പാർട്ടിയെ നിശിതമായി വിമർശിക്കുന്നതിൽ കൈയിൽവരുന്ന ആയുധങ്ങൾ എന്തുതന്നെയായാലും അതെടുത്ത് പ്രയോഗിക്കുക എന്ന പ്രവണത എഴുത്തുകാരിൽ ഒരു വിഭാഗം ഏറ്റെടുത്തു. സി ജെയുടെ പക്ഷം ചേർന്നവരിൽ പ്രമുഖർ എം ഗോവിന്ദൻ, പി കേശവദേവ്, സുകുമാർ അഴീക്കോട്, എം വി ദേവൻ, എം കെ സാനു, വെട്ടൂർ രാമൻ നായർ, അഭയദേവ്, കെ സുരേന്ദ്രൻ, മുട്ടത്തു വർക്കി, എ പി ഉദയഭാനു, പി കെ ബാലകൃഷ്ണൻ, സി എൻ ശ്രീകണ്ഠൻ നായർ എന്നിവരാണ്.

അവർ ലേഖനങ്ങളാലും കുറിപ്പടികളാലും കവിതകളാലും കമ്യൂണിസ്റ്റ് സർക്കാരിനെ എതിർത്തെഴുതുവാൻ സദാ സന്നദ്ധരായിരുന്നു.

കെ ബാലകൃഷ്ണന്റെ *കൗമുദി* പത്രവും തിരുവനന്തപുരത്തു നിന്ന് ശക്തമായ രീതിയിലുള്ള വിമർശനങ്ങൾ ആരംഭിച്ചു. സാഹിത്യഅക്കാദമി അംഗങ്ങളായി തെരഞ്ഞെടുത്ത സാഹിത്യകാരന്മാർ കമ്യൂണിസ്റ്റ് അനുഭാവികൾ മാത്രമാണെന്നും അതിൽ പോരായ്മകളുണ്ടെന്നും കാണിച്ച് വിമർശനങ്ങൾ ഉന്നയിച്ചു. വൈക്കം മുഹമ്മദ് ബഷീറിന്റെ *ന്റുപ്പുപ്പാക്കൊരാനെണ്ടേർന്ന്* ഹൈസ്കൂൾ ക്ലാസിൽ പാഠപുസ്തകമാക്കിയതിൽ മറ്റൊരു പ്രക്ഷോഭം രൂപം കൊണ്ടു. അങ്ങനെയിരുന്നപ്പോഴാണ് ബൽരാജ് സാഹ്നിയെ സംസ്ഥാന സർക്കാരിന്റെ അതിഥിയായി ക്ഷണിക്കാനുള്ള തീരുമാനം. അതിനെതിരെയായിരുന്നു പിന്നീടുണ്ടായ പ്രക്ഷോഭം. ഇങ്ങനെ സംഭവിക്കുന്നതെന്തും സർക്കാരിനെതിരെയുള്ള ആയുധങ്ങളാക്കി മാറ്റുന്നതിൽ കമ്യൂണിസ്റ്റ് വിരുദ്ധർ വിജയിച്ചു.

ഈ ആരോപണങ്ങളിലൊക്കെ എത്രമാത്രം സത്യസന്ധത അടങ്ങിയിട്ടുണ്ടെന്നുള്ള കാര്യത്തെക്കുറിച്ച് കേരള സമൂഹത്തിന് യാതൊരു ബോദ്ധ്യവുമുണ്ടായിരുന്നില്ല. വാസ്തവവിരുദ്ധമായ ഭാവനാ സൃഷ്ടികൾ കെട്ടിച്ചമച്ച് അവർ മാധ്യമങ്ങളെയും കേരളസമൂഹത്തെയും കബളിപ്പിക്കുകയായിരുന്നു.

ഇതൊന്നും ചെവികൊടുക്കാതെ ബൽരാജ് സാഹ്നിയെ ക്ഷണിക്കാൻ തന്നെ തീരുമാനമെടുത്തു. 1959 ജനുവരി 12 ന് അദ്ദേഹം കൊച്ചി വിമാനത്താവളത്തിൽ എത്തി. സംഗീതനാടക അക്കാദമി സെക്രട്ടറിയായ പി ഭാസ്കരനും കെ പി എ സി ഭാരവാഹികളായ ജി ജനാർദ്ദനക്കുറുപ്പും ഒ മാധവനും തോപ്പിൽ ഭാസിയും സംസ്ഥാന ഗവൺമെന്റ് പ്രതിനിധികളും ചേർന്ന് അദ്ദേഹത്തെ സ്വീകരിച്ചു. ബൽരാജിന്റെ ഭാര്യ തോഷ്, പുത്രിമാരായ ശബ്നം, സ്നോബർ എന്നിവരും ഒപ്പമുണ്ടായിരുന്നു.

ബൽരാജ്സാഹ്നിയും കുടുംബവും കേരളത്തിലെ ചരിത്രപ്രധാന സ്ഥലങ്ങളും വിനോദസഞ്ചാരകേന്ദ്രങ്ങളും സന്ദർശിച്ചു. കൃഷിരീതികൾ പരിചയപ്പെട്ടു, ഏകദേശം രണ്ടാഴ്ചയോളം ദൈർഘ്യമെടുത്തു നടത്തിയ കേരള യാത്രയിൽ അദ്ദേഹം കൂടുതലും അറിയാൻ ശ്രമിച്ചത് *നിങ്ങളെന്നെ കമ്യൂണിസ്റ്റാക്കി* എന്ന നാടകത്തിലൂടെ തന്നെ ആകർഷിച്ച ആ കേരളത്തിന്റെ ചിത്രമാണ്. അവരുടെ ജീവിതവും ഭാഷയും പാട്ടുകളും കേൾക്കാനാണ്. എന്നാൽ ചുരുങ്ങിയ രണ്ടാഴ്ചകൊണ്ട് അദ്ദേഹത്തിന്റെ മനസ്സിലുണ്ടായിരുന്ന കേരളത്തെ കാണാൻ കഴിഞ്ഞോ എന്ന കാര്യത്തിൽ സംശയമുണ്ട്. വിമോചനസമരത്തിന്റെ രാഷ്ട്രീയ നാടകങ്ങൾക്കിടയിൽ അദ്ദേഹത്തിന് എല്ലാവരുമായി സംവദിക്കാൻ സാധിച്ചില്ല. കോൺഗ്രസ് നേതാക്കളുടെയും കമ്യൂണിസ്റ്റ് വിരുദ്ധരുടെയും നിരന്തര ഉപദ്രവം കാരണം ഇ എം എസ് പോലും ആകെ പൊറുതിമുട്ടി നില്ക്കുന്ന സമയം. എന്നിട്ടും, പി ഭാസ്കരനുമായും തോപ്പിൽ ഭാസിയുമായും കുറേയേറേ കാര്യങ്ങൾ പങ്കുവയ്ക്കാൻ സാധിച്ചു. *കമ്യൂണിസ്റ്റാക്കി*ക്കു ശേഷമുള്ള കെ പി എ സിയുടെ എല്ലാ നാടകങ്ങളും അദ്ദേഹത്തെ കാണിക്കണമെന്നുണ്ടായിരുന്നു. എങ്കിലും കൊല്ലത്തുവെച്ച്

മൂലധനം കണ്ട ബൽരാജ് സാഹനിക്ക് ആ നാടകം ഇഷ്ടമായില്ല. അത് പ്രതീക്ഷകൾ തരുന്നില്ല എന്നായിരുന്നു മറുപടി. ഒരു വെറും മെലോഡ്രാമയാണെന്നായിരുന്നു അദ്ദേഹം പറഞ്ഞത്.

രണ്ടാഴ്ചത്തെ പര്യടനം കഴിഞ്ഞ് ബൽരാജ് സാഹനിയും കുടുംബവും മടങ്ങിപ്പോയി. തോപ്പിൽ ഭാസിയുടെ നാടകത്തിന് ലഭിച്ച വിമർശനം അദ്ദേഹത്തെ ഏറെ ഇരുത്തി ചിന്തിപ്പിച്ചു. ബൽരാജിന്റെ നിരീക്ഷണത്തിൽ കണ്ടെത്തിയ പോരായ്മകളെ എങ്ങനെയാണ് മറികടക്കുക എന്ന് അദ്ദേഹം അന്വേഷിച്ചു. സ്ഫോടനാത്മകമായ ഒരു പ്രമേയത്തിനും അതിന്റെ ആവിഷ്കാരത്തിനും വേണ്ടി അദ്ദേഹം കാത്തിരുന്നു.

സംഘർഷങ്ങൾക്കിടയിലൂടെ സഞ്ചരിക്കുന്ന തൂലിക

വിമോചനസമരത്തിന്റെ തീച്ചൂളയിൽ ഇ എം എസ് സർക്കാർ ആടിയുലയാൻ തുടങ്ങിയിരുന്നു. കമ്യൂണിസ്റ്റ് വിരുദ്ധർ പലയിടങ്ങളിൽ നിന്നായി നാടകങ്ങളും കലാപരിപാടികളും അവതരിപ്പിച്ച് ഒരു പ്രത്യക്ഷ യുദ്ധരംഗമായി കേരളത്തെ മാറ്റിക്കൊണ്ടിരുന്നു. പലയിടങ്ങളിലും സമരം അക്രമാസക്തമായി. അങ്കമാലിയിലും ചെറിയതുറയിലുമൊക്കെ വെടിവെയ്പു നടത്തി. അവിടെയൊക്കെ രക്തസാക്ഷികളുമുണ്ടായി.

എന്നാൽ ജനാധിപത്യരീതിയിൽ തിരഞ്ഞെടുക്കപ്പെട്ട ഒരു സർക്കാരിനെ പുറത്താക്കുന്നതിന് പ്രധാനമന്ത്രി ജവഹർലാൽ നെഹ്രുവിന് താല്പര്യമില്ലായിരുന്നു. കേരളത്തിൽ ഉടനെ കേന്ദ്രം ഇടപെടണമെന്ന് കോൺഗ്രസും അദ്ധ്യക്ഷ ഇന്ദിരാഗാന്ധിയും സർവ്വോദയ നേതാവ് ജയപ്രകാശ് നാരായണനും ആചാര്യ കൃപലാനിയും ഒരേ സ്വരത്തിൽ പറഞ്ഞു. കേരളത്തിലെ ക്രമസമാധാനനില ആകെ താറുമാറായി എന്നു പറഞ്ഞുകൊണ്ട് പുറകെ കേരള ഗവർണ്ണറുടെ റിപ്പോർട്ടും എത്തി. ഇതെല്ലാം കണക്കിലെടുത്ത് 1959 ജൂലൈ 31 ന് ഡോ. രാജേന്ദ്രപ്രസാദ് ഇ എം എസ് മന്ത്രിസഭയെ പിരിച്ചുവിട്ടു.

നിയമസഭ പിരിച്ചുവിട്ടതോടെ തോപ്പിൽ ഭാസി ആകെ മൗനിയായി മാറി. എം എൽ എ ആയിരുന്നതിന്റെ ഭാഗമായി കൂടെക്കൊണ്ടു നടന്ന കുറെ ഫയലുകൾ അനാഥമായപോലെയുണ്ട്. കസേരകൾ, ഓഫീസ് അലമാരകൾ, കറങ്ങുന്ന ഫാൻ, തന്നെക്കാണാൻ വന്നുകൊണ്ടിരുന്ന ആളുകളുടെ നീണ്ട നിര, അവർ തരുന്ന പേപ്പറിലെ അക്ഷരങ്ങൾ, അവരുടെ ജീവിതപ്രശങ്ങൾ.. അതൊക്കെയും നിലച്ചു. രാത്രി ഏറെ വൈകിയാണ് വീട്ടിലെത്തിയത്.

"എന്താ ഈ അസമയത്ത്?"

വാതിൽ തുറന്ന ഉടനെ ഭാര്യ ചോദിച്ചു.

"ഓ ഒന്നുമില്ല, പിള്ളേര് കെടന്നോ?

അവർക്ക് ഞാനൊന്നും വാങ്ങിയില്ല."

എന്നു പറഞ്ഞ് ഒരു തുള്ളിവെള്ളം പോലും വാങ്ങിക്കുടിക്കാതെ ഒരു ബീഡിയെടുത്ത് കത്തിച്ചു.

ഉള്ള് പുകയുകയാണ്. അതിന്റെ പുകയിൽ പതുക്കെ പുതിയ കഥയുടെ പ്രമേയം തേടുകയായിരുന്നു.

അന്ന് ബൽരാജ് സാഹ്നി കുടുംബസമേതം കേരളത്തിൽ വന്നപ്പോൾ പോയിക്കണ്ട പീച്ചിഡാം ആണ് പശ്ചാത്തലം. ഒരു കാറ്റ് വന്ന് ബൽരാജ് സാഹ്നിയുടെ ഭാര്യയുടെ ഷാളുകൾ തട്ടിപ്പറിച്ചെടുക്കാൻ ശ്രമിക്കുന്നു. കുട്ടികളുടെ കളിചിരികൾ അതിനിടയിലൂടെ സഞ്ചരിക്കുന്നു.

ഭാസിയും ബൽരാജ് സാഹ്നിയും അവിടെയുള്ള എഞ്ചിനീയറോട് സംസാരിക്കുകയാണ്

മണലീ നദിയുടെ ഉത്ഭവസ്ഥാനമാണ് ഇത്. ഇവിടെയാണ് ഈ അണക്കെട്ട് പണിതിരിക്കുന്നത്. 700 അടി നീളവും 134 അടി പൊക്കവുമുണ്ട്. മൂവായിരത്തി ഇരുന്നൂറേക്കർ സ്ഥലത്ത് വെള്ളം സംഭരിച്ചിരിക്കുകയാണ്. നാല്പത്തി ആറായിരമേക്കർ നിലത്ത് ഈ ഡാമിലെ വെള്ളം ഉപയോഗിച്ച് കൃഷി ചെയ്യാം. അതിനു പുറമെ തൃശ്ശൂർ ടൗണിനാവശ്യമായ വെള്ളം മുഴുവനും കൊടുക്കാനും കഴിയും.

അതോടൊപ്പം ഒരു കാര്യംകൂടി ആ എഞ്ചിനീയർ ഓർമ്മപ്പെടുത്തിയിരുന്നു. അണക്കെട്ടിന്റെ മുകളിൽ ഒരടികൂടികൂടുതൽ ഉയർന്നാൽ എട്ടുകോടി ചതുരശ്ര അടിവെള്ളം കൂടുതൽ സംഭരിക്കാം. അപ്പോൾ പക്ഷേ, ഡാമിനു ചുറ്റുമുള്ള സ്ഥലങ്ങൾ കുറച്ചുകൂടി വെള്ളത്തിനടിയിലാകും. അല്ല, അതുകൊണ്ടൊന്നും ഇന്ന് ഒരു തകരാറുമില്ല. അതെല്ലാം ഇന്ന് സ്വകാര്യ എസ്റ്റേറ്റുകളാണ്.

അതുകഴിഞ്ഞ് ഡാമിന്റെ കരയിൽ ഒരു സ്മാരകഫലകം കണ്ടു. അതിൽ ഡാമിന്റെ നിർമ്മാണം നടക്കുമ്പോൾ അപകടത്തിൽപെട്ട് ജീവൻ പൊലിഞ്ഞുപോയ ഒൻപതുപേരുടെ പേരുവിവരങ്ങൾ രേഖപ്പെടുത്തിവെച്ചിരിക്കുന്നു.

ആ വെയിലിൽ, ബൽരാജ് സാഹ്നിയോടൊപ്പം പീച്ചിഡാമിന്റെ മുകളിലൂടെ നടന്നപ്പോൾ തന്റെ ഉള്ളിൽ പുതിയ ഒരാശയം പിറവിയെടുക്കുന്നതായി ഭാസിക്ക് അനുഭവപ്പെട്ടു.

ഒരു ബീഡികൂടിക്കത്തിച്ച് ആഞ്ഞ് വലിച്ച് ജനൽ തുറന്ന് പുറത്തേക്ക് നോക്കി. ഒന്നു തീരുമാനിച്ചു. കഥ അതുതന്നെ. പക്ഷേ, അതിന്റെ സാങ്കേതിക കാര്യങ്ങളെപ്പറ്റി കൂടുതൽ അറിയാതെ എങ്ങനെ എഴുതും?

അമച്വർ നാടകരംഗത്തുണ്ടായിരുന്ന പി കെ വിക്രമൻ നായരെയാണ് തോപ്പിൽ ഭാസി പിറ്റേന്ന് പോയിക്കണ്ടത്. അദ്ദേഹം പൊതുമരാമത്ത് വകുപ്പിൽ എക്സിക്യൂട്ടീവ് എഞ്ചിനീയർ ആയിരുന്നു അപ്പോൾ.

എല്ലാം കേട്ടശേഷം വിക്രമൻ നായർ നിർദ്ദേശിച്ചത് പേച്ചിപ്പാറ ഡാം പോയി കാണാനായിരുന്നു. നെയ്യാറ്റിൻകരയ്ക്കടുത്ത് വെള്ളറടയിൽ നിന്നും കിഴക്കോട്ടുപോയാൽ പേച്ചിപ്പാറ ഡാമിലെത്താം. തിരുവിതാംകൂറിലെ ആദ്യത്തെ ഡാം ആണ് പേച്ചിപ്പാറ ഡാം. കോതയാർ ഡാം എന്നും ഇതിന് പേരുണ്ട്. 80 ചതുശ്രമൈൽ ആണ് ഇതിന്റെ ക്യാച്ച്മെന്റ് ഏരിയ. കൂടുതൽ നിരീക്ഷണങ്ങൾക്കും നാടകരചനയ്ക്കു മുമ്പുള്ള

*തോപ്പിൽ ഭാസി സഹധർമ്മിണി അമ്മിണിയോടൊപ്പം
മകൾ മാലയും മകൻ രാജനും കൂടെ*

കോമ്പോസിഷനും ക്രാഫ്റ്റിനും ഇത് കൂടുതൽ സഹായകരമായിരിക്കും.

തോപ്പിൽ ഭാസി പിറ്റേദിവസം തന്നെ കെ പി എ സിയിലെ തന്റെ സുഹൃത്തുക്കളുമായി പേച്ചിപ്പാറ കാണാൻ പോയി.

കേശവൻ പോറ്റി, ഒ എൻ വി കുറുപ്പ്, ദേവരാജൻ, എസ് കുമാരൻ എന്നിവരോടൊത്തായിരുന്നു ആ യാത്ര.

അണക്കെട്ടിന്റെ ഒരുവശത്ത് ഒരു വലിയ ചെമ്പകമരം, അതിനു താഴെ ഒരു കൽക്കുരിശ്. ഒരു ശവക്കല്ലറയുടെ മുകളിലാണ് അത് സ്ഥാപിച്ചിരിക്കുന്നത്.

ബ്രിട്ടീഷുകാരനായ അലക്സാണ്ടർ മെൻചിൻ ആണ് പേപ്പാറ ഡാമിന്റെ ഇൻവെസ്റ്റിഗേഷൻ മുതൽ ഡാം പൂർത്തിയാകുന്നതുവരെയുള്ള എല്ലാ ജോലികളുടെയും നേതൃത്വം വഹിച്ചിരുന്നത്. ഡാമിന്റെ നിർമ്മാണം നടക്കുന്ന കാലത്ത് കോതയാർ പ്രദേശം മുഴുവൻ മലമ്പനിയുടെ വിഹാരകേന്ദ്രമായിരുന്നു.

അവിടെ പണിക്ക് പോകാൻ തൊഴിലാളികൾക്ക് ഭയമായിരുന്നു. ഡാമിന്റെ പണിനടക്കുമ്പോൾ വളരെയധികം പേർക്ക് മലമ്പനി ബാധിച്ചു.

ജോലിയുടെ ചുമതലകൾക്ക് വിരാമമിട്ടുകൊണ്ട് തിരിച്ച് നാട്ടിലേക്ക് പൊയ്ക്കൊള്ളാൻ ഗവൺമെന്റും യൂറോപ്യന്മാരായ സുഹൃത്തുക്കളും നിർബ്ബന്ധിച്ചു. എന്നാൽ തിരുവിതാംകൂറിനെയും സ്വന്തം തൊഴിലിനേയും സ്നേഹിച്ച ആ ബ്രിട്ടീഷുകാരൻ പിന്തിരിഞ്ഞില്ല. അയാൾ കോതയാറിലെ ടെന്റിൽ തന്നെ താമസിച്ചുകൊണ്ട് ഡാമിന്റെ പണിപൂർത്തിയാക്കി. അതിനിടെ മലമ്പനി ബാധിച്ച് അവിടെത്തന്നെ കിടന്ന് മരിച്ചു.

അലക്സാണ്ടർ മെൻചിന്റെ ശവകുടീരവും പീച്ചിഡാമിൽ കണ്ട സ്മാരകഫലകങ്ങളും തന്റെ കഥയുടെ പ്രമേയമാക്കാൻ ഭാസി തീരുമാനിച്ചു. ഡാമിലെ സന്ദർശനം കഴിഞ്ഞ് ഒരുമാസം പൂർത്തിയായപ്പോഴേക്കും അത് അക്ഷരങ്ങളായി മാറി.

മുകളിൽ തീയതി എഴുതി.

1959 ജൂലൈ 31.

രാഷ്ട്രപുനർനിർമ്മാണത്തിന് ഒരു നാടകം

1959 ൽ ബൽരാജ് സാഹ്നി വന്നുപോയതിനു ശേഷം തോപ്പിൽ ഭാസിക്ക് ബോംബെയിലെ മറൈൻ ഡ്രൈവിനടുത്ത് വീർ നരിമാൻ റോഡിൽനിന്ന് ഒരു എഴുത്തു വന്നു. നാടകരചനയുടെ ഇടവേളകളിൽ എടുത്ത് പരിശോധിക്കുമായിരുന്നു അത്. *കമ്യൂണിസ്റ്റാക്കി*ക്കു ശേഷമുള്ള എല്ലാ രചനകളെയും ബൽരാജ് സാഹ്നി വിമർശിച്ചിരിക്കുന്നു. പക്ഷേ, *കമ്യൂണിസ്റ്റാക്കി* ഒരു സ്വാഭാവികമായ രചനയാണെന്നാണ് അദ്ദേഹം പറയുന്നത്. *കമ്യൂണിസ്റ്റാക്കി*ക്ക് ശേഷം ഭാസി ഒരുപാട് പുറകോട്ടു പോയിരിക്കുന്നു. രചനയുടെ ക്രമാനുഗതമായ വികാസം. മെലോഡ്രാമയല്ല വേണ്ടത്. സാഹ്നി ഓർമ്മിപ്പിക്കുന്നു.

അങ്ങനെ *പുതിയ ആകാശം പുതിയ ഭൂമി* എന്ന നാടകം ജനിച്ചു. പ്രകൃതിയുമായി പൊരുതി മല്ലിട്ട് രക്തസാക്ഷികളാകാൻവേണ്ടി വന്ന മനുഷ്യരുടെ കഥയാണ്. യഥാർത്ഥ രാജ്യസ്നേഹികളെന്നു പറയുന്നതിലൂടെ രാഷ്ട്രപുനർനിർമ്മാണത്തെയാണ് ഇതിൽ ഇതിവൃത്തമാക്കുന്നത്. അന്നുവരെ ആരും നാടക അരങ്ങിലേക്ക് കൊണ്ടുവരാൻ ധൈര്യം കാണിച്ചിട്ടില്ലാത്ത ഒരു പ്രമേയമാണ് അത്. കെ പി എ സി ഈ നാടകം എങ്ങനെ രംഗയോഗ്യമാക്കുമെന്ന് ആദ്യം ചിന്തിച്ചു. കമ്മിറ്റി അംഗങ്ങളെല്ലാം സംശയങ്ങൾ ഉന്നയിച്ചു. എന്നാൽ അവയെല്ലാം അസ്ഥാനത്താക്കിക്കൊണ്ടുള്ള ഒരു സംവിധാനമായിരുന്നു തോപ്പിൽ ഭാസി അതിൽ കാഴ്ചവെച്ചത്.

കെ പി എ സിയിൽ ജനറൽ ബോഡിയോഗം കൂടുന്നതിന് തീരുമാനിച്ചു. വളരെ അടിയന്തരമായി പരിഹരിക്കേണ്ട ഒരു പ്രശ്നം, ഇനിയും പരിഹരിച്ചില്ലെങ്കിൽ അത് കെ പി എ സി എന്ന പ്രസ്ഥാനത്തെത്തന്നെ ഇല്ലാതാക്കിക്കളയും. നിലവിലുള്ള സെക്രട്ടറി മാധവനെതിരെ മറ്റു സമിതിയംഗങ്ങൾ പരാതി ഉന്നയിച്ചിട്ടും അതിനു തക്ക മറുപടികളോ പരിഹാരങ്ങളോ ഇതുവരെ ഉണ്ടായില്ല. അതിനെത്തുടർന്നാണ്

സമിതിയംഗങ്ങൾ സംഘം ചേർന്ന് മാധവനെ ഒറ്റപ്പെടുത്താനും അർത്ഥം വെച്ചു പലതും സംസാരിക്കാനും മുതിർന്നത്.

ജനറൽ ബോഡിമീറ്റിങ് നേരത്തെതന്നെ നിശ്ചയിച്ച് എല്ലാ അംഗങ്ങളെയും വിളിച്ചിരുന്നു. കൂടാതെ പാർട്ടിയുടെ സംസ്ഥാനഘടകത്തെക്കൂടി മീറ്റിങ്ങിൽ രക്ഷാകർതൃപദവിയിൽ നിർത്തി ക്ഷണിക്കുകയും ചെയ്തിട്ടുണ്ട്. കമ്യൂണിസ്റ്റ് പാർട്ടി സംസ്ഥാന സെക്രട്ടറിയായ ഇ എം എസ് ആണ് യോഗത്തെ അഭിസംബോധന ചെയ്യാനായി എത്തുന്നത്. 1953 മുതലുള്ള കണക്കുകൾ എഴുതിയ ഒരു രജിസ്റ്റർ കൈയിൽ പിടിച്ച് മാധവൻ അവിടെ നില്പുണ്ട്. ദേവരാജൻ ആയിരുന്നു യോഗത്തിന്റെ അദ്ധ്യക്ഷൻ. ഇ എം എസ് കൂടി വരുന്നതിനാൽ യോഗത്തിന് മുൻപത്തേക്കാളധികം അച്ചടക്കവും മിതത്വവും വന്നുചേർന്നിട്ടുണ്ട്.

കെ പി എ സി ഓഫീസിനുമുന്നിൽ വന്നുനിന്ന കാറിൽനിന്നും ഇ എം എസ് ഇറങ്ങി. പാർട്ടിയുടെ സംസ്ഥാനകമ്മിറ്റി അംഗങ്ങളായ എസ് കുമാരൻ, സി അച്യുതമേനോൻ എന്നിവരും ഉണ്ടായിരുന്നു.

മീറ്റിങ് തുടങ്ങി. ഏഴു വർഷം കൂടുമ്പോൾ സമിതിയുടെ നേതൃത്വം മാറണമെന്നായിരുന്നു മുൻപുണ്ടായിരുന്ന ഒരു നിയമം. വക്കീൽ ജോലികളിൽ വ്യാപൃതനാകേണ്ടതിനാൽ ജനാർദ്ദനക്കുറുപ്പ് പ്രസിഡന്റ് പദവിയിൽനിന്ന് മാറിനില്ക്കാൻ താല്പര്യപ്പെടുന്നുണ്ട് എന്നറിയിച്ചു, ജനാർദ്ദനക്കുറുപ്പ് മാറിയാൽ താനും മാറുമെന്ന് മാധവനും അറിയിച്ചു. സെക്രട്ടറിസ്ഥാനത്തേക്ക് കേശവൻ പോറ്റിയെയായിരുന്നു ജനറൽബോഡി തീരുമാനിച്ചത്. എന്നാൽ പ്രസിഡന്റ് സ്ഥാനത്തേക്ക് പുതിയൊരാളെക്കണ്ടെത്താൻ യോഗത്തിന് സാധിച്ചില്ല. തൽക്കാലത്തേക്ക് കുറുപ്പുതന്നെതുടരട്ടെ എന്നു തീരുമാനിക്കുകയാണുണ്ടായത്. വിജയകുമാരി ഒഴികെയുള്ളവരെല്ലാം എതിർപക്ഷത്തായിരുന്നു.

മാധവനെതിരെ ആ യോഗത്തിൽ നിശിത വിമർശനങ്ങളാണുയർന്നത്. ആ യോഗത്തിൽ സെക്രട്ടറി സ്ഥാനം ഒഴിഞ്ഞതുകാരണം ദിവസ ശമ്പളം 25 രൂപയിൽ നിന്ന് 20 രൂപയാക്കിക്കുറയ്ക്കാനും തീരുമാനിച്ചു. ഇതിനെ മാധവൻ ഒറ്റയ്ക്കുനിന്ന് എതിർക്കുകയായിരുന്നു. വെട്ടിക്കുറച്ച തുക കൈപ്പറ്റുന്നില്ലെന്നും സൗജന്യമായിക്കളിക്കാനാണ് ഇനിയുള്ള തീരുമാനമെന്നും പറഞ്ഞ് മാധവൻ ജനറൽ ബോഡി അംഗങ്ങളോടുള്ള എതിർപ്പ് പ്രകടിപ്പിച്ചു.

മായ്ച്ചുവരച്ച കഥാപാത്രങ്ങൾ

കഥാപാത്രങ്ങളെ മാറ്റിയും തിരുത്തിയും *പുതിയ ആകാശം പുതിയ ഭൂമിയുടെ* റിഹേഴ്സൽ ആരംഭിച്ചു.

സൂപ്രണ്ടിങ് എഞ്ചിനീയറായി കോട്ടയം ചെല്ലപ്പനും എഞ്ചിനീയർ സുകുമാരനായി ഒ മാധവനും ഫിലിംസ്റ്റാർ ഗോപുവായി ഖാനും നാണുവായി സി ജി ഗോപിനാഥും കുഞ്ചുനായരായി തോപ്പിൽ കൃഷ്ണപിള്ളയും മത്തായിചേട്ടനായി ശ്രീനാരായണപിള്ളയും ശങ്കരപ്പിള്ളയായി

ജോസഫും പൊന്നമ്മയായി വിജയകുമാരിയും ഉഷയായി സുലോചനയുമാണ് വേഷമിട്ടത്.

ഒ എൻ വിയും ദേവരാജനും ഇതിൽ ഗാനരചനയും സംഗീതസംവിധാനവും നിർവ്വഹിച്ചു. അക്കാലത്ത് പ്രശസ്തനായ ഡാൻസർ തങ്കപ്പൻ സംവിധാനം ചെയ്ത രണ്ടു നൃത്തരംഗങ്ങൾ കൂടി ഈ നാടകത്തിൽ ഉണ്ടായിരുന്നു. ആർട്ടിസ്റ്റ് കേശവന്റെ രംഗപടം ആയിരുന്നു നാടകത്തിന്റെ മറ്റൊരു പ്രത്യേകത.

കൊച്ചി സാന്റാക്രൂസ് ഹൈസ്ക്കൂളിൽ ഒൻപതാം ക്ലാസിൽ പഠിക്കുമ്പോഴാണ് ആൻഡ്രൂസ് മാഷുടെ *പറുദീസാനഷ്ടം* എന്ന നാടകത്തിൽ അഭിനയിക്കാൻ ഖാന് അവസരം കിട്ടുന്നത്. ആൻഡ്രൂമാഷിന്റെ കൂടെയുള്ള വിവിധനാടകങ്ങളിൽ തുടർച്ചയായി അഭിനയിക്കാൻ പിന്നിട് അവസരം ലഭിക്കുകയായിരുന്നു. ഖാന്റെ ഉള്ളിലെ നാടകനടനെ കണ്ടെത്തിയത് ആൻഡ്രൂ മാഷാണ്. ഖാന്റെ കൊച്ചിയിലെ ജീവിതത്തിൽ അരങ്ങേറിയ ചവിട്ടുനാടകങ്ങൾ അദ്ദേഹത്തിനുള്ളിലെ നടനെ വളർത്തിയെടുക്കുന്നതിൽ സ്വാധീനം ചെലുത്തിയിട്ടുണ്ട്. ഖാൻ പിന്നീട് പി ജെ ആന്റണിയുടെ നാടകങ്ങളിൽ വന്നപ്പോഴൊക്കെ തോപ്പിൽ ഭാസിയുമായി അടുത്ത് ഇടപഴകിയിരുന്നുവെങ്കിലും അതൊന്നും കെ പി എ സിയിലേക്കുള്ള വരവിന് സഹായകരമായില്ല. ഒടുക്കം പച്ചപ്പരിഷ്കാരിയായ ഫിലിം സ്റ്റാർ ഗോപുവിനെ രംഗത്തവതരിപ്പിക്കാൻ ആരെന്ന അന്വേഷണത്തിൽ ബിയാട്രീസ് ആണ് ഖാന്റെ പേരു പറയുന്നതും ഖാൻ കെ പി എ സിയിൽ എത്തുന്നതും.

ഒരുദിവസം കെ പി എ സിയിൽ വേഷങ്ങളെക്കുറിച്ചുള്ള ചർച്ച നടന്നുകൊണ്ടിരുന്നപ്പോൾ മാധവന് വില്ലൻ കഥാപാത്രമായ സീനിയർ എഞ്ചിനീയറുടെ വേഷം കൊടുത്താൽ മതിയെന്നും യുവാവായ സുകുമാരന്റെ വേഷം അയാൾക്ക് ചേരില്ല എന്നും ഒരഭിപ്രായമുണ്ടായി. അത് മാധവനെ ചൊടിപ്പിച്ചു. സുകുമാരന്റെ വേഷത്തിൽനിന്നും പിന്മാറാൻ അയാൾ തയ്യാറായിരുന്നില്ല. അങ്ങനെയാണ് സീനിയർ എഞ്ചിനീയറുടെ വേഷം അവതരിപ്പിക്കാൻ പറ്റിയ ആളെ അന്വേഷിച്ച് മാധവനിറങ്ങിയത്.

ബസിലിരിക്കുമ്പോൾ ഒരാളുടെ മുഖമാണ് ഓർത്തെടുത്തത്. കലാനിലയത്തിന്റെ *ഇളയിടത്തു റാണി* എന്ന നാടകത്തിലെ വില്ലൻ കഥാപാത്രമായി വന്ന മണ്ട്രോ സായിപ്പ്. ഒത്ത ശരീരം അരോഗദൃഢഗാത്രം, പൗരുഷം, ഗൗരവം കലർന്ന നോട്ടം. എന്തുകൊണ്ടും എഞ്ചിനീയറുടെ വേഷം ചേരും. അങ്ങനെ ചിന്തിച്ചിരുന്നപ്പോഴേക്കും ബസ് എറണാകുളത്തെത്തി. അവിടെ അടച്ചുപൂട്ടാറായ ഒരു നാടകട്രൂപ്പിലേക്ക് കയറി. ജ്യോതി തീയറ്റേഴ്സ്. എൻ ഗോവിന്ദൻ കുട്ടി രചിച്ച *ഉണ്ണിയാർച്ച* എന്ന ഒരു നാടകം അവതരിപ്പിച്ചിരുന്നത് ജ്യോതി തിയേറ്റേഴ്സ് ആയിരുന്നു. അതിൽ ചതിയൻ ചന്തുവായ പി ജെ ആന്റണിക്കൊപ്പം നടനത്തിന്റെ അഭ്യാസമുറകൾ ഓരോന്നായെടുത്ത് പയറ്റിപ്പിടിച്ചു നിന്നത് കോട്ടയം ചെല്ലപ്പനായിരുന്നു, കണ്ണപ്പച്ചേകവരായി.

മാധവൻ ആഗമനോദ്ദേശ്യം പറഞ്ഞു. മികച്ച നാടകങ്ങളിലൂടെ പേരെടുത്തുവരികയായിരുന്ന ജ്യോതി തീയറ്റേഴ്സിന്റെ പഴയ കഥകൾ പറഞ്ഞ് കുറച്ചു സമയം ഇരുന്നു, കോട്ടയം ചെല്ലപ്പൻ. അതുകഴിഞ്ഞ് കെ പി എ സിയിലേക്കുള്ള ക്ഷണം വളരെ സ്നേഹപൂർവ്വം സ്വീകരിച്ച് വരേണ്ട തീയതി ഉറപ്പിച്ചു. മാധവൻ അവിടെ നിന്നിറങ്ങി.

നാടക റിഹേഴ്സൽ നടന്നുകൊണ്ടിരിക്കുന്ന സമയത്ത് പലരും നാടകത്തിന്റെ വിലയിരുത്തലുകൾ നടത്താൻ കെ പി എ സിയിൽ വന്നുകൊണ്ടിരിക്കുന്നു. അതിൽ പി കെ വിക്രമൻ നായരും കെ ബാലകൃഷ്ണനും ഉണ്ടായിരുന്നു. നാടകത്തെപ്പറ്റി വളരെ നല്ല അഭിപ്രായങ്ങൾ എല്ലാവരിൽ നിന്നുമുണ്ടായി. തോപ്പിൽ ഭാസി ഓരോ രംഗത്തിനും ഇനിയും ഏതെല്ലാം മാറ്റങ്ങൾ വരുത്താനുണ്ട് എന്ന് എല്ലാവരോടുമായി ആരാഞ്ഞു. വളരെ സൂക്ഷ്മമായ ഘടകങ്ങൾപോലും അവിടെ പരിശോധിക്കപ്പെടും.

ജനറൽ ബോഡി മീറ്റിങ് കഴിഞ്ഞ് ചില ഉറച്ച തീരുമാനങ്ങൾ സമിതി കൈക്കൊണ്ടതു കാരണം നാടക റിഹേഴ്സലിൽ പാലിക്കേണ്ട മര്യാദകൾ, ചിട്ടവട്ടങ്ങൾ എന്നിവയൊക്കെ കർശനമായി എല്ലാ അംഗങ്ങളെക്കൊണ്ടും പ്രാവർത്തികമാക്കുന്നതിൽ പ്രസിഡന്റും സെക്രട്ടറിയും ശ്രദ്ധിച്ചു.

കഥാപാത്രത്തെ ശക്തമായ രീതിയിൽ ഉൾക്കൊള്ളുന്നതിനായി ഒരോ മനുഷ്യരുടെയും മനശ്ശാസ്ത്രം ഭാസി പറഞ്ഞുകൊടുക്കും. രാവിലെ 9 മണിമുതൽ രാത്രി 10 മണിവരെ റിഹേഴ്സൽ ആണ്. ആർക്കും ഇളവുകൾ ഒന്നുമില്ല. എല്ലാവരും മുഴുവൻ സമയവും ക്യാമ്പിൽ ഉണ്ടായിരിക്കണം. എല്ലാവർക്കും താമസിക്കാനും ഭക്ഷണത്തിനുമുള്ള സജ്ജീകരണങ്ങൾ അവിടെത്തന്നെ ഉണ്ട്. കെ പി എ സിയിൽ നില്ക്കുന്ന

പുതിയ ആകാശം പുതിയ ഭൂമി നാടകം. ഒ മാധവൻ, സുലോചന, അടൂർ ഭവാനി, ജോൺസൺ, കൃഷ്ണപിള്ള, കെ പി എ സി ലീല, പി കെ കൃഷ്ണൻകുട്ടി.

കാലത്ത് ആരും പാർട്ടി വിരുദ്ധപ്രവർത്തനങ്ങളിൽ പങ്കാളികളാകാൻ പാടില്ല എന്ന കർശനനിർദ്ദേശവും ഉണ്ടായിരുന്നു.

പാട്ടുകളുടെ തയ്യാറെടുപ്പ് തുടങ്ങിയിരുന്നു. ഒ എൻ വി *പുതിയ ആകാശം പുതിയ ഭൂമി* എന്ന നാടകത്തിലേക്കുള്ള മുഴുവൻ പാട്ടുകളും എഴുതി. ഓരോ പാട്ടിന്റെയും കഥാസന്ദർഭവും പാട്ടിന്റെ ആശയവും അർത്ഥവും പദോച്ചാരണരീതിയുമെല്ലാം സുലോചനയ്ക്കും ജോർജ്ജിനും പറഞ്ഞുകൊടുക്കുകയാണ്. അതിനുശേഷം ദേവരാജന്റെ ഊഴമായി. അദ്ദേഹം ഹാർമ്മോണിയവുമായി, വാക്കുകളുടെ ഇടയിലേക്ക് ഈണവുമായി കടന്നുവരും. വാക്കുകളുടെ, അതിന്റെ ഈണങ്ങളുടെ അത്രയൊന്നും ആഴത്തിലേക്ക് സുഗമമായി സഞ്ചരിക്കാൻ തനിക്കാവുന്നില്ലല്ലോ എന്നോർത്ത് വിഷമിച്ചിട്ടുണ്ട് സുലോചന. ആ ദുഃഖം ഒരു തവണ ദേവരാജനുമായി പങ്കുവെച്ചപ്പോൾ, സംഗീതത്തെപ്പറ്റിയുള്ള ആ വേദന തന്നെ ഒരു വലിയ അറിവാണ് എന്നദ്ദേഹം പറയുകയുണ്ടായി.

ഉദ്ഘാടനദിവസം അടുത്തെത്താറായി. എല്ലാവരും ആ സമയത്ത് കെ പി എ സിയിൽ തന്നെയുണ്ടാകും. പണക്കാരനായ സൂപ്രണ്ടിങ് എഞ്ചിനീയറുടെ മകൾ ഉഷയുടെ വേഷമാണ് സുലോചനയ്ക്കുള്ളത്. ഇത്രനാളും അവതരിപ്പിച്ച വേഷങ്ങളിൽ നിന്നൊരു വ്യത്യസ്തത ഈ കഥാപാത്രത്തിനുണ്ട് എന്ന് സുലോചനയ്ക്ക് മനസ്സിലായി. അതിനാൽ ഉഷയുടെ വേഷത്തിനനുയോജ്യമായ വസ്ത്രാഭരണങ്ങളൊക്കെയും എടുക്കാൻ സുലോചനയാണ് പോയത്. വിലകൂടിയ രണ്ടുമൂന്നു പട്ടുസാരികളും കഴുത്തിലണിയാൻ ആഭരണങ്ങളും വാങ്ങി. പണക്കാരനായ എഞ്ചിനീയറുടെ മകളല്ലേ? ആർഭാടത്തിന് ഒട്ടും കുറവു വരണ്ട എന്ന് വിചാരിച്ച് വാങ്ങിയ സാരിയും മുത്തുമാലകളും കാണിക്കാനായി തോപ്പിൽ ഭാസിയുടെ അടുത്തുചെന്നു. അദ്ദേഹം പതിവിനുവിപരീതമായി അപ്പോൾ രോഷാകുലനായി സംസാരിക്കുകയാണ് ചെയ്തത്. ചെന്നൈയിൽ വെച്ച് കാതൽമന്നനോട് പ്രേമാഭ്യർത്ഥന നടത്താനിറങ്ങിയപ്പോഴാണ് ആദ്യത്തെ സാരി അഴിച്ചുവെച്ചത്. അന്ന് ദേവരാജൻ അഴിച്ചുവെപ്പിച്ചത് സുലോചനയുടെ ജീവിതത്തിലെ ഒരു വേഷമായിരുന്നോ? ഇപ്പോഴിതാ തോപ്പിൽ ഭാസിയും അതേ സാരി മാറ്റാൻ പറയുന്നു. പക്ഷേ, ഇത് ഉഷ എന്ന കഥാപാത്രത്തിനായി അറിയാതെ എടുത്തുപോയ സാരിയും. ഇത് സുലോചനയുടെ ഒരു തെറ്റിദ്ധാരണയായിരുന്നു. ഉഷ എഞ്ചിനീയറുടെ മകളാണെന്നതിനാൽ അല്പം ആർഭാടമൊക്കെ വേണമെന്ന് വിചാരിച്ചാണ് ഈ പ്രവൃത്തി ചെയ്തത്. അപ്പോഴാണ് തോപ്പിൽ ഭാസി പറയുന്നത്. ഈ വേഷം അണിഞ്ഞുകൊണ്ട് ഉഷ എന്ന കഥാപാത്രം വേദിയിൽ വരുന്നത് യാതൊരു കാരണവശാലും അംഗീകരിക്കാൻ പറ്റുന്നതല്ല. എഞ്ചിനീയറായ സ്വന്തം അച്ഛന്റെ ചെയ്തികളെ വിമർശിക്കുന്ന ഒരു കഥാപാത്രം വളരെ ലളിതമായി വസ്ത്രം ധരിച്ച് രംഗത്ത് വരികയാണ് വേണ്ടത്. ഇത് ഒരുമാതിരി പുത്തൻ പണക്കാരിയുടെ വേഷമായിപ്പോയല്ലോ? അതിനാൽ പരിശുദ്ധിയുടെ അടയാളമായ

വെള്ള വസ്ത്രവും വെള്ളക്കമ്മലും ഒരു വെള്ളച്ചെരിപ്പും അണിഞ്ഞാൽ മതിയാകും. വേണമെങ്കിൽ മുല്ലപ്പൂക്കളും ചൂടാം.

മുത്തുമാലകൾ തീക്കട്ടകളായി കൈവെള്ളയിൽ ഇരുന്ന് പൊള്ളി. ആരും കാണാതെ സുലോചന കണ്ണീർ വാർത്തു.

1959 നവംബർ 20 ന് കായംകുളം ലക്ഷ്മി തീയറ്ററിൽ *പുതിയ ആകാശം പുതിയ ഭൂമി*യുടെ ഉദ്ഘാടനമായിരുന്നു. നാടകം കഴിഞ്ഞ് ഏറ്റവുംകൂടുതൽ പ്രശംസകൾ ലഭിച്ചത് സുലോചനയ്ക്കാണ്. നാടകത്തിലെ ഉഷയുടെ കഥാപാത്രം വേറിട്ടു നില്ക്കുന്നു, ഇത് എങ്ങനെ സാധിച്ചു. സുലോചന തന്നോടുതന്നെ ചോദിച്ചു. സുലോചനയുടെ അഭിനയം അതിൽ ഒന്നിനൊന്ന് മനോഹരമായിരിക്കുന്നു. അപ്പോൾ തോപ്പിൽ ഭാസിയെയാണ് ഓർത്തത്. അദ്ദേഹം ഗ്രീൻ റൂമിനു പുറകിൽ ആളുകളോട് സംസാരിച്ചു നില്ക്കുകയാണ്. കായംകുളത്തെ അക്കാലത്തെ സാംസ്കാരിക പ്രമുഖരൊക്കെ തോപ്പിൽ ഭാസിയോട് യാത്ര പറയാൻ അടുത്തേക്കെത്തുന്നു. ചിലർ സുലോചനയെയും വന്നു കാണുന്നു.

സുലോചനയുടെ കണ്ണുകൾ ഈറനണിഞ്ഞു. ഓടിച്ചെന്ന് തോപ്പിൽ ഭാസിയുടെ കാല്ക്കൽ വീണു മാപ്പു പറഞ്ഞു. "ഉഷയെന്ന കഥാപാത്രത്തെ ഇത്രമാത്രം വിജയത്തിലെത്തിക്കുന്നതിന് ഒറ്റ ഘടകമേയുള്ളു. അത് ഈ വേഷമാണ്. എന്നോട് ക്ഷമിക്കണം."

തോപ്പിൽ ഭാസി ഒന്നും പറഞ്ഞില്ല. ആൾക്കൂട്ടത്തിനിടയിൽ നിന്നുകൊണ്ട് ആ മനുഷ്യൻ ചിരിക്കുകയാണ്, അർത്ഥ ഗർഭമായ ചിരി.

വീണ്ടും സിനിമയിലേക്ക്

പുതിയ ആകാശം പുതിയ ഭൂമി തിരക്കുകൾ തന്നെയായിരുന്നു സുലോചനയ്ക്കും കെ പി എ സിക്കും സമ്മാനിച്ചത്. അതിനിടയിൽ വീണ്ടും സുലോചനയെത്തേടി സിനിമക്കാർ വന്നു. നിർമ്മാതാവിനോട് നാടകത്തിന്റെ തിരക്കിനെക്കുറിച്ച് പറഞ്ഞു. കഴിഞ്ഞ പല അനുഭവങ്ങളിൽനിന്നും ഒട്ടും മധുരതരമായ അനുഭവമല്ല സുലോചനയ്ക്ക് ലഭിച്ചിരിക്കുന്നത്. അതിനാൽ താല്പര്യമില്ലാതെ തന്നെയായിരുന്നു സിനിമാക്കാരോടുള്ള ഇപ്രാവശ്യത്തെ മറുപടി. എന്നാൽ സിനിമാക്കാർക്ക് ഒരേ വാശി. അവർ പാർട്ടിയുടെ സ്റ്റേറ്റ് കമ്മിറ്റിയുമായി ബന്ധപ്പെട്ട് കെ പി എ സിയുടെ ഓഫീസിൽ വിളിച്ച് പറഞ്ഞു സുലോചനയെ അയച്ചുതരണമെന്ന്. പാർട്ടി പറയുന്നത് അക്ഷരംപ്രതി അനുസരിക്കും. അതായിരുന്നു സുലോചന. ഒരു സംഘടനയുടെ കൂടെ നില്ക്കുമ്പോൾ തന്റെ ഇഷ്ടാനിഷ്ടങ്ങൾക്കല്ല അവിടെ പ്രാധാന്യം. തന്നെ കണ്ണീരിലാഴ്ത്തിയ സിനിമയുടെ, വീണ്ടും വന്ന ആ ക്ഷണത്തെ ഒടുവിൽ സ്വീകരിക്കുകയായിരുന്നു. വളരെക്കുറച്ചു ദിവസത്തെ ഷൂട്ടിങ്കൊണ്ട് സുലോചനയുടെ ഭാഗം അവസാനിപ്പിച്ച് തിരിച്ച് ഇവിടെ എത്തിക്കണം. ഇപ്പോൾ നല്ല തിരക്കുള്ള സമയമാണ്. സുലോചനയില്ലെങ്കിൽ നാടകത്തിൽ അതിന്റെ കുറവുകൾ

ഉണ്ടാകും. അതിനാൽ എത്രയുംവേഗം അവരെ ഇവിടെ തിരികെ എത്തിക്കണം എന്നു സിനിമാക്കാരോട് പറഞ്ഞുകൊണ്ടാണ് കെ പി എ സി ഭാരവാഹികൾ സുലോചനയെ മദിരാശിയിലേക്ക് അയച്ചത്.

അരപ്പവൻ സിനിമയുടെ സെറ്റിൽ, സുലോചനയോടൊപ്പം കെടാമംഗലം സദാനന്ദൻ, ജി കെ പിള്ള, കൃഷ്ണൻകുട്ടി തുടങ്ങിയവർ.

സുലോചനയുടെ വേഷം പകരം അഭിനയിക്കാൻ എത്തിയത് അന്ന് കവിയൂർ പൊന്നമ്മയാണ്. കാലം എന്തൊരു മാന്ത്രികനാണ്. വർഷങ്ങൾക്കുശേഷം സുലോചന സിനിമയിൽ നിന്ന് നിശേഷം പിൻവലിയുകയും കവിയൂർ പൊന്നമ്മ അതുപോലെ നാടകം അപ്പാടെ ഒഴിവാക്കി സിനിമയിലേക്ക് എത്തിപ്പെടുകയും ചെയ്തു.

എന്നാൽ കവിയൂർ പൊന്നമ്മ, സുലോചന ചെയ്ത വേഷങ്ങളുടെ അതേ തീവ്രതയിൽ എത്തുന്നില്ല എന്നൊരാക്ഷേപം എല്ലാവർക്കുമുണ്ടായി. ഒരു പ്രാവശ്യം *മുടിയനായ പുത്രനി*ലെ ചെല്ലമ്മയായി പകരക്കാരിയായി അഭിനയിച്ചപ്പോൾ 'എനിക്കീ പെലയമ്മാരുടെ സംസാരമൊന്നും വശമില്ല' എന്നു പറഞ്ഞ് നിർത്തിപ്പോയിട്ടുമുണ്ട്.

മദിരാശിയിൽ എത്തിയപ്പോൾ സിനിമാസെറ്റിൽ നിന്ന് ആളുവന്ന് സുലോചനയെ കൂട്ടിക്കൊണ്ടു പോയി. സത്യൻ അഭിനയിച്ചുകൊണ്ടിരിക്കുന്ന ഒരു ഷോട്ട് ചിത്രീകരണം നടന്നുകൊണ്ടിരിക്കുകയാണ്. സത്യനും ജി കെ പിള്ളയും കാലായ്ക്കൽ കുമാരനും എസ് പി പിള്ളയും കെടാമംഗലം സദാനന്ദനും തുടങ്ങി ഒരു വൻ നിരയായിരുന്നു *അരപ്പവനി*ലുണ്ടായിരുന്നത്. നടി അംബികയായിരുന്നു. അതിൽ രണ്ടു പാട്ടുകളും പാടാനുണ്ടായിരുന്നു. ഗാനരചന കെടാമംഗലം സദാനന്ദനും സംഗീതം പി എസ് ദിവാകറും ആയിരുന്നു. സുലോചനയ്ക്ക് അതിൽ

'ആരാധനീയം ഉലകോത്തമം എന്റെ നാടേ' എന്നും 'കഞ്ഞിക്കു കരയും കുഞ്ഞേ' എന്നുതുടങ്ങുന്ന രണ്ടു ഗാനങ്ങളായിരുന്നു ആലപിക്കുവാൻ. വെറും രണ്ടാഴ്ചകൊണ്ടാണ് ഈ രണ്ടു കാര്യങ്ങളും അന്ന് സുലോചന ചെയ്തുകൊണ്ടിരുന്നത്. പെട്ടെന്ന് ഈ ജോലികളൊക്കെയും തീർത്ത് നാടകത്തിൽപോയി ചേരണം. അങ്ങനെയിരിക്കുമ്പോഴാണ് *അരപ്പവനിൽ* അഭിനയിക്കേണ്ട ഏതോ ഒരു നടൻ എത്തിയിട്ടില്ലെന്നും ഒരു ദിവസം പൂർണ്ണമായും ഷൂട്ടിങ് നിർത്തിവെക്കേണ്ടി വരുമെന്നും അറിയുന്നത്.

രാത്രി, കട്ടപ്പനയുടെ നെഞ്ചിൽ ഒരു കാർ

സുലോചന കെ പി എ സിയിലേക്ക് ഫോൺ ചെയ്ത് വിവരം അറിയിച്ചു. കെ പി എ സിയിൽ ആകെ പ്രശ്നമായി. കാരണം മദിരാശിയിൽനിന്ന് വരേണ്ടിയിരുന്ന ദിവസത്തിന്റെ പിറ്റേദിവസം മുതൽ അഭിനയിക്കാൻ പോകുമെന്ന് തീരുമാനിച്ച് പലർക്കും വാക്കുകൊടുത്തതാണ്. ഇടുക്കിയിൽ കട്ടപ്പന എന്ന സ്ഥലത്താണ് പിറ്റേന്ന് നാടകം ഉണ്ടായിരുന്നത്.

എന്തുചെയ്യും? ഒരു പിടിയുമില്ല. രണ്ടും കല്പിച്ച് പോറ്റി സാർ പറഞ്ഞു. "വണ്ടി തിരിക്ക്."

ഫർഗ്ഗോ വാനിന്റെ ഡ്രൈവർ പോറ്റി സാറിനെ ഒന്നുകൂടി നോക്കി.

"എന്താ പറഞ്ഞത്?"

"ഇല്ല, രണ്ടാമതൊരു ചോദ്യം വേണ്ട."

ഫർഗ്ഗോ വാൻ സ്റ്റാർട്ട് ആയി.

അന്ന് കട്ടപ്പനയിൽ സുലോചനയില്ലാതെ *പുതിയ ആകാശം പുതിയ ഭൂമി* എന്ന നാടകം അവതരിപ്പിക്കുവാൻ തീരുമാനിച്ചു. കവിയൂർ പൊന്നമ്മയെയാണ് ഉഷയായി പകരം അഭിനയിപ്പിക്കാൻ കെ പി എ സി കരുതിയത്. സുലോചനയ്ക്കു പകരം അക്കാലത്ത് കവിയൂർ പൊന്നമ്മയാണല്ലോ വേഷങ്ങൾ ചെയ്തുകൊണ്ടിരുന്നത്. അന്ന് താമസമൊന്നുമില്ലാതെ കെ പി എ സിയുടെ വാൻ കട്ടപ്പനയിൽ ചെന്നു. രാത്രി കട്ടപ്പന തീയറ്ററിൽ *പുതിയ ആകാശം പുതിയ ഭൂമി*യുടെ കർട്ടൻ ഉയരാൻ പോവുകയാണ്. സുലോചനയില്ലാതെ.

തിങ്ങിനിറഞ്ഞിരിക്കുന്ന പുരുഷാരം. സംഘാടകരിൽ ഒരാൾ പോറ്റി സാറിനോട് ചോദിച്ചു. ഞങ്ങടെ സുലോചനയെവിടെ? അതുവരെ സന്തോഷത്തോടെ സംസാരിച്ചിരുന്ന സംഘാടകർ സുലോചനയില്ലെന്നറിഞ്ഞപ്പോൾ അസ്വസ്ഥരായി. അത് വലിയൊരു ക്ഷോഭമായി ഇരച്ചുവരാൻ പിന്നെ അധികം സമയം വേണ്ടിവന്നില്ല.

പോറ്റിസാർ എല്ലാവരെയും അനുനയിപ്പിക്കാൻ ശ്രമിച്ചു. സുലോചന സിനിമയിൽ അഭിനയിക്കാൻ മദിരാശിയിൽ പോയിരിക്കുകയാണെന്നും രണ്ടുദിവസം കഴിഞ്ഞേ വരികയുള്ളു എന്നും പറഞ്ഞു. ഉടനെ സംഘാടകർ കൂടുതൽ അക്ഷമരാവാൻ തുടങ്ങി. കാണികളിൽ ചിലർ അക്രമാസക്തരായി. നാടകത്തിൽ അഭിനയിക്കാൻ വന്ന നടീനടൻമാരെ അവർ

സ്റ്റേജിലേക്ക് വിടാതെ തടഞ്ഞുവെച്ചു. കാരണം അവർക്ക് കെ പി എ സി സുലോചനയില്ലാതെ ആ നാടകത്തെ ഉൾക്കൊള്ളാനാവില്ല എന്നതായിരുന്നു.

"സുലോചനയ്ക്ക് രണ്ട് ദിവസം കഴിഞ്ഞാലേ വരാൻ പറ്റൂ." പോറ്റി സാർ വിഷമത്തോടെ പറഞ്ഞു. "എന്നാൽ നിങ്ങൾ നാടകം കളിക്കണ്ട. അവൾ വന്നിട്ട് നാടകം തുടങ്ങിയാൽ മതി." സ്നേഹം അന്ധമായി 'അവൾ' എന്ന അഭിസംബോധനയിലേക്ക് പരിണമിക്കുകയായിരുന്നുവെന്ന് പിന്നീടൊരിക്കൽ സുലോചന പറയുകയുണ്ടായി.

അന്ന് രാത്രി കട്ടപ്പനയിൽ നാടകത്തിന്റെ കർട്ടനുയർന്നില്ല. അവിടെ കൂടിയിരുന്ന ആ രാത്രി അങ്ങനെ കരിന്തിരി കത്തിയമർന്നു. ഇത്രമാത്രം ജ്വലിച്ചുനിന്ന ഒരു സമൂഹത്തിന്റെ സ്നേഹാദരങ്ങൾക്ക് പാത്രമാകുവാൻ കെ പി എ സി സുലോചനയെന്ന ഒരു കലാകാരിയെ അൻപതുകൾ സൃഷ്ടിച്ചത് എങ്ങനെയാണ്?

ആവേശങ്ങളുടെയും പ്രക്ഷോഭങ്ങളുടെയും കൊടുമുടികളിൽ ഉറക്കമിളച്ച പോരാട്ടവീര്യങ്ങളുടെ വിയർപ്പുതുള്ളികൾ ഈ മണ്ണിനെ നൂറ്റാണ്ടുകളായി പാകപ്പെടുത്തിയെടുത്തത് എങ്ങനെയാണ്? പിറ്റേന്ന് രാത്രി മദിരാശിയിൽ നിന്നെത്തിയ സുലോചന, വിവരമറിഞ്ഞ ഉടൻതന്നെ ഒരു കാർ വിളിച്ച് കട്ടപ്പനയിലേക്ക് പുറപ്പെടുകയായിരുന്നു. കൂടെ സഹോദരനെയും കൂട്ടി.

കാർ കട്ടപ്പനയിലെത്തി. സുലോചന ഇറങ്ങി.

ഒരു സമരനായികയെപ്പോലെയായിരുന്നു അപ്പോൾ സുലോചനയെ കണ്ടാൽ തോന്നുക. തലമുടി പാറിക്കിടന്നിരുന്നു. പോരാട്ടവീര്യം ജ്വലിക്കുന്ന കണ്ണുകൾ. സുലോചനയെക്കണ്ട് ആ തീയറ്റർ പരിസരത്തിൽ ചടഞ്ഞുകൂടിയിരുന്ന ആബാലവൃദ്ധം ജനങ്ങളും ഇളകി മറിയാൻ തുടങ്ങി.

"അടുത്ത ബെല്ലിന് നാടകമാരംഭിക്കും."

പോറ്റി സാർ അനൗൺസ് ചെയ്തു.

വിമോചനസമരത്തിന്റെ ഇരുളിൽ

1959 എന്നത് കെ പി എ സിയെ സംബന്ധിച്ചും കേരളത്തെ സംബന്ധിച്ചും കറുത്ത അദ്ധ്യായമായിരുന്നു. ജനോപകാരപ്രദമായിരുന്ന ഒരു സർക്കാരിന്റെ അന്ത്യം. സത്യത്തിന്റെ നേർക്ക് കോരിയൊഴിച്ച കറുത്ത മഷിയായും അഭിശപ്തമായ ഒരു മുഹൂർത്തമായും അത് എക്കാലവും ചരിത്രത്തിൽ അവശേഷിക്കും.

കേരളം ഇന്നോളം കണ്ടിട്ടില്ലാത്ത ക്രാന്തദർശിയായ ഒരു വിദ്യാഭ്യാസ മന്ത്രി, അദ്ദേഹം അവതരിപ്പിച്ച വിദ്യാഭ്യാസബിൽ; കാലമെത്ര കഴിഞ്ഞിട്ടും അന്ന് കൈക്കൊണ്ട ധീരോദാത്തമായ നയങ്ങൾക്കും തീരുമാനങ്ങൾക്കും അപ്പുറത്തേക്ക് കേരളത്തിന് സക്രിയമായി ചലിക്കാൻ കഴിഞ്ഞിട്ടുണ്ടോ എന്ന് പരിശോധിക്കണം. മാനേജ്മെന്റുകളുടെ

കൊള്ളയും നീതിരഹിതമായ ജനാധിപത്യമര്യാദകൾക്ക് വിരുദ്ധമായ അദ്ധ്യാപനനിയമനരീതിയും ചോദ്യം ചെയ്യാൻ നമുക്കായിട്ടില്ലല്ലോ?

സത്യത്തിൽ വിമോചനസമരത്തിലൂടെ കേരളം ഒരു നൂറു വർഷം പുറകോട്ട് സഞ്ചരിക്കാൻ തുടങ്ങുകയായിരുന്നു. നവലോകവും നവോത്ഥാന സമൂഹവും കെട്ടിപ്പടുക്കാനുള്ള തീവ്രയത്നങ്ങളുടെ പര്യവസാനം കേരളത്തെ വീണ്ടും ഭാഗംവെക്കാനുള്ള ഫ്യൂഡൽ മാടമ്പിമാരുടെയും മതമേലദ്ധ്യക്ഷന്മാരുടെയും പ്രവർത്തനങ്ങൾക്ക് ആക്കം കൂട്ടുകയാണ് ചെയ്തത്. സ്വകാര്യമാനേജ്മെന്റുകളും ജന്മികളും ഭൂപ്രഭുക്കന്മാരും മാടമ്പിമാരും വിവിധ മതസാമുദായിക നേതാക്കന്മാരും കൂടിച്ചേർന്ന് സാധാരണജനങ്ങളുടെ കണ്ണിൽ പൊടിയിട്ടതായിരുന്നു വിമോചനസമരം.

അന്ന് സുലോചനയും കുടുംബവും ഉച്ചി മഹാളിയമ്മൻ കോവിലിനടുത്തുനിന്നും ശാസ്തമംഗലത്തേക്ക് താമസം മാറിയിരുന്നു. ആ പരിസരപ്രദേശത്ത് കൂടുതലും താമസിച്ചിരുന്നത് കമ്യൂണിസ്റ്റ് വിരുദ്ധരായ പി എസ് പിക്കാരായിരുന്നു. കെ പി എ സിയുടെ ചുവപ്പുകൊടിവെച്ച വാൻ എപ്പോഴും സുലോചനയെത്തേടി ശാസ്തമംഗലത്തെ വീട്ടിലേക്ക് വരുന്നതിൽ അവർക്കൊക്കെ വല്ലാത്ത നീരസം ഉണ്ടായിരുന്നു. ഇത് പിന്നീട് വലിയ വിരോധത്തിനും കാരണമായി. പ്രത്യക്ഷത്തിൽത്തന്നെ ഒറ്റപ്പെടുത്തുക, കണ്ടില്ലെന്നു നടിക്കുക അങ്ങനെ പലതും. അയൽപക്കമാകുമ്പോൾ എത്രമാത്രം സഹകരണം കിട്ടിയെങ്കിൽ മാത്രമാണ് പുതുതായി വന്നുചേർന്ന ഒരു കുടുംബത്തിന് അവിടെ ജീവിക്കാൻ പറ്റുക. അതിന് ഒരിക്കലും സാധിച്ചില്ല. അതോടൊപ്പം വിമോചനസമരത്തെത്തുടർന്ന് ഭരണം അവസാനിപ്പിച്ചപ്പോൾ ഏതുവിധേനയും കമ്യൂണിസ്റ്റുകാരെ ഇല്ലാതാക്കുക എന്നൊരു ചിന്താപദ്ധതി എല്ലാവർക്കുമുണ്ടായി. കോൺഗ്രസും പി എസ് പിയുമായിരുന്നു അന്ന് അതിന് തിരിയിട്ടത്.

*പുതിയ ആകാശം പുതിയ ഭൂമി*ക്ക് ധാരാളം ബുക്കിങ്ങുകൾ ഉണ്ടായി. ഒരു ദിവസം പോലും വിശ്രമമറിയാതെ അഭിനയിച്ചു. പ്രഭാതത്തിലും പ്രദോഷത്തിലും നാടകം മാത്രം. അതിലെ സംഭാഷണങ്ങൾ മന്ത്രങ്ങളായി മാറി. കേരളത്തിന്റെ നവോത്ഥാനപാതയൊരുക്കാൻ സൃഷ്ടിച്ച മന്ത്രം. പരസഹസ്രം മനുഷ്യമനസ്സുകൾ അതിൽനിന്ന് ഉയർത്തെഴുന്നേറ്റു. പുതിയ ലോകത്തെക്കുറിച്ചുള്ള ആഹ്വാനങ്ങൾ, മുറവിളികൾ, പോരാട്ടങ്ങൾ, പ്രതികരണങ്ങൾ, പ്രക്ഷോഭങ്ങൾ എന്നിവകൊണ്ട് കാലം വീണ്ടും ചുവന്നുകൊണ്ടേയിരുന്നു.

കോൺഗ്രസിനെയും പി എസ് പിയെയും മുൻനിർത്തി ജന്മികളും അസഹിഷ്ണുക്കളായ സവർണ്ണതമ്പുരാക്കന്മാരും മതപുരോഹിതന്മാരും കൂടിച്ചേർന്ന് വിമോചന സമരത്തിനായുള്ള ആഹ്വാനം തുടങ്ങി. ഇ എം എസിനെ ചോദ്യംചെയ്തു. പാവങ്ങൾക്ക് ഭക്ഷണം കിട്ടിത്തുടങ്ങിയപ്പോൾ നഷ്ടപ്പെടുന്ന സമാധാനമായിരുന്നു അവരുടേത്.

അവരുടെ കണ്ണിൽ കമ്യൂണിസ്റ്റുകാർ അവരുടെ സന്തോഷം

ഹനിക്കുന്നവരാണ്. അവർ കാണുന്ന സമ്പൽസമൃദ്ധി എന്നത് അവരുടെ മാത്രമായതുകൊണ്ടാണ് ആ നഷ്ടത്തെക്കുറിച്ചുള്ള പൊറുതിമുട്ടുകൾ ഉണ്ടാകുന്നത്. അവരുടെ കണ്ണിലെ രാജ്യദ്രോഹം അതാണെന്നാണ് അവരുടെ വിശ്വാസവും. അതിനാലാണ് കമ്യൂണിസ്റ്റുകാർ രാജ്യദ്രോഹികളാവുന്നതെന്ന് അവർ പറയുന്നത്.

1959 ജൂൺ 11 ന് തിരുവനന്തപുരത്ത് പഴവങ്ങാടിയിൽ വച്ച് അന്നത്തെ ഇ എം എസ് സർക്കാരിന്റെ പ്രതിപക്ഷകക്ഷികളായ, പി ടി ചാക്കോയും സീതി സാഹിബും പി കെ കുഞ്ഞും അംഗങ്ങളായ സമര സമിതിയിൽ എൺപതു വയസ്സുകഴിഞ്ഞ മന്നത്തു പത്മനാഭൻ ഇങ്ങനെ പ്രസംഗിച്ചു. 'രാജ്യദ്രോഹികളായ ഈ കമ്യൂണിസ്റ്റുകാരെ കേരളത്തിൽനിന്നു മാത്രമല്ല, ഇന്ത്യയിൽനിന്നു തന്നെ ഭാണ്ഡം കെട്ടിച്ച് അവരുടെ പിതൃരാജ്യമായ റഷ്യയിലേക്കു തുരത്തിയതിനു ശേഷമേ എന്റെ ബുദ്ധിക്ക് മാർദ്ദവമുണ്ടാകുകയുള്ളു എന്ന് ഞാൻ പ്രഖ്യാപിക്കുന്നു.'

തുടർന്ന് വിമോചനസമരത്തിന്റെ പേരിൽ ധാരാളം അക്രമങ്ങൾ അരങ്ങേറുകയുണ്ടായി. എങ്ങനെയെങ്കിലും പ്രശ്നങ്ങൾ സൃഷ്ടിച്ച് ഇ എം എസ് സർക്കാരിനെ താഴെയിറക്കുക എന്നതായിരുന്നു ലക്ഷ്യം. കുറുക്കുവഴികളിലൂടെ അതിനുവേണ്ട കാര്യങ്ങൾ ആരംഭിച്ചു. അക്കാലത്തെ സാധാരണജനങ്ങളെയും ഉദ്ബുദ്ധരെയും ഇത് തെറ്റിദ്ധരിപ്പിക്കാൻ ഇടയാക്കി. കേരളരാഷ്ട്രീയ ചരിത്രത്തിലെ ആദ്യ അട്ടിമറിയായിരുന്നു അത്. 1959 ജൂലൈ 31 ന് ഗവർണ്ണറുടെ റിപ്പോർട്ട് അനുസരിച്ച് 356–ാം വകുപ്പ് പ്രകാരം കേരള സർക്കാരിനെ ഇന്ത്യൻ പ്രസിഡന്റ് ഡിസ്മിസ് ചെയ്തു. ജനാധിപത്യം ആദ്യമായി പൊതുജനമദ്ധ്യത്തിൽ വെച്ച് പരസ്യമായി കശാപ്പ് ചെയ്യപ്പെട്ടു. അമേരിക്കയിൽനിന്ന് ലക്ഷക്കണക്കിന് ഡോളർ മതപുരോഹിതർക്ക് വിമോചനസമരത്തിനുവേണ്ടി ലഭിച്ചതായി പിൽക്കാലത്ത് ഫാദർ വടക്കൻ തന്റെ ആത്മകഥയിൽ പറയുന്നുണ്ട്.

സത്യവും സ്നേഹവും സാഹോദര്യവും ജനാധിപത്യവും സോഷ്യലിസവും മുദ്രാവാക്യങ്ങളായി മുഴങ്ങിക്കൊണ്ടിരുന്നു. എവിടെയൊക്കെ അനീതിയും അക്രമവും നടക്കുന്നുണ്ടോ അവിടെയൊക്കെ പ്രതിരോധിക്കാൻ, പോരാടാൻ വേണ്ട ഊർജ്ജം സംഭരിച്ചിരുന്നതിനാൽ, മാനവിക സാഹോദര്യമൂല്യങ്ങളെ കൂടുതൽ അർത്ഥവത്തായി കാണിക്കുവാനും അവതരിപ്പിക്കുവാനും ഈ നാടകവേദി നിലകൊള്ളുന്നു എന്നത് അക്കാലത്തെ ഏറ്റവും വലിയ മുന്നേറ്റമായിരുന്നു.

*നിങ്ങളെന്നെ കമ്യൂണിസ്റ്റാക്കി*യിലെ പരമുപിള്ളയെ വീണ്ടും കാണാൻ കേരളം ആഗ്രഹിച്ചിരുന്നിരിക്കണം. പി ജെ ആന്റണി പറയുകയുണ്ടായി. 'പരമുപിള്ള, കാമ്പിശ്ശേരി അവതരിപ്പിച്ച അതേ തീവ്രതയിൽ എന്റെ കൈകളിൽ ഭദ്രമായിരുന്നില്ല' എന്ന്.

കമ്യൂണിസ്റ്റ് വിരുദ്ധരുടെ ഈ സമരകോലാഹലങ്ങളുടെയും അട്ടിമറിയുടെയും ഇടയിലൂടെ വീണ്ടും കെ പി എ സിയുടെ വാൻ

ചീറിപ്പാഞ്ഞു. അപ്പോഴേക്കും ആദ്യമുണ്ടായിരുന്ന പലരും പിന്നീട് ഇല്ലാതായി.

ഇരുട്ടു പരക്കുന്നു

വിമോചനസമരം ഉണർത്തിവിട്ട പ്രക്ഷോഭപരമ്പരകൾ ഒന്നൊന്നായി ഏറ്റുവാങ്ങിക്കൊണ്ട് ആദ്യ കമ്യൂണിസ്റ്റ് ഭരണം അവസാനിച്ചു. അതിനെത്തുടർന്നുണ്ടായ തിരഞ്ഞെടുപ്പിൽ കമ്യൂണിസ്റ്റ് പാർട്ടി പരാജയപ്പെട്ടു. അധികാരം, സാധാരണക്കാരുടെ കൈകളിലേക്ക് ജനാധിപത്യപരമായും സമത്വാധിഷ്ഠിതപരമായും എത്തിയപ്പോൾ മേലാളപ്രഭുക്കൾക്ക് ഉറക്കം നഷ്ടപ്പെടുകയായിരുന്നു. ജനലക്ഷങ്ങൾ കമ്യൂണിസത്തിലേക്ക് ആകൃഷ്ടരായിക്കൊണ്ടിരുന്നപ്പോൾ അതിനെ തടഞ്ഞില്ലെങ്കിൽ അധികാരത്തിന്റെ കോട്ടകൊത്തളങ്ങൾ തീപ്പന്തങ്ങളെറിഞ്ഞ് ഭസ്മീകരിക്കും എന്നവർ പേടിസ്വപ്നങ്ങൾ കണ്ടു.

63 അംഗങ്ങൾ ഉള്ള കോൺഗ്രസ് വെറും 20 സീറ്റുകൾ കിട്ടിയ പി എസ് പിക്ക് മുഖ്യമന്ത്രിസ്ഥാനം വിട്ടുകൊടുത്തു. അങ്ങനെ പട്ടം താണുപിള്ള മുഖ്യമന്ത്രിയും ആർ ശങ്കർ ഉപമുഖ്യമന്ത്രിയും പി ടി ചാക്കോ ആഭ്യന്തരമന്ത്രിയുമായി.

കമ്യൂണിസ്റ്റ് വിരുദ്ധസർക്കാരായി പട്ടം താണുപിള്ള ഭരണത്തിലേറി. മന്നത്തു പദ്മനാഭന്റെ അനുഗ്രഹാശിസ്സുകളോടെതന്നെ, നഷ്ടപ്പെട്ട പഴയ പ്രതാപകാലത്തെ തിരിച്ചെടുക്കുമെന്ന വാഗ്ദാനത്തോടെ. അധികാരത്തിന്റെ ഇടനാഴിയിൽ പുരണ്ട ചെളിയായി അവർ ഭൂപരിഷ്കരണത്തെയും വിദ്യാഭ്യാസ ബില്ലിനെയും കണ്ടു. നേടിയെടുത്ത എല്ലാ വികസനപ്രവർത്തനങ്ങളും എന്നെന്നേക്കുമായി നിഷ്കാസനം ചെയ്യുവാനുള്ള നിയമനടിപകൾ ആവിഷ്കരിച്ചു. കമ്യൂണിസ്റ്റ് പാർട്ടിയുടെ പിന്നണിപ്പോരാളികളായി നിലകൊണ്ട എല്ലാവരെയും മുൻവൈരാഗ്യത്തോടെ ദ്രോഹിക്കാനും ഭീഷണിപ്പെടുത്താനും ആരംഭിച്ചു. കെ പി എ സി പോലെയുള്ള വിവിധ സംഘടനകൾ, ഇതര കലാസമിതികൾ എന്നിവയൊക്കെയും പുതിയ ഭരണകൂടത്തിനും അധികാരവർഗ്ഗങ്ങൾക്കും പ്രത്യക്ഷശത്രുക്കളായി മാറി. എന്തിനേറെ എല്ലാ കലാപ്രവർത്തനത്തെയും തന്നെ അവർക്കെതിരെയുള്ള രാഷ്ട്രീയനീക്കമാണെന്ന് തെറ്റിദ്ധരിച്ച് ഉന്മൂലനാശം ചെയ്യാൻ ശ്രമിച്ചുകൊണ്ടേയിരുന്നു.

പുതിയ ഭൂമി പുതിയ ആകാശം എന്ന നാടകത്തിൽ എത്തിനില്ക്കുന്ന കെ പി എ സി കേരളത്തിന്റെ സാംസ്കാരികചരിത്രത്തിൽ സവിശേഷമായ സ്ഥാനമുള്ള ഒരു കലാസംഘമായി മാറിക്കഴിഞ്ഞിരുന്നു. ഏഴെട്ടുവർഷങ്ങൾകൊണ്ടാണ് ഇന്ത്യയിലെതന്നെ മികച്ച കലാപ്രസ്ഥാനമെന്ന യോഗ്യത അതിന് നേടിയെടുക്കാനായത്. സാമൂഹ്യ പരിവർത്തനത്തിലും വികാസത്തിലും നിർണ്ണായകസ്വാധീനമാകാൻ അതിനു കഴിഞ്ഞു.

ആയിടയ്ക്കാണ് ഇന്ത്യയിലെ വിവിധ നാടക സംഘടനകളെ പങ്കെ

ടുപ്പിച്ചുകൊണ്ട് ഒരു അഖിലേന്ത്യ നാടകോത്സവം ഡൽഹിയിൽ നടത്താൻ കേന്ദ്രഗവൺമെന്റ് ആലോചിച്ചത്. കേരളത്തിൽ ആയിടെ അരങ്ങേറിയവയിൽ വെച്ചേറ്റവും ജനപ്രീതി നേടിയ *പുതിയ ഭൂമി പുതിയ ആകാശം,* എന്ന നാടകം കേന്ദ്രഗവൺമെന്റിന് നിർദ്ദേശിക്കണമെന്ന് സംസ്ഥാന സർക്കാരിനോട് കെ പി എ സി അഭ്യർത്ഥിച്ചു. എന്നാൽ ആ അപേക്ഷ ചവറ്റുകുട്ടയിലിട്ട് കേരളത്തിൽനിന്ന് അനുയോജ്യമായ നാടകങ്ങളൊന്നുമില്ലെന്ന് അറിയിക്കുകയാണുണ്ടായത്.

കലാപരിശ്രമങ്ങളെ നിർദ്ദാക്ഷിണ്യം ചവിട്ടിയരയ്ക്കാൻ കൈയിൽ കിട്ടിയ ഒരു അവസരമായി മാത്രമേ പട്ടം താണുപിള്ള സർക്കാർ ഇതിനെ കണ്ടുള്ളൂ. കെ പി എ സിയും കമ്യൂണിസ്റ്റ് പാർട്ടിയും ഈ തിരസ്കാരത്തെ അതിജീവിക്കുക തന്നെ ചെയ്തു.

ഇന്ത്യയുടെ പലഭാഗങ്ങളിൽ നാടകസമിതികളും സംഘടനകളുമൊക്കെയായി ഇതിനോടകം നല്ലൊരു പരിചയം നേടിയെടുക്കാൻ അവർക്കായിരുന്നു. ഇപ്റ്റയുടെയും ബോംബെയിലെയും കല്ക്കത്തയിലെയും ദില്ലിയിലെയും വിവിധ സംഘടനകളുടെയും സഹായത്തോടെ വിവിധ സംസ്ഥാനങ്ങളിലേക്ക് ഒരു ഇന്ത്യൻ നാടകപര്യടനം എന്നൊരാശയം പ്രാവർത്തികമാക്കുവാൻ കെ പി എ സിക്ക് സാധിച്ചു.

1960 ൽ മദ്രാസ്, ബോംബെ, കല്ക്കത്ത, ഭിലായ്, റൂർക്കേല, ജംഷഡ്പൂർ, പാട്ന എന്നീ നഗരങ്ങളിലേക്കായിരുന്നു യാത്ര.

നാടകപര്യടനത്തിന്റെ വിശ്രമമില്ലാത്ത ചിറകടികൾ

ബോംബെയിലെ മലയാളിസമാജത്തിന്റെ മുന്നിൽ കെ പി എ സിയുടെ നാടകവാൻ വന്നുനിന്നു. ബോംബെയിലെ നഗരം ഉരുകിയൊലിച്ച് നില്ക്കുന്നു. വിശ്രുത സംവിധായകൻ കെ എ അബ്ബാസ് അവരെ പ്രതീക്ഷിച്ച് സമാജത്തിനുമുമ്പിൽ നില്പുണ്ടായിരുന്നു.

ഉച്ചഭക്ഷണത്തിനുശേഷം വിശാലമായ ഒരു നാടകചർച്ചയാണ് അവിടെ സംഘടിപ്പിച്ചിരുന്നത്.

അന്ന് വൈകുന്നേരം കെ പി എ സി സംഘത്തിനായി തയ്യാറാക്കിയ സ്വീകരണ സമ്മേളനത്തിൽ സംസാരിക്കാൻ വന്നത് പൃഥ്വിരാജ് കപൂർ ആയിരുന്നു.

കല്ക്കത്തയിൽ എത്തിയപ്പോൾ അവിടെനിന്നു ലഭിച്ച സ്വീകരണങ്ങളിലൂടെ നിരവധി പുതിയ അറിവുകൾ അവർക്ക് ലഭിച്ചു. ആധുനിക നാടകവേദിയുടെയും നവസിനിമയുടെയും വിപ്ലവപ്രസ്ഥാനങ്ങളുടെയും കേന്ദ്രമായ കല്ക്കത്തയുടെ തെരുവുകൾ അവർക്ക് കൂടുതൽ ഊർജ്ജം സംഭരിക്കാനുള്ള ഇടങ്ങളായി. *പഥേർ പാഞ്ചാലി, അപുർ സൻസാർ, അപരാജിതോ* തുടങ്ങിയ സത്യജിത്ത് റായിയുടെ സിനിമകൾ, ഇപ്റ്റയുടെ ആദ്യകാലപ്രവർത്തകരുടെ നാടകങ്ങൾ എന്നിവയൊക്കെ വളരെയധികം ശ്രദ്ധയോടെ അവർ കണ്ടു. ശംഭുമിത്ര, ദീപ്തിമിത്ര, സച്ചിൻ സെൻ ഗുപ്ത, ദീനബന്ധു മിത്ര, നിയരഞ്ജൻ സെൻ തുടങ്ങിയവരുടെ

നാടകങ്ങൾ അവരെ ആകർഷിച്ചു. കണ്ട നാടകങ്ങളിൽ ഏറ്റവുമധികം അവരെ സ്വാധീനിച്ചത് ഉൽപൽദത്തിന്റെ നാടകമായിരുന്നു. *അങ്ഗാർ* എന്ന നാടകം അവരുടെ *പുതിയ ആകാശം പുതിയ ഭൂമി* എന്ന നാടകത്തോടൊപ്പം സമാന്തരമായി സഞ്ചരിച്ചു. അതിലെ ഖനിത്തൊഴിലാളികളുടെ ജീവിതവും അദ്ധ്വാനവും തീവ്രമായൊരു സംവേദനം മനുഷ്യമനസ്സാക്ഷിയോട് നടത്തുന്നതായി തോന്നി.

ഇപ്റ്റയുടെ ആഭിമുഖ്യത്തിൽ അതിനുശേഷം രണ്ടു നാടകങ്ങളെക്കുറിച്ചും ചർച്ച സംഘടിപ്പിച്ചു. അവതരണത്തിലെയും പ്രമേയത്തിലെയും സമാനതകൾ ഈ രണ്ടു നാടകങ്ങളെ മുൻനിർത്തിയുള്ള ഒരവലോകനം സാദ്ധ്യമാക്കി. ഒന്നിൽ ഖനിത്തൊഴിലാളികളെ കൂട്ടത്തോടെ ഖനിയുടമകൾ മുക്കിക്കൊല്ലുന്നു. രണ്ടാമത്തേതിൽ സാധാരണ കൃഷിക്കാരെയും തൊഴിലാളികളെയും ബലിയാടുകളാക്കുന്നു. ഉൽപൽദത്തും തോപ്പിൽ ഭാസിയും ചർച്ചകളിൽ പങ്കെടുത്തുകൊണ്ട് സംസാരിച്ചു. രണ്ടു നാടകത്തിന്റെയും വിജയപരാജയങ്ങൾ അവിടെ ആഴത്തിലുള്ള നിരീക്ഷണങ്ങൾക്ക് വിധേയമായി. *പുതിയ ആകാശം പുതിയ ഭൂമി*യാണ് ആന്തരികമായ കരുത്ത് കൂടുതൽ നേടിയിരിക്കുന്നത്. *അങ്ഗാറിൽ* ഈ വൈകാരിക മുഹൂർത്തങ്ങൾ കൂടുതലും പ്രത്യക്ഷ സാക്ഷാൽക്കാരത്തിലൂടെയാണ് വേദിയിൽ അവതരിപ്പിച്ചത്. എന്നാൽ *പുതിയ ആകാശം പുതിയ ഭൂമിയിൽ* അതിന്റെ ഭയാനകതയെ സംഭാഷണങ്ങളിലൂടെ മാത്രം ആവിഷ്കരിച്ചു. പെർഫോമൻസിനെ സംബന്ധിച്ചും വേദിയിലെ സജ്ജീകരണത്തെ സംബന്ധിച്ചും കൂടുതൽ പ്രശംസ *അങ്ഗാറി*നാണ് ലഭിച്ചത്.

ഡൽഹിയിൽ

ഇപ്റ്റയുടെ ഡൽഹി സ്വീകരണകേന്ദ്രത്തിലെത്തിയപ്പോഴേക്കും തണുപ്പുകാലമായിക്കഴിഞ്ഞിരുന്നു. 1961 ലെ മാർച്ചുമാസത്തിലെ ഒരാഴ്ച നീണ്ടുനിന്ന നാടകോത്സവമാണ് അവിടെ സംഘടിപ്പിക്കപ്പെട്ടിരുന്നത്. കേരളത്തിൽനിന്നുള്ള കമ്യൂണിസ്റ്റ് എം പി മാരായ എ കെ ജി, എം എൻ ഗോവിന്ദൻ നായർ, പി ടി പുന്നൂസ്, എൻ സി ശേഖർ, വി പി നായർ, ടി സി എൻ മേനോൻ തുടങ്ങിയവരായിരുന്നു നാടകത്തിന്റെ സംഘാടന ചുമതലയിൽ അവിടെ പ്രവർത്തിച്ചിരുന്നത്. എം പി മാരുടെ കോർട്ടേഴ്സിലാണ് സമിതിയംഗങ്ങൾക്ക് അന്ന് താമസം ഏർപ്പാടാക്കിയത്.

എന്നാൽ അന്ന് തോപ്പിൽ ഭാസി ഡൽഹിയിൽ എത്താൻ വൈകിയിരുന്നു. *മുടിയനായ പുത്രന്റെ*യും *പുതിയ ആകാശം പുതിയ ഭൂമി*യും സിനിമയാക്കുന്നതിനായുള്ള സാങ്കേതികകാര്യങ്ങൾ സംസാരിക്കാൻ അദ്ദേഹം മദ്രാസിലേക്ക് പോയിരുന്നു. രണ്ടിലും തോപ്പിൽ ഭാസിതന്നെയാണ് തിരക്കഥയും സംഭാഷണവും. എഴുതുന്നത്.

ഒ മാധവനും വിജയകുമാരിയും അന്ന് കെ പി എ സി സംഘത്തോടൊപ്പമായിരുന്നില്ല, അദ്ദേഹം വി പി നായർ എം പിയുടെ ഫ്ളാറ്റിലാണ്

താമസിച്ചത്. അത്രനാളും സെക്രട്ടറിയായി, കെ പി എ സിയുടെ എല്ലാ നാടകങ്ങൾക്കും ചുക്കാൻപിടിച്ച ഒരാൾ തീർത്തും ഒറ്റപ്പെട്ടുപോയിരിക്കുന്നു. ഒരു സാധാരണ നടനുകൊടുക്കുന്ന പരിഗണനമാത്രമേ ലഭിക്കുന്നുള്ളു എന്നകാരണത്താലാണ് മാറിത്താമസിച്ചത്. അവരുടെ രണ്ടു വയസ്സുകാരൻ ജോയ്മോനെയും കൊണ്ടാണ് ദൽഹിയിൽ നാടകോത്സവത്തിന് വന്നിരിക്കുന്നത്.

ഗ്രീൻറൂമിൽ തൊട്ടിൽകെട്ടി ജോമോനെ ഉറക്കിയിട്ടാണ് വിജയകുമാരി അഭിനയിക്കാൻ കയറുന്നത്. അപ്പോൾ ബിയാട്രീസും സുലോചനയും മാറിമാറി കുഞ്ഞിനെ നോക്കും. ആ സമയം വിജയകുമാരി രണ്ടാമത്തെ കുഞ്ഞിനെ ഏഴുമാസം ഗർഭം ധരിച്ചിരിക്കുക കൂടിയായിരുന്നു.

ആദ്യദിവസം *നിങ്ങളെന്നെ കമ്യൂണിസ്റ്റാക്കി*യായിരുന്നു വേദിയിൽ അരങ്ങേറിയത്. അന്ന് അവിടെയുള്ള മലയാളി ആസ്വാദകർക്കൊക്കെ വലിയ ആഹ്ലാദമായിരുന്നു. നാളുകളായി കാണാൻവേണ്ടി ആഗ്രഹിച്ചു നടന്ന ഒരു നാടകം അവരുടെ അടുത്തെത്തിയ പോലെയുള്ള ഒരു പ്രതീതിയായിരുന്നു. നാടകം കഴിഞ്ഞാൽ എല്ലാ നടീനടന്മാരോടൊപ്പം ഫോട്ടോ എടുക്കുന്നതിന്റെ ബഹളങ്ങളാവും.

രണ്ടാം ദിവസം ജവഹർലാൽ നെഹ്രുവിനെ അവർ നാടകം കാണാൻ ക്ഷണിച്ചു. അദ്ദേഹം വരാനുള്ള താല്പര്യമറിയിച്ചപ്പോൾ എല്ലാവർക്കും വളരെയധികം സന്തോഷമായി. നെഹ്രു വരുന്നതിനാൽ വേദിയും സദസ്സും പ്രത്യേക സുരക്ഷാക്രമീകരണങ്ങൾ നടത്തേണ്ടിയിരുന്നു. അവിടെയൊക്കെ പൊലീസിന്റെ കർശന പരിശോധനയുമുണ്ടായിരുന്നു.

*പുതിയ ആകാശം പുതിയ ഭൂമി*യാണ് അന്ന് അരങ്ങേറിയത്. നെഹ്രുവും ക്യാബിനറ്റ് മന്ത്രിമാരും ഉപരാഷ്ട്രപതിയും കേരളത്തിലെ മറ്റ് എം പിമാരും എല്ലാവരുമുള്ള മഹനീയസദസ്സ്. എന്നാൽ അന്ന് നാടകത്തിന് പ്രധാനമന്ത്രി അല്പസമയം മാത്രമേ ഉണ്ടാകൂ എന്നൊരു വാർത്തയും വന്നു. ആഭ്യന്തരമന്ത്രി പണ്ഡിറ്റ് ഗോവിന്ദവല്ലഭ പാന്ത് അസുഖംമൂലം അത്യാസന്ന നിലയിൽ ആശുപത്രിയിലാണെന്നും അദ്ദേഹത്തെ സന്ദർശിക്കാൻ പോകണമെന്നുമായിരുന്നു അറിഞ്ഞത്. അതിനാൽ നാടകം ഒട്ടും താമസിയാതെ തുടങ്ങണമെന്നും വി പി നായർ അണിയറയിൽ വന്നു പറഞ്ഞു. പുറത്തപ്പോൾ വലിയ ബഹളം നടന്നുകൊണ്ടിരിക്കുകയാണ്. അന്ന് പ്രധാനമന്ത്രി വരുന്നതിനാൽ ജനങ്ങളുടെ വർദ്ധിച്ച തോതിലുള്ള ഒഴുക്ക് അവിടെയുണ്ടായി. കൂടുതൽ കസേരകൾ സജ്ജീകരിച്ച് ആ പ്രശ്നം പരിഹരിച്ചു. കോൺഗ്രസ്നേതാവ് പനമ്പിള്ളി ഗോവിന്ദമേനോന്റെയും സർദാർ കെ എം പണിക്കരുടെയും മദ്ധ്യത്തിൽ ആണ് നെഹ്രു നാടകം കാണാൻ ഇരുന്നത്. നാടകം തുടങ്ങുന്നതിനുമുമ്പുതന്നെ നാടകത്തെപ്പറ്റിയുള്ള വിശദീകരണങ്ങൾ ഇടയ്ക്ക് നെഹ്രുവിന്റെ ചെവിയിൽ പനമ്പിള്ളി ഗോവിന്ദമേനോൻ പറയുന്നു

ണ്ടായിരുന്നു. ഓരോ സംഭാഷണഭാഗങ്ങളും തർജ്ജമചെയ്ത് സർദാർ കെ എം പണിക്കരും കൂടെക്കൂടി. അതുകൊണ്ട് നെഹ്രുവിന് കഥാഭാഗം ഹൃദിസ്ഥമാക്കാൻ സാധിച്ചു.

എന്നാൽ കുറച്ചുഭാഗങ്ങൾ മാത്രം കണ്ടിട്ട് മടങ്ങിപ്പോകും എന്ന് അറിയിച്ച നെഹ്രു ആ നാടകം മുഴുവനും അവിടെത്തന്നെ ഇരുന്നു കണ്ടത് എല്ലാവരെയും വളരെയേറെ അത്ഭുതപ്പെടുത്തി.

ഇടവേളയായി. പെട്ടെന്ന് ഗ്രീൻറൂമിൽ നിന്ന് ഒരു കരച്ചിൽകേട്ടു.

എല്ലാവരും പെട്ടെന്ന് ഓടിച്ചെന്നു നോക്കിയപ്പോൾ കാണുന്നത് ഗ്രീൻറൂമിൽ കമിഴ്ന്നടിച്ച് വീണുകിടക്കുന്ന വിജയകുമാരിയെയാണ്. അടുത്ത രംഗത്തേക്ക് കടന്നുവരാനുള്ള ഒരു പാവപ്പെട്ട ക്രിസ്ത്യാനി സ്ത്രീയുടെ വേഷത്തിലാണ് കിടപ്പ്. ആ വേഷത്തോടെയാണ് കിടക്കുന്നത് എന്നതുകൊണ്ട് ആർക്കും പെട്ടെന്ന് മനസ്സിലായില്ല. വിജയകുമാരി അലറിക്കരയുന്നുണ്ടായിരുന്നു. സുലോചനയും ബിയാട്രീസുമാണ് ചുറ്റും നില്ക്കുന്നത്. മാധവൻ വിജയകുമാരിയുടെ അടുത്തെത്തി കാര്യം അന്വേഷിച്ചപ്പോൾ, പൊട്ടിക്കരച്ചിലിന് ആക്കം കൂടുകയായിരുന്നു. 'എല്ലാം പോയി മാഞ്ചേട്ടാ, ആ പെട്ടിപോയി' എന്ന് പറഞ്ഞുകൊണ്ട് വീണ്ടും അലമുറയിട്ടു കരയുകയാണ്. അപ്പോഴാണ് കാര്യം എല്ലാവർക്കും മനസ്സിലായത്, ഗ്രീൻറൂമിൽ വച്ചിരുന്ന അവരുടെ സ്വർണ്ണാഭരണം സൂക്ഷിച്ച പെട്ടി കള്ളൻ മോഷ്ടിച്ചുകൊണ്ടുപോയിരിക്കുന്നു!

കല്യാണം കഴിഞ്ഞതിനുശേഷമുള്ള, താലിമാലയുൾപ്പെടെയുള്ള എല്ലാ ആഭരണങ്ങളും അതിലാണ് വെച്ചിരുന്നത്. നാടകത്തിലെ കഥാപാത്രം പാവപ്പെട്ട ഒരു സ്ത്രീയുടേതായതിനാൽ ധരിച്ചിരുന്ന ആഭരണങ്ങൾകൂടി അതിൽ ഊരിവെച്ചിരുന്നു. ഓരോ നാടകം കഴിയുമ്പോഴും മാധവനും വിജയകുമാരിയുംകൂടി കിട്ടുന്ന ശമ്പളത്തിൽ നിന്നൊരു വിഹിതം മാറ്റിവെച്ച് വാങ്ങിയതാണ് ഈ ആഭരണങ്ങളൊക്കെയും. ഡൽഹി യാത്രയിൽ പുറത്തിറങ്ങുമ്പോൾ അതൊക്കെയിട്ടിറങ്ങാം എന്നു കരുതിയാണ്, ആഭരണങ്ങൾ കൈയിൽ എടുത്തത്.

ഉടൻതന്നെ വോളണ്ടിയേഴ്സ് അന്വേഷണം തുടങ്ങി. ഒരാൾ പറഞ്ഞത് ഗ്രീൻറൂമിനടുത്ത് കരോൾബാഗിലെ രണ്ടു ചെറുപ്പക്കാർ നില്ക്കുന്നതായി കണ്ടു എന്നാണ്.

നാടകം തുടങ്ങാൻ വൈകുന്നതിന്റെ കാരണം തോപ്പിൽ ഭാസി മൈക്കിലൂടെ അനൗൺസ് ചെയ്തപ്പോഴാണ് നെഹ്രുവിന് കാര്യം മനസ്സിലായത്. അദ്ദേഹം ഉടൻതന്നെ അവിടെയുണ്ടായിരുന്ന പൊലീസിലെ ഉയർന്ന ഉദ്യോഗസ്ഥരെ വിളിച്ച് കള്ളന്മാരെക്കണ്ടെത്താൻ വേണ്ടിയുള്ള നടപടിക്രമങ്ങൾ സ്വീകരിക്കാൻ പറഞ്ഞു.

നാടകം കണ്ടു കഴിഞ്ഞപ്പോൾ എല്ലാവരുംകൂടിച്ചേർന്നു നെഹ്രുവിനൊപ്പം നില്ക്കുന്ന ഫോട്ടോയെടുക്കുന്ന ബഹളമായി. ആ തിരക്കിനിടയിൽ തോപ്പിൽഭാസിയെ നെഹ്രു പ്രത്യേകം അഭിനന്ദിച്ചു. സുലോചനയും കെ എസ് ജോർജ്ജും മറ്റു നടീനടന്മാരും അവിടെ ഉണ്ടായിരുന്നു.

പുതിയ ആകാശം പുതിയ ഭൂമി കണ്ട ശേഷം ജവഹർലാൽ നെഹ്റു സ്റ്റേജിൽ എത്തി ഭാസിയെ അഭിനന്ദിച്ചപ്പോൾ.

നല്ല അഭിനയം കാഴ്ചവെച്ചതിലുള്ള സന്തോഷം അവരോടും പങ്കുവെക്കാൻ മറന്നില്ല.

മദിരാശിയിൽ എത്തിയപ്പോൾ എല്ലാവരും കൂടി ഭാവികാര്യങ്ങളും മറ്റും തീരുമാനിക്കാനായി ഇരുന്നു. അതിൽ പ്രധാനമായി ചർച്ച ചെയ്തത് മാധവന്റെയും വിജയകുമാരിയുടെയും കാര്യമാണ്. അവരുടെ നഷ്ടം വളരെ വലുതാണ്. അതിനാൽ എല്ലാ സമിതിയംഗങ്ങളും കൂടി പിരിവിട്ട് ആ നഷ്ടം നികത്തണം.

ഇതു കേട്ടപ്പോൾ മാധവൻ മറ്റൊരു പരിഹാരമാണ് പറഞ്ഞത്.

എല്ലാ അംഗങ്ങളുടെയും സഹായത്തോടെ നാട്ടിൽ എത്തിയിട്ട് ഒരു നാടകം നടത്തി അതിൽ നിന്ന് പിരിഞ്ഞുകിട്ടുന്ന തുക നഷ്ടപരിഹാരമായി കണക്കാക്കി അത് സംഭാവനയെന്ന രീതിയിൽ തന്നാൽ മതിയെന്നായിരുന്നു മാധവന്റെ അഭിപ്രായം. അതിനോട് എല്ലാവരും യോജിച്ചു.

കടപ്പാക്കടയിലെ നാടകാവതരണം

ഡൽഹി നാടകോത്സവം കഴിഞ്ഞ് തിരികെ വന്ന മാധവൻ കൊല്ലം കടപ്പാക്കടയിൽ തന്റെ പഴയ സുഹൃത്തുക്കളുടെ ഒരു മീറ്റിങ് വിളിച്ചു.

അദ്ദേഹത്തിന്റെ സുഹൃത്തുക്കളും പാർട്ടി പ്രവർത്തകരും മാത്രമായിരുന്നു ആ മീറ്റിങ്ങിൽ ഉണ്ടായിരുന്നത്. സൗഹൃദപരവും വ്യക്തിപരവുമായിരുന്നു മീറ്റിങ്.

കമ്യൂണിസ്റ്റ് പാർട്ടിയുടെ കൊല്ലം ടൗണിലെ പ്രധാന നേതാക്കൾ

ഉള്ളുരുപ്പിൽ കരുണാകരൻ, മുനിസിപ്പൽ ചെയർപേഴ്സൺ കെ ചന്ദ്രശേഖരൻ, കൗൺസിലർ കെ എസ് ശ്രീധരൻ, കെ വിദ്യാധരൻ, *ജനയുഗം* ലേഖകൻ വി ലക്ഷ്മണൻ എന്നീ പാർട്ടി സഖാക്കന്മാരും പട്ടത്തുവിള ഗംഗാധരൻ, കഴുതയുരുട്ടി ഗംഗാധരപ്പണിക്കർ, ജോൺ കുര്യനോളിയം എന്നിവരുമായിരുന്നു ആ സൗഹൃദസദസ്സിൽ ഉണ്ടായിരുന്നത്.

മീറ്റിങ് തുടങ്ങിയപ്പോൾ മാധവൻ ഡൽഹിയിലെ അനുഭവങ്ങളൊക്കെ അവരോട് വിശദീകരിക്കുകയായിരുന്നു. അതൊക്കെ അദ്ദേഹത്തിന്റെ സുഹൃത്തുക്കൾക്ക് വളരെയധികം വേദനയുണ്ടാക്കി. അതിനിടയിൽ നെഹ്രു വന്ന ദിവസത്തെ അനുഭവങ്ങൾ കൂടി പറഞ്ഞു. തിരിച്ചു വരും വഴി മദ്രാസിലെത്തിയപ്പോൾ മീറ്റിങ് കൂടിയതും തന്റെ കൈവശമുണ്ടായിരുന്ന സമ്പാദ്യം നഷ്ടപ്പെട്ടതിനെ തുടർന്ന് കെ പി എ സി അംഗങ്ങൾ പിരിവെടുക്കാമെന്നു പറഞ്ഞകാര്യവും പകരം നാടകം നടത്തുവാനുള്ള അനുവാദം നല്കിയാൽ മതി എന്നു മാധവൻ പറഞ്ഞതും ഒക്കെയായ കാര്യങ്ങൾ ആ ചെറു സദസ്സിൽ വ്യക്തമാക്കി.

ഒട്ടും താമസിയാതെതന്നെ മാധവനുവേണ്ടി നാടകം നടത്തുവാനുള്ള തീരുമാനമായി. ടൗണിലുള്ള കിളികൊല്ലൂരിലെ എസ് വി ടാക്കീസ് വേദിയാക്കുന്നതിനും കെ പി എ സിയുടെ ഏറ്റവും ജനപ്രീതിയാർജ്ജിച്ച *മുടിയനായ പുത്രൻ* അവിടെ അരങ്ങേറുന്നതിനും മീറ്റിങ്ങിൽ തീരുമാനമായി. സുലോചനയും കെ എസ് ജോർജ്ജും പാടിയ പാട്ടുകൾ, അക്കാലത്ത് ഏറ്റവും ജനകീയമായിട്ടുള്ളത് ആ നാടകത്തിലേതായിരുന്നു. അന്ന് *മുടിയനായ പുത്രന്* ധാരാളം കാണികളെ കിട്ടുന്ന ഒരു സാഹചര്യവുമായിരുന്നു.

മീറ്റിങ്ങിനെത്തുടർന്ന് മാധവൻ നാടകാവതരണത്തെക്കുറിച്ചുള്ള വസ്തുതകൾ കെ പി എ സിയെ അറിയിച്ചു. കെ പി എ സി അതിനുള്ള അനുവാദവും കൊടുത്തു.

പിന്നീട് ഊർജ്ജസ്വലമായി മാധവന്റെ സുഹൃത്തുക്കൾ എല്ലാവരും ചേർന്ന് നാടകം അരങ്ങിലെത്തിക്കാനുള്ള ഉദ്യമത്തിൽ ഏർപ്പെട്ടു. കൊട്ടക ബുക്ക് ചെയ്യാനുള്ള അഡ്വാൻസും നോട്ടീസ് അടിക്കാനുള്ള പണവും കൊടുത്തത് കെ എസ് മാധവനാണ്. ടിക്കറ്റുകൾ അച്ചടിച്ച് കിട്ടി. മാധവന്റെ സുഹൃത്തുക്കൾ വോളണ്ടിയേഴ്സ് വഴി അവയെല്ലാം വിറ്റുതീർത്തു. സുഹൃത്തുക്കളുടെ ആത്മാർത്ഥമായ സഹകരണം കൊണ്ട് വളരെ വേഗത്തിലാണ് ടിക്കറ്റുകൾ വിറ്റു തീർന്നത്. ഭീമമായ ഒരു തുകയ്ക്കുള്ള ടിക്കറ്റാണ് അവിടെ വിറ്റത്. എല്ലാവരും നാടകം കാണും എന്നുള്ള കാര്യം ഉറപ്പാണ്. അങ്ങനെയെങ്കിൽ പിരിഞ്ഞുകിട്ടുന്ന തുകകൊണ്ട് മാധവന്റെ എല്ലാ നഷ്ടങ്ങളും തീരും എന്ന് വിചാരിച്ചിരിക്കുമ്പോഴാണ് ഒരു ദിവസം പെട്ടെന്ന് കേശവൻ പോറ്റി വരുന്നത്.

“എന്താ പോറ്റിസാറെ വിശേഷം?”

“ഒന്നുമില്ല മാധവാ, നാടകം തല്ക്കാലം മാറ്റിവെച്ചേ മതിയാകൂ.”

"അതെന്താ?"

"നീട്ടിവെയ്ക്കണം."

"നീട്ടിവെച്ചാൽ മഴക്കാലമല്ലേ? മഴയത്ത് നമ്മൾ നാടകം നടത്തിയാൽ ഉണ്ടാവുന്ന അവസ്ഥ നമുക്കറിയാവുന്നതല്ലേ?"

മാധവൻ വളരെ അസ്വസ്ഥനായാണ് പറഞ്ഞത്.

"എന്താണു പ്രശ്നം പോറ്റി സാറേ, എന്താണുണ്ടായത്?"

"അത്, നാടകത്തിലെ പ്രധാന നടീനടന്മാരായ സുലോചനയും ജോർജ്ജും മദ്രാസിന് പോകുകയാണ്. ഒരാഴ്ച താമസമുണ്ടാകും. കെ പി എ സി ഗാനങ്ങൾ റെക്കോഡ് ചെയ്യാൻവേണ്ടി അത്യാവശ്യമായി ചെല്ലണമെന്ന് വിളി വന്നിരിക്കുന്നു."

"ഇതിനുമുമ്പും നമ്മൾ റെക്കോഡുചെയ്യാൻ പോയിട്ടുണ്ടല്ലോ. അന്നൊക്കെ മുൻകൂട്ടി നിശ്ചയിച്ച പ്രകാരമല്ലേ പോയിട്ടുള്ളത്."

"ഇത് അവർ കാലേക്കൂട്ടി അറിയിച്ചിരുന്നു. നമ്മൾ സ്ഥലത്തില്ലാത്തതുകൊണ്ട് മറുപടി കൊടുത്തതുമില്ല. അസൗകര്യമില്ലാതിരിക്കുമെന്നവർ കരുതി. ഇനിയിപ്പോൾ തീയതി മാറ്റാനുള്ള നിർവ്വാഹവുമില്ല. അവർക്ക് പോവാതിരിക്കാൻ നിവൃത്തിയില്ല."

അങ്ങനെ പറഞ്ഞുകൊണ്ട് സെക്രട്ടറി കേശവൻ പോറ്റി അവിടെ നിന്നും ഇറങ്ങി.

മാധവന് ഇത് വലിയൊരു മാനസികാഘാതമായി. ഉടനെ തന്നെ സുഹൃത്തുക്കളെയെല്ലാം വിളിച്ചു വരുത്തി ഒരു അടിയന്തര മീറ്റിങ് കൂടി. അതിൽ കേശവൻപോറ്റി വന്നതിനെത്തുടർന്നുണ്ടായ കാര്യങ്ങൾ എല്ലാവരെയുമറിയിച്ചു. പോയ നടീനടന്മാർക്കു പകരം മറ്റു രണ്ടാളുകളെ കൊണ്ടു വരിക. എന്നിട്ട് നാടകം നടത്തുക. എല്ലാവരും അതിൽത്തന്നെ ഉറച്ചുനിന്നു.

"പക്ഷേ, ഒരു കാര്യം. ആകെ രണ്ടു ദിവസമേ ഇനിയുള്ളു. അതിനിടയ്ക്ക് പുതിയ ആൾക്കാരെ എങ്ങനെ കണ്ടുപിടിക്കും? ഇനി കണ്ടുപിടിച്ചാൽ രണ്ടുദിവസം കൊണ്ട് റിഹേഴ്സൽ കൊടുത്ത് ശരിയാക്കാൻ പറ്റുമോ?"

"അതൊന്നും കുഴപ്പമില്ല. അതൊക്കെ നമുക്ക് ശരിയാക്കാം." മാധവനാണ് അങ്ങനെ പറഞ്ഞത്.

"എങ്കിൽ അങ്ങനെയാകട്ടെ" എന്ന് പറഞ്ഞ് എല്ലാവരും പിരിഞ്ഞു.

മാധവൻ ഉടനെതന്നെ രണ്ട് അഭിനേതാക്കൾക്കു പകരക്കാരെ അന്വേഷിച്ചു തുടങ്ങി. അന്നുതന്നെ കാറെടുത്ത് മാധവനും സുഹൃത്തുക്കളും വടക്കോട്ട് വെച്ചുപിടിച്ചു. തിരുവല്ല ഭാഗത്തേക്കാണ് വാഹനം പൊയ്ക്കൊണ്ടിരുന്നത്. സുലോചനയ്ക്കു പകരം കവിയൂർ പൊന്നമ്മയെയാണ് കൊണ്ടുവന്നത്. ജോർജ്ജിനു പകരം ആളെ കണ്ടെത്താൻ അല്പം ബുദ്ധിമുട്ടിയതിനുശേഷമാണ് അനുയോജ്യനായ ഒരാളെ കിട്ടിയത്. വൈക്കം ചന്ദ്രൻ ആയിരുന്നു അത്.

ആ രാത്രി തന്നെ നാടകത്തിന്റെ റിഹേഴ്സൽ ആരംഭിച്ചു.

*മുടിയനായ പുത്രനി*ലെ ചെല്ലമ്മ എന്ന പുലയസ്ത്രീയുടെ വേഷമാണ്. കൈയിൽ ചൂട്ടും പിടിച്ച് നടന്നു വരികയാണ്. രാത്രി. അപ്പോൾ രാജൻ എന്ന താന്തോന്നി അവിടെ നില്ക്കുന്നുണ്ടായിരുന്നു. ബീഡികത്തിക്കാൻ ചൂട്ടു ചോദിക്കുന്നു. അയാൾക്ക് മടിച്ച് മടിച്ച് ചൂട്ടു കൊടുക്കുന്നു. ഇതാണ് രംഗം.

ഒന്നു നടന്നു വരാൻ പറഞ്ഞു. ചൂട്ടുപിടുക്കുന്ന് വിധമൊക്കെയും കാണിച്ചു കൊടുത്തു. എത്ര തവണ ചൂട്ടു പിടിക്കുന്ന രംഗവും നടക്കുന്ന രംഗവും കാണിച്ചു കൊടുത്തിട്ടും ശരിയാവുന്നില്ല. ചൂട്ടു പിടിച്ച് കൈയാട്ടിയാട്ടി അതിന്റെ തീ കെടാതിരിക്കാനായി നിയന്ത്രിച്ച് നടന്നുള്ള ശീലം ഉള്ളവർക്കുമാത്രമേ അങ്ങനെ ചെയ്യാൻ സാധിക്കൂ. തന്നെയുമല്ല പുരുഷന്മാർ നടക്കുന്നപോലെയോ ചൂട്ടു വീശുന്ന പോലെയോ അല്ല സ്ത്രീകളുടേത്. പുലയസ്ത്രീകളുടെ നടത്തവും ഒന്നു വേറേയാണ്.

മാധവൻ എല്ലാം വിശദീകരിച്ചു കൊടുത്തു.

എന്നാൽ എത്രതന്നെ ശ്രമിച്ചിട്ടും പൊന്നമ്മയ്ക്ക് ചെയ്യാൻ കഴിയുന്നില്ല. എല്ലാവരും ആകെ വിഷമത്തിലായി.

"എന്തുപറ്റി? എന്താ പൊന്നമ്മേ?" മാധവൻ കവിയൂർ പൊന്നമ്മയോടു ചോദിച്ചു.

"എനിക്ക് പറ്റുകയില്ല." കവിയൂർ പൊന്നമ്മ അങ്ങനെ പറയുമെന്ന് അപ്പോൾ ആരും കരുതിയില്ല.

മാധവന് ആകെ മാനസികവിഷമമുണ്ടാക്കി ഇത്. കുറച്ചുനേരത്തെ ആലോചനയ്ക്കു ശേഷം മാധവൻ പുറത്തേക്കിറങ്ങിപ്പോയി. പെട്ടെന്ന് തന്നെ തിരിച്ചുവരികയും ചെയ്തു.

"നമുക്കൊരു കാര്യം ചെയ്യാം *പുതിയ ആകാശം പുതിയ ഭൂമി* എന്ന നാടകത്തിലെ എഞ്ചിനീയറുടെ ഭാര്യയാണ് സുലോചന ചെയ്ത കഥാപാത്രം. നമുക്ക് ആ കഥാപാത്രം ഒന്നുനോക്കാം. അതാവുമ്പോൾ പൊന്നമ്മയ്ക്ക് നന്നായി ചേരും. അതു ബുദ്ധിമുട്ടൊന്നും ഉണ്ടാക്കില്ല." അതു പറഞ്ഞപ്പോൾ പൊന്നമ്മ ചെയ്തു നോക്കാമെന്നായി.

ആ രാത്രിയിൽ നാടകത്തിന്റെ റിഹേഴ്സൽ ആരംഭിച്ചു. പൊന്നമ്മ തരക്കേടില്ലാതെ അഭിനയിച്ചു.

നേരം വെളുത്തപ്പോഴാണ് എല്ലാവരും നാടകം മാറ്റിയ വിവരം അറിയുന്നത്. നാടകത്തിന്റെ തിരക്കുകളിൽ മുങ്ങി നില്ക്കുന്നതുകൊണ്ട് സംഘാടകർക്ക് മറ്റു കാര്യങ്ങളൊന്നും ശ്രദ്ധിക്കാൻ കഴിഞ്ഞിരുന്നില്ല. മറ്റൊരു നാടകമാണ് അവതരിപ്പിക്കുന്നതെന്ന് അറിഞ്ഞപ്പോൾ നാടകത്തിന്റെ അണിയറപ്രവർത്തനങ്ങൾ ചെയ്തുകൊണ്ടിരുന്ന ആളുകളെ അത് നിരുത്സാഹപ്പെടുത്തി.

അന്നുതന്നെ കൊല്ലം പട്ടണം മുഴുവനും ഈ വാർത്ത പ്രചരിച്ചു, നാടകം മാറ്റി. *മുടിയനായ പുത്രനല്ല*, പകരം *പുതിയ ആകാശം പുതിയ ഭൂമി*യാണ്. തന്നെയുമല്ല, അവരുടെ ഇഷ്ട അഭിനേതാക്കളും പാട്ടുകാരുമായ സുലോചനയും കെ എസ് ജോർജ്ജും ഇല്ലാത്തകാര്യവും അവർ

അറിഞ്ഞുകഴിഞ്ഞു. അവർ പ്രതീക്ഷിച്ചതും കാണാൻ ആഗ്രഹിച്ചതും യഥാർത്ഥത്തിൽ ആ പാട്ടുകാരെയാണ്. ഇത് കബളിപ്പിക്കുന്നതുപോലെ തോന്നി ജനത്തിന്.

അന്ന് വൈകുന്നേരം നാടകം തുടങ്ങി. എസ് വി തീയറ്ററിലും പരിസരത്തും ആൾക്കൂട്ടമോ ബഹളങ്ങളോ ഒന്നുമില്ല. ടിക്കറ്റെടുത്തവരെല്ലാം എവിടെ? ആകെ വന്നുചേർന്നത് ഏറ്റവും അടുത്ത സുഹൃത്തുക്കളും പരിചയക്കാരും അവരുടെ കുടുംബാംഗങ്ങളും മാത്രം. എങ്ങനെ തുടങ്ങും? എങ്ങനെ തുടങ്ങാതിരിക്കും?

ഒടുക്കം നാടകം ആരംഭിച്ചു. *പുതിയ ആകാശം പുതിയ ഭൂമി.* വന്നുചേർന്ന ആളുകൾക്കുവേണ്ടി എങ്ങനെയെങ്കിലും കളിച്ച് നാടകം തീർത്തുപോയാൽ മതിയെന്നായിരുന്നു എല്ലാവർക്കും. കെ പി എ സിയുടെ ചരിത്രത്തിൽ ഇന്നേവരെ ഇങ്ങനെയൊരു വേദി അതുവരെ ആരും കണ്ടില്ല.

നാടകം അവസാനിച്ചു. അടുത്ത സുഹൃത്തുക്കളായ ഒന്നു രണ്ടു പേർ ഒഴികെ എല്ലാവരും പിരിഞ്ഞുപോയി. സിനിമാക്കൊട്ടകയുടെ വാടകതന്നെ കൊടുത്തു തീർക്കാൻ ആളുകളോട് കടം വാങ്ങേണ്ടി വന്നു.

ഇത് മാധവനെയും വിജയകുമാരിയെയും ആകെ തളർത്തി. കെ പി എ സിയോടുള്ള എല്ലാ ബന്ധവും ഉപേക്ഷിച്ച് അവർ അവിടെനിന്നിറങ്ങാൻ അന്ന് തീരുമാനിച്ചു.

മുൻകൂട്ടി ബുക്കുചെയ്ത രണ്ടു നാടകങ്ങൾ കൂടിയുണ്ടായിരുന്നു മാധവനും വിജയകുമാരിക്കും കെ പി എ സിയിൽ. അതുകൂടിക്കഴിഞ്ഞപ്പോൾ അവർ കെ പി എ സിയുടെ പടികൾ ഇറങ്ങുകയാണെന്ന് സെക്രട്ടറിയെയും പ്രസിഡന്റിനെയും അറിയിച്ചു. “തുടർന്നു പോകുവാൻ നിർവ്വാഹമില്ല. കെ പി എ സി എന്നത് ഞങ്ങളുടെകൂടി പ്രസ്ഥാനമാണ്. അതിനാൽ അതിൽനിന്ന് ഒരിക്കലും രാജിവെയ്ക്കുന്നില്ല. പകരം നീണ്ട ലീവെടുക്കുകയാണ്.”

അങ്ങനെ പറഞ്ഞപ്പോൾ എല്ലാവർക്കും വളരെയേറെ വിഷമമുണ്ടായി. നടനായും സെക്രട്ടറിയായും എന്തെന്തു ത്യാഗങ്ങൾ, കഷ്ടപ്പാടുകൾ സഹിച്ചാണ് ഈ പ്രസ്ഥാനത്തെ മുന്നോട്ടു കൊണ്ടുപോയത്. അതെല്ലം സുലോചനയുൾപ്പെടെ എല്ലാവർക്കും തീർത്താൽ തീരാത്ത നഷ്ടമായി മാറി. മാധവനും വിജയകുമാരിയും കെ പി എ സി വിട്ട് പോകുമെന്ന് ആരുംതന്നെ വിചാരിച്ചതല്ല.

പാട്ടുകളിൽ നിരതെറ്റിപ്പോയൊരു നഗരത്തിൽ

എച്ച് എം വിക്കുവേണ്ടി *മുടിയനായ പുത്രനിലെ* പാട്ടുകൾ റെക്കോഡ് ചെയ്യാനായി മദ്രാസിൽ സുലോചനയും കെ എസ് ജോർജ്ജും വന്നതാണ്. കൂടെ കേശവൻ പോറ്റിയും ദേവരാജനുമുണ്ട്. തോപ്പിൽ ഭാസി നേരത്തെതന്നെ *മുടിയനായ പുത്രന്റെ* തിരക്കഥയെഴുതുന്നതിനായി മദ്രാസിൽ തന്നെയുണ്ട്.

1959 കഴിയാറായപ്പോഴേക്കും *പുതിയ ആകാശം പുതിയ ഭൂമി*യുടെ ബുക്കിങ് ഏതാണ്ട് അവസാനിക്കാറായിരുന്നു. ആ വർഷം തന്നെ അതിലെ പാട്ടുകൾ എച്ച് എം വി, കൊളംബിയ എന്നീ കമ്പനികൾക്കുവേണ്ടി റെക്കോഡുചെയ്യാൻ തീരുമാനമായി. *മുടിയനായ പുത്രനിലെ* ഗാനങ്ങളും അവർ ഏറ്റെടുത്തു. അങ്ങനെ വീണ്ടും ചെന്നൈയിലേക്ക് വണ്ടികയറി.

ദിവസങ്ങളോളം അവിടെ തങ്ങേണ്ടി വന്നു. ഇതിനിടയിൽ റെക്കോഡിങ് സ്റ്റുഡിയോ ഉടമയുടെ മകളുടെ കല്യാണത്തിന് സ്റ്റുഡിയോയിലെ സ്റ്റാഫുകളെ എല്ലാം ക്ഷണിക്കുന്ന കൂട്ടത്തിൽ വളരെ പ്രത്യേകമായി കെ പി എ സിയിലെ എല്ലാവർക്കും ക്ഷണമുണ്ടായി.

അന്നത്തെ മദിരാശി നഗരം, സ്റ്റുഡിയോക്ക് പുറത്ത് പകലിൽ ജനം ഇരച്ചാർക്കുകയാണ്. ആൾക്കാരുടെ ഉച്ചത്തിലുള്ള ശബ്ദകോലാഹലങ്ങൾ, യാത്രക്കാർ, തൊഴിലാളികൾ, വാഹനങ്ങളുടെ ക്രമരഹിതമായ പല തരത്തിലുള്ള നിരകൾ, നിരതെറ്റിയ ഒരു നഗരത്തിന്റെ അതി സങ്കീർണ്ണമായ ഘടനകൾ. ആ നഗരത്തിലെ ഒരു ഓഡിറ്റോറിയത്തിൽ വെച്ചാണ് കല്യാണം. അന്നത്തെ വിവാഹസല്ക്കാരത്തിൽ അതിഥിയായി വരുന്നത് കാതൽ മന്നൻ ജെമിനി ഗണേശൻ.

വളരെ നേരത്തെ മുതലുണ്ടായ ഒരു താരാരാധനയാണ് ജെമിനി ഗണേശനോട് സുലോചനയ്ക്കുണ്ടായിരുന്നത്. അന്ന് തമിഴ്സിനിമകളായിരുന്നല്ലോ കൂടുതലും. അതിൽ ജെമിനിഗണേശനെ കണ്ട് കണ്ട് ആരാധന വഴിമാറി ചെറിയൊരു പ്രേമമായി അത് വളർന്നിരുന്നു. സുലോചനയ്ക്ക് ആദ്യമായും അവസാനമായും ഒരു പുരുഷനോട് പ്രേമം തോന്നുന്നത്, അത് ജെമിനി ഗണേശനോടാണ്! ഇത് അദ്ദേഹത്തിനറിയില്ല. തിരശ്ശീലയിലൂടെ മാത്രമേ ആ ബന്ധം വളർന്നിട്ടുള്ളൂ. അതിനാൽ ജെമിനിഗണേശനാണ് ചെന്നൈയിലെ ഓഡിറ്റോറിയത്തിൽ വരുന്നതെന്നറിഞ്ഞപ്പോൾ മുതൽ സുലോചനയ്ക്ക് അസ്വസ്ഥതകളായിരുന്നു. എങ്ങനെയെങ്കിലും നേരിട്ട് കാണണം. എങ്ങനെയെങ്കിലും രണ്ട് വാക്ക് സംസാരിക്കണം. തന്റെ ആഗ്രഹം ഒരിക്കലെങ്കിലും ആ മനുഷ്യനോട് പറയണം. പക്ഷേ! എങ്ങനെ? എന്തായാലും നേരിൽ കണ്ടിട്ടുതന്നെ കാര്യം. സുലോചന മറ്റെല്ലാം മറന്നു, ഒരു നിമിഷം.

അന്ന് രാത്രി പാർട്ടിക്ക് വേണ്ടി പോകാൻ പുറപ്പെട്ടുവന്ന സുലോചനയെക്കണ്ട് ദേവരാജൻ മാഷ് ക്ഷുഭിതനായി. പൊട്ടിത്തെറിച്ചു. ആളുകളൊക്കെയും അതുകേട്ടു. “സുലോചനേ നീ എങ്ങോട്ടാണ് ഒരുങ്ങിക്കെട്ടിപ്പോകുന്നത്. സൗന്ദര്യമത്സരത്തിനാണോ പോകുന്നത്? നമ്മൾ കേരളത്തിലെ അറിയപ്പെടുന്ന ഒരു സാംസ്കാരികസമിതിയുടെ പ്രതിനിധികളാണ്. ഇങ്ങനെ പോയാൽ നമ്മൾ അപഹാസ്യരാകും. പോ, അകത്ത്. പോയി വേഗം സാരി മാറ്റിക്കൊണ്ട് വാ, എന്നിട്ട് എല്ലാരും പോയാൽ മതി.”

ഇതു കേട്ടതും ദുഃഖം സഹിക്കവെയ്യാതെ കരച്ചിലടക്കിക്കൊണ്ട്

മുറിയിലേക്കോടി. ആ പുതിയ സാരിയും ഇമിറ്റേഷൻ മാലകളും മേക്കപ്പുമെല്ലാം വലിച്ചു പറിച്ച് ദൂരെക്കളഞ്ഞു. എന്നിട്ട് തൂവെള്ള സാരിയുമുടുത്ത് തിരിച്ചെത്തി. അപ്പോൾ ദേവരാജൻ മാഷിന്റെ മുഖത്തെ നീരസം മാറി.

അവർ വാനിൽ കയറി.

സുലോചന മനസ്സിൽ കരയുകയാണ്. മദിരാശിപ്പട്ടണത്തിന്റെ കാഴ്ചകൾ ജാലകത്തിലൂടെ പിന്നോട്ട് മറയുന്നു. ആദ്യപ്രേമത്തിന്റെ ഹിതകരമല്ലാതായ സ്മരണകളുടെ അവസാനമാണത്. സുലോചനയുടെ അന്തരാശ്രു ആരറിയാൻ? അവൾ ജെമിനി ഗണേശനെക്കാണാൻ വേണ്ടി ഒരുങ്ങിയതാണ്. ആ പ്രേമം കാതൽ മന്നൻ ഇനി എങ്ങനെ അറിയും. ഇനിയൊരു പ്രേമം മറ്റാരോടും ആ മനസ്സിനു സാദ്ധ്യമല്ലെന്നുള്ള സത്യം.

എച്ച് എം വിയിൽ റെക്കോഡ് ചെയ്ത അന്നത്തെ ഗാനങ്ങൾ ഒന്നുപോലും ശേഷിക്കാതെ എല്ലാം വിറ്റുപോയി. ദാഹിച്ചിരുന്ന കേരളഭൂമി ആ ഗാനങ്ങളെയും അതുപാടിയ ചുണ്ടുകളെയും ഏറ്റെടുത്തുകഴിഞ്ഞിരുന്നു. അത് തീർത്ത ശോണമുദ്രകൾ ചരിത്രത്തിൽ പതിഞ്ഞിരിക്കുന്നു.

വർഷങ്ങൾ കഴിഞ്ഞു. ഗാനങ്ങളൊക്കെയും ഗ്രാമഫോണിൽ നിന്ന് ടേപ്പ് റിക്കോർഡറുകളിലേക്ക് മാറി.

കൈവഴിപിരിയാനാകാതെ ഒരീണം

ദേവരാജൻ അതുവരെപ്പറയാത്ത രീതിയിൽ ഒരു പ്രത്യേക നിർബ്ബന്ധത്തിനു വഴങ്ങി നില്ക്കുന്നതായി സുലോചനയ്ക്ക് തോന്നി. കൈവഴിപിരിയാൻ തുടങ്ങുന്നതിനുമുമ്പുണ്ടാകുന്ന ഒരു പ്രവാഹത്തിന്റെ വലിവ് ദേവരാജന്റെ പല സംഭാഷണങ്ങളിൽനിന്നും മനസ്സിലാക്കാം. "സുലോചനയും ജോർജ്ജും മാത്രം പോരാ വേറെ ചിലരെക്കൊണ്ടുകൂടി ഈ പാട്ടുകൾ പാടിക്കാൻ ആലോചിക്കുകയാണ്."

"എന്താ, എന്താപറഞ്ഞത്?"

എല്ലാവരും അമ്പരന്നു.

"സുലോചനയുടെ ശബ്ദത്തെക്കുറിച്ച് ഇത്രമാത്രം പുകഴ്ത്തിപ്പറഞ്ഞ ദേവരാജൻ സഖാവു തന്നെയാണോ ഈ പറയുന്നത്."

അതു കേട്ടപ്പോൾ കൂടെയുണ്ടായിരുന്ന കെ പി എ സി പ്രവർത്തകർക്കൊക്കെയും ചില സന്ദേഹങ്ങൾ വരാതിരുന്നില്ല. അവർ ഒന്നടങ്കം കെ പി എ സി യിലെ പാട്ടുകാരെക്കൊണ്ടു മാത്രം പാടിച്ചാൽ മതിയെന്നു പറഞ്ഞിട്ടും ദേവരാജൻ സഖാവിന്റെ നിശ്ചയദാർഢ്യത്തിനുമുന്നിൽ അതൊന്നും വിലപ്പോയില്ല. അതുമല്ല ആയിരക്കണക്കിന് വേദികളിൽ പാടി അനശ്വരമാക്കിയ അക്കാലത്തെ 'ചാഞ്ചാടുണ്ണീ' എന്ന ഗാനം റെക്കോഡുചെയ്യപ്പെടാൻ അത്രയും തീവ്രമായി ആഗ്രഹിച്ചിരുന്നു. എന്നാൽ ആ ഗാനം സുലോചനയ്ക്ക് കൊടുത്തില്ല. ആ പാട്ട് റെക്കോഡു ചെയ്യപ്പെടാത്തതിലുള്ള വേദനയോടെ ചെന്നൈയിൽ നിന്ന് മടങ്ങേണ്ടി

വന്നു. തിരികെ എത്തിയിട്ടും സുലോചനയുടെ വിഷമം കാർമേഘം പോലെ ഉരുണ്ടുകൂടി. ഒടുക്കം ദേവരാജൻ സഖാവു കാണിച്ച ഈ പ്രവൃത്തിയിലുള്ള ഖേദം പ്രകടിപ്പിച്ച് കെ പി എ സിക്ക് ഒരു കത്തെഴുതി. എക്സിക്യൂട്ടീവ് സമിതി ദേവരാജനോട് വിശദീകരണം തേടിയിരുന്നതായി ആരോ പറഞ്ഞറിഞ്ഞു. പിന്നീടെന്താണുണ്ടായതെന്ന് അറിയില്ല. പിന്നെ കേൾക്കുന്ന വാർത്ത ദേവരാജൻ കെ പി എ സിയിൽ നിന്ന് രാജിവെച്ചു എന്നാണ്. ഒരു മഴപെയ്തു തോർന്നപോലെ ആ വിഷമം പെയ്തുതോർന്നു. എങ്കിലും ദേവരാജൻ എന്തിനാണ് അവിടെ നിന്ന് പോയതെന്നതിന് ശരിയായ ഉത്തരം ലഭിച്ചില്ല.

പിന്നീട് കൊല്ലത്ത് ഒ മാധവനും വിജയകുമാരിയും ചേർന്ന് തുടങ്ങിയ കാളിദാസകലാകേന്ദ്രത്തിൽ ഒ എൻ വിയും കൂട്ടുചേർന്നതായി അറിഞ്ഞു. അവിടെ വളരെ ഊർജ്ജസ്വലമായി, പുതിയൊരു നാടകവേദിയായി കാളിദാസകലാകേന്ദ്രം അതിന്റെ പ്രവർത്തനം ആരംഭിച്ചു.

നിങ്ങളെന്നെ കമ്യൂണിസ്റ്റാക്കി മുതൽ *പുതിയ ആകാശം പുതിയ ഭൂമിവരെ* ഒന്നിച്ച് അഭിനയിച്ച് ആയിരക്കണക്കിന് വേദികളിൽ ജീവിച്ച ആ മനുഷ്യൻ കെ പി എ സി വിട്ടുപോയി എന്ന് വിശ്വസിക്കാനാവുന്നില്ല. *കമ്യൂണിസ്റ്റാക്കി*യിലെ പരമുപിള്ളയുടെ മകളായി സുധർമ്മ വിളിച്ചു കൊണ്ടുവന്ന ആ കൊച്ചു കുട്ടി വിജയകുമാരി ഇന്ന് അദ്ദേഹത്തിന്റെ ഭാര്യയാണ്. ഒരു കലാവിഷ്കാരം വിവിധ തലങ്ങളിലൂടെക്കടന്ന് യാഥാർത്ഥ്യമായി സമൂഹത്തിന്റെ മുൻപിൽ നില്ക്കുന്നതുവരെയുള്ള എല്ലാ പ്രക്രിയയിലും കൂടെ ഉണ്ടായിരുന്ന ഒരാൾ പോയതിൽ വേദനയുണ്ടായിരുന്നു. ഒരുപക്ഷേ, ദേവരാജന്റെ റെക്കോഡിങ്ങിലെടുത്ത പുതിയ തീരുമാനത്തിനു പിന്നിലും ഇതു തന്നെയാകും കാരണം. അതാണല്ലോ കെ പി എ സിക്കാരെ മാത്രമല്ല പാടിക്കുന്നത് എന്നൊരു വാചകം അദ്ദേഹത്തിന്റെ നാവിൽ നിന്നുതന്നെ വന്നത്.

കെ പി ഉമ്മറിന്റെ വരവ്

ചെന്നൈയിലെ സ്റ്റുഡിയോയിൽ പാട്ടുകളുടെ റെക്കോഡിങ് കഴിഞ്ഞപ്പോൾ സുലോചനയും ജ്യേഷ്ഠസഹോദരൻ കൃഷ്ണൻകുട്ടിയും താമസിക്കുന്ന ലോഡ്ജിന്റെ സമീപത്തായി, എവിടെയോ കണ്ടുമറന്ന ഒരു സുന്ദരനായ ചെറുപ്പക്കാരൻ നില്ക്കുന്നതു കണ്ടു. കൃഷ്ണൻകുട്ടിയാണ് സുലോചനയോട് ചോദിച്ചത്; “ഈ നില്ക്കുന്ന ആളെ മനസ്സിലായോ” എന്ന്. സുലോചനയ്ക്ക് പെട്ടെന്ന് ഓർമ്മ വന്നില്ല. “പ്രസിദ്ധ നാടകകൃത്ത് കെ ടി മുഹമ്മദിന്റെ *ഇതു ഭൂമിയാണ്* എന്ന നാടകത്തിൽ അഭിനയിക്കാൻ വന്ന ചെറുപ്പക്കാരനാണ്.”

“ഓ ഇപ്പൊഴോർക്കുന്നു. എന്താ ഇവിടെ?”

“ഓ ഒന്നുമില്ല, *സ്വർഗ്ഗരാജ്യം* എന്നൊരു സിനിമയിൽ അഭിനയിക്കുവാൻ വന്നതാണ്. ഇവിടെ നിന്നാൽ വേറെ ഏതെങ്കിലും സിനിമയിൽ ഒരു ചാൻസ് കിട്ടുമോ എന്ന് നോക്കി തങ്ങിയതാണ്.”

ഇതു കേട്ടപ്പോൾ സുലോചയ്ക്ക് ഒ മാധവൻ കെ പി എ സിയിൽ നിന്ന് പോയകാര്യം ഓർമ്മവന്നു. "സിനിമയ്ക്കു വേണ്ടി നമ്മുടെ നല്ല സമയമൊന്നും കളയരുത്. സിനിമ തന്നെ വന്ന് നമ്മളെ കൂട്ടിക്കൊണ്ടു പൊക്കോളും. കായംകുളത്ത് കെ പി എ സിയിൽ വന്നാൽ അവിടെ നല്ലൊരു വേഷമുണ്ട്. താല്പര്യമെങ്കിൽ അതിനെപ്പറ്റിയുള്ള കൂടുതൽ കാര്യങ്ങൾ അവിടെ വന്നാൽ അറിയാൻ പറ്റും." സുലോചന പറഞ്ഞു.

"ഞാൻ വരാം."

അദ്ദേഹം സ്നേഹത്തോടെ ആ ക്ഷണം സ്വീകരിച്ചു.

തിരികെ കെ പി എ സിയിൽ എത്തി കേശവൻപോറ്റിയോട് കാര്യങ്ങൾ വിശദമായി പറഞ്ഞു. ഒ മാധവന്റെ ഒഴിവിൽ പറ്റിയ ഒരാളെ കിട്ടാഞ്ഞതിൽ വളരെ വിഷമിച്ചിരിക്കുകയായിരുന്നു. അപ്പോഴാണ് സുലോചന ഇത് പറയുന്നത്. എന്നിട്ട് കേശവൻപോറ്റിക്ക് അദ്ദേഹവുമായി ഉടനെ ബന്ധപ്പെടാനുള്ള വിലാസവും നല്കി. വരാനുള്ള തുക മണിയോർഡറായി അയച്ചു കൊടുക്കുകയും ചെയ്തു.

ഒരാഴ്ച കഴിഞ്ഞപ്പോൾ കെ പി എ സിയിൽ സുമുഖനായ ആ ചെറുപ്പക്കാരൻ വന്നു. തുടക്കത്തിൽ എഞ്ചിനീയർ സുകുമാരന്റെ വേഷമാണ് കൊടുത്തത്. നാടകം *പുതിയ ആകാശം പുതിയ ഭൂമി*. ബുക്കിങ് തീർന്നെന്ന് കൃത്യമായി പറയാനാവില്ല, അക്കാലവും ആ നാടകത്തിന് ബുക്കിങ് ഉണ്ടായിരുന്നു. തന്റെ സ്വതസിദ്ധമായ ശൈലിയിൽ ആ എഞ്ചിനീയർ കൂടുതൽ ഭംഗിയായി തോന്നി, അന്ന് കെ പി എ സിയിലെ എല്ലാർക്കും. പിന്നീട് 1964 വരെ തുടർച്ചയായി നാടകങ്ങൾ ഉമ്മറിനെ കഥാപാത്രമാക്കിക്കൊണ്ട് കെ പി എ സി ചെയ്തു. *അശ്വമേധ*ത്തിലെയും *ശരശയ്യ*യിലെയും ഡോക്ടർ തോമസ് അദ്ദേഹത്തിന്റെ അവതരണത്തിലൂടെ അനശ്വരനായിത്തീർന്നു.

കുഞ്ചാക്കോയുടെ ക്ഷണം

1960 ൽ മെറിലാന്റ് സുബ്രഹ്മണ്യം *ഭക്തകുചേല* എന്ന ഒരു സിനിമ പിടിക്കാൻ തുടങ്ങി. പുരാണകഥയും കഥാപാത്രങ്ങളും അണിനിരക്കുന്ന ഒരു സിനിമയായിരുന്നു അത്. അണിയറ പ്രവർത്തനങ്ങൾ തുടങ്ങി. അന്ന് തെലുങ്കുനടനായ സി എസ് ആർ ആഞ്ജനേയലുവിനെയാണ് കുചേലന്റെ ഭാഗം അവതരിപ്പിക്കാൻ ക്ഷണിച്ചത്. കമുകറ പുരുഷോത്തമന്റെ 'ഈശ്വര ചിന്തയിതൊന്നേ' എന്ന ഗാനം ഈ സിനിമയിലാണുള്ളത്.

ഇതേ കാലത്തുതന്നെയാണ് അതേ ഇതിവൃത്തമുള്ള *കൃഷ്ണകുചേല*യുമായി കുഞ്ചാക്കോ രംഗത്തുവരുന്നത്. പി ഭാസ്കരൻ രചിച്ച് കെ രാഘവൻ ഈണമിട്ട പാട്ടുകളാണതിൽ ഉണ്ടായിരുന്നത്. പ്രേംനസീറും സത്യനും ടി എസ് മുത്തയ്യയും രാഗിണിയും അംബികയും ബി എസ് സരോജയുമാണതിൽ അഭിനയിക്കുന്നത്. അതിൽ ഒരു പ്രധാന വേഷം ചെയ്യാനാണ് സുലോചനയെ വിളിക്കുന്നത്, കുചേലന്റെ ഭാര്യയായി. ഈ

ക്ഷണം കേട്ടപ്പോൾ സുലോചനയ്ക്ക് ചിരിയാണു വന്നത്. അന്ന് നല്ലപോലെ തടിച്ചാണ് ഇരിക്കുന്നത്. കുചേലന്റെ ഭാര്യയായി വരുമ്പോൾ അതിനുപറ്റിയ ഒരു ശരീരം വേണ്ടേ? എന്തുചെയ്യാം. സ്വതവേ തടിച്ച ശരീരപ്രകൃതിയാണല്ലോ സുലോചനയുടേത്. ഭക്ഷണം കഴിച്ചില്ലെങ്കിലും ക്ഷീണിച്ചതായി തോന്നുകയില്ല. എത്ര ദിവസം കഴിഞ്ഞാലും കാര്യമായ കോട്ടം ശരീരത്തിനുണ്ടാവില്ല. ഇത് അന്നത്തെ നാടകവേദിയിൽനിന്നും കിട്ടിയതാണ്. ഒരു ദിവസം തന്നെ നാലും അഞ്ചും വേദികളിൽ അഭിനയിച്ചിട്ടുണ്ട്. ഭക്ഷണം അതിനിടയ്ക്ക് എപ്പോൾ കഴിക്കാനാണ്. സ്റ്റേജിൽ രണ്ടു രണ്ടര മണിക്കൂർ തുടർച്ചയായി നില്ക്കുമ്പോൾ ജലപാന മൊന്നുമില്ലാതെ ഒരൊറ്റ നില്പല്ലേ. വല്ലപ്പോഴും ഒന്നു കഴിച്ചാലായി. എന്നാൽ ഭക്ഷണം കഴിക്കാനായി ഇരിക്കുമ്പോൾ ഭക്ഷണം അറിഞ്ഞു കഴിക്കുകയും ചെയ്യും.

ഈ വേഷം തനിക്ക് ചേരില്ല എന്നറിയിച്ചിട്ടും വീണ്ടും കുഞ്ചാക്കോ നിർബ്ബന്ധിച്ചു. അവസാനം ആലപ്പുഴ ഉദയാ സ്റ്റുഡിയോയിൽ എത്തി. നാടകമുള്ളപ്പോൾ അഞ്ചു മണിക്ക് ഷൂട്ടിങ് നിർത്തി സുലോചന പോകും. അതിനുള്ള അറേഞ്ച്മെന്റ് അന്ന് ഷൂട്ടിങ്ങിൽ വരുത്തിയിരുന്നു. ഷൂട്ടിങ് സ്ഥലത്തുനിന്ന് നാടകസ്ഥലത്തേക്ക് കാറിൽ കൊണ്ടു വിടുകയും അവിടെ നിന്ന് തിരിച്ചുമുള്ള യാത്രയും എല്ലാം വളരെ ഭംഗിയായി ഇടപാടു ചെയ്തുതരുന്നതിൽ കുഞ്ചാക്കോ മിടുക്കനാണ്. *പുതിയ ആകാശം പുതിയ ഭൂമി*യുടെ പല സ്റ്റേജുകളിലും കുഞ്ചാക്കോ അയച്ച കാർ സുലോചനയ്ക്കു വേണ്ടി കാത്തുകിടന്നിട്ടുണ്ട്. കുചേലനായി ടി എസ് മുത്തയ്യയും പത്നിയായി സുലോചനയുമാണ് *കൃഷ്ണകുചേലയിൽ* വേഷമിട്ടത്. എന്നാൽ രണ്ടുപേരെയും കാഴ്ചയിൽ ഒരിക്കലും പട്ടിണികിടക്കുന്ന ആൾക്കാരായി തോന്നുകയുമില്ലായിരുന്നു. 1961 നവംബർ 18 ന് അത് റിലീസായി.

പാട്ടിന്റെ പരാഗങ്ങൾ മറന്ന മൗനം

കെ പി എ സിയുടെ കാര്യത്തിൽ ആദ്യമായാണ് ദേവരാജൻ സ്വേച്ഛാനുസരണം ഒരു തീരുമാനത്തിലെത്തുന്നത്. 'ചാഞ്ചാടുണ്ണീ ചരിഞ്ഞാടുണ്ണീ' എന്ന *മുടിയനായ പുത്രനി*ലെ അരങ്ങുകളെ കോരിത്തരിപ്പിച്ച ഗാനം സുലോചനയാണ് പാടിയിട്ടുള്ളത്. അത് നിറഞ്ഞ സദസ്സിൽ അന്നുണ്ടായിരുന്ന മനുഷ്യരും ഏറ്റുപാടി പതിഞ്ഞുപോയതാണ്. അതിന്റെ ഓരോ വാക്കിന്റെ ഇടയിലുള്ള വികാരനിമിഷങ്ങളുടെ ദൈർഘ്യങ്ങളിലും സുലോചനയാണെന്ന് എല്ലാവർക്കും അറിയാവുന്നതാണ്. എന്നിട്ടും എന്തുകൊണ്ടാണ് അവസാനസമയത്ത് ദേവരാജൻ ആ തീരുമാനം മാറ്റിയത്? ആയിരക്കണക്കിന് വേദികളിൽ, ആയിരക്കണക്കിന് രാത്രികളുടെ ശ്രവണപുടങ്ങളിൽ സുലോചനയുടെ ആ പാട്ടിന്റെ ആത്മാവ് വറ്റിപ്പോകാതെയുണ്ട്. പക്ഷേ, വേറൊരു കാലത്തിലേക്ക് പരിവർത്തനം ചെയ്യുന്ന ശ്രമത്തിൽ ഒരു കലാസൃഷ്ടിയെ ലോകത്തിന്റെ

മുന്നിൽ നിന്ന് തിരസ്കരിക്കുന്നത് എന്ത് കാരണത്താലാണ്. അതിന് എന്തു മറുപടിയാണ് ദേവരാജന് പറയാനുണ്ടാകുക.

ദേവരാജന് ഉത്തരമൊന്നുമുണ്ടായിരുന്നില്ല. പല സ്ഥലങ്ങളിലും അദ്ദേഹത്തിന്റെ മൗനം അതിഗംഭീരമായ ഒരു ഉത്തരമാവാറുണ്ട്. മറുപടിയില്ലാത്തതുകൊണ്ടല്ല പലയിടങ്ങളിലും ഇങ്ങനെ ഗൗരവതരമായ് മൗനത്തെ അദ്ദേഹം ദീക്ഷിച്ചിരുന്നിട്ടുള്ളത്. 'ചാഞ്ചാടുണ്ണീ' എന്ന ഗാനവും 'ഒരിടത്തൊരിടത്തൊരു രാജകുമാരി' എന്ന ഗാനവും പിന്നീട് റെക്കോഡിങ് സ്റ്റുഡിയോയിൽ പാടിയത് മദ്രാസിലെ ആകാശവാണിയിൽ അന്നുണ്ടായിരുന്ന എ പി കോമളയും റാണിയുമാണ്. ഇവരിരുവരും അക്കാലത്തെ മികച്ച ദക്ഷിണേന്ത്യൻ ഗായികമാരെന്ന ഖ്യാതി നേടിയിട്ടുള്ളവരായിരുന്നു. അതിനാൽ ആർക്കുംതന്നെ കുറ്റം പറയാനാവില്ല.

എന്നാൽ സുലോചനയെ സംബന്ധിച്ച് ഇത് കടുത്ത മാനസിക ദുഃഖത്തിനിടയാക്കി. ഇങ്ങനെയൊരു തിരസ്കാരം ദേവരാജനിൽനിന്നുണ്ടാകുമെന്ന് ഒരിക്കൽപോലും കരുതിയില്ല. അവിടെ അപ്പോളുണ്ടായിരുന്നവരും കെ പി എ സിയിലെ മറ്റുസംഘാംഗങ്ങളും ചോദിച്ചിട്ടും മറുപടി കിട്ടിയില്ല. സുലോചനയ്ക്കു മാത്രമല്ല, കെ എസ് ജോർജ്ജിന്റെയും അവസരങ്ങൾ പല പാട്ടിൽനിന്നും നഷ്ടപ്പെടുകയുണ്ടായി.

അവർ തിരികെ കെ പി എ സിയിൽ എത്തി, ദേവരാജന്റെ മദ്രാസിലെ ഈ നടപടിക്കെതിരെ പ്രതിഷേധങ്ങൾ അറിയിച്ച് സംസാരിച്ചു. അതിനുശേഷം അവസരങ്ങൾ നിഷേധിച്ച ഈ പ്രവണതയുടെ കാരണം എന്താണെന്ന് അന്വേഷിക്കണമെന്നും പറഞ്ഞ് ഒരു പരാതി എക്സിക്യൂട്ടീവ് കമ്മിറ്റിക്ക് കൊടുത്തു.

കെ പി എ സി അംഗങ്ങളുടെ അവസരം നിഷേധിച്ച ഈ പരിപാടി ഇനിയും തുടർന്നാൽ കെ പി എ സിയുടെ നിലനില്പിനുതന്നെ ഭീഷണിയാകുമെന്ന് അവർ അറിയിച്ചു. സമിതിയുടെ ഇത്രയും നാളത്തെ സംഘടിതശ്രമം കൊണ്ടാണ് കെ പി എ സി എന്ന സമിതിക്ക് ഇത്രമാത്രം ഉയർന്നുവികസിക്കാൻ സാധിച്ചത്.

പരാതിയെത്തുടർന്ന് കെ പി എ സിയുടെ എക്സിക്യൂട്ടിവ് കമ്മിറ്റി വിശദീകരണം തേടി ദേവരാജന് കത്തയച്ചു. എന്നാൽ മറുപടിയുണ്ടായില്ല. തുടർന്നുള്ള കെ പി എ സിയുടെ എല്ലാ പാട്ടുകളും കെ പി എ സിയുടെ ഗായകരെവെച്ചു പാടിക്കണം എന്നും ആവശ്യമുന്നയിച്ചു. എന്നാൽ ഈ ആവശ്യം ദേവരാജൻ ചെവിക്കൊണ്ടില്ല. അതിനുശേഷം കെ പി എ സിയുടെ പാട്ടുകൾ റെക്കോഡു ചെയ്യുന്നതിനു മുൻപ് കെ പി എ സിയുടെ അനുവാദം ചോദിക്കണമെന്ന നിബന്ധനയോടെ എച്ച് എം വി, കൊളംബിയ എന്നീ കമ്പനികളിലേക്ക് ടെലിഗ്രാം ചെയ്തു. 1961 ജൂലൈ 9 ന് എക്സിക്യൂട്ടീവ് സമിതി സുലോചനയുടെ പരാതിന്മേലുള്ള വസ്തുതകൾ അന്വേഷിക്കുകയും അതിൽ കമ്മിറ്റി തീരുമാനപ്രകാരം എച്ച് എം വി, കൊളംബിയ കമ്പനികളിലേക്ക് ടെലിഗ്രാം ചെയ്യുകയും ചെയ്തു.

എന്നാൽ ഈ ചോദ്യങ്ങൾക്കൊന്നും ഉത്തരം കൊടുക്കാതെ, സംഗീതസംവിധായകന്റെ സ്വാതന്ത്ര്യത്തെ ഹനിക്കുന്ന വിധത്തിലുള്ള ഒരു മനോഭാവത്തിനും ഉത്തരമില്ല എന്ന അർത്ഥത്തിൽ അതിനുകൂടി മൗനം അവലംബിക്കുകയാണ് ദേവരാജൻ ചെയ്തത്. അദ്ദേഹം ഒന്നുംതന്നെ വകവെക്കാതെ തന്റെ സംഗീതസപര്യക്ക് മാറ്റമൊന്നും വരുത്താതെ മുന്നോട്ടുകൊണ്ടുപോകുകയും ചെയ്തു.

എന്നാൽ ഈ സ്വരച്ചേർച്ചയില്ലായ്മ മുന്നോട്ടുപോകുന്തോറും ഒ എൻ വി കുറുപ്പിനെ അസ്വസ്ഥതപ്പെടുത്തി. അദ്ധ്യാപകനായി ജോലി കിട്ടിയതിനുശേഷം അദ്ദേഹമിപ്പോൾ ഇടയ്ക്കു മാത്രമേ കെ പി എ സിയിൽ വരുന്നുള്ളു. ദേവരാജനു കെ പി എ സിയുമായുണ്ടായ മാനസിക അകലം അദ്ദേഹത്തെ വേദനപ്പെടുത്തിയിരുന്നു. അദ്ദേഹം ദേവരാജനുവേണ്ടി സന്ധിസംഭാഷണം നടത്താൻ ഒരു ദിവസം കെ പി എ സിയിലേക്ക് പോകാം എന്നുറച്ചു. ദേവരാജനെ കെ പി എ സിയിൽ കൊണ്ടുവന്ന ആൾ എന്ന നിലയിലുള്ള ധാർമ്മിക ഉത്തരവാദിത്വംകൂടി തന്നിൽ നിക്ഷിപ്തമാണെന്ന് അദ്ദേഹം വിശ്വസിച്ചു.

ആദ്യ തവണതന്നെ കെ പി എ സി എന്ന നാലക്ഷരം അദ്ദേഹത്തിന്റെ മനസ്സിൽ ആഴത്തിലുള്ള ഒരു മുറിവുണ്ടാക്കിയതാണ്. സംഗീത സംവിധായകനായി പരിചയപ്പെടുത്താൻ വേണ്ടി രാജഗോപാലൻ നായരുടെ മുന്നിൽ എത്തിയപ്പോൾ 'ഈ കറുത്തുമെലിഞ്ഞ പയ്യനെയാണോ കൊണ്ടുവന്നിരിക്കുന്നത്' എന്ന മട്ടിൽ പറഞ്ഞ് അപഹാസ്യനാക്കിവിട്ടത്, ആ ചെറുപ്പക്കാരന്റെ മനസ്സിലുണ്ടാക്കിയ മുറിവ് എത്രയായിരുന്നുവെന്ന് ആത്മസുഹൃത്തായ ഒ എൻ വി കുറുപ്പിനറിയാം. ഇപ്പോൾ വർഷങ്ങൾക്കുശേഷം വീണ്ടും അതേ സാഹചര്യങ്ങൾ തന്നെ ആവർത്തിച്ചിരിക്കുന്നു. സ്ഥലത്തില്ലാത്തതുകൊണ്ട് എന്താണിങ്ങനെ സംഭവിക്കാനിടയായത് എന്നോർത്ത് വിഷമിക്കുകയും ചെയ്തു.

അങ്ങനെ ഒ എൻ വിയുടെ നിർബ്ബന്ധപ്രകാരം ദേവരാജൻ ഒരു സന്ധിസംഭാഷണത്തിന് കെ പി എ സിയിലേക്ക് പോയി. "ഒ എൻ വി അവരുടെ മുമ്പിൽ എനിക്കുവേണ്ടി താഴരുത്, അതെനിക്കിഷ്ടമില്ല. പറഞ്ഞുതീർക്കാവുന്ന പ്രശ്നമാണെങ്കിൽ പറഞ്ഞു തീർത്ത് മുന്നോട്ടു പോകാം. അതിനാണ് നമ്മൾ പോകുന്നത്." ദേവരാജൻ ഓർമ്മിപ്പിച്ചു.

എന്നാൽ കെ പി എ സിയിൽ എത്തിയ ഒ എൻ വി കുറുപ്പിനെയും ദേവരാജനെയും കണ്ടപ്പോൾ എല്ലാവരും നെറ്റിചുളിക്കുകയാണുണ്ടായത്. അനുരഞ്ജനശ്രമത്തിന് ആരുംതന്നെ മുന്നോട്ടു വന്നില്ല. എല്ലാവരും കുറ്റപ്പെടുത്തലുകളിൽ മാത്രമാണ് നിലനില്ക്കുന്നത്. എന്തുകൊണ്ട് പാട്ടുകൾ പാടിച്ചില്ല; എന്തുകൊണ്ട് മറുപടി തന്നില്ല എന്ന മട്ടിലുള്ളവയൊക്കെയായിരുന്നു അവരുടെ ചോദ്യങ്ങൾ. ഇത് ഒത്തുതീർപ്പിനായി വന്ന അവരെ വല്ലാതെ വിഷമിപ്പിച്ചു. തന്നെയുമല്ല ദേവരാജനും ഒ എൻ വിയും കാര്യങ്ങൾ സംസാരിക്കാൻ വരുന്നുണ്ടെന്ന കാര്യം മുൻകൂട്ടി സമിതിയെ അറിയിച്ചിരുന്നതാണ്. എന്നിട്ടും അന്ന് സമി

തിയുടെ ഉത്തരവാദപ്പെട്ടവർ ആരും അവിടെ ഉണ്ടായിരുന്നില്ല.

ഈ രംഗങ്ങൾ കണ്ട് ദേവരാജന് അസഹനീയമാംവിധം വീർപ്പുമുട്ടൽ അനുഭവപ്പെട്ടു. അവിടെയുള്ള പലരും അപ്പോൾ ഉദാസീനരായിരിക്കുന്നു. അവരുടെ പ്രശ്നങ്ങൾ പരിഹരിക്കാൻ അവർക്കപ്പോൾ മനസ്സില്ലാത്തതുപോലെയാണ് അവിടെ കാണപ്പെട്ടത്. അതുകൂടിയായപ്പോൾ ദേവരാജനവിടെനിന്ന് പടിയിറങ്ങുകയാണെന്നും ഇനിയൊരിക്കലും ഇവിടേക്കില്ല എന്നുറക്കെ അവരെ അറിയിക്കുകയും ചെയ്തു. ഇതുകേട്ടപ്പോൾ ഒ എൻ വിയും പറഞ്ഞത് അതേ വാക്കുകളാണ്. “ഞാനിവിടെ വന്നത് ദേവരാജനേയും കൂട്ടിയാണ്. ഒന്നിച്ചുതന്നെ ഞാനും പടിയിറങ്ങുന്നു.”

ജനാർദ്ദനക്കുറുപ്പ് രാഷ്ട്രീയ പ്രവർത്തനങ്ങൾ ഉപേക്ഷിച്ച് വക്കീൽപ്പണിയിൽ ശ്രദ്ധകേന്ദ്രീകരിച്ചു. ദേവരാജനും ഒ എൻ വിയും പോയതോടെ പിന്നീട് അധികസമയം അദ്ദേഹത്തിനും അവിടെ പിടിച്ചുനില്ക്കാൻ താല്പര്യമില്ലായിരുന്നു. അദ്ദേഹം പ്രസിഡന്റ് സ്ഥാനവും രാജിവെച്ച് പുറത്തേക്കിറങ്ങി. അപ്പോഴേക്കും പ്രസിഡന്റിന്റെ ഉത്തരവാദിത്വം മറ്റൊരാളില്ലാത്തതുകാരണം തോപ്പിൽ ഭാസിക്ക് വന്നുചേർന്നു. *മുടിയനായ പുത്രനും, പുതിയ ആകാശവും പുതിയ ഭൂമിയും* നേടിത്തന്ന കെ പി എ സിയുടെ പുതിയ സ്ഥാനലബ്ധിയിൽ തോപ്പിൽ ഭാസിയുടെ പേര് എല്ലായിടത്തും സവിശേഷ ശ്രദ്ധ ആകർഷിച്ചുവരുന്ന ഒരു കാലഘട്ടം കൂടിയായിരുന്നു അത്.

കെ പി എ സിയിൽ നിന്ന് മടങ്ങിയതിനു ശേഷം ഒരു നാടകട്രൂപ്പ് ഉണ്ടാക്കുന്നതിനായുള്ള ആവശ്യം ദേവരാജൻ അദ്ദേഹത്തിന്റെ സുഹൃത്തായ വൈക്കം ചന്ദ്രശേഖരൻ നായരെ അറിയിച്ചു. അപ്പോൾ വൈക്കം സ്വന്തമായൊരു സമിതിയെക്കുറിച്ചുള്ള ആലോചനയിലായിരുന്നു. ദേവരാജന്റെ ആഗ്രഹപ്രകാരം പുതിയ ഒരു നാടകം എഴുതുന്നതിനായുള്ള ശ്രമത്തിലായി പിന്നെ വൈക്കം. ഇരുവരുടെയും പ്രവർത്തനങ്ങൾക്ക് എല്ലാവിധ പിന്തുണയും ഒ എൻ വി അറിയിച്ചു. അങ്ങനെ പുതിയൊരു നാടക സമിതിയെന്ന ആശയം മാധവനുമായും ചർച്ച ചെയ്യുന്നു. അവരോടൊപ്പം ആർ വേലപ്പൻ നായരും കൂടി. സാമ്പത്തിക സഹായങ്ങൾ ചെയ്യുന്നതിന് കെ എസ് ശ്രീധരൻ സമ്മതം മൂളുകയും ചെയ്തു.

1961 ലെ ചിങ്ങമാസത്തിൽ തന്നെ പുതിയ നാടകമവതരിപ്പിച്ചുകൊണ്ട് സമിതിയുടെ ഉദ്ഘാടനം നടത്താമെന്ന് തീരുമാനിച്ചു. പ്രസിഡന്റ് ദേവരാജനും സെക്രട്ടറി ഒ മാധവനും ഖജാൻജി ആർ വേലപ്പൻ നായരുമായി ‘കാളിദാസകലാ കേന്ദ്രം’ എന്ന പേരിൽ ഒരു സമിതിയും രൂപീകരിച്ചു. വൈക്കം ചന്ദ്രശേഖരൻ നായർ, എം ജി എം ലോഡ്ജിൽ റൂമെടുത്ത്, നാടകം എഴുതാൻ തുടങ്ങി. ഒരു സർക്കാർ ആശുപത്രിയുടെ പശ്ചാത്തലത്തിലുള്ള കഥയാണത്.

സുലോചന – കെ പി എ സിയുടെ സാരഥ്യത്തിലേക്ക്

തോപ്പിൽ ഭാസിയുടെ രണ്ടു നാടകങ്ങളാണ് ആയിടയ്ക്ക് സിനിമകളായത്. *മുടിയനായ പുത്രനും പുതിയ ആകാശവും പുതിയ ഭൂമിയും.* ഈ കാലങ്ങളിൽ കെ പി എ സിയുടെ പ്രസിഡന്റെന്ന നിലയിൽ ഭാസി ഒരേസമയത്ത് നാടകത്തിന്റെ കാര്യവും സിനിമയുടെ കാര്യവും നടത്തിക്കൊണ്ടിരുന്നു.

പലരും കെ പി എ സി വിട്ട് പോയിരുന്നതിനാൽ സമിതിയിലെ ഏറ്റവും സീനിയർ ആയ അംഗം എന്ന പരിഗണന എപ്പോഴും തോപ്പിൽ ഭാസി സുലോചനയ്ക്ക് കൊടുത്തിരുന്നു. എല്ലാ കാര്യങ്ങളിലും സുലോചനയുടെ കൂടി അഭിപ്രായങ്ങൾ ആരായുക, സുലോചനയുടെ ആഗ്രഹങ്ങൾക്കു കൂടി പ്രാധാന്യം കൊടുക്കുക എന്നിവയ്ക്കൊക്കെ ഭാസി പ്രാധാന്യം കൊടുത്തിരുന്നു.

കാളിദാസകലാകേന്ദ്രം കൊല്ലം കേന്ദ്രീകരിച്ച് വിപുലമായ തോതിൽ നാടകരംഗത്തേക്ക് കടന്നിരിക്കുന്നു. കെ പി എ സിയിൽ നിന്നുപോയ ഒ എൻ വിയുടെയും ദേവരാജന്റെയും നഷ്ടങ്ങൾ ഏല്പിച്ച ആഘാതത്തെ അതിജീവിക്കണമെങ്കിൽ വളരെയേറെ കാര്യക്ഷമമായ പ്രവർത്തനവും സംഘാടനവും ആവശ്യമായിരിക്കുകയാണ്. അതിനാലാണ് കെ പി ഉമ്മറിനെ സുലോചനതന്നെ കണ്ടെത്തി അന്നു രാത്രി കെ പി എ സിയിലേക്ക് ട്രങ്ക് കാൾ ബുക്കുചെയ്ത് അതിനുള്ള ഏർപ്പാട് ചെയ്തത്. ഓരോ ആൾക്കാരും ഓരോ സ്ഥലങ്ങളിലേക്കായി പോകുന്നു. പുതിയ ആൾക്കാർ വരുന്നു. കെ പി എ സി എന്ന പ്രസ്ഥാനം പത്തു വർഷമെടുത്ത അതിന്റെ പ്രവർത്തനമികവിൽ കേരളത്തിന്റെ സാംസ്കാരികമണ്ഡലത്തിൽ നിർണ്ണായകമായ സ്വാധീനം നേടിക്കഴിഞ്ഞിരുന്നു.

ഭാസിക്ക് സിനിമയുമായി ബന്ധപ്പെട്ട് മദ്രാസിൽ പോകേണ്ട ആവശ്യങ്ങൾ ഇടയ്ക്കുണ്ടായി. ആ സമയത്ത് സമിതിയിലെ റിഹേഴ്സൽകാര്യങ്ങളിൽ ശ്രദ്ധിക്കാൻ സുലോചനയെയായിരുന്നു ഭാസി ഏല്പിച്ചത്. പുതിയ ആൾക്കാർക്ക് വേണ്ട മാർഗ്ഗനിർദ്ദേശങ്ങൾ കൊടുക്കാനും അവരെ പരിശീലിപ്പിക്കാനും സുലോചന മുന്നോട്ടു വന്നു. പക്ഷേ, തുടരെ രണ്ടു നാടകങ്ങൾ സിനിമയാക്കിയപ്പോൾ തോപ്പിൽ ഭാസി എന്തുകൊണ്ട് സുലോചനയെ വിളിച്ചില്ല എന്നൊരു പരിഭവം ഉള്ളിലുണ്ടാകുകയും ചെയ്തു.

പക്ഷേ, അതൊക്കെ മാഞ്ഞുപോയത് കെ പി എ സിയുടെ മുഖ്യചുമതലകൾ, ഉത്തരവാദിത്വങ്ങൾ എന്നിവ ചെയ്യുന്നതിന് സുലോചനയെ നിയോഗിച്ചപ്പോഴാണ്. കാമ്പിശ്ശേരിയും മാധവനും ജനാർദ്ദനക്കുറുപ്പും നിർവ്വഹിച്ച അദ്ധ്വാനഭാരം കെ പി എ സിക്കുവേണ്ടി നിർവ്വഹിക്കുന്നതിൽ സുലോചനയ്ക്ക് വളരെയേറെ സംതൃപ്തിയായിരുന്നു ഉണ്ടായിരുന്നത്.

വീടുമാറ്റം

ശാസ്തമംഗലത്തെ ജീവിതം സുലോചനയ്ക്ക് വളരെയേറെ ദുഷ്കരമായിരുന്നു. പി എസ് പിക്കാരുടെയും കമ്യൂണിസ്റ്റുവിരുദ്ധരുടെയും കേന്ദ്രമായിരുന്നു, ശാസ്തമംഗലത്തെ ആ സ്ഥലം.

കോൺഗ്രസുകാരുടെയും പി എസ് പിക്കാരുടെയും ശല്യം സഹിക്കവയ്യാതായി. രാത്രിയിൽ നാടകവും കഴിഞ്ഞുവരുന്ന തന്നെ അപായപ്പെടുത്തുമെന്ന് സുലോചന ഭയന്നു. ഇത്രകാലമായിട്ടും വാടകവീടല്ലാതെ സ്വന്തമായി ഒരു തുണ്ടു ഭൂമിയില്ല. വീണ്ടും ഉടമസ്ഥൻ ഇറക്കിവിടുന്നതിനുമുമ്പേ കുറച്ചു ഭൂമിയും ഒരു വീടും സ്വന്തമാക്കണം. അങ്ങനെ ആലോചിച്ച് കുറെ ദിവസങ്ങൾ മുന്നോട്ടു പോയി. തിരുവനന്തപുരത്തേക്ക് അച്ഛനും അമ്മയും കൊച്ചുകുഞ്ഞുങ്ങളുമടങ്ങുന്ന ഒരു കുടുംബത്തെ പറിച്ചുനട്ട വല്യച്ഛൻ. താങ്ങും തണലുമായിരുന്ന ആ സ്നേഹത്തെ ഓർത്തു. ആ കാരുണ്യവും കരുതലും ഇനി എവിടെനിന്ന് ലഭിക്കും. തിരുവനന്തപുരത്ത് ഒരു വീട് എന്ന സ്വപ്നം ആഗ്രഹിച്ചതാണ്. എന്നാൽ രാഷ്ട്രീയ വൈരാഗ്യങ്ങളുടെ പകപോക്കലുകൾക്ക് നടുവിൽ എങ്ങനെ മനസ്സമാധാനമായി മുന്നോട്ടു പോകും? അങ്ങനെ പതിനഞ്ചു വർഷത്തെ തിരുവനന്തപുരം ജീവിതത്തിന് അവിടെ തിരശ്ശീലവീണു. കായംകുളത്ത്, കെ പി എ സിയുടെ ആസ്ഥാനമന്ദിരത്തിനടുത്ത് പടിഞ്ഞാറേക്കുമാറി ഒരു സ്ഥലം കണ്ടെത്തി ഭൂമിവാങ്ങി അങ്ങോട്ട് താമസം മാറി. കലാനിലയം കൃഷ്ണൻനായർ മുതൽ എത്രയെത്ര കലാകാരന്മാർ, സുഹൃത്തുക്കൾ, അദ്ധ്യാപകർ, നാടകപ്രവർത്തകർ, പാട്ടുകാർ എന്നിവരെയൊക്കെയാണ് വിട്ടുപോരേണ്ടി വന്നിരിക്കുന്നത് എന്ന് ഓർത്ത് വേദനിക്കുകയും ചെയ്തു.

കമ്യൂണിസ്റ്റുകാരിയെന്ന പേര് സുലോചനയ്ക്ക് ഉണ്ടായതിൽ ഏറ്റവുമധികം ബുദ്ധിമുട്ടുകൾ നേരിടേണ്ടിവന്ന ഒരു കാലം കൂടിയായിരുന്നു അത്. പാർട്ടിയുടെ കൊടിവെച്ച കാറിൽ രാത്രിയും പകലും വന്നിറങ്ങുന്നതിൽ അയൽവാസികളും നാട്ടുകാരും അപഖ്യാതികൾ പറഞ്ഞുപരത്തുക, ആൾക്കാരുടെ കൂട്ടത്തിൽ നിന്ന് സുലോചനയെയും വീട്ടുകാരെയും ഒറ്റപ്പെടുത്തുക എന്നിങ്ങനെയുള്ള കാര്യങ്ങൾ ആദ്യകാലം മുതൽതന്നെ ഉണ്ടായിരുന്നു. എന്നാൽ കെ പി എ സിയുടെ ജൈത്രയാത്ര തുടങ്ങിയതോടെ ഈ വൈരാഗ്യം കൂടിവരികയായിരുന്നു. വിമോചന സമരവും അതിനെത്തുടർന്ന് പട്ടം താണുപിള്ളയുടെ ഭരണവും കൂടിയായപ്പോൾ പി എസ് പിക്കാരുടെ മേധാവിത്വമുള്ള പ്രദേശമെന്ന നിലയ്ക്ക് ഒരു പൊതു ശത്രുവായി സുലോചനയെക്കാണാനുള്ള പ്രവണതയും വർദ്ധിച്ചു. ഏതു സമയവും അവർ സുലോചനയ്ക്കു നേരെ ആക്രമണം അഴിച്ചുവിടും എന്നുള്ള നിലവരെയെത്തി. ഒന്നിനെയും കൂസാതെ ധീരയായി മുന്നോട്ടുപോകാൻ സുലോചനയ്ക്ക് കഴിയുന്നതിലാണ് പി എസ് പിക്കാർക്ക് കൂടുതലും അമർഷം ഉണ്ടായത്.

അങ്ങനെയിരിക്കെ സുലോചനയില്ലാത്തൊരു ദിവസം അക്രമികൾ വീട്ടിൽ കയറി, അക്രമം നടത്തി. രോഗിയായ അച്ഛനെയും അമ്മയേയും ഉപദ്രവിക്കുകയും വീട്ടുസാധനങ്ങൾ തകർക്കുകയും ചെയ്തു.

വർദ്ധിച്ചു വരുന്ന അക്രമസംഭവങ്ങളുടെ തുടർച്ചയിൽ ഇനിയും തിരുവനന്തപുരത്ത് പിടിച്ചു നില്ക്കുക എന്നത് അത്യന്തം അപായകരമാണെന്ന് പലരും പറഞ്ഞു. ഈ വിഷയത്തെ പാർട്ടിയുടെ ശ്രദ്ധയിൽ കൊണ്ടുവന്നിരുന്നു. പാർട്ടിയോട് തുടർന്നുള്ള കാര്യങ്ങളെപ്പറ്റി ആലോചിച്ചിരുന്നു. പി എസ് പിയുടെ ഭരണമായതിനാൽ അവർക്കെതിരെ ഒറ്റയ്ക്ക് പിടിച്ച് നില്ക്കുന്നത് വിഷമകരമായിരിക്കും. തന്നെയുമല്ല സുലോചന നാടകത്തിന്റെ ആവശ്യങ്ങൾക്കും അഭിനയത്തിനായും പോകുന്നതിനാൽ വീട്ടിൽ എപ്പോഴും കാണുകയുമില്ല. രോഗിയായ അച്ഛന്റെയും അമ്മയുടെയും സാഹചര്യംകൂടി കണക്കിലെടുത്ത് മുൻപുണ്ടായ അക്രമസംഭവങ്ങൾ ഇനിയുമുണ്ടാകാനുള്ള സാദ്ധ്യതയുമുണ്ട് എന്നതു മുന്നിൽ കണ്ട് തിരുവനന്തപുരത്തുനിന്ന് താമസം മാറുന്നതിനായി ഏർപ്പാടുകൾ ചെയ്തു. ആദ്യം തിരുവനന്തപുരത്തുതന്നെയാണ് അന്വേഷിച്ചത്. ഇത്രയും കാലത്തെ അദ്ധ്വാനത്തിന്റെ ഫലമായി ഉണ്ടായ സമ്പാദ്യത്തിൽനിന്ന് സ്വന്തമായി ഒരുതുണ്ടു ഭൂമിയും വീടും ഉണ്ടാകണമെന്ന ആഗ്രഹം അപ്പോഴാണ് ശക്തമായി രൂപപ്പെട്ടത്.

ഒടുക്കം ഇനിയൊരു വീടുമാറ്റം ഉണ്ടെങ്കിൽ മറ്റെങ്ങോട്ടുമല്ല സ്വന്തം നാട്ടിലേക്കു തന്നെയാകണമെന്നൊരു തോന്നൽ അറിയാതെ രൂപപ്പെട്ടു. അച്ഛനും അമ്മയും ബന്ധുജനങ്ങളും ഉള്ള ഒരു സ്ഥലം ഓണാട്ടുകരയാണ്. തന്നെയുമല്ല, കെ പി എ സിയുടെ ഓഫീസ് ഇപ്പോൾ പ്രവർത്തിക്കുന്നത് കായംകുളത്തുമാണ്. അങ്ങനെവരുമ്പോൾ നാടകത്തിനു പോകുന്നതിൽ മറ്റു ബുദ്ധിമുട്ടുകളൊന്നുമുണ്ടാകില്ല. യാത്ര ഇനത്തിൽ ഇപ്പോൾ ഉണ്ടാകുന്ന സമയനഷ്ടവും സാമ്പത്തികനഷ്ടവും ഒഴിവാക്കാൻ സാധിക്കും.

എന്നാൽ വേറൊരുവശത്ത് തിരുവനന്തപുരത്ത് നിന്ന് പോരുന്നതിലുള്ള വിഷമവുമുണ്ട്. സുലോചനയെ കെ പി എ സി സുലോചനയായി, അറിയപ്പെടുന്ന ഗായികയും നടിയുമാക്കിയതിൽ നിർണ്ണായകസ്ഥാനമുള്ളത് തിരുവനന്തപുരത്തിനാണ്. ഉച്ചി മഹാളിയമ്മൻ കോവിലും വാറുവിളാകത്തു വീടും കലയുടെയും സംഗീതത്തിന്റെയും നൃത്തത്തിന്റെയും ലോകത്തേക്ക് പിച്ചവെച്ച് നടന്നുപോയ വഴികളും അങ്ങനെയെന്തെല്ലാം ജീവിത സന്ദർഭങ്ങളാണ് ഈ സ്ഥലവുമായി ബന്ധപ്പെട്ടുകിടക്കുന്നത്. എന്നാൽ സാഹചര്യത്തിന്റെ സമ്മർദ്ദം കാരണം ഈ നല്ല ഭൂമിയെ ഉപേക്ഷിക്കേണ്ടി വരികയാണിപ്പോൾ.

അങ്ങനെ കെ പി എ സിയുടെ ആസ്ഥാനത്തിനടുത്ത് ഒരേക്കറോളം വരുന്ന ഭൂമിയും പഴയൊരു വീടുമായി നില്ക്കുന്ന സ്ഥലം കണ്ടെത്തി. കായംകുളത്തെ പട്ടാണിപ്പറമ്പിൽ സഹോദരന്മാരുടെ സഹായത്തോടെയാണ് അവിടെ വീടുവാങ്ങാൻ സാധിച്ചത്. അവരുടെതന്നെ നേതൃത്വ

ത്തിൽ പഴയ വീടിന്റെ സ്ഥാനത്ത് അറ്റകുറ്റപ്പണികളൊക്കെ തീർത്ത് പുതിയൊരു വീട് വളരെ പെട്ടെന്നുതന്നെ കെട്ടി ഉയർത്തി. അതിന് മണി ഭവൻ എന്നു പേരും ഇട്ടിരുന്നു. ഈ സമയത്തിനിടയ്ക്ക് കായം കുളത്തേക്ക് ചേക്കേറുന്നതിന് ഏറ്റവുമധികം പിന്തുണയുമായി വന്നത് തോപ്പിൽ ഭാസിതന്നെയായിരുന്നു. തോപ്പിൽ ഭാസിയുടെ വീട്ടുകാരുമൊക്കെയായി പരിചയം നേരത്തെതന്നെയുണ്ടായിരുന്നു. സ്ഥലത്തെക്കുറിച്ചുള്ള അന്വേഷണത്തിനും മറ്റും ചുമതല ഏല്പിച്ചത് തോപ്പിൽ ഭാസിയുടെ അച്ഛനെയായിരുന്നു.

ആയിടയ്ക്കാണ് കെ എസ് ജോർജ്ജും കുടുംബവും ആലപ്പുഴ വിട്ട് കായംകുളത്ത് സുലോചനയുടെ വീടിനടുത്ത് തമസമാക്കിയത്. തുടർന്ന് കെ പി എ സി താൽക്കാലിക കെട്ടിടം മാറി സ്വന്തമായി സ്ഥലമെടുത്ത് ഒരു കെട്ടിടം പണികഴിപ്പിച്ച് പുതിയ സ്ഥലത്തേക്ക് മാറുകയും ചെയ്തു.

കെ പി എ സിയുടെ ഓഫീസ് കെട്ടിടം ഔദ്യോഗികമായി ആരംഭിക്കാനായത് പത്തു വർഷം നീണ്ട സമിതിയുടെ ചരിത്രത്തിൽ ഒരു പുതിയ അദ്ധ്യായമായി മാറി. ആ സമയത്താണ് കാമ്പിശ്ശേരി കരുണാകരൻ വീണ്ടും കെ പി എ സിയിൽ എത്തുന്നത്. അസുഖബാധിതനായിരുന്ന കാമ്പിശ്ശേരി ശ്വാസകോശ സംബന്ധമായിരുന്ന രോഗം വഷളായതിനെത്തുടർന്ന് ശസ്ത്രക്രിയ നടത്തുകയും രോഗം ഭേദമാകുകയും, ചെയ്തിരുന്നു. കാമ്പിശ്ശേരിയുടെ തിരിച്ചുവരവ് ആരുംതന്നെ പ്രതീക്ഷിച്ചിരുന്നതല്ല. അദ്ദേഹം വന്നത് പുത്തനൊരുണർവ്വായി മാറി.

ഇരുചേരിയെങ്കിലും ഒരേ നിറം

കാളിദാസകലാകേന്ദ്രവും കെ പി എ സിയും തമ്മിൽ ആരോഗ്യകരമല്ലാത്ത ഒരു മത്സരമനോഭാവം രൂപപ്പെടുത്തിയെടുക്കാൻ രണ്ടിന്റെയും ഇടയിൽ പ്രവർത്തിച്ചിരുന്നവർ ശ്രമിച്ചിട്ടുണ്ട്. മാധവന്റെയും വിജയകുമാരിയുടെയും സാമ്പത്തികപ്രയാസങ്ങൾ, അതിനിടയിൽ കൈക്കുഞ്ഞുങ്ങളുമായി ജീവിച്ചു തുടങ്ങുന്ന ഒരു സാഹചര്യത്തിൽ അവരെ പെരുവഴിയിലിറക്കി വിട്ടു എന്നൊക്കെ പലരും ആരോപണങ്ങൾ ഉന്നയിക്കാനും മുതിരാതിരുന്നില്ല. അവരിൽ പ്രമുഖൻ *കൗമുദി* പത്രാധിപരായ കെ ബാലകൃഷ്ണനാണ്. അതിൽ ഏറ്റവും ശ്രദ്ധേയമായത് അക്കാലത്ത് കെ പി എ സിയെയും കാളിദാസകലാകേന്ദ്രത്തെയും താരതമ്യം ചെയ്തൊരു നിരീക്ഷണം പത്രദ്വാരാ അദ്ദേഹം പ്രസിദ്ധീകരിക്കുകയുണ്ടായി. കാളിദാസകലാകേന്ദ്രത്തിന്റെ *ഡോക്ടർ* എന്ന വൈക്കം ചന്ദ്രശേഖരന്റെ നാടകവും കെ പി എ സിയുടെ *പുതിയ ആകാശം പുതിയ ഭൂമി* എന്ന തോപ്പിൽ ഭാസിയുടെ നാടകവും തമ്മിലായിരുന്നു താരതമ്യം നടത്തിയിരുന്നത്.

കെ ബാലകൃഷ്ണന്റെ അഭിപ്രായത്തിൽ *പുതിയ ആകാശം പുതിയ ഭൂമി* എന്നതിനേക്കാൾ കൂടുതൽ മികച്ച രചനയും അവതരണവും കാഴ്ചവെച്ചത് *ഡോക്ടർ* ആയിരുന്നു എന്നാണ്. ഒന്നിൽ ഡോക്ടർ,

മറ്റേതിൽ എഞ്ചിനീയർ. രണ്ടുപേരും പരിഹരിക്കുന്നത് ഒരേ വിഷയങ്ങൾ തന്നെ. തന്നെയുമല്ല വ്യക്തിപരമായി മാധവനോടുണ്ടായിരുന്ന പ്രതിപത്തിയെ ബോദ്ധ്യപ്പെടുത്തി കൂടുതൽ ജനകീയശ്രദ്ധ കാളിദാസ കലാകേന്ദ്രത്തിന് കൊടുക്കാനുള്ള ഒരു ശ്രമവും ഇതിനുപിന്നിൽ ഉണ്ടായിരുന്നു.

ഈ ലേഖനത്തിൽ വന്ന വിമർശനവശങ്ങൾ വളരെ ശ്രദ്ധാപൂർവ്വം തോപ്പിൽ ഭാസി വായിച്ചു നോക്കുകയുണ്ടായി. അദ്ദേഹത്തോടുള്ള പ്രത്യക്ഷത്തിലുണ്ടായ ബാലകൃഷ്ണന്റെ എതിർപ്പുകൾ, ഒരു കമ്യൂണിസ്റ്റുകാരനോട് അക്കാലത്ത് തോന്നിയിരുന്ന വലതുപക്ഷസാഹിത്യകാരന്മാർക്കുള്ള ധാർഷ്ട്യം ഇവയൊക്കെ വളർന്നു വികസിച്ചു പകമായതാണ് ആ ലേഖനത്തിന്റെ ഫലപ്രാപ്തി എന്നത് ഭാസിക്ക് ഒറ്റവായനയിൽനിന്നു തന്നെ മനസ്സിലായി. എന്നാൽ വിമർശന വിധേയമായ വസ്തുതകളിലേക്ക് മൂന്നാമതൊരാളായി കടന്നുചെല്ലുകയും ചിന്തിക്കുകയും ചെയ്തു. അതിൽ ഡോക്ടറും എഞ്ചിനീയറും തമ്മിൽ നടത്തിയ പ്രത്യക്ഷതാരതമ്യത്തിൽനിന്ന് വിമർശകൻ കാണാത്ത മറ്റൊരു തലത്തിലേക്ക് സഞ്ചരിക്കുകയായിരുന്നു ഭാസി ചെയ്തത്.

എന്താണെങ്കിലും ഡോക്ടർ എന്ന പദം ഒരു നിമിത്തമായി തോപ്പിൽ ഭാസിയുടെ കൂടെ സഞ്ചരിക്കുകയും അടുത്ത ആലോചനകൾക്ക് അത് തിരികൊളുത്തുകയും ചെയ്തു.

ഡോക്ടർ എന്ന പദവുമായി ബന്ധപ്പെട്ട്, 1957 മുതൽ നിരവധി ജീവിതസാഹചര്യത്തിലൂടെ കടന്നുപോയ അനുഭവങ്ങളെയെല്ലാം തോപ്പിൽ ഭാസി ആ മുഹൂർത്തത്തിൽ ഓർത്തു. കുഷ്ഠരോഗാശുപത്രിയുമായി ബന്ധപ്പെട്ട കാര്യങ്ങൾ, കുഷ്ഠരോഗികൾ അനുഭവിക്കുന്ന ജീവിതപ്രശ്നങ്ങൾ അവർ സമൂഹത്തിൽനിന്നും അനുഭവിക്കുന്ന അവഗണനകൾ, അവരുടെ മാനസികപ്രശ്നങ്ങൾ എന്നിവയൊക്കെ എം എൽ എ എന്ന നിലയിൽ നിയമസഭയിൽ ചൂണ്ടിക്കാട്ടിയതും ഓർത്തു. കുഷ്ഠരോഗം ബാധിച്ച ആൾക്കാർ പൊതുനിരത്തിൽ കണ്ടാൽ തടവുശിക്ഷ വിധിക്കാനും സമൂഹത്തിൽ നിന്നൊറ്റപ്പെടുത്താനും നിർദ്ദേശിക്കുന്ന ബില്ലാണ് ലെപ്രസി ബിൽ. ആരോഗ്യമന്ത്രി അവതരിപ്പിച്ച ലെപ്രസി ബില്ലിനെതിരെ അതേ മന്ത്രിസഭയിലെ ഒരു എം എൽ എ കൂടിയായ തോപ്പിൽ ഭാസി വിമർശനശരങ്ങൾ ഉന്നയിച്ചിരുന്നു.

എഴുത്തുകാരനെത്തിരഞ്ഞ്, ഒരു കഥ

ഒരു ദിവസം നിയമസഭകൂടിക്കൊണ്ടിരിക്കുന്ന സമയത്ത് തോപ്പിൽ ഭാസിയെ കാണാൻ ഒരാൾ വന്നിട്ടുണ്ടെന്ന് ഒരറിയിപ്പുകിട്ടുന്നു. ഭാസി ഇടവേളയായപ്പോൾ അദ്ദേഹത്തെ കാണാനായി ചെന്നു. നോക്കിയപ്പോൾ ഡോക്ടർ ഉണ്ണിത്താൻ. തന്റെ ചിരകാലസുഹൃത്തും നാട്ടുകാരനും.

“എന്താണ് പ്രശ്നം?”

ഭാസി ചിരിയോടെ ചോദിച്ചു.

ഡോക്ടർ അപ്പോൾ ഉത്തരം പറയാതെ മൗനം അവലംബിച്ചു.

എന്നിട്ട് ചോദിച്ചു.

"രോഗം ഒരു കുറ്റമാണോ?"

ഭാസിക്ക് ഒന്നും മനസ്സിലായില്ല.

"എന്താ, എന്താണുകാര്യം ഒന്ന് തെളിച്ചു പറ."

ഉണ്ണിത്താൻ ഭാസിയുടെ കണ്ണുകളിലേക്ക് സൂക്ഷിച്ചു നോക്കി. എന്നിട്ട് ഒരു ഡോക്ടറുടെ അതേ ധാർമ്മിക പ്രതിബദ്ധതയോടെ തിരിച്ച് ഭാസിയോട് പറഞ്ഞു.

"ഒരു രോഗം വന്നുപോയെന്ന ഒറ്റക്കാരണം കൊണ്ട് ഒരു വ്യക്തിയെ കോടതിക്ക് ആറുമാസം തടവിന് ശിക്ഷിക്കാമെങ്കിൽ രോഗം ക്രിമിനൽ കുറ്റമായിരിക്കുമല്ലോ?"

ഭാസി വീണ്ടും വ്യക്തതവരാൻ വേണ്ടി ഡോക്ടറുടെ കണ്ണുകളിൽ പരതി.

ഡോക്ടർ ഉണ്ണിത്താൻ വിശദീകരിച്ചു. "നിങ്ങളുടെ കമ്യൂണിസ്റ്റ് ഗവൺമെന്റ് ലെപ്രസി ബിൽ കൊണ്ടുവരാൻ ഉദ്ദേശിക്കുന്നു. കുഷ്ഠ രോഗബാധിതനായ ഒരാളെ പൊതുനിരത്തിൽ എവിടെ വെച്ചുകണ്ടാലും അയാളെ അറസ്റ്റ് ചെയ്ത് ശിക്ഷിക്കാം. ആറുമാസം തടവിന് ശിക്ഷിക്കാമെന്ന് ആ നിയമം വ്യവസ്ഥ ചെയ്യുന്നു."

1961 ആയപ്പോഴേക്കും തോപ്പിൽ ഭാസിയുടെ മനസ്സിൽ ബൽരാജ് സാഹ്നിയുടെ വാക്കുകൾ ഇളകി മറിയാൻ തുടങ്ങി. *പുതിയ ആകാശം പുതിയ ഭൂമി* ഉത്തരേന്ത്യൻ പര്യടനത്തിൽ നിന്നുള്ള അനുഭവങ്ങളിൽ നിന്ന് രൂപപ്പെട്ടതാണ്. വേറിട്ട വഴികളിലൂടെയുള്ള സഞ്ചാരത്തിന് അദ്ദേഹത്തെയും തൂലികയെയും എന്നും പ്രചോദിപ്പിച്ച ഒരു പ്രധാനഘടകം ബൽരാജ് സാഹ്നിയുമായുണ്ടായ അടുപ്പം തന്നെ. അങ്ങനെയിരിക്കുമ്പോഴാണ് ഇതുവരെ ആവിഷ്കരിക്കാത്ത ഒരു പ്രമേയം കടന്നു വരുന്നത്, രോഗവും കലാവിഷ്കാരവും തമ്മിലുള്ള ബന്ധം.

ലോകപ്രശസ്ത ചിത്രകാരനായ എഡ്വേഡ് മങ്കിന്റെ *സ്പാനിഷ് ഫ്ളൂവിനു* ശേഷമുള്ള *സെൽഫ് പോർട്രേറ്റ്* എന്ന രചന (1919), ഫ്രിദ കാലോവിന്റെ രോഗാവസ്ഥയുമായി ബന്ധപ്പെട്ട നിരവധി രചനകൾ. 'എന്റെ തൊലിയേക്കാളും നിന്നെ ഞാൻ സ്നേഹിക്കുന്നു' എന്നു പറഞ്ഞത് ഫ്രിദ കാലോ എന്ന വിഖ്യാത ചിത്രകാരിയാണ്. അവർ 1954 ൽ മരിക്കുന്നതിനും മുമ്പ് ഇങ്ങനെ പറഞ്ഞത് എവിടെയോ വായിച്ചു കേട്ടതാണ്. രോഗത്തിന്റെ മാരകമായ അവസ്ഥകളെ ഇത്ര ആഴത്തിൽ അടയാളപ്പെടുത്തി ചിത്രീകരിച്ച മറ്റൊരു ചിത്രകാരി ഉണ്ടെന്നു തോന്നുന്നില്ല.

ഇന്ത്യയിൽ ചിത്രശില്പകലകളിൽ ബിനോദ് ബിഹാരി മുഖർജിയുടെ *സംഭാഷണം* എന്നു പേരിട്ട ചിത്ര സീരീസ് വരുന്നു. ഇന്ത്യയിൽ പലയിടങ്ങളിൽ നിന്നായി മികച്ച കലാവിഷ്കാരങ്ങൾ ഉണ്ടാകുന്ന കാലമാണത്. സത്യജിത്ത് റായിയുടെ ചലച്ചിത്രങ്ങൾ കടന്നു വരുന്നു.

ഏകാന്തതകൾ മനുഷ്യനെ മറ്റൊരു മനുഷ്യനാക്കുന്നു. തോപ്പിൽ ഭാസിയെന്ന മനുഷ്യനെ ഇത്രമാത്രം സൂക്ഷ്മതലസ്പർശിയായ ഒരു എഴുത്തുകാരനും നാടകകൃത്തുമാക്കുന്നതിൽ സഹായിച്ചത് ഒളിവിൽ കഴിഞ്ഞ കാലമാണ്. കൊല്ലം ജില്ലയിൽ ചവറ തെക്കുംഭാഗം പ്രദേശത്തുള്ള ഒരു കമ്യൂണിസ്റ്റായ പി കാർത്തികേയൻ ഭാസിയുടെ സുഹൃത്തുക്കളിൽ ഒരാളാണ്. ഒളിവിൽ കഴിയുന്ന കാലത്തെ പരിചയമാണത്. കാർത്തികേയൻ ആ കാലത്ത് കുഷ്ഠരോഗം ബാധിച്ച് ഒളിവു ജീവിതം നയിക്കുകയായിരുന്നു. രണ്ടുപേരും ഒരേ കടലിൽനിന്നു വെള്ളം കുടിക്കുന്നു. ഒരേ കടലിൽ കുളിക്കുന്നു. ഒരേ കടൽപ്പുറത്തുകൂടി ഉലാത്തുന്നു. അതിന്റെ തീരങ്ങളിൽ കിടന്നുറങ്ങുന്നു. ഏകാന്തത എന്ന ആ കടലിലെ അനന്തമായ അലഞൊറികളാണ് ഇരുവരെയും തമ്മിൽ അടുപ്പിച്ചത്. പിന്നീടൊരിക്കൽ കാർത്തികേയൻ പറഞ്ഞത്, 'ഭാസി വന്നില്ലായിരുന്നെങ്കിൽ ഞാനന്ന് ആത്മഹത്യചെയ്തേനേ' എന്നാണ്. രോഗത്തിന്റെ അതിതീവ്രമായ അവസ്ഥയിൽ, ഉറ്റവരും ഉടയവരും പിന്തള്ളിയ ഒരു സാഹചര്യത്തിൽ, സമൂഹത്തിനും തനിക്കു തന്നെയും താൻ ഒരു ഭാരമാവുമ്പോൾ ആത്മഹത്യയല്ലാതെ പിന്നെന്താണ് മാർഗ്ഗം? അങ്ങനെ ഭാസിയാണ് കൂടുതൽ പ്രതീക്ഷകൾ തന്ന് നൂറനാട് കുഷ്ഠരോഗാശുപത്രിയിൽ എത്തിക്കുന്നത്. അവിടെ നിന്ന് രോഗം ഭേദമായി.

നൂറനാട് സന്ദർശനം

തോപ്പിൽ ഭാസിയുടെ നാടിനോട് ചേർന്നു കിടക്കുന്ന ഒരു സ്ഥലമാണ് നൂറനാട്. ഒരിക്കൽ അവിടെ പോയി കാർത്തികേയനെ കണ്ടു. അവിടത്തെ സന്ദർശനത്തിൽ കരളലിയിക്കുന്ന കാഴ്ചകളാണ് അദ്ദേഹത്തിന് കാണാൻ കഴിഞ്ഞത്. ഇതുവരെക്കണ്ടതിൽ വെച്ച് ഏറ്റവും നിഷ്ഠുരമായ കാഴ്ചകൾക്ക് സാക്ഷിയാകേണ്ടി വന്നു.

തോപ്പിൽ ഭാസി ആദ്യമായിട്ടാണ് ലെപ്രസി സാനിട്ടോറിയത്തിൽ പ്രവേശിക്കുന്നത്.

ആയിരത്തി അഞ്ഞൂറോളം കുഷ്ഠരോഗികളായിരുന്നു അന്ന് അവിടെ കഴിഞ്ഞിരുന്നത്. സ്ത്രീകളും പുരുഷന്മാരും വൃദ്ധരും ചെറുപ്പക്കാരും കുട്ടികളും അടങ്ങുന്ന മനുഷ്യരാശിയുടെ വലിയൊരു പരിച്ഛേദം അവിടെയുണ്ടായിരുന്നു. പലരുടെയും മുഖത്തേക്ക് ഒരു പ്രാവശ്യമേ നോക്കാൻ പറ്റൂ, അതിനുമുമ്പേ കണ്ണെടുത്തുപോകും. അതിനു നടുക്ക് ഒരു സെല്ലിൽ ഒറ്റയ്ക്കു കഴിയുകയാണ് തോപ്പിൽ ഭാസിയുടെ സ്നേഹിതൻ കാർത്തികേയൻ.

"ഒരു നോക്കു കാണാൻ വന്നതാണ്." ഭാസി പറഞ്ഞു.

കാർത്തികേയന്റെ കണ്ണിലെ ഇത്തിരിപ്പോന്ന വെട്ടത്തിലേക്ക് നോക്കി ഒരു ബീഡികത്തിച്ചു.

ഒന്നിച്ചിരുന്ന് പരസ്പരം പങ്കുവെച്ച കഥകൾ, അവയുടെ സൗരഭ്യം മറ്റൊരു ലോകത്ത് പരക്കുന്നതായി തോന്നി.

പിന്നീട് ഡോ. ഉണ്ണിത്താനോട് തോന്നിയ സൗഹൃദം ഭാസിയെ അവിടത്തെ ഒരു പതിവു സന്ദർശകനാക്കി മാറ്റി.

പലപ്പോഴും ഡോക്ടറുടെ പ്രവർത്തനങ്ങൾ കണ്ട് ഭാസി അത്ഭുതപ്പെട്ടുനിന്നിട്ടുണ്ട്. സ്വന്തം മക്കളോടെന്നപോലെ രോഗികളെ പരിചരിക്കുന്ന ഒരു ഭിഷഗ്വരൻ. അതും സാരമായ അസുഖത്തെ, തനിക്കുകൂടി പകർന്നേക്കാൻ സാദ്ധ്യതയുള്ള ആ അസുഖത്തെക്കുറിച്ചൊന്നും ഭയാശങ്കകളില്ലാതെ സൗമ്യമായി, സൗഹാർദ്ദമായി ആ ഡോക്ടർ നല്കുന്ന ആന്തരീകമായ ഊർജ്ജം വലുതാണെന്നുതന്നെ ഭാസി തിരിച്ചറിയുന്നു. ഇടയ്ക്ക് അവിടെനിന്ന് കാപ്പികുടിക്കാൻ തുടങ്ങി. ആദ്യസമയത്തൊക്കെ അവിടെ പോയിവരുമ്പോൾ ചൂടുവെള്ളത്തിൽ കുളിക്കുകയും തന്റെ ഉടുപ്പുകൾ ചൂടുവെള്ളത്തിലിട്ട് അണുവിമുക്തമാക്കുകയും പിന്നീട് അലക്കി വിരിച്ചിടുകയും ചെയ്യുമായിരുന്നു. അതിനു ശേഷമേ വീട്ടിൽ കാലെടുത്തു വെയ്ക്കുകയുള്ളൂ. ഈ രോഗം അതിഭയാനകമായി പടർന്നുപിടിക്കുന്നതിനെക്കുറിച്ചുള്ള കഥകൾ തോപ്പിൽ ഭാസി അതിനു മുൻപും കേട്ടിട്ടുണ്ട്. എന്നാൽ നേരിൽ വന്നു കാണുന്നതുവരെ അതൊക്കെയും വെറും കഥകൾ മാത്രമായി തോന്നി.

ലെപ്രസി സാനിറ്റോറിയത്തിനു പിന്നിൽ ഏക്കറുകണക്കിന് സ്ഥലമുണ്ട്. അവിടെ നിരവധി ആളുകൾ പ്രത്യേക ശമ്പളമൊന്നുമില്ലാതെ മൗനമായി ജോലികൾ ചെയ്തുപോന്നു.

അവിടത്തെ സൂപ്രണ്ടായിരുന്ന ഡോക്ടർ ഉണ്ണിത്താൻ തോപ്പിൽ ഭാസിക്ക് ഒരു പെൺകുട്ടിയെ പരിചയപ്പെടുത്തി. അവൾക്ക് ഇപ്പോൾ രോഗമില്ല. രോഗമില്ലാഞ്ഞിട്ടും രോഗത്തെ ധ്യാനിക്കുന്ന ഒരുവളായി അവളെക്കണ്ടപ്പോൾ അദ്ദേഹത്തിന് തോന്നി.

“അവൾക്ക് രോഗം മാറിയെങ്കിലും വീട്ടുകാർ അവളെ തിരികെ കൊണ്ടുപോകാൻ താല്പര്യപ്പെടുന്നില്ല.”

ഡോക്ടർ ഉണ്ണിത്താൻ പറഞ്ഞു.

ഒരു മിന്നൽപ്പിണർ ആ ഇടനാഴികളിലൂടെ പാഞ്ഞുപോയപോലെ തോന്നി തോപ്പിൽ ഭാസിക്ക്.

“എന്ത്?”

“അതെ,”

ആ ഇടനാഴികളിലൂടെ വീണ്ടും നടന്നു. മുന്നോട്ടു തന്നെ.

വല്ലാതെ അസ്വസ്ഥതപ്പെട്ട് എഴുതിക്കൊണ്ടിരിക്കുന്ന വരികൾക്കിടയിലൂടെ, ആരുടെയൊക്കെയോ സംഭാഷണങ്ങൾക്കിടയിലൂടെ, തകർന്നുപോയ പ്രതീക്ഷകൾക്കിടയിലൂടെ, വേദനകൾക്കിടയിലൂടെ, ആത്മസംഘർഷങ്ങൾക്കിടയിലൂടെയുള്ള സഞ്ചാരമായിരുന്നു പിന്നീട് പുതിയ നാടകമായി പരിണമിച്ചത്.

അഴലിൻ പഞ്ചാഗ്നി നടുവിൽ

വേദനയ്ക്കിടയിൽ, അഗാധമായ ആഴങ്ങളിലൂടെ, കഥാപാത്രത്തിനൊപ്പം സഞ്ചരിക്കാൻ കഴിയുന്ന നായികയായി സുലോചനയെ വീണ്ടും

തോപ്പിൽ ഭാസി കണ്ടുകൊണ്ടിരുന്നു. ഒരു കഥാപാത്രത്തിലേക്കെത്തിച്ചേരുന്ന നിമിഷത്തിന്റെ പരിസമാപ്തിയിൽ തന്നെ സർഗ്ഗാവിഷ്കാരത്തിന്റെ സൂക്ഷ്മകണങ്ങൾ പൊടിഞ്ഞുകിടക്കുന്നതായി തോപ്പിൽ ഭാസിക്ക് തോന്നി. ആ കഥാപാത്രത്തിന്റെ ആത്മസംഘർഷങ്ങളെ ഏറ്റെടുക്കാൻ പറ്റുന്ന ഒരു പാഠം (Text) എന്ന നിലയിൽ ഇവിടെ ശരീരത്തെ കാണാവുന്നതാണ്. 'അഴലിൻ പഞ്ചാഗ്നി നടുവിൽ' എന്നൊരു വാചകം ഭാസി സുലോചനയുടെ ജീവിതകഥയുടെ താളിൽ അപ്പോൾ എഴുതിച്ചേർത്തു.

നൂറനാട് കുഷ്ഠരോഗാശുപത്രി അന്ന് പ്രശസ്തമായിരുന്നു. സമൂഹത്തെ കാർന്നുതിന്നാൻ തുടങ്ങിയ കുഷ്ഠരോഗം എന്നതൊരു യാഥാർത്ഥ്യമായിരുന്നു. വസൂരിപോലെയുള്ള ഭീകരമായ രോഗത്തിന്റെ സംഹാരതാണ്ഡവത്തിനു ശേഷമുണ്ടായ ഇടവേളയിലാണ് കുഷ്ഠരോഗം പടർന്നു പിടിക്കുന്നത്. അന്ന് രോഗം വന്നവരെ മാറ്റിപ്പാർപ്പിക്കുകയാണ് ഏകപോംവഴി. ചികിത്സ വളരെയധികം ദുർല്ലഭമാണ്. ഈ അവസ്ഥതന്നെയായിരുന്നു വസൂരിക്കുമുണ്ടായിരുന്നത്. അക്കാലം വസൂരിയുടെയും കുഷ്ഠരോഗത്തിന്റെയും ദുരന്തകഥകളുടെ ഒരു താഴ്വരകൂടിയായിരുന്നു ഈ പ്രദേശങ്ങൾ. അന്ധവിശ്വാസങ്ങളും അനാചാരങ്ങളുമായി മാറിയ പരമ്പരാഗതശാസ്ത്രങ്ങൾ. മുറിവൈദ്യന്മാരും അല്പജ്ഞാനികളും ചേർന്ന് നിലവിലുണ്ടായിരുന്ന ഒരു സാംസ്കാരികപൈതൃകത്തെ തെറ്റായി രൂപപ്പെടുത്തിയെടുത്തുകൊണ്ടിരിക്കുന്ന കാഴ്ചകളാണ് എമ്പാടും നടന്നിരുന്നത്. വിശ്വാസങ്ങൾക്ക് ശാസ്ത്രീയമായ യാതൊരു അടിത്തറയും ഇല്ലാതായി. മനുഷ്യത്വം ഇല്ലാതായി. മാനവികമൂല്യങ്ങൾ നൂറ്റാണ്ടുകളായി ഹനിക്കപ്പെട്ടുകൊണ്ടിരിക്കുന്നതിന്റെ കഥകൾ എമ്പാടും നിറഞ്ഞിരിക്കുന്ന ഒരു ചരിത്രഭൂമിക തന്നെയാണിത് എന്ന് തോപ്പിൽ ഭാസി അടയാളപ്പെടുത്തി.

സ്വാസ്ഥ്യം കെടുത്തിയ സർഗ്ഗവേദന

വളരെ കാലമെടുത്താണ് രോഗത്തിന്റെ പശ്ചാത്തലത്തിലുള്ള ഒരു നാടകം രൂപപ്പെട്ടുവരുന്നത്. എഴുതാനായി വീണ്ടും നൂറനാട്ടേക്ക്. മനസ്സിൽ രൂപപ്പെട്ട കഥാപാത്രങ്ങൾ തൂലികയിലൂടെ വാർന്നുവീഴുന്നതിന്റെ കാലതാമസം ഭാസിയെ വല്ലാതെ അസ്വസ്ഥപ്പെടുത്തിക്കൊണ്ടുമിരുന്നു. ഇതിനിടയിൽ കാളിദാസകലാകേന്ദ്രത്തിന്റെ *ഡോക്ടർ* വളരെ വിജയകരമായി മുന്നോട്ടു പോകുന്നു എന്നുമറിയുന്നു. കൂടെയുണ്ടായിരുന്ന എല്ലാ നിരൂപകപ്രതിഭകളും കാളിദാസകലാകേന്ദ്രത്തെ പ്രകീർത്തിക്കുന്നു. കെ ബാലകൃഷ്ണനെപ്പോലെയുള്ളവർ വിമർശനശരങ്ങൾ കെ പി എ സിക്കെതിരെ തൊടുക്കുന്നു. ഇത് മാനസികമായി ഭാസിയെ തളർത്തിക്കൊണ്ടിരുന്നു. എന്നാൽ ഈ ആഘാതം സൃഷ്ടിക്കുന്നത് അതിനേക്കാൾ കരുത്തുള്ള മറ്റൊരു ഉയരത്തിലേക്ക് പറന്നു പോകാനുള്ള ശ്രമത്തെയാണ്. കാളിദാസ കലാകേന്ദ്രം അപ്പോഴേക്കും

ഡോക്ടർ കഴിഞ്ഞ് പുതിയ നാടകത്തിന്റെ പണിപ്പുരയിലേക്ക് പ്രവേശിച്ചിരുന്നു. വൈക്കം എഴുത്തിന്റെ തിരക്കുകളിലായി. അപ്പോഴും എഴുതാനുള്ള പ്രമേയവുമായി ബന്ധപ്പെട്ട വലിയൊരു മല്പിടുത്തത്തിലാണ് ഭാസി നില്ക്കുന്നത്. അരങ്ങിലേക്കെത്തുന്ന കഥാപാത്രങ്ങളിലൂടെ വളരെ ഭ്രാന്തമായി സഞ്ചരിച്ചുകൊണ്ടിരിക്കുകയായിരുന്നു. സുലോചനയിലൂടെത്തന്നെ അനുഭവങ്ങളുടെ വലിയൊരു കടൽ താണ്ടാൻ തുടങ്ങി.

രണ്ടോ മൂന്നോ മാസത്തെ സമയമെടുത്ത് പലയിടങ്ങളിൽ പോയി ഏകാന്തമായി ജീവിച്ചു. ഒരു വരി എഴുതാൻ കഴിയുന്നില്ല. പേനയുടെ അടപ്പുതുറക്കും. ഒരു കെട്ട് പേപ്പറെടുത്ത് മേശപ്പുറത്ത് വെയ്ക്കും. മൂന്നു മാസക്കാലം ഒന്നും നടന്നില്ല.

ഒരു കഥയുടെ രൂപരേഖ മനസ്സിലുണ്ട്. പക്ഷേ, കഥയായി പിറക്കുന്നില്ല. എന്താണിത്? ഇതിനിടയ്ക്ക് എന്തെല്ലാം സംഭവവികാസമുണ്ടായി. ഇ എം എസ് സർക്കാരിന് അധികാരഭ്രാന്തന്മാരുടെ കപട നാടകങ്ങൾക്കടിപ്പെട്ട് താഴെയിറങ്ങേണ്ടി വന്നു. പുതിയ സർക്കാർ അതിന്റെ പ്രതികാരദാഹത്തോടെ സംഹാരനൃത്തം തുടങ്ങിക്കഴിഞ്ഞു. കെ പി എ സിയെ ദേശീയ ശ്രദ്ധയിലേക്കെത്തിക്കാനുള്ള എല്ലാ പരിശ്രമങ്ങൾക്കും കോൺഗ്രസ് സർക്കാർ തടസ്സങ്ങൾ സൃഷ്ടിച്ചു. അതിനിടയ്ക്ക് മാധവനും വിജയകുമാരിയും ദേവരാജനും ഒ എൻ വിയും, കെ പി എ സിയിൽ നിന്ന് പടിയിറങ്ങുന്നു. കെ പി എ സിയിൽ പുതുമുഖങ്ങൾ എത്തുന്നു. സിനിമയ്ക്ക് തിരക്കഥകൾ എഴുതുന്നതിന് കെ പി എ സിയിൽ നിന്ന് ലീവെടുത്ത് മദിരാശിയിൽ പോകുന്നു. അങ്ങനെയങ്ങനെ സമയവും കാലവും പൊയ്ക്കൊണ്ടിരിക്കുകയാണ്.

ദേവരാജനോടും ഒ എൻ വിയോടും ഒപ്പം നടന്നതിന്റെ ഓർമ്മയിൽ അവരെ വിളിക്കാനായി മനസ്സ് തുടിക്കും. കെ പി എ സി കമ്മിറ്റി മീറ്റിങ്ങിൽ അവതരിപ്പിക്കുന്നതിനുമുൻപായി അവരോടൊക്കെ പുതിയ കഥയെപ്പറ്റിയുള്ള ആലോചനകൾ പങ്കുവെക്കാൻ ശ്രമിക്കാറുള്ളതാണ്. *പുതിയ ആകാശം പുതിയ ഭൂമിക്ക്* അവരോടൊപ്പം കോതയാർ കാണാൻ പോയത് ഇപ്പോഴും ഓർമ്മവരുന്നു. ഇടയ്ക്ക് അബോധപരമായി വീണ്ടും അവരെ അന്വേഷിക്കും. 'പുതിയൊരു കഥ വന്നിട്ടുണ്ട്. നൂറനാട് വരെ ഒന്നു പോകണം' എന്നോ മറ്റോ ആണ് പറയാൻ തുടങ്ങിയത്. പക്ഷേ, പറയാൻ ദേവരാജൻ അടുത്തില്ലല്ലോ? ഒ എൻ വിയുമില്ലല്ലോ!

കാമ്പിശ്ശേരിയോട് സംസാരിച്ചു. അദ്ദേഹം വളരെ നല്ല അഭിപ്രായങ്ങളാണ് നടത്തിയത്. "ഒരു കാര്യംചെയ്യാം, നമുക്ക് ഒരു കമ്മിറ്റി വിളിക്കാം. എന്നിട്ട് പുതിയ നാടകത്തെക്കുറിച്ചുള്ള ചർച്ചയാവാം."

"അങ്ങനെയാവട്ടെ."

1962 ജൂൺ 29 ന് കാമ്പിശ്ശേരിയുടെ അദ്ധ്യക്ഷതയിൽ കെ പി എ സിയിൽ വെച്ച് ഒരു നാടകചർച്ച നടത്തി. എല്ലാരും പങ്കെടുത്ത ജനറൽ ബോഡിയിൽ തോപ്പിൽ ഭാസി പുതിയ നാടകത്തെക്കുറിച്ചു പറഞ്ഞു. സുലോചന മുന്നിലിരിക്കുന്നു. എഴുതാനുദ്ദേശിക്കുന്ന പ്രമേയം വ്യക്ത

മാക്കി. അനുഭവിക്കുന്ന മാനസിക സംഘർഷങ്ങളുടെ തീവ്രത എല്ലാവർക്കും വിശദമാക്കി കൊടുത്തു. പ്രതിഭ തീയറ്റേഴ്സിന് നാടകമെഴുതിക്കൊടുക്കാനുള്ള സമയവും അതിക്രമിച്ചുകഴിഞ്ഞിരിക്കുന്നു. തോപ്പിൽ ഭാസിക്ക് സമയബന്ധിതമായി ചെയ്തു തീർക്കേണ്ടതിന്റെ ചുമതലകൾ കൂടി അവിടെ ചർച്ചാവിഷയമായി.

"ഒരു മാസത്തേക്കുകൂടി എനിക്ക് ഈ നാടകം എഴുതാനുള്ള അവധി തരികയാണെങ്കിൽ അത് എഴുതിപ്പൂർത്തിയാക്കാം. ഒരു രംഗമെങ്കിലും എഴുതിത്തുടങ്ങിയാൽ നമുക്ക് റിഹേഴ്സൽ ആരംഭിക്കാം. എന്നിട്ട് ഓരോ രംഗവും കഴിയുന്ന മുറയ്ക്ക് അടുത്ത രംഗങ്ങൾ എഴുതിപ്പോകാം. ഒന്നു തുടങ്ങിക്കിട്ടാനുള്ള ഒരു പ്രയാസമേ ഇതിലുള്ളൂ. ഒരു രംഗമെഴുതിക്കഴിഞ്ഞാൽ പിന്നെ നിങ്ങളുടെയൊക്കെ കൂടെയാകുമ്പോൾ താനേ അടുത്ത രംഗങ്ങൾ വന്നുകൊണ്ടിരിക്കും. ഏതായാലും വരുന്ന കർക്കിടകം പത്താം തീയതിക്കകം നമുക്ക് റിഹേഴ്സൽ ആരംഭിക്കണം. ഒരാഴ്ചകഴിഞ്ഞ് രംഗത്തെക്കുറിച്ചൊക്കെയുള്ള ഡീറ്റേൽസ് തരാം. ഡാൻസിന്റെയും പാട്ടിന്റെയും റിഹേഴ്സൽ നേരത്തെ തന്നെ നമുക്ക് തുടങ്ങണം. നിങ്ങൾക്ക് എല്ലാവർക്കും വേഷം ലഭിക്കുന്ന കഥാപാത്രങ്ങൾ ഇതിനകത്തുണ്ടാകും" ഭാസി പറഞ്ഞു. ഏതാണ്ട് മൂന്നുമാസം കൊണ്ട് നാടകം എഴുതി പൂർത്തിയാക്കി.

സരോജമെന്ന പോർട്രേറ്റ്

അങ്ങനെയിരിക്കെ ഒരു ദിവസം കെ പി എ സിയുടെ വാൻ അഭിനേതാക്കളുമായി നൂറനാട്ടെ ലെപ്രസി സാനിറ്റോറിയത്തിലെത്തി.

പിന്നീടങ്ങോട്ട് സരോജമെന്ന കഥാപാത്രത്തിലൂടെയായിരുന്നു സുലോചന എല്ലാം കണ്ടത്.

രോഗത്തിന്റെ തുടക്കത്തിലുള്ളവർ. രോഗം ബാധിച്ച് അവയവങ്ങൾ ഓരോന്നായി കൊഴിഞ്ഞുപോയവർ. മരണവുമായി മല്ലടിച്ചു കഴിയുന്നവർ. അങ്ങനെ രോഗത്തിന്റെ വിവിധ അവസ്ഥകൾ കണ്ടു.

ഒടുക്കം രോഗം മാറിയിട്ടും അവിടെ നിന്ന് വീട്ടുകാർ കൊണ്ടുപോകാതെ ഇരിക്കുന്ന ആ പെൺകുട്ടിയുടെ അടുത്തേക്കും പോയി. സുലോചനയുടെ കണ്ണിലേക്ക് ആ കഥാപാത്രം ഉറ്റുനോക്കുന്നതായി തോന്നി. ഓരോ സെല്ലിനുമുമ്പിലും ചെല്ലുമ്പോൾ ഓരോ മനുഷ്യരും ഒരു പോർട്രേറ്റായി മാറുന്നു. ഓരോ കഥാപാത്രത്തിനകത്തും ഓരോ കഥകൾ.

സുന്ദരിയും ചിത്രകാരിയുമായ സരോജം വിവാഹത്തിനായി ഒരുങ്ങിയിരിക്കുമ്പോഴാണ് അവൾ ഒരു കുഷ്ഠരോഗിയായി മാറുന്നത്. ഉടനെ ആശുപത്രിയിൽ എത്തിച്ചു. രോഗത്തിന്റെ തുടക്കമായതിനാൽ ചികിത്സിച്ചാൽ ഭേദമാകും എന്നുപറഞ്ഞത് ഡോ. തോമസ് അവൾക്ക് പ്രതീക്ഷ നല്കുന്നു. അവൾ തുടർന്ന് ചികിത്സയ്ക്കായി ആശുപത്രിയിൽ എത്തുന്നു. ഡോക്ടറുടെ വിദഗ്ദ്ധ ചികിത്സയ്ക്കു ശേഷം അവളുടെ രോഗം

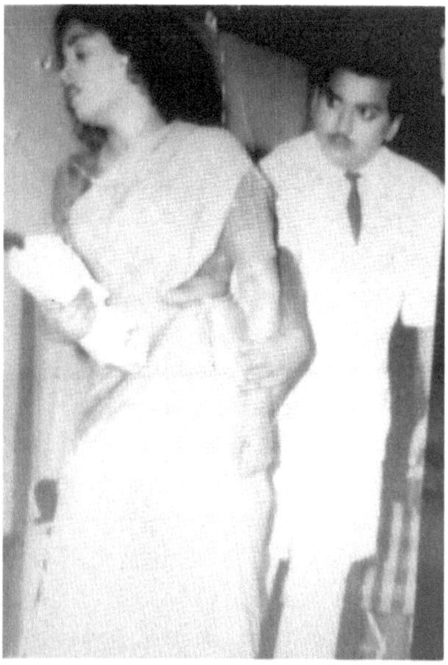

അശ്വമേധം നാടകത്തിൽ സുലോചനയും കെ പി ഉമ്മറും

മാറുന്നു. എന്നാൽ വീട്ടിലേക്ക് ചെല്ലുന്ന സരോജത്തെ കുഷ്ഠ രോഗിയായിട്ടു മാത്രമാണ് വീട്ടു കാർക്ക് കാണാൻ കഴിയുന്നത്. എല്ലാവരും അവളെ ഭീതിയോടെ മാത്രമാണ് നോക്കുന്നത്. അസു ഖം ഭേദമായി എന്നു പറഞ്ഞിട്ടും ആർക്കും വിശ്വാസമാകുന്നില്ല. വിവാഹം കഴിക്കാനായി താല്പ ര്യപ്പെട്ട മോഹനനും അവളെ സ്വീകരിക്കുന്നില്ല. ആ അവസര ത്തിൽ ഡോ. തോമസ് കുഷ്ഠ രോഗാശുപത്രിയിൽ അവൾക്ക് അഭയം കൊടുക്കാൻ തയ്യാറാ കുന്നു.

ആദിമദ്ധ്യാന്തം മാനസിക സംഘർഷങ്ങളും നാടകീയ മുഹൂർ ത്തങ്ങളും നിറഞ്ഞു നില്ക്കുന്ന പ്ലോട്ടാണ് *അശ്വമേധ*ത്തിന്റേത്. സ്നേഹം കൊണ്ട് അന്ധനായ അച്ഛൻ കേശവസ്വാമി. മക്കളുടെ രക്ഷയ്ക്കായി അന്ധവിശ്വാസത്തിലും മന്ത്രവാദത്തിലും അകപ്പെട്ട് ഒരു കുടുംബത്തെ ഹോമിക്കാനൊരുങ്ങുന്ന കേശവസ്വാമിയായി തോപ്പിൽ കൃഷ്ണപിള്ളയാണ് വേഷമിടുന്നത്. കുടുംബത്തിന്റെ തകർച്ചയുടെ അവസാന വക്കുവരെ കണ്ടിട്ട് മരിച്ചു വീഴുന്ന അമ്മയായി അടൂർ ഭവാനിയും കളിക്കൂട്ടുകാരിയായ സരളയായി ലീലയും കാമുകനായ സദാനന്ദനായി സി ജി ഗോപിനാഥും, ഒരു കുഷ്ഠരോഗിയായി കെ എസ് ജോർജ്ജും മന്ത്രവാദിയായി ശ്രീനാരായ ണപിള്ളയും ഹെൽത്ത് വിസിറ്റർ ആയി ഖാനും ആണ് ഈ നാടകത്തിൽ അഭിനയിക്കുന്നത്. ഒടുക്കം സരോജമെന്ന നായികയായി സുലോചന അരങ്ങിലെത്തുന്നു. ഡോക്ടർ തോമസായി കെ പി ഉമ്മറും.

ചിറകടിച്ചെൻ കൂടുതകരുന്നു

റിഹേഴ്സൽ ദിനങ്ങൾ പിന്നിട്ടപ്പോഴാണ് തോപ്പിൽ ഭാസിക്ക് തന്റെ നഷ്ടങ്ങളുടെ വേദന മനസ്സിലായത്. ദേവരാജനും ഒ എൻ വിക്കുറുപ്പും ഇപ്പോൾ എത്രയോ വട്ടം കയറിയിറങ്ങിപ്പോകേണ്ട സമയം കഴിഞ്ഞിരി ക്കുന്നു. നാടക റിഹേഴ്സലിൽ, ചർച്ചയിൽ, ഇത്രനാളും ആ മനസ്സുകളി ലൂടെയല്ലാതെ ഒരു നാടകവും സഞ്ചരിച്ചിട്ടില്ല. തോപ്പിൽ ഭാസിയുടെ കഥാപാത്രങ്ങൾ, അത് അവരുടെ കൂടി കഥാപാത്രങ്ങളായിരുന്നു. അതിന്റെ പാകപ്പെടൽ ചവറയിലെയും പരവൂരിലെയും ആ രണ്ടു മനുഷ്യരുടെ

ജീവിതമനോവ്യാപാരങ്ങൾ കൂടി കലർന്നുപോയിട്ടുള്ളതായിരുന്നു. കടൽക്കരയിലെ വെൺമണൽത്തരികളിൽ വീണ ലവണകണികകൾ പോലെ വെയിലിലും കടൽത്തിരകളിലും അത് അലിഞ്ഞുകിടപ്പാണ്.

ഒ എൻ വി കൊണ്ടുവന്ന ദേവരാജനാകട്ടെ, സംഗീതത്തിന്റെ അനശ്വര ചലനാത്മകതയെ സവിശേഷ ശ്രദ്ധയോടെ വേർതിരിച്ചെടുക്കുന്ന, ആയാസകരമായ ശ്രമങ്ങൾക്കിടെ അതിന്റെ ധ്യാനാത്മകതയെയല്ലാതെ മറ്റൊന്നും ശ്രദ്ധിക്കാത്ത, പരുക്കനായി മാത്രം മറ്റൊരാൾക്ക് തോന്നിയേക്കാവുന്ന സുതാര്യനായൊരു മനുഷ്യൻ. ഹാർമ്മോണിയത്തിലൂടെ ഏതോ നാടോടി സ്മൃതികളായ് അടർന്നു വരുന്ന മറ്റൊരീണത്തിന്റെ മുന്നിൽ, വിഹ്വലതകളുടെ മുന്നിൽ, കാല്പനികസൗന്ദര്യത്തിനുമുന്നിൽ, ഉലഞ്ഞലഞ്ഞ് വീശിയടിച്ചു വരുന്ന കാറ്റിൽ അപാരമായൊരു കരുത്തിന്റെ ലാവണ്യസാരം ധ്യാനിച്ച് വരുന്ന കണ്ണീർത്തുള്ളിയായി ദേവരാജന്റെ സംഗീതം ഈ നിമിഷത്തിലൂടെ കടന്നുപോകണം. തോപ്പിൽ ഭാസി ആഗ്രഹിച്ചു.

പിറ്റേ ദിവസം എക്സിക്യൂട്ടീവ് കമ്മിറ്റിയിൽ തോപ്പിൽ ഭാസി ഈ വിഷയം അവതരിപ്പിച്ചു. നാടകത്തിന് പാട്ടെഴുതാനും സംഗീതം പകരാനും രണ്ട് ആൾക്കാരെ വേണം.

എല്ലാവരുടെയും അന്വേഷണശ്രമം അവസാനിച്ചത് വയലാറിലും എം ബി ശ്രീനിവാസനിലുമാണ്. അതുപ്രകാരം രണ്ടുപേരെയും ഉടനെ വിളിച്ചു വരുത്തി കാര്യങ്ങൾ വിശദീകരിച്ചു. വയലാർ സരോജത്തിന്റെ അഭിനയമുഹൂർത്തത്തിൽ നിന്നും ഒൻപതു പാട്ടുകൾ വിവിധ കഥാസന്ദർഭങ്ങൾക്കനുസൃതമായി എഴുതിത്തയ്യാറാക്കി.

അതു കഴിഞ്ഞ് എം ബി ശ്രീനിവാസനും എത്തി. സുലോചന

അശ്വമേധം നാടകത്തിൽ സുലോചനയും കെ പി ഉമ്മറും ജോൺസണും

ഇപ്റ്റയുടെ ആദ്യ സമ്മേളനത്തിനു പോയപ്പോൾ കണ്ടതാണ് ആ മുഖം. വന്നു കയറിയപ്പോൾ തന്നെ അദ്ദേഹമന്ന് ധാരാളം സംഘടനാ പ്രവർത്തങ്ങൾ നടത്തിക്കൊണ്ടിരിക്കുന്നതിനെപ്പറ്റിയാണ് പറഞ്ഞത്. പാട്ടുകൾ കമ്പോസു ചെയ്യാൻ തുടങ്ങി. പക്ഷേ, ഒന്നിലും മനസ്സുറയ്ക്കുന്നില്ല എന്നുതോന്നി. വയലാറിന്റെ ആ മനോഹരമായ വരികൾക്ക് അനുയോജ്യമായൊരു ഈണം കണ്ടെത്തുവാൻ അദ്ദേഹത്തിനായില്ല. ഒരു പാട്ട് കഴിഞ്ഞ് അടുത്തപാട്ടും എടുത്തു പരിശോധിച്ചു. ഇല്ല ഒന്നും ശരിയാകുന്നില്ല. വീണ്ടും ഒന്നുകൂടി ഈണമിട്ടു. എല്ലാവർക്കും അത്രയ്ക്കങ്ങോട്ട് ഇഷ്ടപ്പെട്ടില്ലെങ്കിലും മറ്റു നിർവ്വാഹങ്ങളൊന്നുമില്ലാത്തതിനാൽ അതുകൊണ്ട് തൃപ്തിപ്പെടേണ്ടി വന്നു.

ഇതിനിടയിൽ കാളിദാസകലാകേന്ദ്രം പുതിയ നാടകം രംഗത്തിറക്കി. *ജനനീ ജന്മഭൂമി* എന്നാണ് അതിന്റെ പേര്. നാടകം ആദ്യ അരങ്ങിൽത്തന്നെ പരാജയത്തിന്റെ കയ്പ്പുനീരിൽ കലാശിക്കുകയായിരുന്നു. *അശ്വമേധ*ത്തോടൊപ്പം പിടിച്ചുനില്ക്കാനുള്ള കെട്ടുറപ്പ് അതിനില്ലായിരുന്നു. എന്നാൽ അതിലെ പാട്ടുകൾ വലിയതോതിൽ പ്രചാരം നേടുകയും ചെയ്തു. സി ഒ ആന്റോ പാടുന്ന 'മധുരിക്കും ഓർമ്മകളേ,' എന്ന പാട്ടും 'ഇനിയുമൊരു കഥപറയൂ കണ്മണീ' എന്നു തുടങ്ങുന്ന പാട്ടും അതിന്റെ സംഗീതസാഹിത്യമേന്മകൾ കൊണ്ട് ജനഹൃദയങ്ങൾ കീഴടക്കി. രണ്ടു മൂന്നു വേദികൾ പിന്നിട്ടപ്പോൾ തോപ്പിൽ ഭാസിക്ക് *അശ്വമേധ*ത്തിലെ പാട്ടുകളുടെ നിലവാരം ഒന്നുകൂടി മെച്ചപ്പെടുത്തിയാൽ നന്നായിരിക്കും എന്നൊരു തോന്നലുണ്ടായി. അതിനനുസരിച്ച് കമ്മിറ്റിയിൽ ചർച്ചചെയ്ത് തീരുമാനമെടുത്തു. വയലാറിനോട് അഭിപ്രായമാരാഞ്ഞപ്പോൾ കെ രാഘവന്റെ പേരാണ് നിർദ്ദേശിച്ചത്. 1940 ൽ മദിരാശി റേഡിയോ നിലയത്തിൽ ഒരു സംഗീതജ്ഞനായി ജീവിതം ആരംഭിച്ച് കോഴിക്കോട് റേഡിയോ നിലയത്തിലെത്തി അവിടെ ആകാശവാണിയുടെ തുടക്കം മുതൽ ലളിതസംഗീതത്തിന്റെ ചുമതല വഹിച്ചുപോരുന്ന ആൾ. അതിനിടയിൽ *നീലക്കുയിൽ, ഉണ്ണിയാർച്ച, രാരിച്ചൻ എന്ന പൗരൻ* തുടങ്ങിയ സിനിമകൾക്കും സംഗീതസംവിധാനം നിർവ്വഹിച്ച് ശ്രദ്ധേയനായി വരികയായിരുന്നു അദ്ദേഹം.

തോപ്പിൽ ഭാസിയും വയലാറും കൂടി കെ രാഘവനെ കാണാനായി കോഴിക്കോടിനു തിരിച്ചു. ആകാശവാണിയിൽ ചെന്ന് കണ്ട് അദ്ദേഹവുമായി സംസാരിച്ചു. വയലാറിന് രാഘവനുമായി നേരത്തേ ബന്ധമുണ്ട്. വയലാർ ആദ്യമായി പാട്ടെഴുതിയത് *കൂടപ്പിറപ്പ്* എന്ന സിനിമയ്ക്കു വേണ്ടിയാണ്. ആ സിനിമയുടെ സംഗീതസംവിധാനം നിർവ്വഹിച്ചത് കെ രാഘവനാണ്.

അവർ ആഗമനോദ്ദേശ്യം അറിയിച്ചു. "*അശ്വമേധ*ത്തിലെ പാട്ടുകൾ ശരിയായില്ല. എം ബി എസാണ് ചെയ്തത്. തിരക്കുകൾ കാരണം

വേണ്ടത്ര ശ്രദ്ധിക്കാൻ അദ്ദേഹത്തിനു സാധിച്ചില്ല. അതിനാൽ ഇവ ഒന്നു കൂടി ചെയ്തു സഹായിക്കണം."

"ഞാനിപ്പോൾ വലിയൊരു ധർമ്മസങ്കടത്തിലാണ്. കോഴിക്കോട് റേഡിയോ നിലയത്തിൽ പ്രവർത്തിക്കുന്നതു കാരണം സർവ്വീസ് ചട്ടങ്ങൾ ഇവിടെ വളരെ കർശനമാണ്. ഞാൻ വേറൊരിടത്തോ സമിതിയിലോ സംഗീതസംവിധായകനായി പ്രവർത്തിക്കുന്നുണ്ടെന്നറിഞ്ഞാൽ എന്റെ ജോലി പോകും. മറ്റു സിനിമകളിലൊക്കെ ഞാൻ പ്രവർത്തിച്ചത് ജോലിയിൽ നിന്ന് വിട്ടുനിന്നപ്പോഴായിരുന്നു. ഇപ്പോൾ ആകാശവാണിയിൽ അസിസ്റ്റന്റ് പ്രൊഡ്യൂസറായി വീണ്ടും ജോലിയിൽ കയറിയിരിക്കുകയാണ്. അതിനാൽ എന്നെ ഇതിൽ നിന്ന് ഒഴിവാക്കിത്തരണം."

തോപ്പിൽ ഭാസിയും വയലാറും അവിടെ നിന്ന് നിരാശയോടെ ഇറങ്ങി. എന്നാൽ പിറ്റേന്നുതന്നെ വീണ്ടും അവർ കെ രാഘവന്റെ വീട്ടിലെത്തി.

"മാഷിനെക്കൊണ്ടുതന്നെ സംഗീതസംവിധാനം ചെയ്യിക്കാമെന്നാണ് ഞങ്ങൾ തീരുമാനിച്ചിരിക്കുന്നത്. സർവ്വീസ് ചട്ടങ്ങളുടെ പിടിവീഴാതെ ചെയ്യുവാനുള്ള ഒരു വഴി ഞങ്ങൾ കണ്ടുപിടിച്ചിട്ടുണ്ട്."

കെ രാഘവൻ അവർക്കുമുമ്പിൽ അത്ഭുതപ്പെട്ട് ഇരിക്കുകയാണ്.

"എന്തു വഴി?"

"പാട്ടിന്റെ സംവിധായകന്റെ സ്ഥാനത്ത് ഒരിടത്തും ഞങ്ങൾ കെ രാഘവൻ എന്ന പേര് ചേർക്കില്ല. പകരം കെ രഘുനാഥ് എന്നാണ് ചേർക്കുക. അങ്ങനെ ഒരാൾ ആകാശവാണിയിൽ ജോലിയിലില്ലല്ലോ? അപ്പോൾപ്പിന്നെ നിയമനടപടികളുടെ പ്രശ്നങ്ങളുമില്ല."

കെ രാഘവന്റെ മുഖം അപ്പോൾ പ്രകാശമാനമായി. വയലാറിനും തോപ്പിൽ ഭാസിക്കും സന്തോഷമായി. പാട്ടുകൾ പിന്നീട് മറ്റൊരീണത്തിന്റെ തിരകളിലകപ്പെട്ടുപോകുകയായിരുന്നു.

ആ തിരകളുടെ തുടർച്ചകൾ പിന്നീടുണ്ടാകുന്നത് 1962 സെപ്തംബർ 11 ന് കായംകുളത്തെ കെ പി എ സി ഗ്രൗണ്ടിൽ വെച്ച് *അശ്വമേധം* എന്ന നാടകത്തിന്റെ ഔപചാരിക ഉദ്ഘാടന കർമ്മം പ്രൊഫ. ജോസഫ് മുണ്ടശ്ശേരി നിർവ്വഹിച്ചപ്പോഴാണ്. അധികം താമസിയാതെ ആ കടൽത്തിരമാലകൾ തിരുവനന്തപുരത്തുമെത്തി. സെപ്തംബർ 25, 26 തീയതികളിൽ വി ജെ ടി ഹാളിൽ വെച്ച് നാടകാവതരണത്തോടൊപ്പം ഗംഭീരമായ ഒരു ആസ്വാദക സദസ്സുംകൂടി. മലയാള നാടക സാഹിത്യരംഗത്തെ മഹാരഥന്മാരുടെ ഒരു നിരതന്നെ അവിടെ സന്നിഹിതരായിരുന്നു. എം കൃഷ്ണൻനായർ, പ്രൊഫസർ എൻ കൃഷ്ണപിള്ള, പി കേശവദേവ്, കെ ബാലകൃഷ്ണൻ തുടങ്ങിയവർ പങ്കെടുത്ത ചർച്ചായോഗത്തിൽ ആർക്കും ചൂണ്ടിക്കാണിക്കാൻ പറ്റാത്ത വിധത്തിലുള്ള വിമർശനമേതുമില്ലാത്ത ഒരു നാടകമായി *അശ്വമേധ*ത്തെ സ്വീകരിക്കപ്പെട്ടു. സമാപനദിവസത്തെ സമ്മേളനത്തിൽ അദ്ധ്യക്ഷനായിരു

ന്നത് കമ്യൂണിസ്റ്റ് പാർട്ടിയുടെ അഖിലേന്ത്യാ സെക്രട്ടറിയായ ഇ എം എസ് ആയിരുന്നു.

ആളുകളും ആരവങ്ങളും ഒടുങ്ങിയപ്പോൾ വി ജെ ടി ഹാളിലെ നാടകത്തിന്റെ ഗ്രീൻറൂമിൽ നിന്നുകൊണ്ട് സുലോചന പുറത്തേക്കൊന്നു നോക്കി. എല്ലാം പഴയതുപോലെതന്നെയുണ്ട്. ഈ നഗരം തന്ന വേദികൾ, അതിന്റെ നീറുന്ന, മധുരമുള്ള ഓർമ്മകൾ എത്ര പ്രാവശ്യം പാടുകയും നൃത്തം ചെയ്യുകയും അഭിനയിക്കുകയും ചെയ്ത ഒരു ഭൂതകാലമാണത്. ഈ നഗരത്തെ ഉപേക്ഷിച്ചു പോയതിന്റെ വിഷാദം ഇപ്പോഴും മനസ്സിൽ നിലനില്ക്കുകയാണ്.

'ചിറകടിച്ചെൻ കൂടുതകരുന്നു' എന്ന് വയലാർ എഴുതിയ ആ വരികളിലാണിപ്പോൾ മനസ്സ് വിശ്രമിച്ചുകൊണ്ടിരിക്കുന്നത്. ഇല്ല, നിലയ്ക്കാത്ത ചിറകടികളിൽ കൂട് തകർന്നാലും ഇടവേളകളിൽ മറ്റൊരാകാശം തുറന്നുവരും, സുലോചനയുടെ ഉള്ളിലിരുന്ന് ആരോ പറഞ്ഞു.

അശ്വമേധം

ഏറ്റവും കൂടുതൽ റിഹേഴ്സലുകളും തയ്യാറെടുപ്പുകളും നടന്ന ഒരു നാടകമാണ് *അശ്വമേധം*. റിഹേഴ്സലിനിടയ്ക്ക് പലരെയും കൊണ്ടുവന്ന് കാണിക്കുമായിരുന്നു തോപ്പിൽ ഭാസി. ഒരു ദിവസം നൂറനാട് ആശുപത്രിയിൽ നിന്ന് ഡോക്ടർമാരെയും ജീവനക്കാരെയും കൊണ്ടുവന്നു. പിന്നീട് സുഹൃത്തുക്കളായ മറ്റ് ഡോക്ടർമാരെയും കൊണ്ടു വരാൻ തുടങ്ങി.

സുലോചനയുടെ അഭിനയജീവിതത്തിൽ ഏറേ ആസ്വാദകരുണ്ടായി, കൂടുതൽ ജനകീയമുഖം കൈവരിക്കാനായത് *അശ്വമേധ*ത്തിലെ നായികയായ സരോജത്തിലൂടെയാണ്. അഭിനയിച്ചുകൊണ്ടിരിക്കുമ്പോൾ ദുഃഖഭാരം സഹിക്കാതെ മുന്നിലിരിക്കുന്ന സ്ത്രീകളിൽ പലരും ഏങ്ങലടിച്ച് കരയുന്നതും കണ്ണുകൾ തുടയ്ക്കുന്നതും കണ്ടിട്ടുണ്ട്. അക്കാലത്ത് നാടകം അവതരിപ്പിച്ചു കഴിഞ്ഞാൽ നാടകത്തിലെ അഭിനേതാക്കൾക്കും അണിയറപ്രവർത്തകർക്കും പ്രേക്ഷകർ സ്വീകരണം നല്കുക പതിവായിരുന്നു. അന്ന് അവരുടേതായ അഭിപ്രായപ്രകടനങ്ങൾ നടത്തി നാടകത്തിന്റെ ആസ്വാദനം നടത്താനും അവർ മറന്നിരുന്നില്ല. നല്ലൊരു മാതൃകയായിരുന്നു അതെല്ലാം. സുലോചനയുടെ അഭിനയത്തെ പ്രേക്ഷകർ വാനോളം പുകഴ്ത്തി. അവരുടെ നേരനുഭവങ്ങൾ, സങ്കടങ്ങൾ, സംഘർഷങ്ങൾ എന്നിവയായിരുന്നു സുലോചനയിലൂടെ അവർ പങ്കുവെച്ചത്. ഈ സംഘർഷങ്ങളെ ഒരു സാമൂഹികപ്രശ്നമാക്കി വളർത്തി എന്നതാണ് *അശ്വമേധം* നിർവ്വഹിച്ച പങ്ക്.

ഒരു പ്രാവശ്യം നൂറനാട് ലെപ്രസി സെന്ററിലെ അന്തേവാസികളായ രോഗികൾക്കു വേണ്ടി ഈ നാടകം അവതരിപ്പിക്കാൻ കെ പി എ സി തീരുമാനിച്ചു. നാടകം കഴിഞ്ഞപ്പോൾ 'എവിടെ ഞങ്ങടെ സരോജം'

എന്നു ചോദിച്ച് കുഷ്ഠരോഗികളിൽ ചിലർ വന്ന് സുലോചനയെ കെട്ടിപ്പിടിച്ചു. സ്നേഹത്തിന്റെ പരിലാളനം ആഗ്രഹിക്കുന്ന ആ കൈകൾ സുലോചന തട്ടിമാറ്റിയില്ല. സുലോചനയ്ക്ക് ഏറ്റവും ഭയമുണ്ടായിരുന്ന ഒരു രോഗം കുഷ്ഠരോഗമാണ്. എന്നിട്ടുപോലും ആ സ്നേഹത്തിനു മുമ്പിൽ സർവ്വഭയങ്ങളും പിന്മാറി. സുലോചന പിന്നീടൊരിക്കൽ ഈ സംഭവത്തെക്കുറിച്ച് പറഞ്ഞത് ഇതുവരെക്കിട്ടിയ എല്ലാ ബഹുമതികളിൽ വെച്ചേറ്റവും വലുതായിരുന്നു അന്നത്തെ ആ സ്നേഹം എന്നാണ്. കുറേക്കാലം കഴിഞ്ഞ് സാനിട്ടോറിയത്തിലെ അന്തേവാസികൾ സുലോചനയ്ക്ക് ഒരു സ്വീകരണമൊരുക്കി. സുലോചനയെ അറിയിച്ചു. ക്ഷണം സ്വീകരിച്ചെത്തിയ സുലോചന തനിക്ക് ലഭിച്ച പൊന്നാട അവിടുത്തെ ഒരമ്മയെ അണിയിക്കുകയാണുണ്ടായത്.

അശ്വമേധം നാടകത്തിൽ സുലോചന അഭിനയിക്കുമ്പോൾ 24 വയസ്സു പ്രായം. വീട്ടിൽ വിവാഹാലോചനകൾ നടക്കാൻ തുടങ്ങി. അച്ഛനും അമ്മയ്ക്കും സഹോദരനും വളരെയധികം ആധിയായിത്തുടങ്ങി. അന്ന് നേരത്തെതന്നെ കല്യാണം കഴിപ്പിക്കുമായിരുന്നു പെൺകുട്ടികളെ. സുലോചന നാടകാഭിനയത്തിൽ മാത്രം ശ്രദ്ധയൂന്നി നില്ക്കുന്നവളായതിനാൽ കുടുംബ ജീവിതത്തെക്കുറിച്ച് ആലോചിക്കുമ്പോഴൊക്കെ കെ പി എ സിയും അഭിനയ ജീവിതവും പാട്ടും ഉപേക്ഷിച്ചൊരു ജീവിതത്തെക്കുറിച്ച് അവൾക്ക് ചിന്തിക്കാനേ കഴിഞ്ഞില്ല. ജീവിതം കലാവിഷ്കാരവും സമാന്തരമായിപ്പോകുന്ന ഒരു സാഹചര്യമാണ് അവൾ പ്രതീക്ഷിക്കുന്നത്. കൂടാതെ ചെറുപ്പത്തിലെ തമിഴ്സിനിമകൾ കണ്ടുകണ്ട് ഉണ്ടായ ഒരു പുരുഷ സങ്കല്പവും ഉണ്ട്. ജെമിനി ഗണേശന്റെ മുഖമാണവളുടെ മനസ്സിലുള്ളത്. അങ്ങനെ പെണ്ണുകാണലിനു പലരുടെയും മുന്നിൽ, ആ കാലത്ത് സുലോചന ചെന്നുനിന്നു.

ഇന്ന് അവൾ കേരളത്തിലെ അറിയപ്പെടുന്ന ഒരു പാട്ടുകാരിയും അഭിനേത്രിയുമാണ്. ഈ ഭേദപ്പെട്ട ഒരു സാഹചര്യത്തിന് അവൾക്ക് തണലായത് കെ പി എ സിയാണ്. അതിനാൽ കെ പി എ സി ഉപേക്ഷിച്ച് അവൾക്കൊരു ജീവിതമില്ല.

അശ്വമേധം എന്ന നാടകവും സരോജവും കേരളത്തിലെ നാടകരാവുകൾക്ക് ഒരു പുത്തൻ ഉണർവ്വേകി. സരോജമെന്ന കഥാപാത്രം കടന്നുപോയ ജീവിതാവസ്ഥകൾ ഓരോ മലയാളിയും ഏറ്റുവാങ്ങുകയായിരുന്നു.

1962 ജൂൺ 29 ന് കമ്യൂണിസ്റ്റ് പാർട്ടി അസിസ്റ്റന്റ് സെക്രട്ടറി എസ് കുമാരന്റെ നേതൃത്വത്തിൽ ചേർന്ന ജനറൽ ബോഡിയോഗം സമിതി പുനസ്സംഘടിപ്പിച്ചു. കെ പി എ സി പ്രസിഡന്റ് കാമ്പിശ്ശേരിയെത്തന്നെയാക്കി. കേശവൻ പോറ്റി സെക്രട്ടറി സ്ഥാനം ഒഴിഞ്ഞതിനെത്തുടർന്ന് തോപ്പിൽ ഭാസി പുതിയ സെക്രട്ടറി സ്ഥാനത്തേക്ക് നിയുക്തനായി. കാമ്പിശ്ശേരിയും തോപ്പിൽ ഭാസിയും എന്ന പഴയസൗഹൃദത്തിന് പതിറ്റാണ്ടിനുശേഷം വീണ്ടും പുനർജ്ജന്മം സിദ്ധിച്ചിരിക്കുന്നു. അതോടൊപ്പം

എക്സിക്യൂട്ടീവ് കമ്മിറ്റിയിലേക്ക് സുലോചനയും കെ എസ് ജോർജ്ജും തോപ്പിൽ കൃഷ്ണപിള്ളയും തെരഞ്ഞെടുക്കപ്പെട്ടു.

അസ്ഥിരതയിൽ അലിഞ്ഞുചേർന്ന കാലം

1962

ലോകചരിത്രത്തിൽ തന്നെ കമ്യൂണിസ്റ്റ് പാർട്ടിക്ക് ഏറെ പരിക്കുകൾ ഏറ്റ കാലഘട്ടം കൂടിയായിരുന്നു. ഒക്ടോബറിൽ ചൈന നടത്തിയ ആക്രമണത്തെ തുടർന്ന് എല്ലായിടത്തും കമ്യൂണിസ്റ്റ് പ്രവർത്തകർ അറസ്റ്റു ചെയ്യപ്പെട്ടു. ചൈനയുദ്ധത്തെ സംബന്ധിച്ചുള്ള നിലപാടുകളിൽ കേരളത്തിലെ പാർട്ടിക്കകത്തും വിള്ളലുകൾ രൂപപ്പെട്ടു. പാർട്ടിയുടെ ജനറൽ സെക്രട്ടറി സ്ഥാനത്തുനിന്ന് സഖാവ് ഇ എം എസ് രാജിവെച്ചു.

1962 മാർച്ചുമാസത്തിൽ ആദ്യവാരം ബോംബെ മലയാളി സംഘടന സംഘടിപ്പിച്ച നാടകോത്സവത്തിൽ പങ്കെടുക്കാൻ കെ പി എ സിക്ക് ക്ഷണം ഉണ്ടായിരുന്നു.

പുതിയ രാജ്യരക്ഷാമന്ത്രിയായി ചുമതലയേറ്റ വൈ ബി ചവാനു ശേഷം മഹാരാഷ്ട്ര മുഖ്യമന്ത്രിയായി മറൊത്ത് റാവ്വു കണ്ണൻ വാർ ചുമതലയേറ്റിരുന്നു. അദ്ദേഹമാണ് നാടകോത്സവത്തിന്റെ ഉദ്ഘാടന കർമ്മം നിർവ്വഹിച്ചത്. രണ്ടാം ദിവസം മുഖ്യാതിഥി വി കെ കൃഷ്ണമേനോൻ ആയിരുന്നു.

ബൽരാജ് സാഹ്നിയും കുടുംബവും മുഴുവൻ സമയവും ഉണ്ടായിരുന്നു. *പുതിയ ആകാശം പുതിയ ഭൂമിയും, അശ്വമേധവും*മായിരുന്നു ഒരാഴ്ചയോളം അവിടെ അരങ്ങേറിയത്. പീച്ചി ഡാമിലേക്കു നടത്തിയ യാത്രകളുടെ സ്മരണകൾ ബൽരാജ് സാഹ്നി പുതുക്കി. *അശ്വമേധവും* അദ്ദേഹം വളരെ ശ്രദ്ധയോടെ വീക്ഷിച്ചു. ബൽരാജ് സാഹ്നിക്കും കുടുംബത്തോടുമൊപ്പം കെ എ അബ്ബാസും കൂടാതെ ഇപ്റ്റയുടെ പ്രവർത്തകരും മലയാളി സമാജത്തിലെ പ്രവർത്തരും നാടകങ്ങൾ കാണാനും ചർച്ചകളിൽ പങ്കെടുക്കാനും മുഴുവൻ സമയവും അവിടെ ഉണ്ടായിരുന്നു.

തുടർന്ന് *അശ്വമേധ*ത്തിനു വേണ്ടിയുണ്ടായിരുന്ന തയ്യാറെടുപ്പുകൾ, രചനയിൽ നേരിട്ട മാനസിക സംഘർഷങ്ങൾ, പലവുരു പുതുക്കിപ്പണിതു സംതൃപ്തി ലഭിക്കാതെ അവസാനിപ്പിക്കേണ്ടി വന്ന അസ്വാസ്ഥ്യങ്ങൾ ഇവയെല്ലാം ഭാസി ബൽരാജ് സാഹ്നിയുമായി പങ്കുവെക്കുകയുണ്ടായി. അതോടൊപ്പം റിഹേഴ്സലിനു നേരിട്ട കാലതാമസം, നേരനുഭവങ്ങൾ പഠിക്കാൻ വേണ്ടിയുണ്ടായിരുന്ന ആശുപത്രി സന്ദർശനങ്ങൾ എന്നിവയൊക്കെയും.

ബൽരാജ് സാഹ്നിയും തോപ്പിൽ ഭാസിയോട് തനിക്കുണ്ടായ ചില അനുഭവങ്ങൾ പറയുകയുണ്ടായി. ബിമൽ റോയിയുടെ *ദോ ബീഗാ സമീൻ* എന്ന സിനിമ ആയിരുന്നു അദ്ദേഹത്തിന്റെ ജീവിതത്തിൽ ഏറ്റവു

മധികം പരീക്ഷണാത്മക അനുഭവങ്ങൾ സമ്മാനിച്ചത്. ജന്മിയുടെ കട ക്കെണിയിൽനിന്ന് തന്റെ നാഴിയിടങ്ങഴി മണ്ണ് കൈമോശം വന്നുപോകാ തിരിക്കാൻ തൊഴിലന്വേഷിച്ച് നഗരത്തിലേക്ക് പോകുന്ന ശംഭുവിന്റെ കഥയാണത്. രാപകലുകൾ വിയർപ്പൊഴുക്കി ജന്മിയുടെ കടം 65 രൂപ വീട്ടാൻ വേണ്ടി ദുർഘടമായ ദിവസങ്ങളും മാസങ്ങളും പിന്നിടുന്നു. ഒടുക്കം പണം സമ്പാദിച്ച് ഗ്രാമത്തിലെത്തിയപ്പോഴേക്കും തന്റെ കിട പ്പാടംപോലും ശേഷിക്കാതെ ഭൂമി അന്യാധീനപ്പെട്ടുപോയി. മണ്ണിന്റെ മാറിൽ സകലതും നഷ്ടപ്പെട്ട ഒരു കുട്ടിയെപ്പോലെ അയാൾ വീണു കരഞ്ഞു.

താൻ ജീവിച്ച ആ മണ്ണിൽ നിന്നൊരുപിടി വാരിയെടുത്ത്, തിരിഞ്ഞുനിന്ന് അവസാനമായി ഒന്നുകൂടി നോക്കി കുടുംബത്തോടൊപ്പം അയാൾ അസ്ഥിരതയിലേക്ക് നടന്നുപോകുന്നു. ഇതിൽ റിക്ഷാവാ ലയായി നഗരത്തിലേക്ക് ചേക്കേറുന്ന ശംഭുവിനെ സ്വാംശീകരിക്കാനായി ആഴ്ചകളോളം കല്ക്കത്തയിലെ തെരുവുകളിൽ അലഞ്ഞുനടക്കുക യായിരുന്നു ബൽരാജ് സാഹ്നി. ഭാരിച്ച മനുഷ്യരെയുംകൊണ്ട് റിക്ഷയുടെ പെഡലുകളിൽ കാല്പത്തി താഴ്ത്തുമ്പോൾ തെളിഞ്ഞുവരുന്ന, മെലിഞ്ഞുണങ്ങിയ പാവപ്പെട്ട റിക്ഷാവാലകളുടെ ശോഷിച്ച പേശികൾ ബൽരാജ് സാഹ്നി കണ്ടു. ഉരുകുന്ന വെയിലിൽ വിയർപ്പുചാലുകൾ ഒഴു കുന്ന അവരുടെ ശരീരം ഭൂമിയിലെ ഏറ്റവും പീഡിതമായ അവസ്ഥ യായി സാഹ്നിക്ക് തോന്നി.

*അശ്വമേധ*ത്തിന്റെ ആതുരാലയസന്ദർശനത്തിന്റെയും *ദോ ബീഗാ സമീനിലെ* റിക്ഷാവാലകൾ നിറഞ്ഞ കല്ക്കത്താത്തെരുവു സന്ദർശന ത്തിന്റെയും അനുഭവപശ്ചാത്തലങ്ങൾ അങ്ങനെ പരസ്പരം കൂട്ടിമുട്ടി.

അശ്വമേധം നാടകത്തിൽ അഭിനയിക്കുമ്പോളാണ് സുലോചനയ്ക്ക് രണ്ടു മൂന്ന് ആലോചനകൾ വരുന്നത്. സുന്ദരിയായിരുന്നു സുലോചന. ഉറക്കമില്ലാത്ത നാടകരാവുകളുടെ ക്ഷീണം ആ കണ്ണുകളിൽ വാടി നില്ക്കുന്നതുപോലും ഒരു ഭംഗിയാണ്. രാത്രിയെ ധ്യാനിച്ച് വിടർന്ന മനോഹരമായ ഒരു ജീവിതപുഷ്പത്തിന്റെ ഇതളുകൾ.

അന്നത്തെ ജനകീയ കലാകാരിയെന്ന ഖ്യാതി എവിടെയുമുണ്ട്. *അശ്വമേധ*ത്തിലെ സരോജം അത്രമാത്രം ജനകീയ കഥാപാത്രമാ യിരുന്നല്ലോ? ഈ ദുരന്തകഥാപാത്രം സുലോചനയുടെ ജീവിത ത്തെക്കൂടി സ്വാധീനിക്കാൻ തുടങ്ങി. അവളുടെ ജീവിതത്തെ തന്നെ മാറ്റി മറിച്ച ഒരു കഥാപാത്രമായി സരോജം വളർന്നു. കഥാപാത്രം ഒരു അഭിനേതാവിന്റെ ജീവിതത്തിലേക്ക് കടന്നുവരുന്ന സംഭവം അപൂർവ്വ മാണ്. സരോജത്തിന്റെ അഭിനയത്തിന് ഇത്രമാത്രം പൂർണ്ണത വരുന്നത് സുലോചനയ്ക്ക് കുഷ്ഠരോഗമുണ്ടായിരുന്നതുകൊണ്ടാണെന്ന ഒരു അപഖ്യാതി ആ ഇടയ്ക്ക് പ്രചരിക്കുകയുണ്ടായി. ഒരാൾ സമൂഹത്തിൽ ഉയർന്നു വരുമ്പോൾ അസൂയാലുക്കൾ അവരുടെ ഖ്യാതിക്ക് കോട്ടം വരുത്തുക പതിവാണല്ലോ. കൂടാതെ അവളുടെ അച്ഛന് കാലിന്

ചികിത്സയും ഉണ്ടായിരുന്നു അക്കാലത്ത്. പൊലീസ് കോൺസ്റ്റബിളാ യിരുന്ന അച്ഛൻ ആലപ്പുഴവെച്ച് ഒരു പ്രതിയെ പിടിക്കാൻ പോയപ്പോൾ ഓട്ടത്തിനിടയിൽ പരിക്കേറ്റ കാൽ സെപ്റ്റിക് ആയിരുന്നല്ലോ. ആ മുറിവ് കുഷ്ഠരോഗമാണെന്നും മകളായ സുലോചനയ്ക്ക് പകർന്നു കിട്ടി യെന്നും മറ്റും ആളുകൾക്കിടയിൽ സംസാരമുണ്ടായി. അതിന്റെ മൂർദ്ധന്യത്തിൽ നില്ക്കുമ്പോഴാണ് സുലോചനയെ പെണ്ണുകാണാൻ ഒരാൾ വരുന്നത്.

ഒരു പെണ്ണുകാണൽ ചടങ്ങ്

മുൻമന്ത്രിയും കമ്യൂണിസ്റ്റ് പാർട്ടി നേതാവുമായിരുന്ന എം എൻ ഗോവിന്ദൻ നായരുടെ അനുജൻ എം എൻ ചന്ദ്രന്റെ സുഹൃത്തിന്റെ മകനാണ് വന്നത്. സുലോചനയെ പൂർണ്ണമായും വിശ്വസിക്കുന്ന ഒരാളാ യിരിക്കണം അവളുടെ പങ്കാളി എന്ന് അവൾക്ക് നിർബ്ബന്ധമുണ്ട് എന്ന് പെണ്ണുകാണൽ ചടങ്ങിനു മുമ്പുതന്നെ ചെറുക്കൻ കൂട്ടരോട് പറഞ്ഞി രുന്നു. അണിഞ്ഞൊരുങ്ങി ട്രേയിൽ കാപ്പിക്കപ്പുകളുമായി അയാളുടെ മുമ്പിലെത്തിയ സുലോചന അർദ്ധനിമീലിതമായ മിഴികളുയർത്തി അയാളെ നോക്കി. അയാളാകട്ടെ കണ്ണെടുക്കാതെ സുലോചനയെ നോക്കുകയാണ്. അടിമുടിയുള്ള അയാളുടെ നോട്ടത്തിൽ എന്തോ പന്തി കേടുള്ളതുപോലെ സുലോചനയ്ക്ക് തോന്നി.

“ആളുകൾ എന്തൊക്കെയാ പറഞ്ഞുപരത്തിയിരിക്കുന്നത്. സുലോ ചനയ്ക്ക് കുഷ്ഠമാണെന്ന്. പക്ഷേ, ഇപ്പൊഴാ എനിക്ക് മനസ്സിലായത് ഒക്കെ വെറുതെയായിരുന്നുവെന്ന്.”

ഇതു കേട്ടപ്പോൾ അടക്കാനാവാത്ത ദേഷ്യത്തോടെ സുലോചന കൈവിരലുകൾ അയാൾക്കു മുന്നിൽ നിവർത്തി കാണിച്ചു കൊടുത്തു.

എന്നിട്ട് ചോദിച്ചു. “എന്റെ കൈകളിൽ എന്തെങ്കിലും കാണു ന്നുണ്ടോ? സൂക്ഷിച്ചു നോക്ക്.”

അയാൾ പെട്ടെന്ന് അമ്പരന്നു.

ഇങ്ങനെ ഒരു മറുചോദ്യം അയാൾ പ്രതീക്ഷിച്ചിരുന്നില്ല.

അയാൾ തല താഴ്ത്തി ഇരിക്കുകയായിരുന്നു.

“എന്റെ മുഖത്തേക്ക് നോക്കൂ. എന്തെങ്കിലും പാടുകൾ കാണു ന്നുണ്ടോ? ഇല്ലെങ്കിൽ എനിക്ക് കുഷ്ഠമില്ലെന്ന് വിശ്വസിക്കാം.”

സുലോചന തുടർന്നു, “ഒരുപക്ഷേ, അങ്ങ് എന്നെ രോഗമില്ലെന്ന് പറഞ്ഞ് വിവാഹം കഴിച്ചാലും അങ്ങയുടെ മനസ്സിൽ സംശയത്തിന്റെ നിഴൽ എന്നുമുണ്ടാകും. അത് നമ്മുടെ ജീവിതത്തെ നിത്യദുഃഖത്തിലാ ഴ്ത്തും. അതിനാൽ അങ്ങ് എന്നെ വിവാഹം കഴിക്കാൻ താല് പര്യപ്പെട്ടാലും എനിക്ക് സ്വീകാര്യമല്ല.”

ആദ്യത്തെ പെണ്ണുകാണൽ അങ്ങനെ അവസാനിച്ചു.

പിന്നീടൊരിക്കൽ കല്ക്കത്തയിൽ ജോലിയുള്ള ഒരു ചെറുപ്പക്കാരൻ സുലോചനയെ പെണ്ണുകാണാൻ വന്നു. കല്ക്കത്തയിൽ നാടകം അവ

തരിപ്പിക്കുമ്പോൾ വന്നു കണ്ടിട്ടുണ്ട് എന്ന് പറഞ്ഞു. പഴയതുപോലെ കാപ്പിക്കപ്പുകൾ ട്രേയിലാക്കി വന്നു. അയാൾക്ക് സുലോചനയോട് സ്വകാര്യമായി സംസാരിക്കണമെന്നു പറഞ്ഞു. സുലോചന സമ്മതിച്ചു.

അയാൾക്ക് കല്ക്കത്തയിലാണ് ജോലി കല്യാണം കഴിഞ്ഞാൽ; ഭാര്യയെ കൂടെ കൊണ്ടുപോകും. കലാജീവിതം പതുക്കെ കുറച്ചു കൊണ്ടു കുടുംബജീവിതത്തിൽ ഒതുങ്ങണമെന്ന് ഒരു ഓർമ്മപ്പെടുത്തലും നടത്തി.

അയാളുടെത് ന്യായമായ ആവശ്യങ്ങളാണെന്ന് സുലോചനയുടെ മനസ്സു പറഞ്ഞു. സ്വാഭാവികം.

താമസിയാതെ സുലോചനയും അവളുടെ അഭിപ്രായം അയാളെ അറിയിച്ചു. "അങ്ങയുടെ അഭിപ്രായത്തിൽ കുഴപ്പമൊന്നുമില്ല, പക്ഷേ, ഞാനിപ്പോൾ *അശ്വമേധം* എന്നൊരു നാടകത്തിൽ അഭിനയിച്ചുകൊണ്ടിരിക്കുകയാണ്. ഇപ്പോൾ പെട്ടെന്ന് നിർത്തിപ്പോയാൽ ആ നാടകവും അത് അവതരിപ്പിക്കുന്ന സമിതിയും പെട്ടെന്ന് നിലച്ചുപോകും. എനിക്കു പകരം പെട്ടെന്നൊരാളെ അവർക്ക് കണ്ടെത്തുക പ്രയാസമാകും. ഒരു രണ്ടു വർഷം കൂടി കഴിഞ്ഞ് ഞാൻ അങ്ങയോടൊപ്പം വരാം."

അപ്പോൾ അതുകേട്ട് അയാൾ വീണ്ടും പറഞ്ഞു:

"മറ്റേതൊരു ജോലിയാണെങ്കിലും കുഴപ്പമില്ല, അതു തുടരാമായിരുന്നു. പക്ഷേ, നാടകാഭിനയവും പാട്ടുമായി കുടുംബജീവിതം തുടരുക എന്നൊക്കെ പറഞ്ഞാൽ ആളുകൾ ചിരിക്കും. എനിക്കതിൽ പ്രയാസമുണ്ട്."

കല്ക്കത്തക്കാരൻ തന്റെ അഭിപ്രായം തുറന്നു പറഞ്ഞതിൽ സുലോചനയ്ക്ക് വളരെ സന്തോഷം തോന്നി. പക്ഷേ, സുലോചനയുടെ ജോലിയുടെ അന്തസ്സിനെ, അഭിമാനത്തെ, കലാബോധത്തെ അതിന്റെ അർപ്പണമനോഭാവത്തെ ചോദ്യം ചെയ്തത് അവൾക്ക് ഇഷ്ടപ്പെട്ടില്ല. അവളുടെ മറുപടിയിൽ കല്ക്കത്തയിലേക്കു നീണ്ട ആ വഴി അവിടെ അവസാനിക്കുകയായിരുന്നു.

1960 കളിലെ ഒരു സ്ത്രീയെ സംബന്ധിച്ച് വിവാഹക്കാര്യത്തിൽ സ്വന്തം നിലപാട് വ്യക്തമാക്കുക എന്നത് ഒരു വെല്ലുവിളി തന്നെയായിരുന്നു.

ഇങ്ങനെ തുടർച്ചയായ രണ്ടു കല്യാണാലോചനകൾ മുടങ്ങിപ്പോയകാര്യം അന്ന് എല്ലാവരുമറിഞ്ഞു. അന്ന് അറിയപ്പെടുന്ന ഒരു കലാകാരിയായിരിക്കുമ്പോൾ അവളുടെ സ്വകാര്യനൊമ്പരങ്ങളെ കുത്തിനോവിക്കുവാൻ ഏതൊരാളും താല്പര്യപ്പെടുമല്ലോ? ഇത്തരത്തിലൊരു രോഗം പൊതുവെ മലയാളി സമൂഹത്തിനുള്ളതിൽ നിരവധി പ്രതിഭകളുടെ ജീവിതം ഇതിലൂടെ താറുമാറായിട്ടുണ്ട്. വിവാഹം കഴിക്കുന്ന സ്ത്രീ ഒരു ജോലിക്കാരിയായിരിക്കുക എന്നത് അക്കാലത്തെ ചെറുപ്പക്കാരുടെ ആഗ്രഹമായതുതന്നെ വലിയൊരു കാര്യം. എന്നാൽ അതി

നകത്തും അവരുടെ മനസ്സ് സഞ്ചരിക്കുന്നത് ജോലിക്കാരിയാണെങ്കിലും സ്വതന്ത്രയാകരുത് എന്നാണ്.

*അശ്വമേധ*വുമായി കെ പി എ സിയുടെ ജൈത്രയാത്രതുടർന്നു. ആ യാത്രയുടെ ഒരു ഭാഗമായി രാപകലുകൾ കൊഴിഞ്ഞുവീഴാൻ തുടങ്ങിയപ്പോൾ എല്ലാം മറന്നു. ഇടയ്ക്കെപ്പോഴോ വീണ്ടും ആലോചനകളുമായി ആരൊക്കെയോ വന്നു. അതൊന്നും ശ്രദ്ധിക്കാനുള്ള മനസ്സ് വന്നില്ല. പാട്ടിന്റെ, അഭിനയത്തിന്റെ, ലഹരിയിൽ സുലോചനയുടെ ജീവിതം അവൾ തന്നെ മറന്നു. രാത്രിയിൽ നിന്ന് രാത്രിയിലേക്ക് അവൾ സമസ്തപുരുഷാധിപത്യ സങ്കല്പങ്ങൾക്കു മീതേക്കൂടി പറന്നുപോയി. കപട സങ്കല്പങ്ങളില്ലാത്ത ഒരു പുരുഷൻ, ഒരു മനുഷ്യൻ എന്നെങ്കിലും വരുമെന്നുതന്നെ വിചാരിച്ചുകൊണ്ട് യാതൊരു വിഷമവുമില്ലാതെ ഉറങ്ങാൻ കിടന്നു.

പിറ്റേന്ന് പത്രമെടുത്തു നോക്കിയപ്പോൾ *കേരളഭൂഷണം* പത്രത്തിന്റെ മുൻ പേജിൽ വാർത്ത വന്നിരിക്കുന്നു.

*അശ്വമേധ*ത്തിലെ അഭിനയത്തിനും പാട്ടിനും സുലോചനയ്ക്ക് ഈ വർഷത്തെ *കേരളഭൂഷണം* അവാർഡ്.

അന്നത്തെ *കേരളഭൂഷണം* അവാർഡ്, അന്നത്തെ പത്രപ്രവർത്തക യൂണിയന്റെ നേതൃത്വത്തിലുള്ള വളരെ മികച്ച ഒരു ബഹുമതിയാണ്. ഉറക്കച്ചടവ് വിട്ടുമാറാത്ത കണ്ണുകൾ നിറഞ്ഞൊഴുകി.

കെ എസ് ജോർജ്ജ് കെ പി എ സി വിടുന്നു

1962 തീരാറായപ്പോഴേക്കും കെ എസ് ജോർജ്ജ് കെ പി എ സി വിട്ടു. കഥാപ്രസംഗ പരിപാടിക്ക് കേരളത്തിനകത്തും പുറത്തും പര്യടനം നടത്തുന്നതിനാണ് മാറുന്നത് എന്ന് കെ പി എ സിയെ രേഖാമൂലം അറിയിച്ചിരുന്നു.

കെ എസ് ജോർജ്ജിന്റെ പാട്ടും അഭിനയവുമില്ലാത്ത കെ പി എ സി വല്ലാത്തൊരു ശൂന്യതയാവും സൃഷ്ടിക്കുക എന്ന് മനസ്സ് പറഞ്ഞു. സുലോചനയെപ്പോലെ കേരളം നൂറ്റാണ്ടുകളായി പ്രക്ഷേപിച്ചുകൊണ്ടിരുന്ന ഒരു നാടോടി പാരമ്പര്യത്തിന്റെ തുടർച്ചയായിരുന്നു ആ ശബ്ദം എന്നു തോന്നാറുണ്ട്. ആയിരത്താണ്ടുകൾ, ഇവിടെ വിളഞ്ഞ പൊൻകതിരുകളോടൊപ്പം ഈ സംഗീതവും വയൽപ്പാട്ടുകളും അതിന്റെ ആത്മാവും ഉന്മാദമായി ഉറഞ്ഞുകൂടി നില്ക്കും.

ജോർജ്ജിന്റെ രേഖാമൂലമുള്ള കത്തിന് കെ പി എ സിയുടെ മറുപടി ഇങ്ങനെയായിരുന്നു

'ജോർജ്ജ് പോകരുത്. നമുക്ക് നാടകത്തോടൊപ്പം കെ പി എ സിയുടെ നേതൃത്വത്തിൽ തന്നെ കെ എസ് ജോർജ്ജിന്റെ കഥാപ്രസംഗപരിപാടിയും സാമാന്തരമായി മുമ്പോട്ട് കൊണ്ടുപോകാം.'

ആഴ്ചകൾ കഴിഞ്ഞിട്ടും കെ എസ് ജോർജ്ജിന്റെ മറുപടി വന്നില്ല.

കോൺഗ്രസ് ഭരണത്തിന്റെ ക്രൂരമായ മുഖം

1963 ആയപ്പോഴേക്കും കോൺഗ്രസ് സഖ്യ ഗവൺമെന്റ് ഭരണത്തിന്റെ ക്രൂരമായ മുഖം പുറത്തു വന്നുതുടങ്ങി. കമ്യൂണിസ്റ്റുകാരെയും കലാകാരന്മാരെയും അവർ ഒരേ തട്ടിൽ വെച്ചുകൊണ്ട് അളന്നു. രണ്ടു പേർക്കും ലഭിച്ചുകൊണ്ടിരുന്ന ആനുകൂല്യങ്ങളൊക്കെ നിർദ്ദാക്ഷിണ്യം നിർത്തലാക്കി. അതിലൊന്ന് പ്രൊഫഷണൽ നാടക സമിതികളിൽനിന്നും വിനോദ നികുതിയിനത്തിൽ വാങ്ങിയ തുകയുടെ വലിയ തോതിലുള്ള വർദ്ധനവാണ്. ഇത്ര ഭീമമായ നികുതിയടച്ചാൽ പിന്നെ കേരളത്തിൽ ഒരു നാടക സമിതിക്കും നിലനില്ക്കാൻ പറ്റാതാവും. ആളുകളുടെ കൈയിൽനിന്ന് പണം പിരിച്ച് ടിക്കറ്റ് കൊടുത്ത്, തീയറ്ററും ഹാളും വാടകയ്ക്കെടുത്ത് അരങ്ങേറിക്കൊണ്ടിരിക്കുന്ന ഈ കലാപ്രവർത്തനത്തിന് അന്ത്യമാകും. അതുതന്നെയാണ് പുതിയ അധികാരി വർഗ്ഗങ്ങളുടെ ആഗ്രഹവും. അവരുടെ ഉള്ളിലെ പ്രത്യക്ഷ ശത്രുക്കൾ കമ്യൂണിസ്റ്റുകാരാണ്. അതുകൊണ്ട് കമ്യൂണിസ്റ്റുകാർ നയിക്കുന്ന ഒരു നാടകസമിതിയെ രാഷ്ട്രീയ സമിതിയായിട്ടുമാത്രമേ അവർ വിലയിരുത്തിയിട്ടുള്ളു. ഈ സമിതിയുടെ സാംസ്കാരിക സംഭാവന മനസ്സിലാക്കാനുള്ള വിശാലമനസ്സൊന്നും അവർക്കുണ്ടാവില്ല.

ടിക്കറ്റു വിലയുടെ അൻപതു ശതമാനം നികുതിയടയ്ക്കുക എന്ന ഭീകരവാഴ്ചക്കെതിരെ കേരളത്തിൽ ആദ്യമായി പ്രതികരിച്ചത് കെ പി എ സിയാണ്. അനീതിയെ അതേ ശക്തിയിൽ തന്നെ ചെറുത്തുതോല്പിക്കുക എന്നതാണ് പാർട്ടിയുടെ നയം. ഒട്ടും അമാന്തം കാണിച്ചുകൂടാ. ജനാധിപത്യവാഴ്ചയിൽ വിപ്ലവസ്മരണകളിലൂടെയും പ്രക്ഷോഭങ്ങളിലൂടെയും നേടിയെടുത്ത സമത്വാധിഷ്ഠിത നവോത്ഥാനമൂല്യങ്ങളെ അധികാരമുപയോഗിച്ച് ഉന്മൂലനം ചെയ്യാം എന്നുള്ള തെറ്റായ മാർഗ്ഗമാണ് ഇപ്പോൾ കോൺഗ്രസുകാർ സ്വീകരിച്ചിട്ടുള്ളത്. അവർക്ക് മണ്ണെന്താണെന്നോ മനുഷ്യനെന്താണെന്നോ അറിയില്ല. ആയിരത്താണ്ടു വർഷങ്ങളായി അടിമത്തം പേറിയ മൂകജന്മങ്ങളെ ചവിട്ടിമെതിച്ചു പോയതിന്റെ പാരമ്പര്യം മാത്രമേ അവർക്കുള്ളു. വിശപ്പിന്റെയും വിയർപ്പിന്റെയും മഹത്വം അറിയാത്തവർക്ക് ഈ കലാപരിശ്രമമൊക്കെ കലാപശ്രമമായേ കാണാൻ പറ്റു. ‘അധികാരം കൊയ്യണമാദ്യം അതിനുമേലാകട്ടേ പൊന്നാര്യൻ’ എന്നുപഠിപ്പിച്ച നമ്മുടെ ക്രാന്തദർശികളായ വിപ്ലവാചാര്യന്മാർ പകർന്ന വെള്ളിവെളിച്ചത്തിൽ നമുക്ക് മുന്നേറുകതന്നെ വേണം. ഈ ശ്രമം വിജയിക്കുകതന്നെ ചെയ്യും. നേരുള്ള മനുഷ്യരുടെ മുന്നോട്ടുവച്ച ഒരടിപോലും പതറിപ്പോവില്ല. ഭൂമിയിൽ ഏതു ശക്തിവന്നു നിന്നാലും ആത്യന്തിക വിജയം നമ്മുടേതാണ്.

ഗവൺമെന്റിന്റെ തെറ്റായ നയത്തിനെതിരെ കെ പി എ സി വിളിച്ചുചേർത്ത പ്രതിഷേധയോഗത്തിൽ സംസാരിക്കുകയാണ് സഖാവ് തോപ്പിൽ ഭാസി.

ടിക്കറ്റിന്റെ വിലയുടെ അൻപതു ശതമാനം നികുതിയായി മുനിസിപ്പാലിറ്റിയിലോ പഞ്ചായത്തിലോ കെട്ടിവെച്ച് ലൈസൻസ് വാങ്ങുകയും കൂടാതെ പ്രദർശന നികുതിയും പോസ്റ്റർ ഒട്ടിക്കുന്നതിന്റെ നികുതിയും അടയ്ക്കാനാണ് സർക്കാരിന്റെ പുതിയ ഉത്തരവ്.

അതും പോരാഞ്ഞ് സംഗീത ഉപകരണങ്ങളുമായി സർക്കാർ ബസിൽ യാത്ര ചെയ്താൽ ഒരാളുടെ ചാർജ്ജുകൂടി ലഗേജ് ഇനത്തിൽ ഈടാക്കാനുള്ള സർക്കാർ നിയമവും പ്രാബല്യത്തിലായി. ഇത് കലാകാരന്മാരോട് ചെയ്ത ഏറ്റവും നീചമായ ഒരു ദ്രോഹമായി കേരളത്തിലെ എല്ലാ കലാസമിതികളും കണ്ടു. ഇതിന്റെ പേരിൽ ഒട്ടുമിക്ക കലാസമിതികളും പൂട്ടി.

സർക്കാരിന്റെ ഈ കടുത്ത നടപടികൾക്കെതിരെ പോരാടുന്നതിന് കെ പി എ സി തീരുമാനിക്കുകയും ഇതിനെതിരെ ഒരു നിവേദനം തയ്യാറാക്കി മുഖ്യമന്ത്രിക്ക് അയക്കുകയും ചെയ്തു. അന്നു കൂടിയ എക്സിക്യൂട്ടീവ് കമ്മിറ്റി പുതിയസമര പരിപാടികൾ ആരംഭിക്കുന്നതിനുള്ള ആഹ്വാനവും ചെയ്തു.

സെക്രട്ടറിയേറ്റ് പടിക്കലെ സത്യഗ്രഹം

1963 ജൂലൈ 21.

കെ പി എ സിയിലെ കലാകാരന്മാരും കലാകാരികളും സർക്കാരിന്റെ അന്യായമായ നികുതി വർദ്ധനക്കെതിരെയും കലാകാരന്മാരോടുള്ള ജനദ്രോഹ നിയമങ്ങൾക്ക് എതിരെയും സെക്രട്ടേറിയേറ്റ് പടിക്കൽ സമരംചെയ്യാൻ തീരുമാനിച്ച വിവരം മുൻകൂട്ടി എല്ലാവരെയും അറിയിച്ചിരുന്നു.

സത്യഗ്രഹത്തിൽ പങ്കെടുക്കുന്നതിന് കെ പി എ സിയിലെ പ്രധാന പ്രവർത്തകരും കലാകാരന്മാരും അണിനിരന്നു. തോപ്പിൽ ഭാസിയും സി ജി ഗോപിനാഥും കെ എസ് ജോർജ്ജും ജോസഫും ജോൺസനും തോപ്പിൽ കുമാരപിള്ളയും സമരത്തിന്റെ മുൻനിരയിൽ ഉണ്ടായിരുന്നു.

വർദ്ധിപ്പിച്ച വിനോദ നികുതി വെട്ടിക്കുറയ്ക്കുക എന്ന ഒരു പ്ലക്കാർഡും പിടിച്ച് തോപ്പിൽ ഭാസിയുടെ പിന്നിൽ സുലോചന നിന്നു. മുൻ നിശ്ചയിച്ച പ്രകാരം രാവിലെ പത്തുമണിക്ക് പാളയത്തുള്ള വിശ്വകേരളം ഓഫീസിന്റെ മുൻ വശത്തുനിന്ന് ജാഥയായി പുറപ്പെട്ടു. വളരെയേറെപ്പേർ ജാഥയിൽ ചേർന്നു. തോപ്പിൽ ഭാസിയാണ് ആ ജാഥ നയിച്ചത്.

കോളേജ് ജങ്ഷൻ പിന്നിട്ടപ്പോൾ അവിടെ ഒരു പൊലീസ് സംഘം നിലയുറപ്പിച്ചിരുന്നു. അതുകണ്ട് അല്പം പതറിയ ചില അണികളെ തോപ്പിൽ ഭാസി കണ്ണുകൊണ്ടാശ്വസിപ്പിച്ച് ധൈര്യം പകർന്നു സെക്രട്ടറിയേറ്റിനെ സമീപിച്ചപ്പോൾ ഭാസി എല്ലാവരോടുമായി പറഞ്ഞു, "ഇനിയാരും മുദ്രാവാക്യം വിളിക്കരുത്."

അപ്പോൾ രണ്ടു പൊലീസ് ഉദ്യോഗസ്ഥർ മുന്നോട്ടുവന്ന് സഖാവി

നെ തടഞ്ഞുകൊണ്ട് 'ഇനി മുന്നോട്ടു പോകാൻ സാദ്ധ്യമല്ലെ'ന്നു പറഞ്ഞു.

"എന്തുകൊണ്ട്." തോപ്പിൽ ഭാസി അതിനെ ചോദ്യം ചെയ്തു.

ഒരു കമ്യൂണിസ്റ്റുകാരനേ അങ്ങനെ ചോദിക്കാൻ സാധിക്കൂ.

തിരിച്ച് പൊലീസ് ധാർഷ്ട്യത്തോടെ തോപ്പിൽഭാസിയോടു പറഞ്ഞു:

"മുന്നോട്ടു പോകാൻ പറ്റില്ല, അത്രതന്നെ."

"ഞങ്ങൾ മുദ്രാവാക്യം വിളിക്കാതെ പൊയ്ക്കോളളാം." എന്നായി ഭാസി.

അപ്പോൾ പൊലീസുകാരനു വാശിയായിത്തുടങ്ങി.

"ഒരു വിധത്തിലും നിങ്ങളെ അങ്ങോട്ടേക്ക് പോകാൻ അനുവദിക്കില്ല."

"ജാഥ നിരോധിച്ചിട്ടുണ്ടോ?"

"ഇല്ല."

"നിരോധിക്കാത്ത ഈ ജാഥയെ തടയുന്നത് നിയമവിരുദ്ധമാണ്. നിയമവിരുദ്ധമായി നിങ്ങൾ ഞങ്ങളെ തടഞ്ഞുകൊണ്ട് പ്രവർത്തിച്ചാൽ ഞങ്ങളും അത് അനുവദിച്ചുതരില്ല."

അപ്പോൾ പൊലീസ് ഉദ്യോഗസ്ഥൻ ഭാസിയുടെ ഷർട്ടിൽ കുത്തിപ്പിടിച്ച് പുറകോട്ടുതള്ളി

"നിങ്ങൾ അന്യായമായി ജാഥ തടഞ്ഞാൽ ഞങ്ങൾ ഈ റോഡിലിരുന്ന് സത്യഗ്രഹമനുഷ്ഠിക്കും." ഭാസി എല്ലാവരെയും അവിടെ ഇരുത്തി. ഒരു വഴിയെ വാഹനങ്ങൾ പോകാനുള്ള അനുവാദവും കൊടുത്തു.

ടി എസ് നാരായണൻ നമ്പ്യാരും ഉണ്ണിരാജയും ഉയർന്ന പൊലീസുകാരോട് സംസാരിക്കുന്നുണ്ടായിരുന്നു. എല്ലാവരും അരമണിക്കൂർ സമയം അങ്ങനെ റോഡിൽ ഇരുന്നു. ഒടുവിൽ ജാഥ തടഞ്ഞ പൊലീസുദ്യോഗസ്ഥർ വന്ന് ഭാസിയോടു പറഞ്ഞു. "നിങ്ങളെ അറസ്റ്റു ചെയ്തിരിക്കുന്നു. പോയി വാനിൽ കയറൂ."

"വാറന്റുണ്ടോ?"

"വാറന്റൊന്നും വേണ്ട, നിങ്ങൾ എഴുന്നേറ്റ് വാനിൽ കയറുന്നുണ്ടോ."

"നിയമവിരുദ്ധമായി ജാഥ തടയുകയും അറസ്റ്റു ചെയ്യുകയും ചെയ്താൽ ഞാനത് അനുസരിക്കില്ല."

കഴിഞ്ഞ ഇരുപതിലേറേ കൊല്ലമായി നട്ടെല്ല് നിവർത്തിനിന്ന് രാഷ്ട്രീയത്തിൽ പ്രവർത്തിച്ചിട്ടുള്ള ആളാണ് ഞാൻ. വാഴപ്പിണ്ടികൊണ്ടൊന്നും ഉണ്ടാക്കിയതല്ല എന്റെ നട്ടെല്ല്."

പൊലീസ് ചുറ്റും നിന്നവരെ വിരട്ടിയോടിക്കാൻ തുടങ്ങി.

ദേശാഭിമാനി ലേഖകനായ പവനൻ മാത്രം അവിടെത്തന്നെ നിന്നു. ഉടനെ ഒരു പൊലീസ് വാൻ വന്ന് അവരുടെ എല്ലാവരുടെയും മുമ്പിൽ ബ്രേക്കിട്ട് നിന്നു.

ഒരു പൊലീസ് ഉദ്യോഗസ്ഥൻ അതിൽനിന്ന് ചാടിയിറങ്ങിയിട്ട് പറഞ്ഞു:

"ഞങ്ങൾ പരമാവധി ഫോഴ്സ് ഉപയോഗിക്കും."

"ഞാനത് കണക്കാക്കില്ല."

ഭാസി വീണ്ടും വീറോടെ പറഞ്ഞു.

രണ്ട് ഇൻസ്പെക്ടർമാരും ഏതാണ്ട് പത്തോളം പൊലീസുകാരും ചേർന്ന് തോപ്പിൽ ഭാസിയുടെ നേരെ തിരിഞ്ഞു. അവരുടെ മുഖം ദേഷ്യം കൊണ്ട് ജ്വലിക്കുന്നുണ്ടായിരുന്നു. അവർ സഖാവിന്റെ കൈയിൽ ബലമായി പിടിച്ച് ഒരു പഴന്തുണിക്കെട്ട് കുടയുന്നപോലെ നടുറോഡിലിട്ട് കുടഞ്ഞു. ബൂട്സിട്ട കാലുകൾകൊണ്ട് ചവുട്ടി. മുഖം റോഡിൽ ഉരച്ചു. പത്തോളം പൊലീസുകാരും പൊലീസ് ഉദ്യോഗസ്ഥരും ചേർന്ന് കേരളത്തിന്റെ ആ സാംസ്കാരികനായകനെ മൃഗീയമായി, മാരകമായി പരിക്കേല്പിച്ചുകൊണ്ടിരുന്നു. ഈ കാഴ്ചകണ്ട് ചുറ്റുംകൂടി നിന്നവരുടെ സങ്കടം മുദ്രാവാക്യമായി മാറുകയായിരുന്നു. അക്രമവും അനീതിയും ജനാധിപത്യമര്യാദകൾക്കു നിരക്കാത്തവിധം ഉണ്ടാകുമ്പോൾ അറിയാതെ വന്നുപോകുന്ന ഊർജ്ജകണങ്ങളുടെ പ്രഹരശേഷി ആ മുദ്രാവാക്യത്തിനുണ്ട്. ജാതിമതവർണ്ണ വർഗ്ഗ വിവേചനത്തിനതീതമായി ആ ശബ്ദം എവിടെയും ഉയരും.

സഖാവിനെ കീഴടക്കുക മാത്രമായിരുന്നില്ല അവരുടെ ലക്ഷ്യം, പരസ്യമായി ഒരു മനുഷ്യനെ, കലാകാരനെ സമൂഹമദ്ധ്യത്തുവെച്ച് ഇല്ലാതാക്കുക എന്നതുതന്നെയായിരുന്നു.

സഖാവ് ചലനമില്ലാതെ റോഡിൽ കിടക്കുകയാണ്. കുറെ സമയത്തിനു ശേഷം ആ ശരീരം അനങ്ങാൻ തുടങ്ങി. തല പതുക്കെ ഉയർത്തി.

ഉടനെ സിറ്റി പൊലീസ് കമ്മീഷണർ ഗോപിനാഥപിള്ള ഒരു പരുന്തിനെപ്പോലെ ആ ശരീരത്തിനടുത്തെത്തി. പിന്നിൽനിന്ന് നോക്കി മറ്റു പൊലീസുകാരോടായി പറഞ്ഞു:

"എടുത്ത് വാനിലേക്കിടൂ."

അവർ എല്ലാവരും ചേർന്ന് സഖാവിനെ വാനിലേക്ക് വലിച്ചെറിഞ്ഞു.

കുറച്ചു കഴിഞ്ഞ് നോക്കിയപ്പോൾ കണ്ടത് തോപ്പിൽ ഭാസി അതാ എഴുന്നേറ്റു നില്ക്കുന്നു. പിടഞ്ഞെഴുന്നേറ്റ ഒരു സിംഹത്തെപ്പോലെ. പുറത്തു നില്ക്കുന്ന അണികളോടായി അദ്ദേഹം പറഞ്ഞു: "എല്ലാവരും വന്ന് വാനിൽക്കയറ്. സുലോചനയും കയറിക്കോളൂ."

സുലോചനയോടും കയറാൻ പറഞ്ഞത് അവിടെ അപ്പോൾ വനിതാപൊലീസുകാർ ആരും ഉണ്ടാകാതിരുന്നതുകൊണ്ടാണ്. അവിടെ പിന്നീട് നിന്നിരുന്നെങ്കിൽ പുരുഷന്മാരായ സമരാനുകൂലികളോട് ചെയ്തതുപോലെ ഒരുപക്ഷേ, സുലോചനയോടും പെരുമാറും എന്നുകരുതിയാണ്.

പൂജപ്പുര പൊലീസ് സ്റ്റേഷനിൽ

അറസ്റ്റു ചെയ്ത നാല്പത്തിനാല് പുരുഷന്മാരോടൊപ്പം സുലോചനയും പൂജപ്പുര പൊലീസ് സ്റ്റേഷനിൽ നില്ക്കുകയാണ്. രാവിലെ

സമയം 11 മണിയാകുന്നു. ക്രൂരമർദ്ദനമേറ്റ് അവശനായി തോപ്പിൽ ഭാസി ചുവരിൽ ചാരി നില്ക്കുകയാണ്. അടികൊണ്ട് ക്ഷീണിച്ച് പരിക്കേറ്റ ആ ശരീരത്തിന്റെ പ്രവർത്തനം ഇപ്പോൾ ശരിയായ രീതിയിലാണോ നടക്കുന്നത് എന്ന സംശയം അവിടെ കൂടിനിന്നവർക്കുമാത്രമല്ല പൊലീസുകാർക്കുവരെയുണ്ടായി. വിയർപ്പിന്റെയും ചോരയുടെയും മണമായിരുന്നു ആ ശരീരത്തിന്. ഉടുപ്പിന്റെ ബട്ടൻസുകൾ പൊട്ടിപ്പോയിരുന്നു. സദാശിവന്റെയും അണികളുടെ ഒട്ടുമിക്ക ആൾക്കാരുടെയും ശരീരത്തിൽ പൊലീസ് അഴിഞ്ഞാടിയതിന്റെ എല്ലാ പരിക്കുകളും അവശേഷിക്കുന്നു. അഴിഞ്ഞാടുവാനുള്ള സ്വാതന്ത്ര്യം അവർക്ക് എവിടെ നിന്നോ കിട്ടിയപോലെയുണ്ട്.

അന്നത്തെ ആഭ്യന്തര മന്ത്രിയായിരുന്ന പി ടി ചാക്കോയുടെ ആവശ്യപ്രകാരമാണ് പൊലീസ് ഇത്രയ്ക്ക് ക്രൂരത കാണിച്ചത്. അതിനുപിന്നിൽ കേരളത്തിലെ കമ്യൂണിസ്റ്റ് വിരുദ്ധരുടെ സുമനസ്സുണ്ടായിരുന്നു.

അടിപിടി അക്രമങ്ങളെപ്പറ്റിയും കത്തിക്കുത്ത് കൊലപാതകങ്ങളെപ്പറ്റിയും ബലാത്സംഗങ്ങളെപ്പറ്റിയും ഉള്ള കേസ് വിവരങ്ങൾ പൊലീസുകാർ പരസ്പരം സംസാരിക്കുന്നു. ചില ഉയർന്ന പൊലീസ് ഉദ്യോഗസ്ഥരുടെ വാഹനങ്ങൾ പൂജപ്പുര സ്റ്റേഷനുമുമ്പിൽ പാർക്കു ചെയ്യുന്നതിന്റെ ശബ്ദങ്ങൾ കേൾക്കാം. അവർ സ്റ്റേഷനിൽ കയറുമ്പോൾ കീഴുദ്യോഗസ്ഥർ എണീറ്റുനിന്ന് സല്യൂട്ട് കൊടുക്കുന്നു. പൊലീസുകാർക്ക് അന്ന് കാക്കി നിക്കറാണ് വേഷം. ഒരു പൊലീസുകാരൻ സുന്ദരിയായ സുലോചയെ നോക്കി അകത്തേക്ക് പോയി. ഒരു കൊമ്പൻ മീശക്കാരൻ. അയാളുടെ കാൽമുട്ടുകളിലുള്ള രോമങ്ങൾ ചുരുണ്ടുകൂടി നില്ക്കുന്നു. കൊഴുത്തു തടിച്ചു നില്ക്കുന്ന ആ ശരീരത്തിൽ ദുർമ്മേദസ്സ് വേണ്ടുവോളമുണ്ട്.

സമയം ഇഴഞ്ഞു നീങ്ങുകയാണ്. ഉച്ചയായി. ഊണുകഴിക്കാൻ വേണ്ടി പുറത്തേക്കിറങ്ങിയപ്പോഴും ആ പൊലീസുകാരൻ സുലോചനയെ ഒന്ന് അടിമുടി നോക്കി. ചുവരിൽ ചാരി നില്ക്കുകയായിരുന്ന തോപ്പിൽ ഭാസി ഇതെല്ലാം കാണുന്നുണ്ടായിരുന്നു. അയാൾ സൗമ്യനായി ഭാസിയുടെ അടുത്തേക്ക് വന്നു. എന്നിട്ട് സഹതപിച്ചുകൊണ്ട് പറഞ്ഞു:

“നിങ്ങക്ക് വല്ല കാര്യോമൊണ്ടോ ഇങ്ങനെ ചോരയൊലിപ്പിച്ചു നില്ക്കാൻ? പോരാത്തതിന് ഒരു പെമ്പ്രന്നോത്തിയെയും കൊണ്ടാണല്ലോ സ്റ്റേഷനിൽ കയറി നിക്കുന്നത്. സ്ത്രീകളെ അറസ്റ്റു ചെയ്യില്ലെന്ന് കരുതിയോ? നിങ്ങൾ എന്താ ഞങ്ങളെപ്പറ്റി വിചാരിച്ചത്. ഞങ്ങൾ എല്ലാറ്റിനെയും അറസ്റ്റുചെയ്ത് ജയിലിലടയ്ക്കും. ഇവിടെവെച്ച് അവസാനിപ്പിച്ചോണം എല്ലാം. അല്ലെങ്കിൽ തീർത്തുകളയും എല്ലാത്തിനേം.”

എല്ലാവരുടെയും ഉള്ളിൽ പ്രതികരിക്കണമെന്നുണ്ട്. ഇരച്ചു വരുന്നത് മുദ്രാവാക്യമാണ്. അതിന്റെ ശബ്ദം കേൾക്കുന്നില്ലേ ഈ മനുഷ്യൻ.

“അല്പം വെള്ളം തരുമോ സാർ” കെ എസ് ജോർജ്ജ് അയാളോടായി ചോദിച്ചു.

"ഇല്ല. നിങ്ങക്കിവിടെ നിന്ന് ഒരു തുള്ളി വെള്ളം കിട്ടത്തില്ല. നിങ്ങൾ ജീവനോടെ തീരിച്ചുപോകുമോ എന്നുപോലുമറിയില്ല. എന്നിട്ടല്ലേ വെള്ളം."

"നിങ്ങളുടെ ഈ വിചാരമൊന്നും നടക്കത്തില്ല സാറേ."

ആരോ ഒരാൾ അടങ്ങാത്ത വികാരാവേശത്താൽ പറഞ്ഞുപോയി. ആ കൊമ്പൻമീശക്കാരൻ അയാളെ കുത്തിന് പിടിച്ച് ചുവരിൽ ചേർത്തുനിർത്തി നാഭി നോക്കി കൈമുഷ്ടിചുരുട്ടി ഇടിച്ചു.

നാല്പത്തിനാലു പുരുഷ തടവുകാർക്കിടയിൽ സുലോചന ഒറ്റയ്ക്കാണ്. വേറൊരു സ്ത്രീയോ വനിതാ പൊലീസോ ആ സ്റ്റേഷനിലോ സ്റ്റേഷന്റെ ചുറ്റുവട്ടത്തോ അന്നില്ല. നാല്പത്തിനാലു മനുഷ്യരുടെയും ശ്വാസം അപ്പോൾ ഒരേ താളത്തിലാണ് പ്രവർത്തിച്ചുകൊണ്ടിരുന്നത്. അവരുടെ വിയർപ്പിന്റെയും ബീഡിമണമുള്ള ശ്വാസത്തിന്റെയും ഇടയിൽ ആ ഇരുപത്തി നാലുകാരി ഒറ്റയ്ക്ക് നില്ക്കുകയാണ്

സന്ധ്യയായി. എല്ലാവരും തളർന്നു മയങ്ങി നില്ക്കുകയാണ്. ആരെങ്കിലും അവരെ അന്വേഷിച്ച് എത്തുമെന്ന് പ്രതീക്ഷയുണ്ടായിരുന്നു. എന്നാൽ എല്ലാ വഴികളും നിയമപരമായി അധികാരമുപയോഗിച്ച് തടഞ്ഞ് വെച്ചിരിക്കുന്നതിനാൽ ആർക്കും അവരെ വന്നു കാണാൻ പറ്റുന്ന സാഹചര്യമായിരുന്നില്ല.

കുറച്ചു സമയം കഴിഞ്ഞപ്പോൾ പുറത്ത് ഒരു പൊലീസ് ജീപ്പ് വന്നു നിന്നു. അതിൽനിന്ന് കുറെ പൊലീസുകാർ ഇറങ്ങി.

ഒരു വനിതാപൊലീസും കൂടെയുണ്ട്. സുലോചനയെ വിളിച്ച് കൊണ്ടുപോകാൻ വന്ന കന്റോൺമന്റ് സ്റ്റേഷനിലെ വനിതാ പൊലീസാണത്. രാവിലെ 11 മണിമുതൽ രാത്രിയാകുംവരെ ഒരേ നില്പ് നിന്നതാണ്. ഇളകാൻ പറ്റാത്തവിധം ഉറഞ്ഞുപോയിരിക്കുകയാണ്. ഈ നില്പ് ദിവസങ്ങളോളം തുടർന്നാലും നില്ക്കാൻ തയ്യാറാണ് അവൾ. സുലോചനയെന്നല്ല, കെ പി എ സിയിലെ എല്ലാ അഭിനേതാക്കളും രാപകൽ സ്റ്റേജിൽ നിന്നതിന്റെ ആയിരത്തിലൊരംശം പോലുമാവില്ലല്ലോ ഇന്നത്തെ ഒരു ദിവസത്തേക്കു മാത്രമുള്ള ഈ നില്പ്. അധികാരി വർഗ്ഗത്തിന് തെറ്റി. അന്തപ്പുരങ്ങളിൽ കിടന്നുറങ്ങി മന്ദിച്ചുപോയവർക്ക് അത് എങ്ങനെ മനസ്സിലാവാനാണ്! തീയിൽ കുരുത്തതാണിവർ, ഈ മർദ്ദനമുറകളിലൊന്നും തളരാത്ത, ഒടുങ്ങാത്ത പോരാട്ടവീര്യമാണ് ഇവിടെ സ്പന്ദിച്ചുകൊണ്ടിരിക്കുന്നത്.

രാത്രിയിൽ ജാമ്യം

രാത്രി പതിനൊന്നരയായപ്പോഴാണ് സുലോചനയ്ക്കും കെ പി എ സി പ്രവർത്തകർക്കും ജാമ്യം കിട്ടിയത്. പൂജപ്പുര കന്റോൺമന്റ് ജയിലിൽനിന്നും ഉടനെതന്നെ സഹോദരൻ കൃഷ്ണൻകുട്ടിയെയും വിളിച്ച് ഒരു കാറിൽ തിരുവനന്തപുരത്തുനിന്ന് കായംകുളത്തെ വീട്ടിലേക്ക്

തിരിച്ചു. ഏതാണ്ട് മൂന്നു മണിക്കൂർ എടുത്തുകാണും വീട്ടിൽ എത്താറായപ്പോൾ. അപ്പോഴാണ് സുലോചന ഒരു കാര്യം ഓർത്തത് ഇതുവരെ ഒരു തുള്ളിവെള്ളം പോലും കുടിച്ചില്ല. ജലപാനമൊന്നുമില്ലാതെ എത്രയോ രാത്രികൾ പിന്നിട്ടിരിക്കുന്നു. അതിന്റെ മുന്നിൽ ഈ രാത്രി എത്ര ചെറുത്.

വീട് അടുക്കും തോറും ഭയം വർദ്ധിക്കാൻ തുടങ്ങി. അച്ഛനെ എങ്ങനെയാണ് അഭിമുഖീകരിക്കുക എന്നുള്ളതാണ് പ്രശ്നം. സമരത്തിന് പോകുന്ന കാര്യം അച്ഛനോട് പറഞ്ഞിട്ടില്ല. അച്ഛൻ പഴയ തിരുവിതാംകൂർ കോൺഗ്രസുകാരനായതുകൊണ്ട് കമ്യൂണിസ്റ്റ് വിരോധം ഉള്ളിലുണ്ട്. സമരത്തിനുപോയെന്നോ ജയിലിലടച്ചു എന്നോ അറിഞ്ഞാൽ ആകാശം ഇടിഞ്ഞുവീഴും. ജ്യേഷ്ഠനും അതിൽ വേവലാതി ഉണ്ടായിരുന്നു.

അമ്പാസിഡർ കാർ വീടിനുമുന്നിൽ വന്നുനിന്നു. വീട് ഉറങ്ങുകയാണ്. മുറ്റത്തെ മാവിൽനിന്നും രാത്രി വീണ പഴുത്ത മൂവാണ്ടൻമാങ്ങകൾ പഞ്ചാര മണലിൽ കിടക്കുന്നത് തെളിഞ്ഞ് കാണാം. പതുക്കെ, മണൽത്തരികൾക്കുപോലും നോവാതിരിക്കാൻ, വളരെ പതുക്കെ ചവിട്ടി പൂമുഖത്തേക്കു കടന്നു. ഉറക്കമിളച്ചു കാത്തിരിക്കുകയായിരുന്ന അച്ഛൻ വാതിൽ തുറന്നതിന്റെ ശബ്ദമാണാ കേട്ടത്. അച്ഛൻ അലറിക്കൊണ്ട് പറഞ്ഞു. "കയറിപ്പോകരുത്."

എന്നിട്ട് ജ്യേഷ്ഠനോടായി:

"എന്താടാ നീയിവളെ കൊലയ്ക്കുകൊടുക്കാൻ കൊണ്ടുപോവുകയാണോ. കല്യാണം ആലോചിച്ചുകൊണ്ടിരിക്കുന്ന ഒരു പെണ്ണാണെന്ന് നിനക്കറിയത്തില്ലേ?

അവളെ സമരം ചെയ്യാനും അറസ്റ്റു വരിക്കാനും കൊണ്ടുപോയാൽ നാളെ അവടെ സ്ഥിതിയെന്താകുമെടാ?" കൃഷ്ണൻകുട്ടി തലതാഴ്ത്തിനിന്നു

"എല്ലാം തകർത്തു കളഞ്ഞില്ലേ ദ്രോഹീ. ഇതൊക്കെ അറിഞ്ഞിട്ടാണോടാ നീയിവളേം കൊണ്ടുപോയത്?"

ഈ ശബ്ദകോലാഹലങ്ങൾ കേട്ടാണ് വീട്ടിൽ എല്ലാവരും ഉണർന്നത്. അപ്പോൾ സുലോചന അച്ഛനോട് അനുനയത്തിൽ പറഞ്ഞു:

"അച്ഛാ, അച്ഛൻ വിഷമിക്കുന്നതു പോലെയൊന്നും ഉണ്ടായിട്ടില്ല. എന്നെ അറസ്റ്റുചെയ്തു എന്നതൊഴിച്ചാൽ മറ്റൊരു രീതിയിലും പൊലീസുകാർ എന്നെ ഉപദ്രവിച്ചിട്ടില്ല. അതുമല്ല ആയിരക്കണക്കിന് സഖാക്കൾ ഞങ്ങൾക്ക് പിന്തുണ പ്രഖ്യാപിച്ചുകൊണ്ട് പൊലീസ് സ്റ്റേഷനു ചുറ്റുമുണ്ടായിരുന്നു."

അച്ഛന്റെ കോപം പതുക്കെ അടങ്ങി. നേരം വെളുത്തു.

അപ്പോഴേക്കും വിവരം കേട്ടറിഞ്ഞ്, മാവേലിക്കരനിന്നും വള്ളികുന്നത്തുനിന്നും ചുനക്കരനിന്നും സഖാക്കന്മാർ പറ്റമായി വീട്ടിലേക്ക് ഒഴുകിയെത്തി. അന്നത്തെ പത്രം നോക്കിയപ്പോൾ അതിൽ നിറയെ പൊലീസ് മർദ്ദനത്തിന്റെ വാർത്തകളും സുലോചനയെയും സംഘ

ത്തെയും അറസ്റ്റുചെയ്ത് വാർത്തകളും വിവിധ ഫോട്ടോകളും അച്ചടിച്ചു വന്നിരിക്കുന്നു. ഇത് കണ്ടപ്പോൾ അച്ഛനും അമ്മയ്ക്കും അല്പം സമാധാനമായി. കൂടെ സംരക്ഷണത്തിന് നാടുമുഴുവൻ കാവലുണ്ടെന്ന ബോദ്ധ്യം അവർക്ക് ആശ്വാസത്തിന് വക നല്കി.

വാർത്ത വന്നുകഴിഞ്ഞ് രണ്ടു ദിവസം കഴിഞ്ഞില്ല, കേരളത്തിന്റെ സർവ്വകോണുകളിൽനിന്നും സഖാക്കളുടെ ആശംസകളും അഭിനന്ദനങ്ങളും അറിയിച്ചുകൊണ്ടുള്ള എഴുത്തും പോസ്റ്റുകാർഡും കൊണ്ട് കായംകുളം വീട് നിറഞ്ഞു.

എന്നാൽ അതുകഴിഞ്ഞപ്പോൾ ഒരു ദിവസം വീട്ടിലേക്കൊരാൾ ക്രുദ്ധനായി കടന്നുവന്ന് അന്നത്തെ പഴയ പത്രവാർത്തകൾ നിറഞ്ഞ പത്രങ്ങൾ പൂമുഖത്തേക്ക് വലിച്ചെറിഞ്ഞ് അകത്തേക്ക് കയറി, ഊണു കഴിഞ്ഞ് മയക്കത്തിലായിരുന്ന അച്ഛനെ വിളിച്ചുണർത്തി ഉറക്കെ സംസാരിക്കുന്നു.

അകത്തെ മുറിയിൽ സുലോചനയുമുണ്ട്.

സുലോചനയ്ക്ക് അയാളെ പരിചയമില്ല. പക്ഷേ, അച്ഛനും അമ്മയ്ക്കും അയാളെ അറിയാം. കഴിഞ്ഞ ആഴ്ച ഒരു പുതിയ കല്യാണാലോചനയുമായി ഇയാൾ ഇവിടെ വന്നിരുന്നു. അയാളുടെ അനന്തരവനെക്കൊണ്ട് കല്യാണമാലോചിക്കാം എന്ന് പറഞ്ഞ് ചായയും കുടിച്ച് പോയ ആളാണ്. ഇപ്പോൾ ഇതാ വീണ്ടും വന്നിരിക്കുന്നു.

"ദേണ്ടെ, ഈ പത്രത്തിൽ അച്ചടിച്ചുവന്നിരിക്കുന്ന പെണ്ണ് ഇവിടത്തെയാന്നല്ലോ, ഈ സുലോചന തന്നെയാന്നേ? എന്താ എന്നേം എന്റെ അനന്തരവനേം നിങ്ങൾ പരിഹസിക്കുകയാണോ? ദേണ്ടെ കെടക്കന്നു. പൊലീസ് സ്റ്റേഷനിലും ജയിലിലും കെടന്ന ഒരു പെണ്ണിനെ ഞങ്ങടെ കുടുംബത്തിൽ കേറ്റുന്ന പ്രശ്നമില്ല. ഞങ്ങൾക്കിതൊരു അപമാനം വരുത്തിവെച്ചിരിക്കുകയാ. അതിനാൽ ഇവിടത്തെ കൊച്ചും എന്റെ അനന്തരവനുമായുള്ള കല്യാണം നടക്കത്തില്ല."

ഇതു പറഞ്ഞ് മുണ്ടും മടക്കിക്കുത്തി റോഡിലിറങ്ങി ആരോടൊക്കെയോ എന്തൊക്കെയോ പുലമ്പിക്കൊണ്ട് അയാൾ വടക്കോട്ട് നടന്നുപോയി.

കെ പി എ സി ലളിതയുടെ വരവ്

കെ പി എ സിയുടെ വാതില്പടിയിൽനിന്നും ലളിത എന്ന പെൺകുട്ടിക്ക് അന്ന് തിരിച്ചു പോരുവാൻ വളരെയേറെ വിഷമമുണ്ടായിരുന്നു. അവൾ പാതി തുറന്നുകിടക്കുന്ന ജാലകപ്പാളിയിലൂടെ അകത്തേക്ക് മറ്റാരുമറിയാതെ നോക്കി നില്ക്കുകയാണ്. ആരെങ്കിലും തന്നെ അവിടെ നിന്ന് വിളിക്കുന്നുണ്ടോ.

ലളിതേ...

ഇല്ല തോന്നുന്നതാവാം.

അങ്ങനെ പലവട്ടം തിരിഞ്ഞുനോക്കി. ഒരാളുപോലും അവിടെ നിന്ന്

വിളിക്കുന്നില്ലെന്ന് മനസ്സിലാക്കി അവിടെ നിന്ന് ഇറങ്ങുകയായിരുന്നു.

"ഇപ്പോൾ ബസു കാണുമോ?" അവിടെയുള്ള മുറുക്കാൻ കടയിൽ കയറി ചോദിച്ചു.

"കുറച്ചു കഴിയുമ്പോൾ വരും."

രാവിലെ കെ പി എ സിയിൽ ഇന്റർവ്യൂവിന് വന്നതാണ്. പലയിടങ്ങളിലും ഇന്റർവ്യൂവിന് പോയിട്ടുണ്ട്. മെലിഞ്ഞിരിക്കുന്നതിനാൽ അക്കാലത്ത് ആരും നാടകത്തിലൊന്നും എടുക്കാൻ സാദ്ധ്യതയില്ലെന്ന് അവൾക്ക് തന്നെ അറിയാമായിരുന്നു. എങ്കിലും വല്ലാത്തൊരാഗ്രഹമായിരുന്നു, നടിയാവണമെന്ന്, അതും കെ പി എ സിയിൽ തന്നെ..

ഇന്റർവ്യൂ ബോർഡിൽ അന്ന് സുലോചനയും കെ എസ് ജോർജ്ജും തോപ്പിൽ ഭാസിയും കെ പി ഉമ്മറും ആണുണ്ടായിരുന്നത്.

അകത്തു കയറിയപാടെ എല്ലാവരെയും നോക്കി നില്ക്കുകയാണ് ലളിത. ബോർഡ് അംഗങ്ങൾ കൗതുകത്തോടെ ആ പെൺകുട്ടിയെ നോക്കി.

"പാട്ടു പാടാനറിയുമോ?"

ആദ്യം തന്നെ ഒരു ചോദ്യം വന്നത് കെ എസ് ജോർജ്ജിൽ നിന്നായിരുന്നു. ആദ്യത്തെ ചോദ്യമായിരുന്നതിനാൽ അറിയില്ലെന്ന് എങ്ങനെയാണ് പറയുക. ഒരു മിടുക്കിന് അറിയുമെന്ന് തന്നെ പറഞ്ഞു.

"എന്നാൽ പിന്നെ ഒരു പാട്ടങ്ങ് പാടിയാട്ടെ."

കെ എസ് ജോർജ്ജ് ലളിതയോട് പറഞ്ഞു.

ലളിത ലവലേശം പോലും കൂസാതെതന്നെ അക്കാലത്ത് പ്രചാരത്തിലുണ്ടായിരുന്ന ഒരു നാടക ഗാനം പാടി.

'അമ്പിളി അമ്മാവാ താമരക്കുമ്പിളിലെന്തൊണ്ട്'

പാട്ട് അത്യാവശ്യം ഭംഗിയിലൊക്കെ പാടി.

ഉടനെതന്നെ അടുത്ത ചോദ്യം വന്നു.

"പാട്ടറിയാമല്ലോ, എന്നാൽ പിന്നെ ഡാൻസായാലോ?"

അതേ പാട്ടുപാടി ലളിത ഡാൻസ് ചെയ്തു.

ആ പെൺകുട്ടിയുടെ അവതരണത്തിൽ ആർക്കും എതിരഭിപ്രായമൊന്നുമില്ലായിരുന്നു. എല്ലാവരുംകൂടി സുലോചനയെയാണ് നോക്കുന്നത്. എക്സിക്യൂട്ടീവ് കമ്മിറ്റി അംഗമെന്ന നിലയിലും പാട്ടിന്റെയും ഡാൻസിന്റെയും വിധി കർത്താവ് എന്ന നിലയിലും ഭാസിയുടെയും സുലോചനയുടെയും അഭിപ്രായത്തിനാണ് മുൻതൂക്കം. എന്നാൽ അഭിനയിച്ച് കാണിക്കാൻ പറ്റുമോ എന്നാണ് സുലോചന ചോദിച്ചത്.

സുലോചന ഒരു അഭിനയ രംഗവും ഒരു സംഭാഷണവും പറഞ്ഞു കൊടുത്തു. ഉടനെതന്നെ അത് ഹൃദിസ്ഥമാക്കി വളരെ അനായാസമായിത്തന്നെ ലളിത അത് അവതരിപ്പിക്കുകയും ചെയ്തു.

ഇന്റർവ്യൂ ബോർഡ് പിരിഞ്ഞുപോകുന്നതിനുമുമ്പ് ഉച്ചയ്ക്ക് എല്ലാവർക്കും ഊണുണ്ട്. അതു കഴിഞ്ഞേ പോകാവൂ എന്ന് പറഞ്ഞു.

അതു കഴിഞ്ഞ് ആ പെൺകുട്ടി ഊണുകഴിക്കാനായി ഇരുന്നു.

എല്ലാവരും അപരിചിതർ.

ഊണുകഴിഞ്ഞ് അവിടെ അല്പനേരംകൂടി നില്ക്കണമെന്നുണ്ടായിരുന്നു. എന്നാൽ ഒരനുകൂല മറുപടിയൊന്നും വരാത്തതിനാൽ ബസ്സ്റ്റോപ്പിലേക്ക് നടന്നു.

കുറച്ചു കഴിഞ്ഞപ്പോൾ ദൂരെ നിന്നതാ ബസ് വരുന്നു. കൊല്ലം കോട്ടയം സർക്കുലർ.

ലളിത ആ ബസിന് കൈനീട്ടി. കയറുന്നതിനുമുൻപ് ഒന്നുകൂടി കെ പി എ സിയിലേക്ക് നോക്കി. ആരെങ്കിലും അവിടെയെങ്ങാനും നില്ക്കുന്നുണ്ടോ?

ബല്ലടിച്ചു. ബസ് ലളിതയെയും വഹിച്ചുകൊണ്ട് നീങ്ങുകയാണ്. അടുത്ത സ്റ്റോപ്പിൽനിന്നും ബസിൽ കയറിയ ആളെക്കണ്ട് ലളിത ഒന്നു ഞെട്ടി.

കെ പി എ സി സുലോചനയായിരുന്നു അത്.

അതുകണ്ടപ്പോൾ കുഞ്ഞു ലളിതയ്ക്ക് അത്ഭുതമായി. സുലോചന ലളിത ഇരിക്കുന്ന സീറ്റിന്റെ അരികത്തുതന്നെ വന്നിരുന്നു.

“മോളേ, നിന്നെ എല്ലാവർക്കും നല്ലപോലെ ഇഷ്ടമായിട്ടുണ്ട് കേട്ടോ. നിന്നെ എടുക്കും, ഇനി പ്രശ്നമൊന്നുമില്ല.”

“ഞാൻ പാടിയതൊക്കെ?”

ലളിത സുലോചനയോട് ചോദിച്ചു.

“പാടാനും ആടാനുമൊക്കെ നിനക്ക് നല്ലൊരുത്സാഹമുണ്ടല്ലോ? അതാണ് നിന്നെ സെലക്ട് ചെയ്യാനുണ്ടായ കാരണം.

ഇനിയുള്ള എല്ലാ കാര്യങ്ങളും ഇങ്ങനെയായിരിക്കണം. എല്ലാം മടിയൊന്നും വിചാരിക്കാതെ ചെയ്തുകൊള്ളണം.

ഇനി വിളിക്കുകയാണെങ്കിൽ പെട്ടെന്നുതന്നെ വരണം.”

ലളിതയുടെ മുഖം സന്തോഷം കൊണ്ട് വിടർന്നു.

“എന്തായാലും വിളിക്കും. അല്ലെങ്കിൽ വിളിപ്പിച്ചോളാം. പേടിക്കുകയൊന്നും വേണ്ടാ. സമാധാനമായിരുന്നോളു.

പിന്നെ ഒരുകാര്യം. എല്ലാവരോടും ഇടപെടുന്നത് നോക്കീം കണ്ടും വേണം. രാഷ്ട്രീയവും വ്യക്തിപരവുമായ പ്രശ്നങ്ങളും ആരോടും പങ്കുവെക്കരുത്. ബാക്കി എല്ലാ കാര്യങ്ങളും മോളു വന്നിട്ട് പറഞ്ഞുതരാം.”

ബസ് മാവേലിക്കരയെത്തി. അതുവരെ രണ്ടുപേരും ഇടതടവില്ലാതെ സംസാരിക്കുകയായിരുന്നു.

ഇറങ്ങുന്നതിനുമുമ്പ് അല്പം രഹസ്യമായി ലളിതയുടെ ചെവിയിൽ ഒരു കാര്യം പറയാനെന്ന മട്ടിൽ മുഖം ചേർത്തു.

“അതേയ് ഇങ്ങനെയൊന്നും ഇരുന്നാൽ പോരാ, കുറച്ചു വണ്ണമൊക്കെ വെയ്ക്കണം. നമ്മുടെ കെ പി ഉമ്മറിന്റെ ഭാര്യയായുള്ള വേഷം ചെയ്യാനുള്ളതാ. അതിന് ഒത്തൊരു ശരീരമാ വേണ്ടത്.” ചിരിച്ച് യാത്ര പറഞ്ഞ് ആ ബസിൽനിന്ന് സുലോചന ഇറങ്ങി.

വീണ്ടും മായ്ച്ചുവരച്ച് പുതിയ സ്കെച്ചുകൾ

അശ്വമേധം കേരളത്തിനകത്തും പുറത്തും അതിന്റെ ജൈത്രയാത്ര നടത്തിക്കൊണ്ടിരിക്കുകയിരുന്നു. ബൽരാജ് സാഹ്നിയും കെ എ അബ്ബാസും റിയലിസ്റ്റിക് നാടക വേദിയുടെ പുതിയ സാദ്ധ്യതകൾക്ക് കരുത്തേകിയവരാണ്. നാടകാഭിനയവും എഴുത്തും യാത്രകളും കെ പി എ സിയുടെ ഉത്തരവാദിത്വങ്ങളുമായി വീണ്ടും തിരക്കുകളിലേക്ക് പ്രവേശിക്കുകയായിരുന്നു തോപ്പിൽ ഭാസി.

കെ പി എ സിയിൽ പഴയ ആളുകൾ പോകുന്നു, പുതിയവർ വരുന്നു. സുലോചന എക്സിക്യൂട്ടീവ് അംഗമായതും പല തീരുമാന ങ്ങളെടുക്കുന്നതും ഇഷ്ടപ്പെടാതെ അകന്നു മാറി നില്ക്കുന്നവരും അവിടെ ഉണ്ടായിരുന്നു.

ഒടുവിൽ രണ്ടു മൂന്നു വർഷം മുമ്പ് പ്രതിഭയ്ക്ക് എഴുതിക്കൊടുത്ത *മൂലധനം* എന്ന തോപ്പിൽ ഭാസിയുടെ നാടകം തന്നെ ഈ വർഷം കെ പി എ സി എടുത്താൽ മതിയെന്ന് എക്സിക്യൂട്ടീവ് യോഗം തീരു മാനമെടുക്കുന്നു.

പിന്നീട് വേഷങ്ങളും കഥാപാത്രങ്ങളും തീരുമാനിച്ചു. തോപ്പിൽ ഭാസി ഇതുവരെ ചെയ്യാത്ത രീതിയിൽ എല്ലാർക്കും റോളുകൾ തമ്മിൽ പരസ്പരം മാറ്റിക്കൊടുക്കുകയാണ് *മൂലധന*ത്തിൽ ചെയ്തത്. *അശ്വമേ ധ*ത്തിലും *പുതിയ ആകാശം പുതിയ ഭൂമി*യിലും അഭിനയിച്ചുകൊണ്ടി രുന്നവരുടെ സമാനസ്വഭാവം വരുന്ന ക്യാരക്ടറുകളിലാണ് ഈ മാറ്റം ഉണ്ടായത്.

ആദ്യം ഉമ്മറിനെയാണ് മാറ്റിയത്. തിളങ്ങുന്ന ശ്രദ്ധേയമായ വേഷ ങ്ങളിൽ നിന്ന് തികച്ചും വ്യത്യസ്തമായൊരു വേഷം, തല മൊട്ടയടിച്ച് അരപ്പട്ടകെട്ടി കൈലിയും ധരിച്ചെത്തുന്ന ഒരു നാടൻ ഇറച്ചി വെട്ടുകാര നായാണ് ഉമ്മറിന്റെ *മൂലധന*ത്തിലെ വരവ് തോപ്പിൽ ഭാസി ചിത്രീകരിച്ചത്.

സുലോചനയ്ക്കാണ് തികച്ചും വ്യത്യസ്തമായ ഒരു കഥാപാത്രം ലഭിച്ചത്. അതും ഉപനായികയായി.

സുലോചനയെ *മൂലധന*ത്തിൽ ഉപനായികയാക്കി ഒതുക്കു കയാണോ എന്ന് ചർച്ചയിൽ ഇടയ്ക്ക് ചിലർ ചോദിക്കുകയുണ്ടായി. അപ്പോൾ തോപ്പിൽ ഭാസി പറഞ്ഞത് ഇതിലെ ഉപനായികയാണേറ്റവും അധികം പാട്ടുകൾ പാടുന്നത് എന്നാണ്. ആ വേഷം മുൻപ് ചെയ് തിരുന്നത് അടൂർ ഭവാനിയും സുധർമ്മയും കവിയൂർ പൊന്നമ്മ യുമായിരുന്നു. ഉപനായികയായ സാഹിത്യാരാധിക മാലതിയായി അങ്ങ നെയാണ് *മൂലധന*ത്തിൽ സുലോചന വരുന്നത്. തോപ്പിൽ കൃഷ്ണ പിള്ളയാണ് മറ്റൊരു പരീക്ഷണം നേരിടേണ്ടി വന്ന ആൾ. വാ നാറി പ്പാച്ചുവും ശാസ്ത്രി സാറുമൊക്കെയായി വന്ന ഒരു കഥാപാത്രം പെട്ടെന്ന് റിട്ടേഡ് പൊലീസ് ഓഫീസർ ആയി രൂപാന്തരം പ്രാപിച്ചു. പ്രതിഭയിൽ

ഈ കഥാപാത്രങ്ങൾ ചെയ്തിരുന്ന ആളുകളുടെ സ്വഭാവരീതികളോട് ഒട്ടും സാമ്യമില്ലാത്ത ഒരു കഥാപാത്ര ആവിഷ്കാരമാണ്, തോപ്പിൽ ഭാസി കെ പി എ സിയുടെ നാടകത്തിലേക്ക് വന്നപ്പോൾ ചെയ്തത്.

അതു കഴിഞ്ഞപ്പോൾ നിർണ്ണായകമായ മറ്റൊരു തീരുമാനവും വന്നു. അത് *മൂലധന*ത്തിലെ പാട്ടുകളുടെ കാര്യത്തിലാണ്. ഒ എൻ വിയും വയലാറുമാണ് പ്രതിഭയുടെ പാട്ടുകളുടെ സ്രഷ്ടാക്കൾ. കാളിദാസകലാകേന്ദ്രത്തിന്റെ *ഡോക്ടർ, ജനനീ ജന്മഭൂമി, അൾത്താര* എന്നീ നാടകങ്ങൾക്കു ശേഷം ഒ എൻ വിയും ദേവരാജനും കൂടിച്ചേർന്ന് ചെയ്ത ആ ഗാനങ്ങൾ ഇപ്പോൾ അതേപോലെ സ്വീകരിക്കുന്നതിനോട് ആർക്കും യോജിപ്പില്ലായിരുന്നു. കെ പി എ സിക്ക് ഇപ്പോൾ സ്വന്തമായി ഒരു പാട്ടെഴുത്തുകാരനും സംഗീത സംവിധായകനും ഉണ്ട്. വയലാറും കെ രാഘവനും. അതിനാൽ കെ പി എ സിയുടെ *മൂലധന*ത്തിനായി വീണ്ടും പാട്ടെഴുതാൻ വയലാറിനോടാവശ്യപ്പെട്ടു. അതിൻ പ്രകാരം വയലാർ പാട്ടുകൾ എഴുതി. എട്ടു പാട്ടുകൾ.

അകത്തും പുറത്തും പ്രശ്നങ്ങൾ ഉടലെടുത്തുകൊണ്ടിരിക്കുന്ന ഒരു കാലമായിരുന്നു അത്. അതിനിടയിൽ സുലോചന പാട്ടുകൾ പാടി. അഭിനയിക്കുകയും ചെയ്തു. പുതിയൊരു നാടകം എഴുതാൻ പറ്റുന്നില്ല എന്നായിരുന്നു അക്കാലത്ത് തോപ്പിൽ ഭാസിക്കെതിരെ ഉയർന്നുവന്ന ഒരാരോപണം. എന്നാൽ വിമർശകരുടെ അഭിപ്രായങ്ങളെയെല്ലാം അതിജീവിച്ച് *മൂലധനം* മുന്നേറുകയായിരുന്നു. ഏറെ വ്യത്യസ്തതയുള്ള കഥാപാത്രങ്ങളുടെ അവതരണംതന്നെ കാണികളിൽ കൗതുകമുണർത്തും എന്നുള്ളത് ഉറപ്പാണ്. അതുപോലെ വയലാറിന്റെ വരികളും രാഘവന്റെ സംഗീതവും അത് സുലോചനയും കെ എസ് ജോർജ്ജും കൂടിച്ചേർന്ന് പാടുമ്പോൾ ഉണ്ടാകുന്ന ഒരു ചേർച്ചയുടെ സ്വീകാര്യതയും. അത് പത്തു വർഷത്തോളമായി തുടർന്നു വരുന്ന ഈ നാടകവേദിയുടെ പ്രത്യേകതയാണ്.

ഉദ്ഘാടനയോഗത്തിൽ കെ ബാലകൃഷ്ണനായിരുന്നു സംസാരിച്ചത്. അദ്ദേഹം കെ പി എ സി മറ്റൊരു നാടകം വീണ്ടും അവതരിപ്പിച്ചതിൽ കാണിച്ച ന്യൂനതയെ ചൂണ്ടിക്കാണിച്ചു. അഞ്ചാറു വർഷം മുൻപ് അരങ്ങേറിയ തോപ്പിൽ ഭാസിയുടെ തന്നെ നാടകം, അതും എത്രയോ വേദികളിൽ പ്രതിഭ അവതരിപ്പിച്ച് പ്രചുരപ്രചാരം നേടിയ ഒരു കഥയും കഥാപാത്രങ്ങളും വീണ്ടും അവതരിപ്പിക്കാൻ കാണിച്ച ഈ പ്രക്രിയ സമയം വെറുതെ ദുരുപയോഗം ചെയ്യാൻ മാത്രമേ ഉപകരിക്കൂ എന്നുകൂടി കൂട്ടിച്ചേർത്തു. ഇത് കെ പി എ സി എന്ന നാടകപ്രസ്ഥാനത്തെ കുറേക്കൂടി പിന്നോട്ടുപോകാനാണ് സഹായിക്കുക എന്നാണദ്ദേഹം പറഞ്ഞത്.

എന്നാൽ നാടകം കണ്ടിറങ്ങിയപ്പോൾ അദ്ദേഹം വിമർശനങ്ങൾ ഓരോന്നും തിരിച്ചെടുക്കുകയാണുണ്ടായത്.

സുലോചന മാലതിയുടെ വേഷത്തിൽ വളരെ ആത്മാർത്ഥമായിട്ടാ

യിരുന്നു അഭിനയം കാഴ്ചവെച്ചത്. എല്ലാ നാടകങ്ങളിലും പ്രധാന വേഷം കൈകാര്യം ചെയ്ത സുലോചനയെ *മൂലധന*ത്തിൽ നിന്ന് നീക്കം ചെയ്തു എന്ന ആക്ഷേപം പരക്കെ ഉയരാനും തുടങ്ങിയിരുന്നു.

1962 നവംബർ 22 മുതൽ 27 വരെയുള്ള ആറ് ദിവസങ്ങളിൽ കായംകുളത്തെ കെ പി എ സി ഗ്രൗണ്ടിൽ വെച്ച് നാടകോത്സവം സംഘടിപ്പിക്കപ്പെട്ടു. വിവിധ സാംസ്കാരിക കലാ സമിതികളുടെ സംയുക്താഭിമുഖ്യത്തിൽ കെ പി എ സിയാണ് പരിപാടികളുടെ സംഘാടനം നടത്തിയത്. അവിടെ നാടകോത്സവത്തിനായി പ്രത്യേകം പന്തൽ സംവിധാനം ക്രമീകരിച്ചിരുന്നു. എല്ലാ ദിവസവും രാത്രി എട്ടു മണിക്ക് ശേഷമായിരുന്നു നാടകങ്ങൾ അരങ്ങേറിയിരുന്നത്.

വിവിധ സമ്മേളനങ്ങളിൽ തകഴി ശിവശങ്കരപ്പിള്ള, ഇടശ്ശേരി ഗോവിന്ദൻ നായർ, ഗുരു ഗോപിനാഥ്, കെ ബാലകൃഷ്ണൻ, പ്രൊഫ. എം കൃഷ്ണൻ നായർ, അഡ്വ. ജി ജനാർദ്ദനക്കുറുപ്പ്, അഡ്വ. എൻ രാജഗോപാലൻ നായർ, കുമരകം ശങ്കുണ്ണിമേനോൻ, എരൂർ വാസുദേവ്, കലാനിലയം കൃഷ്ണൻ നായർ തുടങ്ങിയവർ പങ്കെടുത്തു. മലയാളനാടകവേദിയോടും നാടക കലയോടും ഭരണകൂടം നടത്തുന്ന ജനവിരുദ്ധ നിലപാടുകളോട് യോഗത്തിലെ മിക്ക പ്രസംഗകരും എതിർപ്പുകൾ പ്രകടിപ്പിച്ചു. കേരളീയ സമൂഹം ഒരു പൊതു സ്വതചിന്ത രൂപീകരിക്കപ്പെടുന്ന അൻപതുകൾമുതലുള്ളകാലം എന്നത്, കെ പി എ സി എന്ന കലാപ്രസ്ഥാനത്തിന്റെ കൂടെ കേരളം സഞ്ചരിച്ചതിന്റെ സ്വാധീനവും കൂടി അടയാളപ്പെടുത്തപ്പെട്ടതാണ്.

മലയാള നാടകവേദി ആകെ സ്തംഭിച്ചുനിന്ന കാലഘട്ടം. കമ്യൂണിസ്റ്റ് വിരുദ്ധ സർക്കാരിന്റെ ഒരു മുഖ്യ പ്രതിയോഗിയായി കെ പി എ സിയെയും പ്രതിഭയെയും പോലെയുള്ള നാടക സമിതികളെയൊക്കെ കാണാൻ തുടങ്ങിയ നാളുകൾ.

1963 മാർച്ചിൽ തുടങ്ങിയ കെ പി എ സിയുടെ പര്യടനം അഭൂതപൂർവ്വമായ മറ്റൊരു വിജയമായിരുന്നു. കോയമ്പത്തൂർ, ബാംഗ്ലൂർ, ബോംബെ, അഹമ്മദാബാദ്, നാസിക്, പൂന, ജോഗ്ഫാൾസ്, മദ്രാസ്, ഭോപ്പാൽ, ഭീലായ്, റൂർഖേല, റാഞ്ചി, ജംഷഡ്പൂർ, കൽക്കട്ട, ദുർഗ്ഗാപൂർ, കട്ടക്ക്, നാഗ്പൂർ ഹൈദ്രാബാദ്, തുടങ്ങിയ സ്ഥലങ്ങളിലൊക്കെയുള്ള ദിവസങ്ങൾ നീണ്ടുനിന്ന യാത്രകളും നാടകാവതരണങ്ങളും കൊണ്ട് കെ പി എ സി വീണ്ടും ഉത്സവത്തിമിർപ്പിലായിമാറിയിരുന്നു. മൂന്നു മാസം നീണ്ട പര്യടനം മെയ് അവസാനമായപ്പോഴേക്കും പൂർത്തിയാക്കി തിരികെയെത്തി.

വിരുദ്ധ നിലപാടുകളിൽ കുരുങ്ങിയ കാലം

1964 ഏപ്രിൽ 11 ന് ഡൽഹിയിൽ ചേർന്ന കമ്യൂണിസ്റ്റ് പാർട്ടിയുടെ ദേശീയ കൗൺസിൽ വേദിയാണ് രംഗം. ചെയർമാൻ എസ് എ ഡാങ്കെയാണ് ഔദ്യോഗിക പക്ഷത്തിന്റെ സാരഥിയായുള്ളത്. ഔദ്യോഗിക

പക്ഷം അവതരിപ്പിക്കുന്ന സർവ്വ ആശയങ്ങളെയും എതിർപക്ഷം ശക്തിയുക്തം ഖണ്ഡിക്കുകയായിരുന്നു. 1964 ലെ ആശയസമരം പാർട്ടിയെ ഇരു ചേരികളിലേക്ക് മാറ്റാൻ ആക്കംകൂട്ടി. പി സുന്ദരയ്യയും ബി ടി രണദിവെയും ഇ എം എസും ജ്യോതിബസുവുമൊക്കെയാണ് ഔദ്യോഗികപക്ഷത്തെ നിശിതമായി വിമർശിച്ചുകൊണ്ടിരിക്കുന്നത്. സോവിയറ്റ് യൂണിയന്റെയും ചൈനയുടെയും നിലപാടുകളിൽനിന്ന് രൂപപ്പെട്ട ആശയസമരമാണ് പാർട്ടിക്കകത്ത് രൂക്ഷമായിക്കൊണ്ടിരുന്നത്.

ആ സമയത്താണ്, സ്വാതന്ത്ര്യ സമരകാലത്ത് ഡാങ്കെ ജയിലിൽ വെച്ചയച്ച കത്തുകൾ പ്രസിദ്ധീകരിച്ച ഒരു പുസ്തകം പുറത്തുവരുന്നത്. അതിൽ പരാമർശിച്ചിരിക്കുന്ന പലവസ്തുതകളും കമ്യൂണിസ്റ്റ് പ്രസ്ഥാനത്തെ ചോദ്യം ചെയ്യുന്ന വിധത്തിലുള്ളതായിരുന്നു. 1924 ൽ കാൺപൂർ ഗൂഢാലോചനക്കേസിൽ ശിക്ഷിക്കപ്പെട്ട് ജയിലിൽ കിടക്കുമ്പോഴാണ് ബ്രിട്ടീഷ് വൈസ്രോയിക്ക് എഴുതിയതെന്ന് പറയപ്പെടുന്ന ഈ എഴുത്തുകളുടെ ഒരു കെട്ട് *ദി കറന്റ്* എന്ന ബോംബെ മാസിക പ്രസിദ്ധീകരിച്ചത്.

ഈ പ്രശ്നം ഇന്ത്യയിലാകമാനം പിന്നീട് വലിയ വിമർശനങ്ങളിലേക്ക് പാർട്ടിയെ കൊണ്ടു ചെന്നെത്തിച്ചു. 1920 ൽ സി പി ഐ എന്ന കമ്യൂണിസ്റ്റ് പാർട്ടിയുടെ രൂപീകരണ പ്രവർത്തനങ്ങൾ മുതൽ അതിന്റെ പ്രധാനപ്രവർത്തങ്ങളിലെല്ലാം കൂടെനിന്ന നേതാവാണ് ഡാങ്കെ. സ്വാതന്ത്ര്യസമരത്തിൽ ബ്രിട്ടീഷുകാരോട് വളരെ വിധേയപ്പെട്ട് ഒത്തുതീർപ്പിന് ശ്രമിക്കുക എന്ന പാതകം പാർട്ടിയെയും പ്രസ്ഥാനത്തെയും നശിപ്പിക്കുന്നതിനു തുല്യമായിരുന്നു. എത്രയോ ധീര ദേശാഭിമാനികളുടെ ബലിയർപ്പിക്കപ്പെട്ട രക്തം ഓരോ അണികളിലും വിപ്ലവാവേശം നിറച്ചുകൊണ്ടിരിക്കുമ്പോൾ ഡാങ്കെയുടേതെന്ന് പ്രസ്താവിച്ചുകൊണ്ട് പുറത്തുവന്ന ഈ പുസ്തകം വലിയൊരു ചോദ്യചിഹ്നമായി.

ഈ പശ്ചാത്തലത്തിൽ ദേശീയ കൗൺസിൽ യോഗത്തിൽ അദ്ധ്യക്ഷത വഹിച്ചിരുന്നവർ ഡാങ്കെക്കെതിരെ പ്രക്ഷോഭപരിപാടികൾ ആരംഭിച്ചു. ഇതിനെത്തുടർന്ന് ഇ എം എസിന്റെ നേതൃത്വത്തിൽ 31 പേർ ദേശീയ കൗൺസിലിൽനിന്ന് ഇറങ്ങിപ്പോയി.

അങ്ങനെ പാർട്ടിയിലെ പിളർപ്പ് പൂർണ്ണതയിൽ എത്തി. കെ പി എ സി പ്രവർത്തകരിലും ഈ പിളർപ്പ് വളരെയേറെ പ്രത്യാഘാതങ്ങൾ സൃഷ്ടിച്ചു. കേരളത്തിലെ ഏറ്റവും ജനകീയരായ രണ്ടു നേതാക്കൾ ഇ എം എസും എ കെ ജിയുമായിരുന്നു. ഇ എം എസിന്റെ ഇറങ്ങിപ്പോക്ക് കേരളത്തിലെ പാർട്ടി അനുയായികളിൽ വലിയ തോതിൽ പ്രശ്നങ്ങൾ സൃഷ്ടിക്കുന്നതിനൊപ്പം കെ പി എ സിയിലും അതിന്റെ മാറ്റൊലികൾ ഉണ്ടാക്കി. കാമ്പിശ്ശേരിയും തോപ്പിൽ ഭാസിയും കമ്യൂണിസ്റ്റ് പാർട്ടിയിലൂടെയാണ് നാടകപ്രവർത്തനത്തിലേക്ക് വന്നത്. വയലാറിനും കേശവൻ പോറ്റിക്കും സി ജി ഗോപിനാഥിനും തുടങ്ങി എല്ലാവർക്കും പാർട്ടി പ്രവർത്തനങ്ങൾ ഉണ്ടായിരുന്നു. അതിൽ സുലോചന മാത്രമായിരുന്നു

വേറിട്ട് നിന്ന ഒരാൾ. പാർട്ടി പ്രവർത്തനങ്ങളൊന്നുമില്ലാതെ കമ്യൂണിസ്റ്റു കാരിയായിമാറിയ ഒരാളാണ് സുലോചന. കെ പി എ സിയുടെ നാടക പ്രവർത്തനങ്ങൾ ജനകീയമായി രൂപംകൊണ്ടപ്പോൾ സുലോചന എന്ന അഭിനേത്രിയിലും അത്തരത്തിലുള്ള പാർട്ടി പ്രതിബദ്ധത കൈവരിക യായിരുന്നു. സുലോചനയെ സംബന്ധിച്ച് ഇരുപക്ഷങ്ങളായിത്തിരിഞ്ഞു പോരടിക്കാനാരംഭിച്ച ചേരികളിൽ ഏതിൽ പങ്കെടുക്കണം എന്ന സന്ദി ഗ്ദ്ധതയുണ്ടായി. എല്ലാവരും സുലോചനയ്ക്ക് പ്രിയപ്പെട്ടവരാണ്. അപ്രി യരായി ആരുമില്ല. തന്നെ വിമർശിച്ചവരും താൻ വിമർശിച്ചവരും തമ്മിൽ നാടകപ്രവർത്തനത്തിന്റെ ഭാഗമായുണ്ടാകേണ്ട ആരോഗ്യകരമായ അഭിപ്രായവ്യത്യാസങ്ങൾ മാത്രമാണ് ഉണ്ടായിരുന്നത്. അവസാനം ഇ എം എസ് തന്നെയാണ് തന്റെ ആരാദ്ധ്യപുരുഷനെന്നും അദ്ദേഹത്തിന്റെ ആശയാദർശനങ്ങൾക്കൊത്ത് മുന്നോട്ട് പോകുമെന്ന് തീരുമാനിക്കേ ണ്ടതായും വന്നു.

ഇതിനിടയ്ക്ക് ഒരു ദിവസം തിരക്കഥ എഴുതുന്നതിനായി തോപ്പിൽ ഭാസി മദ്രാസിലേക്ക് പോയി. ഭാസി പോയതോടെ ആ സമയത്തെ നാടക ബുക്കിങ്ങുകളൊന്നും നടക്കാതെ വന്നു. ബുക്കിങ് ഏറ്റെടുക്കാതിരുന്ന തിനുള്ള മറ്റൊരു കാരണം ആ സമയത്ത് കെ പി എ സിയുടെ നാടക പര്യടനം നടത്താൻ നിശ്ചയിച്ചതുകൊണ്ടുകൂടിയായിരുന്നു. എന്നാൽ തിര ക്കഥ എഴുതിക്കൊടുക്കേണ്ടതിനാൽ ആ പര്യടനത്തിൽ കെ പി എ സി ക്കൊപ്പം തോപ്പിൽ ഭാസിക്ക് പോകാനായില്ല.

ബാംഗ്ലൂരിൽ എത്തിയപ്പോൾ അവിടെവെച്ച് ഒരടിയന്തര യോഗം കൂടേണ്ടിവന്നു. പാർട്ടിയിലെ ഈ പ്രശ്നങ്ങൾ പരിഹരിക്കാൻ പര്യാപ്ത മായൊരു നേതൃത്വം കെ പി എ സി കമ്മിറ്റിയിൽ ഉണ്ടാകുന്നില്ല.

അങ്ങനെയൊരവസരത്തിൽ പെട്ടെന്ന് ഒരു യോഗം വിളിച്ചുകൂട്ടുക യായിരുന്നു സുലോചന. സുലോചനയുടെ പക്ഷം ഇ എം എസ് പക്ഷ മാണെന്ന് എല്ലാവർക്കും അറിയാമായിരുന്നു. കമ്മിറ്റിയിലെ മറ്റ് അംഗ ങ്ങളുടെയെല്ലാം അഭിപ്രായം ചോദിച്ചറിഞ്ഞപ്പോൾ ഭൂരിപക്ഷം പേരും സുലോചനയുടെ പക്ഷത്തേക്ക് മാറി എതിർചേരിയെ ഒറ്റപ്പെടുത്തി. എന്നാൽ തോപ്പിൽ കൃഷ്ണപിള്ളയേയും സംഘത്തേയും ഇതു വലിയ മാനസികാഘാതത്തിലാക്കി. ഭൂരിപക്ഷം പ്രവർത്തകരും സുലോ ചനയുടെ അഭിപ്രായത്തെ മാനിച്ച് അവർക്കൊപ്പം ചേരുമെന്ന് ആരും കരുതിയിരുന്നുമില്ല. ബാഗ്ലൂരിൽ വെച്ച് തോപ്പിൽ കൃഷ്ണപിള്ള ഫോൺ ചെയ്ത് തോപ്പിൽ ഭാസിയോട് ഉണ്ടായ സംഭവങ്ങളെല്ലാം വിശദീകരിച്ചു.

അതുകേട്ട ഉടനെതന്നെ തോപ്പിൽ ഭാസി മദ്രാസ് എയർപോർട്ടി ലേക്ക് തിരിച്ചു. ബാംഗ്ലൂരിന് പോകാനുള്ള ഫ്ളൈറ്റ് ബുക്ക് ചെയ്തു. പിറ്റേ ദിവസം അതിരാവിലെ തോപ്പിൽ ഭാസി ബാംഗ്ലൂരിൽ കെ പി എ സി നാടക സംഘം താമസിക്കുന്ന സ്ഥലത്തെത്തി. പെട്ടെന്നുതന്നെ ഒരു ജനറൽ ബോഡി വിളിച്ചു. എല്ലാവരും ഉടനെതന്നെ മീറ്റിങ്ങിൽ എത്തി. അതിൽ ഭാസി തന്റെ നിലപാടുകളെപ്പറ്റി വിശദമായി എല്ലാവരോടുമായി

സംസാരിച്ചു. എന്തുകൊണ്ടാണ് ഈ നിലപാടുകൾ എടുക്കേണ്ടി വന്നതെന്ന് വിശദീകരിച്ചു. ഭാസി വളരെ ശക്തമായിത്തന്നെ തന്റെ നിലപാടുകളിൽ ഉറച്ചു നില്ക്കുന്നതായും അങ്ങനെ തന്നെ മുന്നോട്ടു പോകേണ്ട ആവശ്യകത ഉന്നയിക്കുകയും ചെയ്തു. ഇതുകേട്ട ജനറൽ ബോഡി യോഗത്തിലെ ഒട്ടുമിക്ക അണികൾക്കും ഇതിൽ രൂപപ്പെടാൻ സാദ്ധ്യതയുള്ള ചില പ്രായോഗിക വശങ്ങളെക്കുറിച്ച് ബോദ്ധ്യമായി. കെ പി എ സിയുടെ എല്ലാ നാടകങ്ങളും എഴുതുന്നത് തോപ്പിൽ ഭാസിയാണ്. ഭാസിയില്ലാതെ കെ പി എ സിക്ക് മുന്നോട്ടു പോകാനാവില്ല. കൂടാതെ തുടക്കക്കാരനായ കെ പി ഉമ്മറിനെപ്പോലെയുള്ളവർക്ക് ഭാസിയുടെ നാടകങ്ങളിലൂടെ കൈവന്നുചേർന്ന നേട്ടങ്ങൾ നിരവധിയാണ്. അതിനാൽ തോപ്പിൽ ഭാസിയെ നിരസിച്ചുകൊണ്ട് ആർക്കും മുന്നോട്ടു പോകാൻ പറ്റില്ല എന്ന സാഹചര്യവും രൂപപ്പെട്ടു. ഇരുവശത്തിന്റെയും സംയുക്തമായ രീതിലുള്ള പ്രവർത്തനങ്ങളാണ് ഇവിടെ ഉണ്ടാകേണ്ട തെന്നും അതിലൂടെ മാത്രമേ കെ പി എ സിക്ക് മുന്നോട്ടുപോകാൻ കഴിയൂ എന്നും ഭാസി പറഞ്ഞതിനോട് പെട്ടെന്നു തന്നെ എല്ലാ അംഗ ങ്ങളും യോജിക്കുകയാണുണ്ടായത്. തോപ്പിൽ ഭാസിയുടെ വിശദീക രണം കേട്ടപ്പോൾ എല്ലാവരും മൗനം അവലംബിക്കുകയായിരുന്നു. സുലോചനയും കെ പി ഉമ്മറും കെ എസ് ജോർജ്ജും ഭാസി പറഞ്ഞ തെല്ലാം അംഗീകരിക്കുകയായിരുന്നു. എല്ലാവരും ഒറ്റക്കെട്ടായി നിന്നാലേ നമ്മുടെ കലയും പ്രസ്ഥാനവും ഉണ്ടാകുകയുള്ളു. എന്തൊക്കെ പ്രശ്ന ങ്ങൾ ഉണ്ടായാലും എല്ലാം ചർച്ചചെയ്ത് പരിഹരിക്കുന്നവരാണല്ലോ നമ്മളെല്ലാവരും. ഇതും അതുപോലെ തന്നെ ചെയ്യണം.

അങ്ങനെ സി പി ഐയുടെ പാർട്ടി സെക്രട്ടറി സി അച്യുത മേനോനും അസിസ്റ്റന്റ് സെക്രട്ടറി എസ് കുമാരനും കെ പി എ സി അംഗങ്ങൾ എല്ലാവരുടെയും സാന്നിദ്ധ്യത്തിൽ നാടക സമിതി സി പി ഐയുടെ നേതൃത്വത്തിൽ മുന്നോട്ടുപോകേണ്ട ആവശ്യകതയെക്കുറിച്ചു പറഞ്ഞു. കാമ്പിശ്ശേരിയും കേശവൻ പോറ്റിയും വയലാറും ആ യോഗ ത്തിൽ പങ്കുചേർന്നു. ഇതേസമയം കേരളത്തിലെ എല്ലാ പാർട്ടി സംരം ഭങ്ങളിലും ചേരിപ്പോര് രൂക്ഷമായിരുന്നു. കൊല്ലത്തെ *ജനയുഗം* സി പി ഐ പിടിച്ചടക്കിയപ്പോൾ കോഴിക്കോടുള്ള *ദേശാഭിമാനി* കെ പി ആർ പക്ഷം പിടിച്ചടക്കി. ഈ സാഹചര്യത്തിലാണ് തോപ്പിൽ ഭാസി കെ പി എ സിയുടെ ഏഴാമത്തെ നാടകത്തിന്റെ അണിയറയിലേക്ക് കടക്കുന്നത്. കമ്യൂണിസ്റ്റ് പാർട്ടിയുടെ പിളർപ്പിനെത്തുടർന്ന് കെ പി എ സി തകരുമെന്നാണ് പലരും കരുതിയത്. തോപ്പിൽ ഭാസിയും സുലോ ചനയും ഇരു പക്ഷങ്ങളിലാണ് നിലയുറപ്പിച്ചിരുന്നത് എന്നകാര്യം എല്ലാ വർക്കും അറിയാമായിരുന്നു. ഇ എം എസിന്റെയും എ കെ ജിയുടെയും കൂടെ നിലയുറപ്പിച്ചുകൊണ്ട് സുലോചന ധീരയായിത്തന്നെ കെ പി എ സിയിൽ തുടർന്നു.

ശരശയ്യ

അശ്വമേധം എന്ന നാടകത്തിന്റെ ഇതിവൃത്തം തന്നെയാണ് പുതിയ നാടകത്തിലെ ഇതിവൃത്തമായി തോപ്പിൽ ഭാസി സ്വീകരിച്ചത്. ആ കഥ അവസാനിക്കുന്നിടത്തുനിന്ന് പുതിയ കഥ തുടങ്ങുകയായിരുന്നു. സരോജത്തെ ഏറ്റുവാങ്ങുന്ന ഡോ. തോമസിൽനിന്നാണ് *ശരശയ്യ* ആരംഭിക്കുന്നത്. സരോജത്തെ മുൻനിർത്തിയുള്ള ഡോക്ടറുടെ ജീവിതം, സരോജത്തിൽ തന്നെ അവസാനിക്കുകയായിരുന്നു. ഉമ്മറിനെയും സുലോചനയെയും ഉദ്ദേശിച്ചാണ് *ശരശയ്യ* എഴുതാനിരുന്നത്. ഡോക്ടറുടെ ഭാര്യ ഗേളിയായി ലളിതയും മോഹനനായി എൻ ഗോവിന്ദൻ കുട്ടിയും സരളയായി ലീലയും വന്നു.

കോൺഗ്രസ് നേതാവായ പൗലോസായി സി ജി ഗോപിനാഥ് വേഷമിട്ടു. ഖാന്റെ വേഷം ബുദ്ധിജീവി കരുണന്റേതും. ഡോക്ടറുടെ അമ്മയുടെ കൈയാളായി ചെറിയൊരു വേഷമാണ് ശ്രീനാരായണ പിള്ളയ്ക്ക് ലഭിച്ചിരുന്നത്. പുതിയ രണ്ട് അഭിനേതാക്കൾകൂടി കെ പി എ സിയിൽ വന്നു. അതിൽ ഒന്ന് പാലാ തങ്കവും ആറ്റിങ്ങൽ അസീസുമായിരുന്നു. അതിനുശേഷം സംഗീതസംവിധാനത്തിലായിരുന്നു ഇക്കുറി കാര്യമായ മാറ്റം ഉണ്ടായത്. കെ രാഘവനു പകരം എൽ പി ആർ വർമ്മ കടന്നുവരുന്നത് അങ്ങനെയാണ്. പൊൻകുന്നം വർക്കിയുടെയും വയലാറിന്റെയും കൂടെ കേരള തീയറ്റേഴ്സിലായിരുന്നു ഇതിനുമുൻപ് അദ്ദേഹം പ്രവർത്തിച്ചത്.

കെ പി എ സിയുടെ എല്ലാ നാടകങ്ങളിലും ആദ്യകാലം മുതൽ പാട്ടുകൾ പാടി സുലോചനയോടൊപ്പം ഉണ്ടായിരുന്ന കെ എസ് ജോർജ്ജ് എക്സിക്യൂട്ടീവ് കമ്മിറ്റി മുമ്പാകെ ഒരു കത്ത് കൊടുത്തിരിക്കുകയാണ്. കുറച്ചുനാൾ തന്നെ സമിതിയിൽ നിന്ന് വിട്ടുനില്ക്കാൻ അനുവദിക്കണമെന്നായിരുന്നു അപേക്ഷയുടെ ചുരുക്കം. തനിക്കും കുടുംബത്തിനും കുറെയേറെ ബാദ്ധ്യതകൾ ഉണ്ട്. അതൊന്നും തീർക്കാൻ ഇപ്പോൾ ഇവിടെ നിന്നുകിട്ടുന്ന ഈ പ്രതിഫലം ഉപകരിക്കുന്നില്ല. അതിനാൽ അവധിയെടുത്ത് കുറച്ചുനാൾ സ്വന്തമായി കഥാപ്രസംഗങ്ങൾ നടത്തി ജീവിക്കാനുള്ള അനുവാദം തരണം.

സുലോചനയുൾപ്പെടെയുള്ള എക്സിക്യൂട്ടീവ് സമിതി ജോർജ്ജിന്റെ അപേക്ഷയെ മുൻനിർത്തി ചർച്ച നടത്തി. കെ പി എ സിയുടെ ഇത്രനാളത്തെയും ചരിത്രത്തിൽ ഏറ്റവുമധികം പ്രതിഫലം കൊടുത്തുകൊണ്ടിരിക്കുന്നതു ജോർജ്ജിനാണ്. തന്നെയുമല്ല, ജോർജ്ജ് ഈ പ്രസ്ഥാനത്തിലേക്കു കടന്നുവന്ന സാഹചര്യം മുൻനിർത്തിയാകണം ഒരു തീരുമാനമെടുക്കേണ്ടത്. ആലപ്പുഴയിൽ സ്വന്തമായി ഒരു കൂരപോലുമില്ലാതിരുന്ന അവസ്ഥയിൽനിന്നും കായംകുളത്തെത്തിയ ജോർജിന് തല ചായ്ക്കാനുള്ള ഒരിടവും കഴിഞ്ഞുകൂടുവാനുള്ള വകയും ഇന്ന് ലഭ്യമാകുന്നുണ്ട്. പിന്നെ കൂടുതൽ സാമ്പത്തിക നേട്ടം ഉന്നമാക്കി

പ്രസ്ഥാനത്തിൽ നിന്ന് വിട്ടുനില്ക്കുന്ന നടപടി നല്ലതല്ലെന്നും കമ്മിറ്റി ആരോപിച്ചു. ഇത് പ്രോത്സാഹിപ്പിച്ചാൽ നാളെ പ്രസ്ഥാനം തന്നെ ഇല്ലാതാവും എന്നുറപ്പാണ്.

എന്നാൽ കെ എസ് ജോർജ്ജ് കെ പി എ സിയുടെ ഒരു സീനിയർ മെമ്പറാണ്. അദ്ദേഹത്തിന്റെ ഒരു അപേക്ഷയെ നിരസിക്കുന്നതും ശരിയായ നടപടിയല്ല. അതിനാൽ ഉചിതമായൊരുകാര്യം എന്നു പറയുന്നത് പാർട്ടിയുടെ നിയന്ത്രണത്തിൽ തന്നെ അദ്ദേഹത്തിന് കഥാപ്രസംഗം നടത്താനുള്ള അനുവാദം കൊടുക്കുക എന്നതാണ്. അങ്ങനെ വരുമ്പോൾ കുറച്ചു കാലത്തേക്ക് അവധികൊടുക്കുകയും ആവാം. അപ്പോൾ കഥാപ്രസംഗത്തിനായി ഒരു ഓർക്കസ്ട്ര ട്രൂപ്പ് ഉണ്ടാക്കണം. അതിനുള്ള ചുമതല ജോസഫിനെ ഏല്പിക്കുമെന്നും സമിതി തീരുമാനിച്ചു. കഥാപ്രസംഗം നടത്തി കിട്ടുന്നതിൽനിന്ന് ഒരു നിശ്ചിതതുക സമിതിയെ ഏല്പിച്ചാൽ മതി. അങ്ങനെ *ശരശയ്യ*യിൽ ജോർജ്ജിനു പകരം പുതിയ ഒരാളെ കൊണ്ടുവരാനും തീരുമാനമായി. കലാനിലയത്തിന്റെ അവതരണ ഗാനം പാടിയ തൃശ്ശൂർക്കാരനായ ഗംഗാധരനെ അങ്ങനെ കെ പി എ സിയിൽ കൊണ്ടുവന്നു. ജോസഫിനു പകരം ജോൺസനെ ഓർക്കസ്ട്രയുടെ ചുമതലകൾ ഏല്പിച്ചു. അങ്ങനെ പതുക്കെ *ശരശയ്യ*യുടെ റിഹേഴ്സൽ പ്രവർത്തനങ്ങൾ ആരംഭിക്കുകയായിരുന്നു.

ഒരു ദിവസം കെ പി എ സിയുടെ ഓഫീസിലേക്ക് അവിചാരിതമായി പാർട്ടിയുടെ ചെയർമാൻ എസ് എ ഡാങ്കെ എത്തി. കൊല്ലത്തെ സ്വീകരണം കഴിഞ്ഞ് അച്യുതമേനോനോടൊപ്പം എറണാകുളത്തേക്ക് പോകുന്ന വഴിയിലാണ് കെ പി എ സിയിൽ എത്തിയത്. അപ്പോൾ *ശരശയ്യയുടെ* റിഹേഴ്സൽ പ്രവർത്തനങ്ങൾ ഏതാണ്ടവസാനിക്കാറായി.

നടീനടന്മാരെയും അണിയറപ്രവർത്തകരെയും എല്ലാവരെയും അച്യുതമേനോൻ പരിചയപ്പെടുത്തി. ഡാങ്കെ എല്ലാവരെയും നേരിൽ കാണുന്നതിന് വളരെയേറെ താല്പര്യം പ്രകടിപ്പിച്ചിരുന്നു.

എഴുത്തുമുറിയിൽ *ശരശയ്യ* എന്ന പുതിയ നാടകത്തിന്റെ പണിപ്പുരയിലാണ് തോപ്പിൽ ഭാസി. *അശ്വമേധ*ത്തിന്റെ രണ്ടാം ഭാഗമെന്ന നിലയിലാണത് എഴുതി പൂർത്തിയാക്കിയത് അവസാനഭാഗം.

മനുഷ്യൻ തോല്ക്കുന്നിടത്ത് ശാസ്ത്രം ജയിക്കുന്നു എന്നതാണ് *ശരശയ്യ*യുടെ കേന്ദ്രആശയം. സുലോചനയെക്കൂടാതെ കെ പി ഉമ്മർ, തോപ്പിൽ കൃഷ്ണപിള്ള, ഖാൻ, അസീസ്, ശ്രീനാരായണപിള്ള, സി ജി ഗോപിനാഥ്, ലീല, കെ പി എ സി ലളിത, പാലാ തങ്കം തുടങ്ങിയവരാണ് *ശരശയ്യ*യിൽ വേഷമിടാൻ വന്നവർ. ഗാനങ്ങൾ എഴുതിയത് വയലാറും സംഗീതം എൽ പി ആർ വർമ്മയുമായിരുന്നു. ഇതിലെ ഗാനങ്ങളെല്ലാം പിന്നീട് പ്രശസ്തമായി.

1964 നവംബർ 5 ന് കായംകുളത്തെ കെ പി എ സിയുടെ മുറ്റത്തു വെച്ച് *ശരശയ്യ*യുടെ ഉദ്ഘാടനം നടത്താൻ തീരുമാനിച്ചു. ഉദ്ഘാട

കനായി നിശ്ചയിച്ചത് എൻ വി കൃഷ്ണവാര്യരെയാണ്.

ആദ്യ ദിവസംതന്നെ മികച്ച പ്രതികരണമാണ് സദസ്സിൽ നിന്നുയർന്നത്. എല്ലാവരെയും സംഘർഷങ്ങളുടെയും മാനസികാവസ്ഥകളുടെയും വേലിയേറ്റങ്ങളിൽ പെടുത്തിക്കളയുന്നതിന് തോപ്പിൽ ഭാസിയുടെ സംഭാഷണങ്ങൾക്ക് സാധിച്ചു. അതിനനുകൂലമായ രീതിയിലുള്ള സുലോചനയുടെ അഭിനയ പാടവമാണ് കാണികളെ പിടിച്ചിരുത്തിയത്. ആദ്യാവസാനം സരോജമെന്ന കഥാപാത്രത്തിന്റെ അതി സൂക്ഷ്മമായ മാനസിക വ്യാപാരങ്ങളെ വേദിയിൽ സൃഷ്ടിച്ചെടുക്കുന്നതിൽ സുലോചന വിജയിച്ചു.

എന്നാൽ *ശരശയ്യ*ക്കെതിരെയുള്ള വിമർശനങ്ങൾ പല പ്രസിദ്ധീകരണങ്ങളിലും അക്കാലത്ത് പ്രത്യക്ഷപ്പെട്ടു. ബാലകൃഷ്ണൻ *കൗമുദി*യിലും ജനാർദ്ദനക്കുറുപ്പ് *കേരള ശബ്ദ*ത്തിലും എഴുതിയവ കേരളത്തിൽ പരക്കെ ചർച്ചാവിഷയമായി. ഇതിനെതിരെ തോപ്പിൽ ഭാസി തിരിച്ചടിക്കുകയുണ്ടായി. ജനാർദ്ദനക്കുറുപ്പിന്റേത് ഒരു രാഷ്ട്രീയപകപോക്കലാണെന്ന് ഭാസി വാദിച്ചു. ഇത്രനാളും ഒന്നിച്ചു നിന്നവർ ഇരു പക്ഷത്തേക്കായി മാറിയപ്പോൾ പറയുന്ന ന്യായീകരണങ്ങളായി മാത്രം കണ്ടാൽ മതിയെന്ന് അദ്ദേഹം പറഞ്ഞു. എന്നാൽ ഈ വിമർശനങ്ങളൊക്കെ പൊതുജനത്തെ സംബന്ധിച്ച് അജ്ഞാതമായിരുന്നു. *ശരശയ്യ*യ്ക്ക് പഴയതുപോലെയുള്ള തിരക്കുകൾ വന്നു. ബുക്കിങ് തീയതികളിൽ ചുവപ്പു വളയങ്ങൾ വീണു.

മറുനാടൻ പര്യടനം

അധികം താമസിയാതെ മറുനാടൻ പര്യടനത്തിന് പോകണമെന്ന തീരുമാനം സമിതിയുടെ എക്സിക്യൂട്ടീവ് അംഗങ്ങൾക്കിടയിലുണ്ടായി. *ശരശയ്യ* വളരെ വിജയകരമായി കേരളത്തിലെമ്പാടും അവതരിപ്പിച്ചു വരുന്നതിനിടയിലാണ് ഈ മറുനാടൻ പര്യടനം ആസൂത്രണം ചെയ്യുന്നത്. തോപ്പിൽ ഭാസിയെയും സമിതിയംഗങ്ങളെയും സംബന്ധിച്ച് അവരുടെ സർഗ്ഗാത്മക പ്രവർത്തനങ്ങൾക്കുള്ള ഊർജ്ജ സംഭരണമാണ് യാത്രകൾ. എതിർചേരികളിൽനിന്നും കൂടെയുണ്ടായിരുന്ന സുഹൃത്തുക്കളിൽ നിന്നും പുതിയ നാടകത്തെ മുൻനിർത്തിയുണ്ടായ രാഷ്ട്രീയപ്രേരിതമായ വിമർശനങ്ങളെ മനസ്സിൽനിന്ന് പിഴുതെറിയാനും പുതിയ ആശയങ്ങളെയും അനുഭവങ്ങളെയും പാകമാക്കാനുമാണ് യാത്രകൾകൊണ്ട് അന്ന് ഉദ്ദേശിച്ചത്. പല പ്രതിസന്ധിഘട്ടങ്ങളെയും അതിജീവിച്ചത് ഇത്തരത്തിലുള്ള സംഘയാത്രകൾ കൊണ്ടാണ്. യാത്രയിൽ എന്തൊക്കെ അകൽച്ചയുണ്ടെങ്കിലും എല്ലാവരും പെട്ടെന്ന് ഒന്നായി മാറും. ഒരേ മനസ്സായി മാറുമ്പോഴാണ് പുതിയ നാടകം രൂപപ്പെട്ടുവരുന്നത്. അത് ഒരാളുടെ മാത്രം പ്രവർത്തന മികവുകൊണ്ടല്ല. ഇന്ത്യയുടെ വിവിധ സംസ്ഥാനങ്ങളിലൂടെ കെ പി എ സിയുടെ ഫർഗ്ഗോ വാൻ സഞ്ചരിച്ചു.

മദ്രാസ്, ബാഗ്ലൂർ, പൂന, നാഗ്പൂർ, ബോംബെ അഹമ്മദാബാദ്, പാറ്റ്ന, റാഞ്ചി, കൽക്കട്ട, ജംഷഡ്പൂർ, റൂർക്കല, ഘട്ടക്ക്, റായ്പൂർ, ഭിലായ്, ഭോപ്പാൽ അങ്ങനെ നൂറിലേറെ പട്ടണങ്ങളും നഗരങ്ങളും ഗ്രാമപ്രദേശ ങ്ങളും ചുറ്റി സഞ്ചരിച്ചുകൊണ്ടിരുന്നു. തോപ്പിൽ ഭാസിയും സുലോച നയും കെ പി ഉമ്മറും അടങ്ങുന്ന പതിനഞ്ചു അംഗങ്ങളാണ് വാനിലു ണ്ടായിരുന്നത്.

ആകെ ഒൻപതുപേർക്ക് മാത്രം സഞ്ചരിക്കാനുള്ള സജ്ജീകരണമേ കെ പി എ സിയുടെ വാഹനത്തിന് ഉണ്ടായിരുന്നുള്ളൂ. ഒൻപതു പേരുടെ സീറ്റിൽ അധികമായുള്ള ആറുപേർക്കുകൂടി ഇരിക്കാനുള്ള സ്ഥലമുണ്ടാ ക്കിയാണ് ഇന്ത്യ മുഴുവൻ അവർ സഞ്ചരിച്ചത്. അതു പോരാഞ്ഞ് നാടകത്തിന്റെ കർട്ടൻ സെറ്റും മറ്റ് അലങ്കാരങ്ങളും രംഗസജ്ജീകരണ ത്തിനുള്ള സാധനങ്ങളും എല്ലാം നിറച്ച് വാനിന്റെ മുകളിൽ വെച്ചുകെട്ടി യുള്ള ആ യാത്ര നിരത്തുകളെ അത്ഭുതപ്പെടുത്തുന്ന വിധമായിരുന്നു.

പ്രഭാതങ്ങൾ പലപ്പോഴും ഏതെങ്കിലും കുറ്റിക്കാട്ടിൽ വെച്ചാ യിരിക്കും ജനിക്കുന്നത്. പ്രാഥമിക കർമ്മങ്ങൾക്കായി കാടിന്റെ ഓരം ചേർന്ന് നടക്കും. വെള്ളം കുടിക്കാൻ ഗ്രാമത്തിലേക്കു കടക്കും.

ഒറ്റപ്പെട്ട ചായക്കടകൾ പുകയൂതിവിടുന്നതുകണ്ട് തോപ്പിൽ ഭാസി യും ഉമ്മറും കൂടി അങ്ങോട്ട് കയറും. എന്നിട്ട് സംഘാംഗങ്ങൾക്കുള്ള കാപ്പിയും ഫ്ളാസ്ക്കിലാക്കി വരും. അപ്പോഴേക്കും കാട്ടിൽ നിന്ന് ഉണക്കച്ചുള്ളിക്കമ്പുകൾ ഒടിച്ചെടുത്ത് പ്രാതലിനുള്ള ജോലികൾ തുടങ്ങിക്കാണും. ഒരു നാടകം കഴിഞ്ഞ് അടുത്ത് നാടകസ്ഥലത്തേക്ക് എത്താൻ ഒരുപാടു ദൂരം ഉണ്ടാകുമ്പോഴാണ് ഇത്തരത്തിൽ സ്വന്തമായി പാചകം ചെയ്യേണ്ടി വരിക.

അകോലയിൽ

ബോംബെയിൽ നിന്ന് 580 കിലോമീറ്റർ ദൂരത്തിലുള്ള അകോല എന്ന പട്ടണത്തിലാണ് അന്ന് നാടകം അവതരിപ്പിക്കേണ്ടത്. ഒരു ദിവസം പത്തുമുന്നൂറുകിലോമീറ്റർ മാത്രമേ ആ വണ്ടിക്ക് യാത്രാദൈർഘ്യം കമ്പനി പറഞ്ഞിട്ടുള്ളു. എന്നാൽ സാഹചര്യമാണ് ഇപ്പോൾ ദൂരങ്ങളും അകലങ്ങളും നിശ്ചയിക്കുന്നത്. മുന്നൂറു കഴിഞ്ഞ് ചിലപ്പോ അഞ്ഞൂറാവും. എന്നാലും വലിയ പരിക്കുകളൊന്നുമില്ലാതെ ഫർഗ്ഗാ വാൻ 1964 ലെ ആ ഇന്ത്യൻ നിരത്തുകളെ മുറിച്ച് പാഞ്ഞുകൊണ്ടിരുന്നു.

അകോലയിലേക്കുള്ള യാത്രയിൽ ഇടയ്ക്ക് വെച്ച് ടയറിന്റെ കാറ്റു പോയി. രാത്രിയാണ്. ഏതോ ഒരു ഉൾനാടൻ ഗ്രാമമാണ്. ഇറങ്ങി നോക്കി യപ്പോൾ റോഡിന്റെ ഇരുവശത്തും കണ്ണെത്താദൂരം വ്യാപിച്ചുകിടക്കുന്ന വയലേലകളാണെന്ന് വയൽപ്പരപ്പിലൂടെ അടിച്ചെത്തുന്ന കാറ്റിന്റെ ശക്തികൊണ്ട് മനസ്സിലായി. ദൂരങ്ങൾ പിന്നിട്ട് വ്യാപ്തിയെ വിഴുങ്ങിയ അതിന്റെ ദാഹം, അതിൽ പറ്റിയ തണുപ്പിന്റെ ദൂരം, സഞ്ചരിച്ചെത്തിയ മിടിപ്പുകൾ ഇവയെല്ലാം മുഖത്തേക്കടിക്കുമ്പോൾ മനസ്സിലാകും.

സുലോചന വാനിന്റെ ഇടതുവശത്തെ ജനാലയിലൂടെ താഴെ ഇറങ്ങി നില്ക്കുന്നവരോട് ചോദിച്ചു.

"എന്താണ് പറ്റിയത്?"

"ഓ ഒന്നുമില്ല. ടയറിന്റെ കാറ്റ് പോയതാ."

"ഇതെവിടാ സ്ഥലം?"

"ഒരുപിടിയുമില്ല. അകോലയ്ക്ക് ഇനിയും ദൂരമുണ്ട്."

"നമുക്കൊന്ന് ഇറങ്ങി നോക്കാം." തോപ്പിൽ ഭാസിയാണ് അതു പറഞ്ഞത്. സുലോചന അപ്പോൾ ജനലിലൂടെ വരുന്ന വരണ്ടകാറ്റിന്റെ ദൂരം അളക്കാൻ ശ്രമിക്കുകയായിരുന്നു. എല്ലാവരും ഒന്നിച്ച് പുറത്തേക്ക് ഇറങ്ങി. സുലോചന അവസാനമാണിറങ്ങിയത്. ഇടയ്ക്ക് ലളിതയുടെ പൊട്ടിച്ചിരികൾ കേൾക്കാം.

വഴിയുടെ ഇരുവശത്തും വയലുകൾ നിറഞ്ഞ് കവിഞ്ഞ് റോഡിലേക്ക് ചാഞ്ഞുനില്ക്കുന്നു. ആകെ അപരിചിതമായ സ്ഥലം. ഇനി ഒന്നും ചെയ്യാനില്ല. നേരം വെളുക്കുകയേ നിവൃത്തിയുള്ളു. സമയം നോക്കിയപ്പോൾ രണ്ടേ മുക്കാൽ. ഒരുറക്കത്തിനുകൂടി സമയമുണ്ട്.

വയലിലെ ചാഞ്ഞുനില്ക്കുന്ന പുല്ലും ഉണക്ക ഇലകളും ചേർന്ന് അവിടം ഇരിക്കാനും കിടക്കാനും പറ്റും. തോപ്പിൽ ഭാസി അവിടമെല്ലാം ടോർച്ചടിച്ചു നടന്നുനോക്കി. ഉമ്മറും കൂടെയുണ്ട്. ഒരു ബീഡി വലിക്കാനുള്ള ശ്രമത്തിലാണ്.

മറ്റൊന്നും ചെയ്യാനില്ലാത്തതിനാൽ വരമ്പിന്റെ മുകളിലും താഴെയും പുൽപ്പരപ്പിലുമായി എല്ലാവരും കിടന്നുറക്കമായി.

വെയിൽ വന്നപ്പോഴാണ് എല്ലാവരും നേരം വെളുത്ത കാര്യം അറിയുന്നത്. അപ്പോഴേക്കും അതുവഴി ഒറ്റപ്പെട്ട തോതിൽ വാഹനങ്ങൾ കടന്നുപോകാനും തുടങ്ങി. ഓരോരുത്തരായി എഴുന്നേറ്റു വന്നുകൊണ്ടിരുന്നു. തോപ്പിൽ ഭാസി ബീഡി വലിച്ച് പുക ഊതിവിട്ടുകൊണ്ടിരിക്കുന്ന രംഗമാണ് കണ്ടത്. പരന്നു വിസ്തൃതമായിക്കിടക്കുന്ന വയലായിരുന്നു അത്. മഞ്ഞ നിറങ്ങളിൽ ചെങ്കതിരുകൾ വന്ന് വയലിന് സ്വർണ്ണവർണ്ണം വിരിച്ചിട്ടപോലെയുണ്ട്. ആ പ്രഭാതം ഇളകിക്കൊണ്ടിരിക്കുന്നു. എല്ലാവരും പ്രഭാത കൃത്യങ്ങൾക്കായി കുറച്ചു ദൂരേക്ക് സംഘമായിനടന്നു. പ്രാഥമികാവശ്യത്തിനും കുടിക്കാനുമായി രണ്ടു വലിയ ബക്കറ്റുകൾ എടുത്ത് ഖാനും അബൂബക്കറും വേറൊരു വഴിക്ക് പോയി. എവിടെ നിന്നെങ്കിലും ഒരു നീർച്ചോലയിലൂടെ ഒഴുകിയിറങ്ങുന്ന വെള്ളത്തിന്റെ ശബ്ദം കേൾക്കുന്നുണ്ടോ എന്ന് കാതുകൂർപ്പിച്ചു. ഇല്ല ദൂരേക്ക് പോയ്മറയുന്ന ലളിതയുടെ ശബ്ദമാണ്. തോപ്പിൽ ഭാസി ഒരു ബീഡിക്കു കൂടി തീപിടിപ്പിച്ചു. പോയവരൊക്കെയും തിരികെ വന്നു. പക്ഷേ, വെള്ളമെടുക്കാൻ പോയ രണ്ടുപേർ, ഖാനും അബൂബക്കറും എത്തിയില്ല. ആകെയുള്ളവരിൽ അനായാസമായി ഹിന്ദി സംസാരിക്കാൻ കഴിയുന്നത് അവർക്കു മാത്രമാണ്. വെള്ളത്തിന്റെ കാര്യത്തിൽ എന്തെങ്കിലും ഒരു തീരുമാനമുണ്ടാക്കാം. പക്ഷേ, ടയറിന്റെ കാര്യത്തിൽ

എന്തുചെയ്യും? തോപ്പിൽ ഭാസിയാണ് അതു ചോദിച്ചത്.

അവരെല്ലാം ഫർഗ്ഗോ വാനിന്റെ ഇപ്പൊഴത്തെ കിടപ്പിലേക്കു നോക്കി. മഞ്ഞ വയലേലകൾക്കിടയിലെ ഒറ്റപ്പെട്ട പാതയോരത്ത് മൂക്കുകുത്തി ക്കിടക്കുന്ന ഒരു അവശനെപ്പോലെ അത് തോന്നിച്ചു. ടയറിന്റെ കാറ്റു പോയി ചപ്പിക്കിടക്കുകയാണ് ഒരു വശം. മുകളിലെ നാടകസെറ്റിന്റെ ഭാരം കാരണം അത് അല്പമൊന്ന് ചരിഞ്ഞിട്ടുണ്ട്. വെയിലിന്റെ ചുവന്ന രശ്മികൾ ഫർഗ്ഗോ വാനിന്റെ എതിർവശത്തുനിന്നടിച്ച് അതിന്റെ ജനാലകളിൽ പടർന്നു കിടക്കുന്നു. വാനിന്റെ ഹൗസിങ് നല്ലപോലെ ഇരുന്നിട്ടുണ്ട്.

"ഇനിയിപ്പോൾ എന്തുചെയ്യും?" സുലോചനയാണ് അത് ചോദിച്ചത്.

"ഒരുപക്ഷേ, ടയർ ഊരിയെടുത്ത് ഒരാൾ അടുത്തുള്ള പട്ടണ ത്തിലേക്ക് പോകണം. പഞ്ചറാണോ എന്നറിയില്ലല്ലോ? കാറ്റ് നിറച്ചു നോക്കുമ്പോഴാണറിയുക. ചിലപ്പോൾ കാറ്റുമാത്രം പോയതുമാകും. അല്ലെങ്കിൽ റ്റ്യൂബ് മൊത്തം പൊട്ടിപ്പോയിട്ടുമുണ്ടാകും."

"ഒരു കാര്യം ചെയ്യ്," ഭാസി ഉമ്മറിനോട് പറഞ്ഞു. "ഇതുവഴി വരുന്ന വണ്ടികൾ തടഞ്ഞുനിർത്തി സഹായമഭ്യർത്ഥിക്കുക തന്നെ."

ഉമ്മർ റോഡിന്റെ മദ്ധ്യത്തിലേക്കിറങ്ങി ആ വഴി വന്ന ഒരു ലോറിക്ക് കൈ കാണിച്ചു.

"എന്താ കാര്യം?"

ലോറിക്കാരൻ ഉമ്മറിനോട് ചോദിച്ചു.

അപ്പോഴാണ് ഇവരോട് ഹിന്ദിയാണ് സംസാരിക്കേണ്ടതെന്ന് ബോദ്ധ്യമായത്. ഉടനെ തന്നെ അറിയുന്ന ഹിന്ദി വാക്കുകൾ മനസ്സിൽ അടുക്കിവെച്ചു. ഹവാ – കാറ്റ്, ഗയീ – പോയി, ഹവാ എന്നത് സ്ത്രീലിം ഗമാണോ പുല്ലിംഗമാണോ എന്ന കാര്യത്തിൽ ഉമ്മറിന് ചില സംശയമു ണ്ടായിരുന്നു. ങ് ഹാ! അതൊക്കെപ്പോട്ടെ, ഇവർക്കു കാര്യം മനസ്സിലാ യാൽ മതിയല്ലോ? അങ്ങനെ ഒടുക്കം കേടായിക്കിടക്കുന്ന വാൻ ചൂണ്ടി ക്കാണിച്ച് 'ഹമാരാ ഹവാ ഗയീ' എന്നൊരു ഹിന്ദി വാചകം പറഞ്ഞൊപ്പിച്ചു.

ഇതുകേട്ട് ലോറിയിലിരുന്ന ഡ്രൈവറും സഹായിയും ചിരിക്കു കയാണ്. അവർക്ക് കാര്യം മനസ്സിലായി. ഉടൻ തന്നെ ഇറങ്ങി വാനിന്റെ അടുത്തു ചെന്ന് വാനിന്റെ ഡ്രൈവറെയും മെക്കാനിക്കിനേയും വിളിച്ച് എല്ലാവരുംകൂടി ഉത്സാഹിച്ചപ്പോൾ കാര്യങ്ങൾ വേഗത്തിൽ നടന്നു. ലോറിക്കാർ വന്ന് എഞ്ചിൻ സ്റ്റാർട്ട് ആക്കി കാറ്റ് നിറച്ചു. അങ്ങനെ വാഹനം റെഡിയായി. രണ്ടു ബക്കറ്റുകളിൽ നിറയെ വെള്ളവുമായി ഖാനും അബൂബക്കറും അപ്പോഴേക്കും എത്തി.

ചമ്പൽക്കാട്ടിൽ

മറ്റൊരു ദിവസം യാത്ര ചമ്പൽക്കാട്ടിലൂടെയായിരുന്നു. പട്ടാപ്പകൽ പോലും രാത്രിയുടെ ഭീകര നിശ്ശബ്ദതയാണവിടെ. ചമ്പൽ കൊള്ള ക്കാരുടെ വിഹാരകേന്ദ്രം. തദ്ദേശീയരായ ഗ്രാമീണർ പോലും അതുവഴി

കടന്നു പോകുമ്പോൾ ഭയപ്പെട്ടിരുന്നു. എന്തും സംഭവിക്കും. ആരെങ്കിലും മുന്നിൽ പ്രത്യക്ഷപ്പെട്ടാൽ സർവ്വതും കാല്ക്കൽ അടിയറവെച്ച് ജീവനും കൊണ്ട് രക്ഷപ്പെടുക മാത്രമേ നിവൃത്തിയുള്ളു.

എന്തുതന്നെ സംഭവിച്ചാലും ആരും അറിയുകപോലുമില്ല. ഒരു ഇല അനങ്ങിയതിന്റെ ചെറുചലനം മാത്രമേ കാടിന് പുറത്ത് എപ്പോഴും ഉണ്ടാകുകയുള്ളു. ബാക്കിയെല്ലാം ഞരക്കത്തിൽപ്പെട്ട് ഒടുങ്ങിയിരിക്കും.

മാൻസിങ് എന്ന കൊള്ളക്കാരന്റെ സാമ്രാജ്യത്തിലൂടെയാണ് പൊയ്ക്കൊണ്ടിരുന്നത്. ഒരു വാനിൽ വഹിക്കാവുന്നതിനെക്കാളും ഇരട്ടി ഭാരവും വഹിച്ചുകൊണ്ടാണ് ആ നാടക ശകടം സഞ്ചരിക്കുന്നത്.

പേടിപ്പെടുത്തുന്ന കാടിന്റെ മൗനത്തിന്റെ ഒരു വക്കിൽ എത്തിയപ്പോഴുണ്ട് വാനിന്റെ ഫ്യുവൽ പമ്പ് പൊട്ടിപ്പോയിരിക്കുന്നു.

ഡ്രൈവർക്ക് അപ്പോൾത്തന്നെ കാര്യം മനസ്സിലായി. വണ്ടി പതുക്കെ സൈഡാക്കി. ഒടുവിൽ മറ്റൊരു കരിയില കൂടി കാറ്റിൽ വീണതു മാതിരി വഴിയുടെ ഓരം ചേർന്ന് ഫർഗ്ഗോ വാൻ നിന്നു. അതു പൂർണ്ണമായും നിശ്ചലമായി.

എല്ലാവരും പുറത്തേക്ക് തലയിട്ടു നോക്കിയപ്പോൾ ഡ്രൈവർ അവർക്ക് താക്കിതുകൾ നല്കി. ആരും അധികം ഒച്ച വെക്കരുത്. ഇത് ചമ്പൽക്കാടാണ്!. ചുറ്റും കൊള്ളക്കാരുടെ സങ്കേതങ്ങളാണുള്ളത്.

വണ്ടി ഇപ്പോൾ നില്ക്കുന്നത് കണ്ടാൽ ഒരു കാട്ടുമൃഗം പരിക്കേറ്റു നില്ക്കുന്നതുപോലെയുണ്ട്. വാനിന്റെ മെക്കാനിക്ക് ഗോപാലൻ പതുക്കെ ഡോർ തുറന്ന് ഇറങ്ങി നോക്കി. എവിടെയൊക്കെയോ പിടിച്ച് തിരിക്കുന്ന ശബ്ദം. ഡ്രൈവറോട് ഗിയർ മാറ്റാൻ പറയുന്നത് കേട്ടു. ഈ സമയം എഞ്ചിന്റെ അടിയിൽനിന്നും പുക ഉയരുന്നത് കാണാം. എന്തോ കരിയുന്നതിന്റെ മണവും. ഒരു പലകക്കഷണമെടുത്ത് ടയറിന്റെമുന്നിൽ വെച്ചു. മെക്കാനിക്ക് വാഹനത്തിന്റെ അടിയിലേക്ക് കിടന്നുകൊണ്ട് കൈയിലുള്ള ടോർച്ചടിച്ചപ്പോൾ ഫ്യുവൽ പൈപ്പ് പൊട്ടിയിരിക്കുന്നത് കണ്ടു. പൊട്ടിയ പൈപ്പിന്റെ ആ ഭാഗം മുറിച്ചെടുത്ത് രണ്ടാമത് കണക്ട് ചെയ്തിട്ട് ഒന്നും നടക്കുന്നില്ല. അവസാനം മെക്കാനിക്ക് ഒരു ഐഡിയ പ്രയോഗിച്ചു. പൊട്ടിയ പൈപ്പ് പെട്രോൾ ടാങ്കിലേക്ക് നേരിട്ട് എത്തിക്കുക. ആദ്യം പെട്രോൾ ഒരു പാത്രത്തിൽ എടുത്തിട്ട് ഉയർത്തിപ്പിടിക്കുക എന്നിട്ട് ഒരു റബർ ട്യൂബ് വഴി എഞ്ചിനിലേക്ക് കണക്ഷൻ കൊടുക്കണം. അല്ലാതെ യാതൊരു രക്ഷയുമില്ല. തന്നെയുമല്ല. ഇവിടെ തങ്ങുന്ന ഓരോ നിമിഷവും അപകടകരമാണ്.

വാനിൽ കുടിവെള്ളം നിറച്ചിരുന്ന ടാങ്ക് അഴിച്ചെടുത്തു. എന്നിട്ട് അതിൽ പെട്രോൾ നിറച്ചു. വാനിന്റെ ഡോറിലെ ബീഡിങ്ങിൽ ട്യൂബിന്റെ കഷണങ്ങൾ മുറിച്ചെടുത്ത് അതിലെ ട്യൂബിലൂടെ കണക്ഷൻ കൊടുത്തു. പെട്രോൾ ടാങ്ക് വേറൊരു ഭാഗത്തുനിന്ന് ആരെങ്കിലും ഉയർത്തിപ്പിടിച്ചു നിന്നാൽ അത് മർദ്ദം കാരണം താഴോട്ട് വരും. അങ്ങനെ അത് പെട്രോൾ ടാങ്കിൽ എത്തിയാൽ വാഹനം സ്റ്റാർട്ടാകും.

കെ പി ഉമ്മറിന്റേതായിരുന്നു പെട്രോൾ ടാങ്ക് ഉയർത്തിപ്പിടിച്ചു നില്ക്കുക എന്ന ജോലി.

അങ്ങനെ കുറച്ചു സമയം കഴിഞ്ഞപ്പോൾ ചമ്പൽക്കാട് ഉണർന്നു. എന്തോ ഒരു യാദൃച്ഛികതയിൽ പെട്ട് വാൻ സ്റ്റാർട്ട് ആയി. കാടിനെ തുളച്ചു നീങ്ങുന്ന ഒരു കാട്ടുപന്നിയെപ്പോലെ അത് നിരങ്ങി നീങ്ങി. സുലോചന അപ്പോഴേക്കും വീണ്ടും ഉറങ്ങിയിരുന്നു. മറ്റൊരു പട്ടണത്തിൽ ചെന്ന് ഉണരണം. അവിടെ സരോജമായി ജീവിച്ചു തുടങ്ങണം.

ഭോപ്പാലിൽ നിന്ന് നാഗ്പൂരിലേക്കുള്ള യാത്രയിലാണ് ഏറ്റവും കൂടുതൽ അത്ഭുതങ്ങൾ ഉണ്ടായത്. ഭോപ്പാലിൽ നിന്ന് ഇറങ്ങിയപ്പോൾ മുതൽ മഴയാണ്.

വാ തോരാതെ സംസാരിച്ചുകൊണ്ടിരിക്കുന്ന ഒരാളുടെ മുമ്പിൽ പെട്ടാലത്തെ അവസ്ഥയായിരുന്നു, ജനാലയുടെ അറ്റത്തിരുന്ന് യാത്ര ചെയ്തുകൊണ്ടിരുന്ന സുലോചനയ്ക്ക് അപ്പോൾ തോന്നിയത്. വാനിന്റെ ജനാലയിൽ തൂക്കിയിട്ട ടാർപോളിൻ വലിച്ച് കെട്ടി ജനാലമുഴുവൻ മറച്ചു വെച്ചിരിക്കുന്നു. ഇടയിലൂടെ മഴയുടെ അസ്പഷ്ടപദാവലികൾപോലെയുള്ള ശബ്ദങ്ങൾ കേൾക്കുന്നു. കാറ്റടിക്കുമ്പോൾ ടാർപാളിൻ ജനാലയ്ക്കകത്തേക്ക് കുഴിഞ്ഞിറങ്ങും. ആകെ തണുത്തു മരവിച്ചിരിക്കുകയാണ് ആ വാനിലുള്ളവരെല്ലാം. ഏതെങ്കിലും ഒരിടവേള കിട്ടിയാൽ അവിടെവെച്ച് ഒരു ബീഡിക്ക് തിരികൊളുത്താം എന്ന് വിചാരിച്ചിരിക്കുന്ന തോപ്പിൽ ഭാസി. സുലോചന അപ്പോഴും മഴയുടെ പുറത്തുള്ള ശബ്ദഘോഷത്തിൽ പെട്ട് നില്ക്കുകയായിരുന്നു.

ഭോപ്പാലിൽ

ഭോപ്പാൽ മുഴുവനും നനഞ്ഞു കുളിച്ചിരിക്കുകയാണ്. ഏതൊക്കെയോ ഗ്രാമങ്ങൾ നഗരങ്ങളോട് ചേർന്നുകിടന്നു കരയുന്നു. വീടുകളും മനുഷ്യരും ഗ്രാമങ്ങളും ഒലിച്ചുപോകാൻ തുടങ്ങുന്ന പോലെയുണ്ട്.

ഡ്രൈവർ മഴയുടെ ശക്തികണ്ട് വാൻ വഴിയിൽ കുറച്ചുനേരം നിർത്തിയിട്ടു. വഴിയുടെ നഗരത്തിലേക്കുള്ള അറ്റം അയാൾ കണ്ടുപിടിച്ചിരിക്കുന്നു. ചിലപ്പാൾ ഇടയ്ക്കൊക്കെയും ചെറിയ നദികളുടെയും തോടിന്റെയും മുകളിലൂടെ പോകേണ്ടിവന്നതിനാൽ അതൊക്കെയും അപകടം പിടിച്ചതാണെന്ന് ഡ്രൈവർക്കറിയാമായിരുന്നു. പാലത്തിനു മുകളിലൂടെ വെള്ളം ഒഴുകുകയാണ്. കലങ്ങിമറിഞ്ഞു വരുന്ന കുത്തൊഴുക്കിൽ കന്നുകാലികളും മനുഷ്യരുമാണെന്ന് തോന്നുന്നു. ആ ഒഴുക്കിനെ മറികടന്ന് മുന്നോട്ടു പോകണം.

നഗരത്തിലേക്കെത്തിയപ്പോൾ അവിടെ അനേകം വാഹനങ്ങളുടെ നിരയാണ് വഴിയിൽ കുടുങ്ങിക്കിടക്കുന്നത്. എങ്ങോട്ടും പോകാനാകാതെ ഫർഗ്ഗോ വാനും ആ നിരയുടെ ഒപ്പം കൂടിക്കിടന്നു. മഴ വീണ്ടും ആകാശത്തിലൂടെ ഒലിച്ചിറങ്ങുകയാണ്. കാറും കോളും കൂടിക്കിടക്കുന്നതി

നാൽ ഇരുട്ട് നിറഞ്ഞിരിക്കുന്നു. ഈ പകൽ പിന്നിട്ടാലുള്ള രാത്രിയിൽ യാത്ര ദുഷ്കരമാകും. അതിനാൽ മഴ മാറിയിട്ട് പോകാം എന്നു തീരുമ ാനിച്ചു. അങ്ങനെ എല്ലാവരും ഭോപ്പാലിൽ തങ്ങാൻ തീരുമാനിച്ചു.

മഴയും കാറ്റും തണുപ്പും അല്ലാതെ അവിടെ മറ്റൊന്നുമില്ല. തോപ്പിൽ ഭാസിയുടെ കൈയിലെ ബീഡികളൊക്കെയും തീർന്നു. മഴയത്ത് ഒന്നു വലിക്കാനാകാതെ വിഷമിച്ചു നില്ക്കുകയാണ്. ഒരു ദിവസം കഴിഞ്ഞു. രണ്ടാമത്തെ ദിവസവും കഴിഞ്ഞു. മഴ മാറുന്നില്ല. അവർക്കിനി അടുത്ത പ്രോഗ്രാം നാഗ്പൂരിലാണ്. ഇനിയും അമാന്തിച്ചാൽ പ്രോഗ്രാം നഷ്ടമാകും. എന്തുചെയ്യും? എല്ലാവരും ഇരുന്ന് ആലോചിച്ചു. മഴയത്ത് ഇനി തുടർന്ന് മുന്നോട്ട് പോകുന്നത് ദുഷ്കരമാകും. ഭോപ്പാലിൽ നിന്ന് തെക്കു കിഴക്കോട്ടുള്ള വഴിയിലൂടെയാണ് ഇനി പോകേണ്ടത്. ഏതാണ്ട് മുന്നൂറ്റി അൻപതോളം കിലോമീറ്ററുകൾ. അവിടെ നിന്നുള്ള തെക്കോട്ടുള്ള സ്ഥലങ്ങളിലൊക്കെയും നാടകം ബുക്കു ചെയ്തിട്ടുണ്ട്. അതിനാൽ ഇനി വൈകിയിറങ്ങിക്കഴിഞ്ഞാൽ എല്ലാ പ്രോഗ്രാമുകളും ഒരുപക്ഷേ, അവ താളത്തിലാകും.

അങ്ങനെ എല്ലാവരുംകൂടി മുന്നോട്ടു പോകാൻതന്നെ തീരുമാനിച്ചു. മഴ അതിശക്തമായിത്തന്നെ തുടരുകയാണ്. രണ്ടു ദിവസംകൊണ്ട് നാഗ്പൂരിലെത്തണം. എന്തുവന്നാലും മുന്നോട്ടുതന്നെ. സുലോചനയും പറഞ്ഞു. എല്ലാവരുംകൂടി വാനിൽ കയറി. രണ്ടു ദിവസമായി മഴകൊണ്ട് നനഞ്ഞ വാനിന്റെ അകവശത്തും സീറ്റിലും നിറയെ മഴവെള്ളം. അതൊക്കെയും എല്ലാവരും കൂടിച്ചേർന്ന് വൃത്തിയാക്കി.

മഴയെമുറിച്ചുകൊണ്ട് ഫർഗ്ഗോ വാൻ മുന്നോട്ട് പോയി. നാഗ്പൂരിലേക്കുള്ള വഴിയിലേക്ക് തിരിഞ്ഞു. പെട്ടെന്ന് വണ്ടി ബ്രേക്ക് ചവുട്ടി നിന്നു.

"എന്തുപറ്റി?"

എല്ലാവരും ചോദിച്ചു. ഡ്രൈവർ ഒന്നും മിണ്ടുന്നില്ല. നോക്കിയപ്പോൾ മുന്നിൽ നർമ്മദ നദിയാണ്. വഴി ചെന്നവസാനിച്ചിരിക്കുകയാണ്. നദി മുറിച്ചു കടക്കാനുള്ള പാലത്തിന്റെ യാതൊരവശിഷ്ടവും അവശേഷിപ്പിക്കാതെ നദി ഒഴുകിക്കൊണ്ടിരിക്കുന്നു. പാലത്തിന്റെ കൈവരികൾ പോലും നദി വിഴുങ്ങിക്കളഞ്ഞിരിക്കുന്നു. കുത്തിയൊഴുകിപ്പരന്നു പോകുന്ന അതിന്റെ സംഹാരനൃത്തം വീക്ഷിച്ച് എല്ലാവരും നില്ക്കുകയാണ്. എങ്ങനെ മുന്നോട്ടു പോകും. ഉടനെ അവരുടെ അടുത്തേക്ക് കുറെ നാട്ടുകാർ ഓടിയെത്തി.

നദി മുറിച്ചു കടക്കാൻ ആവില്ല. അപ്പുറത്തേക്ക് പോകണമെങ്കിൽ അവരുടെ മരച്ചങ്ങാടമുണ്ട്. അതിൽ വാഹനവും ആളുകളേയും കയറ്റി അക്കരെയെത്തിക്കാം. സുലോചന പെട്ടെന്ന് നദിയിലേക്കൊന്നു നോക്കി. കലങ്ങി മറിഞ്ഞ് ചുഴിക്കുത്തുകൾ തീർത്ത് ഒഴുകിപ്പോകുകയാണ് ഉപരിതലം.

"കിത്ന റുപെ?" ഖാൻ ആണ് അവരോട് ചോദിച്ചത്

അഞ്ഞൂറു രൂപ/ "പാഞ്ച് സൗ റുപ്പയേ/"

"യാതൊരു രക്ഷയുമില്ല." ഖാൻ പറഞ്ഞു. "അവർ ചോദിക്കുന്നത് നമ്മുടെ വാഹനവും ആളുകളെയും അക്കരെ എത്തിക്കാൻ അഞ്ഞൂറു രൂപയാണ്. ഇത്രമാത്രം രൂപ മുടക്കി അക്കരെയെത്തിയാൽ നമ്മുടെ ചെലവുകൾക്കൊപ്പം നമുക്ക് പിന്നെ മുന്നോട്ടു പോകാൻ പറ്റാതാകും."

"ഒരു കാര്യംചെയ്യ് വേറെ വഴിയുണ്ടോ എന്ന് ആരോടെങ്കിലും ചോദിക്കാം." തോപ്പിൽ ഭാസിയാണ് അങ്ങനെ പറഞ്ഞത്. അതു പ്രകാരം വാൻ പുറകോട്ടെടുത്ത് മറ്റൊരു ദുർഘടം പിടിച്ച പാതയിലൂടെ യാത്ര തിരിച്ചു.

കുറെ ദൂരം മുന്നോട്ട് ചെന്നപ്പോൾ റോഡ് തകർന്നുകിടക്കുകയാണ്. ഭീകരമായ കുഴികൾ വഴിയുടെ നടുക്കുതന്നെ രൂപപ്പെട്ടിട്ടുണ്ട്. മഴ നല്ലപോലെ ശക്തമായി തുടരുന്നതിനാൽ വളരെ പതുക്കെയേ പോകാൻ സാധിക്കുന്നുള്ളു.

സന്ധ്യയായി. ഫർഗ്ഗോ വാനിന്റെ ലൈറ്റ് തെളിച്ചിട്ടും ആ ഘോരമായ മഴയുടെ നൂൽക്കമ്പികളെ മുറിച്ചുകൊണ്ട് മുന്നോട്ടു പോകുന്നതിന് കഴിയുന്നില്ല.

ഒടുക്കം അബൂബക്കർ ഇറങ്ങിപ്പോയി അടുത്തുള്ള ഒരു കടയിൽ ചെന്ന് വഴി വിവരം ഒന്നുകൂടി ചോദിച്ചു.

കുറച്ചു കഴിഞ്ഞതിനുശേഷം ഓടിക്കിതച്ചെത്തി പറഞ്ഞത് മറ്റൊരു പ്രശ്നമാണ്.

"ഇതുവഴി മുന്നോട്ട് പോയാൽ ഒരുരണ്ടു ദിവസമെങ്കിലും എടുക്കും. നമ്മളീ പോകുന്ന വേഗതയിലാണെങ്കിൽ അത് മൂന്നു ദിവസത്തോളമെത്തുമത്രേ. എന്തുചെയ്യും? നാഗ്പൂരിൽ നാളെയാണ് പ്രോഗ്രാം. അതു കഴിഞ്ഞ് അടുത്ത പരിപാടി?"

"വേണ്ട നമുക്ക് തിരിച്ചു പോകാം. നർമ്മദ നദിയിലൂടെ ചങ്ങാടം കടന്ന് അക്കരെയെത്താം."

തോപ്പിൽ ഭാസിതന്നെ പെട്ടെന്ന് വീണ്ടുമൊരു തീരുമാനം പറഞ്ഞു. അതു കേട്ടപ്പാൾ സുലോചനയുടെ ഉള്ളൊന്നു നടുങ്ങി. സ്ത്രീകൾ എല്ലാവരും പേടിച്ചുകൊണ്ട് തോപ്പിൽ ഭാസി പറയുന്നതു ശ്രദ്ധിച്ച് കേൾക്കുകയാണ്.

"ഇതു വഴി പോയിട്ടു കാര്യമില്ല. അപ്പോഴേക്കും നാഗ്പൂരിലെ പരിപാടി കഴിഞ്ഞിരിക്കും. അത് കഴിഞ്ഞുള്ള എല്ലാ പ്രോഗ്രാമുകളും മുടങ്ങും. തിരിച്ചു പോയാലെ നമുക്ക് ഒരു ദിവസംകൊണ്ട് അവിടെ എത്താൻ സാധിക്കു."

നർമ്മദ നദിക്കരയിൽ

സമയം ഇരുട്ടിത്തുടങ്ങി. തിരിച്ച് നർമ്മദ നദിക്കരയിൽ എത്തിയപ്പോൾ സമയം പത്തുമണിയോളമായി. അവിടെ അപ്പോഴും നാട്ടുകാർ കൂടി നില്ക്കുന്നുണ്ട്. മരച്ചങ്ങാടങ്ങൾ അക്കരയ്ക്കു പോകാൻ തയ്യാറായി നില്ക്കുന്നു. ഓരോ വാഹനത്തിൽ വന്നു ചേരുന്നവരെല്ലാം അല്പം നിന്ന്

വിലപേശിയിട്ട് അവസാനം ആ ചങ്ങാടത്തിലേക്കു തന്നെ കയറിപ്പോകുന്നതാണ് കാണുന്നത്. ചില ചങ്ങാടങ്ങൾ നദിയുടെ ഒഴുക്കിൽപെട്ട് കറങ്ങാൻ തുടങ്ങുന്നതും മുന്നോട്ടുപോകാനാവാതെ നിയന്ത്രണം നഷ്ടപ്പെടുന്നതായും കാണാം. രാത്രിയായതുകൊണ്ട് അവ്യക്തമാണ് കാഴ്ചകൾ. വെള്ളത്തിന്റെ ചുഴിമലരി വന്ന് നാടൻ ചങ്ങാടത്തിന്റെ അകത്തേക്ക് ഇരച്ചു കയറുമ്പോൾ വാഹനങ്ങൾക്കകത്തിരിക്കുന്ന സ്ത്രീജനങ്ങളുടെ അലമുറകൾ കേൾക്കാം.

ചങ്ങാടത്തിന്റെ ആളുകൾ അവരുടെ വാനിന്റെ അരികിലും എത്തി.

അക്കരയ്ക്കു പോകാൻ ആയിരം രൂപയാകും.

ജീ ഹാം എക് ഹസാർ രൂപയേ

അവർക്കൊന്നും മിണ്ടാനായില്ല. രാത്രിയായപ്പോൾ അക്കരയ്ക്കുള്ള റേറ്റ് കൂട്ടിയിരിക്കുന്നു.

സുലോചനയ്ക്ക് എങ്ങനെയെങ്കിലും അക്കരയൊന്നു ചെന്നു പറ്റിയാൽ മതിയെന്നായിരുന്നു. ഇരട്ടിയോളമായെങ്കിലും പോകുകതന്നെ ചെയ്യണമെന്ന് എല്ലാവരും തീരുമാനിച്ചു. പക്ഷേ, നദിയുടെ ഒഴുക്കു കാണുമ്പോൾ അവരുടെ ശക്തി നഷ്ടപ്പെടുന്നുമുണ്ട്. തോപ്പിൽ ഭാസി എല്ലാവർക്കും ധൈര്യം കൊടുത്തു.

എല്ലാവരും വാനിൽ നിന്നിറങ്ങി. ചങ്ങാടത്തിലേക്ക് വാൻ കയറ്റണം. ചങ്ങാടത്തിന്റെ ആളുകൾ ചുറ്റുംകൂടി ഡ്രൈവറോട് വണ്ടി ചങ്ങാടത്തിലേക്ക് കയറ്റാൻ ആവശ്യപ്പെടുന്നു. ആകെ ബഹളം. പുറത്തിറങ്ങിയപ്പോഴാണ് അതിശക്തമായ കാറ്റാണ് വീശിക്കൊണ്ടിരിക്കുന്നതെന്ന് അവർക്ക് മനസ്സിലായത്. കലങ്ങിമറിഞ്ഞൊഴുകുന്ന നദിയുടെ വേഗംകണ്ട് അവർ ഭയന്നു വിറച്ചു. അപ്പോൾ തോപ്പിൽ ഭാസിയും കെ പി ഉമ്മറും കൂടി അവരെ അനുനയിപ്പിച്ചു. ലളിത ചങ്ങാടത്തിലേക്ക് കയറാതെ പേടിച്ച് നില്ക്കുകയാണ്. അവസാനം സ്ത്രീകളെ എല്ലാവരെയും വാനിനുള്ളിലിരുത്താൻ തീരുമാനിച്ചു.

പുരുഷന്മാരെല്ലാവരും ആ വാനിനു ചുറ്റിനും നിലയുറപ്പിച്ചു. അകലെ പൊട്ടുപോലെ, നക്ഷത്രങ്ങൾ നദിക്കരയിൽ വീണ് തിളങ്ങുന്നതുപോലെ, നദിയുടെ മറുകരയിലെ വീടുകളിൽനിന്നും കെട്ടിടങ്ങളിൽ നിന്നും വരുന്ന വെളിച്ചങ്ങൾ കാണാം. അതിവേഗം ഒഴുകിക്കൊണ്ടിരിക്കുന്ന, കലങ്ങി മറിഞ്ഞു വരുന്ന വെള്ളത്തിന്റെ ചേറ്റുമണം അവിടമെല്ലാം പരന്നിരിക്കുന്നു. നദിയുടെ ആഴങ്ങളിൽ അടിഞ്ഞുചേർന്നിരിക്കുന്ന ആത്മാവിനെപ്പോലും എടുത്തുയർത്തി ഒഴുക്കിവിടുന്ന പോലെ ഭയാനകമായ അലർച്ച. ഒപ്പം കാറ്റിന്റെ മുരൾച്ചയും. പെട്ടെന്ന് മഴ ശക്തി കൂടാൻ തുടങ്ങി. ഒരു കാറ്റ് വന്നു മരത്തടികൾ കൊണ്ട് ചേർത്തുകെട്ടി നിർമ്മിച്ച ചങ്ങാടത്തെ ഒന്നു ശിഥിലമാക്കാൻ ശ്രമിച്ചു. വാനും ചങ്ങാടവും ആളുകളും ഒന്ന് ആടിയുലഞ്ഞു. നദിയെ സംബന്ധിച്ച് ചെറിയൊരു ഉണക്കിലയിൽ കടന്നുപോകുന്ന ഉറുമ്പിൻ കൂട്ടങ്ങൾ പോലെയുണ്ട്. ഇവരിൽ ഗായകരും സംഗീതജ്ഞരും അഭിനേതാക്കളും കലാകാരന്മാരും

ഉണ്ടെന്ന് നദിക്കറിയില്ലല്ലോ. കൂടെ ചങ്ങാടത്തിൽ അവരോടൊപ്പം സഞ്ചരിച്ചു കൊണ്ടിരിക്കുന്ന നാട്ടുകാർക്കുമറിയില്ലല്ലോ?

പെട്ടെന്നൊരു കാറ്റ് വന്ന് അലകളെ കുത്തി മറിച്ചു. വാനും ചങ്ങാടവും വെള്ളത്തിനടിയിലായി.

വെള്ളം വണ്ടിയുടെ അകത്തേക്ക് ഇരച്ചെത്തി. സ്ത്രീകളെല്ലാവരും ചേർന്ന് ബക്കറ്റുകൊണ്ട് അകത്തു കയറിയ വെള്ളം തേവി പുറത്തേക്ക് കളഞ്ഞുകൊണ്ടിരുന്നു. ചങ്ങാടം ചരിയുന്നുണ്ട്. അതിനനുസരിച്ച് ആളുകളും. മഴ ശക്തിയായും പിന്നെ കുറഞ്ഞും മാറി മാറി നിന്നു. എത്ര തന്നെ ചങ്ങാടം തുഴഞ്ഞിട്ടും, അക്കരെയെത്തുന്നില്ല. ഒഴുക്കുകാരണം അവിടെക്കിടന്നു തിരിയുന്നതല്ലാതെ ഒഴുക്കിന് മേലേക്ക് എടുക്കാൻ കഴിയുന്നില്ല. ഏതു നിമിഷവും നർമ്മദയുടെ അഗാധതയിൽ പെട്ട് എല്ലാവരും ഇല്ലാതാവുമെന്നുതന്നെയാണ് കരുതിയത്. ഇനി മുന്നോട്ടോ പുറകോട്ടോ പോകാൻ കഴിയില്ല.

നേരം വെളുക്കാറായപ്പോഴാണ് അക്കരെയെത്തിയത്. വാനിൽ അത്രനേരവും അലമുറയിട്ടുകൊണ്ടിരുന്ന സ്ത്രീകൾ കരയിലേക്ക് എടുത്തുചാടി. എല്ലാവർക്കും ജീവൻ തിരിച്ചുകിട്ടിയ സന്തോഷമായിരുന്നു. വാൻ കരയിലേക്ക് കയറ്റുന്നതും ഒരുപാട് പ്രയാസകരമായിരുന്നു.

അന്ന് വൈകുന്നേരമാണ് നാഗ്പൂരിൽ പരിപാടി. ഇപ്പോൾ തിരിച്ചാൽ തന്നെ വൈകുന്നേരമാകും അവിടെയെത്താൻ. പിന്നെ ഒന്നും നോക്കിയില്ല, നേരെ നാഗ്പൂരിലേക്ക് വണ്ടിവിടാൻ തോപ്പിൽ ഭാസി പറഞ്ഞു. ആ യാത്രയിൽ കാറ്റും മഴയും കെട്ടത് അവരറിഞ്ഞില്ല.

നാടകം തുടങ്ങാൻ ഏകദേശം ഒരു മണിക്കൂറുള്ളപ്പോൾ കെ പി എ സിയുടെ വാൻ നാഗ്പൂരിലെത്തി. ആഡിറ്റോറിയത്തിലേക്ക് വാൻ കയറിയപ്പോൾ അതിനുള്ളിൽ നാടകം കാണാൻ എത്തിയ പുരുഷാരം അവരെ പ്രതീക്ഷിച്ച് നില്ക്കുകയാണ്. വാൻ ആഡിറ്റോറിയത്തിന്റെ പിന്നിലേക്ക് നിർത്തി. അപ്പോഴേക്കും സംഘാടകർ ഓടിയെത്തി. തോപ്പിൽഭാസി അറേഞ്ചുമെന്റുകളെക്കുറിച്ച് അവരോട് ചോദിച്ചു മനസ്സിലാക്കി. അപ്പോൾ തന്നെ എല്ലാവരോടും തയ്യാറാകാൻ പറഞ്ഞു. ഇനി ഒട്ടും സമയമില്ല. നമുക്ക് കൃത്യസമയത്തുതന്നെ ആരംഭിക്കണം. സ്ത്രീകളും മറ്റു അഭിനേതാക്കളും ഉടനെ തന്നെ വാനിൽ നിന്നിറങ്ങി ഗ്രീൻ റൂമിലേക്ക് കയറി. എല്ലാവരും മേക്കപ്പിട്ട് റെഡിയായി. നാടകം തുടങ്ങാത്തതുകൊണ്ട് ആളുകൾ അക്ഷമരായിക്കൊണ്ടിരുന്നു. ഇടയ്ക്കൊരു ബഹളം, ഒരു അനക്കം. സുലോചന മേക്കപ്പ് ഇടുന്നതിനിടയിൽ ആ ബഹളം കേട്ടു. ഇപ്പോഴും കാതിൽ കാറ്റിലും മഴയിലും പെട്ട നർമ്മദയുടെ ഘോരമായ ശബ്ദം മുഴങ്ങിക്കേൾക്കുന്നതിനാൽ പുറത്തെ ബഹളങ്ങളൊക്കെയും നിസ്സാരമായി തോന്നുന്നു. നാഗ്പൂരിലെ തെരുവുകളുടെ ഇടയിലുള്ള ഈ ആഡിറ്റോറിയവും അതിൽ കാത്തിരിക്കുന്ന മനുഷ്യരും വളരെ ചെറിയൊരു ആൾക്കൂട്ടമായി സുലോചനയ്ക്ക്

തോന്നി. ആയിരക്കണക്കിന് കിലോമീറ്ററുകളുടെ അകലം താണ്ടിവരുന്ന പക്ഷിയുടെ ഉള്ളിൽ മിടിച്ചുകൊണ്ടിരിക്കുന്ന ഒരു വേദന, അതും ദൂരങ്ങൾ പിന്നിട്ട് അനുഗമിച്ചുകൊണ്ടിരിക്കുന്നപോലെ സുലോചനയ്ക്ക് തോന്നി. സ്റ്റേജിൽ കർട്ടൻ ഉയരുന്നതിനു മുമ്പിലുള്ള സമയമെത്തി. ലൈറ്റുകൾ അണഞ്ഞു. ആദ്യരംഗത്തിനുമുമ്പുള്ള ആമുഖാവതരണത്തിനായി തോപ്പിൽ ഭാസി മൈക്കിനു മുൻപിൽ എത്തി. നാടകത്തെക്കുറിച്ചുള്ള അനൗൺസ്മെന്റ് നടത്തി. കൂടെ ഒരു കാര്യവും പറഞ്ഞു. എല്ലാവരും നാടകം കഴിഞ്ഞ ഉടനെ പോകരുത്. ഞങ്ങൾക്ക് ചില കാര്യങ്ങൾ കൂടി അറിയിക്കാനുണ്ട്.

അങ്ങനെ കർട്ടൻ ഉയർന്നു. കഥമുന്നോട്ടുപോയി. മേക്കപ്പ് ഇട്ടു വന്നപ്പോൾ സുലോചന ഇന്നലെ നർമ്മദയിലൂടെ നാടകസംഘത്തോടൊപ്പം ഒഴുകിവന്ന ഒരു സ്ത്രീയാണെന്നു തോന്നിയില്ല. അച്ചൻ കോവിലിന്റെയോ പമ്പയുടേയോ കല്ലടയുടെയോ മാറിലെ ആറ്റുതിട്ടയിൽ നൂറ്റാണ്ടുകളായി അടിഞ്ഞുകിടന്ന ഒരു വെള്ളാരം കല്ലുപോലെയുണ്ടായിരുന്നു. കണ്ണീരിനെ ഉപാസിച്ച്, ഉറഞ്ഞ് വജ്രം പോലെ കരുത്തു നേടിയ ഒരു വെള്ളാരം കല്ല്.

നാടകം കഴിഞ്ഞപ്പോൾ സമാപനവുമായി ബന്ധപ്പെട്ട് സുലോചനയുടെ ഏതാനും പാട്ടുകൾ എല്ലാ നാടകത്തിനുമുണ്ടായിരുന്നു. അതുകൂടി കഴിഞ്ഞ് തോപ്പിൽ ഭാസി പതുക്കെ മൈക്കിനുമുമ്പിലേക്കെത്തി. എന്നിട്ട് തലേനാൾ തൊട്ടുള്ള സംഭവങ്ങൾ മുഴുവനും അവിടെ വിശദീകരിച്ച് പറഞ്ഞു. ഓരോ രംഗവും കഴിയുമ്പോൾ ആസ്വാദകർ ആകാംക്ഷയുടെയും സന്ദേഹത്തിന്റെയും പടവുകളിലൂടെ കയറിയിറങ്ങി. നർമ്മദയുടെ അടിത്തട്ടിൽ മറ്റൊരു രീതിയിലായിരുന്നെങ്കിൽ എല്ലാവരും എന്നേക്കുമായി മാഞ്ഞുപോയേനേ.

ഇതുകേട്ടപ്പോൾ കാണികളെല്ലാവരും കൂടിച്ചേർന്ന് കൈയടിച്ചു. ചിലരുടെ കണ്ണുകൾ ജലാർദ്രമായി.

ദാദറിൽ

ബോംബെയിലെ ദാദറിലെത്തിയപ്പോഴാണ് പ്രശ്ങ്ങൾ തുടങ്ങുന്നത്.

പാർട്ടിയുടെ പിളർപ്പുകാരണം ഇന്ത്യയിലെ എല്ലായിടത്തെയും മലയാളി സംഘടനയ്ക്കകത്തും വളരെയേറെ പ്രതിസന്ധികൾ ഉണ്ടായിരുന്നു. എല്ലായിടത്തെയും കൂട്ടായ്മകൾ ഇല്ലാതായി. രണ്ടു ചേരികളായി പരസ്പരം കുറ്റപ്പെടുത്തിക്കൊണ്ടിരിക്കുകയാണ് എല്ലാ സംഘടനകളും.

മറുനാടൻ മലയാളികൾക്കാകട്ടെ എ കെ ജിയോട് വളരെയേറെ പ്രതിപത്തിയുണ്ടായിരുന്നു. ബോംബെയിലെ എല്ലാ മലയാളി സംഘടനകളും കമ്യൂണിസ്റ്റുപാർട്ടിയോട് അനുഭാവം പുലർത്തുന്നവരും, എ കെ ജിയോട് സ്നേഹബഹുമാനങ്ങൾ പുലർത്തുന്നവരുമായിരുന്നു.

പാർട്ടിപിളർന്നതിനെത്തുടർന്ന് തോപ്പിൽ ഭാസി എതിർചേരിയിൽ നിലയുറപ്പിച്ചത് നിരവധി പാർട്ടി അനുഭാവികളെ ചിന്താക്കുഴപ്പത്തി ലാക്കി. തുടർന്ന് *ഒളിവിലെ യാഥാർത്ഥ്യങ്ങൾ* എന്ന പേരിൽ ചില വസ്തുതകൾ പ്രസിദ്ധീകരിച്ചതും പ്രസ്ഥാനവുമായും കെ പി എ സി യുമായും അടുത്തു നിന്നവരിൽ പലർക്കും ഹിതകരമായില്ല. അതിനിടയിൽ മലയാളി സംഘടനകളുടെയും ഇടതുപക്ഷ സംഘടന കളുടെയും പ്രവർത്തനങ്ങളുടെ ഫലമായി വർഷംതോറും നടത്തി വരുന്ന കെ പി എ സിയുടെ നാടകോത്സവത്തിന്റെ വരുമാനത്തിൽ നിന്ന് ആദർശ വിദ്യാലയം എന്നൊരു മലയാളി സ്കൂളിന്റെ പണിപ്പുര യിലുമായിരുന്നു. അതൊക്കെയും പാർട്ടി പിളർന്നതോടെ അവ താളത്തിലായി. പാർട്ടിയിലെ പഴയ സഖാക്കന്മാർക്ക് തോപ്പിൽ ഭാസിയുടെ ഇപ്പോഴത്തെ നിലപാടുകളോട് ഐക്യദാർഢ്യപ്പെടാൻ കഴിയില്ല എന്നതുമാത്രമല്ല, ബോംബെയിൽ ഒരിടത്തും ഇനിമേലിൽ തോപ്പിൽ ഭാസിയുടെയോ കെ പി എ സി യുടെയോ നാടകം നടത്താൻ പാടില്ല എന്നും നിശ്ചയിച്ചു.

അങ്ങനെയുള്ള അവസരത്തിലാണ് കെ പി എ സിയുടെ വാൻ ദാദറിലെത്തുന്നത്. 1965 ജൂൺ മാസം എട്ടാം തീയതി മുതൽ പതിമൂന്നാം തീയതിവരെ നീണ്ടുനില്ക്കുന്ന നാടകോത്സവമായിരുന്നു സംഘടി പ്പിച്ചത്. സംഘാടകർ കേരള നാടകോത്സവക്കമ്മിറ്റി ആയിരുന്നു. തുറന്ന സദസ്സിലായിരുന്നു ഇതിനുമുൻപുണ്ടായിരുന്ന എല്ലാ നാടകോത്സവ ങ്ങളും നടത്തിയിരുന്നത്. എന്നാൽ ശത്രുക്കളുടെ ആക്രമണം ഉണ്ടാകു മെന്ന് കരുതി അതീവ സുരക്ഷയോടെ, ദാദറിലെ ശിവജി തീയറ്ററായി രുന്നു നാടകോത്സവത്തിനായി തെരഞ്ഞെടുത്തത്. അഞ്ചു ദിവസത്തെ തുടർച്ചയായ നാടകോത്സവത്തിൽ *അശ്വമേധ*വും *ശരശയ്യ*യുമായിരുന്നു അരങ്ങേറിയിരുന്നത്. ആദ്യരണ്ടു ദിവസങ്ങളിലും കസേരകൾ ഒഴിഞ്ഞു തന്നെയാണ് കിടന്നിരുന്നത്. കെ പി എ സിയുടെ ചരിത്രത്തിൽ ആദ്യമാ യാണ് തുടർച്ചയായ രണ്ടു ദിവസം ആളില്ലാതെ നാടകം കളിക്കുന്നത്. എന്നാൽ എല്ലാപ്രാവശ്യവും നാടകം കാണാനായി എത്തിച്ചേരാറുള്ള ബൽരാജ് സാഹ്നിയും കെ എ അബ്ബാസും ഇപ്രാവശ്യവും നാടകം കാണാനെത്തി. അതുകഴിഞ്ഞ് രണ്ടു പേരുടെയും വീടുകളിൽ എല്ലാവരും കൂടിപ്പോയിരുന്നു. ടീപാർട്ടിയിൽ പങ്കുകൊണ്ടു. അവിടെവെച്ച് '*ശരശയ്യ*'യിലെ 'സ്വർണ്ണമത്സ്യമേ' എന്നു തുടങ്ങുന്ന ഗാനം ആലപിച്ച് നൃത്തം വയ്ക്കുവാൻ ലീലയോട് കെ എ അബ്ബാസ് ആവശ്യപ്പെട്ടു. അദ്ദേഹത്തിന് ആ നൃത്തരംഗം വല്ലാതെ ഇഷ്ടപ്പെട്ടു.

ജൂൺ 16 ന് നാടകോത്സവത്തിന്റെ സമാപനത്തിൽ, നാടകോത്സ വക്കമ്മിറ്റി നല്കിയ സ്വീകരണയോഗത്തിൽ കെ എ അബ്ബാസും എ കെ ഹഗലുമുണ്ടായിരുന്നു. ആ സമ്മേളനത്തിൽ തോപ്പിൽ ഭാസി മനസ്സുതുറന്ന് സംസാരിച്ചു. രാഷ്ട്രീയവിശ്വാസം സംബന്ധിച്ച വ്യക്തി പരമായ അഭിപ്രായവ്യത്യാസങ്ങളെ വൈരാഗ്യബുദ്ധിയോടെ സമീ

പിക്കുന്നത് ശരിയായ കാര്യമല്ലെന്നും സ്വതന്ത്രമായ നിലപാടുകളോടെ കലാവിഷ്കാരത്തെ സമീപിക്കാനുള്ള സന്നദ്ധത എല്ലാവരും വെച്ചു പുലർത്തണമെന്നും അദ്ദേഹം അഭിപ്രായപ്പെട്ടു.

ഭിലായിയിൽ

ദൂരെനിന്ന് ഒരു തണുത്ത കാറ്റ് വീശുന്നുണ്ടായിരുന്നു. കഴിഞ്ഞയാഴ്ചയിൽ നർമ്മദ നദി കടക്കുമ്പോൾ കൊണ്ട മഴയുടെ ബാഷ്പകണങ്ങൾ മനസ്സിൽ വിങ്ങിക്കിടക്കുന്നു.

ഭിലായിയിൽ എത്തിയപ്പോഴായിരുന്നു അത് പെയ്തൊഴിഞ്ഞത്.

രാത്രി എട്ടുമണിയോടടുക്കുന്നു. ഭിലായിലെ മലയാളി അസോസിയേഷൻ സംഘടിപ്പിച്ച പരിപാടിയാണ്.

അന്ന് രാത്രി ഭിലായിയിലെ മലയാളി അസോസിയേഷൻ ഭാരവാഹികളിൽ ഒരാളുടെ വീട്ടിൽ വെച്ചായിരുന്നു എല്ലാവർക്കുമുള്ള അത്താഴം ഒരുക്കേണ്ടിയിരുന്നത്. സുലോചന അവിടെയെത്തിയ ഉടനെതന്നെ ക്ഷീണം കാരണം കിടക്കാനായി അകത്തെ മുറിയിലേക്ക് പോയി. അത്താഴമൊരുക്കാൻ വീട്ടുകാരിയെ സഹായിക്കുന്നതിന് ലളിതയും ലീലയും അടുക്കളയിൽ ഉണ്ടായിരുന്നു. അത്താഴമൊരുക്കാനുള്ള സഹായങ്ങളൊക്കെയും അവരാണ് ചെയ്തത്. ഭക്ഷണം റെഡിയായി. അഭിനേതാക്കളും അണിയറപ്രവർത്തകരും എല്ലാവരും വീടിനു പുറത്ത് സംസാരിച്ചുകൊണ്ടു നില്ക്കുകയാണ്. അത്താഴമായപ്പോഴേക്കും സുലോചന മയക്കം വിട്ടുമാറി അടുക്കളയിലേക്ക് വന്നു. അതുവരെ കിടന്നുറങ്ങിയത് ഇഷ്ടപ്പെട്ടിട്ടില്ലാത്തമട്ടിൽ സുലോചനയെ ലളിതയും ലീലയും ഒന്നു നോക്കി. സുലോചനയ്ക്ക് കാര്യം മനസ്സിലായി. പക്ഷേ, സുലോചനയുടെ ദേഹാസ്വാസ്ഥ്യം ഇവർക്കെങ്ങനെ മനസ്സിലാകും. പക്ഷേ, നീരസമൊന്നും തോന്നാതിരിക്കാനായി ഭക്ഷണം വിളമ്പുന്നതിന്റെ പൂർണ്ണ ചുമതല സുലോചന ഏറ്റെടുത്തു.

ഇത് ലളിതയെ പ്രകോപിപ്പിച്ചു. ലളിത എല്ലാവരും കേൾക്കെ അർത്ഥംവെച്ച് സംസാരിക്കാൻ തുടങ്ങി.

"ഓ, ഓരോരുത്തർ സമയമാകുമ്പോ ഇങ്ങെറങ്ങിക്കോളും."

ഇതുകേട്ടപ്പോൾ സുലോചനയ്ക്ക് കാര്യം മനസ്സിലായി.

സുലോചനയും വിട്ടുകൊടുത്തില്ല.

"നിന്നെ സമിതിയിൽ ചേർത്തത് ഞാനാണ്. സമിതിയിലെ എല്ലാവരും കൈയൊഴിഞ്ഞപ്പോൾ ഞാനാണ് നിന്നെ ഇവിടെ എടുക്കണമെന്നു പറഞ്ഞ് നിലനിർത്തിയത്. അന്ന് കൊല്ലം കോട്ടയം ഫാസ്റ്റ് പാസഞ്ചർ ബസിലിരുന്ന് പറഞ്ഞ കാര്യങ്ങളൊക്കെ നിനക്കോർമ്മയുണ്ടല്ലോ അല്ലേ? എല്ലാ കാര്യങ്ങളും വിശദമാക്കി തന്നതാണല്ലോ? എങ്ങനെയാണ് നില്ക്കേണ്ടതെന്ന് ശരിക്കും മനസ്സിലാക്കിയിട്ടുള്ളതാണല്ലോ? വന്നു കയറിയതിനുശേഷം നീയാളാകെ മാറിപ്പോയി. എന്റെ എതിർപക്ഷക്കാരോ

ടൊപ്പം ചേർന്ന് എനിക്കെതിരെ പ്രവർത്തിക്കുകയാണ് നീയിപ്പോൾ."

ഇതു കേട്ടപ്പോൾ ലളിതയുടെ മുഖം ചുവന്നു.

"അങ്ങനാണേൽ കണക്കായിപ്പോയി. ചേച്ചി എന്നെ എന്തോ ചെയ്യുമെന്നാ പറഞ്ഞോണ്ട് വരുന്നത്."

അങ്ങനെ ആ വഴക്ക് പൊട്ടലും ചീറ്റലുമായി മാറി. ഭിലായിലെ മലയാളി സമാജത്തിലെ കുറച്ചാളുകളും അവിടെ ഉണ്ടായിരുന്നു. എല്ലാവരും കേട്ടുകൊണ്ടു നില്ക്കുകയാണ്. അതിൽ കെ പി ഉമ്മർ മാത്രം സുലോചനയുടെ ഭാഗമായിരുന്നു പറഞ്ഞത്.

കുറെ നാളുകളായി സുലോചനയുടെ മനസ്സിൽ അസ്വസ്ഥതകളാണ്. അത് ശരിക്കും ആരംഭിച്ചത് പാർട്ടി പിളർന്നതുമുതലാണ്. ഇപ്പോൾ മനസ്സില്ലാമനസ്സോടെയാണ് പ്രവർത്തിച്ചുകൊണ്ടിരിക്കുന്നത്. താനുൾപ്പെടെയുള്ളവർ വളർത്തി വലുതാക്കിയ ഒരു പ്രസ്ഥാനം എന്ന ഒറ്റക്കാരണംകൊണ്ടു മാത്രം ഇവിടെ നില്ക്കുന്നു.

ആശയസമരവും പടിയിറക്കവും

കമ്യൂണിസ്റ്റ് പാർട്ടിയിൽ 1965 ആയപ്പോഴേക്കും ആശയ സമരം രൂക്ഷമായിത്തുടങ്ങി. അത് കെ പി എ സിയിലും പ്രതിഫലിച്ചു. അങ്ങനെ വന്നപ്പോൾ ഓരോ സമിതിപ്രവർത്തകർക്കുമവരുടെ നിലപാടുകൾ വ്യക്തമാക്കേണ്ടിവന്നു. റിവിഷനിസ്റ്റ് ആശയങ്ങളുടെ പക്ഷത്ത് തോപ്പിൽ കൃഷ്ണപിള്ളയും തോപ്പിൽ കുമാരപിള്ളയും ഖാനും അസീസും നിന്നപ്പോൾ കെ പി എ സിയും രണ്ടായി മാറുകയായിരുന്നു. അവർ അവരുടെ അഭിപ്രായങ്ങൾക്കൊത്ത് പ്രവർത്തിക്കേണ്ട ഒരു സാഹചര്യം ഉണ്ടായപ്പോൾ അത് മുന്നോട്ടുപോകുന്നതിന് വളരെയധികം പ്രയാസമുണ്ടാക്കി. എന്നാൽ സുലോചനയെ സംബന്ധിച്ച് കമ്യൂണിസം എന്താണെന്ന് അറിഞ്ഞതു മുതൽ അത് എ കെ ജിയാണെന്ന് വിശ്വസിച്ചിരുന്നതിനാൽ റിവിഷണിസ്റ്റ് മൂവ്മെന്റിനോട് താല്പര്യം കാട്ടിയില്ല. എന്നാൽ കെ പി എ സിയിലെ ചില അംഗങ്ങൾ ആശയവേർതിരിവുകളുടെ വെളിച്ചത്തിൽ എ കെ ജിയെ വിമർശിക്കുവാൻ തുടങ്ങി. എ കെ ജിയെ ഏറെ ബഹുമാനിക്കുകയും ആരാധിക്കുകയും ചെയ്തിരുന്ന ഒരു മനസ്സായിരുന്നു സുലോചനയുടേത്. തൊഴിലാളി വർഗ്ഗത്തിന്റെ അനിഷേദ്ധ്യനേതാവായ എ കെ ജിയെ വിമർശിക്കുന്നത് കേട്ടിരിക്കാൻ അവൾക്കായില്ല.

സുലോചന വീട്ടിലെത്തിയശേഷം ഈ വിവരങ്ങൾ അച്ഛനോടും ജ്യേഷ്ഠനോടും പറഞ്ഞു. ഒന്നിച്ച് ഇത്രകാലം കഴിഞ്ഞ ഈ സമിതിയിൽ തുടർന്ന് പ്രവർത്തിക്കുന്നതിന് വിഷമമുണ്ട് എന്ന് അറിയിച്ച് ജനാർദ്ദനക്കുറുപ്പിന് കത്തെഴുതി. ഒന്നിച്ച് വർഷങ്ങളോളം അടുത്തു കഴിഞ്ഞിരുന്ന സഹപ്രവർത്തകരോട് അകൽച്ച വെച്ചുപുലർത്തി മുന്നോട്ടുപോകുന്നതിൽ ബുദ്ധിമുട്ടുണ്ട് എന്നു പറഞ്ഞാണ് ആ രാജിക്കത്ത് കെ പി എ സിക്ക് കൊടുത്തത്. സുലോചനയുടെ വളർച്ചയിൽ നിർണ്ണാ

യകമായ പങ്കുവഹിച്ച കെ പി എ സിയെന്ന കുടുംബത്തിൽനിന്ന് പടിയിറങ്ങിപ്പോരുന്ന ആ നിമിഷം അത്യന്തം ഹൃദയവേദനയോടെയാണ് സുലോചന നിന്നത്. ധീരയും സ്വന്തം കാലിൽ നില്ക്കാനും പ്രാപ്തിയുള്ള ഒരു സ്ത്രീയാക്കി തന്നെ മാറ്റിയത് ഈ നാടകവേദിയാണ്.

അതുവരെ കെ പി എ സിക്കു വേണ്ടി പാടിയ എല്ലാ പാട്ടുകളും എച്ച് എം വി, കൊളമ്പിയ എന്നീ റെക്കോഡിങ് കമ്പനിയിൽ പോയി കെ പി എ സിയുടെ നിർദ്ദേശപ്രകാരം റെക്കോഡ് ചെയ്തു കൊടുത്തിട്ടാണ് സുലോചന കെ പി എ സി വിട്ടത്. അന്ന് സുലോചനയുടെ കൂടെ കെ പി ഉമ്മറും സി ജി ഗോപിനാഥും കെ പി എ സിയിൽ നിന്നും പടിയിറങ്ങി.

കെ പി എ സിയിൽനിന്നും രാജിവെച്ചതിനുശേഷം കായംകുളത്തെ വീട്ടിൽ കുറേക്കാലം ഒറ്റയ്ക്കു കഴിഞ്ഞു. ഏകാന്തതകളിൽ സുലോചന തന്റെ ജീവിതത്തെക്കുറിച്ചോർത്തു. ഇരുപത്തിയേഴുവയസ്സുമാത്രം പ്രായം. പാട്ടുകാരിയായും അഭിനേത്രിയായും വളർന്നുവന്ന പത്തു വർഷങ്ങൾക്ക് ഒരു മനുഷ്യായുസ്സിന്റെ ദൈർഘ്യം. ഈ പാട്ടുകളെയും അവയ്ക്ക് ജീവൻ പകർന്ന സംവിധായകരെയും വരികളെഴുതിയ കവികളെയും അവൾ ഓർത്തു. മലയാള നാടകവേദിയിൽ തനിക്ക് മാത്രമായ ഒരിടമുണ്ടോ? സംഗീതത്തിലോ? ഒരാൾക്ക് മാത്രമായിട്ട് ഒരിടം എന്നതിൽ എത്രമാത്രം അടിസ്ഥാനമുണ്ട്? അതൊരു കാലഘട്ടത്തിന്റെ, ഒരു വലിയ മുന്നേറ്റത്തിന്റെ, വിപ്ലവചേതനയുടെ നിർമ്മിതിയായിരുന്നില്ലേ. ഒരാൾക്ക് മാത്രമായി അതിൽ വ്യക്തിമുദ്രകൾ അവകാശപ്പെടാനുണ്ടായിരുന്നോ?. ഇതൊരു തുടർച്ച മാത്രമല്ലേ. നൂറ്റാണ്ടുകളായി ഇവിടെ, ഈ മണ്ണിൽ അലിഞ്ഞുചേർന്ന ഒരു മൃണ്മയസൗന്ദര്യത്തിന്റെ പരാഗകണങ്ങൾ മാത്രമാണ് സ്വല്പനേരത്തേക്ക് ഈ ചുണ്ടുകളിലൂടെ സഞ്ചരിച്ചു പോയത്.

പത്തുവർഷങ്ങൾ കടന്നുപോയതിന്റെ, സഞ്ചരിച്ചതിന്റെ ദൂരവും സമയവും ഒട്ടും അറിഞ്ഞതേയില്ല. തിരുവനന്തപുരത്തെ വളരെ ശ്രദ്ധേയമായ ഒരു നാടകസമിതിയിൽ ആദ്യമേ തന്നെ പങ്കെടുക്കാനുള്ള ഒരു ഭാഗ്യം എങ്ങനെയോ ഉണ്ടായി. ആ നാടകവേദിയിലൂടെ കടന്നുവരാനും ആകാശവാണിയിൽ ഒരവസരം കിട്ടാനുമുണ്ടായ സാഹചര്യങ്ങൾ കിട്ടിയതുകൊണ്ട് പിന്നീട് അവസരങ്ങളുടെ ഒരു നീണ്ട നിരയായിരുന്നു. ധാരാളം അനുഭവപാഠങ്ങൾ ഒരു കലാകാരിയായി രൂപപ്പെടുത്തിയെടുത്തതിന് ഇടയായെങ്കിലും കെ പി എ സിയാണല്ലോ ഈ സുലോചനയെ ശരിക്കും ഒരു കലാകാരിയായി വാർത്തെടുത്തത്. ജീവിതത്തെ അതിന്റെ സമഗ്രതയിൽ കാണാനും കൂടുതൽ തെളിവോടെയും മിഴിവോടെയും ആവിഷ്കരിക്കാനും പഠിപ്പിച്ചത് പ്രസ്ഥാനവും കെ പി എ സിയും തന്നെയാണ്. അതുവരെയുള്ള സുലോചനയിൽ നിന്ന് വേറിട്ടുനില്ക്കുന്ന *കമ്യൂണിസ്റ്റാക്കി*യിൽ സുമമായി കടന്നുവരാൻ തുടങ്ങിയപ്പോൾ മുതലുള്ള സുലോചന.

ഇത്രനാളും നാടകങ്ങളും പാട്ടുകളും ഉണ്ടായിരുന്നതിനാൽ പ്രയാസമില്ലായിരുന്നു. ഇപ്പോൾ അങ്ങനെയല്ല, രോഗിയായ അച്ഛനമ്മമാർ, സഹോദരങ്ങൾ അവരുടെയൊക്കെ കുടുംബ പ്രാരാബ്ധങ്ങൾ, ഇതൊക്കെ മുന്നോട്ടുപോകുവാനുള്ള പ്രതിബന്ധങ്ങൾ ആണ്.

അതിനാൽ നല്ലൊരു വരുമാനമാർഗ്ഗമാണ് ഇനിയുണ്ടാകേണ്ടത്.

വീണ്ടും നാടകവേദിയിലേക്കൊരു തിരിച്ചുപോക്കില്ല. പല സ്ഥലങ്ങളിൽ നിന്നും തുടർച്ചയായി ക്ഷണിക്കുന്നുണ്ടെങ്കിലും അവയിലേക്കൊന്നും പോകുന്നില്ല.

അങ്ങനെ ദിവസങ്ങൾ കഴിഞ്ഞുപോകെ കേരളത്തിനകത്തും പുറത്തുംനിന്ന് ആസ്വാദകരുടെ കത്തുകൾ വരാൻ തുടങ്ങി. അഭിനയം നിർത്തിയതായി ചില വാർത്തകൾ പത്രവാർത്തകളിൽ ഇതിനോടകം വന്നുകഴിഞ്ഞിരുന്നു. പിന്നെ ഒഴിവുസമയങ്ങളിൽ ആ കത്തുകളിൽ ഓരോന്നെടുത്ത് വായിക്കും. ഓരോ വായനക്കാരനും വായനക്കാരിക്കും മറുപടികൾ അയയ്ക്കും. ഇൻലന്റിലും കവറിലുമിട്ട് ജ്യേഷ്ഠൻ സ്കൂളിൽ പോകുന്ന വഴിക്ക് പോസ്റ്റുചെയ്യാൻ പറയും. അതിങ്ങനെ ഓരോ ദിവസം കഴിയുന്തോറും വർദ്ധിച്ചുവന്നു. എഴുതിയെഴുതിവരുമ്പോൾ വീണ്ടും പഴയകാലങ്ങൾ ഓർമ്മയിൽ തെളിയും.

പാട്ടുകളുടെ പൂക്കാലം

അച്ഛനോടും ജ്യേഷ്ഠനോടും സാമ്പത്തികകാര്യങ്ങളെപ്പറ്റി ചർച്ച ചെയ്തു. ഇനിയൊരു വരുമാനമാർഗ്ഗമില്ലാതെ മുന്നോട്ടുപോകാനാവില്ല. അങ്ങനെയാണ് ഒരു ഗാനമേള ട്രൂപ്പിനെപ്പറ്റി ആലോചിച്ചത്. അന്ന് യേശുദാസിനു മാത്രമേ ഗാനമേളട്രൂപ്പുള്ളു. കൂടെയുള്ളവരെയും പരിചയക്കാരെയും വിളിച്ചാൽ അവർ വരും. തന്നെയുമല്ല പാട്ടുകാരിയെന്ന പേരിൽ സുലോചന അറിയപ്പെട്ടുതുടങ്ങിയതിനാൽ ഗാനമേള ട്രൂപ്പ് വിജയിക്കും. അങ്ങനെയാണ് അതിനെക്കുറിച്ച് ചിന്തിക്കാൻ തുടങ്ങിയത്.

രണ്ടു വർഷം കഴിഞ്ഞപ്പോഴേക്കും നല്ലപോലെ തിരക്കുകളുടെ കാലമായി. പാട്ടുകളുടെ പൂക്കാലമായിരുന്നു അത്. ടാക്സി പിടിച്ചുള്ള യാത്ര വളരെയേറെ നഷ്ടങ്ങൾ ഉണ്ടാക്കുന്നു. അങ്ങനെയിരുന്നപ്പോഴാണ് ഒരു കാറു വാങ്ങിയാലെന്താ എന്ന് ആലോചിച്ചത്. ഉടനെ തന്നെ മദ്രാസിലെ കെ പി ഉമ്മറിനെ വിളിച്ചു. ജ്യേഷ്ഠൻ കൃഷ്ണൻകുട്ടിയാണ് വിളിച്ചത്. ഉമ്മർ അന്ന് മലയാള സിനിമയിൽ അറിയപ്പെടുന്ന നടനായി മാറിക്കഴിഞ്ഞിരുന്നു. പെട്ടെന്നായിരുന്നു ഉമ്മറിന്റെ വളർച്ച. കെ പി എ സിയിൽ നിന്ന് സുലോചനയോടൊപ്പം യാത്രപറഞ്ഞിറങ്ങിയതേ ഓർമ്മയുള്ളു. അതിനിടയ്ക്ക് രണ്ടു വർഷങ്ങൾ വളരെ ചുരുങ്ങിയ കാലം. അപ്പോഴേക്കും ഒട്ടുമിക്ക സിനിമകളിലും പ്രസിദ്ധനായ വില്ലനായി തിളങ്ങുകയായിരുന്നു.

ട്രങ്ക് ബുക്ക് ചെയ്ത് മദ്രാസിനു വിളിച്ചു. "ഹലോ ഉമ്മറല്ലേ? ഞാൻ സുലോചനയുടെ ജ്യേഷ്ഠനാണ്, കൃഷ്ണൻകുട്ടി." ആ ശബ്ദം കേട്ടപ്പോ

ഴേക്കും ഉമ്മർ തിരിച്ചറിഞ്ഞു. "ഒരു കാർ വാങ്ങണം. ഇവിടെ കേരളത്തിൽ ഇതുവരെ കിട്ടാറായില്ല. പുതിയ വണ്ടി ബുക്കു ചെയ്യണമെങ്കിൽ മദ്രാസിൽ വന്നാലേ പറ്റു. ഉമ്മർ ഞങ്ങളെ സഹായിക്കണം."

"ഓ ആയ്ക്കോട്ടേ. ഞാൻ അതിനുള്ള എല്ലാ ഏർപ്പാടും ചെയ്യാം. അവിടെ നിന്ന് ഒരാളെ ഇങ്ങോട്ട് അയച്ചാൽ മതി."

"ഓക്കെ. ഞാൻ വിശദവിവരം കാണിച്ച് കത്തെഴുതാം."

ഉടനെ തന്നെ ഉമ്മറിന് കത്തെഴുതി. ഉമ്മറിനോടുണ്ടായിരുന്ന അഞ്ചുവർഷത്തോളമുള്ള അടുപ്പമെന്നു പറയുന്നത് വളരെ അടുത്ത ഒരു സഹോദരസ്നേഹബന്ധമായിരുന്നു. അതിനാൽ ജ്യേഷ്ഠൻ കൃഷ്ണൻ കുട്ടി വരുന്ന വിവരവും മറ്റും കാണിച്ച് മദ്രാസിന് കത്തുമെഴുതി. അന്ന് ആലപ്പുഴയിൽ ഒരിടത്ത് ഗാനമേള നടത്തി തിരിച്ചു വരികയായിരുന്നു. ഗാനമേള കഴിഞ്ഞ് ട്രൂപ്പിന്റെ വണ്ടിയിൽ സാധനങ്ങളെല്ലാം കയറ്റി. പാട്ടുകാരെല്ലാം അതിൽ കയറാനുള്ള തിരക്കാണ്. സുലോചനയ്ക്കും ജ്യേഷ്ഠനും പോകാനുള്ള അംബാസഡർ കാർ കായംകുളത്തുനിന്ന് വിളിച്ച വാടകക്കാറായിരുന്നു. അതിന്റെ ടയർ പഞ്ചറായി കിടക്കുകയാണ്. സുലോചന ഉടനെതന്നെ ജ്യേഷ്ഠനോട് കാര്യങ്ങൾ പറഞ്ഞു മനസ്സി ലാക്കി. പിറ്റേന്ന് രാവിലെയുള്ള മദ്രാസ് മെയിലിന് പോകാനുള്ളതാണ്. രാത്രി, നേരം വെളുക്കാറായി. ഇപ്പോൾ പോയില്ലെങ്കിൽ നമ്മൾ സമയത്തിനെത്തുമോ? കൂടെപ്പോകാനായി വരുന്ന ഉസ്മാനെയും വിളിക്കണം. ഉസ്മാന്റെയും ലഗേജുകൾ എടുക്കണം. മദ്രാസിൽ പോയി ട്ടാണെങ്കിൽ ഒരാഴ്ചയെങ്കിലും അവിടെ തങ്ങേണ്ടി വരും. പാട്ടുകാർ മുഴുവൻ കയറിക്കഴിഞ്ഞ ശേഷം പോകാനായി തുടങ്ങുകയായിരുന്നു. അപ്പോൾ സുലോചന പറഞ്ഞു നമുക്കുംകൂടി അതിൽ കയറാം. അങ്ങനെ ടാക്സി ഡ്രൈവറോട് കാര്യം പറഞ്ഞു. "ഇതിപ്പോ ശരിയാ ക്കാവുന്ന കാര്യമല്ലേ ഉള്ളു. ഒരു പത്തു മിനിറ്റ്." ഇല്ല ശരിയാകില്ല ഒട്ടും താമസിക്കാൻ നേരമില്ല. അതിൽ എല്ലാവർക്കും കൂടി ഇരിക്കാനുള്ള സീറ്റ് കഷ്ടി മാത്രമേ ഉണ്ടായിരുന്നുള്ളു. സുലോചനയും ജ്യേഷ്ഠനും ആ വാനിൽ കയറി. പിന്നണിഗായകരോടും പക്കവാദ്യക്കാരോടും അവരുടെ ഉപകരണങ്ങളോടുമൊപ്പം സുലോചനയും ഇരിക്കുകയാണ്. ജാലക ത്തിലൂടെ പാതിരാക്കാറ്റ് വന്ന് സുലോചനയുടെ മുഖത്തേക്കടിച്ചു കൊണ്ടിരുന്നു.

സുലോചനയുടെ മനസ്സിൽ പാടിയ പാട്ടുകളുടെ ഈണങ്ങൾ അല തല്ലുകയാണ്. കാലം ഇതെങ്ങോട്ടാണ് പോകുന്നത്? ഇപ്പോൾ ഈ നീന്തി ക്കടക്കുന്ന രാത്രിയുടെ ആഴം അളന്നുവന്ന മുക്കുവനെപ്പോലെ ജ്യേഷ്ഠൻ വാനിന്റെ മുന്നിലിരുന്ന് ഡ്രൈവറോട് എന്തൊക്കെയോ പറയുന്നുണ്ട്. പതുക്കെ. ധൃതി വേണ്ട. രാവിലെ ചെന്നിട്ട് കുളിച്ചൊരുങ്ങിപ്പോകാനുള്ള സമയം മാത്രം കിട്ടിയാൽ മതി. ഉസ്മാന്റെ വീട് വഴി പോയി അവനെയും കൊണ്ടുവരേണ്ട താമസമല്ലേ വേണ്ടുള്ളു. മദ്രാസിൽചെന്നാൽ വിളിക്കേണ്ട കെ പി ഉമ്മറിന്റെ നമ്പറും അഡ്രസ് എഴുതിയ ഒരു

തുണ്ടുപേപ്പറും കൃഷ്ണൻകുട്ടിയുടെ പോക്കറ്റിൽ കിടക്കുന്നു. നേരം വെളുക്കാറായപ്പോഴേക്കും കായംകുളത്ത് വണ്ടിയെത്തി. സുലോചന ഒരു പോള കണ്ണടച്ചില്ല. പണ്ട് തിരുവനന്തപുരത്തുനിന്ന് സെക്രട്ടറിയേറ്റ് സമരം കഴിഞ്ഞ് തിരിച്ചുവന്ന രാത്രിപോലെയുണ്ടായിരുന്നു ഈ ദിവസം. മുറ്റം അതുപോലെതന്നെ കിടക്കുന്നു. അന്ന് രാവിലെ ജ്യേഷ്ഠൻ കൃഷ്ണൻകുട്ടിയും ഉസ്മാനും കൂടി കായംകുളത്തു നിന്നുള്ള മദ്രാസ് മെയിലിനു കയറി. ജ്യേഷ്ഠൻ ഇല്ലാത്തതുകൊണ്ട് തിരിച്ചു വരുന്നതു വരെയുള്ള ഒരാഴ്ച ബുക്കിങ് ഒന്നുമില്ല. സുലോചന വീട്ടിൽ സ്വസ്ഥമായിരിക്കുകയാണ്. ഇളയ സഹോദരൻ വീട്ടിലുണ്ട്. കുറെ നാളുകൾക്കു ശേഷം അവനോട് സംസാരിക്കാൻ കിട്ടുന്ന ഒരവസരമാണ്. പോളിയോ ബാധിച്ച് നടക്കാൻ ബുദ്ധിമുട്ടുണ്ട് അവന്. അവന് ഇടയ്ക്ക് പാട്ടുകൾ പാടിക്കൊടുക്കണം. അങ്ങനെ പുതിയ പാട്ടുകളുടെ ഡയറി എടുത്തു. അതിൽ പുതിയ ഗാനമേളട്രൂപ്പുതുടങ്ങിയതു മുതലുള്ള സകല വിവരവുമുണ്ട്. മിക്കവാറും എല്ലാദിവസവും പ്രോഗ്രാമുണ്ടായപ്പോൾ നല്ലപോലെ കാശു വന്നുതുടങ്ങി. അതൊക്കെയും ജ്യേഷ്ഠനോടൊപ്പമിരുന്ന് എണ്ണിത്തിട്ടപ്പെടുത്തിവെക്കുമായിരുന്നു. ഇപ്പോഴാണ് കാശ് അല്പം മിച്ചംവരാൻ തുടങ്ങിയത്. അങ്ങനെയാണ് ഒരു പുതിയ കാറ് വാങ്ങണമെന്ന ആഗ്രഹം സുലോചനയ്ക്ക് ഉണ്ടാകുന്നത്. ഡയറി എടുത്തപ്പോൾ പുനലൂർ ബാലൻ എഴുതിയ ഒരു കത്ത് താഴേക്ക് ചാടി. പുനലൂർ ബാലന്റെ മറുപടിയാണ്. പണ്ട് *എന്റെ മകനാണു ശരി* എന്ന നാടകത്തിൽ പാട്ടുകളെഴുതിയ ആളാണ് അദ്ദേഹം. ആദ്യകാല നാടകാനുഭവങ്ങളിലെ പഴയൊരു സൗഹൃദമാണ് അദ്ദേഹവുമായുള്ളത്. ഗാനമേള ട്രൂപ്പുതുടങ്ങിയപ്പോൾ പുതിയ ഗാനങ്ങൾ എഴുതിത്തരണം എന്നു കാണിച്ച് സുലോചന എഴുതിയ കത്തിന്റെ മറുപടിയാണത്. ആ കത്തെടുത്ത് വീണ്ടും വായിച്ചുനോക്കി. എഴുപതുകളിലെ ഏതോ ഇരുളിൽ ഇരുന്ന് പാട്ടുകളെപ്പറ്റി എഴുതിയ വരികൾ. 'ഞാൻ ഉടനെതന്നെയെഴുതി അയച്ചു തരാം.' അങ്ങനെ വയലാറിന്റെ കത്തുണ്ട്. കെ രാഘവൻ മാഷിന്റെ കത്തുണ്ട്. കെ അർജ്ജുനന്റേയും. എല്ലാവരും സുലോചനയെ അവരുടെ ഈ ആദ്യ സംരംഭത്തോട് സഹകരിച്ചു. അതുകൊണ്ടാണ് നല്ല രീതിയിൽ പരിപാടികൾ സംഘടിപ്പിക്കുവാനാകുന്നത്. ആ ദിവസങ്ങളിൽ ഗോപിമോനുവേണ്ടി കുറേയേറേ പാട്ടുകൾ പാടിക്കൊടുത്തു. രാത്രി വളരെയധികം വൈകി കിടന്നു. ദിവസങ്ങൾക്കു ശേഷം ഒരു അംബാസഡർ കാറുമായി ജ്യേഷ്ഠനും ഉസ്മാനും എത്തി. മദിരാശിയിൽനിന്നും വണ്ടി ഓടിച്ചാണ് വരുന്നത്. അവരുടെ മുഖത്ത് യാത്രാക്ഷീണം ഉണ്ടായിരുന്നു. കാർ വീടിന്റെ മുറ്റത്തേക്ക് ചേർത്തു നിർത്തിയിരിക്കുകയാണ്. അയൽപക്കത്തു നിന്നു എല്ലാവരും കാറു കാണാൻ വരുന്നുണ്ട്. അക്കാലത്ത് ആ പ്രദേശത്ത് മറ്റാർക്കും സ്വന്തമായി ഒരു കാറില്ലാത്ത സ്ഥിതിയായിരുന്നു, കായംകുളത്തെ കുട്ടികളും പ്രായം ചെന്നവരും സുലോചനയുടെ കാറ് കാണാൻ വന്നുകൊണ്ടിരിക്കുക

യാണ്. കാറിന്റെ താക്കോൽ ഭദ്രമായിത്തന്നെ സുലോചനയെ ഏല്പിച്ച് ഉസ്മാൻ പോയി. കുറച്ചു കഴിഞ്ഞപ്പോൾ കെ പി എ സി ഉത്തരേന്ത്യൻ പര്യടനം നടത്തിയപോലെ ഗാനമേളട്രൂപ്പിനും അത്തരം അവസരങ്ങൾ ഉണ്ടാകാൻ തുടങ്ങി. അത് മാർച്ച് മാസമായിരുന്നു. നാടകക്കാല മായിരുന്നെങ്കിൽ ഇപ്പോൾ ഉത്സവങ്ങൾ തുടങ്ങാനുള്ള നേരമായി. പാടത്തും പറമ്പിലും വരെയുള്ള സ്റ്റേജുകളെല്ലാം ഓർമ്മയിലുണ്ട്. ആദ്യകാലത്തെ പ്രൊഫഷണൽ നാടകങ്ങളുടെ പാസുകളെടുത്ത് തീയറ്ററിലേക്ക് കയറിവരുന്ന അന്നത്തെ ഓരോ മനുഷ്യരുടെയും മുഖങ്ങൾ. ഓലത്തടുക്കുവെച്ചു മറച്ച സ്റ്റേജുകളും വേദികളും എത്ര യെത്ര. അവിടെ രാപകലില്ലാതെ സുലോചനയെ നോക്കിയ കണ്ണുക ളെത്ര. അവളുടെ ശബ്ദവും ശരീരവും മലയാളസൗന്ദര്യ സങ്കല്പം ഇനിയും ആഴത്തിൽ അറിഞ്ഞിട്ടില്ലാത്ത ഒരു സുഗന്ധമാണ്. പാട്ടുക ളിലൂടെ വീണ്ടും ആ വീട് തളിർക്കാൻ തുടങ്ങി.

ഗാനമേളയുടെ വണ്ടി ഇടതടവില്ലാതെ ഗ്രാമങ്ങളിലൂടെ തലങ്ങും വിലങ്ങും പാഞ്ഞു. പുറകെ അവളുടെ പുതിയ അംബാസഡർ കാറും. വീടുകഴിഞ്ഞ് വടക്കോട്ട് വന്ന് മെയിൻ റോഡിലേക്ക് തിരിയുന്നിടത്താണ് കെ പി എ സി. ഓരോ തവണ അതിനുമുന്നിലൂടെ പോകുമ്പോഴും ചങ്കിടി പ്പോടെയല്ലാതെ കടന്നുപോകാൻ ആവില്ല. *ശരശയ്യ* കഴിഞ്ഞ് പുതിയ നാടകങ്ങൾ പിന്നിട്ടിരിക്കുകയാണ് ഇപ്പോൾ കെ പി എ സി എന്നറിയാം.

കേരളത്തിൽ പരിപാടികൾ നടത്തിക്കൊണ്ടിരുന്നപ്പോൾ കേരള ത്തിനു പുറത്തുനിന്നും ധാരാളം ക്ഷണംവന്നു. മലയാളികൾ ഉള്ളിട ത്തെല്ലാം അവളുടെ പാട്ടുകൾ വേണം. ആൾക്കൂട്ട ബഹളങ്ങളിൽ, നഗര ജീവിതത്തിരക്കുകളിൽ, കൂപ്പുകുത്തിമറിയുന്ന മറുനാട്ടുകാർക്ക് അവരുടെ നാടിന്റെ പാട്ടുകൾ വേണം. വയൽപ്പാട്ടിന്റെ, വരിനെല്ലിൻ ചുണ്ടിന്റെ പാട്ടുകൾ വേണം.

വയലുകളുടെ സുഗന്ധം

കുട്ടനാടൻ പാടങ്ങളൊക്കെയും കൊയ്ത്താറായി കാത്തിരിക്കുന്നു. മഞ്ഞനിറത്തിലുള്ള വിളഞ്ഞനെൽക്കതിരുകളുടെ നീണ്ട നിരകളിലൂടെ കാറ്റു വീശിയപ്പോൾ പുന്നെല്ലിന്റെ സുഗന്ധം. നാളെ മുതൽ ഉത്ത രേന്ത്യൻ പര്യടനം ആരംഭിക്കുകയാണ്. ഗാനമേള ട്രൂപ്പൊന്നിച്ച് ട്രെയിനിലുള്ള യാത്രയാണ്. ആഴ്ചകൾ നീണ്ടുനില്ക്കുന്ന പ്രോഗ്രാമിനു വേണ്ട സംവിധാനങ്ങളുടെ ലിസ്റ്റ് കാറിലിരുന്ന് ഒന്നുകൂടി വായിച്ചു നോക്കി. ഇനിയെന്തെങ്കിലും കുറവുണ്ടോ. എടുക്കേണ്ട സാധനങ്ങൾ, വരുന്ന ആൾക്കാരുടെ ലിസ്റ്റുകൾ എല്ലാം ഒന്നുകൂടി ഉറപ്പുവരുത്തി. കുറച്ചു കഴിഞ്ഞപ്പോൾ അംബാസഡർ കാറ് ഒരു കല്ലിലിടിച്ച് നിന്നു. എന്താണെന്ന് ഡ്രൈവർ ഇറങ്ങിനോക്കി. അന്ന് കുട്ടനാടിലൂടെ സുഗമമായി സഞ്ചരിക്കാനുള്ള റോഡില്ല. ശ്രദ്ധയോടെ വാഹനം ഓടി

ച്ചില്ലെങ്കിൽ ടയർ വഴുതി കായലിൽ ചെന്നു കിടക്കും. "എന്താണ് പ്രശ്നം?" സുലോചന ചോദിച്ചു. ജ്യേഷ്ഠൻ കൃഷ്ണൻകുട്ടി പോയി നോക്കി. ബണ്ട് നിർമ്മാണത്തിനിട്ട ഒരു കരിങ്കൽക്കൂട്ടത്തിലിടിച്ചാണ് വണ്ടി നിന്നത്. മഡ്ഗാഡ് അല്പമൊന്നു ചളുങ്ങിയിട്ടുണ്ട്. സാരമില്ല. ചെറിയൊരു പരിക്ക്. സുലോചന കൂടി പുറത്തേക്കിറങ്ങി നോക്കി. അവിടെ അപ്പോൾ ആളുകൂടി. പാടത്തുനിന്നു കയറിവന്ന സ്ത്രീകൾ വയൽക്കിളി കളെപ്പോലെ തോന്നിച്ചു. അവർക്ക് ആളെ മനസ്സിലായി. അവരോടിച്ചെന്ന് വട്ടംകൂടി. അവരുടെ കൈയിലെ അരിവാൾ പിടിച്ചുവാങ്ങി സുലോചന. അതിന്റെ മൂർച്ച പരിശോധിച്ചുകൊണ്ടിരുന്നു. അവർ സുലോചനയുടെ ചുരുണ്ടമുടിയിലേക്കും കവിളിലേക്ക് വീണുകിടക്കുന്ന കുറുനിരക ളിലേക്കും നോക്കി. അവരോട് സംസാരിച്ച് സമയം പോയതറിഞ്ഞില്ല. അതിനിടെ പാടത്തിനു നടുവിലുള്ള ഒരു തുരുത്തിൽ നിന്ന് ആണുങ്ങൾ ഒരു മൂന്നു നാലു പേർ വന്നു. കൃഷ്ണൻകുട്ടിയും ഡ്രൈവറും കൂടിയാ യിരുന്നു അവരെപ്പോയി വിളിച്ചത്. "ആഹാ! സുലോചനച്ചേച്ചിയായി രുന്നോ? ഞങ്ങൾ ചേച്ചിയുടെ എത്രപാട്ടുകളാണെന്നോ പാടാറ്. പണി കഴിഞ്ഞാൽ പാട്ടുകൾ പാടാതെ ഉറക്കമില്ല ഞങ്ങൾക്ക്." അവർ അതു പറഞ്ഞ് കാറ് പുറകോട്ട് തള്ളിയെടുത്തു.

"എവിടെപ്പോവാ?"

"തകഴിയിൽ ഒരു പരിപാടിയൊണ്ട്."

"എന്നാ കിഴക്കോട്ട് ചെല്ലുമ്പോ ജങ്കാറു വരും. അവിടന്ന് അക്കരെ കടക്കാം."

"ആലപ്പുഴനിന്നു വരുവാരിക്കും അല്ലേ?"

പാട്ടുകളുടെ ഉത്തരേന്ത്യൻ യാത്രകൾ

ഭോപ്പാലിൽ നിന്ന് രണ്ടു ദിവസത്തെ പരിപാടി കഴിഞ്ഞ് കല്ക്കത്തയിൽ എത്തി. കല്ക്കത്തയിൽ വന്നപ്പോൾ ഇടയ്ക്ക് കാമ്പിശ്ശേരിയെ ഓർത്തു. അദ്ദേഹം ബംഗാൾ സാഹിത്യത്തെക്കുറിച്ച് പറയുമാ യിരുന്നു. നോവലുകളെപ്പറ്റി, നാടകങ്ങളെപ്പറ്റി, കല്ക്കത്തയുടെ തെരുവുകളെയും ഗ്രാമങ്ങളെപ്പറ്റിയും അക്കാലത്തെ ധാരാളം പുസ്തകം വായിച്ചുള്ള അറിവുകൾ പങ്കുവെക്കുമായിരുന്നു. കല്ക്കട്ടയിലെത്തിയ പ്പോൾ ഭയങ്കര ക്ഷീണമായിപ്പോയി എല്ലാവർക്കും. ഒന്നാമത്തെ കാര്യം അവിടത്തെ കാലാവസ്ഥയൊന്നും പിടിക്കില്ല എന്നതുതന്നെ. രണ്ടാമ ത്തെ കാര്യം ഭക്ഷണമാണ്. നമ്മൾ ഉദ്ദേശിച്ച അനുപാതത്തിലല്ല ഉപ്പും മുളകും അവർ ഇടുന്നത്. നല്ല കുത്തരിച്ചോറും, തോരനും, കുടംപുളിയിട്ടു വെച്ച മീങ്കറിയും അവിടെ എത്തുമ്പോഴാണ് കൂടുതൽ ഓർമ്മവരിക. എങ്കിലും നമുക്ക് പരിചയമില്ലാത്ത ഗ്രാമങ്ങളും അവിടുത്തെ മനുഷ്യരെ യും കാണുമ്പോൾ എല്ലാം മറക്കും. അവരുടെ ദുഃഖം നിറഞ്ഞ കണ്ണുകൾ, ഏതോ ഒരു ഗാനത്തിന്റെ പൂരിപ്പിക്കാത്ത വരികൾ തേടി അലയുന്ന അപരിചിതമായ ഒരു ഈണം ഈ ഗ്രാമങ്ങളിലാകെ നിറഞ്ഞു നില്ക്കു

ന്നു. ഗലികളിലും നഗരത്തിന്റെ ഭീകരതകളിലും പുരാതനപ്രാന്തങ്ങളിലും അലഞ്ഞുതിരിയുന്ന കാറ്റിലും അവരുടെ ആത്മാവ് കുടികൊള്ളുന്നുണ്ട്. 'വീണക്കമ്പികൾ മുറുക്കിമുറുക്കിയിരുന്നു ഞാൻ, പാടാൻ മറന്നു പോയല്ലോ' എന്നു ടാഗോർ പറയുന്നത് ഈ നിമിഷങ്ങളിലൂടെ യായിരിക്കാം എന്നു തോന്നുന്നു. പെട്ടെന്ന് ഒരു ശബ്ദം കേട്ട് തിരിഞ്ഞു നോക്കിയപ്പോൾ കൃഷ്ണൻകുട്ടി ഛർദ്ദിക്കുന്നു. കൊഴുത്ത വാട്ട വെള്ളമാണ് പുറത്തേക്ക് വരുന്നത്. ജ്യേഷ്ഠനെയും കൊണ്ട് സുലോചന തെരുവിന്റെ വശങ്ങളിലേക്കു നീങ്ങി. ദൂരെ ഒരു നദി നഗരങ്ങളെ ആശ്ലേ ഷിച്ച് ഉറങ്ങിക്കിടക്കുന്നു. അതിന്റെ കണ്ണെത്താദൂരത്ത് അക്കരെയും നഗര ങ്ങളുടെ നീണ്ടനിരകൾ. അവൾ ജ്യേഷ്ഠന്റെ പുറത്ത് തടവി. കൃഷ്ണൻ കുട്ടി അവിടെ കുനിഞ്ഞിരുന്നു പോയി. എല്ലാവരും ഓടിവന്നു. "എന്താ?" "ഓ ഒന്നുമില്ല. രാവിലെ മുതൽ ഭക്ഷണമൊന്നും പിടിക്കുന്നില്ല. അതാണ്. കുറച്ച് വെള്ളമെടുക്കാമോ?" ഫ്ളാസ്കിൽനിന്ന് ഒരു കപ്പ് ചൂടുവെള്ളമെ ടുത്ത് കൈയിൽ കൊടുത്തു.

രാത്രിയായപ്പോൾ അവർക്കുള്ള റൂം റെഡിയായി. കല്ക്കത്ത അസോസിയേഷൻ ഭാരവാഹികൾ സുലോചനയെയും ട്രൂപ്പ് അംഗ ങ്ങളെയും സ്വീകരിച്ചു. അവർക്കുള്ള ഭക്ഷണവും വെള്ളവും മറ്റ് സൗക ര്യങ്ങളും ഏർപ്പാടാക്കി. മുകളിലത്തെ നിലയിലുള്ള നദിക്കഭിമുഖമായ മുറി അവർക്ക് കാണിച്ചുകൊടുത്തു. ആളുകളെല്ലാം യാത്രാക്ഷീണം മാറ്റാൻ അവരവർക്കുള്ള മുറികളിൽ പോയി ഇരുന്നു. ബാഗുകളും സംഗീ തോപകരണങ്ങളും അവർ അടുക്കിയടുക്കി വെച്ചു. സുലോചനയുടെ മുറിയിൽ അവളും ജ്യേഷ്ഠനും മാത്രം. യാത്രയുടെ ക്ഷീണം കാരണം എല്ലാവരും മയങ്ങിപ്പോകുന്നു. കൃഷ്ണൻകുട്ടി തളർന്ന് കട്ടിലിൽ കിട ക്കുകയാണ്. പുറത്തുനിന്ന് ജനൽ വഴി കാറ്റ് അരിച്ചെത്തുന്നു. രാത്രി നഗരത്തിന്റെ ദൃശ്യങ്ങൾ കാണാം. നിരവധി ലൈറ്റുകൾ മിന്നാമിനുങ്ങു പോലെ കത്തി നിരതെറ്റി കിടക്കുന്നു. ഏതോ തേനീച്ചക്കൂടിന്റെ അലയിൽ പെട്ടുപോയ പോലെയുണ്ട്. ഒരു ഗാനത്തിന്റെ മുഴക്കം എപ്പോഴും കാതിൽ വന്നലയടിക്കുന്ന പോലെ. ഒരു ഇരമ്പൽ. എവിടെനിന്നാണ്? ജനൽ തുറന്നു നോക്കുമ്പോൾ ശാന്തമായി ഒഴുകുന്ന നദി കാണാം. ജലത്തിൽ വീണുകിടക്കുന്ന നഗരവെളിച്ചത്തിന്റെ പ്രതിബിംബങ്ങൾ അവൾക്ക് അസ്വസ്ഥതകളുണ്ടാക്കി. കൃഷ്ണൻ കുട്ടിക്ക് ഇടയ്ക്കിടയ്ക്ക് കട്ടൻ കാപ്പി കൊടുത്തുകൊണ്ടിരുന്നു. നേരം വെളുക്കുന്നതുവരെ അയാൾ ഉറങ്ങിയിട്ടില്ല. തലകറങ്ങുന്നെന്നും നെഞ്ചു വേദന തോന്നുന്നെന്നും പറഞ്ഞു. ഉടനെ മലയാളി അസോസിയേഷനെ വിളിച്ച് വിവരം പറഞ്ഞ് ആശുപത്രിയിൽ എത്തിച്ചു.

കല്ക്കത്തയിലെ ഭേദപ്പെട്ട ഒരാശുപത്രിയായിരുന്നു അത്. അവി ടത്തെ വിദഗ്ദ്ധ പരിശോധനയിൽ അമിതരക്തസമ്മർദ്ദമാണ് അസുഖം എന്നറിഞ്ഞു. പരിപൂർണ്ണ വിശ്രമം വേണമെന്ന് ഡോക്ടർമാർ പറഞ്ഞു. അതനുസരിച്ച് കുറച്ചു ദിവസങ്ങൾകൂടി ആശുപത്രിയിൽ കഴിയണം.

കല്ക്കത്തയിൽ രണ്ടു പരിപാടികളാണുള്ളത്. ജ്യേഷ്ഠനെ ആശുപത്രിയിലാക്കി ഒരാളെ കൂടെയുമിരുത്തി, ഡോക്ടറോട് പറഞ്ഞ് അനുവാദം വാങ്ങിയശേഷമാണ് ബുക്കുചെയ്ത പ്രോഗ്രാമിന് സുലോചന പോയത്.

ചോരച്ചുവപ്പു പ്രതീക്ഷിച്ച് പകലുകൾ

ആ കാലത്താണ് കല്ക്കത്തയിൽ പത്രമാധ്യമങ്ങളിലൂടെയായി നക്സൽബാരി പ്രസ്ഥാനം ഉടലെടുക്കുന്നതിനെപ്പറ്റി വാർത്ത വരുന്നത്. ആശുപത്രിയിൽനിന്ന് പുറത്തേക്കു കടന്ന് പോർട്ടിക്കോവിൽ എത്തിയപ്പോൾ റിസപ്ഷനിൽ കല്ക്കത്ത മലയാളി സമാജം പ്രവർത്തകർ വാഹനവുമായി കാത്തുനില്ക്കുന്നു. അക്കൂട്ടത്തിൽ ഒരാൾ അന്നത്തെ പത്രം സുലോചനയെ വായിച്ചു കേൾപ്പിച്ചു. ബംഗാളിഭാഷയിലാണ് വാർത്ത. വടക്കൻ ബംഗാളിൽ, ഹിമാലയത്തിന്റെ താഴ്‌വരയിൽ ഡാർജിലിങ് ഉൾപ്പെടുന്ന പ്രവിശ്യയിലെ അറുപതോളം ഗ്രാമങ്ങളിൽ ഭൂപരിഷ്കരണം ആവശ്യപ്പെട്ട് സായുധകലാപം പൊട്ടിപ്പുറപ്പെട്ടിരിക്കുന്നു. ഇന്ത്യയൊട്ടാകെ കലാപങ്ങൾ പൊട്ടിപ്പുറപ്പെടാൻ പോകുകയാണെന്നാണ് വാർത്ത. ചാരുമജുംദാറിന്റെയും കനു സന്യാലിന്റെയും ജംഗൽ സന്താളിന്റെയും അഷിം സെന്നിന്റെയും ഫോട്ടോകൾ അതിനു ചുവടെ അച്ചടിച്ചിട്ടുണ്ട്. അവരുടെ പുതിയ ആഹ്വാനം ഗ്രാമങ്ങൾ നഗരങ്ങളെ വളയുക എന്നതാണ്. 1964 ൽ പാർട്ടി പിളർന്നപ്പോൾ ചൈനീസ് ലൈനും മാവോസേതുങ്ങും അവരുടെ ആശയങ്ങളും അടിസ്ഥാനമാക്കി അംഗീകരിച്ച് പാർട്ടി സായുധവിപ്ലവത്തിലേർപ്പെടണം എന്നു വിശ്വസിച്ചവർ ധാരാളമുണ്ടായിരുന്നു. എന്നാൽ പാർട്ടി പിളർന്നതിനുശേഷം, സി പി ഐ (എം) തിരഞ്ഞെടുപ്പുപാതയിലേക്ക് നീങ്ങിയപ്പോൾ ഈ ഗ്രൂപ്പിന്റെ വക്താക്കളെ അത് നിരാശരാക്കി. ഇന്ത്യൻ ചക്രവാളത്തിൽ വസന്തത്തിന്റെ ഇടിമുഴക്കം എന്ന് ചൈനീസ് കമ്യൂണിസ്റ്റ് പാർട്ടി മുഖപത്രമായ *പീപ്പിൾസ് ഡെയ്‌ലി* ഇതിനെ വിശേഷിപ്പിച്ചു. ഇത്രയും കാര്യങ്ങൾ അവർ കാറിലിരുന്നാണ് സുലോചനയോട് പറഞ്ഞത്. സുലോചനയ്ക്ക് നന്നേ മാനസിക വിഷമവും നിരാശയും ഭയവും എല്ലാം കൂടി ഉണ്ടായിരുന്നു. “എങ്ങനെയുണ്ട് ജ്യേഷ്ഠന്?” അതിലൊരാൾ ചോദിച്ചു, “ഇല്ല കുഴപ്പമില്ല. രക്തസമ്മർദ്ദം കൂടിയതാണ്. വിശ്രമിച്ചു കഴിഞ്ഞാൽ ഭേദമാവുമെന്ന് ഡോക്ടർ പറഞ്ഞു.”

കുറച്ചുകഴിഞ്ഞപ്പോൾ ഓഡിറ്റോറിയത്തിൽ എത്തി. സുലോചന ഇറങ്ങി. മലയാളി സമാജം പ്രവർത്തകർ തടിച്ചുകൂടി നില്ക്കുന്നുണ്ട് സ്വീകരിക്കാനായിട്ട്. ബംഗാളിന്റെ ഭൂമിയിൽ മലയാളികൾ നില്ക്കുമ്പോൾ അല്പംപോലും തിരിച്ചറിയുന്നില്ല. ഗാനമേള ട്രൂപ്പിൽ ഉൾപ്പെട്ടവരെയും നിറച്ചുകൊണ്ടുള്ള വാഹനം അതിനുപിന്നാലെ അവിടെയെത്തി. പഴയൊരു ഓഡിറ്റോറിയം. അതിനുപിന്നിൽ കടലുപോലെ പരന്നുകിടക്കുന്ന നദി ഒഴുകിക്കൊണ്ടിരിക്കുകയാണ്. അനവധി ചരിത്രങ്ങൾ ഒഴുകിപ്പോയതിനു ശേഷം ഇനിയും ചരിത്രത്തിന്റെ പുതിയ ചോരച്ചുവപ്പിനായി

പ്രതീക്ഷിച്ചു നില്ക്കുന്ന പകൽ. വൈകുന്നേരമാകുന്നു. പ്രോഗ്രാം തുടങ്ങാറായി. ആളുകൾ എവിടെ നിന്നൊക്കെയോ എത്തിത്തുടങ്ങി. വർഷങ്ങളായി കേരളത്തിൽനിന്ന് ഇവിടേക്കു പറിച്ചുനടപ്പെട്ടവർ, തൽക്കാലത്തേക്ക് ഒരു ജോലിയന്വേഷിച്ചുവന്ന ചെറുപ്പക്കാർ, സിഗററ്റും ഭാങ്ങും വലിച്ചു നടക്കുന്ന കുറേ പുരുഷന്മാർ, കൂലിപ്പണിക്കാർ, റിക്ഷാവാലകൾ. അങ്ങനെ ആ വൈകുന്നേരം അതാ ഒഴുകിയെത്തുന്നു.

സ്റ്റേജിൽ മൈക്കുകളൊക്കെ ശരിയാക്കിക്കൊണ്ടിരിക്കുന്നു. ഓർക്കസ്ട്രയുടെ ടെസ്റ്റിങ് സൗണ്ട് ഇടയ്ക്കിടയ്ക്ക് വരുന്നുണ്ട്, സുലോചനയെന്ന് അനൗൺസ് ചെയ്യുമ്പോൾ പ്രാവുകളുടെ ഒരു കൂട്ടം ആ നദിക്കു കുറുകെ പറന്നതുപോലെ ആളുകളുടെ നിലയ്ക്കാത്ത കൈയടികൾ. ഏതു പാട്ട് ആദ്യം പാടണം. സുലോചനയ്ക്ക് വളരെ നാളുകൾക്കു ശേഷം ആദ്യമായാണ് അങ്ങനെ ഒരു സംശയം ഉണ്ടാകുന്നത്. അവളുടെ ശബ്ദം ഇടറിപ്പോയിരിക്കുന്നു. ഒന്ന് ഇത്രയുംനേരം അവർ ഓർത്തത് നാട്ടിൽ പാടത്ത് പണികഴിഞ്ഞുവന്നിരുന്ന സ്വന്തം ജനതയെപ്പറ്റിയാണ്. അവരുടെ കണ്ണുകളായിരുന്നു മുൻപിൽ. പെട്ടെന്ന് ആശുപത്രിയിൽ കിടക്കുന്ന ജ്യേഷ്ഠനെപ്പറ്റി ഓർമ്മവന്നു. ആശുപത്രിയിൽ കിടക്കുന്നത് ആദ്യമായാണ്. ഇത്രനാളും തന്നോടൊപ്പം കൂടെവന്ന് ജീവിതത്തിന്റെ ഓരോ പടവിലും കൂടെ നിന്ന ഏകാന്തസാക്ഷിയാണദ്ദേഹം. അവളുടെ ശബ്ദം ഗദ്ഗദംകൊണ്ട് കനം വെച്ചിരുന്നു. ആദ്യത്തെ പാട്ട് സുലോചനയാണ് പാടേണ്ടത്. പക്ഷേ, ആമുഖമായി ഇത്രയും പറഞ്ഞപ്പോൾ വീണ്ടും നിലയ്ക്കാത്ത കൈയടി ആ ഓഡിറ്റോറിയത്തിൽനിന്നു കേട്ടു. ഇപ്രാവശ്യം പ്രാവുകൾ തിരിച്ചു പറന്നു വരികയാണെന്നാണ് തോന്നിയത്. ഓഡിറ്റോറിയത്തിൽ പാട്ട് തുടങ്ങി. കല്ക്കത്തയുടെ ജനസാന്ദ്രമായ സംഗീതംകൊണ്ടും ഈണങ്ങളുടെ പല അടുക്കുകൾകൊണ്ടും നിറഞ്ഞ ആ തെരുവ് ആ ഗാനംകേട്ട് മയങ്ങി. പാതകളിൽ ലൈറ്റുകൾ തെളിഞ്ഞു. ബീഡിവലിച്ചുകൊണ്ട് ചില ബംഗാളികൾ അവിടെ കയറിനോക്കി. റിക്ഷാവാലകൾ വലിയ ഭാരങ്ങൾ ചവിട്ടിത്താഴ്ത്തുന്നതിനിടയിൽ പെഡലുകൾ പതുക്കെയാക്കി, ഇതിനു മുമ്പൊന്നും കേട്ടിട്ടില്ലാത്ത ഈ ഈണങ്ങളിലൂടെ സമാന്തരമായി കുറച്ചു ദൂരം മുന്നോട്ടു പോയി.

രാത്രിയായപ്പോൾ ഹോസ്പിറ്റലിൽ തിരിച്ചെത്തി. വാഹനത്തിൽ നിന്നിറങ്ങി പെട്ടെന്ന് മുകൾനിലയിലേക്ക് കയറി. “ജ്യേഷ്ഠനെങ്ങനെയുണ്ട്.” കൂടെയുള്ള ആളിനോട് ചോദിച്ചു. “ഇപ്പോൾ ഉറങ്ങുകയാണ്. വീണ്ടും ഛർദ്ദിച്ചു. ഇവിടത്തെ ഭക്ഷണം ഒന്നും പിടിക്കുന്നില്ല. ഫുഡ് ഇൻഫെക്ഷനും ഉണ്ട് എന്നാണ് പറയുന്നത്. ഉറക്കം കുറേ ദിവസങ്ങളായി ശരിയാകാത്തതും കാരണമാണെന്ന് ഡോക്ടർ പറഞ്ഞു.” ഏതായാലും രണ്ടു ദിവസങ്ങൾ കൂടി നോക്കാം. ഡോക്ടറോട് കല്ക്കത്തയിലെ പ്രോഗ്രാമിനെക്കുറിച്ച് പറഞ്ഞു. ‘ഇനി നാളെയും വേറൊരു പ്രോഗ്രാമുണ്ട്. അതു കഴിഞ്ഞ് അടുത്ത ആഴ്ച പാട്നയിലാണ്

പ്രോഗ്രാം. ഇവിടെ നിന്ന് പരിപാടി കഴിഞ്ഞ് ട്രെയിനിൽ അങ്ങോട്ട് പോകാമെന്നാണ് വിചാരിക്കുന്നത്. നാളത്തെ പ്രോഗ്രാം കഴിഞ്ഞ് ഉടനെ രാത്രിയിൽ ഒരു ട്രെയ്നുണ്ട്. അതിന് ടിക്കറ്റ് ഇന്നുതന്നെ ബുക്കുചെയ്താലേ കാര്യം നടക്കൂ. അതിന് ജ്യേഷ്ഠനെ ഇവിടെയാക്കി എങ്ങനെ ഇത്രദൂരം പോയി വരും. സുലോചന ഡോക്ടറോട് ചോദിച്ചു. ഏതായാലും ഈ കണ്ടീഷനിൽ ഇദ്ദേഹത്തെ ഇവിടെ നിന്ന് കൊണ്ടുപോകുന്നത് ബുദ്ധിമുട്ടായിരിക്കും. സുലോചന എന്തുചെയ്യണമെന്നറിയാതെ ജ്യേഷ്ഠന്റെ റൂമിലേക്ക് കയറി. അണ്ണൻ ഉറങ്ങുകയാണ്. ആശുപത്രിയുടെ ഗ്ലാസിട്ട ജനാലയ്ക്കു പുറത്തെ രാത്രിദൃശ്യം ഒരു ദുഃഖഗാനംപോലെ ഇളകിക്കൊണ്ടിരിക്കുന്നു.

നാട്ടിലെത്തിയപ്പോൾ ഉത്സവകാലമായിരുന്നു. പ്രോഗ്രാമിന് ബുക്കുചെയ്യാനായി ഓരോ ദിവസവും ആളുകൾ അന്വേഷിച്ചെത്തുന്നു. അങ്ങനെ ഒരു മൂന്നു നാലുമാസം നാട്ടിൽ കഴിച്ചുകൂട്ടി. കല്ക്കത്തയിൽ ചെന്നപ്പോൾ, ജ്യേഷ്ഠനെ ഹോസ്പിറ്റലിലാക്കിയ കാരണത്താൽ പോകാൻ സാധിക്കാതിരുന്ന പറ്റ്നയിലേയും ബാക്കി സ്ഥലങ്ങളിലേയും ഗാനമേളകൾക്കായി വീണ്ടും ഉത്തരേന്ത്യൻ പര്യടനത്തിന് തയ്യാറായി. അങ്ങനെ വീണ്ടും യാത്രകൾ. നേരത്തെ യാത്രയിൽ നേരിട്ട പ്രശ്നങ്ങൾ കാരണം ഇപ്രാവശ്യം വളരെ മുൻകരുതലെടുത്തു. അങ്ങനെ വലിയ പ്രശ്നങ്ങളൊന്നുമില്ലാതെ തിരിച്ച് വീട്ടിലെത്തിയപ്പോൾ കണ്ട കാഴ്ച ഏറേ വേദനാജനകമായിരുന്നു. പോളിയോ ബാധിച്ച് നടക്കാൻ കഴിയാത്ത ഇളയ സഹോദരൻ അസുഖം മൂർച്ഛിച്ച് ആശുപത്രിയിലാണ്.

ഹോസ്പിറ്റലിലേക്ക് പോയി.

എല്ലാം വളരെ വൈകിപ്പോയിരുന്നു.

കുഴഞ്ഞുമറിഞ്ഞ് കാലം

ഒക്ടോബർ 9 ന് പത്രങ്ങൾ വീണ്ടും ഒരു ചുവന്ന വാർത്ത പ്രസിദ്ധീകരിക്കപ്പെട്ടു. ക്യൂബൻ വിപ്ലവകാരി ഏണസ്റ്റ് ചെഗുവേരയെ വെടിവെച്ചു കൊന്നു. ക്യൂബൻ വിപ്ലവ വിജയത്തിനുശേഷം ലാറ്റിനമേരിക്കയുടെ മുഴുവൻ വിമോചനവും സ്വപ്നവുമായാണ് അദ്ദേഹം ബൊളീവിയയിൽ എത്തിയിരുന്നത്. കേരളത്തിൽ അപ്പോഴേക്കും ഇ എം എസ് സർക്കാർ ഒരു രണ്ടാംവരവ് നടത്തിയെങ്കിലും അവിടവിടെ നിന്നായി എതിരാളികളുടെ ക്രൂരമായ ആക്രമണങ്ങൾ തുടർന്നുപോന്നു.

ഗായികയാണോ ഒരു നാടകനടിയാണോ താൻ എന്ന് ആരെങ്കിലും ചോദിച്ചാൽ സുലോചന ആലോചിച്ചു നോക്കും. യഥാർത്ഥത്തിൽ ആരാണ് താൻ? രണ്ടിന്റെയും കൂടിച്ചേർന്ന ഒരു അസ്തിത്വമാണ് തനിക്കുള്ളതെന്ന് വളരെ സൂക്ഷ്മമായി ആലോചിക്കുമ്പോൾ മനസ്സു പറയും. ഇങ്ങനെ രണ്ടിനുംകൂടി പര്യാപ്തമായ രീതിയിൽ കഴിവുള്ള ഒരു ആൾ എന്ന നിലയിലാവും തന്റെ വ്യക്തിമുദ്ര കാലം ചിലപ്പോൾ അടയാളപ്പെ

ടുത്തുക. എന്തുകാലം. കാലത്തിന്റെ കുഴമറിച്ചിലിൽ എങ്ങനെയാണ് ഓരോരുത്തരുടെയും അടയാളം ഓർത്തുവെക്കാൻ കഴിയുക. ചിലതു നിലനില്ക്കും. ചിലത് കാലയവനികയ്ക്കുള്ളിൽ മറയും. അതിനാൽ ഓർക്കുമ്പോൾ നാടകാഭിനയം ഇല്ലാതായിട്ട് രണ്ടുവർഷക്കാലമാകുന്നു. പാട്ടുകൾ മാത്രമാകുമ്പോൾ നാടകീയത എവിടെയോ മാറി നില്ക്കുന്നതായി തോന്നുന്നു.

കോട്ടയം നാഷണൽ തീയറ്റേഴ്സിൽ

ഒരിക്കൽ കോട്ടയം നാഷണൽ തീയറ്റേഴ്സിന്റെ ഉടമ എം കെ ജോർജ്ജ് വീട്ടിൽ വന്നു. അപ്പോൾ ഗാനമേളയ്ക്ക് പുതിയൊരു പാട്ടുകൂടി ചേർക്കുന്നതിന്റെ പരിശീലനത്തിലായിരുന്നു. വീടിനോടു ചേർന്ന റിഹേഴ്സൽ കെട്ടിടത്തിനു മുമ്പിൽ വന്ന് ജ്യേഷ്ഠൻ പറഞ്ഞു സുലോചനയെക്കാണാൻ കോട്ടയത്തു നിന്ന് ഒരാൾ വന്നിരിക്കുന്നു എന്ന്. സുലോചന പാട്ടിന്റെ മറ്റൊരു ലോകത്തായിരുന്നു അപ്പോൾ. മനസ്സിൽ ദേവരാജൻ സഖാവുമൊന്നിച്ചിരുന്ന പഴയൊരു പകലിന്റെ ധന്യമായൊരു സ്മൃതിയിലായിരുന്നു.

മുറ്റത്ത് ഒരു അംബാസഡർ കാർ കിടക്കുന്നു. ഒരാൾ വരാന്തയിൽ ഇരിക്കുന്നു.

“ആരാ?” സുലോചന ചോദിച്ചു.

“ഞാൻ എം കെ ജോർജ്ജ്. കോട്ടയം നാഷണൽ തീയറ്റേഴ്സിന്റെ ഉടമസ്ഥനാണ്. പി ജെ ആന്റണി പറഞ്ഞിട്ട് വരികയാണ്.”

പി ജെ ആന്റണി എന്നു കേട്ടപ്പോൾ വീണ്ടും പഴയകാലത്തിന്റെ ഓർമ്മകൾ കടന്നുവന്നു. പരമുപിള്ളയെ വേറൊരു ശൈലിയിൽ അവതരിപ്പിച്ചപ്പോൾ റിഹേഴ്സൽ ക്യാമ്പിലിരുന്ന ഒരാൾ പറഞ്ഞു: “ഇങ്ങനെയല്ല, ഞങ്ങടെ കാമ്പിശ്ശേരി അവതരിപ്പിച്ച പരമുപിള്ള.” അപ്പോൾ പെട്ടെന്ന് വികാരക്ഷോഭത്താൽ ആന്റണി പറഞ്ഞത്, “ഇത് ഞാൻ അവതരിപ്പിക്കുന്ന പരമുപിള്ളയാണ്. കാമ്പിശ്ശേരി അവതരിപ്പിച്ച പരമുപിള്ളയാകാൻ എന്നെക്കിട്ടില്ല.” ഇതുകേട്ട് ആ റിഹേഴ്സൽ ക്യാമ്പ് നിശ്ശബ്ദമായി. അതായിരുന്നു പി ജെ ആന്റണി എന്ന് ഓർക്കുകയായിരുന്നു സുലോചന.

“എന്താണ് വന്നത്?”

“പി ജെ ആന്റണി എഴുതിയ പുതിയൊരു നാടകം നാഷണൽ തീയറ്റേഴ്സ് അരങ്ങിലെത്തിക്കുകയാണ്. സ്ത്രീ കഥാപാത്രപ്രാധാന്യമുള്ള ഒരു നാടകമാണ് ഇത്. ഇതിലെ പ്രധാന കഥാപാത്രത്തെ അവതരിപ്പിക്കാൻ എന്തുകൊണ്ടും യോഗ്യത കെ പി എ സി സുലോചനയ്ക്കാണെന്ന് ഒരു നിർദ്ദേശം പി ജെ ആന്റണി പറഞ്ഞു. അതിനാൽ ഈ നാടകത്തിലേക്ക് ക്ഷണിക്കാൻവേണ്ടി വന്നതാണ്. ഒഴിവുകഴിവുകളൊന്നും പറയരുത്. വാക്കുതരണം, ഇതൊരപേക്ഷകൂടിയാണ്.”

ഇത്രയും പറഞ്ഞപ്പോൾ സുലോചന ആലോചിച്ചിട്ട് അറിയിക്കാം

എന്നാണ് മറുപടി പറഞ്ഞത്. ഗാനമേള ട്രൂപ്പ് തുടങ്ങാനുണ്ടായ സാഹചര്യം സുലോചന അയാളോട് പറഞ്ഞു.

നാഷണൽ തീയറ്റേഴ്സ് ഉടമ എം കെ ജോർജ്ജിനെയുംകൊണ്ട് ആ കാർ മുറ്റം കഴിഞ്ഞ് വടക്കോട്ട് പോയി. അന്ന് രാത്രി സുലോചന എല്ലാവരുടെയും അഭിപ്രായം ആരായാൻ വിളിച്ചിരുത്തി. എന്താണ് തീരുമാനമെടുക്കേണ്ടത്? അച്ഛനും അമ്മയും ജ്യേഷ്ഠനും എല്ലാവരുംകൂടി ഇരിക്കുകയാണ്. എല്ലാവരും ഏകസ്വരത്തിൽ പറഞ്ഞത് സുലോചന അഭിനയിക്കുന്നതു തന്നെയാണ് അവർക്കും താല്പര്യം എന്നതാണ്. സുലോചനയുടെ ഉള്ളിൽ അഭിനയത്തിന്റെ മർമ്മം അറിഞ്ഞ ഒരു കലാകാരിയുണ്ട്. "എത്രയോ അരങ്ങുകൾ നീ അഭിനയിച്ചു കഴിഞ്ഞിരിക്കുന്നു. ഇന്നും ജനമനസ്സുകളിൽ സുമവും ചെല്ലമ്മയും ജീവനോടെയിരിക്കുന്നു. നിന്റെ പാട്ടുകളോടൊപ്പം ജീവിച്ചിരിക്കുന്ന കഥാപാത്രങ്ങൾക്കും നിർണ്ണായകമായ സ്ഥാനമുണ്ട്. അതിനാൽ നാടകത്തിൽ വീണ്ടും വരണം."

"അപ്പോൾ നമ്മുടെ ഗാനമേള ട്രൂപ്പ് എന്തു ചെയ്യും?" സുലോചന ചോദിച്ചു. "അത് പൂർണ്ണമായും പിരിച്ചുവിട്ടെങ്കിൽ മാത്രമേ നാടകത്തിലേക്ക് പോകാൻ പറ്റൂ. രണ്ടും ഒരേസമയം പ്രാവർത്തികമല്ല. ഇനി ഇത് പിരിച്ചുവിട്ടാൽ നമ്മുടെ ട്രൂപ്പിൽ ജോലിചെയ്യുന്ന ആർട്ടിസ്റ്റുകളുടെ തുടർന്നുള്ള ഭാവിയെ അത് ബാധിക്കുകയില്ലേ? വരട്ടെ ആലോചിക്കാം."

കോട്ടയം നാഷണൽ തീയറ്റേഴ്സിന്റെ കേളി എന്ന നാടകത്തിൽ സുലോചനയും ഭാഗ്യലക്ഷ്മിയും

അങ്ങനെ പിറ്റേന്ന് ഗാനമേള ട്രൂപ്പിലെ എല്ലാവരെയും വിളിച്ചിരുത്തി ഈ പുതിയ ആശയം ചർച്ച ചെയ്തു. എല്ലാവർക്കും സമ്മതമാണെന്ന് അറിയിച്ചു. ആയിടെ തബലിസ്റ്റായ സുബ്രഹ്മണ്യത്തിന് തിരുവനന്തപുരത്ത് ഒരു ജോലി ലഭിച്ചു. ഗിറ്റാറിസ്റ്റ് സ്വന്തമായി ഒരു മ്യൂസിക് ട്രൂപ്പ് കോഴിക്കോട് കേന്ദ്രീകരിച്ച് തുടങ്ങാനുള്ള ശ്രമമായി. അങ്ങനെ പരാതിയോ പരിഭവങ്ങളോ ഇല്ലാതെ എല്ലാവരും പോകാൻ തയ്യാറായി. പക്ഷേ,

പെട്ടെന്നുള്ള ഒരു അറിയിപ്പായതിനാൽ മറ്റെങ്ങും പോകാൻ കഴിയാത്തവരും ഉണ്ടായിരുന്നു.

പിറ്റേന്ന് എം കെ ജോർജ്ജിന്റെ കാർ വീട്ടുമുറ്റത്തെത്തി. അഭിനയിക്കുന്ന കാര്യത്തിലുള്ള സുലോചനയുടെ തീരുമാനമറിയിച്ചു. വീണ്ടും നാടകത്തിൽ സുലോചന അഭിനയിച്ചു തുടങ്ങുന്നു എന്നൊരു പരസ്യം എല്ലാ പത്രങ്ങളിലും കൊടുക്കുന്നതിനെപ്പറ്റിയുള്ള അഭിപ്രായമാരാഞ്ഞു.

“വിരോധമൊന്നുമില്ല. പക്ഷേ, ചില വ്യവസ്ഥകൾ അംഗീകരിക്കുകയാണെങ്കിൽ എനിക്ക് സമ്മതമാണ്.” സുലോചന അദ്ദേഹത്തോട് പറഞ്ഞു.

“എന്താണ് വ്യവസ്ഥ?”

ഗാനമേള ട്രൂപ്പിൽ ഉണ്ടായിരുന്ന ഒന്നുരണ്ട് കലാകാരന്മാർക്കെങ്കിലും നാടക സമിതിയിൽ എന്നോടൊപ്പം ജോലി ഉറപ്പാക്കണം. അവരെക്കൂടി സമിതിയിൽ ഉൾപ്പെടുത്തണം.”

“ഓ, അതൊന്നും യാതൊരു വിഷമമുമുള്ള കാര്യമല്ല.” അങ്ങനെ രണ്ടു വർഷം നീണ്ട പാട്ടുകാലത്തിന് ഒരു അർദ്ധവിരാമമായി.

പിറ്റേ ദിവസത്തെ പത്രങ്ങളിലെല്ലാം സുലോചന വീണ്ടും അഭിനയ രംഗത്തേക്ക് എന്ന വാർത്ത അച്ചടിച്ചു വന്നു.

രാഗം

രാഗം എന്നായിരുന്നു നാടകത്തിന്റെ പേര്. കെ പി എ സിയിൽ സുലോചനയോടൊപ്പം നേരത്തെ അഭിനയിച്ചിരുന്നവരായ കോട്ടയം ചെല്ലപ്പൻ, ഡി ഫിലിപ്പ്, മണവാളൻ ജോസഫ്, അച്ചൻകുഞ്ഞ്, ജോസഫ്, ഖാൻ എന്നിവരോടൊപ്പം വീണ്ടും അഭിനയിക്കാൻ ഇടയായതിൽ വളരെയധികം സന്തോഷവുമായി സുലോചനയ്ക്ക്. ചെറിയൊരു ഇടവേളയ്ക്കു ശേഷം വീണ്ടും അഭിനയമുഹൂർത്തങ്ങളിലൂടെ കടന്നുപോകാനുള്ള വല്ലാത്തൊരു താല്പര്യം സുലോചനയുടെ ഓരോ ചലനങ്ങളിലും ഉണ്ടായിരുന്നു. സംഗീതവും കലയും വളരെയധികം ഇഷ്ടപ്പെടുന്ന മാനസിക നില തകർന്ന ഒരു സ്ത്രീ–ഇതായിരുന്നു, സുലോചനയ്ക്കു വേണ്ടി ആന്റണി മാറ്റിവെച്ച കഥാപാത്രം. ആ കഥാപാത്രത്തിന്റെ ആദ്യരംഗം മാത്രം ഒന്നു വായിച്ചു നോക്കിയതേയുള്ളു. കഴിഞ്ഞ പതിനഞ്ചു വർഷത്തെ ദീപ്തമായ അനുഭവങ്ങൾ മനസ്സിലേക്ക് ആണ്ടിറങ്ങി. നാടകത്തിലെ പാട്ടുകൾ ഒ എൻ വിയുടേതായിരുന്നു, സംഗീതം അർജ്ജുനൻ മാസ്റ്ററും. ഒ എൻ വിയുടെ ആ വരികളിലൂടെ വീണ്ടും കടന്നുപോകാനാവുന്നത് എത്ര വർഷങ്ങൾക്ക് ശേഷമാണ്! പക്ഷേ, ഒരു വേദനമാത്രം കെ എസ് ജോർജ്ജ് ഇല്ല. പകരം പുതിയൊരു ശബ്ദം. അയിരൂർ സദാശിവൻ. ഏഴു പാട്ടുകളാണിതിൽ ഒ എൻ വിക്കുറുപ്പ് എഴുതിയിരിക്കുന്നത്. ആർട്ടിസ്റ്റ് സുജാതൻ ഈ നാടകത്തോടെയാണ് അച്ഛൻ ആർട്ടിസ്റ്റ് കേശവനോടൊപ്പം സജീവമായി രംഗത്തേക്ക് എത്തുന്നത്. സുലോചനയ്ക്ക് നാടകക്യാമ്പുകാണാനെത്തിയ പയ്യനെ മനസ്സിലായില്ല.

'എന്റെ മകനാണത്' എന്ന് ആർട്ടിസ്റ്റ് കേശവൻ പറഞ്ഞപ്പോഴാണ് സുജാതനെ മനസ്സിലായത്. അച്ഛന്റെ വഴിയിൽ മകൻ വരുന്നതിലുള്ള സന്തോഷം അദ്ദേഹവുമായി പങ്കുവെച്ചു. *പുതിയ ആകാശം പുതിയ ഭൂമി*യിലെ വളരെ വ്യത്യസ്തമായിരുന്ന രംഗപടം ഇപ്പോഴും മനസ്സിലുണ്ട്.

'നാളെയാണ് റിഹേഴ്സൽ തുടങ്ങുന്നത്' എന്ന് ആന്റണി എല്ലാവരോടുമായി പറഞ്ഞു. വളരെ പരുഷമായ രീതിയിലാണ് സംസാരം. ഒട്ടും മയമില്ല ആ വാക്കുകൾക്ക്. ആരെയും കൂസാത്ത ആ നില്പ് താൻ നേരത്തെയും കണ്ടിട്ടുള്ളതാണല്ലോ? *അരപ്പവൻ* എന്ന സിനിമയുടെ സെറ്റിൽവെച്ച്. ചെന്നൈയിൽ അന്ന് അഭിനയിക്കാൻ വരുന്നവർക്കൊക്കെ നിർമ്മാതാവിന്റെ അടുത്തിരിക്കാൻ തന്നെ പേടിയാണ്. വളരെ സീനിയർ ആയ ആർട്ടിസ്റ്റുകൾ മാത്രമേ അങ്ങനെ ഇരിക്കൂ. അങ്ങനെയുള്ളിടത്ത് ഒരു ദിവസം സുലോചനയോടൊത്ത് നിർമ്മാതാവിന്റെ മുൻപിൽ ഒരു കസേരയും വലിച്ചിട്ട് ഇരുന്ന ആ ഇരുത്തമുണ്ടല്ലോ അത് പി ജെ ആന്റണിക്കു മാത്രമേ സാധിക്കൂ.

"എല്ലാവരും ശ്രദ്ധിക്കുക, നമ്മുടെ റിഹേഴ്സൽ നാളെ ആരംഭിക്കും. കൃത്യം ഒരാഴ്ച സമയംകൊണ്ടാണ് ഇതിന്റെ റിഹേഴ്സൽ നമ്മൾ പൂർത്തിയാക്കുന്നത്. അതിൽക്കൂടുതൽ സമയമുണ്ടാകില്ല." ഒരാഴ്ചയോ? സുലോചനയ്ക്ക് സംശയം വന്നു. കെ പി എ സി യുടെ റിഹേഴ്സൽ ക്യാമ്പ് ഒരു മാസത്തിലേറേ നീണ്ടുനില്ക്കും. ചർച്ചകളും മാറ്റങ്ങളും വെട്ടിത്തിരുത്തുകളും കഴിഞ്ഞ് അത് പൂർണ്ണതയിലെത്താൻ എത്രമാത്രം രാപകലുകളുടെ അദ്ധ്വാനമാണ് ഉണ്ടാകുക. ഇതിപ്പോൾ ഒരാഴ്ചകൊണ്ട് എങ്ങനെയാണ് ഒരു നാടകം റിഹേഴ്സൽ കഴിഞ്ഞ് സ്റ്റേജിൽ കയറുക? സുലോചനയ്ക്ക് അതിൽ സംശയമുണ്ടായെങ്കിലും പുറത്തു പറഞ്ഞില്ല. കാരണം ആന്റണിയുടെ പ്രതികരണം എങ്ങനെയാണെന്ന് പറയാൻ പറ്റില്ല. വെട്ടൊന്ന് മുറി രണ്ട്. എന്തായാലും ഈ കഥാപാത്രത്തെ ഇഷ്ടപ്പെട്ടു. ഈ കഥാപാത്രത്തിലേക്ക് അനായാസമായി പ്രവേശിക്കാൻ സാധിക്കുന്നുണ്ട്. രാത്രിയിൽ എല്ലാവരും ഉറങ്ങുമ്പോഴാണ് സുലോചന സ്ക്രിപ്റ്റ് വായിച്ചുനോക്കുന്നത്. പലവുരു പറഞ്ഞ് കാണാതെ പഠിച്ചാലേ സുലോചനയ്ക്ക് സംഭാഷണങ്ങൾ മറക്കാതെ കിട്ടുകയുള്ളൂ. കെ പി എ സിയിലും സംഭാഷണം പഠിക്കാൻ ഒരുപാട് സമയം സുലോചനയ്ക്ക് വേണ്ടിവരുമായിരുന്നല്ലോ? രാത്രിയിൽ മറ്റുള്ളവരുടെ ഉറക്കം നഷ്ടപ്പെടാതിരിക്കാൻ സുലോചന മെഴുകുതിരി കത്തിച്ചുവെച്ചു. ആ വെട്ടത്തിൽ ആരോരുമറിയാതെ മുടിയിഴകളിൽ വിരലോടിച്ച് *രാഗ*ത്തിലെ ഭ്രാന്തിയായി മാറി.

രാഗം നാന്നൂറു നാടകരാത്രികളെ സൃഷ്ടിച്ചു. കേരളത്തിൽ അങ്ങോളമിങ്ങോളം വീണ്ടും സുലോചനയുടെ നാടകക്കാലം തളിർത്തു. സുലോചനയെത്തേടി നാഷണൽ തീയറ്റേഴ്സിന്റെ കാർ വീട്ടുപടിക്കൽ വരും. സുലോചനയേയും കൊണ്ട് അത് കോട്ടയം നാഷണൽ തീയറ്റേഴ്സിലേക്ക് ഓടും. അവിടെ അപ്പോൾ പുറപ്പെടാൻ തയ്യാറായി

നില്ക്കുന്ന നാടക വാൻ. കാറിൽനിന്നിറങ്ങി വാനിൽ കയറും. നാടകം കഴിയുമ്പോൾ തിരിച്ച് കോട്ടയത്തെത്തി വാനിൽ നിന്നിറങ്ങി കാറിൽ കയറി വീട്ടിലെത്തും. നാന്നൂറു പ്രാവശ്യം. നാന്നൂറു *രാഗ*രാത്രികൾ, അതിന്റെ ദൂരം.

രണ്ടു വർഷത്തോളം നീണ്ട അരങ്ങായിരുന്നു നാഷണൽ തീയറ്ററിൽ ഉണ്ടായിരുന്നത്. വളരെ വൈകിയാണ് അണിയറപ്രവർത്തനങ്ങൾക്കിടെ സംഭവിച്ച വേദനാജനകമായ ഒരു കാര്യം സുലോചന അറിഞ്ഞതും വിഷമിച്ചതും. അതായത്, സുലോചനയെ കായംകുളത്ത് നിന്ന് കാറിൽ കോട്ടയത്തുകൊണ്ടു വരിക, അവിടെ നിന്ന് വാനിൽ നാടകസ്ഥലത്തേക്ക് എത്തിക്കുക, വീണ്ടും തിരികെ കാറിൽ വീട്ടിൽ എത്തിക്കുക എന്നത് ഭാരിച്ച ഒരു ചെലവായിരുന്നു. ആദ്യ സമയത്തുള്ള വാഗ്ദാനമായതിനാൽ ഇത് പ്രാവർത്തികമാക്കാതിരിക്കാൻ നിർമ്മാതാവ് ജോർജ്ജിനായില്ല. ഒരിക്കൽപോലും അതിന്റെ വിഷമം അറിയിച്ചതുമില്ല. അദ്ദേഹം വീട്ടിൽ പ്രത്യേകം കാറ് ഏർപ്പാടാക്കി തന്നിരുന്നു. നാടകം കഴിഞ്ഞ് എത്തിക്കുന്നതിലും ശ്രദ്ധിച്ചു. ജോർജ്ജ് തന്റെ കൈയിൽ നിന്നെടുത്താണ് ഈ ചെലവുകൾ നിർവ്വഹിച്ചത്. നാടകസമിതിയുടെ തുടക്കമായതിനാൽ ഈ ബുദ്ധിമുട്ട് സ്വയമേവ സഹിക്കുകയായിരുന്നു. ഭാരിച്ച ഒരു ഉത്തരവാദിത്വമാകുമെന്ന് ഒരുപക്ഷേ, അദ്ദേഹം വിചാരിച്ചു കാണില്ല.

ഇത് സുലോചനയെ ഒരുപാട് തളർത്തി. ഒടുക്കം വളരെ വേദനയോടെ അദ്ദേഹത്തോട് യാത്രപറഞ്ഞിറങ്ങി.

കേരളാ ആർട്സ് തീയറ്റേഴ്സ്

എഴുപതിന്റെ തുടക്കം കേരളത്തിൽ നാടകത്തിന്റെ ഒരു പുതുകാലം ശക്തിപ്രാപിക്കുകയായി. നാടകത്തിന് ഇത്ര ജനകീയമായ, ഗൗരവതരമായ ഒരു മുഖം വരുമെന്ന് അന്ന് ആരും കരുതിയില്ല. സുലോചനയെ സംബന്ധിച്ച് തന്റെ കൂടെ ആദ്യകാലങ്ങളിൽ അഭിനയിച്ചവരും നാടകത്തിലേക്ക് പുതിയ ചുവടുകൾവെച്ചു തുടങ്ങിയവരും ഇന്ന് ലബ്ധപ്രതിഷ്ഠരായി. നാടകത്തിന്റെ വളർച്ച അഭൂതപൂർവ്വമായിക്കൊണ്ടിരിക്കുന്നത് സുലോചനതന്നെ മാറിനിന്ന് വീക്ഷിച്ചുകൊണ്ടിരുന്നു. സുലോചന കെ പി എ സിയിൽ ചേരുമ്പോൾ അന്ന് കേരളത്തിൽ വിരലിലെണ്ണാവുന്ന നാടക സമിതികൾ മാത്രമേ ഉണ്ടായിരുന്നുള്ളൂ. ഇന്ന് ആയിരക്കണക്കിന് പ്രൊഫഷണൽ നാടക സമിതികൾ നമ്മുടെ നഗര ഗ്രാമപ്രദേശങ്ങളിൽ ഉണ്ട്. പട്ടിണിയും പരിവട്ടവുമായി കഴിഞ്ഞ ഒരു കാലഘട്ടത്തിന്റെ സാമൂഹ്യപ്രശ്നങ്ങൾക്ക് തന്നെ കാതലായ മാറ്റങ്ങൾ ഉണ്ടായി. കഥയിലും പ്രമേയത്തിലും അവതരണ മികവിലും വ്യത്യസ്ത സമീപനങ്ങൾ കടന്നുവന്നു. എന്നാൽ പറഞ്ഞ പ്രമേയങ്ങൾ തന്നെ വീണ്ടും അവതരിപ്പിക്കുന്ന പ്രവണതയും ഉപജീവന മാർഗ്ഗത്തിനുവേണ്ടി മാത്രം സമിതികൾ ഉണ്ടാവുന്ന രീതിയും ഇതേ കാലഘട്ടത്തിൽ

ഉണ്ടായി. ഇതിനിടയിലൂടെതന്നെ നാടക വേദിയിലെ അതുല്യരായ പ്രതിഭാധനരും കടന്നുപോയി. എൻ എൻ പിള്ളയും തിക്കോടിയനും, കെ പി മുഹമ്മദും രംഗകലയുടെ ക്രാഫ്ട് അറിഞ്ഞവരായിരുന്നു.

കോട്ടയം അനുഭവം മനസ്സിലുണ്ടായിരുന്നതുകൊണ്ട് വീണ്ടും അതിലേക്ക് പോകാൻ താല്പര്യമില്ല. എങ്കിലും നാടകത്തിൽ അഭിനയിക്കുമ്പോഴാണ് സുലോചനയ്ക്ക് പൂർണ്ണത ലഭിച്ചിരുന്നത്. കോട്ടയത്തെ നാഷണൽ തീയറ്റേഴ്സിൽ നിന്ന് തിരിച്ചുപോന്നു എന്നറിഞ്ഞപ്പോൾ വീണ്ടും നാടകവേദിയിലേക്ക് ക്ഷണിച്ചുകൊണ്ടുള്ള കത്തുകളും ഫോണുകളും എത്താൻ തുടങ്ങി. പലരും നേരിട്ടുമെത്തി. എന്നാൽ ദൂരേക്ക് പോയി ഇനിയൊരു മനോവിഷമം ഇരുവർക്കും ഉണ്ടാകാതിരിക്കാൻ ശ്രദ്ധിക്കുന്നതുകൊണ്ട് എല്ലാവരെയും നിരാശപ്പെടുത്തി. ഒടുക്കം കായംകുളത്തുനിന്ന് തന്നെ നവാഗതരായ കുറച്ചുപേർ ഒരു നാടക സമിതി രൂപീകരിക്കുകയും അതിലെ ആദ്യ നാടകത്തിൽ അഭിനയിക്കാനുള്ള ക്ഷണവുംകൊണ്ട് വീട്ടിലേക്കെത്തുകയും ചെയ്തു. കേരളാ ആർട്സ് തീയറ്റേഴ്സ് എന്നാണ് സമിതിയുടെ പേര്. അഡ്വക്കേറ്റ് കാക്കനാട്ട് ഭാസ്കരപിള്ള, ഗാനരചയിതാവ് എ പി ഗോപാലൻ, പ്രൊഫ എം ആർ രാജശേഖരൻ എന്നിവരായിരുന്നു സമിതിയുടെ നേതൃത്വം വഹിച്ചിരുന്നത്. അവരുടെ ആഗ്രഹം അറിയിച്ചെങ്കിലും നാടകത്തിൽ അഭിനയിക്കുന്ന കാര്യത്തിൽ ആലോചിച്ചു മാത്രമേ പറയാൻ പറ്റു എന്നറിയിച്ചു. അതനുസരിച്ച് അവർ നാടകം വായിച്ചു കേൾപ്പിച്ചു, തുടർന്ന് വായിച്ച് നോക്കി ഒരഭിപ്രായം പറയുവാൻ സ്ക്രിപ്റ്റ് അവർ ഏല്പിച്ചു. ഒരു വിദഗ്ദ്ധാഭിപ്രായം കൂടി അറിയാൻ നാടകം എൻ പി ചെല്ലപ്പൻ നായരെക്കൂടി സുലോചന വായിച്ച് കേൾപ്പിച്ചു. അതിലദ്ദേഹം ചില തിരുത്തലുകൾ വരുത്തി. പിന്നീട് ഈ വിവരം കേരള ആർട്സ് തീയറ്ററുകാരെ അറിയിച്ചു. അവരോടു തുടർന്നു സഹകരിക്കുന്നതിലെ സമ്മതം അറിയിച്ചു. അങ്ങനെ റിഹേഴ്സൽ ആരംഭിച്ചു. ജി കെ പിള്ളയും പങ്കജവല്ലിയും ബാബുമൂസയും രവി ആലുമ്മൂടനും പൊന്നപ്പനും പേയാട് വിജയകുമാറും ആയിരുന്നു സുലോചനയെ കൂടാതെ മറ്റ് പ്രശസ്തരായവർ. റിഹേഴ്സലുകൾ ആരംഭിച്ചു. *ചിത്രശാല* എന്നാണ് നാടകത്തിനു നല്കിയ പേര്. വലിയ അത്ഭുതങ്ങളിലൂടെയല്ലാതെ ആ നാടകം മുന്നേറി. നിരവധി സ്റ്റേജുകളിലൂടെ *ചിത്രശാല*യും ജൈത്രയാത്ര തുടർന്നു.

അങ്ങനെയിരിക്കുമ്പോഴാണ് ഒരു പ്രശ്നം ആ നാടകവേദിയിൽ ഉടലെടുക്കുന്നത്. രണ്ടുമൂന്നുപേർ ശമ്പളം പോരെന്നുപറഞ്ഞ് കൂടുതൽ കൂട്ടിചോദിച്ചു തുടങ്ങി. 1970 ഡിസംബർ 18 ന് മുണ്ടക്കയത്തിനടുത്ത് ഏന്തയാർ എന്ന സ്ഥലത്തായിരുന്നു നാടകം ബുക്കുചെയ്തിരുന്നത്. പരിപാടിക്ക് പോകുന്നതിനുമുമ്പ്, 16 നാണ് ഇവർ ശമ്പളം കൂടുതൽ തന്നില്ലെങ്കിൽ തുടർന്ന് വരില്ലെന്ന് അറിയിച്ചിരിക്കുന്നത്. ഈ വിഷമവുമായി കാക്കനാട്ടു ഭാസ്കരൻപിള്ളയും എം ആർ രാജശേഖരനും കൂടി സുലോ

ചനയുടെ വീട്ടിലെത്തി. നാടകം ക്യാൻസൽ ചെയ്താൽ പിന്നീട് തുടർച്ചയായി പലയിടങ്ങളിൽ ബുക്കുചെയ്ത നാലു സ്ഥലത്തെ നാടകവും ഒന്നിച്ച് ക്യാൻസൽ ചെയ്യേണ്ടിവരും. ഇവർക്ക് കൂടുതൽ കൊടുക്കാനുള്ള സാമ്പത്തികം സമിതിയുടെ കൈവശം ഉണ്ടായിരുന്നുമില്ല. ഒടുവിൽ രണ്ടുദിവസം കൊണ്ട് പുതിയ ആളുകളെ കണ്ടെത്തി റിഹേഴ്സൽ നടത്തി എടുക്കാനുള്ള അത്ഭുതപ്രവൃത്തിയായിരുന്നു സമിതി ചെയ്തത്. പിറ്റേദിവസം തന്നെ പിരിഞ്ഞുപോയ ആൾക്കാരൊഴിച്ച് ബാക്കിയുള്ള എല്ലാവരോടും സമിതിയിൽ എത്തിച്ചേരാൻ ആവശ്യപ്പെട്ടു. എല്ലാവരും എത്തി. സമിതിക്കു നേരിട്ട ദുർഘടസ്ഥിതി എല്ലാവരെയും അറിയിച്ചു. എല്ലാവരുംകൂടി ഒന്നിച്ചു നിന്നാൽ നാടകം വിജയിക്കും. അങ്ങനെ പിന്നണി പ്രവർത്തകർകൂടി അഭിനയിക്കാമെന്നേറ്റു. ഗിറ്റാറിസ്റ്റ് സുരേന്ദ്രബാബു, ഓഫീസ് സെക്രട്ടറി ശ്രീധരൻ പിള്ള, രതീശൻ അതോടൊപ്പം സംവിധായകൻ എം ആർ രാജശേഖരൻ എന്നിവർ ഒഴിവുള്ള കഥാപാത്രങ്ങളുടെ ഭാഗമവതരിപ്പിക്കാൻ തയ്യാറെടുത്തു. എല്ലാം ഒരുവിധം ശരിയാക്കി. നാടകവാൻ ഏന്തയാറിനു പോകാൻ തയ്യാറായി.

എം ജി സോമൻ വരുന്നു

ഒരു ശ്രമമെന്ന നിലയിൽ അതു വിജയിച്ചെങ്കിലും അഭിനയശേഷിയുടെ അഭാവം നാടകത്തിന്റെ അവതരണത്തെ ബാധിക്കുന്നതായിരുന്നു. അതിനാൽ മികച്ച രണ്ട് അഭിനേതാക്കൾക്കു വേണ്ടിയുള്ള ശ്രമം വീണ്ടും ആരംഭിച്ചു. ആ അന്വേഷണം ചെങ്ങന്നൂരിനടുത്ത് കുറ്റൂർ എന്ന സ്ഥലത്തുള്ള എം ജി സോമൻ, കയ്യാലം ശ്രീധരൻ നായർ എന്നീ നടന്മാരുടെ സമീപമെത്തി. അങ്ങനെ അവർ കായംകുളത്തെ കേരള ആർട്സ് തീയറ്റേഴ്സിൽ എത്തി. സോമൻ അന്ന് കുറ്റൂർ സോമൻ എന്ന പേരിൽ നാടകനടനായി അറിയപ്പെട്ടു വരുന്നതേ ഉണ്ടായിരുന്നുള്ളു. പിന്നീടുള്ള *ചിത്രശാല*യുടെ മൂന്നു സ്റ്റേജുകളിൽ ഈ പുതുനടന്മാർ കയറി അഭിനയിച്ചു. *ചിത്രശാല* നാടകം അതോടെ അവസാനിപ്പിച്ച് കേരള ആർട്സ് തീയറ്റർ കല്ലടവാസുദേവന്റെ *രാമരാജ്യം* എന്ന പുതിയ നാടകം അവതരിപ്പിക്കാനുള്ള ശ്രമത്തിലുമായി.

നാടകത്തിന്റെ റിഹേഴ്സൽ ക്യാമ്പ് സുലോചനയുടെ വീടിനടുത്തേക്ക് മാറ്റി. *രാമരാജ്യ*ത്തിന്റെ സ്ക്രിപ്റ്റ് എല്ലാവരുംകൂടി ഇരുന്ന് വായിച്ചുനോക്കി. നല്ലനാടകമാണെന്ന് വായിച്ചുകേട്ടവർ എല്ലാവരും പറഞ്ഞു. കഴിഞ്ഞ നാടകത്തിൽ അഭിനയിച്ച രണ്ടുപേർ മാറിയെന്നതല്ലാതെ കാര്യമായ ഭേദഗതികൾ ഈ റിഹേഴ്സൽ ക്യാമ്പിന് ഉണ്ടായിട്ടില്ല, എങ്കിലും ഒരു നടന്റെ സിനിമയിലേക്കുള്ള കാൽവെപ്പിന് നിമിത്തമായത് ഈ നാടകമാണ്. അത് മറ്റൊന്നുമായിരുന്നില്ല, ഈ നാടകത്തിലെ രണ്ടു പ്രധാന കഥാപാത്രങ്ങൾ ഒന്ന് തൊഴിലാളി നേതാവും രണ്ട് മജിസ്ട്രേട്ടും ആയിരുന്നു. ഈ വേഷങ്ങൾ ചെയ്യുവാൻവേണ്ടി സംവിധായകൻ തെരഞ്ഞെടുത്തത് സോമനെയും

പേയാട് വിജയകുമാറിനെയുമാണ്. മജിസ്ട്രേട്ടിന്റെ വേഷം സോമനും, തൊഴിലാളി നേതാവിന്റെ വേഷം പേയാട് വിജയകുമാറിനും ആയിരുന്നു. എന്നാൽ ഈ വേഷം ലഭിച്ചതിലുള്ള അതൃപ്തി അറിയിച്ച് പേയാട് വിജയകുമാർ തന്റെയും സോമന്റെയും വേഷങ്ങൾ പരസ്പരം മാറ്റാൻ വേണ്ടിയുള്ള താല്പര്യം സംവിധായകനെ അറിയിക്കുകയാണ് ഉണ്ടായത്. സോമന് ഏതുവേഷമായാലും ചെയ്യാമെന്നായിരുന്നു നില പാട്. അങ്ങനെ സോമന് തൊഴിലാളി നേതാവിന്റെ വേഷവും പേയാട് വിജയകുമാറിന് മജിസ്ട്രേട്ടിന്റെ വേഷവും കിട്ടി. രണ്ടുപേരും അവരവരുടെ കഥാപാത്രങ്ങളെ മനോഹരമായി അവതരിപ്പിച്ചു.

*രാമരാജ്യ*ത്തിന് വളരെ നല്ല അഭിപ്രായം തുടക്കത്തിലേ കിട്ടി. കുറേ വേദികൾ പിന്നിട്ട് ഒരു ദിവസം തിരുവനന്തപുരം കാർത്തിക തിരുന്നാൾ തീയറ്ററിൽ നാടകം അരങ്ങേറുന്ന ദിവസം, നാടകപ്രവർത്തകരെല്ലാം വളരെ നേരത്തെതന്നെ അവിടെ എത്തിയിരുന്നു. കൃത്യം ആറര യ്ക്കുതന്നെ നാടകം തുടങ്ങണം. ആറുമണിയായപ്പോഴേക്കും തീയറ്റർ നിറഞ്ഞു കവിഞ്ഞു. നാടകം തുടങ്ങുന്നതിനുമുമ്പുള്ള സമയത്ത് സുലോ ചനയുടെ കുടുംബ സുഹൃത്തും *മാതൃഭൂമി* ലേഖകനുമായ പി സി സുകുമാരൻ നായർ സ്റ്റേജിനുള്ളിലേക്ക് വന്ന് വേഷമിട്ട് നില്ക്കുന്ന സുലോചനയുടെ അടുത്തേക്ക് ഓടിക്കിതച്ചെത്തി. എന്നിട്ട് പറഞ്ഞു. "നാടകത്തെക്കുറിച്ച് വളരെ നല്ല അഭിപ്രായമുണ്ട്. അതുകൊണ്ടാണ് വന്നത്. എന്റെ രണ്ടു സുഹൃത്തുക്കളും വന്നിട്ടുണ്ട്. അവരെ ഞാൻ ഇടവേളയാകുമ്പോൾ കൊണ്ടുവന്ന് പരിചയപ്പെടുത്താം." പിന്നെ അദ്ദേഹം കാണികളുടെ ഇടയിലേക്ക് തിരികെപ്പോയി. കർട്ടൻ ഉയർന്നു. കഥാപാത്രങ്ങൾ രംഗത്തേക്ക് വന്നു. ഇടവേളയായപ്പോൾ പി സി സുകുമാരൻ നായർ വീണ്ടും സ്റ്റേജിലേക്ക് വന്നു. കൂടെ രണ്ടു പേരുമുണ്ടായിരുന്നു. അദ്ദേഹം ഇരുവരെയും പരിചയപ്പെടുത്തി. "ഇത് പ്രസിദ്ധ നോവലിസ്റ്റ് മലയാറ്റൂർ രാമകൃഷ്ണൻ. ഇത് നിർമ്മാതാവ് ശ്രീധരൻ ഇളയിടം. ഇവർ വന്നിരിക്കുന്നത് ശ്രീധരൻ ഇളയിടം പുതുതായി നിർമ്മിക്കുന്ന സിനിമയിലെ റിബലായ ഒരു ചെറുപ്പക്കാരന്റെ വേഷത്തിന് പറ്റിയ ഒരാളെ കണ്ടെത്താനാണ്. അത് ഈ നാടകത്തിൽ തൊഴിലാളി നേതാവായി അഭിനയിക്കുന്ന ചെറുപ്പക്കാരന് നന്നായി ഇണങ്ങുമെന്ന് മലയാറ്റൂർ രാമകൃഷ്ണൻ പറഞ്ഞു. ഇവർ നേരത്തെ തന്നെ ഈ നാടകത്തെക്കുറിച്ച് കേട്ടറിഞ്ഞിരുന്നു. ഈ സിനിമയുടെ കഥയും തിരക്കഥയും മലയാറ്റൂരിന്റേതാണ്. അതിനാൽ ഇതിലെ തൊഴിലാളിനേതാവായി അഭിനയിക്കുന്ന ചെറുപ്പക്കാരനെ ഞങ്ങൾ ക്കൊന്നു പരിചയപ്പെടുത്തി തരണം. അദ്ദേഹവുമായി നേരിട്ടൊന്നു സംസാരിക്കണം." ഇടവേള സമയമായിരുന്നതുകൊണ്ട് എല്ലാവരും ചായകുടിക്കാനും മറ്റുമായി ഗ്രീൻറൂമിലേക്ക് പോയിരിക്കുകയാണ്. പുരുഷന്മാർക്ക് വേറെ ഗ്രീൻറൂമുണ്ട്. അവിടെ ചെന്നപ്പോൾ എല്ലാവരു മുണ്ട്. ചിലർ അടുത്ത രംഗത്തിനു വേണ്ടിയുള്ള ഒരുക്കങ്ങൾ തുടങ്ങി

യിരുന്നു. മലയാറ്റൂർ രാമകൃഷ്ണനനും ശ്രീധരൻ ഇളയിടവും സുലോചനയുടെ കൂടെ നടന്നു. അവിടെ അതാ ഇരിക്കുന്നു തൊഴിലാളി നേതാവ്. സുലോചന അവർക്ക് സോമനെ പരിചയപ്പെടുത്തി. "ഇദ്ദേഹമാണ് തൊഴിലാളിനേതാവ്, പേര് എം ജി സോമൻ. സോമനെ കാണാനും സിനിമയിൽ ഒരു ചാൻസ് തരാനുമാണ് ഇവർ വന്നിരിക്കുന്നത്. ഇത് മലയാറ്റൂർ രാമകൃഷ്ണൻ. ഇത് ശ്രീധരൻ ഇളയിടം."

നാടകം വളരെനല്ല രീതിയിൽ മുന്നോട്ട് പോകുകയാണ്. മിക്കവാറും ദിവസങ്ങളിൽ പ്രോഗ്രാമുണ്ട്. ഒരു ദിവസം പത്തനാപുരം തീയറ്ററിൽ നാടകം അവതരിപ്പിക്കുന്നതിന് കേരളതീയറ്റേഴ്സിന്റെ വാൻ അവിടെയെത്തി. നാടകം തുടങ്ങുന്നതിനുമുമ്പായി ഒരാൾ സ്റ്റേജിനുള്ളിലേക്ക് കടന്നുവന്നു. എല്ലാവരും ബഹുമാനാദരം അദ്ദേഹത്തെ കണ്ട് എഴുന്നേറ്റു നിന്നു. എന്നിട്ട് അദ്ദേഹം പറഞ്ഞു. "ഇന്നത്തെ നാടകം കഴിഞ്ഞാൻ സോമനേയും കൊണ്ട് തിരുവനന്തപുരത്ത് പോകുകയാണ്. നാളെ *ഗായത്രി* എന്ന സിനിമയുടെ ഷൂട്ടിങ് തുടങ്ങുകയാണ്. ഇനിയുള്ള ദിവസങ്ങളിൽ ഞങ്ങൾക്ക് സോമനെ അത്യാവശ്യമായി വന്നിരിക്കുകയാണ്. അതിനാൽ തുടർന്ന് അഭിനയിക്കാൻ ഒരു തൊഴിലാളി നേതാവിനെ നിങ്ങൾ നോക്കിക്കൊള്ളണം." എതിർത്തൊന്നും പറയാൻ അവിടെ കൂടി നിന്ന ആർക്കും കഴിഞ്ഞില്ല. ഏതോ കഥാപാത്രമായി വന്ന് ആൾക്കൂട്ടത്തിലേക്ക് അലിഞ്ഞുപോയ പോലെയായിരുന്നു കൊട്ടാരക്കര ശ്രീധരൻ നായരുടെ വരവ്. അങ്ങനെ എം ജി സോമൻ സിനിമയുടെ ലോകത്തേക്ക് ചേക്കേറി.

വീണ്ടും ഒരു ചെറിയ ഇടവേള

നാടകവും പാട്ടുകളും; ദിവസങ്ങൾ മനോഹരമായ പൂക്കൾ പോലെ കൊഴിഞ്ഞു വീണുകൊണ്ടിരിക്കുന്നു. വീട് ഉറങ്ങുകയും ഉണരുകയും ചെയ്യുന്നു. കായംകുളം പട്ടണപ്രാന്തങ്ങൾ കൂടുതൽ വികസിച്ചുകൊണ്ടിരുന്നു. സുലോചനയ്ക്ക് ഒന്നിലും വലിയ താല്പര്യം തോന്നിയില്ല. അവൾക്ക് പാട്ടോ നാടകമോ ഇല്ലാത്ത ഒരു ജീവിതത്തെക്കുറിച്ച് മാത്രം ഓർക്കാനേ ആകുന്നില്ല. ചില ദിവസങ്ങളിൽ രാത്രി വൈകി വീട്ടിൽ വന്നു കയറും. ചിലപ്പോൾ നേരം വെളുക്കും. പലപ്പോഴും രാത്രി കൊഴിഞ്ഞു വീണ പഴുത്ത മൂവാണ്ടൻ മാങ്ങകളിൽ അറിയാതെ ചവിട്ടിയായിരിക്കും അകത്തേക്ക് കയറുക. എത്ര പരിക്കു പറ്റിയാലും ആ മാമ്പഴം കൈയിലെടുക്കും. ഉറങ്ങുകയായിരുന്ന വീട് ഉണരും. ആരൊക്കെയോ വരുന്നു ആരൊക്കെയോ പോകുന്നു. രംഗപടങ്ങൾ മാറുന്നു. വേറൊന്നു കടന്നു വരുന്നു.

രാമരാജ്യം കഴിഞ്ഞ് അടുത്ത നാടകത്തിനുള്ള തിരക്കുകളിലായി. അടുത്ത നാടകം *അർത്ഥശാസ്ത്രം.* പക്ഷേ, സുലോചനയ്ക്ക് വീണ്ടും കേരള ആർട്സ് തീയറ്ററിൽ തുടരുവാൻ താല്പര്യമുണ്ടായില്ല. മറ്റൊ

ന്നുമല്ല കഥാപാത്രങ്ങൾ അനുയോജ്യമായത് വരുന്നില്ല. ചില നാടകത്തിലെ കഥാപാത്രം നമ്മളെ മോഹിപ്പിക്കും. ചിലപ്പോൾ ഒരു മൗനമാകാം, സംഭാഷണമാകാം. കഥയുടെ കൂടെ മുന്നോട്ടു പോകുമ്പോൾ അവിസ്മരണീയമായ ഒരു മുഹൂർത്തത്തിൽ ചില കഥാപാത്രങ്ങൾ നമ്മളായിത്തീരാനുള്ള ഒരു ക്ഷണമുണ്ട്. അത് അറിയാതെ സംഭവിക്കുന്നതാണ്. വെറുതെ ഒരു കഥയെ കൊണ്ടുപോകാൻ, മുന്നോട്ട് തള്ളിവിടാൻ വേണ്ടിയുള്ള ഒരുപകരണം മാത്രമാകുമ്പോൾ അവിടെ നമ്മൾക്കെന്താണ് സാംഗത്യം. രചയിതാവിന്റെ മനസ്സിലൂടെ കടന്നുപോകുമ്പോൾ അയാൾ അനുഭവിച്ച വിഹ്വലതയുടെ ഒരു കണികയെങ്കിലും നമ്മിൽ അവശേഷിക്കാതിരിക്കില്ല. ഈ അശ്രുനീർ ഒഴുകിയുറങ്ങി നമ്മുടെ അന്തരാത്മാവിൽ ഉറഞ്ഞുകൂടുമ്പോൾ നാമറിയാതെ ചലിച്ചു തുടങ്ങും. ഇപ്പോൾ ചെയ്തത് ശരിയാണോ എന്ന് നമുക്കു പോലുമറിയില്ല. പക്ഷേ, ആ നിമിഷത്തിൽ കാണികളുടെയും വെളിച്ചത്തിന്റെയും മുന്നിൽ നമ്മുടെ മുന്നിലൂടെ കടന്നുപോകുന്ന, വർത്തമാനകാലത്തിന്റെ മുന്നിൽ, നമ്മൾ അതിജീവനത്തിനായി ആയും. ഇതിലെവിടെയോ ഒരു സൗന്ദര്യതലമുണ്ട്. ഓരോ നിമിഷങ്ങളിൽനിന്നും നിർമ്മിച്ച് വേർതിരിച്ചെടുക്കുന്ന നമ്മുടെതന്നെ അസ്തിത്വം. കലാവിഷ്കാരമായി ഈ ചലനത്തെ നമ്മൾ സൃഷ്ടിച്ചെടുക്കുന്നു. ശരീരഭാഷയിലൂടെ അമൂർത്തതയെ നമ്മൾ കണ്ടുമുട്ടുന്നു. മൂർത്തതയിൽനിന്ന് അമൂർത്തതയിലേക്ക് നമ്മൾ കടക്കുന്നു.

വീണ്ടും ഒരു ചെറിയ ഇടവേള വേണമെന്നു തോന്നി. ഒന്നു ശ്വസിക്കാൻവേണ്ടി അര നിമിഷം മാറി നില്ക്കുന്ന പോലെ. അങ്ങനെ സുലോചന വീണ്ടും അച്ഛനോടും ജ്യേഷ്ഠനോടും കൂടി സംസാരിക്കുന്നു. വീണ്ടും ഗാനമേളകൾക്ക് പോകണം. നാടകം ചില മാനസിക അസ്വസ്ഥതകളെ വീണ്ടും വ്യാപ്തിയുള്ളതാക്കി മാറ്റുന്നു. ഇടയ്ക്ക് പഴയനാടകഗാനങ്ങൾ, റേഡിയോവിൽ കേൾക്കുമ്പോൾ, തന്റെ തന്നെ ഗാനങ്ങൾ വീണ്ടും കേൾക്കുമ്പോൾ ഒന്നുകൂടി ഇവയൊക്കെ പാടണമെന്നു തോന്നുന്നു.

വീട്ടിൽ, സുലോചനയുടെ ബന്ധുജനങ്ങളും കഴിവുകൾ ധാരാളമുള്ളവരാണ്. നമ്മുടെ അനുദിന സംഭാഷണങ്ങൾക്കകത്തും, നമ്മൾ സംസാരിക്കുന്ന ഈ ഭാഷയ്ക്കകത്തും സംഗീതമുണ്ട്. അതിനെ കണ്ടെത്തുമ്പോഴാണ് ഭാഷ പൂർണ്ണമാകുന്നത്. ഭാവാവിഷ്കാരം എന്ന ഉപരിതലം നടനത്തിന്റെയും സംഗീതത്തിന്റെയും ഘടനയിൽ നിലനില്ക്കുന്നത് ആന്തരിക ആശയങ്ങളിലേക്ക് എത്തിക്കുവാൻ വേണ്ടിയുള്ള ഊർജ്ജ സ്രോതസ്സ് എന്ന നിലയ്ക്കാണ്. അപ്പോൾ ഇതല്ലെങ്കിൽ വേറൊരു ഭാഷയെന്നോ വേറൊരു ശരീരമെന്നോ സംഗീതത്തിനും അഭിനയത്തിനും സ്വീകരിക്കാവുന്നതാണ്. നമ്മുടെ നാടോടി സംഗീതവും നാടോടിവാങ്മയങ്ങളും ഭാഷയും തമ്മിലുള്ള ബന്ധം ആലോചിക്കുമ്പോൾ കൂടുതൽ സൂക്ഷ്മതയിൽ ഈ വസ്തുത തെളിഞ്ഞുകാണാവുന്നതാണ്.

അങ്ങനെ വീണ്ടും ഗാനമേളയുടെ വാൻ വീട്ടുമുറ്റത്തു വന്നു. ഇത്തവണ സുലോചനയുടെ കൂടെ പാടാനെത്തിയത്, പട്ടണക്കാട് പുരുഷോത്തമനാണ്. പിന്നണിയിൽ കേരള ആർട്സ് തീയറ്ററിൽ ഉണ്ടായിരുന്ന കലേശൻ, ജോളി, ജെയ്സൺ, ഓച്ചപ്പൻ എന്നിവരുമായിരുന്നു. എന്നാൽ കേരള ആർട്സ് തീയറ്റേഴ്സ് സുലോചനയെ ഉപേക്ഷിക്കാൻ തയ്യാറയില്ല. അവർ വീണ്ടും ഒരിക്കൽക്കൂടി പുതിയൊരു നാടകം എന്നു പറഞ്ഞ് പ്രലോഭിപ്പിച്ചുകൊണ്ടിരുന്നു.

അവർ പുതിയ നാടകത്തെപ്പറ്റി സുലോചനയോട് സംസാരിച്ചു. *ശില* എന്നാണ് പേര്. അങ്ങനെ അവരുടെ നിർബ്ബന്ധത്തിനു വഴങ്ങി ആ നാടകത്തിൽ സഹകരിച്ചു. ഇതിനിടയിൽ ഗാനമേളകളും നടത്തി. രണ്ടുംകൂടി ഒരുമിച്ച് കൊണ്ടുപോകാനുള്ള ഒരു സാഹചര്യവും അറിയാതെ സംഭവിച്ചു. നാടകം ഇല്ലാത്ത ദിവസങ്ങൾ നോക്കി ഗാനമേളയ്ക്ക് ബുക്കിങ് കൊടുക്കും. അച്ഛന് പ്രായം കൂടിവരുന്നുണ്ട്. ഇപ്പോൾ ഒട്ടും പറ്റാതെയായി. മുൻപ് നാടകത്തിനും ഗാനമേളകൾക്കും പോകുമ്പോൾ വാതില്ക്കൽ വരെ എത്തുമായിരുന്നു. ദൂരേക്ക് പോകുന്ന സുലോചനയെ നോക്കിനില്ക്കും. തിരികെ രാത്രി ഏതു സമയമാണെങ്കിലും സുലോചനയുടെ കാലടികൾ മുറ്റത്തു വീഴുമ്പോൾ അച്ഛനറിയും. ഉടനെ ലൈറ്റ് ഇടും, വാതില്ക്കലേക്ക് എത്തും മുമ്പുതന്നെ വാതിൽ തുറക്കുന്നതിന്റെ ശബ്ദം കേൾക്കാം. എന്നാൽ ഇപ്പോൾ അച്ഛനതിനൊന്നും പറ്റാതായി. കട്ടിലിൽ തന്നെയാണ് എല്ലാസമയവും. നടക്കാനോ നില്ക്കാനോ പറ്റുന്നില്ല. അവശതയാണ്. സുലോചന ഒരു ദിവസം കുറച്ചു ദൂരം മുറിയിലൂടെ നടത്തി നോക്കി. പറ്റുന്നില്ല. കാലുകൾ നിലത്തുറയ്ക്കുന്നില്ല. ഒരു ദിവസം പെട്ടെന്ന് സാധാരണയിൽ കവിഞ്ഞുള്ള അവശതകൾ കണ്ടുതുടങ്ങി. അങ്ങനെ സുലോചന നാടകത്തിലേക്കുള്ള യാത്രയും അകലെയുള്ള ഗാനമേളകളും കുറച്ചു കാലത്തേക്ക് നിർത്തിവെച്ചു. ഉപേക്ഷിക്കാൻ പറ്റാത്ത ആരെങ്കിലും വരികയാണെങ്കിൽ മാത്രം, ഗാനമേളയ്ക്ക് പോയെങ്കിലായി. എന്നാൽ അച്ഛന്റെ സാഹചര്യങ്ങൾ കൂടി കണക്കിലെടുത്ത് ആരും സുലോചനയെ ബുദ്ധിമുട്ടിച്ചിരുന്നില്ല. ഇടയ്ക്ക് അച്ഛന് ഭേദമായി കണ്ണുതുറന്ന് കിടക്കും. സംസാരിക്കും. എണീക്കാൻ പറ്റുന്നില്ലാ എന്നുമാത്രം. അതിനിടയിൽ ജ്യേഷ്ഠൻ കൃഷ്ണൻകുട്ടിക്കും രക്തസമ്മർദ്ദം കൂടി നില വഷളായി. രണ്ടുപേരും ഒന്നിച്ച് കിടപ്പിലായപ്പോൾ സുലോചന ആകെ അസ്വസ്ഥയായി. പക്ഷേ, മരുന്നുകൾ കഴിഞ്ഞ് ജ്യേഷ്ഠൻ വീണ്ടും സ്കൂളിൽ പോകാനും പുറത്തിറങ്ങാനും തുടങ്ങി. എന്നാൽ ഇടയ്ക്ക് വിശ്രമത്തിലേക്ക് പ്രവേശിക്കുകയും മുറിയിൽത്തന്നെ കഴിഞ്ഞുകൂടുകയും ചെയ്യും. ഈ ദിവസങ്ങളിൽ സുലോചന അത്യന്തം മാനസിക സംഘർഷങ്ങളിലൂടെയാണ് കടന്നുപോയത്.

അച്ഛന്റെ വേർപാട്

അങ്ങനെയിരിക്കുമ്പോൾ മൂത്ത ചേച്ചി സരസ്വതിയും ഭർത്താവ് പുളിമൂട്ടിൽ ശങ്കരനാരായണനും കൂടി അവിടെ വരുമായിരുന്നു. അച്ഛൻ കിടപ്പിലായപ്പോൾ കുറച്ചു ദിവസങ്ങൾ സരസ്വതി കൂടെയുണ്ടായിരുന്നു. കൃഷ്ണൻകുട്ടിയുടെ അടുത്തും പോയി ഇരിക്കും. എന്നിട്ട് കാര്യങ്ങൾ പതുക്കെ പറയാൻ തുടങ്ങും. ഒരു ദിവസം സംസാരിച്ചിരുന്നതിനിടെ പുളിമൂട്ടിൽ ശങ്കരനാരായണൻ സുലോചനയോട് സ്വന്തമായി ഒരു നാടക സമിതി തുടങ്ങുന്നതിനെപ്പറ്റി പറഞ്ഞു. അത് ഈ അവസരത്തിൽ ഒരുപാട് ഗുണങ്ങൾ ചെയ്യും. അത് ജ്യേഷ്ഠൻ കൃഷ്ണൻകുട്ടിക്ക് വളരെയധികം സ്വീകാര്യമായി. സ്വന്തമായി ഒരു നാടക സമിതി എന്ന ആശയം എന്തുകൊണ്ടും ജ്യേഷ്ഠന്റെ ഈയൊരു സാഹചര്യത്തിൽ കൂടുതൽ സഹായകരമായിരിക്കും. മറ്റൊരു നാടക വേദിയിൽ പോകുമ്പോൾ അത് കൂടുതൽ പ്രശ്നങ്ങളിലേക്ക് നീങ്ങുകയാണ് ചെയ്യുന്നത്. സുലോചനയ്ക്കാണെങ്കിൽ ഗാനമേള മാത്രമല്ല അവളുടെ കർമ്മ മണ്ഡലം. തന്നെയുമല്ല ഗാനമേളകൾക്ക് പ്രത്യേക സദസ്സുകൾ മാത്രമെ പര്യാപ്തമാകു. എന്നാൽ നാടകം അങ്ങനെയല്ല. ഏതുകാലവും സമയവും അതിനുള്ള ഒരാസ്വാദക സദസ്സ് കേരളത്തിൽ എപ്പോഴുമുണ്ടായിരുന്നു. അങ്ങനെ ഒരു നാടകസമിതി തുടങ്ങാനുള്ള ശ്രമമാരംഭിച്ചു. ഒരു നാടകം വായിച്ചുനോക്കി. പാട്ടുകൾ എഴുതുന്നതിനായി ഒ എൻ വി ക്കുറുപ്പിന്റെ അടുത്തുപോയി. അദ്ദേഹം പാട്ടുകൾ എഴുതിത്തരാമെന്ന് പറഞ്ഞു. മനസ്സിൽ താല്പര്യമുള്ള നടീനടന്മാരെയെല്ലാം കണ്ടു. എല്ലാവരോടും പുതിയ ഉദ്യമത്തെപ്പറ്റി പറഞ്ഞു. അങ്ങനെ ഒരു ദിവസം പുറത്തേക്ക് പോകാൻ തുടങ്ങുമ്പോഴാണ് അച്ഛന് അസുഖം പെട്ടെന്ന് കൂടിയത്. ആകെ മരണവെപ്രാളം കാണിക്കുന്നു. ഉടനെ കാറെടുത്ത് ആശുപത്രിയിലേക്ക് പോയി. പക്ഷേ, ആശുപത്രിയിൽ ചെല്ലുംമുമ്പേ അച്ഛൻ മരിച്ചിരുന്നു. നാടകസമിതിയുടെ ഒരുക്കങ്ങൾ നടക്കേണ്ടിയിരുന്ന ഇടമായിരുന്നു. രണ്ടുമൂന്നു ദിവസം താമസിച്ച ബന്ധുജനങ്ങളൊക്കെയും പൊയ്ക്കഴിഞ്ഞു. മുറ്റം ശൂന്യമായി. വാതിൽ ശൂന്യമായി. അതിന്റെ കൊളുത്തുകൾ. ലൈറ്റ് ഇടാനുള്ള സ്വിച്ചുകൾ. മുറിയിലേക്ക് തിരിയുന്നതിന്റെ ഇടയിൽ ഇടയ്ക്കെപ്പോഴോ തിരികെയെത്തുന്ന ഒരു നിഴൽ. എല്ലാം ശൂന്യമാകുന്ന പോലെതോന്നുന്നു. ഈ മുറിയും വീടുതന്നെയും അനാഥമായിരിക്കുകയാണ്.

ഒരു ദിവസം പുറത്തേക്ക് പോയതാണ് സുലോചന. അച്ഛൻ പോയ വഴികളിലെ മണൽത്തരികൾ നോക്കി. എങ്ങാനും ആ കാല്പാടുകൾ ശേഷിക്കുന്നുണ്ടോ? പോയി തിരികെ എത്തിയപ്പോൾ വീട്ടുമുറ്റത്ത് ഒരു കാർ കിടക്കുന്നു. അച്ഛന്റെ മരണവാർത്തയറിഞ്ഞു വന്നവരാണ്. കാമ്പിശ്ശേരി, പി കെ വാസുദേവൻ നായർ, പട്ടാണിപ്പറമ്പിൽ കുട്ടപ്പൻ എന്നിവരാണ്. അനുശോചനം അറിയിച്ചു. അതുകഴിഞ്ഞ് കാമ്പിശ്ശേരി

ഒരു പ്രധാന കാര്യം സുലോചനയോട് പറയാനുണ്ടെന്ന് പറഞ്ഞു. മറ്റൊന്നുമല്ല, സുലോചന വീണ്ടും കെ പി എ സിയിൽ സഹകരിക്കണം. ഇതുകേട്ടപ്പോൾ ഭൂമിയിലെ ശബ്ദങ്ങളൊക്കെയും നിലച്ചപോലെയിരിക്കുകയാണോ എന്ന് തോന്നി. "ഇപ്പോൾ കെ പി എ സി ഒരു പ്രതിസന്ധിയിലൂടെ കടന്നു പോകുകയാണ്. സുലോചന വരികയാണെങ്കിൽ എൻ എൻ പിള്ള ഒരു നാടകം എഴുതിത്തരാം എന്നു പറഞ്ഞിരിക്കുകയാണ്. അതിനാൽ മറ്റ് മുടക്കം ഒന്നും പറയാതെ ഇതുമായി സഹകരിക്കണം." "ഞാൻ ഒരു നാടക സമിതി സ്വന്തമായി രൂപീകരിക്കുകയായിരുന്നു. അപ്പോഴാണ് അച്ഛന്റെ മരണം. എല്ലാ കാര്യങ്ങളും അടുപ്പിച്ചു കൊണ്ടുവന്ന് തുടങ്ങാനുള്ള ദിവസം തീരുമാനിക്കുന്നതിനിടെയാണ് ഇങ്ങനെ സംഭവിച്ചത്.

അതിനാൽ.."

"സുലോചന മറുത്തൊന്നും പറയരുത്. അതൊക്കെ അടുത്ത വർഷത്തേക്ക് നീക്കിവെച്ചിട്ട് ഈ വർഷത്തേക്കു മാത്രം കെ പി എ സിയോട് സഹകരിക്കണം." അങ്ങനെ മനസ്സില്ലാമനസ്സോടെ അതു സമ്മതിച്ചു. ഒരിക്കൽ ഇനിയങ്ങോട്ടില്ലെന്നു പറഞ്ഞിറങ്ങിയതാണ്. അന്നത്തെ രാഷ്ട്രീയ നിലപാടുകളിൽ എടുത്ത തീരുമാനമാണത്. ആ വാതിൽപ്പടികൾ ഇന്നും സ്വാസ്ഥ്യം തരുന്ന അസ്വസ്ഥതയാണ്. എത്ര എത്ര കൂടിച്ചേരലുകൾ, പിരിയലുകൾ, വീണ്ടും കൂടിച്ചേരലുകൾ, പിരിയലുകൾ.

പിറ്റേദിവസത്തെ വാർത്താപത്രങ്ങളെല്ലാം ചുവന്നു തുടുത്തു. സുലോചന വീണ്ടും കെ പി എ സിയിലേക്ക് എന്നായിരുന്നു തലക്കെട്ട്. കെ പി എ സി സുലോചന സ്വന്തം കുടുംബത്തിലേക്ക് എന്നൊരു തലക്കെട്ടും ഉണ്ടായിരുന്നു. എൻ എൻപിള്ളയുടെ *മന്വന്തരം* എന്ന നാടകമായിരുന്നു അത്. അതുവരെ കാണാത്ത പ്രമേയവും ഭ്രമാത്മകമായ ഘടനയും അവതരണമികവിലെ പുതുമകളുംകൊണ്ട് ആ നാടകം ശ്രദ്ധേയമാകും എന്ന് എല്ലാവർക്കും അഭിപ്രായമുണ്ടായിരുന്നു.

പഴയതുപോലെ എല്ലാവരും നാടകം വായിച്ചുകേട്ടുകൊണ്ടിരിക്കുകയാണ്. അന്ന് ഇരുന്ന സ്ഥലങ്ങളിൽ ഇന്ന് പലരും പുതുമുഖങ്ങളാണ്. ആളുകൾ മാറിയിരിക്കുന്നു. ചുവരുകൾക്കൊക്കെ മങ്ങൽ വന്നിട്ടുണ്ട്. അതോ തോന്നിയതാവുമോ? പുതിയവരും പഴയവരും കൂട്ടത്തിലുണ്ട്. പ്രേംജിയുടെ മകൻ പ്രേമചന്ദ്രൻ, ഒടുവിൽ ഉണ്ണിക്കൃഷ്ണൻ, തോപ്പിൽ കൃഷ്ണപിള്ള, ജോൺസൻ, കരകുളം ചന്ദ്രൻ, ബിയാട്രീസ്, കൃഷ്ണകുമാരി, രാജമ്മ എന്നിവരാണ് കഥാപാത്രങ്ങളായി മാറുവാൻ വേണ്ടി ഇരിക്കുന്നത്. വയലാറും രാഘവൻ മാസ്റ്ററും കൂടിച്ചേരുന്ന പാട്ടുകൾ. രംഗപടത്തിന് ആർട്ടിസ്റ്റ് സുജാതൻ. സംവിധാനം ചെയ്യുന്നത് എൻ എൻ പിള്ള. എല്ലാവരും ഇരിക്കുകയാണ്. നാടകത്തെപ്പറ്റി, അതിന്റെ ഇതിവൃത്തത്തെപ്പറ്റി എൻ എൻ പിള്ള സംസാരിക്കുന്നു.

പുറത്ത് മഴ പെയ്യാൻ തുടങ്ങി. പൂഴിമണലിലേക്ക് ഓട്ടിറമ്പിലൂടെ തലകുത്തി ഒഴുകിയിറങ്ങുന്ന വെള്ളം അതിശക്തിയായി വീഴുന്നതിന്റെ

ശബ്ദം. സുലോചന നോക്കിയപ്പോൾ തോപ്പിൽ കൃഷ്ണപിള്ളയും ബിയാട്രീസും മാത്രമാണ് അറിയുന്ന മുഖം. ബാക്കി ഉള്ളവരെ ഇനി പരിചയപ്പെടണം. ഭ്രമാത്മകമായ കഥയുടെയും നാടകീയ മുഹൂർത്തങ്ങളിലൂടെയും കടന്നു പോകുകയാണ്. എൻ എൻ പിള്ള സംസാരിക്കുമ്പോൾ ശക്തമായ മഴയിലൂടെയെങ്കിലും ആ ശബ്ദത്തിൽ അലിഞ്ഞുചേർന്നിരിക്കുന്ന നാടകത്തിന്റെ ഊർജ്ജസ്ഫുരണങ്ങൾ അനുഭവിക്കാം. ഇടയ്ക്ക് അദ്ദേഹം സുലോചനയെ നോക്കുന്നുണ്ട്. മഴ പെയ്തു തോരുന്ന പോലെ കർട്ടൻ വീണു. എൻ എൻ പിള്ളയുടെ തൂലികാധിഷണയുടെ ശക്തിപ്രഭവങ്ങളിലെല്ലാം പഴയൊരു വയൽക്കാറ്റിന് പറന്നുചെന്നെത്താവുന്നത്ര ഉയരത്തിലേക്കെത്തി. ഇതിവൃത്തത്തോടൊപ്പം ഇതുവരെയുള്ള സുലോചനയുടെ ജീവിതത്തിന്റെ ഉയർച്ചതാഴ്ചകൾ അവൾ സ്വയം അനുഭവിച്ചറിയുകയായിരുന്നു. ഇരു സമാന്തര വീഥിയായി അത് നീണ്ടു കിടക്കുകയാണ്. ഇനിയും നടന്നു നോക്കാം.

മന്വന്തരം കേരളത്തിലങ്ങോളം കെ പി എ സിക്ക് പുതിയൊരു മുഖം കൊടുത്തു. ബുക്കിങ്ങുകൾ വർദ്ധിച്ചു. കെ പി എ സിയുടെ വാൻ വർഷങ്ങൾക്കു ശേഷം വീണ്ടും കേരളത്തെ കീറിമുറിക്കുവാൻ തുടങ്ങി. പക്ഷേ, അപ്പോഴേക്കും എത്ര എത്ര നാടകട്രൂപ്പുകൾ, എത്രയെത്ര നാടകങ്ങൾ. അഭിനേതാക്കൾ, എഴുത്തുകാർ, സംവിധായാകർ.

*മന്വന്തര*ത്തിലെ അഭിനയത്തിന് 1975 ൽ സുലോചനക്ക് കേരള സംഗീത നാടക അക്കാദമിയുടെ അവാർഡ് ലഭിച്ചു. മികച്ച ഗായികയ്ക്കും അഭിനേത്രിക്കുമുള്ള അവാർഡ് എന്നൊരു വ്യത്യസ്തതകൂടി അതിനുണ്ടായിരുന്നു. ചാലക്കുടികൃാമ്പ്, തിരുവനന്തപുരം വികാസ് എന്നീ സംഘടനകളുടെ അവാർഡുകൾ. അതിനെത്തുടർന്നു മിക്കയിടങ്ങളിലും സുലോചനയ്ക്ക് കൊടുത്ത സ്വീകരണ പരിപാടികൾ, അങ്ങനെ വീണ്ടും കാലം തിരക്കുകളിൽ മുങ്ങിപ്പോയി. ഒരു ദിവസം എക്സിക്യൂട്ടിവ് കമ്മിറ്റി കൂടിക്കൊണ്ടിരിക്കെ കെ പി എ സി യിൽ ചിലർ സുലോചനയ്ക്ക് മാത്രം കൂടുതൽ ശമ്പളം കൊടുക്കുന്നതിനെതിരെ സംസാരിച്ചു. ഇത് സുലോചനയ്ക്ക് വളരെ മാനസികമായ ആഘാതമുണ്ടാക്കി. പിന്നെ ഒരു നിമിഷം പോലും അവിടെ നില്ക്കാൻ താല്പര്യപ്പെട്ടില്ല.

വീണ്ടും നാടകങ്ങളിലേക്കു തന്നെ

കെ പി എ സിക്കാലം വീണ്ടും തളിർത്തു തുടങ്ങുന്നു. കാലം കടന്നു പോകുന്നു. ആരോടും ഒന്നും പറയാതെ കെ പി എ സിയിൽ നിന്നിറങ്ങി. എന്താണെന്നറിയില്ല, വീണ്ടും കെ പി എ സിയിൽ പോകാൻ കഴിഞ്ഞില്ല. വീട്ടിൽ കുറേനേരം ഒറ്റയ്ക്കിരുന്നു. ജ്യേഷ്ഠനോട് കാര്യങ്ങൾ പറഞ്ഞു. എവിടെയൊക്കെയോ വേദനകൾ തിങ്ങിനിറഞ്ഞു നില്ക്കുന്നു. സുലോചനയെ കൃഷ്ണൻകുട്ടിക്ക് നന്നായി അറിയാം. ഇരുവരുംകൂടി അങ്ങനെ തീരുമാനമെടുത്തു. ഇനി കെ പി എ സി യിലേക്കില്ല. ഇതിനിടയിൽ

കെ പി എ സി യിൽ *മന്വന്തരം, ഭരതക്ഷേത്രം* എന്നീ നാടകങ്ങളിൽ അഭിനയിച്ചു കഴിഞ്ഞിരുന്നു.

കെ പി എ സിയിൽ നിന്നുമാറി എന്നറിഞ്ഞപ്പോൾ കോട്ടയം നാഷണൽ തീയറ്റേഴ്സ് ഉടമ ജോർജ്ജ് വീണ്ടും സുലോചനയെ സമീപിച്ചു. അടുത്ത വർഷം അദ്ദേഹത്തിന്റെ സമിതിലേക്ക് തിരിച്ചുവരണമെന്നും ഒരു നാടകം ഉണ്ടെന്നും പറഞ്ഞു. യാത്രയുടെയും അധികച്ചെലവുകളുടെയും കാര്യങ്ങൾ ഇക്കുറി സുലോചന അങ്ങോട്ടുതന്നെ ചോദിച്ചു. എന്തുവന്നാലും സുലോചന ഈ നാടകത്തിൽ ഞങ്ങളുടെകൂടെ വേണം ജോർജ്ജ് സുലോചനയോടു പറഞ്ഞു. ഇത് നായികാപ്രാധാന്യമുള്ള ഒരു നാടകമാണ്. സുലോചനയ്ക്ക് ഏറ്റവും ഇണങ്ങുന്നതാണെന്ന് ഞങ്ങൾക്ക് തോന്നി. *സീമന്തിനി* എന്നാണ് നാടകത്തിന്റെ പേര്. എഴുതിയത് സുന്ദരൻ കല്ലായി. മക്കൾക്കുവേണ്ടി ജീവിതം ഹോമിക്കുന്ന ഒരു അമ്മയുടെ കഥയാണ്. അസാധാരണമായൊരു കുടുംബകഥ. എം എസ് ബാബുരാജാണ് സംഗീതം. സുലോചനയ്ക്കുവേണ്ടിയുള്ള ആദ്യ നാടകത്തിനാണ് ബാബുരാജ് സംഗീതം ചെയ്യുന്നത്. അങ്ങനെ ഒടുവിൽ നാടകത്തിന് സമ്മതിക്കുകയായിരുന്നു. കോട്ടയത്ത് റിഹേഴ്സൽ ക്യാമ്പിൽ വെച്ച് സുലോചന ബാബുരാജിനെ കണ്ടു. നല്ല അത്തറിന്റെ മണം പരന്ന ആ മുറിയിൽ ഒരാൾ ഇരിക്കുന്നു. ചുറ്റും ആൾക്കാർ. ഓർക്കസ്ട്ര. ഒരു ഗാനത്തിന്റെ വിശുദ്ധമായ സൗരഭ്യം ആസ്വദിച്ച്, പ്രണയനൈരാശ്യത്തിന്റെ ഒറ്റപ്പെട്ട താഴ്‌വരയിലൂടെ അലയുന്ന ശബ്ദംപോലെ തോന്നി ആദ്യഗാനം നേരിൽ കേട്ടപ്പോൾ. യമുനകല്യാണിയിലായിരുന്നു സുലോചനയ്ക്കുള്ള ആ ഗാനം ചിട്ടപ്പെടുത്തിക്കൊണ്ടിരുന്നത്. വല്ലാത്തൊരു വേദനയുടെ സ്വരമാണ്. പ്രണയത്തിന്റെ പരമമായ ശാന്തതയാണ് യമുനാകല്യാണി. ഇതൊരു ജന്യരാഗമാണ്. ഇന്ത്യൻ രാഗമെന്ന നിലയിൽ 16-ാം നൂറ്റാണ്ടുകൾ മുതൽ ശക്തമായ സാന്നിദ്ധ്യമായി ഇത് നിലനില്ക്കുന്നു. ബാബുരാജിന്റെ ഇഷ്ടരാഗങ്ങളിൽ ഒന്ന്, കോഴിക്കോടു നിന്ന് വരുന്നതിന്റെ ആ ഇരമ്പംപോലും കേൾക്കാമെന്നു തോന്നുന്നു. നദിയുടെ ഉപരിതലത്തിന്റെ ശാന്തമായ ഘടനയെ സ്വാംശീകരിക്കുന്ന നമ്മുടെ നാല്പത്തിനാലു നദികൾ. കോഴിക്കോടിന്റെ കടൽക്കരയിൽ നിന്നു വരുന്ന കാറ്റിൽ പുരണ്ടുപോയ നൂറ്റാണ്ടുകളുടെ സഞ്ചാരം, അലച്ചിൽ, ഏകാന്തത എന്നുതന്നെ പറയുന്നു ആ ചുണ്ടുകൾ. മുഴുവൻ കുടിച്ചുവറ്റിച്ചു കഴിഞ്ഞാലും ബാക്കിയാകുന്ന ആ കടൽത്തിര, ഇതാണ് ആ ഗാനമെന്നു തോന്നി സുലോചനയ്ക്ക്. അതൊരു പ്രാർത്ഥനാ ഗാനമായിരുന്നു. എങ്ങനെയാണ് വരികളിൽ നിന്ന് ഒരു ഈണത്തെ കണ്ടെത്തുന്നതെന്ന രഹസ്യത്തെക്കുറിച്ച് ചോദിച്ചാൽ നിമിഷത്തിനുള്ളിൽ നിന്ന്, അതിന്റെ സൂക്ഷ്മതയിൽ നിന്ന് കണ്ടെത്തുന്നതാണെന്ന് ബാബുരാജ് പറയുമായിരിക്കും.

ദേവർഷോള യാത്ര

സീമന്തിനി നൂറ്റിഅൻപതോളം വേദികളിൽ അവതരിപ്പിച്ചു. അച്ചൻകുഞ്ഞ്, കെ കെ ജേക്കബ്, കെ എസ് കർത്താ, കരിക്കകം മണി തുടങ്ങിയ നടന്മാരും കൂത്താട്ടുകുളം ലീല, പാലാ സുമ എന്നീ നടികളും സുലോചനയോടൊപ്പം *സീമന്തിനി*യിൽ ഉണ്ടായിരുന്നു. ഒരു ദിവസം *സീമന്തിനി* ബുക്കുചെയ്തത് ദേവർഷോള എന്ന സ്ഥലത്തായിരുന്നു. നിലമ്പൂർ കഴിഞ്ഞ് പോകണം. തമിഴ്നാടിന്റെയും കേരളത്തിന്റെയും അതിർത്തിയിൽ നീലഗിരി ജില്ലയിലാണ് ദേവർഷോള. ചുരം കടന്നാണ് പോകേണ്ടത്. അവിടെ ചെന്നാൽ ധാരാളം തേയിലയും സുഗന്ധ വ്യഞ്ജനങ്ങളും സൗജന്യമായി കിട്ടുമെന്നറിഞ്ഞതിനാൽ എല്ലാവർക്കും അവിടെ എത്താൻ വല്ലാത്ത ആഗ്രഹമായി. കൂടാതെ പ്രകൃതിസുന്ദരമായ കാഴ്ചകളും കണ്ട് യാത്രയും ചെയ്യാമല്ലോ. അങ്ങനെ ദേവർഷോള യ്ക്കുള്ള തീയതിയായി. രാവിലെ എട്ടുമണിയോടെ യാത്ര തിരിച്ചു. നാഷണൽ തീയറ്റേഴ്സിന്റെ പഴയ വാനിലായിരുന്നു യാത്ര. നിലമ്പൂരിൽ ഉച്ചയോടെ എത്തി. അവിടെ നിന്ന് ഊണുകഴിച്ച് വീണ്ടും യാത്ര തുടർന്നു. പിന്നീട് കാട്ടുപ്രദേശങ്ങളായി. ഇടതൂർന്നു വരുന്ന കാട്, കയറ്റം. ബാബുരാജിന്റെ ഈണങ്ങൾ ഓർത്തുപോകുകയാണിപ്പോൾ. കടൽക്കരയിൽ നിന്ന് ഉയരത്തിലേക്ക് ഒരു കയറ്റം. നൂറ്റാണ്ടുകളിലൂടെ കയറ്റം കയറി വരുന്ന, കൈമാറി വരുന്ന ഈണങ്ങൾ. ആയിരം ചുണ്ടുകളിലൂടെ കൈമാറിവരുന്ന ഈ മധുരത്തിന് ഏതു ചുണ്ടുകളെന്ന അടയാളങ്ങൾ എവിടെയാണ് നിലനില്ക്കുന്നത്. കൊടും വളവിലെത്തിയപ്പോൾ എല്ലാവരുംകൂടി ഒരു വശത്തേക്ക് ചരിഞ്ഞു. കോടമഞ്ഞ് മുന്നോട്ടുള്ള യാത്രയെ തടസ്സപ്പെടുത്തിക്കൊണ്ടേയിരുന്നു. പെട്ടെന്നാണ് ഒരു തമിഴ്നാട് കോർപ്പറേഷൻ ബസ് നാഷണൽ തീയറ്റേഴ്സിന്റെ വാനിന്റെ മുന്നിൽ ഇടിച്ചത്. ആഘാതത്തിൽ വണ്ടി പിന്നോട്ട് പൊങ്ങി എല്ലാവരും തെറിച്ചു വീണു. എല്ലാവരുടെയും തലയ്ക്കും നെഞ്ചിനുമായിരുന്നു പരിക്ക് പറ്റിയത്. പിന്നോട്ടുപോയ വാൻ നിയന്ത്രണം വിട്ട് പുറകിലുള്ള ഒരു മൺതിട്ടയിൽ ഇടിച്ചു നിന്നു. കൂടുതൽ പരിക്കു പറ്റിയവരെ ഉടനെ തന്നെ ആശുപത്രിയിലേക്ക് പുറകെ വന്ന വാഹനങ്ങളിൽ കയറ്റി അയച്ചു. അപകട വിവരം ഉടനെതന്നെ ദേവർഷോളയിലെ പ്രോഗ്രാം ബുക്കു ചെയ്തവരെ അറിയിച്ചു. അവരെല്ലാവരും ആശുപത്രിയിൽ എത്തി. എല്ലാവരും നാടകം മാറ്റിവെക്കുന്നതിനെക്കുറിച്ചായിരുന്നു സംസാരിച്ചത്. എന്നാൽ നാടക സമിതിയിൽ ഉള്ളവർക്ക് അത് വേണ്ട എന്നായിരുന്നു അഭിപ്രായം. കാരണം ഒരു പ്രോഗ്രാം മാറ്റിവെച്ചാലു ണ്ടാകുന്ന ബുദ്ധിമുട്ടുകൾക്കാണ് ഒരു ആർട്ടിസ്റ്റ് എന്ന നിലയിൽ എല്ലാവരും പ്രാമുഖ്യം നല്കിയിരുന്നത്. എത്രതന്നെ ശാരീരികമായ അവശതകൾ ഉണ്ടെങ്കിലും അതിനെയെല്ലാം തരണം ചെയ്യാനുള്ള കരുത്ത് തരുന്ന ഔഷധമാണ് അഭിനയകല എന്ന് എല്ലാവരും വിശ്വസിക്കുന്നുണ്ട്. ഒരു ആർട്ടിസ്റ്റിനെ സംബന്ധിച്ച് ശരീരത്തിന്റെ സാദ്ധ്യതകളെക്കുറിച്ച്

പൂർണ്ണമായ ബോധ്യം ഏതൊരവസരത്തിലും ഉണ്ടാകുന്നതാണ്. അതിനാൽ പ്രോഗ്രാം മാറ്റിവെക്കണ്ട എന്ന തീരുമാനം സമിതിയുടെ ഉടമ ജോർജ്ജ് പറഞ്ഞപ്പോൾ ദേവർഷോളക്കാർ അമ്പരന്നുപോയി.

അന്ന് വളരെ ഭംഗിയായിത്തന്നെ നാടകം അവസാനിച്ചു. എല്ലാവർക്കും ഇതൊരനുഭവമായിരുന്നു. അത്ഭുതവും. പിറ്റേദിവസം തൃശ്ശൂർ റീജണൽ തീയറ്ററിലായിരുന്നു പ്രോഗ്രാം. ഉടനെ പോയാലേ അവിടെ ചെല്ലുകയുള്ളു. തൃശ്ശൂരിലെത്തി അവിടെയും നാടകം അഭിനയിക്കണം എന്ന ഒറ്റ വിചാരം മാത്രം എല്ലാവർക്കും. പക്ഷേ, എങ്ങനെ പോകും? അവരുടെ വാഹനം യാത്രചെയ്യാൻ പറ്റുന്ന അവസ്ഥയിലായിരുന്നില്ല.

ഈ കാര്യം ദേവർഷോളയിലെ ഭാരവാഹികളെ അറിയിച്ചപ്പോൾ അവർ ഒരു വലിയ ലോറി സംഘടിപ്പിച്ചു തന്നു. നാടകസാമഗ്രികൾ, ലൈറ്റ്, വലിയ വലിയ രംഗപടങ്ങൾ അതിന്റെ അനുബന്ധ സാമഗ്രികൾ, വേഷങ്ങളുടെയും സംഗീതോപകരണങ്ങളുടെയും നീണ്ട കെട്ടുകൾ എല്ലാം ഭദ്രമായി പായ്ക്ക് ചെയ്ത് ലോറിയുടെ മുകളിൽ കയറി. ലോറി ദേവർഷോളയിൽ നിന്ന് തിരിച്ചു, നല്ല തണുപ്പു വീശുന്നു. കോടമഞ്ഞിനെ മുറിച്ച് ലോറിയുടെ ലൈറ്റുകൾ ചുരത്തിന്റെ കൊടുംവളവുകൾ താണ്ടുന്നു.

നേരം വെളുത്തപ്പോൾ ലോറി ഒറ്റപ്പാലത്തെത്തി. മഞ്ഞ് വിട്ടുമാറി സൂര്യവെളിച്ചം എപ്പോഴാണ് കടന്നു വന്നത് എന്നത് ആരും അറിഞ്ഞില്ല. ഇരുളിന്റെയും മഞ്ഞിന്റെയും ഘനനിബിഡമായ ഒരു അവരോഹണം പോലെയുണ്ടായിരുന്നു. ഇതിനുമുമ്പ് ഇങ്ങനെ ഒരു യാത്ര അവരാരും തന്നെ നടത്തിയിരുന്നില്ല. ഉച്ചകഴിഞ്ഞപ്പോൾ തൃശ്ശൂർ റീജണൽ തീയറ്ററിന്റെ പരിസരത്ത് ലോറി എത്തി. ഗേറ്റ് തുറന്നു. തീയറ്ററിന്റെ വശത്തേക്ക് നീക്കി പാർക്ക് ചെയ്തപ്പോൾ നാടകം ബുക്കു ചെയ്ത ഭാരവാഹികൾ ലോറിയുടെ ചുറ്റുംകൂടി. അതിൽനിന്ന് നാടകപ്രവർത്തകരോടൊപ്പം സുലോചനയും ഇറങ്ങി വരുന്നതുകണ്ട് എല്ലാവർക്കും വളരെയധികം ഉൽക്കണ്ഠയായി. "എന്താണ് പറ്റിയത്." ബാൻഡേജുകെട്ടിയിറങ്ങിയ നാടകപ്രവർത്തകരെ കണ്ട് ഭാരവാഹികൾ ചോദിച്ചു. അവർ നടന്ന സംഭവങ്ങൾ വിശദമായി പറഞ്ഞു. നമുക്ക് നാടകം മാറ്റിവെക്കാമെന്നായിരുന്നു അവരുടേയും അഭിപ്രായം. എന്നാൽ യാതൊരു കാരണവശാലും സുലോചനയും കൂട്ടരും അതിന് തയ്യാറായില്ല. നാടകം കൃത്യസമയം ആറരയായപ്പോൾ തുടങ്ങി. കർട്ടനുയർന്നപ്പോൾ എല്ലാവരും കഥാപാത്രങ്ങളായി രൂപാന്തരപ്പെട്ടു.

വിവാഹം

വർഷമിപ്പോൾ 1980 നോടടുക്കുന്നു. സുലോചനയ്ക്ക് പ്രായം നാല്പത്തിരണ്ട്. ഈ പ്രായമിതെങ്ങോട്ടാണ് പോകുന്നത്. വർഷങ്ങൾ പെട്ടെന്നങ്ങ് കടന്നുപോകും, പക്ഷേ, ഈ നിമിഷങ്ങളുണ്ടല്ലോ അത്

വളരെ പതുക്കെ മാത്രമേ സഞ്ചരിക്കൂ. നമ്മെ കടന്നു പോകുകയും നമ്മൾ കടന്നുപോകുകയും ചെയ്യുന്ന ജീവിതത്തിലെ വ്യത്യസ്ത നിമിഷങ്ങൾ. ഈ നിമിഷങ്ങളെ നമ്മൾ എങ്ങനെയാണ് അതിജീവിച്ചു കൊണ്ടിരിക്കുന്നത്. അറിയില്ല.

അച്ഛന്റെ മരണം ഇന്നലെ സംഭവിച്ചത് പോലെയുണ്ട്. തിരികെ വരുമ്പോൾ കാത്തു നില്ക്കുന്ന ഒരു മുഖം മനസ്സിൽനിന്ന് തിരക്കുകൂട്ടുന്നു.

ഒഴിവു സമയങ്ങളിൽ സുലോചന വെറുതെ ഓരോന്ന് ഓർത്തു കൊണ്ട് മുറ്റത്തുകൂടി നടക്കും. പൂക്കൾ വിരിഞ്ഞത് നോക്കി നില്ക്കും.

1981 ആഗസ്ത് 30 ന് സുലോചനയുടെ വിവാഹമായിരുന്നു. വളരെയധികം വൈകിപ്പോയി. 43 വയസ്സായിരിക്കുന്നു. ജീവിതത്തിന്റെ ഭൂരിഭാഗവും ഒരു കലാകാരിയായി ജീവിച്ചു. പാട്ടുകാരിയായും അഭിനേത്രിയായും മാറി. ഒരുപക്ഷേ, സുലോചനയുടെ ജീവിതത്തിന്റെ പ്രധാന പങ്കും അപഹരിച്ചത് നാടകവേദികളാണ്. വീട്ടിൽ ഉറങ്ങിയതിനേക്കാളും ദൈർഘ്യം നാടകവാനിലും ഗ്രീൻറൂമുകളിലും കേരളത്തിന്റെ അപരിചിതസ്ഥലങ്ങളിലും ആയിരുന്നു.

തബലിസ്റ്റായി കലേശനെ കേരള ആർട്സ് തീയറ്ററിലൂടെയാണ് പരിചയപ്പെടുന്നത്. എങ്കിലും അന്നൊന്നും വിവാഹത്തിലേക്കെത്തിച്ചേരുമെന്ന് കരുതിയില്ല. കലേശൻ, സുലോചനയുടെ ബന്ധുവുമായിരുന്നു.

അമ്പലപ്പുഴ അമ്പലത്തിൽ വെച്ചായിരുന്നു വിവാഹം. വളരെക്കുറച്ചാളുകൾ മാത്രം. വിവാഹം നടക്കുന്ന സമയത്ത് കൊല്ലം കാദംബരി തീയറ്റേഴ്സിന്റെ *കടിഞ്ഞാൺ* എന്ന നാടകത്തിൽ അഭിനയിച്ചു കൊണ്ടിരിക്കുകയാണ്.

ഇനി മറ്റൊരു സമിതിയിൽ അഭിനയിക്കാൻ പോകാതെ, മുൻപ് പാതിവഴി ഉപേക്ഷിച്ച സ്വന്തം നാടകവേദി എന്ന ആശയം സാക്ഷാൽക്കരിക്കാൻ തീരുമാനിച്ചു. സംസ്കാര എന്നായിരുന്നു ആ നാടക സമിതിയുടെ പേര്. കലേശന് വളരെക്കാലമായി സമിതി പ്രവർത്തനത്തിലുണ്ട്. ഒന്നിച്ചും അല്ലാതെയും പ്രവർത്തിച്ചിട്ടുണ്ട്. പല സമിതിയുടെയും അണിയറയിൽ വെച്ച് കലേശനെ കണ്ടിട്ടുണ്ട്. അന്ന് പുലിയൂരുകാരൻ എന്നുപറഞ്ഞാണ് പരിചയപ്പെട്ടത്. പറഞ്ഞുവന്നപ്പോൾ രണ്ടുപേരും ബന്ധുക്കളാണ് എന്നും അറിഞ്ഞു.

കേശവൻ പോറ്റി സാറിന്റെ മുഖ്യകാർമ്മികത്വത്തിലായിരുന്നു വിവാഹം. ചെറിയൊരു ചടങ്ങായി മാത്രമാണ് നടത്തിയത്. അതിനാൽ വേണ്ടപ്പെട്ടവരെയാരെയും വിളിച്ചില്ല. പക്ഷേ, ഒരിക്കലും ഒഴിവാക്കാൻ പാടില്ലാത്ത ഒരാളെ ക്ഷണിക്കാൻ മറന്നുപോയി. മറ്റാരുമായിരുന്നില്ല ദേവരാജൻ മാഷ്.

വിവാഹം കഴിഞ്ഞ് മൂന്നു നാലു ദിവസം കഴിഞ്ഞ് മുറ്റത്ത് ഒരു കാർ വന്നുനിന്നു. ഡോർ തുറന്ന് ഒരാൾ ഇറങ്ങി വരുന്നു. നോക്കിയ

പ്പോൾ ദേവരാജൻ സഖാവ്. അത്ഭുതസ്തബ്ധയായി നില്ക്കുകയാണ് സുലോചന. തൊണ്ട വരണ്ടുപോയി. ഈണങ്ങളുടെ ഏത് അടരുകളിൽ വെച്ചാണ്, അതിന്റെ ആത്മാവിൽ വെച്ചാണ് ഈണത്തെത്തന്നെ മറന്നുപോയത്? ദേവരാജൻ മാഷിനോട് സംസാരിക്കാനുള്ള ശക്തി നഷ്ടപ്പെട്ടപ്പോഴാണോ? അദ്ദേഹത്തിന്റെ കൈകളിൽ സുലോചനയ്ക്കു നല്കാനായി ഒരു വിവാഹ സമ്മാനവുമുണ്ട്.

വളരെ സൗമ്യനായി അദ്ദേഹം പറഞ്ഞു:

"സുലോചന എന്നെ മറന്നാലും സുലോചനയെ എനിക്ക് മറക്കാൻ കഴിയില്ല. അതുകൊണ്ട് സുലോചനയുടെ വിവാഹത്തിന് എന്നെ ക്ഷണിച്ചില്ലെങ്കിലും ഞാൻ വന്നേ മതിയാകുകയുള്ളു. അതിനുള്ള കടമയും കടപ്പാടും എനിക്കുണ്ട്."

എന്നിട്ട് കൈയിലിരുന്ന സമ്മാനപ്പൊതി അവർക്കിരുവർക്കുമായി നീട്ടി.

മണ്ണിന്റെ അന്തരംഗങ്ങൾ ധ്യാനിച്ച കണ്ണുനീർത്തുള്ളികൾ തന്നെയാണോ വീണ്ടും ആ മണ്ണിലേക്ക് പെയ്തുകൊണ്ടിരിക്കുന്നത്?

സുലോചന പൊട്ടിക്കരഞ്ഞുകൊണ്ട് ആ കാല്ക്കലേക്ക് വീണു.

സംസ്കാര-സ്വന്തമായി ഒരു നാടകസമിതി

കോട്ടയം നാഷണൽ തീയറ്റേഴ്സിന്റെ *സീമന്തിനി*ക്കു ശേഷം കൊല്ലം കാദംബരിയുടെ *മനശ്ശാസ്ത്രം, ചെമ്പടതാളം*, അതിനുശേഷം വീണ്ടും നാഷണൽ തീയറ്റേഴ്സിന്റെ *കേളി, കടൽ* തുടങ്ങിയ നാടകങ്ങളിലും സുലോചന അഭിനയിച്ചു. കൊല്ലത്തും കോട്ടയത്തും നാടകത്തിന് പോകുന്നതിലുള്ള ബുദ്ധിമുട്ടുകൾ വീണ്ടും അനുഭവപ്പെട്ടു.

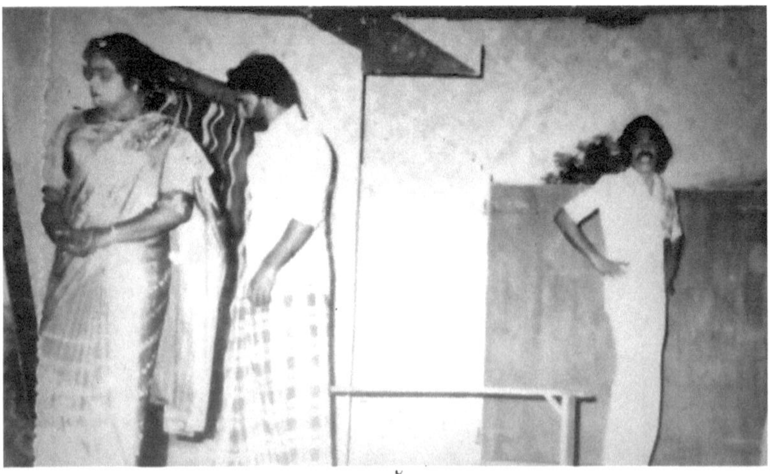

ഭ്രാന്തരുടെ ലോകം - സംസ്കാരയുടെ ആദ്യ നാടകം. സുലോചന, കൊല്ലം ബോസ്, ഗോപൻ എന്നിവർ.

അതുകൂടിയായപ്പോൾ സ്വന്തമായി ഒരു നാടകവേദി എന്ന ആശയത്തിന് ശീഘ്രത വർദ്ധിച്ചു.

അങ്ങനെ വിവാഹ ശേഷം നാടക സമിതി തുടങ്ങി. തോപ്പിൽ ഭാസി, ഒ എൻ വി കുറുപ്പ്, ദേവരാജൻ എന്നിവരെ ചെന്നുകണ്ട് പുതിയ ഉദ്യമത്തെപ്പറ്റി പറഞ്ഞു. വേണ്ടിവരുന്ന എല്ലാ സഹായ സഹകരണങ്ങളും നല്കാമെന്ന് അവർ അറിയിച്ചു. തോപ്പിൽ ഭാസി ആദ്യ നാടകത്തിന്റെ സ്ക്രിപ്റ്റ് വായിച്ചുനോക്കി. എന്നിട്ട് അതിനൊരു പേരും നല്കി. *ഭ്രാന്തരുടെ ലോകം.* ഉടനെതന്നെ റിഹേഴ്സൽ ആരംഭിച്ചു. ആദ്യത്തെ റിഹേഴ്സൽ. നാടകം സംവിധാനം ചെയ്തുതരാമെന്ന് തോപ്പിൽ ഭാസി ഏറ്റിരിക്കുകയാണ്. ഗാനങ്ങൾ കണിയാപുരം രാമചന്ദ്രനാണ് എഴുതിതന്നത്. ദേവരാജൻ മാസ്റ്റർ സംഗീതം പകർന്നു. എല്ലാംകൂടി ഏകദേശം ഒരു മാസം റിഹേഴ്സൽ നടത്തി. അത്രയുംകാലത്തെ വരവു ചെലവുകണക്കുകൾ ഓർത്തപ്പോൾ, ആകെ ചെറിയൊരു ഭയം വന്നു. കാരണം ആദ്യമായുള്ള അനുഭവമാണ്. ഇത്രകാലവും റിഹേഴ്സൽ ക്യാമ്പിൽ പോയിട്ടുള്ള പരിചയം മാത്രം. ഓരോരുത്തരെയും എത്തിക്കേണ്ട ചുമതലകൾ, അവരുടെ യാത്രാചെലവ്, ഭക്ഷണം, താമസം എന്നുവേണ്ട നാടകവുമായി ബന്ധപ്പെട്ട സകലമായ വസ്തുവകകളിലും വളരെ നല്ല അവഗാഹം വേണം. എല്ലാം ശ്രദ്ധിക്കണം. 1984 ആഗസ്ത് 19 ന് തിരുവനന്തപുരം ടാഗോർ തീയറ്ററിൽ സഖാവ് എം എൻ ഗോവിന്ദൻ നായർ നാടകം ഉദ്ഘാടനം ചെയ്തു. ആദ്യനാടകമായതിനാൽ സംഘാടനത്തിൽ ഒരുപാട് പിഴവുകൾ പറ്റി. അതിനാൽ അവതരണം വിചാരിച്ചതുപോലെ ശരിയായില്ല. ഉദ്ഘാടനത്തോടനുബന്ധിച്ച് കുറേ നാടകങ്ങൾ കിട്ടിയെന്നല്ലാതെ ലാഭകരമായ ഒരു കലാശ്രമമായി അതിന് മാറാൻ സാധിച്ചില്ല.

കോട്ടയം തിരഞ്ഞെടുപ്പ് പ്രചാരണം

സി പി ഐ (എം) സ്ഥാനാർത്ഥി ടി കെ രാമകൃഷ്ണനും കോൺഗ്രസ് സ്ഥാനാർത്ഥി തിരുവഞ്ചൂർ രാധാകൃഷ്ണനും തമ്മിലായിരുന്നു കോട്ടയത്തു നടന്ന ഇടക്കാല തിരഞ്ഞെടുപ്പിൽ മത്സരം. ആ തിരഞ്ഞെടുപ്പിൽ ആവേശം വിതറി പാട്ടുകൾ പാടി തിരഞ്ഞെടുപ്പ് പ്രചാരണ പ്രവർത്തനത്തിൽ സുലോചന ഏർപ്പെട്ടു. എവിടെയായിരുന്നാലും ഏതു തിരക്കുകളിലായിരുന്നാലും തെരഞ്ഞെടുപ്പ് എന്നത് സുലോചനയ്ക്ക് ഒരു ലഹരിയാണ്.

ടി കെ രാമകൃഷ്ണൻ വിപ്ലവകാരിയായ ഒരു നേതാവായിരുന്നു. കരിങ്കൽ തൊഴിലാളികളുടെയും എറണാകുളത്തെ ബോട്ടു തൊഴിലാളികളുടെയും നേതാവായാണ് രംഗപ്രവേശം ചെയ്യുന്നത്. സ്വാതന്ത്ര്യസമരത്തിനു മുമ്പുതന്നെ വിപ്ലവസമരത്തിന്റെ തീപ്പൊരികൾ കൊണ്ടുനടന്ന ഒരു യൗവനം ടി കെ രാമകൃഷ്ണനുണ്ട്. ക്വിറ്റ് ഇന്ത്യാ സമരനോട്ടീസ്

ഇറക്കിയതിന് കോളേജിൽനിന്ന് പുറത്താക്കി. *ചങ്ങമ്പുഴ*യുടെ വാഴക്കുലയും പി ഭാസ്കരന്റെ *വയലാർ ഗർജ്ജിക്കുന്നു* എന്നീ കാവ്യങ്ങളും കഥാപ്രസംഗരൂപത്തിലാക്കി സാധാരണക്കാരായ മനുഷ്യരുടെ ഇടയിലും തൊഴിലാളികൾക്കിടയിലും അവതരിപ്പിച്ച് ആവേശോജ്ജ്വലമായ ഒരു കാലത്തെ ഉദ്ബുദ്ധമാക്കി. രണ്ടാംലോകമഹായുദ്ധകാലത്തെ പട്ടിണിയും ക്ഷാമവും കൊടുമ്പിരിക്കൊണ്ടകാലഘട്ടത്തിൽ യുദ്ധവിരുദ്ധവികാരമുണ്ടാക്കാൻ *ഗ്രാമത്തകർച്ച* എന്നൊരു നാടകം രചിച്ച് ഗ്രാമഗ്രാമാന്തരങ്ങൾ തോറും അവതരിപ്പിച്ച് നടന്നു. അത് പിന്നീട് നിരോധിച്ചപ്പോൾ പൊലീസിനെ കബളിപ്പിച്ച് പുഴയുടെ നടുക്ക് വള്ളങ്ങളുണ്ടാക്കി ആ വള്ളം സ്റ്റേജാക്കി മാറ്റി അവിടെ നാടകം അവതരിപ്പിച്ചു. *കല്ലിലെ തീപ്പൊരികൾ, ത്യാഗഭവനം, ആരാധകൻ* എന്നീ നാടകങ്ങൾ എഴുതി വിപ്ലവവും സമൂഹവും സ്വാതന്ത്ര്യവും ജനാധിപത്യവും പ്രമേയമാക്കി ജനവികാരങ്ങൾ ആളിക്കത്തിച്ചു. *കല്ലിലെ തീപ്പൊരികൾ* എന്ന നാടകം പിന്നീട് ടി കെ നോവൽ ആയി എഴുതുകയും പ്രസിദ്ധീകരിക്കുകയും ചെയ്തിട്ടുണ്ട്. എന്നാൽ എറണാകുളത്തും ആലപ്പുഴയിലും കോട്ടയത്തും അരങ്ങേറിയ ടി കെ രചിച്ച വേറെയും ചില നാടകങ്ങൾ ഉണ്ട്. അവയൊന്നും ഇതുവരെയും കണ്ടുകിട്ടിയിട്ടില്ല. 1969 മുതൽ കേരളത്തിലെ കമ്യൂണിസ്റ്റ് വിരുദ്ധമുന്നണിയുടെ ഒരു പേടിസ്വപ്നമായിരുന്നു ടി കെ രാമകൃഷ്ണൻ.

1987 ലെ ആ തിരഞ്ഞെടുപ്പ് പ്രചാരണാർത്ഥമുള്ള ഗായകസംഘത്തിന്റെ ചുമതല സുലോചനയെ ഏല്പിക്കാൻ പാർട്ടി തീരുമാനിച്ചു. അങ്ങനെ കോട്ടയത്ത് തിരഞ്ഞെടുപ്പു ചുമതലയുള്ള കെ കെ ചെല്ലപ്പൻ സുലോചനയുടെ വീട്ടിൽവന്നു സംസാരിച്ചു. ഗായക സംഘവുമായി എത്രയും വേഗം കോട്ടയം ജില്ലാക്കമ്മിറ്റി ഓഫീസിൽ എത്തണം. അങ്ങനെ ഉടൻതന്നെ കോട്ടയം ജില്ലാക്കമ്മിറ്റി ഓഫീസിൽ എത്തി. അന്ന് ശക്തമായ പോരാട്ടമായിരുന്നു കാഴ്ചവെച്ചത്. ഒരിക്കൽ കെ പി എ സിയുടെ ശബ്ദമായിരുന്ന കെ എസ് ജോർജ്ജ് ഇന്ന് കോൺഗ്രസിലെ തിരുവഞ്ചൂരിന്റെ പ്രചാരണ യോഗത്തിൽ ഗാനമേളകൾ അവതരിപ്പിക്കുന്നു. ഇത് സുലോചനയെ ഏറെ വേദനിപ്പിച്ചു. പാർട്ടിക്കും കെ പി എ സിക്കും വേണ്ടി സമരങ്ങളിലും പ്രചാരണയോഗങ്ങളിലും ഒന്നിച്ചുനിന്ന് പോരാടിയ ഒരു സഖാവിന് ഇത്രമാത്രം പരിണാമങ്ങൾ ഉണ്ടായെന്നാലോചിച്ച് അത്ഭുതപ്പെടുകയും ചെയ്തു. ഇപ്പോഴും സുലോചനയുടെ മനസ്സിൽ, പാലായിൽ ഒരു പരിപാടിക്കു പോയപ്പോൾ കമ്യൂണിസ്റ്റ് വിരുദ്ധരുടെ ഇടയിൽനിന്ന് കല്ലേറുകൊണ്ട് തല മുറിഞ്ഞ് ചോര വന്നിട്ടും പാട്ടുകൾ നിർത്താതെ പാടിയ ആ സമര യോദ്ധാവിന്റെ ചിത്രം ഉണ്ടായിരുന്നു.

സുലോചനയും കെ എസ് ജോർജ്ജും രണ്ടു ചേരിയിൽനിന്ന് രണ്ടു പാർട്ടിയുടെ പ്രചരണ യോഗങ്ങളിൽ ഇങ്ങനെ പോരാടേണ്ടി വരുമെന്ന് ഒരിക്കലും വിചാരിച്ചിരുന്നില്ല.

ഇടതുമുന്നണിയുടെ കോട്ടയത്തെ തിരഞ്ഞെടുപ്പ് പ്രചാരണത്തിന്റെ ഉദ്ഘാടനം കുമരകം ഹൈസ്കൂൾ ഗ്രൗണ്ടിലായിരുന്നു. ഉദ്ഘാടകൻ സഖാവ് ഇ എം എസ്. സുലോചനയുടെ ഗായകസംഘം രാവിലെ എട്ടു മണിമുതൽതന്നെ വിപ്ലവഗാനങ്ങളുടെ അലകൾ ജനസമുദ്രത്തിന്റെ അന്തരംഗങ്ങളിൽ സൃഷ്ടിച്ചിരുന്നു. എല്ലാവരും ഇ എം എസിനുവേണ്ടി കാത്തിരിക്കുകയാണ്. ചുവന്ന കൊടികൾ പാറിക്കളിക്കുന്നു. കുമരകം ജങ്ഷൻ മുതൽ സ്കൂളിന്റെ മുറ്റംവരെ ചെങ്കടൽത്തിരമാലകൾപോലെ കൊടിതോരണങ്ങൾ. ഉച്ചഭാഷിണികൾ വലിച്ച് കെട്ടി പലയിടങ്ങളിലായി തൂക്കിയിട്ടിരിക്കുന്നു. ഓരോ വാഹനങ്ങൾ പോകുമ്പോഴും ജനക്കൂട്ടം അത് ഇ എം എസിന്റേതാണോ എന്നു നോക്കുന്നു. എട്ടരയ്ക്ക് മുമ്പ് സഖാവിന്റെ കാറ് സമ്മേളന ഗ്രൗണ്ടിൽ എത്തി. അപ്പോൾ സുലോചന പാടിക്കൊണ്ടിരിക്കുകയാണ്. 'കടലല നിരകൾ കൊടികളുയർത്തി കടലുകൾ പടഹമുയർത്തി. കൊളുത്തി ഞങ്ങളിൽ നൂറ്റാണ്ടുകളുടെ ചരിത്രമെഴുതിയ പുളകങ്ങൾ.' വയലാർ എഴുതിയ ആ വരികളുടെ വിപ്ലവ ധ്വനി ആസ്വദിച്ച് ആ ശബ്ദം ഒന്നുകൂടി കേട്ട് നില്ക്കുകയാണ് ഇ എം എസ്. പാട്ടിന്റെ അവസാനമായപ്പോഴേക്കും സ്റ്റേജിലെത്തി. സുലോചനയുടെ അടുത്തുവന്ന് സ്വല്പം കുശലാന്വേഷണങ്ങൾ നടത്തി. സമയനിഷ്ഠയുടെ കാര്യത്തിൽ ഇ എം എസ് അഗ്രഗണ്യനാണ്. കൃത്യം എട്ടരയായപ്പോൾ സ്റ്റേജിൽ കയറി, പോരാട്ട വീര്യങ്ങൾ നിറഞ്ഞുനിന്ന ആ പ്രഭാതരശ്മികൾക്കിടയിലൂടെ ജനസമുദ്രത്തെ നോക്കി സംസാരിച്ചു തുടങ്ങി.

തിരക്കുകൾക്കിടയിലടിഞ്ഞ കാലം

അഭിനയവും പാട്ടും പോലെയല്ല വ്യത്യസ്തമായ അനുഭവമാണ് നാടകസമിതി രൂപീകരിച്ചതിലൂടെ ഉണ്ടായത്. ഓരോ ദിവസത്തെയും കണക്കുകൾ നോക്കണം. സാമ്പത്തിക കാര്യങ്ങളിൽ ഒരു ശ്രദ്ധവേണം. എല്ലാവർക്കും ശമ്പളം കൊടുക്കണം. പോരാത്തതിന് യാത്രാച്ചെലവുകൾ, വാഹനത്തിന്റെ വാടക. അങ്ങനെയിരുന്നപ്പോൾ വാഹന വാടകയിനത്തിൽ ഒരുപാട് പണം ചെലവാകുന്നതായി കണ്ടു. ഇപ്പോൾ നാടകത്തിലൂടെ തെറ്റില്ലാത്ത വരുമാനം ഉണ്ടാകുന്നുണ്ട്. ഒരോ പ്രോഗ്രാം കഴിയുമ്പോഴും ബാങ്ക് ബാലൻസ് വർദ്ധിക്കുന്നുണ്ട്. അങ്ങനെയിരുന്നപ്പോൾ നാടക വാൻ ഉപേക്ഷിച്ച് ഒരു നല്ല മെറ്റഡോർ വാൻ വാങ്ങാമെന്ന് കലേശനും കൃഷ്ണൻകുട്ടിയുമായി ചേർന്ന് ആലോചിച്ച് തീരുമാനമെടുത്തു. അങ്ങനെ സംസ്കാര കായംകുളം എന്ന ബോർഡ് വെച്ച് സ്വന്തമായി ഒരു വാൻ ഇറങ്ങി. വാനെടുത്ത നഷ്ടം തീർക്കാൻ കൂടുതൽ നാടകങ്ങൾ പിടിക്കേണ്ടി വന്നു. അങ്ങനെ വിശപ്പും ദാഹവും മറന്ന് വീണ്ടും നാടകക്കാലത്തിന്റെ തിരക്കുകളിൽ സുലോചന മുങ്ങിപ്പോയി. ഭക്ഷണ കാര്യത്തിൽ ശ്രദ്ധയില്ലാതെവന്നു. ഷുഗറും കൊളസ്ട്രോളും ജീവിതത്തിന്റെ ഭാഗമായി.

ജ്യേഷ്ഠന്റെ വേർപാട്

അതിനിടയിൽ ജ്യേഷ്ഠന്റെ രോഗം മൂർച്ഛിച്ചു. ആലപ്പുഴ മെഡിക്കൽ കോളേജിൽ കൊണ്ടുപോയി. ഒരു മാസത്തോളം അവിടെ ചികിത്സയിലായിരുന്നു. ഭേദമായപ്പോൾ വീട്ടിൽ എത്തിച്ചു. പരിപാടികളുമായി പോകേണ്ടതിനാൽ ഒട്ടും വിശ്രമമില്ലാത്ത ഒരു കാലമായിരുന്നു അത്. എല്ലാ ദിവസവും പ്രോഗ്രാം കഴിഞ്ഞെത്തിയാൽ ആലപ്പുഴ മെഡിക്കൽ കോളേജിൽ പോകും. വിവരങ്ങൾ ചോദിച്ചറിയും. ഓരോ ദിവസത്തെയും റിപ്പോർട്ടുകൾ പരിശോധിച്ച് ഡോക്ടറോട് സംസാരിച്ച് സമാധാനിച്ച് അടുത്ത ദിവസത്തെ പ്രോഗ്രാമിനു പോകേണ്ടതിന്റെ ആലോചനയ്ക്കായി വീട്ടിലേക്കെത്തും.

കുടുംബചിത്രം. സുലോചനയും അമ്മ കല്യാണിയമ്മയും, ജ്യേഷ്ഠൻ കൃഷ്ണൻകുട്ടിയും ഭാര്യ ലളിതാംബികയും മക്കൾ വിനോദും മനോജും

അന്ന് 1991 ജനുവരി 7 ആയിരുന്നു. സുലോചനയും നാടകപ്രവർത്തകരും സംസ്കാരയുടെ വാനും മുറ്റത്തെത്തി. രാത്രി വളരെ വൈകിയിരുന്നു. സുലോചനയും കലേശനും എല്ലാവരെയും യാത്ര അയച്ചിട്ട് ഉടനെ ജ്യേഷ്ഠൻ കിടക്കുന്ന മുറിയിലെത്തി. ഉറക്കത്തിൽ ഞരങ്ങുന്നതിന്റെ ശബ്ദം കേൾക്കാം. കുലുക്കി വിളിച്ചിട്ടൊന്നും ആൾ എഴുന്നേല്ക്കുന്നില്ല. ആകപ്പാടെ എന്തോ പന്തികേടു തോന്നുന്നു. ഉടൻതന്നെ കാറിന്റെ ഡ്രൈവറെ വിളിച്ചു. അപ്പോൾത്തന്നെ ഹോസ്പിറ്റലിലേക്ക് പോയി. ഹോസ്പിറ്റലിൽ എത്തിയപ്പോൾ നില ഗുരുതരമാണെന്ന് ഡോക്ടർ പറഞ്ഞു. നേരം വെളുത്തു. ഒൻപതു മണിയായപ്പോൾ ഡോക്ടർ വാതിൽ തുറന്നുവന്ന് സുലോചനയോടായി പറഞ്ഞു.

"മരിച്ചിരിക്കുന്നു."

സുലോചന അകലേക്ക് നോക്കി നില്ക്കുകയാണ്. ആ കാഴ്ചയിൽ ജ്യേഷ്ഠന്റെ രൂപം പതുക്കെ മാഞ്ഞുപോകുന്നു! മാവേലിക്കരയും തിരുവനന്തപുരവും കായംകുളവുമായി അവർ വിഭജിച്ചെടുത്ത ജീവിതത്തിലെ അദ്ധ്യായങ്ങൾ. പിച്ചവെച്ചതുമുതൽ കൂടെയുണ്ടായിരുന്ന വിരലുകൾ. എന്തും തുല്യമായി പങ്കിട്ടെടുത്ത് പരസ്പരം പങ്കുവെച്ച് കഴിഞ്ഞ

വർഷങ്ങൾ, എല്ലാം ഒരു നാടകത്തിലെ രംഗങ്ങൾ പോലെ ഓർമ്മയിൽ മിന്നിത്തെളിയുന്നു. മൃതദേഹം ആംബുലൻസിൽ വീട്ടിൽ എത്തിച്ചു. എല്ലാവരെയും വിവരം അറിയിച്ചു. ആൾക്കാരും ബന്ധുജനങ്ങളും കേട്ടറിഞ്ഞവരും ആ വീട്ടിലേക്കോടിയെത്തി.

പക്ഷേ, കണ്ണൂരിൽ നാടകം അവതരിപ്പിക്കാൻ അന്നു വൈകുന്നേരം പോകണമായിരുന്നു. നാടകപ്രവർത്തകരും ബന്ധുക്കളും ആ പ്രോഗ്രാം മാറ്റിവെക്കണമെന്ന് പറഞ്ഞു. സുലോചന ഒന്നും മിണ്ടാതെ ഇരുന്നു. തെല്ലൊരു നിശ്ശബ്ദതയ്ക്കു ശേഷം പറഞ്ഞു. "ഇല്ല പോകണം. ഇന്നേവരെ ഒരു പ്രോഗ്രാം പോലും മാറ്റിവെക്കുകയോ റദ്ദാക്കുകയോ ചെയ്തിട്ടില്ല." എന്താണ് പ്രോഗ്രാം മാറ്റിവെച്ചാലുള്ള കുഴപ്പം എന്നു ചോദിച്ചപ്പോൾ അർപ്പണബോധമുള്ള ഒരു കലാകാരിയുടെ വിയർപ്പും കണ്ണീരുംകൊണ്ട് സൃഷ്ടിച്ച അവരുടെ മനസ്സ് സടകുടഞ്ഞെഴുന്നേല്ക്കുകയായിരുന്നു. ആ മരണവീട്ടിൽ ഇങ്ങനെയൊരു രംഗമുണ്ടാകുമെന്ന് അപ്പോൾ ആരും കരുതിയിരുന്നില്ല. "ഒരു പ്രോഗ്രാം റദ്ദാക്കുമ്പോൾ ആ ഭാരവാഹികൾക്കുണ്ടാകുന്ന നഷ്ടം എത്രയാണെന്ന് നിങ്ങൾ ആലോചിച്ചിട്ടുണ്ടോ? അവരുടെ സംഘാടനത്തിന്റെ പ്രശ്നങ്ങൾ നിങ്ങൾ അനുഭവിച്ചിട്ടുണ്ടോ? ഇപ്പോൾ ഒരു സമിതിയുടെ നേരിട്ടുള്ള സംഘാടനം ഉള്ളതിനാൽ എനിക്കുതന്നെ അറിയാം എത്ര ബുദ്ധിമുട്ടുകൾ ഇതുമൂലം ഉണ്ടാകുന്നു എന്ന്. മരണം അനിവാര്യമാണ്, എല്ലാ ചടങ്ങുകളും നടത്തേണ്ടതുണ്ട്. അതിനാൽ അവയൊക്കെയും നടക്കട്ടെ. ചടങ്ങുകഴിഞ്ഞാൽ എനിക്ക് പോകണം. ഞാൻ മാത്രമല്ല. സംസ്കാരയുടെ പ്രവർത്തകരോടൊപ്പം നാടകം അവതരിപ്പിക്കാനുള്ള എല്ലാവരുമായാണ് ഞാൻ പോകുക."

എല്ലാവരുടെയും മുഖത്ത് നീരസം നിഴലിക്കുന്നുണ്ടായിരുന്നു. ഇത് സുലോചന കണ്ടെങ്കിലും അത് ശ്രദ്ധിച്ചതായി ഭാവിച്ചില്ല. കാരണം ഒരു കലാകാരിയുടെ, അവൾ വളർന്ന ജീവിത സാഹചര്യങ്ങളും പ്രതിസന്ധികളും മനസ്സിലായ ഒരാൾക്കു മാത്രമേ ആ നിലപാടിന്റെ അർത്ഥം മനസ്സിലാകൂ. അല്ലാത്തതൊക്കെയും വ്യർത്ഥമായ അഭിനയം മാത്രം. സുലോചന ജീവിതത്തിനു മുൻപിൽ അഭിനയിക്കാൻ താല്പര്യമില്ലാത്തവളാണ്. വേദന മനസ്സിന്റെയാണ്. അതൊരു പ്രദർശനവസ്തുവല്ല. സുലോചന സംസ്കാരയുടെ പ്രവർത്തകരെ വിളിച്ച് അന്നുതന്നെ യാത്രയ്ക്ക് തയ്യാറാകാൻ പറഞ്ഞു.

വൈകുന്നേരമായപ്പോൾ ശവസംസ്കാരച്ചടങ്ങുകൾക്കുള്ള ഒരുക്കങ്ങളായി. അവിടെ കൂടിനിന്ന ആൾക്കാരുടെ ഇടയിൽ ദുഃഖം ഒട്ടും പ്രദർശിപ്പിക്കാതെ സുലോചന നില്ക്കുകയാണ്. സന്ധ്യയായപ്പോൾ എല്ലാം അവസാനിച്ചിരുന്നു. ചടങ്ങുകൾ കഴിഞ്ഞ് ഏഴുമണിയായപ്പോൾ സുലോചന പറഞ്ഞതു പ്രകാരം മെറ്റഡോർ വാൻ വന്ന് മുറ്റത്ത് നിന്നു. അതിൽ നാടകത്തിനുള്ള സാമഗ്രികൾ തയ്യാറാക്കി കെട്ടിവെച്ചിരുന്നു. അഭിനേതാക്കൾ എല്ലാവരും തയ്യാറായി അതതു സീറ്റിൽ ഇരിക്കുകയാണ്.

മെറ്റഡോർ വാനിന്റെ ഡോർ തുറന്ന് സുലോചന ആ വാഹനത്തിൽ കയറി യാത്ര തിരിച്ചു.

ആ യാത്ര സുലോചനയ്ക്ക് ഉറക്കമില്ലാത്തതായിരുന്നു. ജീവിതത്തിന്റെ കൂരമ്പ് തറച്ച് വേദനകൊണ്ടു പായുന്ന ഒരു മാനിനെപ്പോലെ അശരണയായി അവൾ ഓടുകയാണ്. ഓടിയോടി ചെന്നുപെട്ട ഇടങ്ങൾ അഭയംതന്ന ഇടങ്ങൾ, കൈപിടിച്ചുയർത്തിയവർ, ഇകഴ്ത്തിയവർ. എല്ലാത്തിനും കൂടെയുണ്ടായിരുന്ന അച്ഛനും ജ്യേഷ്ഠനും വേർപിരിഞ്ഞു. ഇപ്പോൾ ജീവിതത്തിൽ ഒറ്റയ്ക്കാണ്. ബാക്കിയുള്ളത് ഈ ജീവിതത്തിലെ നാടകവും പാട്ടും മാത്രം. രാത്രി എവിടെയോ എത്തി. ഡ്രൈവർ വണ്ടി നിർത്തി, കട്ടൻചായവേണമോ എന്നു ചോദിച്ചു. വേണ്ട എന്നു പറഞ്ഞു. യാത്രയും രാത്രിയും തുടർന്നു.

കണ്ണൂർ പ്രോഗ്രാമുകൾ

അന്ന് കണ്ണൂര് രണ്ട് സ്ഥലങ്ങളിലാണ് പ്രോഗ്രാമുകൾ. ഒരു സ്ഥലത്ത് ആറരയാകുമ്പോൾ തുടങ്ങും. മറ്റിടത്ത് പന്ത്രണ്ടരയ്ക്കും. രണ്ടിനുമിടയ്ക്ക് വളരെച്ചുരുങ്ങിയ സമയം മാത്രം. വേഷമഴിച്ച് മുഖം തുടച്ച് കണ്ണീരിൽ കഴുകി വീണ്ടും വാനിൽ ചെന്നിരുന്നു. അപ്പോഴേക്കും സഹപ്രവർത്തകർ എല്ലാം റെഡിയായി വാനിലുണ്ട്. പന്ത്രണ്ടുമണിയോടെ അടുത്ത സ്ഥലത്തെത്തി. പാതിരാത്രി. ചുറ്റും ജനാവലി. രാത്രിയുടെ ഇരുളിൽ തിളങ്ങി നില്ക്കുന്ന ലൈറ്റുകൾ. എല്ലാവരും ഗ്രീൻ റൂമിലേക്കു കയറി. അണിയറപ്രവർത്തകർ രംഗപടങ്ങൾ ഒരുക്കുന്നതിന്റെ തിരക്കുകളിൽ മുഴുകി. സുലോചന വീണ്ടും മുഖത്ത് ചായംതേച്ചു. കണ്ണാടി നോക്കി. അപ്പോഴുണ്ട് കവിളിലൂടെ കണ്ണീർ ധാരയായി ഒഴുകുന്നു. മേയ്ക്കപ്പിട്ട മുഖത്ത് രണ്ടു ചാലുകൾ. ഈ കണ്ണീർ ഇപ്പോൾ എവിടെ നിന്നെത്തി. കണ്ണീർതുടച്ച് വീണ്ടും മേയ്ക്കപ്പിട്ടു. കണ്ണുകൾ ചുവന്നിരിക്കുന്നു. പുരികത്തിന് നീളം കൂട്ടി. കണ്മഷിയെഴുതി. ചുവന്ന ലിപ്സ്റ്റിക് എടുത്ത് ചുണ്ടുകളിൽ പുരട്ടി. അതും പോരാഞ്ഞ് ഒരു മുത്തുമാലയും എടുത്തിട്ടു. മുടിയിൽ എന്താണ് വെക്കേണ്ടത്. ഒരു പിച്ചിപ്പൂമാല കിട്ടിയിരുന്നെങ്കിൽ. കായംകുളത്തെ വീടിന്റെ ജനാല തുറന്നാൽ കിട്ടുന്ന പിച്ചിപ്പൂക്കളുടെ മണം ഇപ്പോൾ എവിടെ നിന്നോ വരുന്നുണ്ട്. സുലോചന കണ്ണാടിയിൽ നിന്ന് കണ്ണുകൾ പുറത്തേക്ക് പായിച്ചു. സമയം പന്ത്രണ്ടര. ആദ്യബെൽ മുഴങ്ങി.

ഇ കെ നായനാരോടൊപ്പം

രാത്രികൾ, പകലുകൾ അങ്ങനെ മുന്നോട്ടുപോയി. ഇടയ്ക്ക് വേറിട്ട അനുഭവങ്ങളുമായി തിരഞ്ഞെടുപ്പ് പ്രചാരണ പ്രവർത്തനങ്ങൾ മുന്നോട്ട് പോകുകയാണ്. ഒരിക്കൽ ഡി വൈ എഫ് ഐയുടെ സംസ്ഥാന സമ്മേളനം തൃശ്ശൂർ തേക്കിൻകാട് വെച്ചു നടക്കുകയായിരുന്നു. അന്ന് ആ സമ്മേളനത്തിൽ സുലോചനയുടെ ഗാനമേളയുണ്ടായിരുന്നു. പ്രോഗ്രാം

അവതരിപ്പിക്കാൻ വളരെ നേരത്തെ തന്നെ സുലോചനയും അണിയറ പ്രവർത്തകരും എത്തി. എന്നാൽ ജനബാഹുല്യംകൊണ്ട് സ്റ്റേജിലേക്ക് കടക്കാൻ തന്നെ പറ്റുന്നില്ല. പൊലീസും ജനങ്ങളും ഉന്തും തള്ളുമായി. അതിനിടയിൽപെട്ട് ഞെരിഞ്ഞമരുമോ എന്നുതോന്നി. ഉടനെ കുറെ സഖാക്കൾ മുന്നോട്ടു വന്ന് ആ ഉന്തും തള്ളും കുറച്ചു മാറ്റിയെടുത്തു. ഒടുക്കം സ്റ്റേജിലേക്ക് കയറിയപ്പോൾ ആകെ വിയർത്തു കുളിച്ചിരുന്നു. സമ്മേളനം തുടങ്ങിയിട്ടില്ല. സമ്മേളനത്തിനുമുമ്പുള്ള ആദ്യ പരിപാടിയാണ് ഗാനമേള. അങ്ങനെ ഗാനമേളയ്ക്കുള്ള ഒരുക്കങ്ങൾ ആരംഭിച്ചു. പരിപാടി നടന്നുകൊണ്ടിരിക്കുമ്പോൾ സമ്മേളനത്തിനുള്ള ഒരുക്കങ്ങളും ആരംഭിക്കും. ഗാനമേള തുടങ്ങി. സുലോചന സംസ്ഥാന സമ്മേളനത്തിനുള്ള ആദരം അർപ്പിച്ചുകൊണ്ട് 'ബലികുടീരങ്ങളേ' എന്ന പാട്ട് പാടി. വിപ്ലവ ഗാനമേള എന്നാണ് പേര്. തേക്കിൻകാട് മൈതാനം ചുറ്റി നിരനിരയായ് വാഹനങ്ങളും മനുഷ്യരും നീങ്ങുന്നതു കാണാം. മനുഷ്യർ ഉറുമ്പുകളെപ്പോലെ ചെറുതായി എങ്ങോട്ടോ പരക്കം പായുന്നതിനിടയ്ക്ക് തേക്കിൻകാട് മൈതാനത്തിൽ കേരളത്തിന്റെ വിപ്ലവകാലസ്മൃതികൾ ചുവന്നുതുടുക്കാൻ തുടങ്ങി.

ആ പാട്ടിന്റെ വരികൾ രക്തസ്മരണകൾ കൊണ്ട് നിറഞ്ഞ ചരിത്രത്തെ വീണ്ടും ഓർമ്മപ്പെടുത്തുന്നു. പാട്ട് അവസാനിക്കുമ്പോൾ സ്റ്റേജിലേക്ക് കടന്നുവരുന്നത്, ഇ കെ നായനാരും, സഖാവ് പിണറായി വിജയനുമാണ്. സമ്മേളനത്തിൽ പങ്കെടുക്കാനുള്ള മറ്റു വിശിഷ്ടാതിഥികളും ആ സ്റ്റേജിലേക്ക് കയറിയിരിക്കുന്നു. സഖാവ് രാധാകൃഷ്ണനും സഖാവ് വിശ്വനാഥമേനോനും ആ നേതൃനിരയിലുണ്ട്. അവരെല്ലാം സുലോചനയുടെ ഓരോ പാട്ടും സശ്രദ്ധം കേൾക്കുകയായിരുന്നു. പാട്ട് തീരുമ്പോൾ ഇളകി മറിയുന്ന ജനസമുദ്രം പാട്ടു തുടങ്ങുമ്പോൾ നിശ്ചലമാകുന്നു. നാലഞ്ചു വിപ്ലവഗാനങ്ങൾക്കു ശേഷം സുലോചന എല്ലാ ഗാനമേളകളിലും ആവർത്തിക്കുന്നതാണ് *അശ്വമേധ*ത്തിലെ സരോജത്തിന്റെ പാട്ട്, 'തലയ്ക്കു മീതെ ശൂന്യാകാശം' എന്നത്. കണ്ണീരോടെയല്ലാതെ 'അഴലിൽ പഞ്ചാഗ്നി' എന്ന വരികൾ ഒരു വേദിയിലും ആലപിക്കാൻ അവർക്ക് അറിയില്ല. ഏത് കൂരിരുട്ടിലായാലും ആ കണ്ണീർ പ്രവാഹമാണ് അവർക്ക് ഇത്രനാളും കൂട്ടായത് എന്ന് തോന്നും. പാട്ടുപാടിക്കഴിഞ്ഞ് അറിയാതെ മുഖം തുടയ്ക്കും. അങ്ങനെ സുലോചന അവസാന ഗാനവും പാടി മൈക്ക് സ്റ്റാന്റിൽവെച്ച് പുറകോട്ടു നോക്കിയപ്പോൾ കണ്ടത്, പുറകിലിരുന്ന് സഖാവ് ഇ കെ നായനാർ സുലോചനയുടെ പാട്ട് കേട്ട് കണ്ണ് തുടയ്ക്കുന്നതാണ്.

അന്ന് ഇ കെ നായനാർക്ക് സുഖമില്ലാതിരുന്ന കാലമാണ്. പ്രോഗ്രാം കഴിഞ്ഞ് ഇറങ്ങിയപ്പോൾ നായനാർ സുലോചനയുടെ അടുത്തെത്തി കുശലം ചോദിച്ചു. സുലോചന അപ്പോൾ അസുഖവിവരമൊക്കെ ചോദിച്ചു. നർമ്മം കലർന്നൊരു മറുപടിയാണ് വന്നത്. "എടോ, സുലോ

ചനേ, എനക്ക് അസുഖമുണ്ടെങ്കിൽ ഇങ്ങനെയൊക്കെ യാത്ര ചെയ്യാനും പ്രസംഗിക്കാനും പറ്റോ?" ഇതുകേട്ട് സുലോചന ചിരിച്ചു പോയി.

കലേശന്റെ ജീവിതകഥ

കലേശൻ സുലോചനയോടൊത്ത് വീട്ടിലിരിക്കുമ്പോൾ ഇടയ്ക്ക് പഴയകാലങ്ങളുടെ സ്മരണകളിൽ അകപ്പെട്ടുപോകുക പതിവായിരുന്നു. അതിൽ കലേശന്റെ ജീവിതത്തിലുണ്ടായ പഴയകാല അനുഭവങ്ങൾ കൂടി പങ്കുവെക്കും. ചെങ്ങന്നൂരിൽനിന്ന് തുടങ്ങിയ ഒരു ജീവിതയാത്ര യായിരുന്നു അത്. ഒരു മൃദംഗകലാകാരനായി വളർന്ന്, തബലിസ്റ്റായി മാറി, കഥാപ്രസംഗങ്ങൾക്കും നാടകങ്ങൾക്കും ഒപ്പംകൂടി, സുലോച നയും കലേശനും കൂടിച്ചേർന്നതുവരെയുണ്ടായ ദൂരങ്ങൾ കലേശൻ പറയും. കലേശന്റെ വല്യച്ഛൻ പ്രഗത്ഭനായ മൃദംഗകലാകാരനും നാടക -സിനിമാമേഖലയിൽ അറിയപ്പെടുന്ന ഹാസ്യകലാകാരനുമായി ശ്രദ്ധേ യനായ നാണുക്കുട്ടനായിരുന്നു. നാണുക്കുട്ടന്റെ ഭാര്യ പങ്കജവല്ലിയും പ്രശസ്തനടിയായി അക്കാലത്ത് അഭ്രപാളികളിൽ കേരളം മുഴുവനും നിറഞ്ഞുനിന്നിരുന്നു. കലേശന്റെ കുഞ്ഞമ്മയുമായിരുന്നു പങ്കജവല്ലി. അവരുടെ വീടാണ് കലേശന്റെ കുടുംബം. കലേശന്റെ അച്ഛന് കുടുംബത്തിന്റെ ഓഹരി ലഭിച്ചപ്പോൾ ചെങ്ങന്നൂരിൽനിന്ന് കുടുംബസ മേതം പുലിയൂരിലേക്ക് താമസം മാറുകയായിരുന്നു. അന്ന് കലേശൻ സ്കൂളിൽ പഠിക്കുകയാണ്. പെങ്ങൾ രമയ്ക്ക് രണ്ടു വയസ്സു പ്രായം. അനുജൻ മോഹൻ ജനിച്ചിട്ടില്ല.

ചെങ്ങന്നൂരിൽനിന്ന് പുലിയൂരിലെത്തിയെങ്കിലും ജീവിതച്ചെല വുകൾക്ക് നന്നേ വിഷമിച്ചുകൊണ്ടിരുന്ന സാഹചര്യമായിരുന്നു അത്. ഒടുക്കം കലേശനെ മാത്രം വിദ്യാഭ്യാസത്തിനായി കുടുംബത്തുതന്നെ നിർത്തി. അവിടെയാകുമ്പോൾ സ്കൂളിൽ പോകാനും എളുപ്പമാകും എന്നു വിചാരിച്ചു. ചെങ്ങന്നൂർ ബോയ്സ് ഹൈസ്കൂളിലായിരുന്നു കലേ ശന്റെ വിദ്യാഭ്യാസം. വല്യച്ഛൻ നാണുക്കുട്ടൻ തിരക്കുകളുള്ള ഒരു കലാ കാരനായിരുന്നു. മൃദംഗകലാകാരനായതിനാൽ എന്നും പരിപാടികൾ ഉണ്ടാകും. ചെങ്ങന്നൂർ പട്ടണത്തിന്റെ മദ്ധ്യത്തിലാണ് വീട്. എപ്പോഴും നാണുക്കുട്ടനെ അന്വേഷിച്ച് ആളുകൾ ഇടതടവില്ലാതെ ആ വീട്ടിൽ വന്നു കൊണ്ടിരുന്നു. വരുന്നവർ അക്കാലത്തെ പ്രശസ്തരായ ഭാഗവതന്മാരും കാഥികരും നാടകനടന്മാരും ആണ്. ഇടയ്ക്ക് സിനിമാ സംവിധായകരും നിർമ്മാതാക്കളും ആ വീട്ടിൽ വന്നുപോകുന്നതും കാണാം.

കുഞ്ചാക്കോയും സുബ്രഹ്മണ്യനും തുടങ്ങി മലയാളത്തിലെ സിനി മാനാടകമേഖലയിലെ പ്രശസ്തർ ചെങ്ങന്നൂരിലെ ആ വീട്ടിൽ കയറാതെ പോകില്ല.

കലേശൻ സ്കൂൾ വിട്ടുവരുമ്പോൾ വീടിനുമുന്നിലൂടെ ചുറ്റിപ്പോ കുന്ന ഇടവഴിയിൽ കാറുകൾ നിർത്തിയിട്ടിരിക്കുന്നതു കാണും. ഇന്നത്തെ ചെങ്ങന്നൂരിലെ ചിപ്പിതീയറ്റർ പരിസരമാണ് പശ്ചാത്തലം.

സ്കൂൾ വിട്ടുവരുമ്പോൾ നാണുക്കുട്ടൻ മൃദംഗം വായിച്ചിരിക്കുന്നതു കാണാം. അരികിൽ ഏതെങ്കിലും ഒരു ഭാഗവതരും കാണാം. അദ്ദേഹം മുടിയൊക്കെ ഇളക്കി കൈകൾ രാഗവിസ്താരത്തിൽ അയച്ചുവിട്ട് ഏതെങ്കിലും ഒരു കീർത്തനത്തിൽ നിറഞ്ഞാടുന്നതുകാണാം. അതിന്റെ താളപ്പെരുക്കത്തിൽ മതിമറന്ന് കൈവിരലുകൾ മാന്ത്രികമായൊരു ചലനം പോലെ ഇളക്കിക്കൊണ്ട് നാണുക്കുട്ടൻ വല്യച്ഛൻ മൃദംഗം വായിച്ചിരിക്കുകയാവും.

ഇതുകണ്ടപ്പോൾ കലേശന്റെ ഉള്ളിലും മൃദംഗം പഠിക്കണമെന്ന ആഗ്രഹമുദിച്ചു. ആരുമില്ലാതിരിക്കുമ്പോൾ വല്യച്ഛന്റെ മൃദംഗത്തിന്റെ അടുത്തുചെന്ന് അതിന്റെ വായിൽ ഒന്നു തൊടും. വല്യച്ഛൻ വിരലുകൾ ചലിപ്പിക്കുന്നതുകണ്ട് കലേശനും ആ മൃദംഗത്തിന്റെ നാദലയത്തിന്റെ ഉപരിതലത്തിൽ കൈവിരലുകൾ ഇളക്കുന്നതായി അഭിനയിച്ചു നോക്കും. അങ്ങനെ ആ ആഗ്രഹം കലശലായി വളർന്നു വലുതായി. ഒടുക്കം നിവൃത്തിയില്ലെന്നു വന്നപ്പോൾ ആ ആഗ്രഹം രണ്ടും കല്പിച്ച് വല്യച്ഛനോട് പറഞ്ഞു. നാണുക്കുട്ടന് ഇത് കേട്ടപ്പോൾ സന്തോഷമായി. അദ്ദേഹം കലേശനെ ചേർത്തുപിടിച്ചു.

നല്ലൊരു ദിവസം നോക്കി ദക്ഷിണ വാങ്ങി പഠിക്കാനിരുന്നു. അങ്ങനെ നാണുക്കുട്ടൻവല്യച്ഛൻ കലേശന്റെ ഗുരുവായി മാറി.

സ്കൂൾവിട്ടു വന്നാലുടനെ കൈയും കാലും കഴുകി മൃദംഗം വായിക്കാനായി കലേശൻ ഇരിക്കും. വല്യച്ഛൻ പറഞ്ഞുതന്ന പാഠങ്ങൾ ഓരോന്നായി മൃദംഗത്തിൽ വായിച്ചു തീർക്കും.

സ്കൂളിൽ കലാപരിപാടികൾക്കൊക്കെയും ചേരും. എല്ലാത്തിനും സമ്മാനം ലഭിക്കും. അങ്ങനെ ഒരു വർഷം മൃദംഗവായനയിൽ കലാമത്സരത്തിനു ചേർന്നു. അതിനും കലേശനായിരുന്നു ഒന്നാം സ്ഥാനം. അന്നത്തെ മൃദംഗവായന കേട്ടപ്പോൾ അവിടെ കൂടിയിരുന്നവർക്കൊക്കെയും അത്ഭുതമായിരുന്നു. കേവലം ഒരു വിദ്യാർത്ഥിയിൽനിന്ന് കലാമർമ്മജ്ഞനായ ഒരാളുടെ മൃദംഗവാദനത്തിന്റെ താളപ്പെരുക്കങ്ങളായിരുന്നു കേൾക്കാൻ സാധിച്ചത്. സ്കൂളിലെ ഈ കന്നിവിജയം പുറംലോകമറിഞ്ഞു. അങ്ങനെ ആദ്യമായി ഒരു പൊതുപരിപാടിക്ക് പ്രോഗ്രാമിന് കലേശനെ ക്ഷണിക്കുന്നത്, പുലിയൂരിൻ നിന്നുമാണ്. അവിടെ അക്കാലത്ത് സ്ഥാപിതമായ വിജയ ആർട്സ് ക്ലബ്ബിന്റെ ഒന്നാം വാർഷികാഘോഷത്തിന് കലേശനെ ഒരു കലാകാരനായി ആദ്യമായി അവതരിപ്പിച്ചു. വിപുലമായ പരിപാടികളായിരുന്നു ഒന്നാം വാർഷികത്തിന്. നാടകവും കഥാപ്രസംഗവും കച്ചേരികളുമായിരുന്നു അക്കാലത്തെ ശ്രദ്ധേയമായ പരിപാടികൾ. ഇവയൊക്കെയും അവിടെയുണ്ടായിരുന്നു. പുലിയൂർ ബ്ലോക്ക് ഓഫീസിനു മുന്നിലുള്ള താഴോലിക്കാട്ടിലെ വീടിനു മുന്നിലായിരുന്നു സ്റ്റേജ് കെട്ടിയത്. അക്കാലത്ത് അവിടെ ഒരു പ്രധാന ജങ്ഷനായിരുന്നു. ചായക്കടകളും നെല്ലുകുത്തു മില്ലുകളും ആശുപത്രിയും പലചരക്കു കടകളും അവിടെ പ്രവർത്തിച്ചിരുന്നു.

സ്കൂളിൽ മത്സരങ്ങൾക്കൊക്കെ സമ്മാനിതനായ ഒരാളെന്ന നിലയിലാണ് പുലിയൂരുകാർ അരങ്ങേറ്റത്തിനു സധൈര്യം വിളിച്ചത്. പോരാത്തതിന് ഒരു പുലിയൂരുകാരനെന്ന പരിഗണനയും.

നാടകത്തിന് അക്കാലത്ത് പക്കമേളം വായിക്കാൻ ഒരാളുവേണം. അന്ന് പാടാനായി ഉണ്ടായിരുന്നത് ഗോപിനാഥപിള്ള ഭാഗവതരായിരുന്നു. അങ്ങനെ ആ നാടകത്തിന് പുലിയൂരിൽ ആദ്യമായി മൃദംഗത്തിന്റെ അരങ്ങേറ്റം കുറിച്ചു. പരിപാടികൾ ഒന്നിനൊന്ന് വ്യത്യസ്തമായിരുന്നു. കേട്ടറിഞ്ഞവരൊക്കെയും പിന്നീട് കലേശനെ ബുക്കുചെയ്യാൻ തുടങ്ങി. മാന്നാറിലും ചെങ്ങന്നൂരും മാവേലിക്കരയും അന്നുണ്ടായിരുന്ന സമിതികൾക്കൊക്കെയും കലേശൻ വേണമെന്ന നിർബ്ബന്ധമുണ്ടായി.

ഇക്കാലത്ത് പ്രതിഫലമായി എന്തെങ്കിലും കിട്ടിയാലായി. പുലിയൂരിൽ വീട്ടിൽ ഇടയ്ക്ക് പോകും. അവിടെ അച്ഛനും അമ്മയും രമയും മോഹനുമുണ്ട്. വീട്ടിലെ സ്ഥിതിഗതികൾ അതീവ ബുദ്ധിമുട്ടിലാണ്. അങ്ങനെ പരിപാടികഴിഞ്ഞു വരുമ്പോൾ പ്രതിഫലം കൊണ്ടുചെന്ന് വീട്ടിൽ ഏല്പിക്കുവാനും കലേശൻ ശ്രദ്ധിച്ചിരുന്നു.

ഒരു ദിവസം വൈകുന്നേരത്ത് വീടിന്റെ പൂമുഖത്തിരുന്ന് കലേശൻ മൃദംഗം വായിച്ചിരിക്കുമ്പോൾ അപരിചിതനായ ഒരാൾ വന്ന് അകത്തേക്ക് കയറി. ആറടിപൊക്കം വരും. ഒത്തശരീരവും അതിനു യോജിച്ച വണ്ണവും. ആജാനുബാഹുവായ ആ മനുഷ്യനെ ഇതിനുമുമ്പ് കലേശൻ കണ്ടിട്ടില്ല. ശ്രദ്ധിക്കാതെ മൃദംഗവായനയിൽ മാത്രം ഏകാഗ്രമായി ശ്രദ്ധകൊടുത്ത് ഇരിക്കുകയായിരുന്ന കലേശൻ അദ്ദേഹത്തെ ശ്രദ്ധിച്ചിരുന്നില്ല. ആഗതൻ വന്ന് കസേരയിൽ ഇരിക്കുകയാണ്. ഒരാൾ വന്ന് വീട്ടിൽ കയറിയിട്ടും അതിലൊന്നും ശ്രദ്ധവെക്കാതെ, തന്റെ കലാവിഷ്കാരത്തിൽ മാത്രം മുഴുകിയിരിക്കുന്ന ആ ബാലനെ കണ്ട് അയാൾ അത്ഭുതത്തോടെയും ആഹ്ലാദത്തോടെയും ഇരുന്നു.

കലേശനും കൃഷ്ണൻകുട്ടിയുടെ മക്കളായ വിനോദും മനോജും

കുറച്ചു കഴിഞ്ഞപ്പോൾ വല്യച്ഛൻ നാണുക്കുട്ടൻ മുറിക്കകത്തുനിന്നും വന്നു.

"ങാ ഹാ! ഇതാര്, ഏബ്രഹാം സാറോ?"

നാണുക്കുട്ടൻ ചോദിച്ചു.

അതിന്റെ മറുപടി മറ്റൊരു ചോദ്യമായിരുന്നു.

"ഇതാരാ ഈ പയ്യൻ?"

"അതെന്റെ അനുജന്റെ മകനാണ്, കലേശൻ."

"ഇവനെ എന്റെ കൂടെ പരിപാടിക്ക് ഒന്നു വിടാമോ?"

"അതിനെന്താ, സാറിന് ഇഷ്ടപ്പെട്ടെങ്കിൽ എടുത്തോ."

"ങ്ഹാ എനിക്കിഷ്ടപ്പെട്ടു. ഇവനെ മതി."

മൃദംഗം വായിച്ചുകൊണ്ടിരുന്നപ്പോൾ ഇരുവരും പറഞ്ഞുവരുന്നത് തന്നെപ്പറ്റിയാണെന്ന് മനസ്സിലായി. മൃദംഗവായന നിർത്തി. അപ്പോഴാണ് വന്ന ആളെ ഒന്നു ശ്രദ്ധിക്കാനായത്. വന്നത് നിസാരക്കാരനല്ലെന്നു മനസ്സിലായി. തന്റെ വായനയിൽ ആകൃഷ്ടനായി ഏതോ ഒരു സംരംഭത്തിലേക്ക് കൊണ്ടുപോകാനുള്ള ശ്രമമാണ് അതെന്നും മനസ്സിലായി. എട്ടാം ക്ലാസിൽ പഠിച്ചുകൊണ്ടിരിക്കുന്ന ബാലനായ തനിക്ക് വന്നുചേർന്ന ഒരു സുവർണ്ണാവസരമാണിത്.

"ഇയാടെ പേരെന്താ?"

"കലേശൻ."

കലേശൻ നോക്കിയപ്പോൾ ജൂബ്ബയുമിട്ടിരിക്കുന്ന ശ്രേഷ്ഠനായ ഒരു കലാകാരനാണ് അതെന്ന് തോന്നി. ഒരു കാഥികനോ നാടകനടനോ അല്ലെങ്കിൽ ഒരു ഭാഗവതരോ ആകാം.

"ങ്ഹാ. ഞാൻ, തന്നെ ഒരു പരിപാടിക്ക് കൊണ്ടുപോകാനുദ്ദേശിക്കുന്നുണ്ട്. വരുന്ന ഞായറാഴ്ച വെണ്ണിക്കുളത്ത്, എനിക്കൊരു കഥാപ്രസംഗമുണ്ട്. താൻ വേണം അന്നെനിക്ക് മൃദംഗം വായിക്കാൻ."

ഒന്നുമറിയാതെ കലേശൻ തലയാട്ടി നില്ക്കുകയാണ്.

"അവൻ വരും."

നാണുക്കുട്ടൻവല്യച്ഛൻ അദ്ദേഹത്തോടു പറഞ്ഞ് അതങ്ങ് ഉറപ്പിച്ചു.

ഉടനെ തന്നെ ജൂബ്ബയുടെ പോക്കറ്റിൽനിന്ന് ഒരു കഷണം കടലാസും പേനയുമെടുത്ത് വെണ്ണിക്കുളത്ത് എത്തിച്ചേരേണ്ട വഴിയും വീട്ടുപേരും കൂടി എഴുതാൻ തുടങ്ങി.

അത് നാണുക്കുട്ടന്റെ കൈവശം കൊടുത്തു. വീട്ടിലേക്ക് വന്നത് സുപ്രസിദ്ധകാഥികൻ പി സി ഏബ്രഹാം ആണെന്ന് പിന്നീടാണ് മനസ്സിലായത്. അക്കാലത്തെ പ്രസിദ്ധ കാഥികരാണ് കെ കെ വാദ്ധ്യാർ, ജോസഫ് കൈമാപറമ്പിൽ, പി സി ഏബ്രഹാം എന്നിവർ. ഇതിൽ കെ കെ വാദ്ധ്യാരെപ്പോലെതന്നെ ഒരു സംസ്കൃതപണ്ഡിതനായിരുന്നു പി സി ഏബ്രഹാം.

അന്ന് ചെങ്ങന്നൂരിൽനിന്ന് എരുമേലിയിലേക്ക് പോപ്പുലർ എന്നു പേരുള്ള ഒരു ബസ് സർവ്വീസ് നിലവിലുണ്ടായിരുന്നു. വഴിയെഴുതിയ തുണ്ടുകടലാസ് പോക്കറ്റിലിട്ട് മൃദംഗമെടുത്ത് രാവിലെയുള്ള പോപ്പുലർ

ബസിൽ കലേശൻ കയറിയിരുന്നു. ഓതറ, തിരുവല്ല വഴിയാണ് പോപ്പുലർ ബസ് വെണ്ണിക്കുളത്ത് എത്തുക.

വെണ്ണിക്കുളത്തെത്തി.

പോക്കറ്റിലെ കടലാസിൽ എഴുതിയ കൂട്ടക്ഷരം വായിച്ച് വഴിതിരിഞ്ഞ് വഴിതിരിഞ്ഞ് പൊയ്ക്കൊണ്ടിരുന്നു. ഒട്ടും വൈകിയില്ല. പ്രൗഢിയും പ്രതാപവുമുള്ള ഒരു മണിമാളികയുടെ മുറ്റത്തുചെന്ന് ആ കടലാസിലെ അക്ഷരങ്ങൾ സമാപിച്ചു.

ഇതു തന്നെയാണോ വീട്?

കലേശൻ ഒന്നുകൂടി വായിച്ചു നോക്കി.

അധികം താമസിയാതെ വാതിൽ തുറന്ന് ഒരാൾ കടന്നുവന്നു.

"ആരാ?"

"ഞാൻ കലേശൻ. പി സി ഏബ്രഹാം സാറ് പറഞ്ഞിട്ടാണ് വന്നത്."

ഇതുകേട്ടയുടനെ ഊഷ്മളമായൊരു സ്നേഹപ്രകടനത്താൽ കലേശനെ അയാൾ കീഴടക്കിക്കളഞ്ഞു.

"ങാഹാ! എന്നിട്ടാണോ? ഇങ്ങു വന്നാട്ടേ."

അയാൾ അകത്തേക്ക് കലേശനെ ക്ഷണിച്ച് ഒരു കസേരയിൽ ഇരുത്തി.

"ഏബ്രഹാം സാർ ഇപ്പോൾ വരും."

ഉടനെ തന്നെ പി സി ഏബ്രഹാം മുറിയിലേക്ക് കയറിവന്നു. ആജാനുബാഹു.

"സാറേ സാർ പറഞ്ഞ പയ്യൻ വന്നിട്ടുണ്ട്." വീട്ടുകാരൻ പി സി ഏബ്രഹാമിനോടായി പറഞ്ഞു.

പി സി ഏബ്രഹാം കലേശനെ കണ്ടു.

"ഇവനാരാന്നറിയുമോ?"

"ഭാവിയിലെ ഒരു കലാകാരനാണ്. മൃദംഗവാദകനാണ്. നമ്മുടെ നാണുക്കുട്ടന്റെയും പങ്കജവല്ലിയുടെയും സഹോദരപുത്രനാണ്. കലേശൻ."

കലേശന് ആകെയൊരു പരിഭ്രമമായി. ഇതിനുമുൻപ് തനിക്കിങ്ങനെയൊരു ഊഷ്മളമായൊരു സ്വീകരണവും സ്നേഹപ്രകടനവും കാണാൻ കഴിഞ്ഞിട്ടില്ല.

പി സി ഏബ്രഹാം സാറിന്റെ കൂടെ കോഴഞ്ചേരി കെ എസ് കുട്ടപ്പൻ ഭാഗവതരും ഉണ്ടായിരുന്നു. കഥാപ്രസംഗത്തിന് പാട്ടുകൾ പാടാനാണ് അദ്ദേഹത്തെയും കൊണ്ടുവന്നിരിക്കുന്നതെന്ന് മനസ്സിലായി.

സമയം നട്ടുച്ചയായി.

"ങ്ഹാ, എന്നാൽ നമുക്ക് കഴിക്കാനിരിക്കാം." വീട്ടുകാരൻ പറഞ്ഞു.

അപ്പോൾ പി സി ഏബ്രഹാമിന്റെ സിൽക്ക് ജൂബ്ബയിൽ തിളങ്ങുന്നത് പ്രകാശത്തിന്റെ അനന്തകോടി വിസ്ഫോടനങ്ങളാണെന്ന് തോന്നി കലേശന്. കുട്ടപ്പൻ ഭാഗവതർ കലേശനുമായി അകത്തെ ഊണുമുറിയിലേക്ക് പ്രവേശിച്ചു.

അകത്തേക്ക് കയറിയപ്പോൾ കാണാനായത് വിഭവസമൃദ്ധമായി അലങ്കരിച്ച വലിയ ഒരു ഊണു മേശയായിരുന്നു. ചോറും കറികളും

മത്സ്യമാംസാദികളുംകൊണ്ട് ആകെ നിറഞ്ഞുകവിഞ്ഞിരിക്കുന്നു. എല്ലാവരും അവരവരുടെ ഇരിപ്പിടത്തിൽ ഇരുന്നു. ജൂബ്ബയുടെ പളപളാ മിന്നുന്ന കൈകൾ തെറുത്തുകയറ്റിയാണ് പി സി ഏബ്രഹാം ഇരിക്കുന്നത്.

വിഭവസമൃദ്ധമായ സദ്യ.

എല്ലാവരുടെയും മുന്നിൽ ഇലയിട്ടു. പി സി ഏബ്രഹാമിന്റെ ഇലയിലേക്ക് ചോറിടുന്നതുകണ്ട് കലേശൻ ഒന്ന് അമ്പരന്നു.

"താനിങ്ങനെ മിഴിച്ചുനോക്കുകയൊന്നും വേണ്ട, ഇതിന്റെ എരട്ടിയായിരുന്നു ഞാൻ കഴിച്ചുകൊണ്ടിരുന്നത്."

കലേശൻ വീണ്ടും അതിശയിച്ചു. പി സി ഏബ്രഹാം ഓരോ കറികളും രുചിച്ചുനോക്കി വളരെ ആസ്വദിച്ചു കഴിച്ചുകൊണ്ടിരുന്നു.

"ഇതെന്റെ ഒരു ശീലമാണ്. എനിക്ക് ഇന്നതൊക്കെ വേണമെന്ന് ഞാൻ പരിപാടി ബുക്കു ചെയ്യുമ്പൊഴേ പറയും." കലേശനോടായിരുന്നു അങ്ങനെ പറഞ്ഞത്.

കഥാപ്രസംഗവേദിയിലേക്കെത്തി.

പള്ളിയങ്കണം.

നൂറുകണക്കിന് ആളുകൾ തിങ്ങി നിറഞ്ഞിരിക്കുന്ന സദസ്സ്. കുട്ടപ്പൻ ഭാഗവതരും കലേശനും ഒരു വശത്ത് നില്ക്കുന്നു. മദ്ധ്യത്തിൽ കാഥികൻ പി സി ഏബ്രഹാം.

കഥാപ്രസംഗം തുടങ്ങി.

വള്ളത്തോളിനെപ്പറ്റി, യേശുക്രിസ്തുവിനെപ്പറ്റിയൊക്കെയുള്ള ആമുഖപ്രസംഗമാണ്. അതു പറഞ്ഞ് പതുക്കെ കഥയിലേക്ക് കയറിവരുന്ന ഒരു കയറ്റമുണ്ട്. ആജാനുബാഹുവായൊരാൾ സ്റ്റേജിന്റെ ഒത്ത നടുക്കുനിന്ന് ഘനഗംഭീരശബ്ദത്തിൽ അനർഗ്ഗളമായി സംസാരിച്ചുകൊണ്ടു നില്ക്കുമ്പോൾ ഏതൊരാളും മതിമറന്നിരുന്നുപോകും. അത്ര മനോഹരമായ രീതിയിലുള്ള വർണ്ണനകളാണ് നടക്കുന്നത്.

അവതരണവും ആശയപ്രകടനങ്ങളും അതീവ ഹൃദ്യമാണ്, അദ്ദേഹത്തിന് ഒരു കുഴപ്പം മാത്രമേയുള്ളൂ. പദ്യഭാഗമെത്തുമ്പോൾ ഈണത്തിൽ പാടി ഫലിപ്പിക്കാൻ വശമില്ല. അതിനാണ് ഒരു ഭാഗവതരെ കൊണ്ടുപോകുന്നത്. വിശദീകരണങ്ങൾക്കുശേഷം പദ്യഭാഗത്തിലെ വരികൾ ചൊല്ലിയിട്ട്. ടൊ ഭാഗവതരേ എന്നൊരു വിളിയുണ്ട്.

"ഇത് നീലാംബരിയിലൊന്ന് പാടെടോ."

ഉടനെതന്നെ ഭാഗവർ തലയൊന്നല്പം വെട്ടിച്ച് കഴുത്തിനുപുറകുവശത്തേക്കു ചാഞ്ഞ മുടിയിളക്കിക്കൊണ്ട് നിലാംബരി രാഗത്തിലേക്കിറങ്ങി വരും. കലേശനും ഒപ്പം കൂടും.

ചിലപ്പോൾ ചില പാട്ടുകൾ പാടുമ്പോൾ സദസ്സിൽനിന്നും ആ പാട്ട് ഒന്നുകൂടി പാടാൻ ആവശ്യപ്പെടും.

അങ്ങനെ ചില പാട്ടുകൾ രണ്ടും മൂന്നും പ്രാവശ്യം ആവർത്തിക്കപ്പെടും.

പാട്ടുകഴിയുമ്പോൾ എല്ലാവരും ചേർന്ന് കൈയടിക്കും.

പഴയകാലത്തെ ഇത്തരം അനുഭവങ്ങളൊക്കെയും കലേശൻ

സുലോചനയുമായി പങ്കിടും.

നാടകവും ഗാനമേളയും ഇല്ലാതിരിക്കുന്ന ഇടവേളകൾ ആനന്ദകരമാക്കാൻ എത്രയെത്ര ജീവിതാനുഭവങ്ങളാണ് കാത്തുനില്ക്കുന്നത്.

കലേശൻ പിന്നീട് മൃദംഗത്തിൽനിന്ന് മാറി തബലയിലേക്കെത്തി. ചെറിയൊരു പരീക്ഷണം. അങ്ങനെയായപ്പോൾ വിവിധ നാടകവേദിയിൽ നിന്നുകൂടി ക്ഷണം വന്നു. പശ്ചാത്തലസംഗീതത്തിൽ അക്കാലത്ത് പലവിധ പരീക്ഷണങ്ങൾ നടന്നുകൊണ്ടിരിക്കുകയായിരുന്നല്ലോ? പിന്നീട് മാവേലിക്കരക്കാരനായ അക്കാലത്തെ പ്രശസ്ത കാഥികൻ എസ് എസ് ഉണ്ണിത്താന്റെകൂടെ തബല വായിക്കാൻ ചേർന്നു. നാലുവർഷക്കാലം അങ്ങനെ പോയി. ഇതിനിടെ പത്താം ക്ലാസ് കഴിഞ്ഞ് മലയാളം വിദ്വാന് ചേർന്നു. അതിനിടെ കടവൂർ ബാലൻ എന്ന സുപ്രസിദ്ധ കാഥികന്റെ കൂടെ തബലിസ്റ്റായി പോയി. അവിടെനിന്നാണ് 1970 ൽ കേരള ആർട്സ് തീയറ്ററിലെത്തുന്നതും ആദ്യമായി സുലോചനയെ കാണുന്നതും.

പിന്നീട് ഗാനമേളകളിലും നാടകങ്ങളിലുമായി നിരന്തരം കണ്ടുമുട്ടാൻ അവസരങ്ങൾ വന്നുചേർന്നു. കലേശൻ കേരളതീയറ്റർ വിട്ട് നാഷണൽ തീയറ്ററിൽ എത്തിയപ്പോൾ സുലോചനയും നാഷണൽ തീയറ്ററിൽ ഉണ്ടായിരുന്നു.

പാടാത്ത പാട്ടിൻ മധുരം

2005 ഏപ്രിൽ 15 വൈകുന്നേരം.

എറണാകുളത്ത് ദർബാർ ഹാളിനു സമീപത്തുള്ള കേരള ഫൈൻ ആർട്സ് ഹാളിനുമുന്നിൽ ഒരു കാർ വന്നുനിന്നു. അതിൽനിന്ന് ക്ഷീണാധിക്യത്താൽ നടക്കാൻ പറ്റാത്ത വിധം സുലോചന പുറത്തേക്കിറങ്ങി. കൂടെ ഭർത്താവ് കലേശനും ഉണ്ട്.

ഫൈൻ ആർട്സ് സൊസൈറ്റി ഏർപ്പെടുത്തിയ സമഗ്രസംഭാവനയ്ക്കുള്ള ഈ വർഷത്തെ സംസ്ഥാന അവാർഡ് കെ പി എ സി സുലോചനയ്ക്കാണ്. അവാർഡ്ദാന ചടങ്ങിന് എങ്ങനെയെങ്കിലും എത്തിച്ചേരണമെന്ന സംഘാടകരുടെ നിർബ്ബന്ധത്തിനു വഴങ്ങി വന്നതാണ്. അധികസമയം നില്ക്കാൻ പറ്റില്ല. നടക്കാൻ ഒട്ടുമേ കഴിയുന്നില്ല. അതിനാൽ അവാർഡ്ദാന ചടങ്ങിൽ വന്ന് അവാർഡ് കൈപ്പറ്റാൻ മാത്രമേ സാധിക്കു എന്ന് പ്രത്യേകമായി പറയുകയും ചെയ്തിട്ടുണ്ട്.

കാറിന്റെ ഡോർ അടഞ്ഞു. സുലോചന പതുക്കെ നടന്നുചെന്നപ്പോൾ അവാർഡുദാന ചടങ്ങിനു മുമ്പുള്ള പരിപാടി നടന്നുകൊണ്ടിരിക്കുകയാണ്. ജസ്റ്റിസ് വി ആർ കൃഷ്ണയ്യർ ആണ് ഉദ്ഘാടകൻ. മുഖ്യപ്രഭാഷകനായി എം കെ സാനുവും വേദിയിലുണ്ട്. ഒരു നോക്കു മാത്രമേ കണ്ടുള്ളൂ. സുലോചനയുടെ ഊഴത്തിന് കുറച്ചുനേരം കൂടി ഉണ്ട്. എന്നാൽ അത്രയുംനേരം ഇങ്ങനെ നില്ക്കാൻ വയ്യ. വിശ്രമിക്കാനായി സമീപത്തുള്ള ദ്വാരകയിൽ സംഘാടകർ ഒരു റൂം എടുത്തിട്ടിട്ടുണ്ട്. അവിടെ പോയി ഇരിക്കാം. പരിപാടി സമയമാകുമ്പോൾ വിളിക്കാം. അതുമതി. സുലോചനയും കലേശനും കൂടി ദ്വാരകയിലേക്ക് പോയി.

കുറച്ചുനേരത്തെ വിശ്രമത്തിനുശേഷം ആളെത്തി. ഡോറിൽ മുട്ടി.

പരിപാടി തുടങ്ങാറായി.

അവിടെ ചെല്ലുമ്പോൾ സ്റ്റേജിൽനിന്ന് ഇറങ്ങി വരുന്ന കൃഷ്ണയ്യരെ കണ്ടു.

രണ്ടുപേരും പരസ്പരം തൊഴുതു.

വി ആർ കൃഷ്ണയ്യർ. 1957 ഇ എം എസ് മന്ത്രിസഭയിലെ മന്ത്രി.

അന്ന് തിരുവനന്തപുരത്ത് ആയിരുന്നപ്പോൾ വി ആർ കൃഷ്ണയ്യർ മന്ത്രിമന്ദിരത്തിലെത്താനായി സൂലോചനയ്ക്കുവേണ്ടി കാർ അയക്കുമായിരുന്നു. അദ്ദേഹത്തിന്റെ സഹോദരിയുടെ കുട്ടികൾക്ക് സംഗീതക്ലാസ് എടുത്തുകൊടുക്കാനായിരുന്നു അത് സുലോചന ഓർത്തു.

"ഉദ്ഘാടനം കഴിഞ്ഞ് ഞാൻ പോകാതെ ഇരുന്നത്, സുലോചനയെ ഒന്നു കാണാമെന്ന് കരുതിയാണ്."

ജസ്റ്റിസ് വി ആർ കൃഷ്ണയ്യർ തൊഴുതുകൊണ്ട് പറഞ്ഞു.

സുലോചനയും അതേ വികാരവായ്പ്പോടെ തൊഴുതുകൊണ്ടു നില്ക്കുകയാണ്. ഇരുവരുടെയും കണ്ണുകൾ മധുരസ്മൃതികളുടെ ഭാരത്താൽ ഈറനണിഞ്ഞു.

"എനിക്കിപ്പോൾ അധികനേരം നില്ക്കാൻ കഴിയില്ല, സുലോചനേ,

കുവൈറ്റ് – കലയുടെ ആഭിമുഖ്യത്തിൽ ഗാനമേള സംഘടിപ്പിച്ചപ്പോൾ പാടുന്നത് സുലോചന, കീബോഡ് വായിക്കുന്നത് കലേശൻ

അവശതകളുണ്ട്."

അദ്ദേഹം സുലോചനയോട് പറഞ്ഞു.

അതുകേട്ടപ്പോൾ സുലോചന "എനിക്ക് നില്ക്കാനെന്നല്ല, ഒരു സ്റ്റെപ്പ് മുന്നോട്ട് നടക്കാൻ പോലുമാവുന്നില്ല."

"എങ്കിൽ ഒരു കസേരയിൽ നമുക്കല്പനേരം ഇരിക്കാം." സംഘാ

ടകർ ഉടനെതന്നെ കസേരകളുമായെത്തി.

ഇരുവരും അടുത്തടുത്തിരുന്നു.

ഇരുവരുടെയും കണ്ണുകൾ നിറഞ്ഞു. ഇ എം എസിന്റെയും എ കെ ജിയുടെയും കൂടെയുണ്ടായിരുന്ന ഒരുകാലം പെട്ടെന്ന് ഓർമ്മയിലേക്ക് കടന്നുവന്നു. ഇലക്ഷൻ പ്രചാരണങ്ങൾക്ക് പാർട്ടിയുടെ കൂടെ ഒരു സമര നായികയെപ്പോലെ നടന്നതും പാട്ടുകൾ പാടി ജനങ്ങളെ കണ്ണീരിന്റെ വക്കുകൾ കാണിച്ച് ജീവിതത്തിൽ മഴവില്ലുവിരിച്ചതും ഒരുപാട് സ്നേഹിക്കാൻ പഠിപ്പിച്ചതും പ്രതിഷേധിക്കുവാനും പ്രതികരിക്കാനും അവകാശങ്ങൾക്കുവേണ്ടി പോരാടാൻ പഠിപ്പിച്ചതും.. സ്വന്തം നാടിന്റെ, മണ്ണിന്റെ മാറിൽ നിന്നുകൊണ്ട് പട്ടിണിയും പരിവെട്ടവും ഇല്ലാത്ത സമത്വസുന്ദരമായ നല്ലൊരു നാളെയെപ്പറ്റി ചിന്തിക്കാൻ പ്രേരിപ്പിച്ചതും..

ആ പാട്ടുകളുടെ, ഈണങ്ങളുടെ, അതിന്റെ ഭാവാവിഷ്കാരത്തിന്റെ സൗന്ദര്യം എത്രയാണെന്നോ? ആ സൗന്ദര്യസങ്കല്പങ്ങളാണ് നമ്മളെ ഇപ്പോൾ അരനൂറ്റാണ്ടു പിന്നിടുമ്പോൾ മുന്നോട്ട് നയിച്ചത് നമ്മൾ സ്വപ്നം കണ്ടതിൽനിന്ന് ഒരുപാടൊരുപാട് അകന്നുപോയൊരു ലോകമാണിതെന്ന് തോന്നിപ്പോകും.

സ്റ്റേജിൽ അവാർഡുദാന ചടങ്ങിനുള്ള സമയമായെന്ന് സംഘാടകർ അറിയിച്ചു.

സുലോചന പതുക്കെ ആ സ്റ്റേജിലേക്ക് കയറി.

എത്രയെത്ര വേദികൾ. ഇതിപ്പോൾ തിരികെ ബാല്യകാലത്തിലേക്കെത്തിയ പോലെയുണ്ട്. പിച്ചവെച്ച് നടക്കാൻ പഠിക്കുന്ന ഒരു കുട്ടിയെപ്പോലെയായി താനെന്ന് സുലോചനയ്ക്ക് തോന്നി.

കലേശന്റെ കൈകളിലേക്ക് ആ ശരീരം വല്ലാതെ ചാഞ്ഞുപോയിരിക്കുന്നു.

അവാർഡ് സ്വീകരിക്കാനായി സുലോചനയെ ക്ഷണിച്ചു. നിലയ്ക്കാത്ത കൈയടികൾ. ഈ കൈയടികൾ കല്ക്കത്തയിൽ സ്റ്റേജ് പ്രോഗ്രാമിനുപോയപ്പോൾ ഹൂഗ്ലിനദിക്കരയിലൂടെ പറന്നുപോയ പ്രാവുകളുടെ ചിറകടിയൊച്ച കേട്ടപോലെയുണ്ട്.

മൈക്കിലൂടെ സുലോചനയെ പരിചയപ്പെടുത്തുന്നു. സുലോചന എന്ന പാട്ടുകാരിയെ, അഭിനേതാവിനെ, വിപ്ലവനായികയെ. ഒരു കാലഘട്ടത്തിന്റെ ജനകീയ ശില്പിയെ. അങ്ങനെയങ്ങനെ ആ പരിചയപ്പെടുത്തൽ നീണ്ടുപോകുകയാണ്.

അവാർഡ് സ്വീകരിച്ച് തിരികെ സദസ്സിൽ വന്നിരുന്നു സുലോചന. കലേശൻ അടുത്തുതന്നെയിരിക്കുന്നുണ്ട്.

''അല്പനേരം ഇവിടെ ഇരിക്കാം.'' സുലോചന കലേശന്റെ ചെവിയിൽ പറഞ്ഞു.

അതുകഴിഞ്ഞപ്പോൾ സ്റ്റേജിൽ സമാപനത്തിനുള്ള ഒരുക്കങ്ങളായി. ഒരു ഗാനമേളയാണ്. മുരളി ഓർക്കസ്ട്രയാണ്. കലേശന് അതിലെ കലാകാരന്മാരെയെല്ലാം അറിയാം. പരിപാടി തുടങ്ങാനുള്ള സജ്ജീകരണങ്ങൾ എല്ലാം തയ്യാറാക്കുന്നു.

ഉടനെ ഓർക്കസ്ട്രയുടെ നടത്തിപ്പുകാരനിലൊരാൾ കലേശന്റെയും സുലോചനയുടെയും അരികിലേക്കെത്തി. തുടങ്ങിക്കോട്ടെ എന്ന് അനുവാദം ചോദിച്ചു.

"ഞങ്ങൾ പഴയപാട്ടുകളാ പാടുന്നത്."

"ഓ, ആയ്ക്കോട്ടേ."

കലേശനും സുലോചനയും മറുപടി പറഞ്ഞു.

അപ്പോൾ കലേശന്റെ ചെവിയിൽ സുലോചന ഒരു ആഗ്രഹം മന്ത്രിച്ചു.

"അതേയ്, എനിക്കുകൂടി പാടണം."

കലേശൻ ആകെ അമ്പരന്നു. ഇന്നേവരെ ഇങ്ങനെ ഒരാവശ്യം തന്നോട് ഉന്നയിച്ചിട്ടില്ല. പെട്ടെന്ന് അത് എങ്ങനെ സാധിച്ചുകൊടുക്കും എന്ന് കലേശൻ ചിന്തിച്ചുനോക്കി. ഇത്രയുംകാലം ഒരുപാട്ടുപാടാൻ അങ്ങോട്ട് നിർബ്ബന്ധിക്കുകയായിരുന്നു പതിവ്. എന്നാൽ ഇതെന്തുപറ്റി യെന്ന് എത്രയാലോചിച്ചിട്ടും മനസ്സിലായില്ല.

ഈ അവസ്ഥയിൽ എങ്ങനെയാണ് ഒരു പാട്ടുപാടാൻ സുലോചന ക്കാവുക? എങ്ങനെ അനുവദിക്കാൻ പറ്റും.

"അതേയ്, നില്ക്കാൻ പറ്റുന്നില്ല. പിന്നെങ്ങനെ പാട്ടുപാടും? പിടിച്ചോണ്ടു നില്ക്കാനേ പറ്റൂ. ഞാൻ പുറകിൽനിന്ന് പിടിച്ചാലും അത് ശരിയാകുമോ? ഈ അവസരത്തിൽ അങ്ങനെയൊക്കെ ഒരു പാട്ടുപാടു ന്നതു കണ്ടാൽ ആളുകൾ എന്തു വിചാരിക്കും?"

സുലോചനയുടെ മുഖം പെട്ടെന്ന് വാടി. കുറച്ചുകഴിഞ്ഞപ്പോൾ സുലോചന പറഞ്ഞു.

"എന്നാൽ വേണ്ട, പാടുന്നില്ല.

നമുക്കുപോകാം." സുലോചന വീണ്ടും പറഞ്ഞു.

രാത്രി ദ്വാരകയിൽ ചെന്ന് എല്ലാവരോടുമൊത്തിരുന്ന് അത്താഴം കഴിച്ചു. യാത്രപറഞ്ഞ് തിരികെ കാറിലേക്ക് കയറി. കലേശനും കയറി. ഡോർ അടഞ്ഞു.

എറണാകുളത്തുനിന്ന് കായംകുളത്തേക്ക് കാർ തിരിച്ചു.

സുലോചന ഒന്നും മിണ്ടുന്നില്ല. ആ മുഖത്ത് നല്ല ക്ഷീണമുണ്ട്. എന്തോ ആലോചനയിലാണെന്നു തോന്നി. എന്താണ് ആലോചി ക്കുന്നത്?

കലേശൻ നോക്കി. ജനാലച്ചില്ലിലൂടെ മാഞ്ഞുപോകുന്ന പുറത്തെ കാഴ്ചകളിലെങ്ങോ മനസ്സ് നഷ്ടപ്പെട്ടിരിക്കുന്നതുപോലെ!

അപ്പോൾ കലേശന്റെ ഉള്ളിൽ ചെറിയൊരു വേദന നീറിപ്പുകയാൻ തുടങ്ങി.

ഒരു ഗായിക ജീവിതത്തിലാദ്യമായി തന്നോട് ഒരു പാട്ടു പാടാൻ ആഗ്രഹിക്കുന്നുവെന്ന് പറഞ്ഞപ്പോൾ അത് സാധിച്ചുകൊടുക്കാനാവാ തെ ഇരുന്ന സാഹചര്യത്തെപ്പറ്റി ഓർത്ത് വിഷമിച്ചു. പാടാൻ കൊതിച്ച ചുണ്ടുകളെ നിശ്ശബ്ദമാക്കേണ്ടി വന്നതിനെപ്പറ്റി!

ആ യാത്രയിലൊരിടത്തുവെച്ചും ഇരുവർക്കും ഒന്നും സംസാരിക്കാ

നായില്ല. പക്ഷേ, അവർ നിറയെ സംസാരിച്ചുകൊണ്ടിരുന്നു.

ആലപ്പുഴ കഴിഞ്ഞു. പുന്നപ്രയിലെ രക്തസാക്ഷിമണ്ഡപത്തിന്റെ ചുവപ്പുനിറം രാത്രിയിൽ അവ്യക്തമായൊരടയാളമായി കാറിന്റെ ജനാല ച്ചില്ലിനപ്പുറത്തുകൂടി വേഗത്തിൽ പുറകോട്ട് പാഞ്ഞുപോകുന്നതു കണ്ടു.

ഏതു പാട്ടാവും അപ്പോൾ പാടാൻ ആഗ്രഹിച്ചിരിക്കുക? കലേശന്റെ മനസ്സ് നിരവധി സംഘർഷങ്ങൾക്കിടയിൽ നിന്ന് അങ്ങനെയൊരു ചോദ്യത്തിന്റെ ഉത്തരമെങ്കിലും കണ്ടെത്താൻ ശ്രമിച്ചു.

ഒന്നു ചോദിച്ചു നോക്കിയാലോ? വേണ്ട. ആ ചോദ്യത്തിനുള്ള അർഹതയില്ല തനിക്ക്.

ഒടുവിൽ ഏറ്റവും ഇഷ്ടപ്പെട്ട രണ്ടു പാട്ടുകളെക്കുറിച്ച് എപ്പോഴും പറയാറുള്ളത് ഓർത്തു. അതായിരിക്കും പാടാനാഗ്രഹിച്ചിട്ടുണ്ടാവുക.

അത് എതൊക്കെ?

കലേശന്റെ ഓർമ്മയിൽ അത് എപ്പൊഴുമുണ്ട്.

ഒന്ന് 'മാമ്പൂക്കൾ പൊട്ടി വിരിഞ്ഞു' എന്നൊരു പാട്ടാണ്. *മുടിയനായ പുത്രനിലെ*. രണ്ടാമത്തേത് *അശ്വമേധ*ത്തിലെ 'തലയ്ക്കുമീതെ ശൂന്യാകാശം' എന്നതും.

കായംകുളത്ത് വീട്ടിലെത്തിയപ്പോൾ രാത്രി വൈകിയിരുന്നു. അതിനാൽ ഇരുവരും പെട്ടെന്ന് കിടന്നു. നല്ല ക്ഷീണമുണ്ടായിരുന്നു. ആ രാത്രിക്കും രാത്രിയിലെ യാത്രയ്ക്കും.

പാട്ടിന്റെ അനന്തതയിലേക്ക്....

2005 ഏപ്രിൽ 17

രാവിലെതന്നെ പാട്ടുകൾ പഠിക്കാൻ വരുന്ന കുട്ടികളെക്കൊണ്ട് വീടും പരിസരവും പതിവുപോലെ നിറഞ്ഞു. സുലോചന അന്ന് എഴുന്നേല്ക്കാൻ താമസിച്ചു. കിടന്നപ്പോൾ രാത്രി രണ്ടുമണിയോളമായിരുന്നു.

ഓർക്കസ്ട്ര ക്ലാസുകൾ തുടങ്ങി. വിവിധ സംഗീതോപകരണങ്ങളുടെ ശബ്ദങ്ങൾ ആ മുറ്റത്തുകൂടി സഞ്ചരിച്ചുകൊണ്ടിരിക്കുന്നു.

വീടിന്റെ മുന്നിലൂടെയാണ് കൃഷ്ണപുരം കൊട്ടാരത്തിലേക്കുള്ള ഒരു വഴി പോകുന്നത്. കാൽനടയാത്രികരിൽ പലരും അതുവഴി പോകാറുണ്ട്. ചിലപ്പോൾ ടൂറിസ്റ്റുകളിൽ ഏറെപ്പേരും ഈവഴിയാണ് നടന്നുപോകാൻ തെരഞ്ഞെടുക്കുക. മുറ്റത്തേക്ക് സുലോചന ഇറങ്ങി നില്ക്കുന്നതുകണ്ട് അതുവഴി അപ്പോൾ പോയ്ക്കൊണ്ടിരുന്ന ടൂറിസ്റ്റുകളും കൊട്ടാരം സന്ദർശകരും സുലോചനയെക്കണ്ട് ഓടിവന്നു. സുലോചനയെക്കണ്ട കൗതുകത്തിൽ അവരെല്ലാം കുറച്ചുസമയം സംസാരിച്ച് അവിടെത്തന്നെ നിന്നു.

വീണ്ടും രാത്രി.

ഒരു തേങ്ങൽ ഉള്ളിൽ കിടക്കുന്നു.

ചരിഞ്ഞുകിടന്നപ്പോൾ ആകെയൊരസ്വസ്ഥത. പിന്നെ മലർന്നു കിടന്നു. കലേശൻ നോക്കി. ഇല്ല കുഴപ്പമൊന്നുമില്ല.

ഉറങ്ങാൻ തുടങ്ങി.

ഫാനിന്റെ ശബ്ദം.

വെളുപ്പിന് ഒരു മൂന്നുമണികഴിഞ്ഞുകാണണം. ശ്വാസം മുട്ടുന്നതിന്റെ ശബ്ദം കേട്ടാണ് കലേശൻ ഞെട്ടിയുണർന്നത്. ഫാൻ ഓഫാക്കി.

"എന്താണ്?"

"ഇല്ല. കുഴപ്പമൊന്നുമില്ല."

നെഞ്ചു തടവി. പുറവും തടവിക്കൊടുത്തു. പാർത്ഥാരിഷ്ടം കുറച്ച് എടുത്തുകൊണ്ടു വന്നു. അതുകുടിച്ചു. വീണ്ടും പുറം തടവിക്കൊടുത്തു.

"ഫാൻ ഇടണോ?"

ഉത്തരം പറഞ്ഞില്ല. കിടക്കാനായി കട്ടിലിലേക്ക് ചരിഞ്ഞു.

വീണ്ടും ശ്വാസം മുട്ടുന്നതുപോലെയുണ്ടെന്ന് പറഞ്ഞ് എഴുന്നേറ്റു.

"എന്താണ്? എന്തുപറ്റി?"

"എന്താണെന്നറിയില്ല."

"എന്നാൽ ഹോസ്പിറ്റലിൽ പോകാം."

പെട്ടെന്ന് സുലോചന ഉടുത്തിരുന്ന ഡ്രസ് മാറി. നൈറ്റിയിട്ടു. പുറത്തേക്കിറങ്ങി. കലേശൻ കൈക്കു പിടിച്ചു. അന്നേരം സുലോചനയുടെ ജ്യേഷ്ഠൻ കൃഷ്ണൻകുട്ടിയുടെ മകൻ മനോജ് വീട്ടിലുണ്ടായിരുന്നു.

മനോജ് കാർ എടുത്തു.

"ഓച്ചിറ സ്റ്റാർ ഹോസ്പിറ്റലിലേക്ക് പോകാം."

കലേശൻ പറഞ്ഞു.

കാറിന്റെ ഡോർ അടഞ്ഞു.

കാർ തിരിച്ചു. വീടിന്റെ വളവ് തിരിഞ്ഞപ്പോൾ സുലോചന കലേശന്റെ ദേഹത്തേക്ക് ചാരിവീണു. കൈകൾ മുറുകെപ്പിടിച്ചു. കലേശൻ ചേർത്തുപിടിച്ചു.

ഓച്ചിറയിലേക്ക് നീണ്ടുകിടക്കുന്ന നാഷണൽ ഹൈവേയിലേക്ക് കാർ കയറി. ഓച്ചിറ അമ്പലത്തിനു മുന്നിലെത്തിയപ്പോൾ ആ കൈകൾ അയയുന്നപോലെ തോന്നി കലേശന്.

വലത്തേക്ക് തിരിഞ്ഞു.

ഹോസ്പിറ്റലിലെത്തി.

കാറിന്റെ ഡോർ തുറന്ന് മനോജ് നില്ക്കുകയാണ്. ഉടനെ ഹോസ്പിറ്റൽ ജീവനക്കാർ എത്തി. എല്ലാവരുംകൂടി സ്ട്രെക്ച്ചറിൽ കയറ്റി അകത്തേക്ക് കൊണ്ടുപോകുന്നത് കലേശൻ നോക്കിനിന്നു.

കൈകളിൽനിന്ന് കുറച്ചുമുമ്പ് അകന്നുപോയ ആ ചെറുചൂടിനെപ്പറ്റി കലേശൻ ഓർത്തു. അതിന്റെ ഊഷ്മളസ്പർശം അവശേഷിച്ചതുപോലെ പ്രകാശം കടന്നുവരുന്നു.

ഓച്ചിറ എട്ടുകണ്ടത്തിലേക്ക് ആ പ്രഭാതം പരക്കുന്നത് സ്റ്റാർ ഹോസ്പിറ്റലിന്റെ മുകൾനിലയിൽ നിന്നുകാണാം.

ഒരു ഗാനം ചിറകുകൾ കുടഞ്ഞ് അനന്തവിഹായസ്സിലേക്ക് പറന്നുപോകുന്നതുപോലെ തോന്നി. ആകാശത്തുനിന്ന നക്ഷത്രങ്ങളൊക്കെയും വാടിക്കരിഞ്ഞ മാമ്പൂക്കൾപോലെ എവിടെക്കോ അപ്രത്യക്ഷമായി.

പത്താമുദയത്തിന് ഇനി ഏഴുനാൾ.

ചെപ്പുകിലുക്കണ ചങ്ങാതി

ചക്കരപന്തലിൽ

മാനേ....

ഇല്ലിമുളം കാടുകളിൽ

മാനത്തെമഴവില്ലിന്

ഈ മണ്ണിൽ വീണ

വെണ്ണിലാ ചോലയിലെ

തുഞ്ചൻ പറമ്പിലെ തത്തെ

പൊക്കാലി പാടത്തെ

വരിക ഗന്ധർവ്വ

വള്ളിക്കുടിലിനുള്ളി ലിരിക്കും

തലയ്ക്കുമീതെ ശൂന്യാകാശം

അത്തിക്കായ്കൾ

കിലുകിലുക്കാം

കറുക കാട്ടിൽ

സൽക്കലാ ദേവിതൻ

പറന്ന് പറന്ന്

പഞ്ചാര പാട്ടുപാടു

ഏഴാം കടലിനക്കരെ

പാതിരാപൂവുകൾ

പാൽക്കുടമൊക്കെ

ഒരു കിണ്ണം
ചന്ദനവും

മാരിവില്ലിൻ
തേൻമലരേ

പാമ്പുകൾക്കു
മാളമുണ്ട്

മാനവധർമ്മം

മാൻകിടാവേ

എന്തിനു പാഴ്ശ്രുതി

സഹായകഗ്രന്ഥങ്ങൾ

1. *നാടകസങ്കേതവും പ്രത്യയശാസ്ത്രവും*, ഉത്പൽ ദത്ത്, ചിന്ത പബ്ലിഷേഴ്സ്, തിരുവനന്തപുരം.
2. *അരങ്ങിലെ അനുഭവങ്ങൾ*, കെ പി എ സി സുലോചന, കറന്റ് ബുക്സ്, കോട്ടയം.
3. *ഒളിവിലെ ഓർമ്മകൾ*, തോപ്പിൽ ഭാസി, പ്രഭാത് ബുക് ഹൗസ്, തിരുവനന്തപുരം.
4. *ഒളിവിലെ ഓർമ്മകൾക്കു ശേഷം*, തോപ്പിൽ ഭാസി, ഡി സി ബുക്സ് കോട്ടയം.
5. *ഒളിവിലെ ഓർമ്മകൾ* (നാടകം) തോപ്പിൽ ഭാസി, പ്രതിഭ ബുക്സ്, മാവേലിക്കര.
6. *വിപ്ലവസ്മരണകൾ*, പുതുപ്പള്ളി രാഘവൻ, എൻ ബി എസ്, കോട്ടയം.
7. *ഓർമ്മയുടെ പുസ്തകം*, കെ പി ഉമ്മർ, ചിന്ത പബ്ലിഷേഴ്സ്, തിരുവനന്തപുരം.
8. *കുപ്പിച്ചില്ലും റോസാദലങ്ങളും*, വയലാർ, മാതൃഭൂമി ബുക്സ്, കോഴിക്കോട്.
9. *ഏഴായിരം രാവുകൾ*, തോപ്പിൽ കൃഷ്ണപിള്ള, കറന്റ് ബുക്സ്, കോട്ടയം.
10. *ജീവിതച്ഛായകൾ*, ഓ മാധവൻ, എൻ ബി എസ്, കോട്ടയം.
11. *കഥ തുടരും*, കെ പി എ സി ലളിത, ഡി സി ബുക്സ്, കോട്ടയം.
12. *ജി ദേവരാജൻ – സംഗീതത്തിന്റെ രാജശില്പി*, പെരുമ്പുഴ

ഗോപാലകൃഷ്ണൻ, മാതൃഭൂമി ബുക്സ്, കോഴിക്കോട്.

13. *അഭിനയ ചിന്തകൾ*, കാമ്പിശ്ശേരി കരുണാകരൻ, പ്രഭാത് ബുക് ഹൗസ്, തിരുവനന്തപുരം.

14. *പോക്കുവെയിൽ മണ്ണിൽ എഴുതിയത്*, ഒ എൻ വി കുറുപ്പ്, ചിന്ത പബ്ലിഷേഴ്സ്, തിരുവനന്തപുരം.

15. *എന്റെ നാടകസ്മരണകൾ*, പി ജെ ആന്റണി, പ്രഭാത് ബുക് ഹൗസ്, തിരുവനന്തപുരം.

16. *അനുഭവങ്ങളേ നന്ദി*, വൈക്കം ചന്ദ്രശേഖരൻ നായർ, ഡി സി ബുക്സ്, കോട്ടയം.

17. *നാടകം ജീവിതമാക്കിയവർ*, സുധർമ്മ, വി മുരളീധരൻ നായർ, ഡി സി ബുക്സ്, കോട്ടയം.

18. *മധുരമീ ജീവിതം*, കെ രാഘവൻ, ഡി സി ബുക്സ്, കോട്ടയം.

19. *പുന്നപ്ര വയലാർ*, ജ്വലിക്കുന്ന അദ്ധ്യായങ്ങൾ, എം ടി ചന്ദ്രസേനൻ, എൻ ബി എസ് കോട്ടയം.

20. *കേരളത്തിലെ കമ്യൂണിസ്റ്റ് പാർട്ടിയുടെ ചരിത്രം-ഒരന്വേഷണം*, ആണ്ടലാട്ട്, സിതാര ബുക്സ്, കായംകുളം.

21. *കുട്ടനാടും കർഷകത്തൊഴിലാളി പ്രസ്ഥാനവും*, എൻ കെ കമലാസനൻ, എൻ ബി എസ്, കോട്ടയം.

22. *സർ സി പിയും തിരുവിതാംകൂറും*, കെ വിശ്വപ്പൻ നായർ, ഗ്രീൻ ലൈൻ പബ്ലിഷേഴ്സ്, തിരുവനന്തപുരം.

ആവേദകർ

കലേശൻ, (കെ പി എ സി സുലോചനയുടെ ഭർത്താവ്) സംസ്കാര, കായംകുളം.
എൻ ജി ശാസ്ത്രി, പെരിങ്ങിലിപ്പുറം, എണ്ണക്കാട്, ചെങ്ങന്നൂർ.
കെ എൻ പാറുക്കുട്ടി, തുണ്ടിയിൽ വീട്, കുഴിവേലിപ്പുറം, തിരുവല്ല.
രാജമ്മ സുകുമാരൻ, സ്വരരാഗസുധ, (മങ്ങാട്ട് പടീറ്റതിൽ) ചെട്ടികുളങ്ങര, മാവേലിക്കര.
ഡോ. കെ രവി, കുഴിവേലിപ്പുറം, തിരുവല്ല.
തിരുവല്ലാ ശ്രീനി, ശ്രീലയം, പാരിപ്പള്ളി, തിരുവനന്തപുരം.
കെ ദാമോദരൻ പിള്ള, കൽപ്പകശ്ശേരി, പുലിയൂർ, ചെങ്ങന്നൂർ.

www.ingramcontent.com/pod-product-compliance
Lightning Source LLC
LaVergne TN
LVHW060209051026
849517LV00005B/1344
* 9 7 8 9 3 9 3 4 6 8 4 5 1 *